- మొదటి గ్రంథము -

ధర్మయోద్ధుడు

కల్కి

విష్ణు అవతారము

Telugu translation of the National bestseller

Dharmayoddha Kalki: Avatar of Vishnu (Book 1)

Reprint 2023

FiNGERPRINT! TELUGU

An imprint of Prakash Books India Pvt. Ltd.

113/A, Darya Ganj,
New Delhi-110 002
Tel: (011) 2324 7062–65, Fax: (011) 2324 6975
Email: info@prakashbooks.com/sales@prakashbooks.com

Telugu translation done in association with Mysticswrite Private Limited

facebook www.facebook.com/fingerprintpublishing
twitter www.twitter.com/FingerprintP
www.fingerprintpublishing.com

ISBN: 978 93 5440 166 4

Processed & printed in India by HT Media Ltd, Greater Noida

- మొదటి గ్రంథము -

ధ ర్మ యో ధు డు

కల్కి

వి ష్ణు అ వ తా ర ము

Telugu translation of the National bestseller

Dharmayoddha Kalki: Avatar of Vishnu (Book 1)

కెవిన్ మిస్సల్

తెలుగు అనువాదము:
బి.నవీన

FiNGERPRINT!

నాకు స్ఫూర్తినిచ్చిన ప్రతి రచయితకు అంకితం...

ఇళవర్తి
శివాలయం
మహేంద్రగిరి
కల్కేష్
సూర్యఘర్
దండకారణ్యాలు
ఉదయులు
సత్యకోశ నది
చాముండీ నది
ఇంద్రవనం
కంబల
ఇంద్రఘర్
విష్ణువు
ఆలయం
కీకట్పుర
జనల్
వరుణ్ ఘర్
పుష్పంతి
రవికేశ నది
కిష్వావనం
శివాలయం
పాతాళభైరవీ నది
నాగపురి
శేషవనం
శేషనాద నది
అలకా
అలకాపురీ
శేషుని
ఆలయం
మేరుకంటక నది
దాక్షిణులు
వసంతికా
ఆలేపులు
వనస నది
భాన్మతి
భువనేశ్
సువర్ణ
సువర్ణభూమి
లంక
ఈళం
ఇళవర్తి చిత్రపటం
అడవులు

పాఠకులకు మనవి

ప్రప్రథమంగా, ఈ పుస్తకం చదివే ముందు, ఈ నా మనవిని చదవమని ప్రార్థన. ఇది చదివేందుకు ఐదు నిమిషాలకంటే తక్కువ సమయమే పడుతుంది. పైగా ఏ మనస్థితుల్లో వ్రాశానో మీకు అర్థమవుతుంది.

ఇది చారిత్రకమో, కల్కి పురాణము యొక్క ఆధునిక పున: కథనమో కాదు. కల్కి జీవితాన్ని, కలియుగాన్ని, మహాభారత-రామాయణాంశాలనీ ఆధారంగా చేసుకొని రచింపబడ్డ కాల్పనిక కథ మాత్రమే.

స్టార్ వార్స్, లార్డ్ ఆఫ్ ద రింగ్స్ మరియు గేమ్ ఆఫ్ థ్రోన్స్ మొదలగు నేను చూసిన, చదివిన కథలు, సినిమాలకు ఇది నా నివాళి. ఇవి నాకెంతో ప్రేరణనివ్వడమే కాకుండా, ఒక కథకు ప్రాణం పాత్రలే గానీ, కథ యొక్క నిడివి కాదన్న సంగతిని తెలియపరచాయి.

ధన్యవాదములు. ఇక మీరు చదవడం మొదలుపెట్టచ్చు.

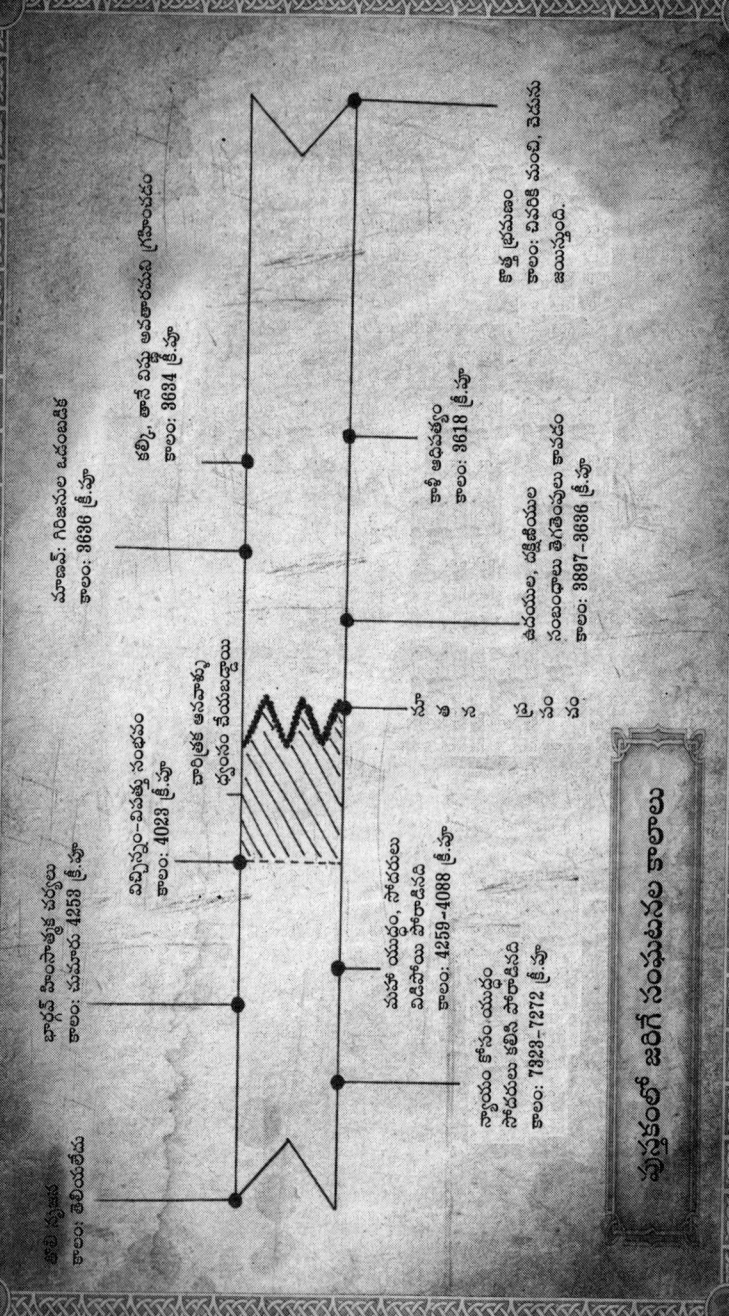

కాలం: 4023 క్రీ.పూ
కాలం: 3636 క్రీ.పూ
కాలం: 3634 క్రీ.పూ
కాలం: 3897-3636 క్రీ.పూ
కాలం: 3618 క్రీ.పూ

ఉపోద్ఘాతము

కల్కిహరి తన ఎదుటనున్న విష్ణు విగ్రహాన్ని ప్రార్థిస్తూ ఉండగా ఉత్తరదిశ నుంచి వచ్చే చల్లటి గాలి తగిలింది. బలమైన ఆ గాలి వల్ల అతని ఉంగరాల జుట్టు మచ్చలున్న తన ముఖంపై పడింది.

శిలామూర్తిని విస్మయంతో చూశాడు కల్కిహరి. ఇరవై అడుగుల అద్భుతమది. విష్ణువు చతుర్భుజాలతో, శంఖ, చక్ర, గదా, పద్మధరుడై దర్శనమిచ్చాడు. ఆ ప్రశాంత ముఖము ఒక విధమైన సంకల్పముతో ఉన్నట్టుగా అనిపిస్తుంది.

ఆ ప్రతిమ ఎదుట తను మరుగుజ్జులాగా ఉన్నా, కల్కి చింతించలేదు. విష్ణువెదుట తానెప్పుడూ చిన్నవాడే. కళ్ళు మూసుకుని ప్రార్థించాడు. చలి తన లోలోపలికి చేరలేదు; ఇంకొకరికి వలె భయం పుట్టించలేదు. ఏదైనా సాధించేందుకు తనకి సహనము, ఉత్సాహము గలవు. విష్ణుశక్తి తనలో ఉంది.

''నాతో ఉండు.''

అని ప్రార్థించి కళ్ళు తెరిచాడు.

లేచి నిలబడి, పాదాల మీది నుంచి మంచుని దులిపేసుకుంటుండగా ఒక చిలుక వచ్చి గాయపడ్డ అతని భుజంపై కూర్చుంది. దాన్ని తట్టి, దాని మెడను సున్నితంగా గోకాడు. మంచు సెలయేరులోంచి 'రత్నమరు' అనబడే తన ఖడ్గాన్ని తీసి దాన్ని చేతపట్టాడు. దానిపై చెక్కబడ్డ శాసనాలను పరిశీలించాడు. విచిత్ర చిహ్నాలుగల ఆ ఖడ్గానికి ఏదో ఆకర్షణ ఉంది. ఖడ్గాన్ని ఒరలో పెట్టుకొని అశ్వాన్ని అధిరోహించాడు. దాని తల నిమురుతూ, పగ్గాలను గట్టిగా పట్టుకొని, డెక్కలను తట్టాడు. అశ్వం పేరు 'దేవదత్తుడు', కల్కిహరికి పూర్వపరిచితుడైన ఒక వ్యక్తి పేరే.

గుర్రం తన ముందటి కాళ్ళను లేపడంతో క్షణంపాటు ఉదయసూర్యుని ఆకారం మరుగునపడింది.

తాను సంసిద్ధుడయ్యాడు.

వచ్చేస్తున్నాడు, ఇక భయపడవలసిందే.

మొదటి భాగము
శంబల
యుద్ధము

1

మండే ఎడారి వేడిలో కల్కి ఎదురుగా వచ్చే సైన్యాన్ని చూశాడు.

సైన్య వ్యూహం వెడల్పుగా, వర్తులాకారంలో, దాదాపు చెదపురుగుల సమూహము వలె కనిపించింది. వేసే ప్రతి అడుగు వెనుకా గొప్ప వ్యూహరచన ఉన్నట్టు వారు నడుస్తున్నారు. ఇప్పటికైతే తన గూఢదర్శిని నుంచి కొంచెమే కనపడుతోంది. సైనికులు లోహకవచధారులై బల్లెములతో అతని దృష్టికి గోచరమయ్యారు.

ఇది నేను ఎలా చేయాలి?

ఆ సైన్యాన్ని ఓడించేందుకు తన మెదడులో వేల ఆలోచనలు తిరిగాయి. కానీ తన గూఢదర్శినిని దించి, తన సేనాధిపతి కోకోకి ఇచ్చి తన గుడారం వైపుకి వెళ్ళాడు. ఉత్తరదేశము నుంచి తేబడిన పలు వృషభాలున్నాయి. కానీ వాటిని ఏవిధంగా ఉపయోగించాలో ఇంకా తెలియలేదు.

గుడారంలో గల చెక్కబల్లపై ఎన్నో చిత్రాలు, పటాలూ ఉన్నాయి. పైనున్న దీపం మంచి వెలుతురునిస్తోంది. పటాన్ని తీక్షణంగా చూస్తుండగా తన సేనాని వచ్చాడు.

‘‘వారొచ్చేశారు, ప్రభు.’’

‘‘హతవిధీ!’’ అని కాళి తనలో తానే గొణుక్కున్నాడు.

‘‘వికోకో వెనక్కి వచ్చేసిందా?’’

‘‘ఇంకా లేదు’’ అని తాపీగా సమాధానమిచ్చాడు కోకో.

తన సోదరిని శత్రువుల పన్నాగమేమిటో తెలుసుకుని రమ్మని పంపినా, కోకో ఏమాత్రం భయం చెందలేదు. వారు కాళికి కట్టుబడి ఉన్నారు, ప్రాణాపాయ పరిస్థితుల్లోనైనా ఆ విషయాన్ని మరువరు.

గుడారం తెర తొలగింది. అందులోకి ముగ్గురు వ్యక్తులొచ్చారు...నీలినేత్రాలు గల బోయ రాజకుమారుడైన వాసుకి, మెడను చుట్టుకున్న ముంగిసతో స్థూలకాయుడైన కువేరుడు, భయంకరాకృతి, వక్ర దంతములూ ఉన్న రక్తపుడు.

''మీరందరూ పరస్పర మిత్రులు కానప్పటికీ ఇలా నా నిరుపేద గృహమునకు కలిసి విచ్చేసినది నాకు ఆశ్చర్యంగా ఉంది!''

రక్తపుడు ఇలా మొదలుపెట్టాడు: ''పరాచికాలు చాలు, కాళీ! నీవు మాకు ఇంద్రఘర్ రాజ్యాన్ని అప్పగిస్తానన్నావు. కానీ అది ఇంకా జరగలేదు.''

ఇంతలో కువేరుడు పళ్ళబుట్టల వద్ద ఉన్న మదిరను ఒక లోటాలో పుచ్చుకొని, ''మన ప్రియమిత్రుడు ఇంతవరకూ మనల్ని నిరాశపరచలేదు. కానీ ఇది ఓడిపోతే మాత్రం ఇతనికి సహాయం చేసినందుకు నేనూ నా ప్రజలూ బాధపడవలసి వస్తుంది.''

కాళి నవ్వాడు ''నాకే నష్టమూ ఉండదు.''

వాసుకి తన కళ్ళ రంగులో ఉన్న వస్త్రాన్ని ధరించి ఉన్నాడు. ''వేదాంతుని సైన్యం మన సరిహద్దుల దగ్గరే ఉంది. మీవాళ్ళు ఇంకా అశ్వాలను కూడా అధిరోహించలేదు. నేను మావాళ్ళను వెంటనే బయలుదేరమన్నాను.''

''ఐతే నాకు వీడ్కోలు పలికేందుకు వచ్చారా? త్వరగా వెళిపోతే ఒక మంచి దృశ్యాన్ని వదులుకుంటారు.''

''నేనేమీ హాస్యమాడట్లేదు. వాళ్ళొచ్చేస్తున్నారు. మనమందరం మరణిస్తాము.''

''వాళ్ళ రాకకు ఇంకా ఒక గంట సమయముంది'' అన్నాడు కాళి.

''ఒక గంట సరిపోదు. వేదంతుని సైన్యాన్ని ఎదుర్కొనేందుకు మనకున్న సైనిక బలం చాలదు.''

కాళి తల పంకించాడు, ''నిజమే, కానీ...''

అప్పుడే బంగారు కేశాలున్న వికోకో ప్రవేశించింది. తన బరువైన కవచముతో కాళిని సమీపించి ఏదో రహస్యంగా చెప్పింది.

''చక్రవ్యూహమా?''

అవునన్నది వికోకో.

రక్తపుడు గర్జించాడు, ''ఆ రహస్యమేమిటో మాకు కూడా చెప్పు.''

కాళి అక్కడ ఉన్న ఆ బోయదొరలను క్షణకాలం పరీక్షగా చూశాడు. ఒకరినొకరు ద్వేషించుకొని పరస్పర విరోధులైన వారిని తనే ఐక్యం చేశాడు.

అతను మోకాళ్ళ మీద కూర్చొని, ఒక ఈకతో పటం మీద ఒక బొమ్మ గీశాడు. ''నా సేనాధిపతి వికోకో చెప్పినదాని ప్రకారం సైన్యం చక్రవ్యూహ ఆకారంలో ఉంది.''

''చక్రవ్యూహమా?'' అంటూ వాసుకి కళ్ళు చిన్నవి చేసి చూశాడు.

''ఒక విధమైన వర్తులాకార మండలము,'' అని కాళి పేర్కొంటూ, ''చక్రవ్యూహం శత్రువులను గందరగోళానికి గురిచేసి, ఆపై యుద్ధం చేసే విధానము.''

''దాని ప్రభావమెంత?'' ప్రశ్నించాడు కువేరుడు.

''మనం ఓడిపోవచ్చు.''

''అయ్యో భగవంతుడా! అదెలా సాధ్యము?'' అడిగాడు వాసుకి.

బొమ్మ లోపల అనేక రేఖలు గీస్తూ చూపించాడు, ''చక్రవ్యూహానికి ఎన్నో పొరలుంటాయి. ముందర బల్లేలతో పాదచారులు కనపడతారు. నిజానికి వాళ్ళు ప్రాణత్యాగం చేసే సైనికులు. వాళ్ళ గురించి ఎవ్వరూ పట్టించుకోరు. ఆ తరువాత అశ్వారూఢులైన సైనికులు ఖడ్గధారులై ఉంటారు. ఆ తరువాత ధనుర్ధారులుంటారు. ఆఖరి చక్రంలో ఉండేవారు వేదాంతుడు, ఆతని సేనాపతి.''

''ఐతే వేదాంతుణ్ణి చేరేందుకు నిష్ణాతులు, నీతిరహితులు, రక్తపిపాసులైన సైనికులు ఉన్న మూడు వరుసలను ఛేదించాలా?'' గద్గద స్వరంతో అడిగాడు కువేరుడు.

''అవును. కానీ ఈ వర్తులాకార మండలం జరుగుతూ ఉంటుంది. ఎవరైనా గాయపడ్డా, తక్కినవారు దాడి చేస్తారు'' అని కర్కశంగా కాగితం మీద గీశాడు.

''అయితే ఇది నరకవ్యూహమే,'' కువేరుడు కళ్ళు గుండ్రంగా తిప్పాడు.

''నీవు పంపిన సేనా ప్రముఖురాలు మహిళ అయినా ఎలా ఇవన్నీ కనుక్కోగలిగింది?'' రక్తపుడడిగాడు.

వికోకో మెల్లగా, విసురుగా ఏదో అన్నది. కాళి నవ్వాడు.

''ఆమెకు మంచి దృష్టి ఉంది. శత్రువుల పన్నాగం తెలుసుకొనేందుకు అది చాలు.''

''దీన్నంతం చేసేందుకు ఏదైనా మార్గమున్నదా, లేదా మనం బయలుదేరవలసిందేనా?'' ఉండబట్టలేక అడగాడు వాసుకి.

''వెళ్ళిపోతే రణభీరువులు అనిపించుకుంటారు'' అని ఎదురుగా వచ్చి నిలబడి సమాధానిమిచ్చాడు కాళి.

''తెలివితక్కువగా త్యాగశీలులవ్వడం కంటే భీరువులవ్వడమే మేలు'' అని వాపోయాడు వాసుకి. తమలపాకుల సుగంధం కాళి ముక్కుపుటాలను ఘాటుగా తగిలింది.

కువేరుడు నిట్టూర్చాడు.

''నా వైపు నుంచి ఎంతమంది మనుషులు కావలసివస్తారు?'' అడిగాడు రక్తపుడు.

''మనుషులా? నాకు మనుషులు కావాలని ఎవరు చెప్పారు?'' అని ఎదురుప్రశ్న వేశాడు కాళి చిరునవ్వుతో.

2

వేదాంతుడు ఇరు ప్రక్కల పొడవాటి ఖడ్గాలను ధరించిన భటులతో రథంలో ఆసీనుడై ఉన్నాడు. నిజానికి వాళ్ళ రక్షణ తనకు అవసరం లేకపోయినా, తనవాళ్ళతో ఉండడం తనకు సంతోషాన్నిస్తోంది.

పురాతన శాస్త్రాల్లో ఉన్న ప్రణాళికలు ఎలా పనిచేస్తాయో తనకు తెలుసు. సైనిక వ్యూహం రచించే మేధావులెలా వాటిని ప్రయోగిస్తారో, తానూ అలాగే ఉపయోగిస్తున్నాడు. తన రాజ్యానికి తిరిగి వెళ్ళినప్పుడు తన శౌర్యాన్ని గురించి, అధర్మం పట్ల తాను సలిపిన పోరు గురించీ వ్యాసాలు వ్రాయాలని నిర్ణయించుకున్నాడు.

''ఆ కాళి తన బుద్ధిహీనులైన, జాతిరహితులైన మిత్రులతో ఇళవర్తి రాజ్యాన్ని నాశనం చేస్తున్నాడు. ఇంద్రుడి కొడుకునే నాశనం చేయవచ్చని వాళ్ళు అనుకుంటున్నారు,'' అని భటులతో గర్వంగా ప్రకటించాడు.

''ఇంద్రుని కొడుకా? ఐతే మేమొక దైవాంశసంభూతునికి రక్షణ కలిపిస్తున్నామా, మహారాజా?'' అని బెరుగ్గా అడిగాడు భటుడు.

''అవును!'' అని విసుగ్గా జవాబిచ్చాడు.

''ఐతే ఎక్కడాయన?''

''మీ కళ్ళెదుటనే!''

''మీరు సాక్షాత్తూ దేవుని పుత్రుడా?'' ఉండబట్టలేక అడిగేశాడు భటుడు.

''సాక్షాత్తుగా కాదు. ఇంద్రుడు నాకు అధ్యాత్మిక గురువు, నా ఆరాధ్యదైవము.''

''ఓ అలాగా!'' నిరాశగా పలికాడు భటుడు.

''నోరుమూసుకొని యుద్ధాన్ని గురించి ఆలోచించు! మీవంటి నిరక్షరకుక్షులతో మాట్లాడి ప్రయోజనం లేదు'' అని సణిగాడు.

భటుడు మౌనంగా ఉండిపోయాడు.

రథం ఉన్నట్టుండి ఆగేంతవరకూ ఏమీ తెలియలేదు వేదాంతునికి. సారథిని తిట్టుకుంటూ తల బయటపెట్టాడు.

''ఏం జరిగింది?''

''సైన్యం ఆగింది, ప్రభూ.''

''ఆగిందా?'' రథాన్నుంచి కిందకు దిగాడు. భటులు అతడిని అనుసరించారు.

సేనాపతిని సమీపించి ''ఎందుకు ఆపావు?'' అని ప్రశ్నించాడు.

సేనాపతి అశ్వము నుంచి కిందకు దిగి గూఢదర్శినిని వేదాంతునికిచ్చాడు. భయపడుతూ, ''కాళి అధర్మానికి పాల్పడ్డాడు'' అన్నాడు. వేదాంతుడు వీక్షించేందురు వీలుగా సైన్యాన్ని దారిమ్మన్నాడు.

వేదాంతుడు ముందుకు నడిచి, తను వీక్షించేందుకు వీలుగా గూఢదర్శినిని అమర్చుకున్నాడు.

''ధర్మమా? ధర్మమా? ఈ మ్లేచ్ఛుడు పాపానికి ఒడిగట్టాడు! వాడు పాపి. ధర్మాన్నెందుకు అవలంబిస్తాడు? మన సైన్యబలం ఎక్కువ. తన మనుషులు...'' అంటూ మాట్లాడుతూనే ఉన్నాడు. అంతలో గూఢదర్శినిలో తనకు కనపడుతున్న ఘోర దృశ్యాన్ని తిలకించడం కాస్త ఆపాడు. ''అసలిదేమిటి?'' అనుకున్నాడు దిగ్భ్రాంతితో. అడుగు పడటంలేదు.

''అవే ప్రభూ, వృషభాలు.''

''అది తెలుస్తూనే ఉంది,'' గూఢదర్శిని నుంచి దృష్టి మళ్ళించి, ''కానీ, కానీ...వాటి తలల మీద నిప్పెందుకుంది?'' హడిలిపోతూ సేనానిని ప్రశ్నించాడు.

3

కాళి అశ్వారూఢుడై ముందుకు వంగి, వృషభ సమూహం శత్రువులని ఢీకొట్టి వారి కవచాలను విరగ్గొట్టడం కసితో చూశాడు. కొంతమంది పారిపోయారు, మరికొందరు దాడి చేయబోతే, ఎద్దులు వారిని గిరాటేశాయి ప్రాణభీతితో అందరూ పలాయనం చిత్తగించారు.

ఎద్దుల కొమ్ములకు నూనెలో తడిపిన గుడ్డల్ని చుట్టి నిప్పు అంటించినందువల్ల అవి ఉద్రేకానికి లోనయ్యాయి. ఈ పథకం పారింది.

కాళి ఈలవేస్తే కోకో, వికోకో వచ్చారు. వారి వెనుక కువేరుడు పంపిన భటులు పుచ్చిపోయిన దంతాలతో, జిడ్డుగా ఉన్న జుట్టుతో వచ్చారు.

''వ్యూహం మధ్యలోకి తగిలేట్టుగా యక్షుల చేత దీర్ఘంగా దాడి చేయించండి. మొదటి రక్షణపొర తొలిగింది కాబట్టి మనకి కొంతవరకే అయినా, బాగా స్పష్టంగా కనిపిస్తున్నది.''

కోకో, వికోకో ఇద్దరూ సరేనన్నట్టు తల ఊపారు. మురికిగా ఉన్న దుర్భరాకారులైన యక్షులు వెనుక రాగా, వాళ్ళు ముందుకుసాగారు. వాళ్ళు పొట్టిగా, బాగా లావుగా ఉన్నా, ధనుర్విద్యా ప్రవీణులు. కాళికి ప్రస్తుతం కావలసింది అదే.

వాసుకి, రక్తపులతో కువేరుడు గుడారం నుంచి గమనిస్తున్నాడు. తన పొడవాటి వస్త్రం ఇసుక మీద రాస్తూ ఉండగా కాళిని సమీపించాడు.

''మావాళ్ళు యుద్ధంలో ఆరితేరిన వారు కాదు. అందుకని వాళ్ళు రక్తపుని భటులు అని నీవు గుర్తించాలి.''

''అవును, కానీ వాళ్ళకు మంచి దృష్టి ఉంది. నాకు ప్రస్తుతం అవసరమైనది అదే. రాక్షసులు సమీపంలో జరిగే యుద్ధానికే ఉపయోగపడతారు, కానీ ఈ యుద్ధంలో ఎక్కువ జననష్టం కానివ్వనని నీకు హామీ ఇచ్చాను. ఇప్పుడదే అమలు చేయబోతున్నాను.''

''అసలు వ్యూహమేమిటి?''

కాళి కువేరుని చూసి కన్నుకొట్టాడు.

''దాని గురించి చింతించకు. అశ్వాలను సన్నద్ధం చేయి.''

''అసలీ పాచిక పారుతుందనుకోను.''

''నన్ను నమ్ము.''

యక్షసైన్యంతో అతని సేనాధిపతి దూరంగా నిలిచి ఉన్నాడు. ప్రస్తుతం ఎద్దులు వేదాంతుని సైన్యాన్ని దారి మళ్ళించాయి. విలుకాండ్లు కూడా వాటిని సావధానం కోల్పోయేలా చేశాయి. వాళ్ళ శరములు ఆకాశాభిముఖంగా ఉండగా, కోకో వెనక్కి తిరిగి కాళి ఆనతికైఎదురుచూశాడు.

కాళి తిరిగి తల ఊపాడు.

కోకో పిలుపునిచ్చాడు. శరవర్షం నింగికి ఎగిసింది. గాలిలో కొట్టుకుంటూ వేదాంతుని సైన్యంలోకి బాణాలు కత్తులవలె దూసుకెళ్ళాయి.

4

ఎద్దుల బారినుంచి తప్పించుకొనేందుకు వేదాంతుడు పరుగుపెడుతున్నాడు. ధనుర్ధారుల చేతిలో కొన్ని ఎద్దులు హతమైనా, మిగతావి ఉద్రేకంగా ఉండడం చేత వాటి మీద గురిపెట్టడం కష్టసాధ్యంగా మారింది. వాటి బండ చర్మాలపై కత్తులవేట్లూ అంకుశాల పోట్లూ ప్రభావం చూపట్లేదు.

వృషభాల దాడి తగ్గిందనుకుంటుండగా ఇంకొక ఇబ్బంది...శరవృష్టి మొదలైంది. తక్కిన సైనికులు బాణాల బారిన పడగా, మునుపు నిరక్షరాస్యుడనిపించుకున్న ఆ భటుడే వేదాంతుణ్ణి తక్షణం లోపలికి లాగి కాపాడాడు. సేనాపతి క్షతగాత్రుడయ్యాడు.

ఎన్నో ఉత్తర్వులిచ్చినా ఎవ్వరూ పట్టించుకోలేదు. శరవర్షం ఆగలేదు. నిహతులయ్యే సైనికులు తన పేరు ఉచ్ఛరిస్తూ మరణిస్తుండగా, వేదాంతుడు తన రథంలో కూర్చుని మౌనంగా ప్రార్థిస్తూ ఉండిపోయాడు. మృత కళేబరాలు భూమిని తాకగా, రక్తం చిందింది. నిప్పు, పొగ, గంధకపు వాసన చుట్టేశాయి. చిన్ననాడు బొమ్మలతో ఆడుకున్న యుద్ధక్రీడలు, వాటిల్లో భగవంతునిగా నటిస్తూ తను సృష్టించిన బీభత్సం గుర్తుకొచ్చాయి. నేడు హింసంటే వెగటు పుట్టింది. ఉన్నట్టుండి బాణాలు ఆగిపోయాయి. కొద్దిసేపటి ముందు దుర్భర విధ్వంసక శబ్దాలు వినిపించిన చోట ఇప్పుడు నిశ్శబ్దం రాజ్యామేలుతోంది.

వేదాంతుడు రథాన్ని వదిలి బయటికొచ్చాడు. చుట్టూ రక్తము, కుప్పలకొద్దీ మృతదేహాలూ దర్శనమిచ్చాయి.

ఎటువంటి క్రూరాత్ముడైతే ఇటువంటి పని చేయగలడు?

లోపలి రక్షణపొర నుంచి సేనాని అడిగాడు, ''ప్రభూ, ఇప్పుడు కర్తవ్యం ఏమిటి? చాలా సైన్యాన్ని కోల్పోయాము. కదలను కూడా లేము...''

''నాకు తెలుసు, నాకు తెలుసు. కాసేపాగు. వాళ్ళనే ముందు అడుగేయనిద్దాం. అంతవరకు ఆగుదాం''

''చిత్తం, మహారాజా.''

రథాన్ని మళ్ళీ అధిరోహించేడప్పుడు తన అశ్వానికి ఏ దెబ్బా తగలని విషయం గమనించాడు. ఆశ్వానికి కూడా కవచం తొడగమని సేనాపతి తెలివిగా సలహా ఇచ్చాడు.

5

శత్రుసేన కదలకపోవడం గమనించాడు కాళి. కొంత సమయం పాటు అది అచేతనంగా ఉంది. ఇదే విజయానికి తరుణం. ముందువైపు యక్షులతో నిలిచి ఉన్న కోకో, వికోకోలను అభినందించాడు.

కువేరుడు శత్రువులను మభ్యపెట్టేందుకు గజవేషాలతో ఉన్న అశ్వాలను తెచ్చాడు.

''నీవు నా అశ్వాల నుంచి కోరుకున్నదిదేనా? సమస్య తీర్చేందుకు మనం గజాలనే తెచ్చి ఉండచ్చుగా?''

''నీవలా అలోచించడమే నీవు నా విధేయుడవ్వడానికి కారణం, మిత్రమా.''

కువేరుడు ఆశ్చర్యంతో నోరెళ్ళబెట్టాడు. అప్పుడే, తమ గుడారం నుంచి అంతా తిలకిస్తూ ఉన్న వాసుకి, రక్తపుడూ ప్రవేశించారు.

''ఇప్పుడు ఏం చేద్దామనుకుంటున్నావయ్యా? వాళ్ళు బలహీనంగా ఉన్నారు. మావాళ్ళను పంపించి వారి పని సమాప్తం చేసేయమని అనమంటావా?'' రక్తపుడడిగాడు హేళనగా.

''ఊ...అవసరం లేదు. వాళ్ళకి నేనిప్పుడు సంధికి అవకాశమిస్తాను.''

వాసుకి అరిచాడు, ''సంధా? ఏం తమాషా చేస్తున్నావా?''

''యువరాజా వాసుకీ! నేనేమీ తమాషాగా మాట్లాడట్లేదు.'' కాళి స్వరం గట్టిపడింది. ''నేను నిజంగానే వాళ్ళకు సంధి చేసుకొనే అవకాశమిస్తాను.''

ఈ ప్రకటన విని రక్తపుడు, వాసుకి, కువేరుడూ నవ్వారు.

''జాగ్రత బాబూ, సంధి వైపుకి వెళ్తున్న నిన్ను వేదాంతుని సైనికులు హతమార్చకుండా విడిచిపెడతారా?''

''ఊహూ! అతడు నన్ను చంపడు.'' కాళి కోకో, వికోకో చేత పరివేష్టితుడై, ఏనుగు కొమ్ములున్న గుర్రంపై ఆసీనుడై ఉన్నాడు.

''అంత నమ్మకమా?'' కువేరుడు అడిగాడు వెక్కిరింతగా.

''ఈ ఆత్మహత్యా ప్రయత్నానికి నావాళ్ళను పంపను'' ప్రకటించాడు రక్తపుడు.

''అక్కర్లేదు. నావాళ్ళతో వెళ్తాను.'' ఇది కాళి జవాబు.

వాసుకి అన్నాడు కోపంగా, ''నీ ఆశ్వానికున్న వికటవేషము, నీ వెర్రి ప్రణాళిక చూస్తుంటే, మానవులపై సంగ్రామం కోసమని మేము వేరే నాయకుణ్ణి వెతుక్కోవలసిందే అనిపిస్తోంది. ఎందుకంటే, అందుకు నీవు ఏమాత్రం తగినవాడివి కాదు.''

కాళి ఊరికే చిరునవ్వు నవ్వాడు. వీళ్ళకు విశ్లేషించి చెప్పి లాభం లేదు. బరువైన అశ్వాన్ని వేదాంతుని వైపు మళ్ళించాడు. కువేరుని గొంతు వినిపించింది.

''నీవెలాగూ మరణం వైపు వెళ్తున్నావు కాబట్టి చక్రవ్యూహాన్ని ఛేదించడమెలాగో చెబితే మాకు భవిష్యత్తులో పనికొస్తుంది.''

''హృదయాన్ని తాకాలి.'' హతమై పడి ఉన్న నగారా వాద్యకారుల వైపు చూపించాడు. ''వీళ్ళ శబ్దాన్ని అనుసరించే సైన్యం కదలసాగింది. వీరి చప్పుడు ఆగినందువల్ల వాళ్ళకి ఎటువెళ్ళాలో అవగతం కాలేదు. వృషభాల దాడి ద్వారా వారి దృష్టిని మళ్ళించి నగారా వాద్యకారులను అంతం చేశాను. అక్కడితో ఇక సైన్యానికి ధైర్యం లేకపోయింది. అందుకని ఇప్పుడు అక్కడే కొట్టాలి.''

అలా చెప్పి స్వారీ చేస్తూ వెళ్ళాడు. కానీ వెనక నుంచి రక్తపుడి కపట గుసగుసలు అతనికి వినపడ్డాయి.

''అనుకున్నంత వెర్రిగా లేదు.''

6

సైన్యశేషంలో ఉత్సాహం బాగా తగ్గుముఖం పట్టిందని వేదాంతుడికి అర్థమైంది. వాళ్ళందరూ ఆయుధాలతో నిలిచి ఉన్నా, మునుపటి తెగింపు లేదు. కొందరు గాయపడ్డవాళ్ళను చికిత్సకై తరలిస్తూండగా, మరికొందరు గాడిదలపై ఉంచిన డబ్బాల నుంచి నీళ్ళు తాగుతున్నారు.

శత్రువులు బలహీనులు. కలిసికట్టుగా లేరు. కాబట్టి వారిని తేలికగా ఓడించవచ్చునుకున్నాడు. అందువల్లనే రాజ్యం నుంచి చిన్నపాటి సైన్యాన్ని మాత్రమే వెంట తెచ్చుకున్నాడు. శత్రువులందరూ కలిసిపోయినందున, తన అహంకారమే తన పతనానికి దారితీసిందన్నది స్పష్టం. నీచమైన విధానాల వల్ల శత్రువులకు లొంగిపోయిన సూర్యఘర్, వరుణఘర్‌ల నుంచి మిత్రులు పంపిన సందేశాలను విని ఉంటే బాగుండేదని వేదాంతుడు తనను తానే నిందించుకున్నాడు. తక్కిన ప్రాంతాలన్నీ వారి కైవసమైపోగా, ఇళవర్తి రాజ్య రాజధాని ఇంద్రఘర్ మాత్రం మిగిలి ఉంది. తన శక్తిపై తనకున్న వ్యర్థమైన నమ్మకంచే తుది శిక్షను ఎదుర్కొనే పరిస్థితిలో ఉన్నాడు.

ఈ ఆలోచనల్లో మునిగిపోతుండగా, తన సేనాని పిలుపు వినిపించింది.

''శత్రువుల దూతలొస్తున్నారు!''

''దూరం నుంచే చంపేయి,'' ఆనతిచ్చాడు వేదంతుడు.

''చిత్తం, మహారాజా'' అని విరామమిచ్చి,''కానీ...''

వేదాంతుడు ముందడుగు వేయగా...ముగ్గురు సైనికులు గున్న ఏనుగులపై స్వారీ చేస్తూ కనబడ్డారు. పది అడుగుల దూరంలో ఆగారు.

''వారిని చంపేయమన్నాను!''

''అది కుదరదు, ప్రభూ.''

''ఎందుకు?'' కోపంగా అరిచాడు వేదాంతుడు.

''వారు...వారు గున్న ఏనుగులపై స్వారీ చేస్తున్నారు. అవి మన ఆరాధ్యదైవమైన ఇంద్రుని వాహనాలు.''

వేదాంతుడు నసుగుతూ సమ్మతినిచ్చాడు. అదనపు సైన్యానికై ఇంద్రఘర్ రాజసదనమైన రాజఘర్‌కి పక్షి సందేశం ఎలా పంపాలని గొణుగుతున్న సేనాని పక్కనుండగా, వేదాంతుడు ముందుకు సాగాడు. యుద్ధ ప్రదేశాన్ని చేరేందుకు ఐదారు గంటలైనా పడుతుందని అతనికి తెలుసు.

వేదాంతుడు తన రక్షకదళాన్ని దాటి వెళ్ళాడు. పలుచని సూర్యకిరణాలలో శత్రువులను చూశాడు.''ఏం కావాలి మీకు?'' అని గర్జించాడు.

మధ్యనున్న దూత తన గున్న ఏనుగు మీదినుంచి దిగి వేదంతుని సమీపించాడు. పొడుగ్గా, నల్లటి జుట్టు, ముద్దు మోము, మైమరపించే నవ్వు, బంగారు రంగు కళ్ళతో ఉన్నాడు. అందమైన కుర్రవాడే, కానీ వంచకుడు. అతని కళ్ళు వేదాంతుని ఆత్మను గుచ్చాయి.

''నా పేరు కాళి అని మనవి చేసుకుంటున్నాను.''

''ఐతే నీవు ఆ మానవుల నాయకుడివి! కుటిలాత్ములైన మిత్రులతో చేరి మా మనుషులని నాశనం చేస్తున్నావు!''

''మిత్రమా, ఆ బోయవాళ్ళు కుటిలాత్ములు కారు. వారికీ సమాన హక్కులున్నాయి. దానికోసమే నేను పోరాడుతున్నాను.'' అందరికీ వినిపించేలా స్వరం పెంచాడు. ''మేమిక యుద్ధాన్ని కాంక్షించట్లేదు, ఎందుకంటే, ఇరువైపులవారమూ విపరీతమైన ఇడుముల్ని పడ్డాము. మేము శాంతి సందేశంతో వచ్చాము.''

''ఒకవేళ మేము శాంతికాముకులం కాకపోతే? నేను నీ తల నరికి తిప్పి పంపిస్తే? నాయకుడు లేక ఆ శత్రుఘాతకులు పరితపించిపోతారు.''

''మీరు ప్రయత్నించవచ్చు,'' వెటకారంగా అన్నాడు.

వేదాంతుడు పళ్ళునూరుతూ ఖడ్గాన్ని తీసి కాళి కంఠానికి గురిపెట్టగా, సేనాని అది ఆపే ప్రయత్నంలో అతని మణికట్టును పట్టుకొన్నాడు.

''వద్దు, ప్రభూ.''

''నన్నే వారిస్తావా? ఎన్ని గుండెలు నీకు!''

''దీని కోసం కాకుంటే వారించేవాడిని కాదు, మహారాజా'' అని సేనాని వెనక్కి చూపించాడు. అక్కడ కాళితో వచ్చిన ఇద్దరు దూతలూ గున్న ఏనుగుల మెడల మీద కత్తులు పెట్టారు.

''నా విశ్వాసాలతోనే నన్ను బెదిరిస్తున్నావు. నా నమ్మకమే నా ప్రగతికి అవరోధంగా ఉంటుందని నేనెప్పుడూ అనుకోలేదు.''

కాళి వేదాంతుని చుట్టూ నడవడం మొదలుపెట్టాడు, ఒక నల్లటి బలమైన శక్తిలాగా.

''నాది పైచేయి కావాలి. మేము మీ హక్కులను కాపాడతాము, మీరు మావి కాపాడండి. ఇద్దరం న్యాయంగా ఉందాము. మాది మీకంటే పెద్ద సైన్యం.'' అంటూ వేదాంతునికి ఎదురుగా నిలిచాడు. ''మాకు సహాయకులుగా రాక్షసులు, నాగులు,

యక్షులూ ఉన్నారు. మీ వాళ్ళు క్షయమైపోతున్నారు. దప్పికతో, ఆకలితో అలమటిస్తూ, అత్యవసర వైద్యచికిత్స కోసం నిరీక్షిస్తున్నారు. ఇంకొక్క రాత్రి కూడా గడపలేరు మీరు. మీ కోట ఇక్కణ్ణుంచి దూరంగా ఉంది. ఇక్కడి నుంచి మీరు ప్రయాణం చేయాలన్నా చాలా వ్యయమౌతుంది, అదికూడా మేము మిమ్మల్ని ప్రయాణం చేయనిస్తే.''

వేదాంతుడు తనవాళ్ళ కేసి చూశాడు. వారందరూ కాళి మాటలను నమ్ముతున్నారు. అతని గొంతు ఆకర్షణీయంగా, మృదువుగా ఉన్నందువల్ల అది వేదాంతుని మనసే కరిగేట్టు చేసింది.

''మాతో మా గుడారాలకు రండి. మీకు భోజనము, నీరూ అందిస్తాము. మాతో రాజీపడితే ఇక మీకు గాని, మీవాళ్ళకు గాని ఎటువంటి హానీ చేయము. ఇంద్రఘర్ పట్టణం విషయంలో బోయవాళ్ళకు, మానవులకు మధ్యన రాజీ సాధించడమే నా లక్ష్యం, ఇంకేమీ లేదు. దాన్ని సాధించడం కోసం మేము శాంతియుతంగానో, లేక...'' తన కళ్ళను చిన్నవి చేశాడు అర్థవంతంగా. ''...బలవంతంగానో. కానీ అది నా అభిమతం కాదు. మిమ్మల్ని చంపదలచుకోవట్లేదు. మీతో కలిసి పని చెయ్యాలనుకుంటున్నాం, అంతే.''

''అంటే సర్వాధికారి వలె అన్నిటిపైనా పెత్తనం చలాయిస్తావా? నా పట్టణాన్ని అపహరిస్తావా?''

''నేనొక హామీ ఇస్తాను. నీవే రాజువు, ఎప్పటికీ. మేము మీకు సహాయకులమే,'' వివరించాడు కాళి.

''మరి ఆ నీచ బోయవాళ్ళ సంగతేంటి? వాళ్ళు దీనికి ఒప్పుకుంటారా?''

''వాళ్ళూ మునుపే సమ్మతించారు. మాకందరికీ కావలసింది శాంతి మాత్రమే. నీకు గుర్తుందో లేదో, అసలు మా మీద దాడి చేసింది నీవే. మేము రాజీ కోసమే మీ నగరానికి బయలుదేరాము.''

వేదాంతుడు ఆలోచించాడు. తను చాలా మొండివాడు అయినప్పటికీ శత్రుకూటమితో పోలిస్తే తన సైన్యబలం అతి తక్కువే అని ఒప్పుకున్నాడు. తను మరణిస్తే ఇళవర్తిలో బోలెడన్ని శక్తులు చెలరేగుతాయి. కానీ మానహీనంగా తిరిగి వెళ్ళడం తేలికైన విషయమేమీ కాదు. అయినా బ్రతికుంటేనే కదా మానం అన్న సంగతి వర్తిస్తుంది.

''నాకు అన్ని ఒప్పందాలు, నియమాలు, ఆదేశాలూ తెలుసుకోవాలనుంది...''

''దానికొరక పాలకమండలి సమావేశాన్ని ఏర్పాటు చెయ్యచ్చు.''

''ప్రజలు భయపడతారు...''

కాళి నిరాయుధుడని గమనించాడు వేదాంతుడు. అతను ధరించిన దుస్తులు ఆడంబరంగా, వివిధ రంగులతో ఉన్నాయి. చెప్పులు మెరుస్తున్నా, బండబారినట్టుగా ఉన్నాయి. అతని చర్మం చక్కగా ఉన్నా, దానిమీద యుద్ధాల ప్రభావం కనిపిస్తోంది.

''మార్పు భయాన్ని కల్పిస్తుంది, కానీ మంచిదే. ఎప్పుడూ మంచిదే. అందరూ సర్దుకొనేందుకు సమయం పడుతోంది కానీ సర్దుకొంటారు, నన్ను నమ్ము.''

వేదాంతుడు నిట్టూర్చాడు.

''నేనీ నిర్ణయానికి భవిష్యత్తులో పశ్చాతాపం చెందనని వజ్ర (వజ్రాయుధం) సాక్షిగా ఆశిస్తున్నాను.''

''ఇదేమీ దెయ్యాలతో ఒప్పందం కాదు.'' అన్నాడు కాళి చిరునవ్వుతో.

వేదాంతుడు తలూపాడు. ఇంకెప్పుడైనా ఇంకెవరి సహాయంతోనో కాళిని ఒదిలించుకునే మార్గం వెతకాలి. ప్రస్తుతానికైతే, విజయము కాళిదే.

7

ఇంద్రఘర్ సరిహద్దులలోని ఎన్నో గ్రామాలు పట్టణవాసులకు వ్యవసాయం, గనులు, పాడి ద్వారా సహాయం అందిస్తుండేవి. పచ్చటి పంటచేనులు, విస్తారమైన హరిత వనాలు అక్కడ కలవు. పట్టణంలో లాగా సరైన దారులు లేవు. సారథులూ, అశ్వాలూ లేవు. ఎడ్లబళ్ళు ఉంటాయి. కాలినడకన కొందరు ప్రజలు సంచరిస్తారు. బంకమట్టితోనే గృహనిర్మాణం. పంచాయతీలు పట్టణాల ఆదేశాలను అనుసరించినా, సర్పంచే నియమాలను ఏర్పరుస్తాడు.

ఈ గ్రామాలలో మారుమూలనున్నది ఐదువందల ప్రజానీకం గల శంబల. పాడితో, పట్టణానికి పాల ఎగుమతితో గ్రామస్తులు సుభిక్షంగా అలరారుతున్నారు. శంబలలో విస్తారమైన బంజరు భూములతోపాటు గుహలు కూడా ఉన్నాయి. వీటిలో ప్రవేశిస్తే దౌర్భాగ్యం చుట్టుకుంటుందన్న విశ్వాసంతో ఎవ్వరూ వెళ్ళేవారు కాదు. వాటిలోని అతిపెద్ద గుహలోనే సర్పంచి దేవదత్తుడు తనవాళ్ళతో కూర్చుని తీర్పులిస్తాడు.

మొదట అర్జన్ హరికే దుర్వార్త తెలిసింది—ఇంద్రఘర్ శత్రుపరమైపోయింది. అందరి నోటా ఇదే వినపడుతుండగా, వచ్చిన మార్పుకు మనసారా స్వాగతం పలకమని సర్పంచి దేవదత్తుడు ఆదేశించాడు.

''బోయవాళ్ళ చేతిలో మహారాజు వేదాంతుడు ఓడిపోయాడట...''

''ఆ బోయవాళ్ళు చాలా భయంకరులు...మనపై దాడి చేస్తారా?''

గ్రామస్తులు గొణుక్కున్నారు. గుసగుసలు, వదంతులూ ఎడాపెడా వ్యాపించాయి.

రాజీ కుదిరితే అటువంటిదేదీ ఉండదని దేవదత్తుడు హామీ ఇచ్చాడు. ''కొత్త నాయకుల పాలన వస్తుందని మనకు ఇదివరకే తెలుసు. విశ్వసనీయవర్గాల నుంచి నాకు ఆ వార్త వచ్చింది. వారికి ఇంద్రఘర్‌ని నాశనం చేసే ఉద్దేశం లేదు. అందరూ శాంతిగా, సమైక్యంగా బ్రతకడమే వారికి కావాలి.'' ఒక బంగారు రంగు దస్తావేజును బయటికి తీశాడు. ''పట్టణ పాలనలో మార్పులొచ్చినా, గ్రామాలు ప్రభావితం కావని, మన బాంధవ్యం ఇదివరకటి లాగే ఉంటుందని మనకి రాజశాసనం లభించింది. ఒకవేళ మనం ఎదురుతిరిగితేనే శిక్షింపబడతాము. ఐతే అంతవరకూ పరిస్థితి వెళ్ళకూడదని

ఆశిద్దామా, ప్రజలారా? ఇదివరకటి లాగే, కాకపోతే కాస్త ఎక్కువ కట్టుదిట్టాలతో, కానీ ఇదివరకటి లాగే.''

కొందరన్నారు: ''అబ్బా! అంతా వట్టి చెత్త కబుర్లే!''

ఇంకొందరన్నారు: ''ఇళవర్తి అభివృద్ధికి ఇది మంచిదేనేమో.''

ఆర్జన్‌కి తక్కిన గ్రామాలనుంచి వచ్చిన వార్తల చేత కొంత నిజం తెలుసు.

సూర్యఘర్ గురించి గ్రామస్తులు వినని వదంతులు అర్జన్ విన్నాడు—ఖజానా మొత్తం దోపిడీ చేసేశారు, సైన్యాన్ని మార్చేశారు, రాజు కేవలం తోలుబొమ్మయ్యాడు. అన్నిటికంటే ముఖ్యంగా, గ్రామాలన్నీ తగలబెట్టేసి పట్టణాలను స్థాపించారు. వారికి అభివృద్ధి గురించి అక్కర ఉన్నా, అది దుర్మార్గంగా ఉంది. సమైక్యత పేరుతో బోయవాళ్ళు విభజనను పెంపొందించారు.

అర్జన్ సమావేశాన్ని వీడి తన పాక వైపుకి పరుగుతీశాడు. అక్కడ తన తల్లి సుమతమ్మతో కలిసి రొట్టెలు, కూరగాయల గంజీ తిన్నాడు.

''నీ అన్నయ్య ఎక్కడ?''

''అస్సలు తెలీదు.''

''ఆ అమ్మాయితో తిరుగుతూ ఉండుంటాడు...''

''లక్ష్మి?''

''అవును.''

''అయ్యుండచ్చు. పట్టణం నుంచి చాలా రోజుల తరువాత వచ్చింది కదా, అందుకని ఇవ్వాళ ఆమెతోనే ఉండుంటాడు, కాబట్టి నీవేమీ తప్పు పట్టక్కర్లేదు,'' నవ్వాడు అర్జన్. ''మహరాజు వేదాంతుని సంగతి విన్నావా?''

''ఆ, అది మనల్ని బాధించకూడదని ఆశిస్తున్నాను.''

అటువంటిదేమీ జరగదని అమ్మని ఓదార్చాడు అర్జన్, అది అబద్ధమని తెలిసినా.

''మన ఉద్యోగాల కోసం మనమెంతో కష్టపడ్డాము. అవి ఉంచుతారని ఆశిస్తున్నాను. బోయలను నమ్మలేము. నాశనం చెయ్యడంలో, చంపడంలో మాత్రమే వారు సమర్థులు.''

''మన నుంచి ఎవ్వరూ దొంగిలించలేరు.''

ఆమె ఆగి, మాటల్ని తూచినట్టు వాడింది. ''నా ఇంట్లోనే గొప్ప వీరుడుండగా అది జరుగదు.''

''అంటే కల్కినా?''

''ఉష్. కాదు, నీవు.'' సుమతి అన్నది చిరునవ్వుతో.

అర్జన్ నవ్వాడు.

''ఆ ప్రశంసకి ధన్యవాదాలు.'' అర్జన్ లేచాడు. తన చేతిలో ఉన్న చెక్కగిన్నెను కడిగేందుకు చెంబులోంచి నీళ్ళు పోశాడు.

కల్కి ఎప్పుడూ సరదాగా, సాదాసీదా కొడుకుగా ఉండే వాడు. అర్జున్ నెమ్మది. కల్కి కంటే ఎనిమిదేళ్ళు చిన్నవాడైనా, అర్జున్‌లో పరిపక్వత త్వరగా చిగురించింది.

''పనికి బయలుదేరావా?'' అడిగింది సుమతమ్మ.

''అవును.'' కడిగిన గిన్నెను పక్కనపెట్టాడు.

సూర్యుడు అస్తమించే సమయం కావడం వల్ల వాతావరణమంతా సిందూరంగా మారగా, అర్జున్...తన తండ్రి విష్ణుయతుడు పనిచేస్తున్న పొలానికి వెళ్ళాడు. అర్జున్ చెయ్యి ఊపాడు. ఆయన నిట్టూరుస్తూ అర్జున్‌ని చూశాడు.

''ఆలస్యంగా వచ్చావు.''

పాలను గిడ్డంగిలో ఉంచమని ఆయన తన మనుషులని ఆదేశించి అర్జున్ వైపు నడిచాడు. బక్క శరీరంగల ఆయిన బరువాటి అర్జున్ చెంతన వచ్చి నిలిచాడు. తన తండ్రి ఏమంత అందగాడు కాకపోయినా, కళ్ళల్లో ఆప్యాయత ఉన్న దయా స్వభావం గలవాడు.

''వాడికంటే త్వరగానే వచ్చాను.''

''రెండు రోజులుగా వాడు పనికి రావట్లేదు,'' విష్ణుయతుడు విసుక్కున్నాడు, అర్జున్ దగ్గరికొస్తూ.

విష్ణుయతుడికి పూర్వీకుల నుంచి పాడి వారసత్వంగా సంక్రమించింది. తరతరాలుగా ఆ పనిలో ఉన్నందువల్ల చిన్నవయసులోనే గోసంరక్షణ అబ్బింది. మిగతా చోట్లలోలాగా ఆ మూగజీవులకు ఇక్కడ ఏ హింసా జరగదు. పాలు బలవంతంగా పిండరు కాదు. పాడిపశువులను ఎంతో ఆదరంగా చూస్తారు. దీనివల్ల శంబల సుభిక్షంగా ఉంది.

అర్జున్‌కి ఈ పనులన్నీ విసుగ్గా అనిపించినా, పాడి సంపద ఉండడం అతనికి ఎంతో గొప్పగా అనిపించేది. ఆవులు, వాటి పాలు పితకడం వంటి విషయాలు సరదా పని కాదు. కుర్రవాడైన అతనికి ఏమంత ఆసక్తికరమైనవీ కావు.

ఏమరపాటుగా ఉండే అన్న ఏంచేస్తున్నాడో అని ఆలోచిస్తూ ఆ రోజు పని ప్రారంభించాడు. ఇంతలో దూరం నుంచి కత్తులూ బల్లాలూ చేతపట్టుకొని ఉన్న అశ్వదళం కనిపించింది.

వాళ్ళు పొలంవైపే వస్తున్నారు.

8

లక్ష్మి నది పక్కన తన తల్లిదండ్రుల బట్టలు ఉతుకుతోంది. ఆమెని ఇంద్రఘర్‌లో ఉన్న పిన్నమ్మ దగ్గరికి చదువు కోసం పంపినందువల్ల గణితం, జ్యోతిషం బాగా నేర్చుకుంది. అందువల్ల ఇంద్రఘర్ వదిలి రావడం ఆమెకేమాత్రం ఇష్టంలేదు. కానీ ఆ నగరంలో జరిగిన మార్పుల వల్ల ఆమెని ఇక్కడికి రమ్మని ఆదేశించారు. బోయవాళ్ళు నగరాన్ని మార్చేస్తున్నారు కాబట్టి, వెళ్ళడమే మంచిదని ఆదేశించింది న్యాయ, గ్రంథాలయ శాఖలతో సంబంధమున్న లక్ష్మి పిన్నమ్మ.

తను అక్కడి నుంచి వచ్చేసింది కాబట్టి అక్కడేం జరిగిందో ఎక్కువగా చూడలేదు. కానీ ఎక్కువగా ఏమీ మారినట్లు అనిపించలేదు. ఇంకా సమయం పడుతుందేమో. కానీ బోయల రాక, వేదాంతుని పరాజయం ప్రజలను బాధించలేదు. విలేఖరులు గొడవ చేశారు. పుకార్లు బాగా వ్యాపించాయి కానీ పెద్దగా ఏమీ జరగలేదు. ఉద్యమం ఊసైనా కనపడలేదు, అందరూ తమ తమ పనులను నిర్వర్తిస్తున్నారు. బయలుదేరుతున్న బండ్లను చూసి కొందరు వలస వెళ్ళిపోతున్న విషయం లక్ష్మి గమనించింది. వాళ్ళు ఏదో భయంకొద్దీ బయలుదేరారు కాబోలు. కానీ బోయవాళ్ళు మంచివారేనన్నది లక్ష్మి నమ్మకం. వాళ్ళకు సమాన హక్కులు, అధికారాలూ ఇవ్వాలి.

మళ్ళీ ఈ నిద్రపోతున్న మారుమూల పల్లెకొచ్చేసింది. ఇక్కడ తానొక పరికరంలాగా అనిపించింది. విసురుగా, సాహసంగా ఉండేందుకు ఇష్టపడే తను మంచినీళ్ళలో బట్టలు ఉతుకుతోంది. నది ముందుకంటే లోతుగా ప్రవహిస్తూ కనిపించినా, ప్రశాంతంగా అయితే లేదు. నిజానికి బాగా అలజడిగా ఉంది. కళ్ళు చిన్నవి చేసి తీక్షణంగా చూసింది, అమ్మ చెప్పిన నదికే వచ్చానా లేదా అనుకుంటూ.

లేదా అమ్మ చెప్పినది కొండల దగ్గర నదా?

ఒక మొసలి ప్రత్యక్షమవ్వడంతో నది ఉపరితలం మీద ఉన్న ప్రశాంతత అమాంతం చెదిరింది. మొసలి ఆమె ఉతుకుతున్న బట్టలను పట్టుకుంది. ఇంచుమించు పడిపోతూ తనని తాను వెనుకకు లాక్కుంది లక్ష్మి.

ఈ నది కాదు! ఈ నది కాదు!

మొసలి లక్ష్మి బట్టలను చింపివేసి నది నుంచి బయటికొచ్చి ఆమెను సమీపిస్తోంది. తను వేసుకున్న కుర్తీని లక్ష్మి ఒకవైపు పట్టుకోగా, ఇంకొక వైపు మొసలి పట్టుకుంది. ఇద్దరూ చెరో ప్రక్కా లాగుతున్నారు.

''నీచ మృగమా! విడు!''

మొసలి ధాటిగా ముందుకొచ్చింది. లక్ష్మి జారి దానివైపు పడబోయింది.

అప్పుడు బలమైన చేతులు ఆమె మోచేతిని పట్టుకొని వెనుకకు లాగాయి. నీడలాంటి ఆ మనిషి ముందుకొచ్చి మొసలి కడుపులో గట్టిగా తన్నాడు. పెద్ద శబ్దంతో అది నీళ్ళల్లో పడింది. అప్పుడా మనిషి దానితో కలిసి దొర్లాడు, ఇద్దరూ ఉపరితలం కిందికి వెళ్ళేవరకు.

మీరు కుశలేమేనా? ఎవరు మీరు? మీరు కుశలేమేనా?

తనని రక్షించిన వ్యక్తి చేతులు, మొసలి తోక పైకి కనపడ్డాయి లక్ష్మికి. తన రక్షకుడు తనని రక్షింపబోయి హతమవ్వకూడదని అనుకుంటూ లక్ష్మి గుండె గొంతుకలోకొచ్చింది. నది కొంతసేపు చలనం లేకుండా కనిపించింది. అప్పుడు కాసేపటికి నీళ్ళు తన మీదికి చల్లుతూ నది నుంచి పైకి వచ్చాడు తన బాల్య స్నేహితుడు కల్కి.

ఇదివరకటి కంటే ఎత్తుగా ఎదిగి, దిట్టంగా, బలమైన శరీరంతో, పొడవాటి ఉంగరాల జుట్టుతో, చేతులకి రుద్రాక్షలు చుట్టుకొని కనిపించాడు. మొసలితో పోరాడినందుకు గుర్తుగా అతని కడుపు మీద రక్తం మరక ఉంది కానీ అతని చిరునవ్వు మాత్రం మునుపటిలాగే చిలిపిగా ఉంది.

చాలా భీతి చెందిన లక్ష్మి దగ్గరకు రాగా, కల్కి గట్టిగా వాటేసుకొని చిరునవ్వు నవ్వాడు.

''నీవెప్పుడూ ఆపదను వెంటాడుతుంటావు, పిచ్చిదానా.'' ఆమె తలపైన మెత్తగా కొట్టాడు.

''నీవు నన్నెప్పుడూ వెంటపడి మరీ రక్షిస్తావు,'' లక్ష్మి అన్నది. ''నీవిప్పుడు...ఒక మొసలిని...చం...చంపేశావా?''

''ఊహూ, చంపలేదు, ఊరికే భయపెట్టానులే,'' ఆమెను ప్రేమగా చూస్తూ అడిగాడు, ''ఇక్కడకొస్తున్నట్లు నాకెందుకు చెప్పలేదు?''

''ఎందుకంటే, అనుకోకుండా వచ్చాను. ఇంకేమీ అడగద్దు, నిన్ననే శంబలకు వచ్చాను. అమ్మ ఈ పనంతా నాకు అంటగట్టింది,'' విసుగ్గా అంది. ''అప్పుడే.''

చెట్టు పైన పడేసిన తన కుర్తాను లాక్కుంటూ కల్కి నవ్వాడు. దాన్ని ధరిస్తూ అన్నాడు, ''ఇంకేమనుకున్నావు? పట్టణంలో ఉన్నంత మాత్రాన నీవు అక్కడివారిలో ఒకదానివైపోవు.''

లక్ష్మి విసుగ్గా చూసింది. ''నేను వెళ్ళి రెండేళ్ళయ్యింది. నీవు చూడు ఎంత మారిపోయావో.''

''రెండేళ్ళు ఎక్కువ కాలమే. అందులోనూ నా మిత్రి రెండు నెలలొకసారే ఉత్తరం రాసేది, ఒక్కొక్కసారీ అదీ లేదాయె.''

''మరి నేను చదువుకునేదాన్ని, నీవు కండలు పెంచేవాడివి.''

''పొట్టకూటి కోసం అవీ ఇవీ ఎత్తి నాలుగు రాళ్ళు వేర్చాను, మా అమ్మానాన్నలకు చెప్పకు,'' తన కండలు చూపాడు. ''నేను అందంగా ఉంటానని నాకు తెలుసు, ప్రేయసీ. నన్నలా చూడకు, సిగేస్తోంది.''

''అబ్బో! ఇంద్రఘర్‌లో ఎంతోమంది అందగాళ్ళున్నారు...ముఖ్యంగా...'' ఆమె మాట్లాడటం కొనసాగించింది. మొసలి వల్ల తన బట్టలు చిరిగిపోయిన సంగతి అనుకుంటూ, ''సైనికులు. ఎంత అందంగా ఉంటారో.''

''ఓయబ్బో! అందంగా ఉంటారా?''

ఆమె వెళ్ళేందుకు సిద్ధపడగా, కల్కి ఆమె దగ్గరే నిలబడ్డాడు. అతని చేతులు ఆమె పిరుదులను గట్టిగా పట్టుకొని పిండేస్తుంటే, ఆమె కాలివేళ్ళు అప్రయత్నంగానే ముడుచుకుపోవడం మొదలుపెట్టాయి.

''అందంగా ఉంటారా?''

''అవును. అందంగానే ఉంటారు.''

''ఇంకేం చూశావు, నేర్చుకున్నావు పట్టణంలో?'' లక్ష్మికి చాలా దగ్గరగా వచ్చాడు. అతని శ్వాస పుదీనా పరిమళం వెదజల్లుతోంది.

కల్కి తనను పట్టుకున్న విధానం నచ్చినా, అతణ్ణి నవ్వుతూ తోసేసి, ''నా అనుమతి లేకుండా నీవు నన్ను తాకకూడదన్నది కూడా నేర్చుకున్నా.'' అన్నది.

''అనుమతా?''

''అవును, సమ్మతి,'' అనేసింది, గ్రామం వైపు వెళ్తూ.

''క్షమించు. ఈసారి నుంచీ అడుగుతాలే.''

''నా ప్రాణాలను, ఇంచుమించు నా బట్టలనన్నింటినీ కాపాడావు కాబట్టి, క్షమాపణని స్వీకరించడం జరిగింది.''

కల్కి నవ్వాడు, తల గోక్కుంటూ.

''ఇప్పుడు మా ఇంటికి రా. రక్తమొస్తోంది కాబట్టి మందిస్తాను,'' అతని తెల్ల చొక్కా మీద ఎర్రటి మరకలను చూస్తూ అన్నది లక్ష్మి.

కల్కి నిట్టూర్చి అనుసరించాడు.

9

''అన్నయ్యా...అన్నయ్యా...''

కళ్ళు తెరుస్తూంటే మెల్లగా గుసగుసలు వినపడ్డాయి. తెల్లటి వెలుతురులో ఏమీ కనపడలేదు. మెల్లిగా అతని దృష్టి తిరిగొచ్చింది. తన మీద వాలిపోయి బెంగగా చూస్తున్న దురుక్తి కనపడింది.

''అన్నయ్యా?''

''ఊ, చెప్పు,'' కాళి బరువుగా అన్నాడు. నిలబడలేకపోయాడు. ఆ చోట అలాగే అతుక్కుపోయాడు. ''మన్నించు, చెప్పు...''

అతని గురించి ఆందోళన పడుతూ అ గదిలో ఇద్దరు భటులున్నారన్నది కాళి గమనించాడు. దురుక్తి, అతను లేచేందుకు సహాయం చేసింది. అతను సైగ చేయగా, భటులు వెంటనే నిష్క్రమించారు. ఎలాగో మంచం మీద కూర్చున్నాడు కాళి.

''ఎందుకు మూర్ఛపోయావు?''

కాళికి సమాధానం తెలియలేదు. విడవకుండా దగ్గి, మూర్ఛపోయాడు.

''నీవల్లే పాలక మండలి సమావేశం ఇంకా మొదలవ్వలేదు.''

కాళి దురుక్తి వైపు చూశాడు. మంటల్లో కాలిపోతున్న తమ గ్రామం నుంచి తను రక్షించినప్పుడు దురుక్తి చాలా చిన్నపిల్ల. చేతిలో పసిపిల్లతో ఉన్న కుర్రవాడి రూపం ఇంకా తనను వెంటాడుతూనే ఉంది. తను చెప్పలేనన్ని దారుణాలు చూశాడు. అయితే, వాటి గురించి మాట్లాడేందుకు అతను సిద్ధంగా లేడు. ఆమె మంచి మనసు గల లావణ్యవతిగా ఎదిగిందిప్పుడు. మోకాళ్ళ వరకు ఉన్న జుట్టుని చక్కగా జడ వేసుకుంది. ఆమె కళ్ళేమో కాళికి మల్లే బంగారు రంగులో ఉన్నాయి. బంగారం. వాళ్ళ కులానికి మాత్రమే వారసత్వంగా వచ్చిన లక్షణం ఇది.

''ధన్యవాదాలు.''

''అనారోగ్యంగా ఉన్నట్టు కనిపిస్తున్నావు.''

''ఉన్నానేమో. నాకేవో పగటి కలలొస్తున్నాయి...నా ఊపిరితిత్తులు సరిగ్గా ఉన్నట్టు లేవు.''

దురుక్తి కాళి ప్రక్కన కూర్చుని, తన చేతిని కాళి గుండె పైన పెట్టి, గుండె చప్పుడు విన్నది.

''మరీ వేగంగా కొట్టుకుంటోంది.''

''అవును. నేను బయలుదేరాలి.''

దురుక్తి అవునన్నట్టు తల ఊపింది. ''జాగ్రత్త, అన్నయ్యా. అంతః పురంలో కలుస్తాను.'' అతని బుగ్గ మీద ముద్దుపెట్టి వెళ్ళిపోయింది.

తనని తాను చూసుకుంటూ మిలమిలలాడే ఇత్తడి పళ్ళెం వైపు వెళ్ళాడు. వస్త్రాలు ధరించడం మొదలుపెట్టాడు. ఆయుధాలంటే అసహ్యం కాబట్టి ఖడ్గాన్ని ధరించలేదు. తనకోసం దాన్ని వాడటం మరీ హింసాత్మకం అనుకున్నాడు.

తయారై, గదిలోంచి నిష్క్రమించి సమావేశస్థలికేసి నడిచాడు. రాజ్‌గిర్ అడవిలోని చిట్టడవి ప్రాంతాన్ని చేరాడు. భూమి కింద గల మెట్లద్వారా వేదిక వంటి ప్రదేశాన్ని సమీపించాడు. అక్కడ గోడలు అనేక విధములైన రాళ్ళతో నిర్మింపబడి, బలంగా, నల్లగా, ఆకాశాన్ని అంటుతున్నట్టు ఎత్తుగా ఉన్నాయి. ఆయుధాలతో హుందాగా ఉన్న సైనికులు గ్రద్దల్లాగా అందరినీ పరికిస్తున్నారు. ఇళవర్తిలోని తక్కిన నగరాల వలె ఇంద్రఫుర్‌లో ఎత్తైన చూరులో, కట్టడాలో లేవు. ఆకాశం మంత్రించేస్తోందన్నట్టు కనిపించడానికి అవకాశం ఇస్తూ, ఎక్కువ కట్టడాలు పైకప్పు లేకుండా ఉంటాయి.

అతనా ప్రాంగణంలోకి అడుగుపెట్టాడు. అది నాలుగు వృక్షాల నడుమ ఉన్నది. ఇక్కడ మధ్యలో కంచు సింహాసనాల సరసన బాగా పెద్దదైన గుండ్రటి బల్ల ఉన్నది.

వేదాంతుడు ఇద్దరు భటులతో ఆసీనుడై ఉండటం కాళి చూశాడు. కువేరుడు, రక్తపుడు, వాసుకీ కాళి కోసం ఎదురుచూస్తున్నారు.

''ఆలస్యానికి క్షమించండి, మిత్రులారా.''

''ఇంత ముఖ్యమైన రోజున నీవిలా ఆలస్యం చేసి ఉండకూడదు,'' వాసుకి మందలించాడు.

''నాకు కొన్ని ఆరోగ్య సమస్యలున్నాయి.'' అంటూ కాళి తన సింహాసనంకేసి నెమ్మదిగా వెళ్తున్న దురుక్తిని చూశాడు. ఆమె రక్తం అంటుకొని, మురికిగా ఉన్న కవచాలు ధరించిన కోకో, వికోకోలతో పాటు నిలబడింది.

కాళి కుర్చీలో కూర్చొని అందరినీ చూశాడు. ''మొదలెడదామా?''

''నువ్వే నిర్ణయించు. అన్నీ నీ ఇష్టమేగా,'' వేదాంతుడు గొణిగాడు.

''ఎవరో అమర్యాదగా ప్రవర్తిస్తున్నారు,'' కువేరుడు చమత్కరించాడు.

''అవును, నేనలాగే ఉన్నాను. నా ప్రజలు నన్ను ద్వేషిస్తున్నారు. నన్ను పిరికిపంద అంటున్నారు.''

''త్వరలో నిన్నొక దీర్ఘదర్శి అంటారు,'' అన్నాడు కాళి. ''వాసుకిని చేర్చుకోవడంతో నీకు తూర్పు పడమర వైపుల నుంచి వచ్చే దాడుల నుంచి కాపాడే మంచి మంత్రివర్గం ఏర్పడుతుంది. రక్తపుని వల్ల సైన్యం ఇంకా బలపడుతుంది. కువేరుని రాక వల్ల నీ వాణిజ్యం పదిరెట్లు పెరుగుతోంది. ఇప్పుడీ ఏర్పాటు శాపంలాగా అనిపించినా, ఇది నీ రాజ్యాభివృద్ధి కోసమే.''

కువేరుడు తల పంకించాడు, ''అవును, మహారాజా. మీకు నా సహాయం ఉంటుంది.''

వేదాంతుడు తనలో తానే కోపంగా గొణుక్కున్నాడు.

శాసనాన్ని తెచ్చి బల్లపైన ఉంచిన కోకో వైపు చూశాడు కాళి. ''ఇంద్రఘర్ ఒప్పందాన్ని మా న్యాయశాఖ సలహాదారులు లిఖించారు. ఇప్పుడు సంతకం చేసి దీన్ని సార్థకం చేయాలి.''

''దాక్షిణాత్యులు నన్ను చూసి నవ్వుతూ ఉండుంటారు,'' అన్నాడు వేదాంతుడు, పళ్ళు కొరుక్కుంటూ.

దాక్షిణాత్యులు దక్షిణాపథ రాజులు, ఉదయులు ఇళవర్తి ఉత్తరభాగపు రాజులు. ఇంద్రఘర్ వంటి పట్టణాలు ఉదయుల పాలనలో ఉండేవి. కానీ ప్రస్తుతం కాళి వాటిని హస్తగతం చేసుకొని ఒప్పందాలు చేసుకొన్నాడు.

''దాక్షిణాత్యులు నా సమస్య కాదు. వారికి నౌకాదళం ఉంది, ఈళంతో బాంధవ్యం ఉంది,'' అని పేర్కొన్నాడు. ఈళం రాక్షసులచేత పాలింపబడే ఒక సంపద భరిత ద్వీపం. అక్కడ నివసించేది రాక్షసులు...నల్లగా ఉండే, చదువుకున్న యోధులు. ''వాళ్ళు మా సమస్య కాదు.''

''నిజమే,'' రక్తపుడన్నాడు.

''ఈ పట్టణానికి, ఇతర పట్టణాలకీ చెందిన ప్రజలందరూ ఒక కొత్త జీవితాన్ని అలవాటు చేసుకోనీ. ఆ కొత్త జీవితంలో కులమతాలకు అతీతంగా అందరూ సమానులే, మర్యాదతో చూడదగ్గ ప్రజయే.'' కాళి సభక్తికంగా మాట్లాడాడు. ''ఇంకా, ప్రభూ రక్తపా, నాకు అగ్నిఘర్‌లో మీ సహాయం కావాలి. అక్కడొక చిన్న ఉద్యమాన్ని అణిచివేయాలి. మీరిక్కడుండగా, సామ్రాట్టులవారితో కలిసి పరిస్థితిని చక్కదిద్దండి.''

''చిత్తం, కాళీ ప్రభూ'' రక్తపుడు నవ్వాడు...చిన్నగా, పదునుగా ఉన్న తన పళ్ళను కనబరుస్తూ.

''ఐతే ముందుకు సాగుదామా?''

అందరూ సమ్మతించారు, వేదాంతుడు తప్ప. అతను నిరుత్సాహంగా గొణిగాడు. కాళి బల్ల దగ్గరకు మామూలుగా వెళ్ళి, ఈకను సిరాలో ముంచి సంతకం పెట్టాడు. కువేరుడు, రక్తపుడు, వాసుకీ అలాగే చేయగా, చివరిగా కఠినంగా ఉన్న వేదాంతుడు సంతకం పెట్టాడు. ఆ పని ఇక పూర్తయ్యాక, కాళి కోకోకి శాసనాన్ని అందజేసి, దాన్ని భద్రపరచమన్నాడు.

''ప్రస్తుతం, కొత్త కోటలు కట్టించడమే మన ప్రణాళిక. అందుకని మహారాజు వేదాంతుని కార్మికులు మనకు అవసరం. కువేరుడు వీధి బజారులను చూసుకొంటాడు.'' అందుకు కువేరుడు సవినయంగా సమ్మతించాడు. ''రంగస్థలం, చిన్నాచితకా వ్యవహారాలు, ఆయుధశాలలూ వాసుకి మనుషులు చూసుకొంటారు. రాజ్యానికి చెందిన సైన్యాన్ని చూసుకొమ్మని తక్షకునికి చెప్పు.''

''మరి నా సైన్యాధిపతుల సంగతేమిటి?'' మానవదేశ రాజు అడిగాడు దిగ్భ్రాంతితో.

''నిజం చెప్పాలంటే, వారి సమర్థత చాలదన్నది మా ఉద్దేశం, వేదాంత మహారాజా.''

వేదాంతుడు అపనమ్మకంతో కళ్ళు తిప్పాడు.

''మరి గ్రామాల సంగతేంటి? పన్నులను రద్దు చేస్తున్నామా?''

''ఇప్పుడు ఖజానా ఇంచుమించు ఖాళీ అయిపోయింది. కువేరుడు ఇస్తానన్న నిధి రవాణా సమస్యల వల్ల రాలేదు. అందుకని పన్నులను కొనసాగిద్దాం, కనీసం తాత్కాలికంగానైనా.''

''ఇంద్రఘర్ వెన్నెముక రైతులే. అదనపు పన్నులంటే వారికి అనవసరపు భారమే,'' నిరసించాడు వేదాంతుడు.

కాళి అతడిని కర్కశంగా చూశాడు. ''మహాప్రభో, నేను నిజంగా లక్ష్యపెట్టను. ఈ నగరాన్ని నడిపేందుకు మనకి నిధులు అవసరం, అందులోనూ మనకోసం సాయుధ కోటలు కట్టేందుకు.''

''నిజమే చెప్తున్నాడు,'' కువేరుడన్నాడు. ''కానీ ఆ బాధ్యత ఏ భాగ్యశాలికి అప్పగింపబడుతుంది?''

''నీకు కాదులే,'' నవ్వాడు వాసుకి.

కువేరుడు చిటపటలాడాడు. ఈ రెండు జాతుల మధ్య కొద్దిపాటి వైషమ్యం ఉన్నదని కాళికి తెలుసు కాబట్టి, సమయోచిత వ్యూహాత్మక ప్రకటనతో పరిస్థితిని చల్లబరిచాడు.

''నా చెల్లెలు దురుక్తి ఇటువంటి వ్యవహారాలలో సమర్థురాలు. తనకు కావలసినప్పుడు పనులు చక్కబెడుతుంది.''

''అయితే నేను ఏం చేయాలి?'' ఆక్రోశంగా అడిగాడు వేదాంతుడు.

బల్లపైన చిందరవందరగా ఉన్న కాగితాల్లో వెతికాడు కాళి. ఒక కాగితం తీశాడు. ''నీదే ముఖ్యమైన పని. సపరివారంగా నగరమంతా రథంలో పర్యటిస్తూ మాతో పొత్తు కుదుర్చుకోవడం ఎంత మంచిదో, దానివల్ల ఇంద్రఘర్‌కు ఎంత అభివృద్ధి రాబోతుందో ప్రజలకు వివరించాలి.''

''అంటే అబద్ధమాడాలా?''

''అది ఒక విధమైన దృష్టి. ఇంకొక విధంగా చెప్పాలంటే, నీవు మా చేతుల్లో ఓడిపోలేదని...ఈ మాట నిజం కాకపోయినా, ప్రజలే ముఖ్యం అనుకోవడం వల్ల నీవు మాతో కలిసి పనిచేశావని ప్రజల గుండెల్లో ఆశ నింపడం అన్నమాట. నీవే వారి ప్రభువన్నది నిర్ధారించాలి. నీవు భవిష్యతును దర్శించావు. ప్రజలకు నీపై ద్వేషం ఏర్పడకుండా చూడాల్సిన బాధ్యత నాకు అప్పగించావు. నీవు ప్రజల్లోకి వెళ్ళి వారికి మంచి చేస్తానని మాట ఇస్తే, నిన్ను వాళ్ళు ద్వేషించకుండా నేను చూస్తున్నట్టే.''

వేదాంతుడు కోపంతో రగిలిపోయాడు, అతని కళ్ళు ఎర్రబడ్డాయి. కానీ ఏమీ మాట్లాడలేదు. పిడికిలి బిగించి తనను తాను నియంత్రించుకున్నాడు. అది చూస్తూ కాళి నవ్వడం మాత్రమే చేయగలిగాడు. నేనింతకన్నా న్యాయంగా ఎలా ఉండగలను?

కాళి గుండెలో మంట మొదలైంది. దాన్ని అతను పట్టించుకోలేదు. కష్టపడి నవ్వుతూ సమావేశాన్ని ముగించాడు. ''నేనొక మంచి విందు ఏర్పాటు చేస్తున్నాను. రాజగృహవాసులు కానీ, పౌరులు కానీ పాల్గొనదలుచుకుంటే కేవలం తలా ఒక్క వెండి వరహా చెల్లిస్తే చాలు. విందు కార్యక్రమం బాగుంటుంది,'' గుండెలో మంట ఎక్కువ కాగా, కాస్త ఆగి మళ్ళీ అన్నాడు, ''మన ప్రకాశవంతమైన భవిష్యత్తుకు చిహ్నంగా.''

''జయహో'' అందరూ పలికారు, ఒక్కరు తప్ప.

10

శంబలలోని సోమ గుహల్లో గల మూలికలచే కల్కి దెబ్బలు, గాయాలు నయమయ్యాయి. అవి ఎవ్వరికీ కనపడని కొండ ప్రాంతాల్లో ఉన్నాయి. లోపల ''దేవుడి కానుక''గా తలవబడే సోమ జలాశయాలున్నాయని గ్రామస్తులు చెప్పగా విన్నాడు కల్కి. పురాణాల ప్రకారం, ఉరుములు కల్పించే దేవుడు, దేవతల ప్రభువైన ఇంద్రుడు ఇంద్రఘర్‌లో నివాసం ఏర్పరచుకొని, మానవులకు సహాయపడేందుకని దేవసేవకులైన గంధర్వులతో ఈ ఔషధులను ఇళవర్తి రాజ్యంలో వ్యాపింపజేయమన్నాడట. ఇంతవరకు ఈ ఒక్క నిధి మాత్రమే కనిపించింది.

విజ్ఞానాన్ని నమ్మేవారేమో సోమగుహలు కేవలం నీలపు రాళ్ళేనని, వేడి, ఒత్తిడి ప్రభావం వల్ల ఏర్పడినవని వాపోతారు. వాటికి ఏటువంటి మహిమా లేదంటారు.

కొందరు రాళ్ళ నుంచి రసాన్ని పొందేందుకు ప్రయత్నించారు, కానీ చాలా మంది విఫలమయ్యారు. దాన్ని పొందిన కొందరు అమృతత్వాన్ని పొందగా, ఇంకొందరు మతి చలించి పిచ్చివారయ్యారన్న కథనాలున్నాయి. ప్రస్తుతం, భూకంపం చేత కొండరాళ్ళు కదిలిపోయి ఆ గుహల్లోకి ప్రవేశించడాన్ని నిరోధిస్తున్నాయి. కానీ, గ్రామస్తులు చుట్టుప్రక్కల కనబడే మూలికలను వాడుతున్నారు. ఇంద్రవనాలుగా పిలవబడే సోమగుహలు చాలా పవిత్రతను సంతరించుకున్నాయి. ఇంద్రుడు స్వర్గానికేగే ముందు నివసించిన ఆఖరి స్థలంగా పేర్కొంటారు కాబట్టి వాటిని అతి పవిత్రంగా భావించి పూజిస్తారు కూడా. పర్వదినాల్లో గుహలు పవిత్రంగా, భయంకరంగా, బ్రహ్మాండంగా కూడా కనిపిస్తాయి.

''నీవొక్కడివే వొట్టి చేతులతో ఈ మృగాలను చంపావంటే నమ్మలేకపోతున్నాను,'' అని లక్ష్మి మనసులోనే అనుకుంది, మూలికను గాయాలపై మెల్లిగా మర్దనా చేస్తూ.

కల్కి తన తొమ్మిదో ఏట విషసర్పాన్ని వొట్టి చేతులతో నుసివి చంపినప్పుడే తన శక్తుల గురించి తెలుసుకున్నాడు. సగటు మగపిల్లల నగె తను లేడు. అతనికి ఊహించలేనన్ని శక్తులుండేవి. దెబ్బలు తగిలినా అతని బలం క్షీణించదు. నగర సైనికుల

కంటే ఎక్కువ శక్తులు అతనికి ఉన్నాయి. అతని ఉద్దేశంలో తన శక్తులు రాక్షసుల శక్తులకు సమానమైనవి. కానీ, ముఖ్యంగా తన శక్తుల గురించి తండ్రి విష్ణుయతుడు కూర్చోబెట్టి వివరించినప్పుడే కల్కికి వినయం అబ్బింది.

''కొందరు పుట్టుకతోనే గొప్పవారు. కొందరు గొప్పతనాన్ని సంపాదించుకుంటారు. నీవు ఈ రెండిటి సమ్మేళనం. వీటిని విచక్షణతో వాడుకో, ఎవ్వరికీ చెప్పొద్దు. ఎందుకంటే, వాళ్ళకి అర్థం కాదు, పైగా భయపడతారు.''

''కానీ నేనిందుకిలా ఉన్నాను?''

విష్ణుయతుడు సాలోచనగా కిందికి చూశాడు, బహుశా సరైన మాటల కోసం అయ్యుంటుంది. ''జవాబు తెలిస్తే చెప్పేవాడిని. కానీ ఇదెలా సద్వినియోగ పరచాలా అన్నదే నీ బెంగ అవ్వాలి. ఎందుకంటే, గొప్ప శక్తికి గొప్ప ఖరీదుంటుంది. నువ్వొక రోజు అది చెల్లించాలేమో, కానీ ప్రస్తుతం ఇతరులకు సహాయపడేందుకు ఉపయోగించు.''

కల్కికి సమాధానం దొరకలేదు. ఈ విషయం తల్లికీ తమ్ముడికీ కూడా చెప్పలేదు కానీ ఒక బండరాయిని అవలీలగా మోస్తూ లక్ష్మి కంటపడ్డాడు. విషయం విని ఆమె ''నీవు దేవుని పుత్రుడవేమో'' అన్నది.

కల్కి కొద్దిగా సిగ్గుపడుతూ ఆ మాటని తోసిపుచ్చాడు. ''మా నాన్నేమీ దేవుడు కాదు. పాడి రైతు. ఆవుల దేవుడేమో.''

''పాల దేవుడా?''

నవ్వుకున్నారు కానీ ఇద్దరికీ విషయం అంతు చిక్కలేదు. తనను తానుగా విలువిచ్చే నేస్తం దొరికిందని కల్కికి అర్థమైంది.

''నా శక్తుల గురించి నీకింకా ఏ వివరాలూ అందలేదు కదూ?'' అడిగాడు.

''నన్ను చరిత్ర పుస్తకాలలో చూడమన్నావు.''

''లేదా విజ్ఞాన గ్రంథాలలోనో.''

''అవును, కానీ నాకేమీ అంత గొప్ప విషయాలు తటస్థబడలేదు. కొన్నిటికి వివరణ అవసరంలెదేమో, లేదా సమయం పట్టవచ్చు. నీవు తెలుసుకోవాలనుకుంటున్నది నీకు త్వరలోనే అర్థమవుతుంది. కాస్త నిరీక్షించాలి.'' అని ఆగింది. ''నీకు ఇక్కడేమైనా కనపడిందా?''

''అబ్బా! ఇక్కడా? నాకిక్కడ బుర్రా పనిచేయడం లేదు. దూరంగా వెళ్ళాలనుంది. మా తల్లిదండ్రులకు బోలెడు ఋణపడి ఉన్నాను కాబట్టి వారి కోసం పొలంపనిలో ఇరుక్కుపోయాను.''

''ఫరవాలేదులే.''

''నాకు తెలుసుకోవాలనుంది.'' పళ్ళు నూరాడు.

''నీకు తెలుస్తుందిలే, తప్పకుండా.''

కల్కి ముందుగదిలో మెరుస్తున్న తామ్రపళ్ళెం దగ్గరికెళ్ళి కుడిచేతి మీద కాలిన మచ్చను చూశాడు. ''అవునేమో.'' తన చిన్నతనంలో అక్కడ కాలింది. ''ఎన్నో ప్రశ్నలూ, కొన్నే సమాధానాలు.''

''బెంగపడకు, కనుక్కుందాము. తిరిగి ఎలా వెళ్ళాలో ఆలోచించు.''

కల్కి నవ్వి, ఆమెని కౌగలించుకొని బయలుదేరాడు. దారిలో లక్ష్మి తల్లి కనపడితే చెయ్యి ఊపాడు.

ఇంటికి ఆలస్యంగా వెళ్తున్నాడు. నేడు పనికి కూడా వెళ్ళలేదు కానీ సూర్యాస్తమయందాకా మిగిలిన పని పూర్తి చేసుకొనేందుకు సమయం ఉన్నది. పొలానికి వెళ్తూ ఒక మధుశాలను దాటాడు. దాని దగ్గర వృద్ధుడైన ఒక ముని కూర్చొని ఉన్నాడు. తనలో తనే మైకంగా వాగుతూ ఉన్నట్టుండి లేచి, కదలబోతూ కింద పడ్డాడు.

కల్కి ఆయనకి లేవడంలో సహాయం చేస్తూ, ఆయన విచిత్రమైన కళ్ళని చూశాడు. అవి పైకి కనిపిస్తున్న ఆయన వయసుకు మించిన వివేకంతో ఉన్నాయి.

''నన్ను...నన్ను...క్షమించు మిత్రమా.''

''ఫరవాలేదులే. బాగానే ఉన్నావా?''

''ఎప్పటిలాగానే,'' అని పుచ్చిపోయిన పళ్ళను బయటపెడుతూ వెర్రిగా నవ్వాడు.

''అయితే నేను బయలుదేరతాను.''

''నిన్నెక్కడైనా...నిన్నెక్కడైనా చూశానా, మిత్రమా?''

కల్కి నవ్వాడు. ''లేదనుకుంటా. నీ వాలకం చూస్తే నీవు ఇక్కడివాడివి కాదనిపిస్తోంది. బోయలతో వచ్చావేమో?''

''భవిష్యత్తుకి జయము!'' నవ్వి మళ్ళీ పడ్డాడు.

ఈసారి కల్కి ఆయనను పైకి లేపలేదు. పొలం వైపు నడిచాడు. పొలానికి చెక్క ద్వారము, ఆవులు తప్పించుకోకుండా ఎత్తైన ప్రాకారమూ కలవు. ఆవులు పొలంలో మేసిన తరువాత వెనుక భాగంలోని గోశాలలో కట్టివేసి ఉంటాయి. కానీ ఇప్పుడు నేలంతా రక్తంతో తడిసింది, ఆవులు కనపడటం లేదు. అతని తండ్రి అనుచరులు చనిపోయి నేల మీద పడి ఉన్నారు.

ఏడుస్తూ భయంతో వణికిపోతున్న అర్జన్ చిట్లిన ముక్కు, విరిగిన ఎముకులతో కనపడ్డాడు.

''నాన్నేడీ?'' తమ్ముణ్ణి అడిగాడు.

''వాళ్ళు...వాళ్ళు తీసుకెళ్ళిపోయారు.''

''వాళ్ళా...? ఎవరు?''

''మ్లేచ్ఛులు.''

''బోయవాళ్ళా?''

''కాదు, గజదొంగలు,'' అన్నాడు అర్జన్ అతణ్ణి చూస్తూ.

11

దురుక్తి అన్నను మంచం మీద పడుకోబెట్టి, అతని తలను జాగ్రత్తగా మెత్తటి దిండ్ల మీద పెట్టి, పొడవాటి దుప్పటి కప్పింది. విందు పూర్తయి కొంతసేపైంది. కోట వెలుపల చాలామంది వేడుకల్లో పాల్గొన్నారు.

''ఇప్పుడు క్షేమమేనా?''

''నయమే.''

''వైద్యుడు నీ గొంతు కోసం తేనె ఇచ్చాడు.''

''ఇది జలుబు కాదు,'' మూలిగాడు. ''అంతకన్నా దారుణం. దగ్గితే ఒళ్ళంతా నొప్పి పెడుతోంది, నరాల్లో నిప్పు ప్రవహిస్తున్నట్టుగా ఉంటుంది.''

దురుక్తికి కాళి స్వభావం తెలుసు...అతను టక్కరి, తెలివైనవాడు, స్వార్థపరుడు. కానీ ఎప్పుడూ డీలా పడలేదు. ఎంత విషమ పరిస్థితులలోనూ ధైర్యంగా, ధీమాగా ఉండేవాడు, ఇప్పటిలాగా కాకుండా. అన్ని రకాల మూలికలూ ప్రయత్నించింది, కానీ ఏదీ పని చేయలేదు.

''ఇది యుద్ధం వల్ల వ్యాపించిన పాశ్చాత్య జబ్బు అయ్యుండొచ్చని వైద్యులు అంటున్నారు.''

''మట్టి నా మీద ప్రభావం చూపిందా? మరైతే కోకో, వికోకోల మీద ప్రభావం చూపించలేదే?''

దురుక్తి బెంగగా తన వెనుకె నిలిచి ఉన్న చెలికత్తె సింరిన్‌వైపు చూసింది. ఆమె దురుక్తిని అనుసరిస్తూ ఆమె వ్యక్తిగత విషయాలను, కోట వ్యవహారాలను కూడా చూస్తుంటుంది. కాళి విషయంలో సింరిన్ దగ్గర ఏ సమాధానమూ లేదు.

''ఒకవేళ,'' దురుక్తి అన్నది, ''వాళ్ళకు నీకంటే రోగనిరోధకశక్తి ఎక్కువేమో అన్నయ్యా.''

''అలా అనకు. నేనూ బలవంతుణ్ణే.''

''బలవంతుడవైనంత మాత్రాన ఆరోగ్యవంతుడవని కాదు.''

అతను ఛాతీ రుద్దుకున్నాడు.

''ఈ రాజ్యాన్ని నడపాలంటే నీవు ఆరోగ్యంగా ఉండాలి, లేదంటే బోయవాళ్ళు కాజేస్తారు. అప్పుడు నీవు ఆశించిన శాంతి నీతోనే అంతమవుతుంది.''

''నాకు తెలియదా?'' దగ్గుతూ ఆయాసపడ్డాడు. సింరిన్‌ని చూసి దురుక్తితో అన్నాడు. ''నీకొక భాగస్వామి దొరికింది.'' అని.

''అవును.'' దురుక్తి నవ్వింది. ''ఒక మంచి స్నేహితురాలు.''

''అవును,'' సింరిన్‌కేసి మళ్ళీ చూశాడు. ''అమ్మాయీ! నీకు తెలుసా? నేనొకనాడు నీ యజమానురాలిని కాలిపోతున్న నగరం నుంచి కాపాడాను. పూరిగుడిసెలో ఇరుక్కుపోయాము. అతికష్టమ్మీద తప్పించుకున్నాము. మేము తప్పించుకున్నప్పటికి ఆమెకు దాదాపు మూడేళ్ళ వయసు.''

''నిన్ను నీవు రక్షించుకున్నావు కూడా,'' సగర్వంగా అన్నది దురుక్తి.

సింరిన్ తన దివ్యమైన స్వరంతో మొదలుపెట్టింది, ''అవును, ప్రభూ. మీ ధైర్యసాహసాల కథలు చాలా దూరం ప్రయాణించాయి. కానీ, అసలా అగ్నిప్రమాదం ఎలా మొదలైందో నేను అడగచ్చా?''

కాళి ముఖం మీది చిరునవ్వు మాయమైంది. దురుక్తి సింరిన్‌వైపు తిరిగింది. ''అదేమంత ముఖ్యం కాదు. గతంతో మనకు ప్రమేయం లేదు, భవిష్యత్తుతోనే.''

''సత్యమే,'' కాళి అందంగా నవ్వుతూ అన్నాడు.

సింరిన్ మెల్లగా తలూపింది.

దురుక్తి అన్నకు ముద్దిచ్చి వెళ్ళిపోయింది. తన గదిలో ప్రవేశించేంత వరకు సింరిన్‌తో మాట్లాడలేదు.

''మీ రాత్రి దుస్తులను తెమ్మంటారా, అమ్మగారు?''

''ఇప్పుడు కాదు,'' దురుక్తి కిటికీ ప్రక్కన కూర్చొని కర్ణాభరణాలు లాగేస్తూ బెంగగా అన్నది. ''ఇంకెప్పుడూ ఈ విషయాన్ని ప్రస్తావించకు, సింరిన్. ప్రభువు కాళిని ఆ ప్రమాదం గురించి మాట్లాడనీయకు.''

''ఎందుకు, అమ్మగారు?''

''వింతగా అనిపించచ్చు కానీ, దానికొక చరిత్ర ఉంది. అది తెలుసుకోదగ్గది కాదులే.'' దురుక్తి అన్నది. ''అది సరే, మనం చేయాల్సిన పనులేమున్నాయి?''

సింరిన్ లాంతర ఉన్న చెక్కబల్ల దగ్గరకు వెళ్ళింది. ఇంద్రఘర్ చుట్టూ ఉన్న గ్రామాల పేర్లు గల పుస్తకాన్ని తీసుకొచ్చింది. దురుక్తికి ఏవీ ముఖ్యంగా అనిపించనందున దాన్ని గబగబా తిరగేసింది. ''రమారమి ఏబది గ్రామాలున్నాయి ఇంద్రఘర్ చుట్టూ. కొత్త పన్నులు జారీ చేయబడుతున్నట్లు శాసనంతో ప్రతి గ్రామానికీ వర్తమానం పంపాలి. అలాగే తిరుగుబాటుదారులను అణిచివేసేందుకు వాసుకి సైన్యంలోని ఒక చిన్న భాగాన్ని కూడా పంపాలి.''

''మంచి ఆలోచనమ్మా,'' అన్నది యువతి అయిన ఆ చెలికత్తె.

దురుక్తి గ్రామాల పేర్లు సూచించగా, సింరిన్ వాటిని రాసింది. శంబల పేరు వినగానే ఆమె దురుక్తిని చూసి అడిగింది, ''శంబల అన్నారా, అమ్మా?''

''అవుననుకుంటా.''

''నాకు ఆ గ్రమ్మం గురించి ఒక విషయం గుర్తొచ్చింది. దాంట్లోని నిజానిజాలు మాత్రం తెలియవు.''

''అంటే ఏంటి నీ ఉద్దేశం?''

''శంబల దేవతల అనుగ్రహంతో దైవ...''

దురుక్తి ఆపింది. ''నేనదంతా నమ్మను గాక నమ్మను.''

''కానీ ఇది మీకు ఉపయోగపడచ్చు, శంబలలో ఓషధీ గుణముల కలిగిన రాళ్ళు ఉన్నాయట.'' అని ఒక నిమిషం ఆగింది. ''మా నాన్న దీని గురించి చెప్పారు. ఆయన ఒక వైద్యుడు. ఆయనను ఒకనాడు శంబలవాసుడైన ఒక బీద గ్రామస్తుడు కలిసి, తీవ్ర అనారోగ్యంతో బాధపడుతున్న గర్భవతి అయిన తన భార్యకు వైద్యం చేయమని కోరాడట. కానీ ఆ రోగానికి ఎటువంటి మందూ లేనందువల్ల మా నాన్న అతనికి ఏ మందూ ఇవ్వలేదట. అప్పుడా గ్రామవాసి సోమ అనబడే మహత్తుగల రాళ్ళ గురించి ప్రస్తావించి, అవి పనిచేస్తాయా అని అడిగాడట. మా నాన్న అవన్నీ కట్టుకథలూ, పుక్కిటి పురాణాలని కొట్టిపారేశారట. నిరాశతో అతడు వెళ్ళిపోయాడట. యేడాది తిరిగాక మా నాన్నకు శంబలలో పనిపడింది. అక్కడికి చేరుకొని అదే గ్రామస్తుణ్ణి కలిశారు. అప్పుడు అతని భార్య పరిపూర్ణ ఆరోగ్యంతో సంతోషంగా ఉందట. ఆమెకి మగ సంతానం కూడా కలిగిందట. ఆమెకెలా నయమైందని నాన్న అడిగితే, ఆ గ్రామస్తుడు, ''అవన్నీ కట్టు కథలు కావు,'' అని సమాధనమిచ్చాడట.'' సింరిన్ చెప్పడం ఆపింది.

దురుక్తి ఇదంతా జీర్ణం చేసుకున్నా, ఏదో చిన్నపిల్లలకు చెప్పే కథలాగా అనిపించింది ఆమెకు.

''అది అన్ని రోగాలనూ నయం చేస్తుందట,'' సింరిన్ అన్నది.

''ఆ గ్రామస్తుడు అబద్ధం చెప్పాడేమో?''

''అయ్యుండచ్చు, కాకపోయుండచ్చు.''

''అయితే ఈ సోమరాళ్ళను ఎవ్వరూ నమ్మలేదు కాబట్టే వాడలేదంటావా?''

''అవి మూసివేయబడ్డాయి. నాన్న ఒకమారు గుహలను చూద్దామని వెళ్ళగా తెలిసింది. ఇవి ఉపయోగింపబడటం ఎవరికో ఇష్టం లేదు.''

''అయితే మనమెలా ప్రవేశిస్తాం, పిల్లా?''

''మనకి సైన్యం ఉంది. తోసుకొని వెళ్ళడానికి అంగబలం ఉపయోగించవచ్చు. గ్రామస్తులకు చదువు కానీ శక్తి కానీ లేవు. పైగా వాళ్ళకు బోలెడన్ని మూఢ నమ్మకాలు.''

అని ఆగింది. ''సోమ ఏ జబ్బునైనా అనారోగ్యాన్నైనా నయం చేస్తుందని అంటారు. కాళిగారికి వాడచ్చేమోనని నా అభిప్రాయం.''

''వాడచ్చేమో,'' దురుక్తి ఆలోచించింది. ''ఒకవేళ ఇదంతా అబద్ధమయ్యింటే?''

''ప్రయత్నించవచ్చు, అమ్మగారూ. కాళిగారి ఆరోగ్యం గంటగంటకీ క్షీణిస్తూంది. మనకు వేరే దారి లేదు.''

దురుక్తి ఒప్పుకుంది. ''అలాగే, సింరిన్. ఆలోచిస్తాను. అన్నయ్య నన్ను నా జీవితమంతా కాపాడుతూనే ఉన్నారు,'' వెన్నెల తన సున్నితమైన చర్మాన్ని తాకగా, అప్పుడే కోసిన పూల సువాసన, గుడ్లగూబల అరుపులు వాతావరణాన్ని ప్రశాంతంగా మలచగా, ఆమె ఆగింది. అవి ఆమెకు పట్టుదలను కలిగించాయి.

''ఆయన ప్రాణాన్ని నేను కాపాడే సమయం ఆసన్నమయ్యిందనుకుంటా.''

12

కల్కి అడవిలోకి ప్రవేశించేడప్పుడు పొడవాటి వస్త్రాన్ని వేసుకున్నాడు.

విచిత్రమైన వాసనతో కూడిన వానజల్లు చూడగానే, బాగా కొత్త ప్రదేశానికి వచ్చినట్టు కల్కికి అనిపించింది. శబ్దం కర్కశంగా, కనికరం లేకుండా వినిపించింది. గాలి అతణ్ణి నిర్దయగా తాకింది. లక్ష్మి, అర్జన్, బాలాలకు ఎదురుగా చలిమంట ముందు కూర్చున్న అతను వెచ్చని దుస్తులు చుట్టుకున్నాడు.

బాలా కల్కి బాల్య స్నేహితుడు, గదాయుద్ధం తెలిసిన అతి కొద్దిమందిలో ఒకడు. మ్లేచ్ఛులను ఓడించేందుకు బాలా సహాయాన్ని అడిగాలని కల్కి అతణ్ణి కలిసినప్పుడు, అతను మధుశాలలో గొడవ చేస్తున్న కొంతమంది తాగుబోతులను పట్టుకొని కొట్టేస్తున్నాడు. ఆరడుగుల తొమ్మిదంగుళాల పొడవుగల అతను...అర్జన్, కల్కిలు ఇద్దరినీ కలిపితే ఎంత భారీ శరీరమవుతుందో, అంతకంటే భారీ శరీరము గలవాడు. ముఖాన దట్టమైన నల్లటి గడ్డము, నల్లపూసల వంటి దయారహితమైన కళ్ళూ అతని సొంతము.

కల్కి అర్జన్‌ని ప్రశ్నించాడు, ''వాళ్ళ గురించి చెప్పు.''

అర్జన్ సరేనన్నట్టు తలూపాడు. ''వాళ్ళు నల్ల దుస్తులు ధరించి గుర్రాల మీద వచ్చారు. ముఖాలకు తొడుగులు వేసుకొని విధ్వంసం సృష్టిస్తూ అడ్డొచ్చిన వాళ్ళనందరినీ హతమార్చారు. నేను సరైన సమయంలో తప్పించుకున్నాను. అదీగాక, నావల్ల వాళ్ళకొచ్చిన భయమేమీ లేదు. వాళ్ళ దగ్గర ఆయుధాలున్నాయి కానీ, అవి మనం ఇక్కడ సాధారణంగా చూసేవి కావు. వాటిని పట్టుకొనే భాగం మామూలుగానే ఉన్నా, పైన వక్రంగా ఉన్నాయి.''

''కొడవలి,'' లక్ష్మి వివరించింది.

''కొడ—ఏంటీ?'' బాలా తల గోక్కున్నాడు.

''దాక్షిణాత్యులు వాడే ఒక విధమైన అయుధము. ఒక్క వేటుతో ఎముకలు ఊడిపోతాయి.''

''ఏముకలా? నేను వాళ్ళకు బుద్ధి చెప్తాను.''

''మనం తెలివిగా వ్యవహరించాలి,'' లక్ష్మి అన్నది. ''తెలివితక్కువగా కాదు. వాళ్ళ దగ్గర కల్కి, అర్జన్‌ల నాన్నగారు ఉన్నారు. మన దగ్గర ఆయుధాలు లేవు కాబట్టి మనం చేసే పని తొందరగా, జాగ్రత్తగా చెయ్యాలి.''

''అబ్బా,'' విసుక్కున్నాడు బాలా. అతని నిఘంటువులో తొందరగా, జాగ్రత్తగా అన్న పదాలు లేవని అనుకున్నాడు కల్కి.

''మూడొంతులు వాళ్ళు ఆవులను అపహరించే బందిపోట్లు,'' కల్కి అన్నాడు. ''బోయలను చేర్చుకున్న తరువాత వీళ్ళ ప్రాముఖ్యం ఎక్కువైంది.''

''వెధవలు! కుళ్ళి చావాలి,'' బాలా ఆగ్రహం వ్యక్తం చేశాడు.

''కానీ వాళ్ళకి మీ నాన్నగారితో ఏం పని?'' లక్ష్మి అడిగింది.

''ఆవులను మేపేందుకు, వాటిని వాళ్ళు విందు చేసుకుంటుండగా బాధ్యత తీసుకొనేందుకు వాళ్ళకి ఎవరైనా కావాలి.'' అని అర్జన్ స్పందించాడు. ''ఇది నా అభిప్రాయం. ఎందుకంటే ఇది తప్ప ఇంకే కారణమూ తోచట్లేదు.''

కల్కి అర్జన్‌ని అడిగాడు, ''ఎన్ని ఆవులను తీసుకెళ్ళగలిగారు?''

''మూడు పెద్ద ఆవులను అపహరించారు, మిగతావి గోశాలలో దాగి ఉన్నాయి కాబట్టి.''

కల్కి తలూపాడు. ''మనకు అట్టే సమయం లేదు. కొన్ని రోజులో, కొద్ది గంటలో మాత్రమే ఉన్నాయి. మ్లేచ్ఛులు ఎప్పుడెలా వ్యవహరిస్తారో చెప్పలేము.''

''వాళ్ళెక్కడున్నారో కూడా తెలియదు,'' బాలా అన్నాడు.

''మనము పనిని పంచుకొందాము,'' కల్కి సలహా ఇచ్చాడు. ''లక్ష్మి, నేనూ ఒక రోజంతా గుర్రం మీద ప్రయాణం చేసి, ఇంద్రఘర్ చేరుకొని, కావలసిన ఆయుధాలను సంపాదిస్తాము. నీవు, అర్జన్ ఆ దొంగల జాడ కనిపెట్టండి. ఒకవేళ దొరికితే వెంటనే ఎదిరించకండి, మీరు మనలేరు.''

అర్జన్ వినయంగా తలూపాడు. ''మాకు దొరికితే సంకేతం ఇస్తాను. ఆ సంకేతానికి చుట్టుప్రక్కలే వాళ్ళు ఉంటారని తెలుసుకో.''

తన తెలివైన తమ్ముణ్ణి భుజం తట్టి అభినందించాడు కల్కి.

''నగరం నుంచి ఆయుధాలను ఎలా సంపాదిస్తాము?'' లక్ష్మి అడిగింది, యథార్థం తెలుసుకోవాలని.

''ఊ...'' కల్కి గొంతు సవరించుకున్నాడు, ''మీ పిన్నమ్మ అక్కడే ఉందన్నావుగా? ఆవిడ ప్రభుత్వోద్యోగి. ఆయుధ సంపాదనలో ఆవిడ మనకు సహాయం చేయొచ్చు.''

''అంటే అనధికారంగా సైనికుల ఆయుధాలని తెచ్చివ్వడమా? ఊహూ, అది కుదరని పని.''

''ఎక్కువగా అరువు తీసుకోవడమే,'' అర్థించాడు, ''మన తండ్రి కోసమే. లేకపోయుంటే అడిగేవాణ్ణి కాదు.''

''ఆయుధాలు ఉపయోగించకుండా ఉండే మార్గమేదైనా ఉండాలి.''

''హింస కాకుండా వేరే మార్గమా? ఇంకేదీ లేదు!'' ఘొల్లుమని నవ్వాడు బాలా.

''ఇంతపెద్ద గదను ఇక్కడికెలా తేగలిగావు?''

అతను దాన్ని తన బిడ్డవలె హత్తుకొని ముద్దుపెట్టుకున్నాడు. ''బాబా.''

''బాలా తండ్రి, బాలా ఈ గ్రామంలో ఆయుధాలు ధరించే కొద్ది మందిలో ఉన్నారు. ఇక్కడ దాన్ని ఎక్కువగా ఇష్టపడరు,'' ఆర్జన్ అన్నాడు. ''లక్ష్మీ, నేను వాళ్ళను చూశాను. మనల్ని చూసిన మరుక్షణమే వాళ్ళు ఆయుధాలతో పనిలేకుండా మనల్ని చంపేస్తారు. మావాళ్ళను చంపినప్పుడు కూడా వాళ్ళకు ఎటువంటి పశ్చాతాపమూ లేదు. సర్పంచి దీని గురించి నిర్ణయం తీసుకొనే వేళకు కాలాతీతమైపోతుంది. మనమే విడిగా, త్వరగా కూడా పనిచేయాలి.''

లక్ష్మి నిట్టూర్చి మెల్లిగా తలూపింది.

13

సేనాని తక్షకుడు వాసుకి ప్రభువు తలుపు తట్టాడు. ఒక పగలూ రాత్రీ తను ఇక్కడ లేడు. అయినా, ఇప్పుడు రమ్మని ఆదేశం అందింది. గడప బయట నిలబడి ఉండగా లోపలి నుంచి మూలుగులు వినపడ్డాయి. ముగ్గురు పిల్లల తండ్రి అయిన వాసుకి వివాహేతర సంబంధాలు పెట్టుకొనేవాడు. అతనికి వయసుతో, రంగుతో నిమిత్తం లేకుండా చాలామంది నుంచి సుఖం లభించేది.

ఒప్పందం కుదుర్చుకున్నప్పట్నుంచి, వాసుకి ఉత్తర రాజ్యాల్లో అత్యంత ప్రభావవంతమైనవాడుగా, బలవంతుడుగా పరిగణింపబడుతున్నాడు. ఒకప్పుడు మానవులచే పాలింపబడిన ఈ రాజ్యాలు బోయవారిని అవహేళన చేసి, వెక్కిరించి, తక్కువగా చూసేవి. కానీ ఇప్పుడు అందరికీ మర్యాద లభించింది. తక్షకుడు గనులున్న పట్టణ వీథులలో నడుస్తూ కమలవనాన్ని చేరుకుంటుండగా, అందరూ అతణ్ణి విస్మయంతో చూశారు. ఒక బోయవాడు రాజ్యంలోని రక్షణవ్యవస్థకు నాయకుడా? తమ జీవితకాలంలో ఇది జరుగుతుందని మానవులు అనుకోలేదు.

వారిలో చాలామందికి తమ చరిత్ర తెలియదు. ప్రళయం తరువాత జగత్తంతా కూలింది. ప్లేగు వ్యాధి వల్ల మిగిలిన దేశాలు, జాతులూ తుడిచిపెట్టుకుపోయాయి. అప్పుడు బోయలు, మానవులు కలిసి పనిచేశారు. ఇంకా చెప్పాలంటే, వారిరువురూ ఒక్కటే. బోయవారన్న గుర్తు వారిలో కలిగిన అంతః కలహాల వల్ల ఏర్పడిందే. వాళ్ళు విడిపోయిన తరువాత శివుడు, విష్ణువు, బ్రహ్మ మానవుల ఆధ్యాత్మిక నేతలుగా ఉండేవారు. వాళ్ళు అగ్రవర్ణాలను ప్రోత్సహించారు. త్రిమూర్తులు వాళ్ళ గురించే పట్టించుకుంటారని తెలుసుకున్నారు కాబట్టి వాళ్ళను దూరం ఉంచేయాలనుకున్నారు. బోయలనే నామం ధరించి వివిధ ప్రదేశాలలో నివాసం ఏర్పరచుకున్నారు. యుద్ధ పరిణామాల వల్ల ఎవరితోనూ శాంతి ఒప్పందాలు కుదుర్చుకోలేకపోయారు. నిరంతరంగా జరిగిన యుద్ధం వల్ల వాళ్ళ సంపద విపరీతంగా క్షీణించింది. అహంకారాలు నశించాయి. కొండల్లోను కోనల్లోనూ తలదాచుకున్నారు. కొందరు

యుద్ధాన్ని కొనసాగించగా, కొందరు అంతర్ముఖులై తపస్సును ఆచరించారు. వీరిలో కోతులను ఆరాధించేవారు వానరులు. పిశాచుల వంటివారు నరులను భక్షించడం మొదలుబెట్టారు.

ఇన్నేళ్ళ తరువాత పరిస్థితులు మారాయి.

తలుపు తెరుచుకున్నప్పుడు పట్టుమని పాతికేళ్ళు కూడా లేని అమ్మాయి నగ్నంగా బయటకు వచ్చింది. తక్షకుడు ఆమెని చూడకుండా దుప్పటి కప్పుకొని ఉన్న వాసుకిని చూశాడు.

''మన్నించండి. తరువాత వస్తాను.''

''దయచేసి లోపలికి ప్రవేశించు, అమ్మాయి వెళ్ళిపోతోంది.''

అమ్మాయి తలూపింది. బట్టలు వేసుకొని గబగబా గదిలో నుంచి వెళ్ళిపోయింది.

''ఎంత బాగుందో.'' వాసుకి పక్కనే ఉన్న బల్లపై పెట్టిన మదిరను గిన్నెలో పోసుకుంటూ నవ్వాడు. ''ఈ నగరంలోని మానవకాంతల్లో ఏదో ఆకర్షణ ఉంది. వాళ్ళు స్వేచ్ఛగా విహరిస్తారు.''

''మీరన్నది నిజమే అయ్యుంటుంది, ప్రభూ.'' తక్షకుని ముఖం భావరహితంగా ఉంది. అతనికి ఇవేవీ పట్టవు, ఎందుకంటే, నాగుల సంస్కృతిలో యోధులు ఏకాగ్రచిత్తులై ఉండాలి. జ్ఞానము, బలము పైనే వారి ధ్యాస, తపోనిష్ఠలే వారికి ప్రధానము.

''నీవు కాస్త నిష్ఠను పక్కన పెట్టి చూస్తే బావుణ్ణు, కానీ నీవలా చేయవు. ఎందుకంటే, నన్ను సేవించేందుకు భారీ మూల్యం చెల్లించావు మరి.'' తక్షకుని గుహ్యభాగాన్ని చూశాడు. ''నీకెప్పుడైనా ఈ విషయంలో పశ్చాత్తాపం కలుగుతుందా? అనిపిస్తుంది నాకు.''

''ఎన్నడూ లేదు, ప్రభూ. భగవంతుడి సేవే నా ముఖ్య కర్తవ్యము.''

''చాలా గొప్ప విషయం,'' అని నవ్వాడు వాసుకి.

వాసుకి ప్రభువు ముక్కు కోటేరు. ఈ విషయాన్ని గమనించాడు తక్షకుడు.

''మన లావుపాటి మిత్రుడేం చేస్తున్నాడు?''

''ఎవ్వరినీ అనుమానించట్లేదు, ప్రభూ,'' నీచుడైన యక్షరాజు కువేరుని గురించి తక్షకుడు సమాధానమిచ్చాడు. యక్షులు అతి అధములు, చోరులు, వ్యాపారులు. కిరాతకులైన వీళ్ళను తక్షకుడు మానవులకంటే ఎక్కువగా ద్వేషిస్తాడు.

''అయితే బ్రహ్మాండమే. మన దగ్గరి నుంచి మణిని కాజేసినప్పటి లాగా అతడు పొత్తులు మార్చడం నాకు ఇష్టంలేదు.'' నవ్వాడు. ''అతణ్ణి నేను ద్వేషించినా, కాళి అతణ్ణి మణిని తిరిగి అప్పగించేటట్టు చేసి, మమ్మల్ని మిత్రులుగా చేసినప్పుడు ఎంత మజాగా అనిపించిందో. కానీ మార్పు కోసం మనం ఇవన్నీ చెయ్యాల్సొచ్చింది, కదా?''

''అవును, ప్రభూ.''

''అయితే అసలు విషయానికి వస్తాను,'' వాసుకి ప్రభు ఆలోచనాత్మక భంగిమతో అన్నాడు. ఈ భంగిమలోనే నాగపురిలో శిల్పులు అతని శిల్పాన్ని మలిచారు. ''నీవు వేదాంతుణ్ణి అనుగమించి అతడేదైనా పన్నాగం పన్నుతున్నాడేమో చూడు. మన లావుపాటి నేస్తాన్ని ఇప్పటికి విడిచిపెడదాము. అతడు గెలుపుని ఆస్వాదించడంలో మునిగి ఉన్నాడు కాబట్టి అతని గురించి బెంగ పడక్కర్లేదు. మానవుడు అయిష్టంతో, నిరాశతో ఉన్నాడు. నిరాశ దారుణ పరిణామాలకు హేతువు. అతనిపై కన్నేసి ఉంచు. ఇద్దరికంటే ఎక్కువ సహాయకులను తీసుకెళ్ళకుండా ఏబది గజాల దూరం పాటించు. అతడు త్వరలోనే ప్రజలకు సాయపడి, వారిలో విశ్వాసం నింపే వ్యర్థ ప్రయత్నంలో భాగంగా నగర పర్యటన మొదలుపెడతాడు. కానీ ఖచ్చితంగా అతడు మనలను ఓడించేందుకు ఎవరితోనో జతకడతాడని నా నమ్మకము. అలాగైతే నీవు అతడికంటే ముందరే అవతలివాడి మనసును విషభరితం చేయాలి. ఒక్కసారి తనని వెన్నుపోటు పొడిచాడంటే, కాళి ఇక ఉరితీస్తాడు.''

''కానీ ఆ పని ఇప్పుడే ఎందుకు చేయట్లేదు, ప్రభూ?''

''ఎందుకంటే వేదాంతుడు ఇప్పుడు మనకు అవసరమన్నది కాళికి ఎరుక. నగరంలో శాంతిస్థాపన చేయడానికి అతడి అవసరం ఉంది. ఇంత యుద్ధమయ్యాక ప్రజల తిరుగుబాటును ఎవ్వరూ వాంఛించరు, కదా?''

''నిజమే, ప్రభూ.''

''మంచిది.'' అన్నాడు వాసుకి చిరునవ్వుతో. ''నన్ను బోల్తాపడనివ్వకు. నిన్నొక్కడినే నేను నమ్ముతాను, మిత్రమా.''

తక్షకుడు నవ్వాడు. వాసుకి సైన్యంలోని అనేక సైనికులలో అతను కేవలం ఒక సైనికుడు మాత్రమే. కానీ వాసుకి భార్యను, పిల్లల్నీ వాళ్ళ రాజ్యంలో ఒంటి చేత్తో రక్షించినందువల్ల, అతనికి పదోన్నతి లభించింది. త్వరలోనే సేనానాయకుడనే పదవి ఎంతో ఆప్యాయత, విలువ ఉన్నదిగా మారింది. ఎందుకంటే, అతనికి వాసుకి నాయకుడి కంటే ఎంతో ఎక్కువ.

అంతటితో తక్షకుడు తలవంచి అభివాదం చేసి, తనకి లభించిన కొత్త బాధ్యతతో ఆ గది నుంచి వెళ్ళిపోయాడు.

14

సర్పంచి ఇంటికి వెళ్తుండగా కల్కి చుబుకం నుంచి స్వేద బిందువులు జాలువారాయి. అశ్వశాల బయట ఇద్దరు వస్తాదులు నిద్రపోతున్నారు. కల్కికి రెండు గుర్రాలు ఎదురుపడ్డాయి. అవి కొత్త మనిషులను చూసి సకిలించాయి. ''హుష్'' అని, లక్ష్మి సహాయంతో వాటిని ప్రక్కకు తీసుకెళ్ళాడు. గ్రామంలో సర్పంచి ఒక్కడే గుర్రాలు పోషించగలిగే స్థితిపరుడు. ఎద్దులతో పోలిస్తే గుర్రాలకే వేగం ఎక్కువ, ముఖ్యంగా ప్రస్తుత పరిస్థితుల్లో.

కల్కి ఒక గుర్రమెక్కగా, లక్ష్మి ఇంకొకటి ఎక్కింది. లక్ష్మి వలె కాకుండా కల్కికి అశ్వ నియంత్రణ పెద్దగా తెలియదు.

''పగ్గాన్ని పట్టుకొని నీ వశం చేసుకో, ఆపై నీవు వెళ్ళాల్సిన దిక్కు వైపుకు మెల్లగా నడిపించు,'' గుసగుసగా చెప్పింది లక్ష్మి.

కల్కి సరేనన్నట్టు తలూపాడు. మ్లేచ్ఛులు వేయబోయే తదుపరి అడుగు గురించి సర్పంచి వార్తాహరునితో చర్చలో ఉండగా, అతడి గుర్రాలను అపహరించడం కల్కికి నచ్చలేదు.

వస్తాదుల నుంచి దూరంగా వెళ్తూ, అక్కడ సరిగ్గా ఏం జరుగుతోందో తెలుసుకోవడానికని లక్ష్మిని చర్చాస్థలి దగ్గరగా వెళ్ళమని చెప్పాడు. దూరం నుంచి బోలేడు మంది, ముఖ్యంగా మగవారు సర్పంచి చుట్టూ గుమికూడి, వారిలో వారు గొడవ పడుతూ, గొణుక్కుంటూ ఉన్నారు.

ఒక పాడిరైతు కొడుకు తన గుర్రాలను కాజేస్తున్నాడని సర్పంచికి తెలుస్తుందేమోనని అతనికి కనిపించకుండా ఉండటానికి కల్కి అడవిలో ఆకులు, అలములతో తనని కప్పేసుకున్నాడు.

''మనము బయలుదేరాలి.'' వెనుక నుంచి లక్ష్మి గొంతు వినబడింది.

''ష్...'' కల్కి నోటి మీద వేలు పెట్టుకున్నాడు

కల్కికి అరుపులు వినపడ్డాయి:

''మన జీవితాలను అపాయంలోకి నెట్టేయలేము. సైన్యం కోసం సమీపాన గల నగరానికి లేఖ పంపిద్దాము.''

''ఎవ్వరూ మనకు సైన్యాన్నివ్వరు. గ్రామ జీవితం ఇంకా కష్టతరం కాబోతుందట.''

''మనమే ఆరా తీయాలి.''

''ఎవ్వరికీ మన గురించి అక్కరే లేదు.''

అరుపులు కొనసాగాయి. ''ఒకడైతే ఇది మ్లేఛ్ఛుల పని కాదు, సాక్షాత్తు విష్ణు మాయే'' అనే సాహసం చేయగలిగాడు. ''భరించలేక ఈ గ్రామం నుంచి పారిపోయుంటాడు.''

''అతణ్ణి కాపాడడం నిష్ప్రయోజనం. అతను (కల్కి తండ్రి) ఇప్పటికే చనిపోయుంటాడు.''

లేదు, చనిపోలేదు అని కల్కి తనను తానే ఆశ్వాసపరుచుకున్నాడు. గజదొంగల గురించి తనకు తెలుసు. వాళ్ళకు ఫలానా మనిషి అవసరం తీరేంతవరకూ అతణ్ణి హతమార్చరన్నది గురుకులంలో యుద్ధశిక్షణా తరగతులలో నేర్పారు. ఆరోగ్యం, పాకశాస్త్రం, వ్యవసాయం వంటి తరగతులతో పోలిస్తే యుద్ధశిక్షణా తరగతులు తక్కువే ఐనప్పటికీ, అవి అన్నిటికంటే ఆసక్తికరంగా ఉండేవి. గురుకులానికి వెళ్ళిన అతి కొద్దిమందిలో తను, అర్జన్‌లతో పాటు ఇంకొంతమందే ఉండేవారు. ఊరి బయట గుడినే గురుకులంగా మార్చి దేశం నలుమూలల నుంచీ వచ్చిన విద్యార్థులకు భోజనం పెట్టి విద్య నేర్పించేవారు. కల్కి మొదట్లో బలవంతం మీద వెళ్ళినా, తను చదువుకోవాలని విష్ణువు (తన తండ్రి) ఎందుకు అనుకున్నాడో అర్థమైంది: ప్రతికూలతను ఎదుర్కోవడానికి జ్ఞానం అవసరము. ఆ జ్ఞానం వల్లే ఇప్పుడు శత్రువు గురించి తనకు తెలిసింది.

కల్కి ఆశ్వాన్ని కొండపైకి నడిపించగా, అతని పొడవాటి వస్త్రం అడవి నేలపైన ఉన్న పుల్లల మీదుగా రాసుకుంది. వాటి నుంచి వెలుపలకు రాగా, డెక్కల శబ్దం మార్పు లేకుండా ఒకే విధంగా వినపడింది. తొక్కడం వల్ల కలిగిన ఆకుల సడి విసుగు పుట్టించలేదు. పలురకాల పుష్పాల సువాసన ఆ రాత్రిని మనోహరంగా మార్చింది.

''అసలు నీకు ఆయుధాలెందుకు? వట్టిచేతులతోనే వారిని ఓడించగలవు.''

''నీవు నా బలాన్ని ఎక్కువగా అంచనా వేస్తున్నావు. ఒకే ఒక్క గజదొంగే అయితే నీవు చెప్పినట్లు చేసేవాణ్ణి. కానీ ఇప్పుడు ఎంతో మంది ఉన్నారు. హింస విషయంలో మొసలికంటే క్రూరాత్ములు నరులు.''

''సరే. ఎన్ని ఆయుధాలను అరువు తీసుకొనదలచావు?''

''మధుశాల నుంచి ఇంకొక ఐదుమందిని చేర్చగలనన్నాడు బాలా. అందువల్ల, మనకి కావలసినదాని కంటే ఎక్కువ బలమే ఉన్నది. ఇక నీ సంగతికొస్తే.''

''నేనా? యుద్ధానికి వెళ్ళనా?''

''వెళ్ళాలని లేదా?''

''అలాక్కాదు, ఆడపిల్లలు యుద్ధం చెయ్యొచ్చని నీవు అంటావనుకోలేదు.''

కల్కి కళ్ళు చిన్నవి చేసి చూశాడు. ''ఎందుకు చెయ్యకూడదు? మగపిల్లలు పోరాడితే, ఆడపిల్లలు ఎందుకు కూడదు?'' ఆమె ఆలోచించేందుకు సమయమిచ్చాడు.

''అయితే దోపిడీ చేసినదాంట్లో పెద్ద భాగాన్ని తీసుకెళ్ళిపోతావా?''

''అవునేమో,'' కల్కి తలూపాడు. కానీ పోరాటంలో ఆయుధాలను ఉపయోగించడం అంటే తనకు కాస్త భయమే.

''నాకు ఒక్కోసారి, ఈ గ్రామ రక్షణ వ్యవస్థ అంత పతిష్ఠంగా లేదనిపిస్తుంది. అకస్మాత్తుగా దాడి జరిగితే, ఎవరైనా ఎలా మనగలరు?'' ఆమె ఆగి, తన ప్రశ్నకు తానే జవాబు వెతుక్కొంది. ''మనలేరు. వారికి బాహ్య ప్రపంచం గురించిన జ్ఞానం లేదు, ఎంత కష్టకాలంలో జీవిస్తున్నామన్న అవగాహనా లేదు.''

కల్కి ఒప్పుకోవలసి వచ్చింది.

అతని గుండె నిరాశతో నిండి ఉన్నా...నిశ్శబ్దంగా, మార్పు లేకుండా ఉన్న ప్రయాణంలో మునిగిపోయి అతను ముందుకు సాగుతుంటే, అతని మెదడు మాత్రం ఏమేం జరిగే అవకాశం ఉందో వాటి గురించి ఆలోచించసాగింది. ఈ గ్రామంలోనే కట్టిపడేసినందుకు తన తండ్రిని ఎప్పుడూ నిందించేవాడు. కానీ ఇప్పుడాయన ఆపదలో ఉండేసరికి కల్కికి పశ్చాతాపం కలిగింది. తన తండ్రి తెలివైనవారే కాబట్టి అతనికి భయం వేయలేదు. కానీ ఇన్ని రోజులూ ఆయనను నిందించినందుకు అపరాధభావం కలిగింది. ఈ నిరాశా భావమే అతణ్ణి కుంగదీస్తోంది. ఒకసారి అర్జన్ తెలియక విషఫలాలను తిని అనారోగ్యం పాలైనప్పుడు ఇలాంటి భావమే కలిగింది. కల్కి శాయశక్తులా ప్రయత్నించి, తమ్ముడిని రోజూ వైద్యుడి దగ్గరకి మర్దనలు, మందుల కోసమూ తీసుకెళ్ళేవాడు.

తనశక్తి వెనుక రహస్యాన్ని తెలుసుకోనందుకు నాన్న మీద చికాకు పడేవాడు, అర్జన్ని నెమ్మదస్తునిగా, చదువరిగా, శ్రేష్ఠునిగా లెక్కించినప్పుడు కోపం వచ్చేది. అందరూ తనను చూసి నవ్వేవారు. వీటన్నిటికీ విష్ణువు మీద కోపం కలిగేది, బాధ కూడా కలిగేది. ఇప్పుడు మాత్రం తండ్రి కోసం తపిస్తున్నాడు. ఆయన క్షేమంగా తిరిగిరావడం కంటే మించిన కోరికేదీ తనకు లేదు.

''బాగానే ఉన్నావా?'' మెల్లగా అడిగింది లక్ష్మి.

ముందున్న మార్గాన్ని చూశాడు. ఖాళీగా, నింగీ నేలా తాకుతున్నట్టు, ఇరు ప్రక్కల వృక్షాలూ ఎక్కడో కలుస్తున్నట్టూ గోచరించింది. ''లేను. లేను, బాగాలేను.''

15

''ఎక్కడికి వెళ్తున్నామయ్యా?'' బాలా అడిగాడు.

అర్జున్ ఆ ప్రశ్నను పట్టించుకోకుండా తను నివసించే గుడిసె దగ్గరకు చేరుకున్నాడు. మసిపట్టిన కిటికీ నుంచి...ఆలోచనలతో ఒంటరిగా కూర్చున్న తన తల్లి కనిపించింది.

''మనము ఆ అపహరించినవాళ్ళ వేటలో ఉండాల్సిన సమయమిది,'' బాలా అన్నాడు కొంచెం కోపంగా.

''నేను మా అమ్మను కలుసుకోవాలి,'' అన్నాడు. ''నువ్విక్కడే ఉండు.''

గట్టిగా ఉన్న తలుపు తీసికొని లోపలికి ప్రవేశించిన అర్జున్ని చూడగానే మనసు కుదుటబడటంతో, ఆమె లేచి నిలబడింది. అతణ్ణి గుండెలకు హత్తుకొని అడిగింది, ''మీ నాన్నగారి జాడ తెలుసుకున్నారా? వెతికేందుకు ఎవరినైనా పంపుతున్నారా?''

తమ కులంలో విష్ణువు ముఖ్యమైన సభ్యుడు కాబట్టి, గ్రామస్తులతో పాటు నాన్న కోసం అన్వేషిస్తున్నామని అర్జున్ని అమ్మతో అబద్ధం చెప్పమన్నాడు కల్కి.

''అవును, ప్రయత్నించాము. ఇంకా ప్రయత్నిస్తూనే ఉన్నాము.'' అన్నాడు ఆర్జున్.

''కల్కి అక్కడే ఉన్నాడా?''

''అవును.'' మళ్ళీ అబద్ధం చెప్పాడు. అమాయకురాలైన తల్లికి అబద్ధం చెప్పడం అర్జున్కి ఏమాత్రం ఇష్టంలేదు. కానీ కల్కి ఒక రోజంతా ప్రయాణం చేసి నగరానికి వెళ్ళాడని వింటే ఆమె బెంగ పెట్టుకుంటుంది. ''మేమంతా నాన్నని వెతుకుతూ అక్కడే ఉంటామని చెప్పేందుకే వచ్చాను.''

ఆమె కాస్త మొండిగా పళ్ళు నూరింది.

''మమ్మల్ని ఆపద్దమ్మా. మేమేం చేయాలో అది చేయనీ.''

ఇది చెప్తుండగా అతని వేళ్ళు వణుకుతున్నాయి. ఎప్పుడూ ఇంత భయపడలేదు.

''ఆగు,'' అని గదిలోకి వెళ్ళింది.

అర్జున్ నిరీక్షిస్తూ నీళ్ళు తాగాడు. తాగిన వెంటనే, వాళ్ళ అమ్మ మళ్ళీ వచ్చింది, చేతిలో కొడవలి పట్టుకొని.

''ఇది వాడండి.''

''ఏంటీ? అమ్మో వద్దు!''

''మిమ్మల్ని మీరు రక్షించుకునేందుకు ఏదో ఒకటి కావాలి కదా.''

అయిష్టంగా తీసుకున్నాడు అర్జున్, వ్యవసాయంలో వాడే ఈ భారీ సాధనం కొందరిని హతమార్చడానికి ఉపయోగపడబోతోంది.

''నాకిది పొలంలో పని చేసేటప్పుడు దొరికింది. చాలా ఉపయోగకరమైనది. ఒకసారి ఒక భూస్వామి నాపై అత్యాచారానికి పాల్పడితే వాడి బుగ్గమీద ఒక్క వేటేశాను,'' కసిగా నవ్వింది తల్లి. అలా ఆమె నవ్వగా ఎప్పుడూ చూడలేదు అర్జున్. కానీ భయం మనుషులని తమ చెడు ప్రవృత్తుల గురించి మాట్లాడేడట్టు చేస్తుంది.

''నీవు చేసింది న్యాయమే అయ్యుంటుందమ్మా.''

ఆమె అర్జున్ బుగ్గ లాగి దగ్గరికొచ్చింది. ఆమె కళ్ళల్లో ఆందోళన, సాహసమూ కూడా కనిపించాయి. ''నీవు ఆయనను వెతికి పట్టుకోవాలి. కానీ జాగ్రత్త. నీవేమీ కథానాయకుడవు కావు. పిల్లవాడివి, అందులోనూ చిన్నవాడివి. వాళ్ళ మీద తెలివితో దాడి చేయాలి, తెలివితక్కువగా కాదు.''

''సరేనమ్మా.''

ఆమె అతని బుగ్గమీద గట్టిగా ముద్దుపెట్టింది. ''నేను దేవతలకి, దేవేంద్రుడికి దండం పెడతాను, నీకు వజ్రాయుధాన్ని ప్రసాదించమని.''

అర్జున్‌కు దేవుడి మీద నమ్మకం లేదు. అయినా తలూపాడు. తల్లి దీవెనలతో బయట వేచి ఉన్న బాలాను కలిశాడు. బాలా చేతిలో ఆయుధముంది.

''లోపలేం చేశావు?''

''ఏమీ లేదు. పద, సమావేశానికి వెళ్దాము.''

''మనం గజదొంగల కోసం వెతుకుతున్నామేమో అనుకున్నా.''

''ముందు ఈ విషయం మీద గ్రామస్తుల నిర్ణయం తెలుసుకోవాలి.''

బాలా అవునన్నట్టు తలూపాడు.

కాలినడకన సమావేశం జరిగే గ్రామంలోకెల్లా పెద్ద చెట్టు దగ్గరకు వెళ్ళారు. కానీ విచిత్రంగా అక్కడ ఎవ్వరూ లేరు. అదీగాక, కాగడాలు కూడా ఆర్పేసి ఉన్నాయి. అంతా నిర్మానుషంగా కనపడింది.

అర్జున్‌కి ఆశ్చర్యమేసింది. త్వరగా సర్పంచి ఇంటికి బయలుదేరాడు. అది దగ్గర దగ్గరగా కట్టిన ఒక గుడిసెల సమూహము. వెనుక అశ్వశాల ఉన్న చోటు నుంచి మాత్రమే లోపలికి ప్రవేశించగలరు. అక్కడ ముఖద్వారమున్నది. అర్జున్ తలుపు తట్టాడు.

కాసేపటికి సర్పంచి తలుపు తెరచాడు. అతనికి ఇరుప్రక్కలా వస్తాదులున్నారు.

''నీవా, అర్జన్! అనుకోని ఈ నీ రాక ఆనందాన్నిస్తోంది'' అతనికి చెమట కారుతోంది. అతని కళ్ళు దేన్నో వెతుకుతున్నాయి.

''ఎందుకు ఎవ్వరూ అన్వేషించట్లేదు?'' అర్జన్ అడిగాడు, మర్యాదలకి తావివ్వకుండా.

''మన్నించు. నా గుర్రలను ఎవరో దొంగిలించారని కంగారుగా ఉన్నాను...''

''అక్కడ ఎవ్వరూ లేరేందుకు?''

సర్పంచి దేవదత్తుడి మీసం పలుచగా ఉంది. ఆయన చాలా బడలికగా కనపడ్డాడు.

''పొద్దున మొదలుపెడదాము. రాత్రి వెతకడం వల్ల ప్రయోజనం లేదు.''

''ప్రయోజనం లేదా? మా నాన్న ప్రాణాపాయస్థితిలో ఉంటే మీరు ప్రయోజనం లేదంటారా?''

''నా ఉద్దేశం...అదికాదు...''

అర్జన్ మిగతాది వినకుండా బయలుదేరాడు. వెనుక నుంచి సర్పంచి వేడుకోవడం వినపడ్డా లెక్క చెయ్యలేదు.

''అతడి నెత్తి మీద ఒక్కటివ్వమంటావా?'' బాలా ప్రశ్నించాడు.

అర్జన్‌కి నిస్సహాయంగా ఉన్నట్టు అనిపించింది.

ఇప్పుడెవ్వరూ లేరు, తెల్లవారేసరికి పరిస్థితి చెయ్యి దాటిపోతుంది. బాలాని చూశాడు, అసలు కల్కి అతనితో స్నేహమెలా చేశాడా అనుకుంటూ. వాళ్ళిద్దరూ మధుశాలలో కలుసుకున్నారు. ''నీవు కల్లు దుకాణంలో పనిచేస్తావు కదూ?''

''అవును, రక్షకుడిగా. సెలవు మీదున్నాను. అందుకని నీవు భయపడక్కర్లేదు...''

''కాదు...అది కాదు.'' అర్జన్ ఆగాడు. ''మధుశాల అప్పుడప్పుడూ అన్ని విషయాల గురించీ మంచి అవగాహన ఉన్నవారితో నిండి ఉంటుంది. ఇంకొకరి గురించి తెలుసుకోవడమే వారి పని.''

''రకరకాల మనుషులొస్తారు, నిజమే. శ్రేష్ఠమైన సుర, మదిరల కోసం వివిధ రకాలవారొస్తారు.''

''రక్షకుడిగా నీవు వాళ్ళని తరచూ కలుస్తావు కదూ?'' అర్జన్ సందేహిస్తూ అడిగాడు. ''అన్ని రకాల వారినీ.''

''అవును.''

''వారి మొదటి పేర్లు కూడా తెలుసేమో? వారితో మాట్లాడతావు కూడా కదూ?''

''చాలామంది తాగిన మత్తులో ఉంటారు, కానీ మాట్లాడతాను పిల్లాడా.'' తన గదని భుజం మీద సౌకర్యంగా ఉండేలా పెట్టుకున్నాడు. ''నీవు అడగాలనుకుంటున్నదేంటి?''

అర్జున్ అడవుల వైపుకి తల తిప్పాడు. గుడిసెల వెనకాలున్న అడవిలోనే గజదొంగలుంటారని ప్రతీతి.

"ఆ అడవుల గురించి బాగా తెలిసిన వ్యక్తి దగ్గరికి తీసుకెళ్ళు."

16

అర్జున్ రాత్రి నిద్రపోలేదు. అడవి సరిహద్దుల వరకు తిరిగాడు, అక్కడుండే డేరాలను, వీచే గాలులకు ఎగిరే ఆకులనూ చూస్తూ. ఒకసారి ఇంటికి కూడా వెళ్ళి, కన్నీటి చారికలతో నిద్రపోతున్న తల్లిని చూశాడు. చివరికి కళ్ళు మూసుకొనేసరికి ఎవరో తోశారు. దాంతో తెల్లవారిపోయిందని తెలిసింది. ఆకాశం మళ్ళీ నీలంగా ఉంది, కొత్త రోజు మొదలైంది. తనకెదురుగా బాలా తనకెంతో ఇష్టమైన గదతో ఆజానుబాహుడుగా నిలబడి ఉన్నాడు. ఎక్కడినుంచో తీసుకొచ్చుకున్న పొడవాటి దుస్తులలో గదను దాచి ఉంచాడు.

అతను వెటకారంగా అన్నాడు, ''నీకు కావలసిన మనిషి దొరికాడు.''

అర్జున్ తల ఊపుతూ అడిగాడు ''ఎక్కడున్నాడు?'' అని.

''అతను ''మదిరా పాత్ర'' అనే చోట ఉన్నాడు.''

అర్జున్‌కి అర్థమైంది. ''మదిరా పాత్ర'' ఒక్కచోటే శంబల వచ్చిన అతిథులకి వసతి, మధుశాల రెండిటి ఏర్పాటూ లభిస్తుంది. కానీ గ్రామంలోని పెద్దమనుషులకు ఇదంటే కన్నెర్ర, ముఖ్యంగా ఆ పనికిమాలిన సర్పంచికి. అతడు దీనికి వ్యతిరేకంగా ఉద్యమం కూడా మొదలుపెట్టాడు. వ్యక్తిగతంగా చూస్తే, వయసు పరంగా అర్హత ఉన్నా, అర్జున్ ఎప్పుడూ దాని లోపలికి ప్రవేశించలేదు. ఆ తాగుడు, ధూమపానము, వాంతులు చేసుకుంటున్న చప్పుళ్ళూ అంటే అతనికి జుగుప్స. దానికంటే రాత్రులు పుస్తకాలు పట్టుకొని చరిత్ర గురించి, గణితం గురించి చదువుకోవడమే అతనికి ఇష్టము. కానీ గ్రంథాలయమే లేని శంబలలో పుస్తకాలు దొరకడమే పెద్ద పని. పుస్తకలు దొరికే ప్రదేశల సంగతికొస్తే, రోజులో పావు భాగం గాడిద బండిలో ప్రయాణం చేసి గురుకులానికి వెళ్ళాలి, లేదా ''బోధిచెట్టు'' అనబడే విడిదికెళ్ళాలి. దీంట్లో ఎటువంటి మద్యమూ ఉండదు. పుస్తకాలు మాత్రం లభిస్తాయి. ఎందుకంటే, ''బోధిచెట్టు'' యజమాని ఒకప్పుడు గురుకులంలో గురువు. ఆయన ఎందువల్ల పదవీ విరమణ చెయ్యవలసి వచ్చిందో అర్జున్‌కి గుర్తులేదు.

అతను ఇంకా ఆలోచనల్లోనే మునిగిపోయి ఉండగా, మధుశాల రానే వచ్చింది. కానీ అది ప్రశాంతంగా ఉంది. ఎటువంటి వాయిద్యాలు లేవు, జనసందోహం కూడా లేదు. చేతిలో సగం తాగిన గిన్నెలతో గురకపెట్టి నిద్రపోతున్న తాగుబోతులున్నారు. అర్జన్ వెనుకభాగం కేసి నడవగా, బాలా చీకటిగది వైపు వెళ్ళమని సూచించాడు. అక్కణ్ణుంచి మెట్లెక్కి మొదటి అంతస్తు చేరారు. అది మధుశాలల్లోను, ఇరుకైన విడుదుల్లోనూ కనపడే చెత్తాచెదారంతో నిండి ఉంది.

''ఇలాంటి చోట ఒక మంచి మార్గదర్శి నీకెక్కడ దొరికాడు?''

''నాకు ఇంకెక్కడ దొరుకుతాడు, పిల్లాడా?'' బాలా లోగొంతుకతో ప్రశ్నించాడు.

అర్జన్ రాతి స్తంభాలు, నిగనిగలాడే చెక్కనేలతో ఉన్న డాబా మీదికెళ్ళాడు.

''ఇంతటి నిర్మాణానికి డబ్బెక్కడిదో.''

''యజమాని అగ్రవర్ణానికి చెందిన పెద్దమనిషి,'' బాలా జవాబిచ్చాడు. ''అగ్రవర్ణాలవాళ్ళు డబ్బుతో ఈ భూములన్నీ కొనేశారు. ఈ వెధవ గ్రామ సర్పంచి ఏమీ చేయలేకపోయాడు. అతడికి రాజకీయ అండదండలున్నాయి మరి.''

''అందుకనే సర్పంచి దీన్ని వెలివేశాడు.''

''అంతే.''

ఇంకా ఆనందంగా తాగుతున్న ఒక తాగుబోతును పిలిచాడు బాలా. అతణ్ణి గట్టిగా కొట్టాడు. ''కృపా! కృపా!''

''ఊఁ...ఊఁ'' కళ్ళు పూర్తిగా తెరుచుకొని, ఆవులించి, త్రేన్చాడు. ''అబ్బా! ఏం పిచ్చితనమో అది!''

''నేనే.''

''ఓ, నీవా మిత్రమా,'' అన్ని నవ్వాడు. ''లేచిన వెంటనే ఎంత బాధాకరమైన దృశ్యమో!''

అతనికి నల్లటి గడ్డం, ముఖం నిండా ముడతలూ ఉన్నాయి. శరీరం పైన గాయాలు లేవు కానీ బట్టలు అక్కడక్కడా కాలిపోయి, చిరిగి ఉన్నాయి. పెదాల మీద వేళ్ళు నాట్యం చేస్తుండగా ఇదంతా గమనించసాగాడు అర్జన్.

''బాలా, మన మార్గదర్శి యుద్ధవీరుడన్న సంగతి నీవు చెప్పలేదు.''

''యుద్ధవీరుడా? ఈ తాగుబోతా?'' బాలా అతణ్ణి మళ్ళీ తల మీద కొట్టాడు.

''నమస్కారము!'' అని చెయ్యి చాచి, మళ్ళీ వెనక్కి తీసుకున్నాడు కృప. ''అయినా నీకెలా తెలుసు?''

''ఇక్కడ చాలా కొద్దిమందికే గాయాలుంటాయి.''

''నన్ను పట్టేశావు,'' అంటూ నవ్వాడు సగం దంతాలను కోల్పోయిన కృప. ''ఉత్తరదేశపు యుద్ధాలలో నా పరాక్రమాన్ని చూపించి ఉంటానులే.''

''మాకు దాంతో నిమిత్తం లేదు. నీకు శంబల అడవుల గురించి క్షుణ్ణంగా తెలుసని బాలా అంటున్నాడు.''

''ఏం చెప్పగలను, గ్రామం నాకు ఇల్లు వంటిది, మిత్రమా.'' అని నవ్వాడు. ''మన ఇంటి గురించే తెలియకపోతే, మన గురించి మనకు తెలియనట్టే.''

బాలా మంద్రంగా ఏదో గొణుగుతూ చేతులు కట్టుకున్నాడు.

''నీకు గజదొంగల స్థావరం తెలుసా?''

''గజదొంగలా? ఏ గజదొంగలు?'' కృప బాలా వంక చూశాడు. ''నీవేదో పిల్లాడికి అడవులు చూపించాలన్నావు. నాకు అడవుల గురించి తెలుసంటే సరేనన్నావు, అంతే. ఏ తలమాసిన గజదొంగల ప్రస్తావనా రాలేదు.''

''గజదొంగల గురించే అన్వేషణ,'' వెంటనే అన్నాడు అర్జన్. ''అడవుల గురించి తెలిసిన మనిషికి అక్కడుండే జీవుల గురించి కూడా తెలిసే ఉండాలి.''

''నాకు కుందేళ్ళు, ఎలకల గురించి మాత్రమే తెలుసు, మిత్రులారా.''

''అబద్ధం చెప్పకు!'' బాలా గదతో బల్లను గుద్దాడు...కృప దడుచుకునేట్టే కాక అర్జన్ భయంతో వెనక్కి జరిగేటట్టు. బల్ల రెండు చెక్కలైంది. ''అయ్యో! క్షమించండి,'' అని ఆగాడు. ''ఇలా జరిగి ఉండకూడదు.''

అర్జన్ నిట్టూర్చాడు. ''ఫరవాలేదు. అయితే చెప్పు, మిత్రుడా, నీవు గజదొంగలతో పోరాడతావా, లేదూ ఈ మనిషి చేతుల్లో పిండైపోతావా?''

కృప కళ్ళు ఎర్రబడ్డాయి. ''గజదొంగలది మ్లేఛ్ఛుల సంస్కృతి. నీకు మ్లేచ్ఛులంటే ఎవరో తెలుసుగా, మిత్రమా?''

''వాళ్ళ గురించి చదివాను.''

''అబ్బా, వాళ్ళ గురించి చదవడం వేరు, వాళ్ళను కలవడం వేరు,'' అని గర్జించాడు. ''చూడు, మ్లేఛ్ఛులు మాంసాహారులైన సగటు అరణ్యవాసులు కారు. వివిధరకాల ఆయుధ సంపద కలిగిన కుటిలాత్ములు...''

''వాళ్ళతో పోరాడేందుకు మా అన్న ఆయుధాలను పట్టుకొస్తున్నాడు.''

''పోరాటమా?'' కృప వెక్కిరింతగా అన్నాడు. ''నేనొక విషయం చెప్తాను. మ్లేఛ్ఛులు చిందరవందరగా ఏర్పడిన సమూహము. వాళ్ళకు నాయకుడు లేడు. ఎదిరించలేని అమాయకులైన గ్రామస్తుల పైన దాడి చేస్తారు. అన్ని రకాల దుష్టులూ వీరిలో చేరతారు—సైనికులు, పెద్దమనుషులు, వెలివేయబడ్డవారు, ముద్దాయిలు, ఖూనీకోరులు, మానభంగం చేసినవారు, మనుషులని అపహరించేవారు—అందరూ కలిసి ఒక్క ధ్యేయంతో ఉంటారు: బ్రతకడం, హింసను వ్యాపింపజేయడం. అనుభవంతో నాకు వచ్చిన జ్ఞానాన్ని బట్టి, ఇలా ఒక తీరుతెన్నూ లేకుండా ఉండే సమూహమే అత్యంత ప్రమాదకరమని తెలుసుకున్నాను.''

అర్జన్ ముందుకు వంగాడు. లోన భయం పెరుగుతున్నా, పరిణామాలు అర్థమవుతున్నా, అతనికి ఒక్క లక్ష్యము మాత్రమే ఎదురుగా కనపడింది—తండ్రిని రక్షించడము. ఇంకేదీ ముఖ్యం కాదు. ''అడవిలో దాక్కొని ఉన్నారంటేనే వారు

పిరికిపందలని అర్థమవుతోంది.'' రెండు వెండి వరహాలు తీసి బల్లమీద పెట్టాడు. ''నన్ను భయపెట్టేందుకు కాదు నీకు నేను డబ్బులిస్తున్నది, నాతో పని చేసేందుకు. ఒక్కసారి నాకు వాళ్ళ స్థావరాన్ని చూపించాక ఇక నీ దారిన నీవు వెళ్ళవచ్చు.''

''అయితే సరే, వెతకడం వరకే నా బాధ్యత.'' కృప వెండి వరహాలను తీసుకొని ఇలా అడిగాడు, ''మీ అన్న ఆయుధాల కోసం నగరానికి వెళ్ళాడా?''

''అవును,'' కృప ఈ సంగతి గుర్తుపెట్టుకోవడం అర్చన్ కి ఆశ్చర్యం కలిగించింది. ''దీనివల్ల నీకొచ్చిన నష్టమేమిటి?'' అని అడిగాడు.

''ఏమీ లేదు కానీ, నగరంలో మారిన పరిస్థితుల దృష్ట్యా మీ అన్న అసలు ప్రాణాలతో తిరిగొస్తాడా అన్నది నా సందేహంలే.'' కృప ముఖం మీద పళ్ళు కనిపించని నవ్వు మెరిసింది.

17

కల్కి కళ్ళు తెరిచేసరికి ప్రకాశవంతమైన ఆకాశం కనపడింది. తన చేతులు దేనితోనో ముడిపడి ఉన్నట్టు అనిపించింది. తను ఎవరి పక్కనో పడుకొని ఉన్నట్టు తెలుసుకున్నాడు. పక్కకి తిరిగితే చూస్తే తన చేతుల్లో ముఖం పెట్టి పడుకున్న లక్ష్మి కనపడింది.

ఇక్కడికెలా వచ్చాము?

ఆమెను లేపకుండా పరిసరాలు కనిపించేట్టు కొద్దిగా తల పైకెత్తి చూశాడు. ఆశ్వాలు చెట్లకు కట్టబడి ఉన్నాయి. వెళ్ళాల్సిన దూరం ఇంకా ఎంతో ఉంది.

ఆశ్వాలను నడుపుతూ బడలికతో పడుకొని ఉంటాము.

సమయం ఎక్కువగా లేనందున కల్కి లక్ష్మిని హడావుడిగా లేపాడు. ఆమె వెంటనే లేచింది, ఖంగారుపడుతూ. ''నేను కావాలి కాస్తూ మేలుకొని ఉండవలసింది.'' అన్నది.

''కావలిగానా? ఎందుకు?''

''నీవు గుర్రం మీదే జోగడం మొదలుపెట్టావు. అప్పుడు నీ గుర్రాన్ని నా గుర్రంతో ముడివేశాను. కానీ కాసేపయ్యాక నాకే బడలికగా అనిపించింది. తెల్లవారడం కోసం ఎదురుచూశాను. నాక్కూడా నిద్రపట్టేసి ఉంటుంది.'' అని తల రుద్దుకుంది.

''నాకు నచ్చింది.''

లక్ష్మి ఏమీ అనకుండా ముఖాన్ని అతని వైపు నుంచి అవతలకు తిప్పేసుకుంది. కల్కి ఆశ్వాన్ని సమీపించాడు.

''నాకు అనాసచెట్లు కనపడుతున్నాయి,'' అంది లక్ష్మి, దగ్గుతూ. ''అంటే గమ్యం దగ్గరకొచ్చేసిందనుకుంటా.''

''మంచిదే.''

కల్కి లక్ష్మిని మరొకసారి చూశాడు. ఇరువురూ నగరం వైపుకి వెళ్ళే ప్రధాన మార్గంపైకి ఆశ్వాలను మళ్ళించారు. ఇద్దరి మధ్యన నిశ్శబ్దం చోటుచేసుకొంది. వేరే గ్రామాల నుంచి ఎడ్లబండ్లు, మనుషులూ నగరం కేసి ప్రయాణించడం చూశాడు కల్కి.

నగరద్వారం ప్రక్కనే పొడవాటి రాతి వంతెన పైన దృఢకాయులైన సైనికులు చిన్న కాగితాలేవో చదివి మనుషులను అనుమతించడం గమనించాడు.

''వారేం చేస్తున్నారు?''

''సుంకము. భద్రత పెంచారు, కానీ ఎందుకు?''

''బోయలు.''

దూరం నుంచి నగరం నేర్పుగల చిత్రకారునిచే గీయబడ్డ కళాఖండంలాగా అద్భుతంగా దర్శనమిచ్చింది. ఎన్నో వర్ణాలతో కూడియున్నదై, పెద్ద భవంతులు, కోటలు, జనావళి మధ్యన మార్గాలూ గోచరమయ్యాయి. ఇంద్రఘర్ విస్తీర్ణత ఆకాశపు అంచుల దాకా ఉన్నట్టు అనిపించింది కల్కికి.

కల్కి చిన్నప్పుడు ఇంద్రఘర్ వచ్చాడు. కానీ ఆ తరువాత నగర జీవనం పట్ల మక్కువ చూపలేదు. ఇళవర్తి నుంచి వేర్వేరు దారులల్లో నుంచి వచ్చే జనసందోహం, సైనికులు ఉండటం వల్ల సంకుచితమైన ఈ సందుల కంటే ఇంకేదో పెద్ద గమ్యం తన జీవితానికి ఉన్నదన్నది కల్కి అభిప్రాయము. దాంతోపాటు, ఒక రోజంతా ప్రయాణం చెయ్యాలి కదా అన్న బద్ధకం కూడా జోడైంది. నగరంలో విద్యా నాణ్యత చాలా బాగుంటుంది కాబట్టి బాగా చదువుకోవాలనుకున్న అర్జన్ లాగా కాకుండా, తన బద్ధకమే కల్కికి అవరోధమైంది.

''అమ్మో,'' ఆమె పీలగా అన్నది.

''ఏమైంది?''

''నిజంగానే మా పిన్నమ్మను సహాయం అడిగే వేళ రానే వచ్చిందని నాకిప్పుడు జ్ఞానోదయమైంది. మనం నిజంగానే ఈ పని చేయాల్సొస్తోంది, ముమ్మాటికీ.'' ఆమె దీర్ఘశ్వాసలు తీసుకొంది. ''ఆవిడసలు ఒప్పుకుంటుందో లేదో నాకు తెలియదు.''

''బెంగపడకు, పరిస్థితిని వివరిస్తే ఒప్పుకొంటుందిలే.''

''ఒప్పుకోకపోతే?''

కల్కికి ఆ ఆలోచనే రాలేదు. ఒకవేళ ఒప్పుకోకపోతే? ఆ ప్రశ్నను పట్టించుకోకుండా ఉండేందుకు చాలా కష్టపడవలసి వచ్చింది. ''నగరంలోకి ఎలా వెళ్ళాలన్నది ఆలోచిద్దాము.''

చుట్టూ ఉన్న జనసంచారం వల్ల అశ్వాల వేగం తగ్గించి పరిసరాలను చూశారు. కల్కికి ఇదంతా విచిత్రంగా ఉంది. తను బోయల గురించి వినడమే కానీ ఎన్నడూ చూడలేదు. వాళ్ళ రూపురేఖల గురించి విన్నాడు—వారు అతి భయంకరులు, లావుగా, నల్లగా ఉంటారు, అని. కానీ ఇక్కడ అందరూ దీనికి పూర్తిభిన్నంగా ఉన్నారు. కొంత మంది నాగరికతో చక్కగా కనిపించారు, ముఖ్యంగా అందరూ మానవులలాగే ఉన్నారు. ఒక్క పేర్లు తప్ప, బోయవాళ్ళు అన్నివిధాలా మానవులే. పుకార్లు ఒక మనిషి యశస్సును ఎలా నాశనం చేయగలవో కదా!

ఇద్దరూ భారీ ద్వారాలను చేరుకున్నారు. అక్కడ నడుముల నుంచి కత్తులు వేలాడదీసుకొని, లోహపు కవచాలు ధరించిన నాగులు నిలబడి ఉన్నారు. నమ్మదగిన సాకులన్నిటినీ ఆలోచించుకోసాగాడు కల్కి.

తన వంతు వచ్చినప్పుడు, పొడవాటి జటలతో ఉన్న ఒక నాగుడు అడిగాడు, ''ఇక్కడకు ఏం పని మీద వచ్చావు?''

అర్థంకాని యాసలో కల్కి సమాధానమిచ్చాడు, ''ఆ...మా మామకు కొన్ని రత్నాలు ఇవ్వడానికని వచ్చాము.''

నాగుడు తక్కిన సైనికులను చూశాడు. ''నీ యాస వేరేగా ఉంది. నీవు ఎక్కడివాడవు?''

''''రెండు కవచాలు'' అన్న ఊరి గురించి వినే ఉంటావు, కదా?''

''ఊఁ హూఁ...వినలేదే.'' అన్నాడు నాగుడు కాస్త సిగ్గుపడుతూ.

ఎలా విని ఉంటాడు? కల్కి ఇప్పుడేగా దాన్ని సృష్టించాడు.

''మేము సాయంకాలానికల్లా ఇల్లు చేరుకోవాలి, కాబట్టి నీవు మమ్మల్ని మా పని చూసుకోనిస్తావని ఆశిస్తున్నాను.''

నాగుడు ఒప్పుకోలేదు. ''మీ ఊరి సర్పంచి సంతకంతో ఉన్న లేఖ చూపిస్తే తప్ప లోపలకు వెళ్ళే ఆస్కారమే లేదు.'' నాగుని యాస పాము బుసకొట్టినట్టు ఉందని గమనించాడు కల్కి.

''సంతకంతో లేఖా? నీ దగ్గరుందా, తల్లీ?'' కల్కి లక్ష్మిని చూశాడు.

''అబ్బే, లేదు.''

''అయితే మా దగ్గర లేనట్టే.''

''నగరంలోకి ప్రవేశించాలంటే గ్రామసర్పంచి సంతకం పెట్టిన లేఖ అవసరమని మేము ఇంద్రఘర్ పరిధిలోని ప్రతి గ్రామానికీ లేఖ పంపించాము.''

''మాకా వెధవ ఉత్తరం అందినట్టు లేదు.''

''అయితే మన్నించాలి, మీకు ప్రవేశం నిషిద్ధము. వంతెన మీదినుంచి దిగు, మిగతావాళ్ళను రానీ.''

అందరికంటే ముందర ప్రవేశించి ఇంత సమయం వృథాగా తినేసినందుకు వెనకాల జనాలు విసుక్కుంటున్న మాటలు కల్కికి వినపడ్డాయి. లక్ష్మిని గంభీరంగా చూశాడు. ''నేనిప్పుడు చేయబోయే పని మొదలైన వెంటనే నీవు మీ పిన్నమ్మ దగ్గరకు బయలుదేరు,'' అని గుసగుసలాడాడు.

''ఏం చేయబోతున్నావు?''

''ఏం చేయాలో అదే—వారి దృష్టిని మళ్ళించడం.''

నాగుణ్ణి చూశాడు. ''ఇలా చేస్తున్నందుకు క్షమించు.'' గుర్రం పైన కప్పిన గుడ్డను తీసుకొని తన ముఖం మీద వేసుకోసాగాడు.

''ఏం చేస్తున్నావు?'' అడిగాడు నాగుడు.

కల్కి అతని ముఖం మీద గుద్దాడు. దాంతో అతడు కిందపడ్డాడు. జనం విస్తుబోయారు. ఇంకొక నాగుడు కత్తితో ఎదురించగా, కల్కి గుర్రం పైన్నుంచే అతడిని తన్నాడు. గుర్రం పెద్దగా సకిలించి డెక్కలు పైకెత్తింది. మిగతా ద్వారాల నుంచి నాగులు జనసంద్రాన్ని దాటి తనను వెంటాడుతున్నారని తెలుసుకున్నాడు కల్కి. ఇంకేం చేయాలో పాలుపోక, లక్ష్మిని ఆదేశించాడు, ''వెళ్ళు!''

18

కల్కి గుర్రంపైన నిలబడ్డాడు.

నాగులు తరుముతుండగా, ఎన్నో సందులూ బజార్లూ దాటుతూ...నగరంలో గుర్రం మీద స్వారీ చేస్తూంటే త్వరలోనే పట్టుబడిపోయి శిరచ్ఛేదానికి గురవుతానని తెలుసుకొన్న కల్కి తప్పించుకోదలచాడు. ఈ మేరకు ఏదైనా మేడ మీదకు దూకాలనుకున్నాడు.

కానీ అది తేలిక కాదు.

గుర్రమ్మీద నిలబడేందుకు తంటాలుపడుతుండగా, ఒక నాగుడు ప్రక్కనే వచ్చి నిలిచాడు. ఖడ్గాన్ని కల్కికి గురిపెట్టాడు. బాగా పరిగెడుతున్న గుర్రం మీద కష్టంతో నిలబడ్డ కల్కి...వేగంగా మీదికొస్తున్న కత్తివేట్లను గమనించాడు.

''చచ్చావురా, పల్లెటూరి పిల్లోడా!''

తన పాదాలు గుర్రం మీది నుంచి జారుతున్నట్టు అనిపించింది కల్కికి. అవకాశం చిక్కితే దూకాలని నిర్ణయించుకున్నాడు. ఎదురుగా ఒక చిన్న వంతెన, దాని కింద సొరంగానికి దారితీసే మార్గం కనిపిచ్చాయి.

తన లెక్కలు తప్పవన్న ఆశతో దూకాడు.

ఒక్క దూకుతో నేలమీద పడి దొర్లాడు. గరుగ్గా ఉన్న రాళ్ళకి తగులుకొని అతని దుస్తులు చిరిగిపోయాయి. ఇంతలో, తన వేగాన్ని నిరోధించుకోలేక నాగుడు వెళ్ళి వంతెనకి గట్టిగా తల కొట్టుకున్నాడు.

''అదీ దెబ్బ,'' కల్కి నవ్వాడు.

కానీ ఇంకా బోలెడన్ని అశ్వాలు తనవైపు వస్తుండటం చూశాడు కల్కి. జనంతో నిండిపోయి ఉన్న బజారు మార్గాన్ని వీడి, బట్టలు ఆరేసి ఉన్న సందులను ఎంచుకున్నాడు. నాగులు అశ్వాలను విడిచి కాలి నడకన వెంటబడ్డారు.

కల్కి గోడలు పట్టుకొని కిటికీలూ తలుపులూ దాటేస్తూ ఒక్కొక్క గెంతుతో ఒక్కొక్క అంతస్తు పైకి ఎగిరి దూకసాగాడు. పైకి చేరుకునేసరికి నాగులు కిందెక్కడో ఉండిపోయారు.

ఒక మూడంతస్తుల మేడపైకి చేరేసరికి, అన్ని దిశల నుంచీ నాగులు వెంటపడడంతో తను ఇరుకునపడ్డాడు. బట్టలారేసిన తాడు ఒకటి కనపడింది. దాన్ని లాగి, నాగభటులు తనని సమీపించడానికి కష్టపడుతుండగా, ముడి వేశాడు. గోడ అంచుదాకా వెళ్ళి ఆ ముడిని అవతలి వైపుకు ఎగరేశాడు. కింద నుంచి జనాలు తనను చూడటం కనిపించింది. ఆ ముడి దేన్నీ పట్టుకోలేదు. మళ్ళీ ప్రయత్నించాడు కానీ ఇంతలో ఖడ్గధారులైన నాగభటులు అతసికి సమీపంగా వచ్చినట్టు అనిపించింది.

మళ్ళీ ముడి విసిరాడు కానీ అది అటు చివరికి వెళ్ళకుండా కింద పడింది.

''అబ్బా!''

''నీవు తప్పించుకోలేవు, మోసగాడా!''

అప్పుడే తాడు దేన్నో గట్టిగా పట్టుకుందని అర్థమైంది. కింద ఒక రథం కనపడింది.

''బ్రతుకు జీవుడా,'' అని నవ్వుకుంటూ మూడంతుస్తుల మేడ మీది నుంచి దూకి రథంలో చతికలపడ్డాడు కల్కి.

విరిగిన చెక్క, దుమ్ము మధ్యన...అలంకరించుకొని, ఖరీదైన దుస్తులు ధరించిన ఒకామెను చూశాడు. ఆమె బహుశా రాజకుటుంబీకురాలేమో.

''నమస్కారము! ఇబ్బంది కలిగినందుకు క్షమించాలి.''

''ఎవరు నీవు?''

''దొంగను కానులెండి, భయపడవద్దు.''

వెనకనుంచి భటుల అరుపులు వినిపించాయి. ''కానీ నేనిది దొంగిలించాలి, అందుకని మీరేమీ అనుకోకపోతే...''

ఆమె దిగ్భ్రాంతి చెంది, తేరుకొని సహాయం కోసం అరవడం మొదలుపెట్టింది. కల్కి ముందుకొచ్చి ఆ మూడు ఆశ్వాల రథానికున్న పగ్గాలను చేతబట్టాడు. రథం పెద్దది కాకపోయినా వేగంగా వెళ్తోంది. ఆశ్వాన్ని అదిలించేసరికి అది ముందుకు పరుగుతీసింది.

''అద్గదీ!'' ఆశ్వాలు బజార్లను ధ్వంసంచేస్తూ పరుగెట్టగా కల్కి నవ్వాడు. అవి అంగళ్ళను, భటులను దాటేసి పరిగెడుతున్నాయి.

ఒకొక్క దిశ నుంచి నాగులు తనను అందుకోవడానికి ప్రయత్నిస్తుండటం చూశాడు. వాళ్ళు ఆశ్వాల నుంచి రథం మీదికి దూకారు. ఆశ్వాల మీద ప్రయోగించాల్సిన కొరడాను వాళ్ళ మీద ప్రయోగించాడు కల్కి. ఒక సైనికుడైతే అతని ప్రక్కనే కూర్చుని పగ్గాలను చేపట్టేందుకు ప్రయత్నించాడు, కానీ కల్కి అతడిని వదలలేదు. అతడిని పక్కలో బాది, గబుక్కున ఖడ్గాన్ని తప్పించి రథం నుంచి తోసేయగా, అతడు నేల మీద దొర్లాడు. కల్కి కళ్ళాలను విడిచిపెట్టి రథాన్ని పక్కనున్న భవంతి గోడకి కొట్టుకొనేట్టు చేశాడు. కిందకు దూకి, నగరంలో ప్రవహించే నది వైపుకు సాగాడు. రథం పరుగెడుతూనే ఉన్నందువల్ల కల్కి ఇంకా రథంలోనే ఉన్నాడనుకున్నారు నాగులు.

విజయోత్సాహంతో సందులో నడుస్తూ, తనకి ఎటు వెళ్ళాలో తెలియదని అకస్మాత్తుగా గ్రహించాడు కల్కి. ముఖానికున్న ముసుగుని తీసేసి, భుజాల నుంచి వేలాడుతున్న చేతుల్లేని చొక్కాను విసిరేశాడు.

ప్రధాన వీధిలోకి వచ్చాడు. నాగులు రథాన్ని ఆపి, అందులో ఉండాల్సిన తను ఎక్కడికి మాయమైపోయాడో అని వెతకడం చూశాడు. చుట్టూ చేరిన గుంపు మధ్యలో నిలబడ్డాడు కల్కి.

ముసుగు ధరించిన మనిషిని చూశారేమోనని జనంలో ప్రతి ఒక్కరినీ నాగులు ప్రశ్నిస్తున్నారు. ఆందోళంగా ఉన్న ముఖంతో, తీవ్రంగా చూస్తున్న నీలికళ్ళతో ఒక నాగుడు కల్కి వద్దకు వచ్చి ఆదుర్దాగా ప్రశ్నించాడు, "చేతుల్లేని నల్లటి చొక్కా వేసుకొని తలపాగాతో ముఖాన్ని దాచుకున్న మనిషి ఎవడైనా కనపడ్డాడా?"

"నల్ల చొక్కానా?" కల్కి అమాయకంగా తల అడ్డంగా ఊపాడు. "లేదండీ, కనపడలేదు."

19

మార్గదర్శి అనబడే ఆ వ్యక్తిని అడవుల్లో అనుగమిస్తున్నాడు అర్జున్. బాలా వెనుక వైపు కాపలాగా వస్తున్నాడు. కృపుడికి ఉన్న ఒక ప్రత్యేక గుణం ప్రస్తుత పరిస్థితుల్లో అనవసరమనిపిస్తోంది ఆర్జున్ కి. అది నిరుత్సాహకరమైనది కూడా అనిపిస్తోంది. అతను మాటిమాటికీ తామెలా చనిపోబోతున్నామో...అంటూ గింజుకుంటున్నాడు.

బాలా ఎన్నిసార్లు హెచ్చరించినా, ఆ అలవాటు మానలేదు కృప. లోపలికి వెళ్ళినకొద్దీ అడవి ఇంకా దట్టమవుతోంది. వెలుతురు తగ్గి ఎదురుగా ఉన్న మార్గం కనపడకుండా పోతోంది.

అప్పుడే కృప వారిని ఆపాడు. జాగ్రత్తగా కింద గొంతు కూర్చున్నాడు. అతని తాగుబోతు ప్రవర్తనంతా మాయమైపోయింది. ఇప్పుడు జాగ్రత్తగాను, ఆతృతతోనూ కనపడ్డాడు. గడ్డిని ముట్టుకున్నాడు, మట్టిని వేళ్ళ మధ్య రుద్ది పరీక్షించాడు. చుట్టూ ఉన్న గాలిని వాసన చూసి, తడి వేలితో వాయు సంచారం ఎటువైపున్నదీ తెలుసుకొనే ప్రయత్నం చేశాడు.

''వాళ్ళిక్కడే ఎక్కడో ఉన్నారు, మిత్రమా.''

అర్జున్ సావధానంగా నిలబడ్డాడు. ''ఇంకా ఎంత దూరము?''

కృప జవాబివ్వలేదు. ముందుకెళ్ళి రెండు అతిపెద్ద వెదురు చెట్ల మధ్యనున్న పెద్ద పొదను వొట్టిచేతులతో తెరిచి చూపించాడు.

''ఇక్కడకు రండి.''

బాలా, అర్జున్ ముందుకెళ్ళారు. బాగా వెలుతురుతో కూడిన, చెట్లు తక్కువగా ఉన్న జాగాను చూసి అర్జున్ విస్తుబోయాడు. అక్కడ అన్నిరకాల పువ్వులూ ఉన్నాయి. ఎవరి దృష్టీ పడకుండా ఉండేట్టు నెమ్మదిగా వెలుగుతున్న మంట ఉంది. దిట్టమైన మగ ఆశ్వాలున్నాయి. అటువంటివి గురుకులం దగ్గర గాని, సర్పంచి వద్ద గాని లేవు. ఇవి బాగా మేపబడినవి, మూడు ఊగాగంగు డేరాలున్నాయి. అప్పుడు మ్లేచ్ఛులు కనపడ్డారు, స్పష్టంగా. ఇదివరకు పట్టువస్త్రాలతో, ముసుగులతో కనబడ్డారు కానీ

ఇక్కడ మామూలు మనుషులుగానే కనబడుతున్నారు. కొంతమంది ముఖాలకి గాయాలు, దెబ్బలూ ఉన్నాయి. కొందరి బట్టలు కాలి ఉన్నాయి. వాళ్ళు పల్లెటూరివాళ్ళ కంటే దృఢకాయములతో ఉన్నారు. బహుశా బాలా ఒక్క దెబ్బకి ఇద్దరిని మాత్రమే కూల్చగలడేమో.

తన తండ్రి కనపడకపోయేసరికి ఆయన్ని చంపేసి పాతేరేశారేమోనని కాసేపు అనుకున్నాడు. కానీ ఆయన సంకెళ్ళతో కనపడ్డాడు. ముళ్ళకంప లాంటి జుట్టున్న ఒక బందిపోటుతో మాట్లాడుతూ ముందటి రోజు ధరించిన దుస్తులతోనే డేరా బయటకు వచ్చాడు. విష్ణుయతుడితో ఆ దొంగ ఏదో మాట్లాడి మిగతా ఆవులున్న ప్రదేశానికి తీసుకెళ్ళాడు.

''ఒక బ్రాహ్మణుడు,'' అర్జన్ మొదలుపెట్టాడు, ''గోహత్య చెయ్యడం మహాపాతకము.''

''అదంతా పాత కథ, మిత్రమా,'' కృప అన్నాడు. ''ఇప్పుడందరూ ఆవులను తింటున్నారు.''

అర్జన్ ఆ మాటను ఆకళింపు చేసుకోలేనట్టు తలూపి వెనక్కు తిరిగాడు, ఎవరి కంటా పడకుండా.

''మీరిప్పుడు చూశారు కాబట్టి ఇక నేను బయలుదేరుతున్నాను.''

కృప కదలగా, బాలా ఆపాడు.

''అప్పుడే కాదు,'' అర్జన్ అన్నాడు.

''ఇంకా ఏమిటి?'' విసుగ్గా ప్రశ్నించాడు కృప. ''మీ నాన్నను పట్టిన దొంగలను చూపమన్నారు, చూపాను. మీరేమీ అనుకోనంటే, ఆయన్ని అలా వదిలేయండి. మీరు కాపాడలేరు. మీ హితం కోసమే చెప్తున్నాను, మిత్రులారా.''

''నీ అభిప్రాయముతో నాకు నిమిత్తం లేదు. అప్పుడూ, ఇప్పుడూ కూడా,''

అర్జన్ కనుబొమ పైకి లేపాడు. ''కల్కి తిరిగొస్తాడో లేదో నాకు తెలియదు,'' అని గొణుక్కున్నాడు. ''ఏం చేయాలి, బాలా?''

''చితక్కొట్టేద్దామా?'' బాలా సలహా ఇచ్చాడు.

అర్జన్‌కి గబుక్కున నవ్వొచ్చింది. తమ తండ్రిని చూడటం ఉపశమనాన్నే కలిగించినా, గోహత్య పెరిగిపోతోంది, ఆవుల సంఖ్య తగ్గిపోతోంది. ఇక ఆట్టే సమయం లేదు.

''వీరందరితో పోరాడటమా? అది చావు కంటే హీనము. అది మరణయాతన అవుతుంది, మిత్రుడా.'' అన్నాడు. ''అందులోనూ ఈ ముఠా నాయకుని విషయానికొస్తే.''

''ముఠా నాయకుడా?''

''ఆ ముళ్ళజుట్టు వాడు. చూడలేదా?''

''నేను అతన్నే చూశాను,'' అన్నాడు అర్జున్. ''అతని గురించి చెప్పు?''

''అతని పేరు కేశవానందుడు. నేను నగరంలో ఒక సాదాసీదా తాగుబోతుగా ఉన్నప్పుడు గోడ మీద ఒక శాసనం కనిపించింది. అది చదివితే ఈతని గురించి తెలిసింది,'' కృప సైగ చేశాడు, ''వాడు ఒక నేరస్థుడు, చెరనుంచి తప్పించుకున్నాడు.''

''అతని నేరం ఏమిటి?''

బెరుకుగా సమాధానమిచ్చాడు కృప, ''ఎక్కువగా హత్యలే. అందులోనూ ఆడవారు, పిల్లలు. అందువల్ల మరీ భయంకరం. శాసనం ప్రకారం వీడు ఉన్మాది. ఎన్నో పదునైన కోసలతో ఉన్న కత్తి వీడి దగ్గర ఉంది. దానితో నర చర్మాన్ని బాగా నైపుణ్యంతో కోయగలడని విన్నాను.''

చెప్పడం ఆపాడు.

''కానీ మీ నాన్నను ఎందుకు అపహరించి బంధించాడో తెలియట్లేదు,'' కృప అన్నాడు ఆలోచిస్తూ. ''అతనితో పోరాడడం మంచిది కాదన్నది నా ఉద్దేశం. ఇటువంటి హంతకులకు తమ చర్యల పట్ల పశ్చాతాపం గాని అవగాహన గాని ఉండదు. ఇవి వారికి కేవలం సరదాలే.''

అర్జున్ ఆకాశం నల్లబడడం గమనించాడు. చీకటి పడుతోంది, ఇంక సమయం లేదు.

''నాకొక ఉపాయం తోస్తుంది,'' అన్నాడు.

''ఉపాయమా? కత్తివేటు పడే దాకా అందరి దగ్గరా ఉపాయముంటుంది, మిత్రమా,'' ''నీ దగ్గర నిన్ను నీవు కాపాడుకొనేందుకు కత్తీ, బల్లెం రెండూ లేవు. కాపాడుకొనే నేర్పు కూడా లేదు. అందుకని నీ దారి నీవు చూసుకోవడమే మేలు.'' బాలా వైపు చూశాడు. ''ఏదో ముగ్గురు దొంగలైతే ఓడించే అవకాశముంది. కానీ ఇక్కాడ పదిమంది ఉన్నారు. అందరూ యుద్ధంలో హేమాహేమీలే. నీవు ఒక చిన్న గదని ప్రాణంగా చూసుకొనే ఒక మొరటోడితో వచ్చిన చిన్నపిల్లాడివి. నీవే ఆలోచించు, ఎవరు నెగ్గుతారు?''

ఈ సుదీర్ఘ ప్రసంగం విన్నాక అర్జున్ చిరునవ్వుతో సమాధానమిచ్చాడు. ''మనకు ఆయుధాలు అవసరమని ఎవరన్నారు?''

''ఆయుధం లేకుండానా? అబ్బే, కుదరదు!'' ఆశ్చర్యంతో అన్నాడు బాలా.

''కుదురుతుంది.''

''అయితే వీళ్ళని వేటితో చంపాలి? రాళ్ళూ రప్పలతోనా?''

అర్జున్ చెట్లకేసి చూశాడు. ''కాదు. తాళ్ళూ, కొమ్మలతో.'' అని నవ్వాడు.

20

ముసుగు వ్యక్తి ఒకడు నగరాన్నంతటినీ ధ్వంసంచేసి, తన మనుషులను మోసగించాడని తెలుసుకొన్న తక్షకుడు ఇంద్రఘర్ రాజధానిగా గల కీకట్పుర పటాన్ని ఆవేశంతో కింద పదేశాడు. ఉత్తరాన చలి ఎక్కువ కాబట్టి అక్కడ గ్రామాలు ఉండే ఆస్కారం లేదు. కాబట్టి తూర్పూ, దక్షిణం, పడమర దిక్కులలోని ఊళ్ళని భూతద్దంతో చూసి గుర్తులు పెట్టాడు.

''రెండు కవచాలు'' అన్న గ్రామం కోసం వెతికితే, అది కనపడలేదు.

అతను నిస్సందేహంగా అబద్ధం చెప్పాడు.

''ఏ పౌరుడైనా మన విషయంలో అసంతృప్తి వ్యక్తపరిచాడా?'' సైన్య సహాధ్యక్షుడైన ఉలూపిని అడిగాడు. ''ఏవైనా చోరీలయ్యాయా?''

''ఏమీ లేదండీ,'' ఉలూపి పలికాడు.

తక్షకుని జుట్టు పొడుగ్గా ఉంటుంది, దాన్ని పైకి కొప్పు పెట్టుకుంటాడు. కానీ ఉలూపిది గడ్డిపోచల వంటి పొట్టి జుట్టు. ఇద్దరికీ నీలిరంగు కళ్ళే, కానీ ఉలూపి భయస్థుడిలాగా కనపడతాడు. కానీ అతడి బుర్ర గట్టిది. మిగతావాళ్ళలాగా బయటికి బలశాలులుగా, గట్టివారిగా కనిపిస్తూ బుర్ర మాత్రం తక్కువైనట్టు కాకుండా...అతని బుర్ర గట్టిది కాబట్టే పైకి భయస్థుడిగా కనిపించినా తక్షకుడు పట్టించుకోడు.

''వచ్చేవాళ్ళను ద్వారాల దగ్గర రెండుసార్లు సరి చూడండి, రాజ ప్రాసాదంలో పని చేసేవారి రథాలను తప్ప ఇంకెవ్వరినీ రానివ్వద్దు,'' ఆదేశించాడు తక్షకుడు. ''ఆ మనిషిని పట్టి తల తీయించాలనుంది నాకు.''

''సరేనండీ.''

అప్పుడొక భటుడు ప్రవేశించాడు.

''అయ్యా, పిట్ట గూటిని వీడింది.''

తక్షకుడు తలూపాడు.

వ్యక్తిగత పనుందంటూ తక్షకుడు ఆ గదిని వీడి వెళ్ళిపోయాడు. అనవసరంగా అందరి దృష్టిని తప్పించుకొనేందుకు తక్కువ యుధాలతో ఉన్న భటులిద్దరిని వెంట తీసుకెళ్ళాడు. రాత్రయ్యింది, నక్షత్రాలు కూడా కనిపిస్తున్నాయి. నక్షత్రాలు నిన్నటి కంటే ఎక్కువ సంఖ్యలో ఉన్నాయి. తక్షకుడికి నక్షత్రాలంటే ప్రీతి.

తక్షకుని ఆలోచనలో ఆ అగంతకుడు ఉన్నాడు. అయినా, వాసుకి అప్పజెప్పిన బాధ్యత కూడా చూసుకోవాలి. ఇప్పుడతను తూర్పు ఇంద్రఘర్‌లో రహదారి మీద పీపాల్ వీధి దగ్గర ఉన్నాడు. కోలాహలమంతా దక్షిణాన జరిగింది కాబట్టి దాని గురించి అతనికి తెలిసే అవకాశం లేకపోయింది. కానీ ఆ పల్లెటూరి అగంతకుడు యక్షుల వ్యాపార కార్యకలాపాలకు అంతరాయం కలిగించే పని మాత్రం బాగా చేశాడు. అవి జరుగుతున్న స్థలంలోనే వాటికి అంతరాయం కలిగించాడు. అంతా నాశనమైపోయింది. దాని గురించి విన్నప్పుడు తక్షకుడు కృత్రిమంగా నవ్వాడు.

వేదాంతుడు రాజ్యమంతటా పర్యటిస్తూ, ప్రజలతో మాట్లాడుతూ, వారికి కావాలసినవి సమకూరుస్తూ, దానధర్మాలు చేస్తూ, వారికి మంచి భవిష్యత్తుందని హామీ ఇస్తున్న దృశ్యాలన్నీ తక్షకుడు గమనిస్తూనే ఉన్నాడు. వేదాంతుణ్ణి అనుగమించడం నేటికి మూడో రోజు. వేదాంతుడు ఒక అతిథి గృహానికి వెళ్ళాడు...ఇంత వరకు బయటకు రాలేదు.

అతడే పిట్ట, విడిదిల్లే గూడు.

తక్షకుడు గుర్రం మీది నుంచి దిగి పలు అంతస్తులు గల ఆ గృహానికి అవతలి వీధిలో చాటుగా దాక్కున్నాడు. తరువాత, వీధి దాటి ఆ అతిథి గృహంలోకి ప్రవేశించాడు.

అతను ప్రవేశించగానే, బల్ల వెనుక ఉన్న పర్యవేక్షుడితో సహా అందరూ లేచి నిలబడ్డారు.

ఇద్దరు భటులతో తక్షకుడు ముందుకేగాడు. అతని పొడవాటి వస్త్రం అతనికి వెనుక వైపు ఎగురుతోంది. చెయ్యి ఒరలోనున్న ఖడ్గాన్ని పట్టుకొని ఉంది.

''మీకు నేనెలా సహాయపడగలను, తక్షక సెనాపతీ?'' మీసాలున్న పర్యవేక్షుడు అడిగాడు.

అయితే ఇతనికి తన గురించి తెలుసు.

''మీ కొత్త అతిథి గురించి తెలుసుకొనేందుకు వచ్చాను.''

''మహరాజు వేదాంతుడా?''

''అవును.'' బల్ల మీద తట్టి తన మనిషిని రమ్మని సైగ చేశాడు.

భటుడు కొన్ని వెండి వరహాలను బల్ల మీద పెట్టాడు. పర్యవేక్షుడు వాటిని విస్మయంతో చూశాడు.

''మన్నించాలి, నాకు అనుమతి లేదు...''

తక్షకుడు నవ్వలేదు. అలాగే గంభీరంగా చూస్తూ ఉండిపోయాడు. ''ఐతే సరే,'' తలూపి చుట్టూ ఉన్న ప్రయాణికులను చూశాడు. వాళ్ళు పుస్తకాలు చదువుతూ మాట్లాడుకుంటున్నారు. ''ఇక్కడేదో రాజద్రోహం జరుగుతున్నట్టు సమాచరం అందింది.''

పర్యవేక్షుడు ఖంగుతిన్నాడు. ''లేదు! లేదు, దొరగారూ. అవన్నీ వట్టి అబద్ధాలు!''

''సరే అయితే,'' తక్షకుడు లెక్కచేయనట్టుగా భటులను చూసి, ''తాళాలన్నీ స్వాధీనం చేసుకోండి.'' అన్నాడు.

భటులు బల్ల వెనుకకొచ్చి, నిర్బలుడైన పర్యవేక్షుడిని గోడ వైపుకి నెట్టి, పొడవాటి కంచు తాళాలను తీసుకున్నారు.

''ఇక్కడే ఉండి ఇతను ఎక్కడికీ పారిపోకుండా చూడండి, ఇతడివాళ బందీ అవబోతున్నాడు.''

పర్యవేక్షుడు ఎంత బ్రతిమిలాడినా తక్షకుడు పట్టించుకోకుండా మేడ మీదికెళ్ళాడు. మొదటి అంతస్తులోని అన్ని గదులూ తెరవసాగాడు. కొన్ని గదుల్లో ప్రయాణికులు ఒంటరిగా ఉన్నారు, మరికొందరు తమ ప్రేయసులతో ఉన్నారు. తక్షకుడు వారి ఏకాంతం గురించి పట్టించుకోకుండా ప్రతి తలుపూ తెరిచాడు. ఆఖరి గది పైమేడ మీద ఉన్నది. దానికి రెండు తలుపులున్నాయి, బహుశా ఒకటి నగరమంతా కనపడే డాబా కోసం అయ్యుంటుంది.

తక్షకుడు ఆ తలుపును తెరవగా అక్కడొక వ్యక్తి అటువైపు తిరిగి నిలబడి కనిపించాడు.

''నీ పేరు, ఈ నగరంలో నీకేం పనుందో వివరించు, ఇది తప్పనిసరి తనిఖీ...'' ఎదురుగానున్న వ్యక్తి తల చుట్టూ ఉన్న ముంగిసను చూసేసరికి అతని కంఠస్వరం సన్నబడింది.

అయ్యో.

''అయితే ఇది గూఢచర్యానికి మరో పేరా?'' సన్నగా, మెత్తగా ఉన్నా నమ్మదగని ఆ గొంతు తనకు మరీ బాగా తెలిసినదే.

''కువేరుడవా,'' కాస్త ఊపిరి బిగపట్టి పలికాడు.

లావాటి యక్షనేత తక్షకుని వంకకు తిరిగి నవ్వాడు. అతని కనుబొమలు దట్టంగా, గుబురుగా పెరిగినందు వల్ల వికారంగా కనబడతాడు. అతనికి గడ్డం మీద, శరీరం మీద రోమాలు లేవు.

''ఎలాగున్నావు, మిత్రమా?''

''నేనేమీ నీ మిత్రుడను కాను,'' తక్షకుడు ముందుకొచ్చాడు. ''నీకు మహారాజుతో ఏం పని?''

''అవి వాసుకి మాటలు, నీవి కావు.'' అని నవ్వాడు, ''కానీ నీకంత కుతూహలంగా ఉంటే అతణ్ణే అడుగు.'' అతను చిన్నగా తలూపాడు.

తక్షకుడు మొరటుగా, స్థూలకాయంతో ఉన్న వేదాంతుణ్ణి చూసేందుకు వెనక్కి తిరిగాడు. గడ్డంతో ఉన్న ఒక భారీ మనిషి చేతిలో రంపం లాంటి కత్తిని ధరించి తనను సమీపించడం ఆలస్యంగా గమనించాడు. అతడు దాంతో తక్షకుని భుజాన్ని పొడిచి, రక్తనాడులపై గట్టిగా గీస్తూ కిందికి రాశాడు.

''అబ్బా, ఎంత రక్తమయంగా ఉందో,'' కువేరుడన్నాడు.

తక్షకుడు నేలకూలాడు.

''ఏం...ఏం...''

''ఆ దరిద్రపుగొట్టు పాములవాడు మాట్లాడేందుకు ప్రయత్నిస్తున్నాడు,'' వేదాంతుడన్నాడు.

కువేరుడు తాపీగా నడిచి వెళ్ళి కాస్త వంగి, ''మాట్లాడు, బంగారం.'' అన్నాడు.

''ఎం...ఎందు...ఎందుకు?''

కువేరుడు కసిగా నవ్వాడు. ''ఎందుకంటావా? నేనెక్కడ మొదలుపెట్టాలి? ఒకవేళ మొదలుపెట్టినా, సాంతం వినేందుకు నీవు బ్రతికుండవు, అందుకని చెప్పి లాభం లేదు. నాకూ వేదాంతునికీ ఒకరితో ఒకరికి పనులున్నాయని మాత్రం చెప్పగలను.''

21

రాత్రైంది కాబట్టి కల్కి ఒక భవంతి గోడను ఆనుకొని నిలబడియున్నాడు. లక్ష్మి కోసం ప్రభుత్వ నివాసం బయట చాలాసేపటి నుంచి ఎదురుచూస్తున్నాడు. ఆమె అందులోకి వెళ్ళి కొన్ని గంటలు గడిచినా ఇంకా బయటికి రాలేదు. కల్కికి కనీసం లోపలికి వెళ్ళడానికి కూడా సాధ్యం కావట్లేదు. కొంతసేపు నడిచాడు. అప్పుడు చిన్న కునుకు తీయాలని వెంటనే నిర్ణయించుకున్నాడు. అప్పుడు ఉన్నట్టుండి ఒక శబ్దం వినపడింది, చెక్క విరిగిన శబ్దము.

పైకి చూసేసరికి ఒక ఆకారం కనబడింది. ఏదో కలలాగా అనిపించింది, ఎందుకంటే ఆ ఆకారం గాలిలో తేలి తన ముందు దిగింది.

ఇది నాకోసం దేవుళ్ళే పంపినది కాదు కదా.

ఆ సమయంలో అటువంటి నవ్వొచ్చే ఆలోచన రావడం కల్కికి ఇబ్బంది కల్పించినా, ఆ శరీరం దగ్గరకు వెళ్ళి, కళ్ళని బట్టి, భుజం పైనున్న పచ్చబొట్టును బట్టీ అది ఒక నాగుని శరీరమని కనిబెట్టాడు. కానీ ఆ పచ్చబొట్టు మామూలు పాము ఆకృతిలో లేదు, ఒక విషసర్పం ఆకృతిలో ఉన్నది.

ఎవరో పై అధికారి అయ్యుంటాడు, కానీ అతను ఇక్కడెందుకున్నాడు?

కల్కి మళ్ళీ పైకి చూశాడు, కానీ ఎవ్వరూ కనిపించలేదు.

అతని నాడి కోసం చూస్తే దొరకలేదు. అతని భుజం మీద అతని మరణానికి దారితీసిన ఒక లోతైన గాటు ఉంది. అక్కడ మాత్రమే అతనికి కవచం లేదు.

ఈ నగరానికి ఏమైంది? వెధవది?

''ఏయ్, నిన్నే!'' అంటూ ఎవరో మాట్లాడినట్టు వినిపించింది.

తల పైకెత్తి చూస్తే ఎదురుగా ఇద్దరు నాగులు నిలబడి కనిపించారు.

''నువ్వేం చేస్తు...'' మృతదేహన్ని చూసేసరికి ఒకరు నిశ్శబ్దంగా అయిపోయారు.

''ప్రమాణం చేసి చెప్తున్నా, నాకిక్కడ ఇది కనపడింది, పడింది...''

ఖంగుతిన్న రెండవ భటుడు నోటికి చేతిని అడ్డం పెట్టుకొని ఇంకొకడితో భయం భయంగా గుసగుసలాడాడు, ''ఇది సేనాని.'' అని.

''పడ్డాడా?'' ఇంకొకడు వెంటనే అప్రమత్తుడై కత్తి మీద చెయ్యి పెట్టాడు. ''కదలకు, ఖూనీకోరుడా. ఇంద్రఘర్ సేనాని తక్షకుని హత్యానేరమునకైనీవు ఉరి తీయబడతావు.''

''ఏమిటీ? లేదు, నేను చేయలేదు.''

భటుడు అతణ్ణి ఖడ్గంతో గుచ్చాడు.

''మారు మాట్లాడకు,'' తక్షకుని నాడి కోసం ప్రయత్నిస్తున్న ఇంకొకడు మాట్లాడటం కొనసాగించాడు, ''ఈ కుర్రవాడి బట్టల మీద కూడా రక్తపు మరక ఉంది. వీడిని తోడేళ్ళకి ఆహారంగా వెయ్యాలి. వాసుకి ప్రభువు దగ్గరకు తీసుకెళ్ళు.''

''వాసుకి ప్రభువా...ఒద్దు...''

''చేతులు వెనక్కి పెట్టు.''

అయిష్టంగా, తనని ఆదేశించినట్టుగానే కల్కి తన చేతులను వెనక్కి పెట్టుకోగా, భటుడు వాటిని తాళ్ళతో కట్టివేశాడు.

''నీవు కేంద్ర కార్యలయం నుంచి పిలిచేంతవరకూ నేనిక్కడనే వేచియుంటాను,'' ఒక భటుడు ఇంకొక భటునితో అన్నాడు. ''మనకి స్పష్టత వచ్చేవరకు ఈ ముద్దాయిని చెరలో ఉంచుతాను.''

''దీనికి మీరు పశ్చాత్తాప పడతారు,'' కల్కి అన్నాడు.

కానీ, వెనుక ప్రభుత్వ నివాసం ఉండగా, తను ఏం చెయ్యాలో కల్కికి ఆదేశాలు అందుతూనే ఉన్నాయి. తను సుర్యోదయానికల్లా చేరుకోవాలి, లేకపోతే తండ్రి ప్రాణాలు దక్కవు. గట్టిగా శ్వాస తీసుకొని భటుడితో సర్ది చెబుదామనుకున్నా, లాభం లేకపోయింది.

''నీకు డబ్బులిస్తాను.''

''భటునికి లంచం ఇవ్వడం పెద్ద నేరము.''

''శిక్ష నుంచి తప్పించుకొనేందుకు అవసరమైన డబ్బు కూడా ఇస్తాను.''

''లోకంలో గల డబ్బంతా కూడా నిన్ను రక్షించలేదు. నీవొక అధికారి మృత శరీరం దగ్గర నిలబడి ఉన్నావు. దీనికి శిక్షేంటో తెలుసా? నీ మరణము. అంతే సంగతి.''

''నీవు మరీ తొందరగా తీర్పునిచ్చేశావు. ఇంకా నయం, నీవు న్యాయస్థానంలో పని చేసేందుకు అర్జీ పెట్టలేదు.''

''ఎవరు చెప్పారు, అర్జీ పెట్టలేదని?''

''ఓ! ఆ పని కూడా చేశావూ?''

ప్రభుత్వ నివాసం నుంచి ఒక రథం బయటకు రావడం చూశాడు, దాంట్లో ఉన్నది ఇంకెవరో కాదు, లక్ష్మి. దూరం నుంచి కూడా ఆమె కళ్ళు, తీర్చిదిద్దబడినట్టు ఉండే ఆమె ముఖమూ కనపడ్డాయి.

''నేను వెళ్ళాలి...నా స్నేహితురాలు...''

''నీ స్నేహితురాలా?''

కల్కికి విసుగు పుట్టింది. ఆగి, పిడికిలి బిగించి, శక్తిని సమకూర్చుకొని, తాళ్ళను తెంపుకున్నాడు. భటుడు వెంటనే భయపడ్డాడు కానీ, అతను వణుకుతూ పట్టుకొని ఉన్న కత్తిని లెక్కపెట్టలేదు కల్కి. అతని మెడ పట్టి పైకి లాగాడు.

''నీవు పెద్ద తప్పు చేస్తున్నావన్నాను కదా. క్షమించు.'' ఒక్క తోపుతో భటుణ్ణి పది గజాల దూరం తోశాడు.

ఖాళీగా ఉన్న వీధిని దాటి, రథం వైపుకి వెళ్ళాడు కల్కి. పగ్గాలు లక్ష్మి చేతుల్లో ఉన్నాయి.

''నీకు వాహనం లభించిందా?''

''మా పిన్నమ్మ ఇచ్చింది.''

''ఆయుధాలు గూడా ఇచ్చుండాలే.''

లక్ష్మి వెనక వైపుకి చూపించింది. కల్కి అందమైన తెరలను తొలగించాడు. అన్నిరకాల కవచాలు, ఖడ్గాలు, కత్తులు, కుంతములు, ధనుర్బాణాలూ దర్శనిమిచ్చాయి.

''ఎలా ఒప్పించగలిగావు?''

''ఓ! అది నా రహస్య శక్తి. గుఱ్రమెక్కు. నగరం నుంచి నిష్క్రమించేందుకు వీలుగా ఇప్పటివరకు ఎక్కువ భద్రత లేని మార్గాన్ని కూడా సూచించింది పిన్నమ్మ.''

కల్కి నిటారుగా కూర్చున్నాడు. ''నేను సిద్ధమే.''

''సరే. మరి నీ సంగతి చెప్పు, అంతా అనుకున్న ప్రకారంగానే సాగిందా? ఆ...ఆ రక్తం ఏమిటి?''

కల్కి తన దుస్తులను చూసుకున్నాడు. ''ఆఁ...అవును.''

''ఎవరినైనా చంపావా ఏం?''

''అబ్బే కాదు.''

''అయితే ఏమైంది?''

''మనం ప్రయాణించవలసిన దూరం ఎక్కువే ఉంది,'' కల్కి నుదుటి మీదున్న చమట తుడుచుకున్నాడు. ''వెళ్ళే దారిలో మాట్లాడుకోవచ్చులే.''

22

విష్ణుయతుడు చాలా నీరసపడిపోయాడు. రాత్రి కూడా పని చేయాల్సొస్తుందని గ్రహించలేకపోయాడు...చర్మాన్ని కోయడం, కింది భాగాలను వండడం, మిగిలిన మాంసాన్ని కొట్టడం. మాంసాన్ని రెండు వారాల పాటు మంచుగడ్డల్లో ఉంచి మెత్తబడనివ్వమని విష్ణుయతుడు సూచించినా కేశవుడు వినలేదు. అతనికి వంకర పెదాలూ, పుర్రె నుంచి కత్తుల్లాగా పెరిగిన జుట్టూ కలవు. అతను ఇబ్బందికరంగా మాట్లాడతాడు. కానీ పొరపాటున ఎవరైనా నవ్వి హేళన చేస్తే మాత్రం ఫలితం అనుభవించవలసిందే.

విష్ణుయతుడు ఈ యాతననంతా భరించడం అలవాటు చేసుకున్నాడు. తను ఆవులను చూసుకుంటానని, దానికి బదులు కేశవుడు తన కొడుకు అర్జన్ని విడిచిపెట్టాలని ఒప్పందం కుదుర్చుకున్నాడు.

''నాకు ఇద్దరిలో ఒక్కరు చాలు.'' కేశవుడు తండ్రీకొడుకులని చూసి అన్నాడు.

విష్ణుయతుడికి ఈ వాక్యం అర్థం కాలేదు. తనను కట్టేసేసరికి, కేశవుని మనుషులు అర్జన్ని చంపేందుకు పూనుకోగా, అర్జన్ తప్పించుకున్నాడు. రాత్రవుతోంది కాబట్టి కేశవుడు అర్జన్‌ని ఇక విస్మరించి ఆ చోటు నుంచి వెళ్ళిపోమ్మని తన మనుషులని ఆదేశించాడు. దాడిని చూసిన ప్రతి ఒక్కరినీ విష్ణుయతుడు ప్రస్తుతం నరుకుతున్న ఆవుల్లాగానే నరికించాడు.

ఇక ఇప్పుడు, వాళ్ళకి సహాయపడక తప్పలేదు విష్ణుయతునికి. ఈ పాతకానికి ఒడిగట్టడం దుర్భరం అనిపించి తప్పించుకునేందుకు ప్రయత్నించినా లాభం లేకపోయింది. ఎందుకంటే, కేశవుడు నియమించిన భటులు అన్ని చోట్లా ఉన్నారు. మ్లేచ్ఛులు ప్రాణాలు తీయరని విష్ణుయతుడు విన్నాడు. కానీ వీళ్ళు దానికి సరిగ్గా వ్యతిరేకంగా చేస్తున్నారు.

విష్ణుయతునిరి తను చేస్తున్న పని అస్సలు నచ్చలేదు. నరుకుతున్న ప్రతి ముక్కకీ కామధేనువును క్షమాపణ వేడుకున్నాడు. కానీ తను, తన కొడుకూ ప్రాణాలతో

బ్రతకడం కోసమై ఈ విధంగా చేయక తప్పలేదు. అది చాలా దుర్భరం, తనకు తెలుసు. ఒకొక్క వేటుకీ తన బట్టల మీద పడే రక్తాన్ని తుడుచుకోవలసి వచ్చింది. భాగ్యవశాత్తూ, తను కప్పుకొనేందుకు పొడవాటి వస్త్రాన్నిచ్చాడు కేశవుడు.

''నాలికనెందుకు వదిలిపెట్టావు?'' కేశవుడు ప్రశ్నించాడు.

అతను తన వెనుకే నిలబడి ఉన్నాడని విష్ణుయతుడికి అర్థమైంది. కేశవుడు కూర్చొని, ఇలా గుసగుసలాడాడు, ''నాకోసం నాలుకను కొయ్యి.''

విష్ణుయతుడు చాలా జుగుప్సగా ముఖం పెట్టి, తనకిచ్చిన లావాటి కత్తితో తెగిన ఆవు తలను బయటకు లాగి, ముందు స్నాయువులను (కండరాలు ఎముకకి అతికేట్టు చేసే దారాల్లాంటి పదార్థం) కోసి, నాలుకను బయటికి లాగి, కోశాడు.

''నాకివ్వు.''

చచ్చిన ఆవుల నుంచి వస్తున్న దుర్గంధం విష్ణుయతునికి జుగుప్స కలిగించింది. అడవిలో గల ఖాళీ స్థలమంతా మాంసం, నెత్తురుతో నిండిపోయింది.

''వేడి చెయ్యాలా?''

కేశవుడు జవాబివ్వాలని కూడా అనుకోకుండా ఆ నాలుకను అలానే నోట్లో పెట్టుకొని నమిలేశాడు. ఆ శబ్దంతో విష్ణుయతుని కడుపులో దేవేసింది.

''నీవు మంచి పనిమంతుడివి, పల్లెటూరోడా.'' కేశవుడు అతని భుజం తట్టాడు. ''నీకు ఏ హానీ చేయము. ఊరికే వేచి చూస్తున్నాము, అంతే.''

కానీ దేనికి?

''ఓ నాయకా!'' సమూహంలోంచి అరుపు వినపడింది.

''ఏమిటి?'' కేశవుడు అరిచాడు.

''అటువంటి శ్రోత్రియుడు మనకోసం మాంసాన్ని కొయ్యడానికి ఎలా అనుమతిస్తున్నారు? వారికి బోలెడు నియమనిష్ఠలుంటాయి కదా? అన్నిరకాల దేవుళ్ళూ, దేవతలూ ఉంటారు కదా?''

''అవును, నిజమే. ఎలా చేస్తున్నాడో.''

''నాకేం ఫరవాలేదు,'' విష్ణుయతుడన్నాడు మెల్లిగా.

''అతనొక నాస్తికవాది, స్నేహితులారా,'' కేశవుడు చప్పట్లు కొట్టాడు. ''నీకు దేవునిపై నమ్మకం లేదు, కదూ?''

విష్ణుయతుడు సమాధానం ఇవ్వలేదు. కేశవుడు ఆయనని కొంతసేపు భయం కలిగించేలా చూసి, తరువాత మెచ్చుకొంటూ ఆయన వీపు మీద తట్టాడు. ''వీడు మంచివాడే.''

కేశవుడు తన గుడారం వైపుకెళ్ళాడు. దాని బయట ఒక వేలాడే పంజరమున్నదని విష్ణుయతుడు గమనించాడు. దాంట్లో ఒక మాట్లాడే చిలక ఉన్నది. విష్ణుయతుడు స్వయంగా చూసినదాన్ని బట్టి, అది ఒక మేధావి. కేశవుడు బయట ఏదైనా ప్రమాదం

ఉందేమో తెలుసుకునేందుకు దాన్ని ఎగిరి చూసి రమ్మంటాడు. అది అరుస్తూ వస్తే, ఏదో ప్రమాదం ఉందని గుర్తు. కానీ కేశవుడు దాన్ని సరిగ్గా చూసుకోడు, కావలసిన ఆహారం కూడా ఇవ్వడు. పైగా దాని కాళ్ళకు సంకెళ్ళు వేసి ఉంచుతాడు. దాన్ని ఎగరమని పంపినప్పుడు కూడా, ఎక్కువ దూరం వెళ్ళకుండా ఉండేందుకు కాళ్ళకు రాళ్ళు కట్టి మరీ పంపుతాడు. దాన్ని భయపెడుతున్న సంగతి కూడా అది అర్థంచేసుకుంటుంది, ఎందుకంటే అది దుర్మార్గుడి చేతుల్లో చిక్కిన మేధావి.

కేశవుడు దాని మిగిలి ఉన్న ప్రాణం కూడా పిండేసేందుకు ప్రయత్నించాడు. దాంతో అది వాడి అరచేతులను గట్టిగా రక్కడం మొదలుపెట్టింది. కానీ వాడు పట్టించుకోలేదు, పైగా అలా రక్కినందువల్ల వచ్చిన రక్తం చూసి ఖుషీగా నవ్వాడు.

''అలాగే చెయ్యి, ప్రేయసీ, చెయ్యి, అలాగే చెయ్యి. నాకు నచ్చింది.'' అంటూ ఇంకా గట్టిగా పిసికాడు. చిలక గట్టిగా అరిచింది. కేశవుడు దాన్ని పంజరంలో పెట్టాడు. అది పెద్దగా శబ్దం చెయ్యడం మొదలుపెట్టినా, వాడు నవ్వేసి పంజరం తలుపు మూసేశాడు.

''మన కళ్ళు,'' తనను అలా చూస్తూనే ఉన్న విష్ణుయతుడి వైపు సంజ్ఞ చేశాడు. ''అందమైన ప్రాణులు.'' అన్నాడు.

ఓ ఇంద్రుడా, వజ్రాయుధం సాక్షిగా నన్ను ఈ ఘోరం నుంచి తప్పించు.

''ఎవరికి జూదమాడాలనుంది?'' తన మిత్రులను చూసి గట్టిగా అడిగాడు కేశవుడు. వారిలో పెద్దాచిన్నా తేడాలేవీ లేవు. అందరికీ పరస్పర గౌరవం, అగౌరవం ఉన్నాయి.

కేశవుడే అందరికంటే పెద్ద ఉన్మాది. చూసేందుకు ఏమాత్రం భయంకరంగా ఉండకపోయినా, బృందానికి నాయకత్వం వహిస్తాడు, ఇష్టం వచ్చినట్టు మాట్లాడతాడు.

మ్లేచ్ఛులు అటు తిరిగి ఉన్నప్పుడు విష్ణుయతుడు పంజరాన్ని సమీపించాడు. పంజరం పక్కన మోకాళ్ళ మీద కూర్చొని చిలుకను ముద్దు చేయబోతే అది విపరీతంగా గోల చేసింది.

''ఊరికే ఉండు, నేను మంచివాడనే,'' అని హామీ ఇచ్చినా అది అరుపు ఆపలేదు. ''సరే, ఇదిగో నీకొక చిరుతిండి.'' అని, తన మురికిపడ్డ చొక్కాజేబులో చెయ్యి పెట్టి రొట్టెముక్క అందుకునేసరికి ఆయనకి కొద్దిగా ఆనందం కలిగింది. ''కొంచెం కావాలా, నేస్తమా? ఇదిగో...'' చిలుకకు అందించాడు. కానీ అది తీసుకోలేదు. ''సరే అయితే, నీ భయం పోయేందుకు దీన్ని ఇక్కడే పెట్టి వెళ్తాను.'' అన్నాడు. చిలుక రొట్టెముక్కను కొంతసేపు చూసింది. అది భయపడినట్టుగా కనిపిస్తోంది. తన మీద ఎవరో జాలిపడుతున్నరని దాదాపు నివ్వెరపోయినట్టుగా ఉంది. కాసేపటికి కొంగలాగా మెడ వంచి రొట్టెముక్కను తీసుకొంది.

''హమ్మయ్యా, తిను మిత్రమా.'' విష్ణుయతుడు మెల్లగా చప్పట్లు కొట్టాడు. ఆ నిమిషం ఆయనకు ఆనందదాయకంగా అనిపించింది. ''నీవు స్నేహంగా ఉన్నాను నీ పేరేమిటి?''

చిలుక తన ప్రక్కనే రొట్టెను ఉంచుకొని కొరుకుతోంది. అది అయిపోయిన తరువాత, పంజరం తలుపు దగ్గరకు మెల్లగా నడిచొచ్చి తల బయటకు పెట్టింది.

''నీకేం కావాలి? నిన్ను నేను తడమాలా?'' అన్నది.

చిలుక తల మీద తడుముతూ మెల్లగా నవ్వుకున్నాడు విష్ణుయతుడు. సున్నితమైన దాని ఈకలను నిమురుతూ, అవి అంత మెత్తగా ఎలా ఉన్నాయో...అనుకున్నాడు.

''నీ పేరేంటి, నేస్తమా?''

చిలుక పలకలేదు.

''ఈ కిరాతకులు నీకు పేరు కూడా పెట్టి ఉండరు, కదా? నీవు స్నేహంగా అందంగా ఉన్నావు. నీకొక పేరివ్వనా...శుకో అని?''

చిలుకకు అది నచ్చి రెక్కలు విప్పింది. ''నా పేరు విష్ణుయత హరి. కానీ నీవు నన్ను విష్ణువని పిలవచ్చు, మిత్రమా. మా సృష్టికి కారణమైన దైవాలలో అది ఒకరి పేరు. విష్ణుదేవుడే మా సమాజాన్ని ఒక క్రమంలో పెట్టిన శూరుడు, ధర్మాన్వేషకుడూ.''

''విష్ణువు!విష్ణువు!'' ఆనందంతో చిలుక అరవడం మొదలుపెట్టింది.

''ఇక్కడేం జరుగుతోంది?'' మ్లేఛ్ఛులలో ఒకడు అడిగాడు.

''ఊఁ...ఏమీ లేదు.''

విష్ణుయతుడు లేచి పంజరం నుంచి దూరంగా వెళ్ళాడు. ''నీకు రొట్టెముక్క తరువాత ఇస్తాను.'' అంటూ.

అందరూ ''ఇంట్లో ఆడే జూదం ఆట'' అని పేరు పెట్టుకున్న ఆటను చతుర్రసాలు గీసి ఉన్న గుడ్డముక్క మీద ఆడడం మొదలుపెట్టారు. గులకరాళ్ళతో ఇళ్ళను రూపొందించి, ఎవరికి ఎక్కువ సంఖ్య వస్తుందో చూడటానికి పాచికలు వేశారు. విష్ణుయతుడు అవతలకు వెళ్ళి, ఎగుడుదిగుడుగా ఉన్న రాయి మీద ఆనుకొని, కాస్త విశ్రాంతి పొందాడు. దాంతో ఏదో కాస్త ఉపశమనం కలిగింది.

నేనిక్కడే ఇలా ఉండలేను.

తను ఇలా ఆటవికులతో గడిపినది ఎన్నో ఏళ్ళ ముందర, పేరు గుర్తులేని ఒక గ్రామంలో. అప్పుడు తను మంటల్లో దగ్ధమైన సూర్యఘర్ నగరం నుంచి తన ఆవులతో ప్రయాణం చేస్తూ, హడావుడిగా వచ్చేశాడు. కానీ, రేగే మంటల్లో తెల్లటి దుప్పట్లో చుట్టబడిన ఒక పసికందు చిక్కుకుపోయిందని గ్రహించాడు. మానవత్వమా, వ్యాపారమా అన్న సందిగ్ధంలో పడ్డాడు విష్ణుయతుడు. మొదటిదాన్నే ఎంచుకున్నాడు. ఆవులను వెనకాలే వదిలేసి, ఎవరో గూడా తెలియని పసిబిడ్డను కాపాడాడు. సగం జనం ఊరొదిలిపెట్టి వెళ్ళగా, తక్కినవారు దహించుకుపోగా, ఆఖరికి విష్ణుయతుడు చేతిలో పసివాడితో, మసి, బూడిదతో నల్లబడ్డ ముఖంతో మిగిలాడు. అక్కడ మిగిలి ఉన్న చెట్టు దగ్గర కూర్చొని ఏడుస్తున్న పిల్లవాడిని గుండెలకు హత్తుకున్నాడు. అప్పుడే వాడి అద్భుతమైన కళ్ళను చూశాడు.

ఎవరు నీవు?

కానీ విష్ణుయతుడుకి అది సమస్యగా అనిపించలేదు. అప్పుడేం చేయాలో తనకు తెలుసు. పసికందును శరణాలయంలోనో ఇంకొక కుటుంబంలోనో విడిచిపెట్టడం నేరం కాబట్టి తన ఇంటికి తీసుకెళ్ళాలి. బహుశా ఇది దేవతల వరమేమో, ఈ అమూల్యమైన పిల్లవాడిని విష్ణుయతుడు పొందాలని వాళ్ళు తనను ఎంచుకున్నారేమో. పసివాడిని కౌగిలించుకొని, శంబల చేరుకొనే సమయానికి వాడికి మహావీరుడైన అర్జునుని పెరుపెట్టాలన్న ఉద్దేశంతో అర్జన్ అని నామకరణం చేశాడు.

కానీ ప్రస్తుత పరిస్థితులతో పోలిస్తే, ఆనాడు ఆ గ్రామంలో మంటలు రేగినది అసలు లెక్కలోకే రాదు. మళ్ళీ చిలుకను చూసి, కేశవుని వంటివారి చెరలో అది ఎన్ని రోజులుగా తల్లడిల్లుతోందో అనుకున్నాడు. దాని మీద జాలేసింది. దాన్ని కొంతసేపు చూసి, దానికీ తనకూ గల సారూప్యాన్ని అర్థం చేసుకున్నాడు. దానివలెనే తానూ చిక్కుకుపోయాడు, ఇంకెంత కాలమో తెలియదు.

23

అర్జున్ చెట్ల నుంచి విరవగలిగినన్ని పుల్లలన్నిటినీ విరిచి తీసుకొని బాలా దగ్గరకు వెళ్ళాడు. అక్కడ బాలా గుంట తవ్వుతున్నాడు. అతను తన గుడిసె నుంచి గునపం తెచ్చుకున్నాడు.

తెల్లవారిపోయింది. రాత్రంతా ముగ్గురూ ఒక్క క్షణం కూడా నిద్రపోలేదు. అర్జున్‌కి అలసటగా అనిపించలేదు. ఎందుకంటే, తన ఎత్తు పారతోంది కాబట్టి. పుల్లలను గోతిలో పడేశాడు.

''దీనితో ఏం చేయాలనుకుంటున్నావు, మిత్రమా? అగ్నిగుండం ఏర్పరచాలనుకుంటున్నావా? అది మంచి ఆలోచన కాదనిపిస్తోంది, ఎందుకంటే కేశవుని మనుషులు ఇట్టే పసిగడతారు. అన్నిటికంటే ఘాటైన వాసన...నిప్పుది,'' అని నవ్వు ఆపుకున్నాడు.

కానీ కృపుని అవహేళనలకూ వెక్కిరింతలకూ అలవాటుపడిపోయిన అర్జున్ పట్టించుకోలేదు. కాగడాలు వెంట తెచ్చుకోలేదు కాబట్టి రెండు రాళ్ళు తీసుకొని వాటిని రుద్దడం మొదలుబెట్టాడు. కాగడాల కోసం మళ్ళీ గ్రామానికి వెళ్తే, ప్రణాళికను అమలుచేయడంలో ఇంకా ఆలస్యం చోటుచేసుకుంటుంది. ఇంకా వేగంగా రుద్దగా, రాళ్ళలోంచి ఒకటీ రెండూ నిప్పురవ్వలు వచ్చి ఆగిపోయాయి. అదనపు శక్తి కోసం కొన్ని ఆకులను కూడా వాడి ప్రయత్నించాడు...గురుకులంలో నేర్పినట్లు. వెంటనే నిప్పురవ్వలు పుట్టాయి. ఇంకా గట్టిగా వేగంగా రుద్దగా, నిప్పు పుట్టింది. ఆనందంతో అరుస్తూ మండుతున్న ఆకులను గుంటలో పడేశాడు.

''హమ్మయ్యా, ఆ పని చేసేశావు. ఇప్పుడు తిరిగి వెళ్ళిపోదామా?'' కృప అడిగాడు.

అర్జున్ వెనక్కి తిరిగాడు. ''వినోదానికి వేళయ్యింది,'' అని, బాలా అనుసరించగా, తొమ్మిది అడుగుల దుంగ దగ్గరకు వెళ్ళాడు. దుంగలు చెట్టుకు కట్టి ఉన్నాయి. వాటిని కట్టేందుకు వాడిన తాడు పొడుగ్గా, దిట్టంగా ఉంది. అందువల్ల, దాన్ని ఇంకొక పక్కకు గిరాటేస్తే బాగా దూరం వెళ్తుంది.

''అవతలి వైపుకెళ్ళి నా ఆదేశం కోసం వేచి ఉండు.''

బాలా తల ఊపి తన బరువైన శరీరంతో తడిగా ఉన్న మట్టిని తొక్కకుండా జాగ్రత్తపడుతూ అవతలి వైపుకు వెళ్ళసాగాడు. రెండు చెట్ల నడుమ ఉన్న భూమి కాస్త ఒంపు తిరిగి ఉంది.

''ఇప్పుడు వాటితో ఏం చేయదలచుకున్నావు?''

''ఇప్పుడు నీ వంతు.''

''వంతా? ఏం వంతు?''

''మధ్యకి వెళ్ళి కేశవుడిని పిలువు.''

''ఏం నాతో పరాచకాలాడుతున్నావా మిత్రమా?''

''లేదు.''

''నేనెందుకు?''

''ఎందుకంటే నీకు కనపడుతున్నట్టుగానే నా చేతులు ఖాళీగా లేవు మరి.''

''నీవు ఓడితే బాలా బ్రతికేందుకు ఎక్కువ అవకాశముంది. నా అంతట నేనే దుంగలను తొయ్యగలను, దీంట్లో నాకు నైపుణ్యముంది. నన్ను ఆ వెధవ దుంగలను తొయ్యనివ్వు.''

''ఆ విషయం నిజమే, కానీ కాదు,'' అర్జున్ తలూపాడు. ఇదంతా అతనికి సరదాగా ఉంది. అన్నిసార్లు కృపుడు తనని నిరుత్సాహపరిచినందుకు చివరికి పగ తీర్చుకుంటున్నాడు. ''నీకేం ఫరవాలేదు. సమయానికి దుంగలను తప్పించుకో.''

''దుంగలను తప్పించుకోవాలా...'' అతని స్వరం గద్గదమైంది.

''ఇదింకా ప్రమాదకరం కాకముందే త్వరగా వెళ్ళు.''

''ఏం చెయ్యాలి?''

అర్జున్ కాసేపు ఆలోచించాడు. ''నీకు తెలిసింది చెయ్యి,'' అని క్లుప్తంగా సమాధానం మాత్రమే ఇవ్వగలిగాడు.

కృప బెరుగ్గా నడిచెళ్ళి, నేల మీద జారాడు. అక్కణ్ణుంచి అన్నీ కనపడుతున్నట్టు తెలిసింది అర్జున్‌కు. అర్జున్ కనుక సరిగ్గా గురిపెడితే, వాళ్ళు ఒక్క వేటుతో బోలేడు మంది మ్లేచ్ఛులను కొట్టగలరు.

''ఎవరక్కడ! ఎవరైనా ఉన్నారా? ఎవరైనా? ఇక్కడ కేశవుడు దొరుకుతాడని నాకు తెలిసింది. ఎవరైనా ఉన్నారా?'' కృప తనకి అలవాటైన తాగుబోతు నడక నడుస్తూ పిలిచాడు.

దుంగలను వెనక్కు లాగుతుంటే ఆదుర్దాతో అర్జున్ కండలు బిగిసిపోసాగాయి. బాలాను కూడా అలాగే చెయ్యమని సూచించాడు. వాటితోపాటు ఎవరైనా వస్తారన్న ఆశతో వాటిని వెనక్కు లాగాగు

కానీ ఎవరూ రాలేదు.

కృప అర్జున్‌ని చూశాడు. ఎవరూ రాలేదని సంతోషం కలిగిందతనికి. భుజాలు ఎగరేశాడు. అర్జున్ అతణ్ణి మాట్లాడకుండా నిరీక్షించమని సైగ చేశాడు.

అప్పుడే అరణ్యం దద్దరిల్లింది. కృప తన దృష్టిని అర్జున్ మీది నుంచి అతని ముందువైపుకి మళ్ళించాడు. అడవిలో నుంచి కేశవుడు ముగ్గురు అనుచరులతో కనిపించాడు. అప్పుడే కేశవుడు ఎంత దిట్టంగా ఉన్నాడో ఆర్జున్ గమనించాడు. వాడు కోటేరులాంటి ముక్కుతో, చీలిన చుబుకంతో భయంకరంగా ఉన్నాడు.

''ఏం కావాలి నీకు?''

''ఓ! సాక్షాతుగా కేశవానందులేనా ప్రత్యక్షమయ్యింది!''

కేశవుడు కాసేపు అతణ్ణి చూశాడు, ఈ వెర్రివాడి ప్రవర్తనను అర్థంచేసుకొనేందుకు చూసినట్టు. ''చంపేయండి,'' అని తన మనుషులతో అన్నాడు.

ఆ ఇద్దరు మనుషులూ వంపు తిరిగిన కత్తులతో ముందుకొచ్చారు.

''ఇప్పుడు మనం నాగరికుల్లాగా పని ముగించవచ్చు.''

ఇంకా ముందుకొచ్చారు.

ఆర్జున్ అభిప్రాయం, తనకు ఇద్దరు మనుషులు తక్కువే, కానీ ఆ పని చెయ్యక తప్పలేదు. గురిపెట్టిన ప్రదేశానికి ఆ ఇద్దరూ వచ్చేసరికి ఆర్జున్ బాలాను చూశాడు. కృప తాపీగా వెనక్కు జరిగి అర్జున్‌కి దొంగతనంగా సైగ చేశాడు. అర్జున్ బాలాకు సైగ చేశాడు. తన చేతివేళ్ళు కిందికి జారుతుండటంతో, అతను ఎవరినో చంపబోతున్నాడని గ్రహించాడు. ఆ ఆలోచనే అతణ్ణి వెంటాడింది. కానీ అది చెయ్యక తప్పనిసరి పరిస్థితి. మా నాన్న కోసం, తప్పనిసరిగా చెయ్యాలి.

సరిగ్గా అప్పుడే అతని చెయ్యి తీవ్రంగా నొప్పి పెట్టింది. ఎందుకా అని చూస్తే, చేతికి బాణం గుచ్చుకొని రక్తం బాగా స్రవిస్తోంది. వెనక నుంచి ఇద్దరు మ్లేచ్ఛులు రావడం చూశాడు. బాలా వీపులో రెండు బాణాలు దిగి ఉండడం చూశాడు అర్జున్.

అయ్యో.

మనల్ని కనిపెట్టేశారు.

''తొయ్యి!''

తన అపారమైన శక్తితో అర్జున్ దుంగలను తోశాడు. అవి ముందుకెళ్తుండగా తాడు గట్టిపడింది. దుంగల మధ్యన ఆ ఇద్దరూ నలిగి వారి ఎముకలు చిట్లిపోయాయి.

మ్లేచ్ఛులు విస్మయం చెందుతుండగా అర్జున్ తనను తాకిన బాణాన్ని బయటికి లాగాడు. బాణం లోతుగా దిగింది కాబట్టి కండరాల్లో నొప్పి బాగా ఎక్కువైంది. చేత్తో గాయాన్ని మూసుకున్నాడు.

ఇద్దరు నీచులను చంపి విజయం సాధించాననుకున్నాడు, కానీ అక్కడే పొరపాటుపడ్డాడు. అర్జున్, బాలాల దృష్టి మళ్ళించేందుకు మ్లేచ్ఛులు వాళ్ళిద్దరినీ ఎరలుగా వాడారు. తమ సొంతవారినే ఎరగా వాడుతున్నారు. ఏం రాక్షసులు వీళ్ళు?

వాలో ఒకడన్నాడు, "మీ నాన్నను కలిసే సమయం అయ్యింది, కొడకా." అలా అని, కసిగా నవ్వాడు.

24

కల్కి శంబల చేరబోతున్న సమయంలో లక్ష్మి నెమ్మదిగా తన మనసులో మెదులుతున్న ఒక ప్రశ్న అడిగింది.

''బాలా మనకెందుకు సహాయం చేస్తున్నాడు?''

''ఎందుకలా అడుగుతున్నావు?''

గ్రామ పరిసరాల్లోకి ప్రవేశిస్తుండగా, తాము వదిలిపెట్టి వెళ్తున్న మేఘాలను, అరణ్యాన్నీ చూశాడు కల్కి. చిన్న చిన్న సందుల్లో ఉన్న ఆయుధ కర్మాగారాలు, గనులు, మురికి, బజార్ల నుంచి రేగిన పొగ, కాలుష్యంతో నగరం చీకటిగా మారింది. రాజుల కోటను చూశాడు కానీ అది నగరం నుంచి దూరంగా ఉంది.

''ఒక కల్లుపాకను కాచే కాపలావాడు నీకు ఏం ఋణపడి ఉన్నాడో? లేకపోతే ఎందుకు సహాయం చేస్తున్నాడు?''

''నాకు ఋణపడి ఉన్నాడనటం మంచిది కాదు,'' కల్కి అన్నాడు. ''నేను ఎవ్వరినీ నాకు ఋణపడేట్టు చేయను. ఏ ప్రత్యుపకారమూ ఆశించకుండానే సహాయం చేస్తాను.''

''నాకు తెలుసు. అందుకే అతడెందుకు సహాయం చేస్తున్నాడో నాకు అర్థం కావట్లేదు,'' అన్నది లక్ష్మి.

''అప్పుడప్పుడు కల్లు దుకాణంలో అతనికి అవసరమైనప్పుడు నేను ఊరికే, ఏమీ తీసుకోకుండా సహాయం చేస్తుంటానులే.''

లక్ష్మి కల్కి ముఖాన్ని పరీక్షగా చూసింది. ఆమె ముఖంలో చిరునవ్వు మాయమైంది. ఆమె కనుబొమలు చిట్లించి రెప్పవేయకుండా కల్కిని చూసింది. ''నీవు అబద్ధం చెప్తున్నావు,'' అని అన్నది, చివరికి చిరునవ్వుతో ఈ విషయాన్ని ముగిస్తూ. ''అది స్పష్టంగా తెలుస్తూనే ఉంది. నీకు నాతో చెప్పడం ఇష్టం లేదంటే ఆ మాటే చెప్పు. కానీ, నీవు మామూలుగా నాతో అన్ని విషయాలూ చెప్తావు కాబట్టి...నీవు ఏదో పెద్ద నేరం చేసి, దాన్ని నా నుంచి దాస్తున్నావనే అనిపిస్తోంది.''

గుండె బరువుగా అనిపించగా, కల్కి నిట్టూర్చాడు. ''చేరేశాము.'' అని...తన పాలకేంద్రానికి కొన్ని గజాలదూరంలో ఉన్న అడవి నుంచి పొగ పైకిలేస్తూండడం కనిపించడంతో...మాట మార్చాడు. ''ఏదో కాలుతున్నట్టుంది.'' అన్నాడు.

''అవును.''

''మిగతావాళ్ళెక్కడ?''

కల్కి అంతా నడిచి చూశాడు. కానీ ఊళ్ళో ఎవ్వరూ కనిపించలేదు. గాడిదల బండ్లు, ఎడ్లబండ్లు ఉన్నాయి. మిత్రాల ఇంటిని త్రిపాఠీల పాకనీ దాటి తన ఇల్లు చేరుకున్నాడు. అక్కడ తన తల్లి సుమతి కూడా లేదు.

''వీళ్ళందరూ ఎక్కడికెళ్ళారు?'' లక్ష్మిని అడిగాడు.

''అందరూ కలిసి ఎక్కడికెళ్ళుంటారు?''

కల్కికి వెంటనే స్ఫురించింది. ఒక్క చోటికే వెళ్ళే అవకాశముంది.

కల్కి ఎత్తుపల్లాల కొండమార్గం ద్వారా సోమ గుహలను చేరుకున్నాడు. తనతోపాటు రథాన్ని తెచ్చాడు. అక్కడ మందలకొద్దీ జనం సోమ గుహల చుటూ చేరి ఆశ్చర్యంతోనూ, ఆనందాతిరేకంతోనూ తనను చూడటం చూశాడు. రథాన్ని చూసేసరికి పిల్లల్లో ఉత్కంఠ చెలరేగగా, పెద్దలు విస్మయానికి లోనయ్యారు. సుమతి ముందర ఉంది, చేతిలో పూజాపళ్ళెంతో సోమగుహల ముందర ప్రార్థనలు చేస్తూ. వాళ్ళకు ఎప్పుడు ఇబ్బంది కలిగినా ఇదే చేసేవారు...ఇంద్రుడు తన తపశ్చర్యతో శంబలకు ఆ మహిమాన్విత రాళ్ళను ప్రసాదించిన స్థలానికి వెళ్ళి ప్రార్థించడం.

సుమతి ముందుకొచ్చింది. ఆమె వెంట దేవదత్తుడు నాయకత్వం వహించే బృందం కదలకుండా నిలబడి ఉంది. దేవదత్తుడు తల్లీకొడుకుల మధ్యన జరిగే సంభాషణను వినేందుకు ఆసక్తితో, తన మీసంతో ఆడుకుంటున్నాడు.

''ఎక్కడికి వెళ్ళావు?''

''నగరానికి.''

ఆమె ముఖంలోని భావం మారలేదు కానీ బెరుగ్గా నిలబడి ఉన్న లక్ష్మిని చూసింది. కల్కి సరిగ్గా అప్పుడే ఆమె దృష్టికి అడ్డు వచ్చాడు. సుమతి కనుబొమలు పైకెత్తింది.

''ఇది నేను చేసిన పని. తను చేసినది కాదు,'' బాగా కోపంగా ఉన్న లక్ష్మి తల్లిదండ్రులకు వినపడ్డేట్టు గట్టిగా చెప్పాడు కల్కి. ''మా నాన్నను మనం ఎందుకు రక్షించట్లేదు? ఇక్కడేం చేస్తున్నాము?''

''మేమందరమూ అదే చేస్తున్నాము. నా భర్తను కాపాడుకొంటున్నాను.''

''దీనితోనా?'' పూజాపళ్ళాన్ని చూపాడు. ''ఇది ఆయన్ను ఏవిధంగానూ కాపాడట్లేదు.''

''ఇంద్రుడు, విష్ణువు ఆయన్ను క్షేమంగా ఉంచాలని దేవుణ్ణి ప్రార్థిస్తున్నాము.''

కల్కి తల్లి మాటలను పట్టించుకోలేదు.

''ఈ స్థల మహిమను నేను నమ్ముతాను, కానీ ఆ దుర్మార్గులతో పోరాడేందుకు ఇది సహాయపడదు.''

కల్కి ముఖం భావహీనంగా ఉంది. సుమతిని ప్రేమతో సున్నితంగా ఒక్క క్షణం పట్టుకొని తన ప్రక్కన నిలబెట్టాడు. సుమతికి బాగా కోపమొచ్చింది. కానీ అది కొడుకు మీద మళ్ళీ తన చేతులు వేసేంతవరకే ఉంది. ఎందుకో కల్కికి తెలుసు. కల్కి ముందుకొచ్చాడు. అతనిలో ఒక నాయకత్వ గుణముంది. అతను మెడ పైకెత్తి, కళ్ళు చిన్నవి చేసి చూశాడు. కల్కి భావోద్వేగాలు లేకుండా స్థిరంగా తనను చూస్తుండగా, దేవదత్తుడు మాట్లాడే సాహసం కూడా చేయలేదు.

''నేను ఇళవర్తి రాజధానియైన ఇంద్రఘర్ వెళ్ళాను, మ్లేచ్ఛులతో పోరాడేందుకు, ఆయుధాలను సంపాదించేందుకు. మనము ఇక్కడుండి దేవుళ్ళని ప్రార్థించవచ్చు, లేదా ఆ కొండలెక్కి వాళ్ళతో యుద్ధం చేసి కార్యాన్ని సాధించవచ్చు. ఆ మ్లేచ్ఛులు అపహరించినది కేవలం మా నాన్ననే కాదు, మన ప్రశాంతతను, మన ప్రేమను, మన ఆశలను, మన కోరికలను కూడా. మనము దుర్బలులమని, శక్తిహీనులమని, పల్లెటూరివాళ్ళమని, మామూలు వాళ్ళమని మనల్ని మనమే అనుకొనేట్టు చేశారు. ఇక్కడ నిలబడి, అసలు స్వర్గం నుంచి ఊడి వస్తాడో రాడో తెలియని దేవుణ్ణి ప్రార్థిస్తూ వాళ్ళ మాటలను మనము నిజం చేస్తున్నాము. ఒకరోజు వస్తాడేమో, కానీ ఆరోజు నేడు మాత్రం కాదు. నేడు మన రోజు. ఆ మ్లేచ్ఛులకు మనము కేవలం పల్లెటూరివాళ్ళం కాదని ఋజువు చేసుకొనే రోజు. మనవైపు ధైర్యసాహసలుంటే చాలు, మనము గొప్ప యోధులం కూడా అవ్వచ్చు.'' అని దీర్ఘంగా ఊపిరి తీసుకుంటూ ఆగాడు.

దేవదత్తుడు దీర్ఘశ్వాస తీసుకున్నాడు. ''ఒకవేళ మనము ఆయుధాలు తెస్తామని అంటే, వాళ్ళ కోసమని ఎక్కడ వెతకాలి?'' అని కొనసాగించాడు. ''ఊరికే మొత్తం ప్రదేశాన్ని వెతుక్కుంటూ కాలాన్ని వ్యర్థం చెయ్యడం కంటే, నగరానికి విన్నపం పంపించి సహాయపడేందుకు సిబ్బందిని పంపమని అడగడమే నయం.''

బృందంలోని కొందరు అతని మాటలకు అంగీకరించారు, ఇంకొందరు సందిగ్ధంలోనే ఉండిపోయారు. అక్కడ కొందరున్నారు...వారిని ఒప్పిస్తే తన బృందంతో చేరి ఆ ఆటవికులను ఓడించే ప్రయత్నంలో పాలుపంచుకొంటారని కల్కికి తెలుసు.

''నగరం ఎవ్వరినీ పంపదు, ఎందుకంటే అక్కడి రాజకీయ పరిణామాలతో వాళ్ళే సతమతమవుతున్నారు. ఆ బోయల మహమ్మారి వారిని భయంకరంగా పీడిస్తోంది,'' అని వాపోయాడు కల్కి.

''అయినప్పటికీ, తెలీతక్కువగా ఆ చీకటడవుల్లో వెతకడం అనేది...మరి...'' అని మాట్లాడసాగాడు, కానీ కల్కి పెడచెవిన పెట్టాడు.

అప్పుడొక నిజం స్ఫురించింది కల్కికి. ఎదురుగా ఉన్న పచ్చని అడవులను చూశాడు. అక్కణ్ణుంచి మండలాకారంలో పొగ లేస్తోంది.

వాళ్ళు దొరికితే నీకు సంకేతం ఇస్తాను. (అర్జన్ అన్న మాట గుర్తొచ్చింది.)

ఇది సంకేతమేనా? ముమ్మాటికీ ఇది సంకేతమే.

''అయితే, ఎక్కడ వెతకాలో మనకు తెలియదన్నది నీ వాదన కదా?''

''ముమ్మాటికీ,'' అన్నాడు దేవదత్తుడు. ''తెలిస్తే, నేను సర్పంచిని అయినా కాకపోయినా, స్వయంగా గొడ్డలి తీసుకెళ్ళి, యుద్ధం చేస్తాను. కానీ దౌర్భాగ్యావశాత్తు వాళ్ళెక్కడున్నారో తెలియదే.''

కల్కి వెటకారాన్ని దాస్తూ చేతులు కట్టుకున్నాడు. ''వాళ్ళెక్కన్నారో నాకు తెలుసని అంటే?'' దేవదత్తుడు తన బిగుతైన చొక్కాను విదిలించగా, అతని నోరు చిన్నగా ముడుచుకుంది. ''నీవు చెప్తున్న ఆ గొడ్డలిని తేవాలనుకుంటా.'' అన్నాడు కల్కి.

25

చీకటి పడేసరికి, తన కుమారుడు అర్జన్ గాయపడి రావిచెట్టుకు కట్టబడి ఉన్న దృశ్యాన్ని విష్ణుయతుడు చూశాడు. అతనితో (కొడుకుతో) ఇద్దరు సహచరులున్నారు... ఒకడు భారీగా బలిష్ఠమైన దేహం కలవాడు, ఇంకొకడేమో సన్నగా ఉండి ముఖమంతా జుట్టుతో ఉన్నాడు...ముఖం మీద ముడతలు కూడా ఉన్న వయోధికుడే. అప్పుడే అతనెవరన్నది తెలిసింది. ఆ మనిషి తనను తీక్షణంగా చూస్తుండటంతో తెలిసింది. ఆ వృద్ధుడికి, విష్ణుయతుడికీ మధ్యన మాటలతో పనిలేని స్పష్టమైన ఒప్పందం ఉంది.

నా కొడుకుతో ఇతనెందుకున్నాడు?

కానీ విష్ణుయతుడు ఎక్కువ సమయం ఆలోచించలేదు, ఎందుకంటే, కేశవుడు తన మిత్రులతో సహా చెట్టు చుట్టూ చేరాడు. కేశవుడు మాట్లాడలేదు కానీ వాడి అనుచరుల్లో ఒకడు మాట్లాడాడు.

''నీ సొంత స్థలంలాగా దూసుకొచ్చి మావాళ్ళను ఇద్దరిని చంపావు. దానికి శిక్ష మరణమే.''

విష్ణుయతుడి కాళ్ళు వణికాయి. కొడుకు చావు గురించి అనుకుంటేనే కాళ్ళూ చేతులూ ఆడట్లేదు. ఎప్పుడూ కూడా ఎక్కువ ధైర్యంగా, సాహసంతో ఉండేది కల్కియే. అర్జన్ లాగా కాకుండా, అతను ఆచితూచి అడుగేస్తాడు. దేనివల్ల మరో రెండు జీవితాలను ఇలా ప్రమాదంలో పడేశాడు?

''నేను వాడితో మాట్లాడవచ్చా, ప్రభూ? దయచేసి...మాట్లాడవచ్చా?''

కేశవుడు అవహేళనగా శబ్దం చేశాడు. ''నాకూ నాన్న ఉండేవాడు. కానీ ఇంత ప్రేమగా ఉండుంటే ఎంత బావుణ్ణో. వెళ్ళు.''

విష్ణుయతుడు కష్టపడి లేచి చెట్టు దగ్గరకు చేరి అర్జన్‌ను గట్టిగా కౌగలించుకున్నాడు.

అర్జన్ గుసగుసలాడాడు, ''మీరు బాగానే ఉన్నారా? దెబ్బలేమీ తగల్లేదు కదా? మీ మీద రక్తం మరకలున్నాయి.''

''నేను బాగానే ఉన్నాను, బాబూ. నీవు ఇది చెయ్యకుండా ఉండాల్సింది.''

''చేసి ఉండకపోతే...నన్ను నేను క్షమించుకోగలిగేవాణ్ణి కాదు.''

విష్ణుయతుడు అర్జున్ బుగ్గల మీద ఆప్యాయంగా చేతులు పెట్టాడు. ''నీవొక పిచ్చివాడివి, తెలిసిందా, పిచ్చివాడివి.'' మళ్ళీ గట్టిగా కౌగలించుకున్నాడు.

''నేనెప్పుడూ మీ సొంత కొడుకుగానే ఉండాలని ప్రయత్నించాను, కానీ విఫలుణ్ణయ్యాను. పట్టుబడిపోయాను.''

విష్ణుయతుడు అతణ్ణి వెనక్కు లాగి, కళ్ళల్లో కళ్ళుపెట్టి చూశాడు. ''ఎప్పుడూ అలా అనకు, అలా అనేందుకు సాహసించకు. నీ పట్ల నాకున్న ప్రేమ ఎంతో నీకు తెలియదు.''

''నేనే ఎక్కువగా ఆధారపడదగిన కొడుకునని ఎప్పుడూ మీరూ అమ్మా మెచ్చుకుంటున్నా, నాకా వెలితి ఉండేది. కానీ మీరు నన్ను సంతోషపెట్టేందుకు ప్రయత్నిస్తున్నట్టు నాకు తెలిసేది. దాంతో నేను మీ పెంపుడు కొడుకునన్న విషయాన్ని మర్చిపోయేవాణ్ణి. కానీ నేను మీకొక మూడవ మనిషిని, దుర్బలుణ్ణి, పాకలో దొరికిన అనాథను.''

విష్ణుయతుడు ఇదంతా అర్జున్‌కి చెప్పేసినందుకు పశ్చాత్తాపపడాడు. ఇలా మాట్లాడినందుకు అర్జున్‌ని ద్వేషించినా, ఈ నిజాన్ని అర్జున్‌కి చెప్పినందుకు తనని తానే ద్వేషించుకున్నాడు. చెప్పి ఉండకూడదు. అంతా తనలోనే ఉంచేసుకొని ఉండాల్సింది. కానీ బయటకు కక్కవలసి వచ్చింది...కేవలం నిజాయితీగా ఉండాలన్న తన వెధవ తపన కోసం. నిజం చెప్పడం కంటే అబద్ధాలు చెప్పడమే చాలా మేలు చేసేదని విష్ణుయతుడికి అర్థమైంది.

మనసు విరిగిపోయిన తన కొడుకును చూశాడు. అతని చేతి నుంచి రక్తం కారుతోంది. కానీ సందేహిస్తున్నాడు. నిరాశ చెందాడు. అప్పుడే విష్ణుయతుడు అర్జున్‌తో అన్నాడు, ''నీవు నాకు కొడుకు కంటే ఎక్కువ.''

సరిగ్గా అప్పుడే కేశవుడి సహాయకులు ఆయనను పట్టి లాగి వెనుకకు ఈడ్చారు. విష్ణుయతుడికి కాళ్ళూ చేతులూ ఊడిపడిపోతున్నట్లు అనిపించింది. ఆయన కేశవుడి వైపుకు తిరిగాడు. కన్నీళ్ళతో కేశవుడి కాళ్ళు పట్టుకొని బ్రతిమిలాడాడు. కేశవుడు కాస్త అయోమయంగా విష్ణుయతుడిని కాసేపు చూశాడు. కేశవుడి కళ్ళల్లో కనికరం ఏమన్నా కనబడుతుందేమో అని ఆశగా చూశాడు విష్ణుయతుడు, కానీ అలాంటిదేమీ కనిపించలేదు.

''నన్ను వదులు.'' విష్ణుయతుడి ముఖాన తన్ని ఇంకొక పక్కకు తిరిగాడు. ''నీ కోరిక తీర్చాను. ఇప్పుడు నీ కొడుకు బాధపడటం చూడు.''

అర్జున్ అరిచాడు. ''నీవు తప్పించుకోగలనని అనుకుంటున్నావా! నీకు తెలియదులే.''

కేశవుని అనుచరుల్లో ఒకడు ప్రశ్నించాడు, ''ఏమంటున్నావు? ఎవరొస్తారు?''

''మీ చావు...నా చేతుల్లోనే.''

''మా చావా?'' కేశవుని యాస అస్పష్టంగా ఉంది. ''మా చావు మా చేతుల్లోనే ఉంది,'' అని తన చేతులు చాచాడు.

''నేనది నమ్మను.''

కేశవుడు కళ్ళు చిన్నవి చేశాడు. ఒక కత్తిని తీసుకొని అర్జున్ దగ్గరకెళ్ళాడు. అర్జున్ ఎర్రటి కళ్ళతో కేశవుణ్ణి చూశాడు.

విష్ణుయతుడు కొడుకును వేడుకున్నాడు. ఏమీ అనకు. అస్సలేమీ అనకు. వాడెంత కసాయో నీకు తెలియదు.

''ఇది నమ్ము?''

కేశవుడు కత్తితో మెల్లగా అర్జున్ ముఖమ్మీది ఒక గాయపు మచ్చను చెక్కడం మొదలుపెట్టాడు. అర్జున్ చర్మం చీలింది. కత్తి తన ముఖాన్ని నెమ్మదిగా చీలుస్తుండగా, నొప్పితో అతని నోరు వంకరపోయింది. తన కళ్ళ కింద, ముక్కును దాటి, అవతల బుగ్గ వరకు, తన ముఖం తన రక్తంతోనే తడిసింది.

విష్ణుయతుడు అరిచాడు. అతని చేతులూ కాళ్ళూ బిగిసిపోయాయి.

''నన్ను గుర్తుపెట్టుకునేలా...'' కేశవుడు నవ్వాడు. ''చచ్చినవాళ్ళకు ఎప్పుడూ గుర్తులుండాలి, ఎవరు చంపారో మిగతావాళ్ళకి తెలిసేందుకు.''

''నేను నీతో సవాల్ చేస్తున్నాను. నీవంటున్నావే...నీవంటున్నావే...'' అర్జున్ వణకడం మొదలుపెట్టాడు. అర్జున్ నొప్పి భరించలేకపోతున్నాడని విష్ణుయతుడికి అర్థమయ్యింది. ''నీవంటున్నావే చావు మీ చేతుల్లోనే ఉందని...మనం ఎందుకొక... ఒక...'' ఆయాసపడ్డాడు, ''ఒక ఆట ఆడకూడదు?''

''ఆటా?''

''మీరందరూ పాచికలు ఆడడం చూశాను.'' జూదమాడే ప్రదేశాన్ని చూపించాడు. ''మీరు నెగ్గితే, మమ్మల్ని చంపచ్చు. ఓడితే, మమ్మల్ని విడిచిపెట్టాలి. నీవు మాట మీద నిలబడతావు...కదూ? అవునా? నీ స్నేహితులు...'' స్వరం పెంచాడు, ''నీవు మాట తప్పుతావని అనుకోవడం నీకు ఇష్టముండదనుకుంటా. వాళ్ళు నిన్ను పూర్తిగా నమ్ముతారు కదూ.''

కేశవుడు తన అనుచరులను చూశాడు. ఒక నిమిషం పాటు వాళ్ళ కళ్ళల్లో సందిగ్ధత కనిపించింది.

''సరే,'' కేశవుడన్నాడు. ''కానీ నియమాలు మారాయి...నేను నెగ్గితే, మీ నాన్నను ముందర చంపుతాను,'' బలహీనంగా ఉన్న విష్ణుయతుణ్ణి చూపించాడు, ''నీ ఓటమి దేనికి దారితీసిందో నీకు తెలిసేందుకని నీ ముందరే వాడి చర్మాన్ని చెక్కుతూ నానా హింసలూ పెడతాను, సరేనా?''

విష్ణయతుడికి తన ప్రాణం అర్జున్ చెతుల్లో ఉందని అర్థమయ్యింది.

"సరే," అర్జున్ ఒప్పుకున్నాడు.

26

ఒక సమస్య ఉంది. తనకు పాచికలాడటం తెలియదు.

అర్జున్ తను గురుకులంలో ఉన్న రోజుల్లో కేవలం దూరం నుంచి గమనించిన ఆటలో పందేనికి ధైర్యంగా, తెలివితక్కువగా ఒప్పుకున్నాడు. తక్కిన శిష్యులు గవ్వలు జరిపేందుకు వీలుగా గళ్ళగుడ్డ చుట్టూ కూర్చుని పాచికలాడేవారు. ఆ పాచికలు రెండు రంగుల్లో ఉండేవి. తనకు ఎప్పుడూ శాస్త్రగ్రంథాలు, సృష్టి కథనం వివరించే పుస్తకాలే ప్రపంచం కాబట్టి ఎన్నడూ పాచికలపై ఆసక్తి కలగలేదు. ఇప్పుడు అదేలాంటి గుడ్డను చూసి ఏదో జూదమని అర్థం చేసుకున్నాడు. కానీ దీని గురించి ఇదివరకే తెలుసుకొని ఉండాల్సింది. తన తండ్రి ప్రాణాలను పణంగా పెట్టి, ఉన్మాది అయిన కేశవుడి ఎదురుగుండా కూర్చున్నాడు.

ఈ కల్కి ఇంకా రాడే? నేను సంకేతమిచ్చాను కదా.

ఎలాగో కాలయాపన చెయ్యాలి. విష్ణయతుణ్ణి అర్జున్ నుంచి దూరంగా కూర్చోపెట్టారు. చుట్టూ ఉన్న భయంకరమైన వాతావరణ ప్రభావం చెట్టుకి బంధించబడ్డ బాలా, కృపల ముఖాల్లో కనిపిస్తోంది. అర్జున్ కారుతున్న రక్తాన్ని ఆపేందుకు ముఖాన ఒక గుడ్డ పెట్టుకున్నాడు. తను ఒకప్పుడు గురుకులంలో గుర్రపుస్వారీ నేర్చుకొంటూ కింద పడ్డప్పుడు కూడా ఇంత బాధ కలగలేదు. అప్పుడు కాళ్ళు బెణికి చికిత్సాలయానికి వెళ్ళేదాకా ఏడుస్తూనే ఉన్నాడు. ప్రస్తుతం ఈ నొప్పి అప్పటికంటే తీవ్రంగా ఉండి కళ్ళ వెంబడి నీళ్ళు తెప్పిస్తున్నా, భరించాల్సొస్తోంది.

''ఏమిటి?'' కేశవుడి గోలీల్లాంటి కళ్ళు మెరిశాయి. ''మొదలెడదామా?''

అర్జున్ తలూపాడు. రెండు రంగుల గవ్వలను మధ్యలో ఉంచారు. ఒకటి ఎర్రది, అర్జున్ కోసం. ఇంకొకటి నల్లది, కేశవుడి కోసం. మధ్యలో గుండ్రంగా గీతలు గీశారు. కేశవుడి సిబ్బందిలో బందీలను కాపు కాసేవారు మినహా అందరూ చుట్టూ చేరారు.

''వాణ్ణి ఓడించు, నాయకా! ఓడించు!'' అందరూ ప్రోత్సహించారు.

ఆర్జున్ కి ప్రకాశవంతమైన రంగులున్న గవ్వలిచ్చారు. ''ముందు నీవే ఆడు.'' అన్నాడు, అతను ఎలా ఆడతాడో తను చూడాలి.

''సరే,'' కేశవుడు గవ్వలను తీసుకొని చేతిలో కలపడం మొదలుపెట్టాడు. మెల్లగా కింద పడేశాడు, చుబుకాన్ని గోక్కుంటూ. రెండు గవ్వలు పైకి తిరిగున్నాయి, మిగతావి కిందకు తిరిగున్నాయి. ''రెండు అడుగులు.'' ఒక గుర్తును ముందర పెట్టాడు.

ఎన్ని పైకి తిరిగి ఉన్నాయన్నదాని మీద ఆట ఆధారపడి ఉంది.

అర్జున్ గవ్వలు చేతిలో వేసుకొని కదిపాడు. తరువాత కింద వేశాడు. ఐదు గవ్వలు పైకి తిరిగి ఉన్నాయి. అందరూ విస్తుబోయారు.

''నాకంటే ఎక్కువ,'' అని కేశవుడు నవ్వాడు.

ఉత్సాహంతో అర్జున్ గుర్తులను ముందుకు జరిపాడు. నొప్పి బాధిస్తున్నా ఒక చిన్న నవ్వు అతని ముఖమ్మీద తొణికిసలాడింది.

అలా ఆట కొనసాగింది. అర్జున్ గవ్వలను చేతిలో కదిపేటప్పుడే తన చిన్నవేలితో అవి పైకి తిరిగేలా కదిపి కింద వేయడం వల్ల, అవి అతనికి అనుకూలంగా పడుతున్నాయి. కొంతసేపు కేశవుడు ఇది గమనించలేదు, కానీ కాసేపటికి వాడికి అదృష్టం కలిసొచ్చింది. వాడు వేసిన గవ్వలేవీ పైకి తిరిగి లేవు.

అందరూ అర్జున్‌కి కోపం వచ్చేట్టు చప్పట్లు కొట్టారు. అర్జున్‌కి ఈ కిటుకు తెలియదు. కేశవుడు తన గుర్తులను ఇరవై ఐదు గళ్ళు ముందుకు జరిపాడు. గవ్వలతో మధ్య భాగాన్ని చేరుకోవాలని అప్పుడే తెలిసింది అర్జున్‌కి. ఎక్కణ్ణుంచి మొదలుపెట్టినా, ప్రత్యర్థిని తప్పించుకొని మళ్ళీ మొదలుపెట్టిన స్థానాన్నే చేరుకోవాలి. అదే ఆట. అది ప్రస్తుతం అర్జున్ జీవితం లాగే ఉన్నట్టు అనిపిస్తోంది.

కేశవుడు గెలిచేస్తున్నాడు, అది స్పష్టంగా తెలుస్తోంది. అర్జున్ మూడుసార్లు ముందంజ వేసి, కేశవుడితో గుర్తు ఉన్న గడిలో ఒక గుర్తును పెట్టాడు. కేశవుడు కాస్త నిరుత్సాహం పొంది తన గుర్తును తీసేసి మళ్ళీ మధ్యన ఉన్న గుండ్రంలో పెట్టాడు. అర్జున్‌కి కాసేపు సంతోషంగా అనిపించింది.

ఆట గంటసేపు సాగింది, అర్జున్ వేసే ఒక్కొక్క అడుగుతో విజయం ఎవరిదో తెలియని రీతిలో ఆట సాగింది. కేశవుడి అనుచరులు అర్జున్‌ని దుర్భాషలాడుతున్నారు, అర్జున్ పాచికలను కలుపుతూ కదుపుతూ ఉన్నాడు. కేశవుడేమో తన గుర్తును మధ్యలో నుంచి ముందుకు తీసుకురాగలుగుతున్నాడు. అర్జున్ దగ్గర ఇంకా రెండు గుర్తులే ఉన్నప్పటికీ, కేశవుడి కంటే దాదాపు ఇరవై స్థానాలు వెనకబడ్డాడు. కేశవుడి దగ్గర ఇంకా మూడు గుర్తులే ఉన్నాయి. అర్జున్ గుండె దడదడలాడింది. విపరీతమైన భయమేసి, దిగ్భ్రాంతి కలిగింది. తను ఒక మూర్ఖుడని అర్థమైంది.

లేదు.

అప్పుడే అతనికి వినిపించింది...గట్టిగా కీచుమని దగ్గుతున్న చప్పుడు. కృప ఆగకుండా దగ్గుతున్నాడు.

''మన్నించండి.''

అందరూ ఆ ముసిలి తాగుబోతును విసుక్కున్నారు.

కేశవుడు పాచికలేయడం మొదలుపెట్టినప్పుడు కృప మళ్ళీ దగ్గడం మొదలుపెట్టాడు. ''నోరుముయ్యి!'' కేశవుడు అరిచాడు. ''నేనిక్కడ మనసు పెట్టి ఆడడానికి ప్రయత్నిస్తున్నాను,'' అన్నాడు విసుగ్గా. అప్పుడే అర్జన్‌కి తెలిసొచ్చింది. ఒక కన్ను గుడ్డతో మూసి ఉంది కాబట్టి ఇంకొక కన్నుతో చూశాడు...కృప అంత బుద్ధిలేని తాగుబోతేమీ కాడు.

అతనికి ఆట తెలుసు.

ప్రత్యర్థి పాచికలు వేయబోయే సమయంలోనే అతణ్ణి దారి మళ్ళించాలి. అందుకనే అర్జన్ ఆడే సమయంలో కేశవుని ముఠా ఏవో మంత్రాలు పఠించి, దుర్భాషలాడి అర్జన్ గవ్వల మీద మనసు పెట్టకుండా, వాటిని సరిగ్గా వేయలేకుండా అతనికి అవరోధం కలిగించారు.

అర్జన్ శ్వాస తీసుకొని, కృప సలహాకు కృతజ్ఞతగా తల ఊపాడు.

కేశవుడు కళ్ళంతా ఆటమీదే ఉంచి, గవ్వలతో నెగ్గుదామని చూస్తున్నాడు...అప్పుడే అర్జన్ తుమ్మాడు.

అది రెప్పపాటు కాలమే. కానీ తేడా తెలిసింది. రెండు గవ్వలు మాత్రమే పైవైపు పడ్డాయి.

కేశవుడు కోపంగా రెండు స్థానాలు ముందుకు జరపగా, ''అయ్యిందా,'' అని నవ్వాడు అర్జన్.

అర్జన్‌కి గవ్వలిచ్చాడు. పాతిక స్థానాలు ముందుకెళ్ళాలి, అంటే అన్ని గవ్వలూ పైకి తిరగాలి. అర్జన్ పాచికలు వేయబోతూ విష్ణుమూర్తికి దండం పెట్టుకున్నాడు...

''అదేంటి, నాయకా?'' ఒక మ్లేఛ్ఛుడడిగాడు.

గుబురుగా ఉన్న చెట్ల పైన్నుంచి ఆకాశాన్ని కప్పేస్తూ పొగ కనపడుతోంది.

''నిప్పా?''

''అమ్మో పొగ,'' ఇంకొకడన్నాడు భీతితో. ''ఇది మనల్ని ఇరికించడానికి పథకమే!''

కేశవుడు అర్జన్‌కేసి చూశాడు. అర్జన్ మనసులో అత్యంత భయంతో కలగలిసిన వెలితి చోటు చేసుకుంది. అతని శరీరం చల్లగా, కాలివేళ్ళు వంకరగా, చర్మం వివర్ణంగా మారాయి.

ఎక్కడున్నావయ్యా కల్కీ?

''చంపేయండి,'' అన్నాడు కేశవుడు.

అందరూ ఖడ్గాలను బయటకు లాగారు. ఒరలతో కత్తులు ఘర్షణపడే శబ్దం అర్జన్‌ని బెంబేలెత్తించింది.

''వీళ్ళ తండ్రితో మొదలుపెట్టండి,'' అని ఆగి, ''ఇది అయిన వెంటనే బయలుదేరుదాము...'' అన్నాడు.

అందరూ సమ్మతించారు. చెట్టుకు దగ్గరగా ఉన్న ఒక భటుడు ఒక్కడే కొమ్మకు ఆనుకొని ఉన్న విష్ణుయతుని దగ్గరకు వచ్చాడు.

కత్తి ముందుకొచ్చింది. అర్జన్ వేదనతో అరిచాడు.

అప్పుడు డెక్కల శబ్దం వినిపించింది...బోలెడన్ని డెక్కల శబ్దం.

27

అదిరిపోయి, అందరూ డెక్కల శబ్దం వస్తున్న వైపు చూశారు. బాగా ఎక్కువగా పెరిగిన పొదలను చీల్చుకొని, కొమ్మలను విరిచేస్తూ రథారూఢుడై వస్తూ కల్కి ప్రత్యక్షమయ్యాడు. అతను రథం మీద ధనుర్బాణాలు పట్టుకొని ఉండగా, లక్ష్మి అతని ప్రక్కన కూర్చొని పగ్గాలు పట్టుకొని ఉంది.

వాళ్ళ వెంట చాలామంది ఉన్నారు, కేశవుని అసహ్యకరమైన ఎనిమిది మంది అనుచరుల సైన్యం కంటే చాలా ఎక్కువ. కేశవుడు కత్తి పట్టుకొని లేచాడు. కానీ వాడు ఎవరిపైనైనా దాడి చెయ్యకముందే అర్జన్ వాడిపై దూకాడు. కల్కి రథం నుంచి కిందకు దూకి, నేర్పుతోనూ, నైపుణ్యంతోనూ బాణాలను వేస్తున్నాడు.

అర్జన్ తన చుట్టూ జరుగుతున్నదేదీ పట్టించుకోకుండా కేశవుడి చెయ్యి పట్టుకొని వాడి కత్తి ఎటువైపుకూ కదలకుండా చేశాడు. కేశవుడు ఎంతగా ప్రయత్నించినా ఫలించలేదు, అర్జన్ ఒక ఊహించని పని చేసేవరకు. వాడి చెయ్యి కొరికాడు అర్జన్. నొప్పితో కేకపెట్టిన కేశవుడు కత్తి పారేశాడు. తన కాళ్ళతో అర్జన్‌ను బంధించి, కింద పడవేసి కుమ్మడం మొదలుపెట్టాడు. అర్జన్ ముక్కు స్పందన కోల్పోయేంతవరకు కుమ్ముతూనే ఉన్నాడు కేశవుడు. అర్జన్ వాడి కాళ్ళ మధ్యన తన్ని వాడు నొప్పితో పడిపోయేలా చేశాడు. తన ముక్కు మీదున్న రక్తాన్ని తుడుచుకున్నాడు. కేశవుణ్ణి పట్టుకొనేందుకు ప్రయత్నించగా, వాడు దొర్లిపోయి తప్పించుకొనేందుకు యత్నించాడు.

కల్కి బాణాలను విడవటం, బాలా తన గదను ప్రయోగించటం గమనించాడు అర్జన్. లక్ష్మి కుంతమును ఉపయోగించగా, మిగతావాళ్ళకు యుద్ధవిద్యలో ప్రవేశం లేనందున వాళ్ళకు తోచిన రీతిలో సహాయపడుతున్నారు. వాళ్ళలో చాలామంది విజయాన్వేషణలో తడబడుతూ అయినా అవిశ్రాంతంగా ముందుకెళ్ళి గాయపడ్డారు. కానీ ఓడిపోసాగారు. అర్జన్‌కి కృప గాని, తన తండ్రి గాని కనపడలేదు. అన్ని వైపులా వెతుకుతూ తండ్రిని పిలిచాడు. అప్పుడే కల్కిని చూశాడు.

''నీవు చాలా తొందరగా వచ్చావు,'' వెటకారంగా అన్నాడు కల్కితో.

''నీవు ఫిర్యాదు చేయకూడదు. నీవు పట్టుబడతావనుకోలేదు. నీవు నిజంగా నా తమ్ముడివి.'' అతను కళ్ళు చిట్లించి చూశాడు. ''నీకేం ఫరవాలేదు కదా?''

అర్జన్ చిరునవ్వు నవ్వకుండా ఉండలేకపోయాడు. ''నా తిప్పలూ దెబ్బల గురించి తరువాత మాట్లాడుకోవచ్చులే.''

''ఇది తీసుకో.'' కల్కి కత్తి ఇచ్చాడు. ''ఇప్పుడు వాడు,'' అన్నాడు ఆయాసంతో రొప్పుతూ, ''ఎవ్వరినీ వదలకు. ఇదే నీ ఆఖరి రోజన్నట్టు పోరాడు.''

''నీకే యుద్ధం చేయడం తెలియదు కానీ, నాకు జీవితపాఠాలు నేర్పుతున్నావా?''

''ఏం సవాలు చేద్దామనుందా?''

అర్జన్ కళ్ళు గుండ్రంగా తిప్పాడు. ''ఇవాల్టికి చాలినంత సవాళ్ళు చేశానులే, సోదరా.''

అప్పుడే అర్జన్ కళ్ళు విష్ణుయతుడి కళ్ళతో కలిశాయి. ఆ యుద్ధంలో ఆయనొక్కడే దుర్బలంగా, ఏకాకిగా నిలబడ్డ వయోధికుడు. వాళ్ళు ముందుకు సాగుతుండగా, విష్ణుయతుణ్ణి కాపాడమని అర్జన్ కల్కికి సంకేతమిచ్చాడు.

ఇద్దరు కొడుకులనూ చూసిన వెంటనే విష్ణుయతుడి ముఖం వెలిగిపోయింది. కానీ సరిగ్గా అప్పుడే ఒక బాణం వచ్చి ఆయన వీపులో నాటుకుంది. కల్కి శత్రువుల మీద బాణాలు సంధిస్తున్నాడు కాబట్టి ఈ దృశ్యం అర్జన్ కంటబడింది. తండ్రి దుస్థితి చూసిన అర్జన్, తన శరీరం ఆవేదనతో తిమ్మిరెక్కగా, గట్టిగా అరిచేశాడు. విష్ణుయతుడి ప్రక్కనే మోకాళ్ళ మీద కొర్చుండిపోయాడు. జరిగినది కల్కి చూసి బాధతో అరిచాడు.

అర్జన్ విష్ణుయతుడి తలను తన ఒళ్ళో పెట్టుకున్నాడు. ఒకప్పుడు అర్జన్ గురుకులానికి ఏగుతుండగా చూసినట్టే ఇప్పుడు విష్ణుయతుడు అతణ్ణి ఓపికతో, సహనంతో చూశాడు. ఆ దృష్టి జీవితంలోని కష్ట సమయాలను ఆశావాదంతో, స్థితప్రజ్ఞతతో ఎదుర్కొమ్మని సూచిస్తోంది.

అర్జన్ తండ్రిని గట్టిగా పట్టుకున్నాడు. మెల్లగా ఆయన తల నిమురుతుండగా, కల్కి కూడా వచ్చాడు. కల్కి వెంటనే ఆయన వీపున దిగిన బాణాలను లాగేశాడు.

''మీరిద్దరూ...ఈ లోకానికి...అతిగొప్ప బహుమతులు,'' అన్నాడు విష్ణుయతుడు. ''అర్జన్, నీవెప్పుడూ హరి కుటుంబానికి చెందినవాడవే, మర్చిపోకు...''

అర్జన్ ముఖం సంతోషంతో వెలిగిపోయింది.

''మరి కల్కి?''

''చెప్పండి, నాన్నా?'' అని అడుగుతూ కల్కి తల కిందకు దించి చూశాడు.

యుద్ధరంగం నుంచి దూరంగా నిలబడ్డ కృపను చూపించాడు విష్ణుయతుడు.

''వాడినెందుకు పిలుస్తున్నారు?'' కల్కి ప్రశ్నించాడు.

''కృపుడా?'' అర్జన్ అడిగాడు.

విష్ణుయతుడు అవునన్నట్టు తలూపాడు. ''కృపుడు...కృపుడు...చ...''

అర్జున్ తలెత్తి చూశాడు. అదే క్షణంలో కృపుడు అతణ్ణి, కల్కిని చూశాడు. ఉన్నట్టుండి అర్జున్ ఒళ్ళో ఉన్న బరువులో మార్పొచ్చింది, విష్ణుయతుని కళ్ళు నిర్జీవమైపోయాయి.

మరణించిన తండ్రి ఛాతీ మీద తలపెట్టాడు అర్జున్. కల్కి ఓదారుస్తూ అర్జున్ భుజం తట్టాడు. అర్జున్ కల్కి వైపు చూశాడు. ''నేను నమ్మలేకున్నాను...నమ్మలేకున్నాను... నమ్మలేకున్నాను...ఈయన...ఈయన...చనిపోకూడదు కదా.''

అర్జున్ దగ్గరలోకి ఇంకొక బాణం దూసుకొచ్చింది. కల్కి దాన్ని పట్టేశాడు. విస్మయంతో అర్జున్ కళ్ళు పెద్దవయ్యాయి. కల్కి బాణాన్ని పట్టి రెండుగా తుంచేశాడు.

కల్కి బాణాన్ని గురి పెడుతున్న మ్లేఛ్ఛుని వైపుకు నడిచాడు. బాణం కల్కి చర్మంలోకి దూసుకెళ్ళడం అర్జున్ చూశాడు. అయినా, కల్కి అర్జున్‌వలె నొప్పితో అరవలేదు. నొప్పిని భరించాడు. ఐదు శరాల పరంపర వచ్చి కల్కి దుస్తులను చీల్చేస్తూ అతని వక్షస్థలంలో నాటుకుపోయింది. అతను శరములను విరగ్గొట్టి, వాటిని సంధించిన మ్లేఛ్ఛుని మెడ పట్టుకున్నాడు.

అర్జున్ అలానే మంత్రముగ్ధుడై చూస్తున్నాడు. విష్ణుయతుడు అర్జున్ ఒళ్ళోనే ఉన్నాడు. కల్కి దుర్బలుడైన ఆ మ్లేఛ్ఛుణ్ణి మెడ పట్టుకొని తేలికగా పైకెత్తాడు. ఈ శౌర్య ప్రదర్శనను చూసిన అర్జున్ తన కళ్ళను తానే నమ్మలేకపోయాడు. కల్కి వాడి మెడ తెగేంతవరకూ గట్టిగా పట్టుకొని నలిపేశాడు. వాడి శరీరం పడిపోవడం వినిపించినా, అర్జున్ తల తిప్పేసుకున్నాడు.

యుద్ధం ముగిసింది. గ్రామం గెలిచింది. కానీ కల్కి, తానూ ఓడిపోయారు.

కల్కి హతుడైన ఆ మ్లేఛ్ఛుడి దగ్గర నిలబడి, ఆ తరువాత తనకేమీ పట్టనట్టు అక్కడి నుంచి వెళ్ళిపోయాడు. ఇదంతా వట్టి మాయే.

అర్జున్ మ్లేఛ్ఛుడిని చూశాడు. అతని పెదవుల మీద సన్నటి నవ్వు కదలాడింది. ఆ నవ్వు కసి తీరినట్టుగా, వెక్కిరిస్తున్నట్టుగా అనిపించింది. ఎందుకంటే, ఆ మృతదేహం కేశవనందుడిది.

28

ఆ నిప్పూ...ఆ చావూ...ఆ భయంకర దృశ్యం...

తన చుట్టూ జనాలు నిప్పుల్లో మరణించగా ఒక కుర్రవాడు దహించుకుపోయిన పుస్తకాలను, వస్తువులను దాటుకొని బయటపడ్డాడు. తన చెల్లెలు ఎక్కడుందో కనిపెట్టగలనన్న ఆశతో బయటకు రాగలిగాడు. వెతుకుతూ, అడ్డం వచ్చినవాటిని విరగ్గొడుతూ, గుడారాల్లో ప్రవేశిస్తూ...ఏదో భయంకరమైనదాన్ని చూసినట్టు తన చెల్లిని చూశాడు. ఈ మారణహోమానికి కర్త అయినవాణ్ణి...అన్నిటికీ బాధ్యుడైన కిరాతకుణ్ణి...చూసింది ఒక్క క్షణమే అయినా, వాడి ముఖం ఎప్పటికీ గుర్తుండిపోతుంది. వాడు పొడుగ్గా, చాలామంది కంటే పొడుగ్గా ఉన్నాడు...వాడి నుదుటి మీద ఒక గాయముంది. అది లోతుగా, భయంకరంగా, చీమూ నెత్తురూ కారుతోంది.

పసికందుని గట్టిగా పట్టుకున్నాడు ఆ కుర్రవాడు. మిగతావాళ్ళ అరుపులు విన్నాడు. మిగతావాళ్ళున్నారు...ఉన్నారు...

తోబుట్టువులు అరుస్తున్నారు...

కాళికి మెలకువొచ్చింది. తన దేహంలోని ప్రతి అణువూ కాలిపోతూ వేదన కలిగిస్తోంది. తనకు జ్వరమున్న సంగతిని నుదుటిని తాకి తెలుసుకున్నాడు. అప్పుడే తలుపు తెరుచుకుంది. బహుశా తన అరుపువల్లేనేమో, దురుక్తి హడావుడిగా ప్రవేశించింది. ఆదుర్దాతో ప్రక్కనే నిలబడింది.

''వాళ్ళను కాపాడలేకపోయాను...మన అన్నదమ్ములను కాపాడలేకపోయాను...మన అక్కచెల్లెళ్ళనూ...''

''ఏం ఫరవాలేదు...ఫరవాలేదులే.'' దురుక్తి ఊరడించింది, అతని నుదుటి మీది చమట తుడుస్తూ, అతణ్ణి శాంతపరిచేందుకు తల నిమురుతూ.

''కోకో! వికోకో!''

ఇద్దరు సేనానాయకులూ ప్రవేశించారు.

''వెంటనే చన్నీళ్ళను, వైద్యుణ్ణీ తీసుకొని రండి!''

వాళ్ళు సరేనని తలలూపి బయటికి దూసుకెళ్ళారు.

''నీకేం ఫరవాలేదు, అన్నయ్యా.'' దురుక్తి కాళి నుదుటి మీద ముద్దు పెట్టింది. ''నీకేం ఫరవాలేదు. నీకిప్పుడు కావలసింది కాస్త...''

''నా పరాజయం యొక్క పాపాలు...నన్ను వె-వెంటాడుతున్నాయి...నన్ను చంపేస్తాయి,'' అని గొణిగాడు. అతని కళ్ళు తెల్లబడుతున్నాయి. అతనికి తన ఆత్మ శరీరాన్ని వీడి వెళ్ళిపోతుందేమో అనిపించింది.

''లేదు, ఎవ్వరూ నిన్ను చంపరు, ఎవ్వరూ నా అన్నను చంపలేరు. నేను హామీ ఇస్తున్నాను.'' కాళి తలను తన గుండెకు గట్టిగా హత్తుకొంది. ''నీవు బాగైపోతావులే.'' అన్నది.

ఇప్పుడు కాళి మంచానికి ఆనుకొని ఉన్నాడు. ఒక తడిగుడ్డ అతని నుదుటి మీద వేసి ఉంది. దురుక్తి అతని చేతులను పట్టుకొని ఉంది. స్వేదం ఆరిపోయి, కాస్త ఉపశమనంగా ఉంది కానీ అతని గుండె ముందుకంటే ఎక్కువగా బాధిస్తోంది. వైద్యుడు వెళ్ళిపోయాడు, కోకో, వికోకోలిద్దరూ ప్రక్కనే ఆదుర్దాగా నిలబబడి ఉన్నారు. వారిరువురూ పక్కపక్కనే నిలబడితే చూడచక్కగా ఉంటుంది. ఎందుకంటే, ఇద్దరి పోలికలూ ఒకటేలా ఉంటాయి. కాస్త తేడాలు కూడా ఉంటాయి. వికోకో జడ వేసుకొని ఉంటుంది, కోకోదేమో పొట్టి జుట్టు. కానీ ఇద్దరి రూపురేఖలూ ఒక మాదిరిగానే ఉంటాయి కాబట్టి ముచ్చటేస్తుంది.

వారిని మొట్టమొదటసారి కలిసినప్పుడు కాళి చిన్నవాడు. వాళ్ళు ఇంకా చిన్నవాళ్ళు.

మేమందరమూ కలిసి పెరిగాము.

దురుక్తి వాళ్ళిద్దరికీ సెలవిచ్చింది.

''నీకిప్పుడు బాగానే ఉందా?''

కాళి తలూపాడు. అది అసత్యం, ఎందుకంటే అతనికి తన గుండె ఇంకా బరువుగానే అనిపించింది.

''బెంగపడకు, నేను బాగైపోతానులే.''

''నీవేదో కలవరించావు.''

''ఏమిటి?''

''ఏదో గాయమున్న మనిషిని చూశానని,'' అని జవాబిచ్చింది.

కాళి కళ్ళు చిట్లించాడు. గుర్తుకు రాలేదు. ''అలా అన్నానా?''

''మన తోబుట్టువులని విడిచిపెట్టి రావడం గురించి ఏదో అన్నావు.''

''నాకెప్పుడు భయమేసినా అలాగే అంటాను,'' పళ్ళు నూరాడు కాళి. నియంత్రించుకోలేనంత భయమేసింది. ''నీకు తెలుసుగా.''

''అప్పుడు జరిగినది నీ తప్పు కాదు.''

''కానీ నాకు తెలిసి ఉండాల్సింది.'' కాళి ఆమె నుంచి దూరంగా చూశాడు.

''కనీసం నన్ను రక్షించావు కదా.''

''నిజమే.''

కాళి నిరాశ చెందలేదు. ఆమెను కాపాడినందుకు సంతోషమనిపించింది. కానీ ఆ పాత స్మృతి తనను ఇంకా వెంటాడుతోంది, లోపలి నుంచి చంపేస్తాంది, తన బుర్ర తిరిగిపోతోంది.

''నేను అతణ్ణి చూడాల్సిందే!'' బయటి నుంచి అరుపులు వినిపించాయి.

అతనికి నిరసనలు వినిపించాయి. వాటిని ఆపడానికి కోకో, వికోకోలు చేస్తున్న ప్రయత్నాలు కనబడ్డాయి.

''ఆయన విశ్రమిస్తున్నారు.''

''విశ్రాంతా? ఈ సమయంలో అతను అది తప్ప ఇంకేదైనా చెయ్యాలి. నాకు నమ్మకద్రోహం జరిగింది, నేను ఓడిపోయాను.''

కాళి ఆ వ్యక్తిని ప్రవేశపెట్టమని దురుక్తికి సంజ్ఞ చేశాడు.

''రానివ్వు.''

కోకో వికోకోవులు ఆగిపోయారు. విహ్వలుడైన వాసుకి లోనికొచ్చాడు.

''మీ ఆరోగ్యమెలా ఉంది, ప్రభూ? ఎలాగున్నారు తమరు? నావాళ్ళు కుప్పకూలుతూంటే మీకోసం ఏదైనా తేవాలా?'' వాసుకి అడిగాడు అవహేళనతో.

''అలా మాట్లాడే సాహసం చెయ్యకు...''

కాళి దురుక్తి చెయ్యి పట్టుకొని నిశ్శబ్దం వహించమని సంజ్ఞ చేశాడు.

అనారోగ్యం పాలవ్వడం తన తప్పేనని తెలుసు, కానీ దాని పర్యవసానాలేంటో మాత్రం తెలియదు. ''ఏమైంది, వాసుకి ప్రభూ?''

''తక్షకుణ్ణి పొడిచేసి మూడో అంతస్తు నుంచి కిందకు పడదోశారు,'' అన్నాడు వాసుకి. ''అంత సాహసం ఎవరికి ఉంటుంది?''

కాళికి వాసుకి మాటల తాత్పర్యం అర్థమైంది.

''ఏదైనా రుజువుందా?''

''వెతుకుతున్నాను, కానీ నీకు తెలియాలని హెచ్చరిస్తున్నాను. కానీ, ఏ చిన్న రుజువు దొరికినా యుద్ధమే జరుగుతుందని తెలుసుకో. ఒక సైన్యాన్ని పంపి ఆ లావాటి పురుగును తుదముట్టిస్తాను. అంత సంపదను మేస్తున్నాడు వాడు!''

''కువేరుడి గురించి నాకు తెలుసు, అతడు ఆడిన మాట తప్పడు. యుద్ధానికి దారితీసేలా ఎవ్వరినీ చంపనని ప్రమాణం చేశాడు.''

''ఇప్పుడు మాట మీద నిలబడలేదు, ఇప్పుడు మాటలకు విలువ లేదు.'' వాసుకి గదిలో అటూయిటూ నడవడం ఆపాడు. ''నీకు తెలియాలని చెప్తున్నాను, కాళీ, ఒప్పందం ప్రకారం నా వంతు మాట నిలబెట్టుకున్నాను. మా మధ్యన శాంతిని నెలకొల్పే బాధ్యతను నీకు అప్పజెప్పాను. కానీ నీకు సామర్థ్యం లేకపోతే, వేరే గత్యంతరాలను వెతుక్కోవాలి, అది నీకు ఏమాత్రం నచ్చదు.''

''ఏం బెదురిస్తున్నావా, వాసుకీ?'' తీవ్ర అస్వస్థలోనూ కాళి గొంతు వాసుకికి దడ పుట్టించింది.

వాసుకి కాసేపు అతడిని విస్మయంతో చూశాడు. ''ఇది నేనే స్వయంగా దర్యాప్తు చేస్తున్నాను. సమయం దొరికితే నేను కనుగొనే విషయం నీకు చెప్తాను. నా సోదరి రాజకుమారి మానస తన ప్రియమిత్రుడైన తక్షక సేనానికి అంతిమ వీడ్కోలు చెప్పేందుకు వస్తుంది, కాబట్టి ఇప్పటికి సెలవు తీసుకుంటున్నాను. అతడి అంత్యక్రియలప్పుడు నిన్ను కూడా చూస్తానని ఆశిస్తున్నాను.''

అని బయలుదేరిపోయాడు.

కాళి అరచేతులను చేర్చి తల మీద పెట్టుకొని అసంతృప్తిగా ముఖం పెట్టి, గట్టిగా ఆలోచించేందుకు ప్రయత్నించాడు. ఇప్పుడేం చెయ్యాలి?

''ఏమైంది?'' అడిగింది దురుక్తి.

''ఏమైందో నీకు తెలుసుకదా,'' కాళి తలూపాడు. తన గదికి కాపుగాస్తున్న సేనానులను పిలిచాడు. వాళ్ళు ప్రవేశించారు.

''ఆ పాము ఏమన్నాడో మీరు వినే ఉంటారు,'' అని మొదలుపెట్టాడు కాళి.

''ఈ పని ఎవరు చేశారన్నది మీరిద్దరూ కనిపెట్టాలి. ఆ పాము కంటే త్వరగా శోధించాలి. నేను ఇప్పుడిప్పుడే ప్రయత్నం చేసి స్థాపించిన శాంతికి అతడి వల్ల భంగం ఏర్పడేందుకు వీల్లేదు.''

ఆ కవలలిద్దరూ సరేనని తల ఊపి వెళ్ళారు. ఈసారి వాళ్ళు వెళ్ళింది కోట నుంచి బయటకు వెళ్ళడానికి.

''ఇంత కష్టపడి సాధించినది చేజారిపోతుందంటే బాధేస్తుంది.''

''అర్థమవుతోంది, అన్నయ్యా.''

కాళి తన శరీర వేదన నుంచి, జ్వరం నుంచీ ఉపశమనం దొరుకుతుందని ఆశిస్తూ నిద్రకు ఉపక్రమించే ముందర...ఆప్యాయంగా దురుక్తి బుగ్గను తట్టాడు. కానీ దహించుకుపోయిన గ్రామం వైపే తన మనసు ప్రయాణించింది. తను మానవులు, బోయల మధ్యన శాంతిని వాంఛించేందుకు వెనుక ఒక కారణం ఉంది. వీరిరుపక్షాల నడుమ ఉన్న శత్రుభావమే తన కుటుంబం నాశనం అవ్వడానికి కారణమైంది.

ఆ గాయాల మచ్చలతో ఉన్న మనిషి ఎవరు?

ఎందుకంటే, అదే అన్నిటినీ మార్చేసింది. యుద్ధం ఎప్పుడూ శాంతి కోసం జరగలేదు, రహస్యాలను కాపాడుకొనేందుకు జరిగింది. ఆ రహస్యాలు తన మెదడు లోతుల్లో దాగి ఉన్నాయి, వాటిని తవ్వి తీసేందుకు కూడా భయమేసేంత లోతుల్లో.

29

కల్కి తన తండ్రి అంత్యేష్టికి వెళ్ళలేదు. అతనికి అంత శక్తి లేకపోయింది. అంత్యేష్టిని నిర్వర్తించిన అర్జన్‌కి ఉన్నట్టు అతనికి గుండె నిబ్బరం లేదు. అర్జన్ ముఖం మారిపోయింది. చూడగానే జుగుప్స కలిగించే మచ్చ ఏర్పడింది. అతను జీవితాంతం రోజూ విలపించడానికి అదొక గుర్తు. అది మరణం కంటే దారుణమైనది. నిరాశ చెంది, ఆగకుండా దు:ఖిస్తున్న తన తల్లి దృష్టి నుంచి దూరంగా నిలబడి, దూరం నుంచి అంత్యేష్టిని చూశాడు కల్కి. మ్లేఛ్ఛుల మంద ఆమె భర్తను అపహరించడం ఆమె పట్ల జరిగిన అన్యాయం. అది ఉత్తమురాలైన ఆమెకు పట్టవలసిన గతి కాదు.

ప్రయాణం చేసి హింస జరిగిన స్థలానికి వెళ్ళాడు కల్కి. జరిగిన దుర్ఘటనను మళ్ళీ గుర్తు చేసుకోవాలన్న కాంక్షతో కాదు, తన తండ్రి అక్కడ ఏదైనా వదిలిపెట్టి వెళ్ళాడేమోనన్న తపనతో. మ్లేచ్ఛుల డేరాలు చిరిగిపోయి ఉన్నాయి. అగ్నిగుండాలు వాళ్ళ కళేబరాలతో నిండిపోయి ఉన్నాయి.

యుద్ధంలో విజయం అనేది అమాయకుల ప్రాణహానితో ముగిస్తుంది.

సరిగ్గా అప్పుడే విన్నాడు...కప్ప కేక లాగా వినపడింది...కర్కశమైన శబ్దం తన చెవిని గుచ్చింది, ఆ మాటలు స్పష్టమవ్వసాగాయి...

''విష్ణు! విష్ణు!''

కల్కి మోకాళ్ళ మీద కూర్చున్నాడు. ధ్వంసమైన గుడారంలో ఒక పంజరంలో చిందరవందరగా, కానీ చాలా అందంగా ఒక చిలుక ఉంది. అది కల్కినే చూస్తోంది.

''నమస్కారము!''

''విష్ణు!''

''మా నాన్న పేరు నీకెలా తెలుసు?''

''శుకో! శుకో!''

కల్కికి అర్థంకాలేదు. పంజరం తలుపు తెరిచి చిలుకను ఎగరిపోనిచ్చాడు.

''విష్ణు!''

ఆ పేరు చాలా బధ కలిగించింది. ఈ చిలికకు తన తండ్రి ఏదో విధంగా తెలిసుండాలి. దానికి తినడానికి ఇచ్చేందుకు కల్కి దగ్గర ఏమీ లేదు, అందుకని దాన్ని ఊరికే చేత్తో తట్టాడు. చిలుక అతని చేతి మీద వాలి, మెల్లగా భుజం పైకెక్కింది.

''శుకో!''

''ఐతే నీ పేరు శుకోనా?''

అవునన్నట్టుగా చిలుక అతని చొక్కా లాగింది.

''ఐతే నిన్ను శుకో అనే పిలుస్తానులే.''

గ్రామం వైపు నడిచాడు. ''మా నాన్న గురించి నీకు తెలిసిందంతా చెప్తావని ఆశిస్తున్నాను.'' అన్నాడు.

అతను నదీ తీరాన కూర్చున్నాడు. శ్వాస తీసుకోవడం కూడా కష్టమనిపించేలా గాయాలింకా బాధపెడుతూనే ఉన్నాయి. ఒక గులకరాయిని తీసి నీటిలో పడేశాడు. శుకో ఆహారం కోసం వెతుక్కునేందుకు వెళ్ళాడు, ఇంకా రాలేదు. అంత్యక్రియలు అయిపోయాయి, లక్ష్మి అతణ్ణి వెతుక్కుంటూ వచ్చింది.

లక్ష్మి వచ్చి కల్కి ప్రక్కనే కూర్చొని అరగంటసేపు ఏమీ మాట్లాడలేదు. ఇద్దరూ నిశ్శబ్దంగానే కూర్చున్నారు. ఇంకొకరైతే ఏదో ఒకటి మాట్లాడి, సముదాయిద్దామని చూసి, వెళ్ళిపోయేవారు. కానీ లక్ష్మి అలాక్కాదు. కల్కి స్వభావం ఆమెకు అందరికంటే బాగా తెలుసు. మాటల వల్ల బాధ తీరదని తనకు తెలుసు. లక్ష్మి చేతివేళ్ళు తన చేతివేళ్ళతో కలవడం కల్కికి తెలిసింది. వాళ్ళిద్దరూ దూదిలాంటి మబ్బులు గల నీలాకాశం, సిందూర వర్ణంతో కూడిన సాయంసంధ్యతో మిళితమవ్వడం చూస్తూ ఉండిపోయారు.

''వాడొక తప్పు చేశాడు. ఆ తరువాత నా సహాయమడిగాడు. అది చేశాను,'' కల్కి మొదలుపెట్టాడు.

''ఎవరి గురించి మాట్లాడుతున్నావు?''

''బాలా గురించి,'' అని, ఆమె వైపు తిరిగి, ''అడిగావు కదా? వాడు నాకెలా ఋణపడ్డాడని? ఒక కల్లు దుకాణం కాపలాదారు నాకెలా ఋణపడి ఉంటాడని? వాడొకసారి ఒక అమ్మాయిని లోపలికి అనుమతించాడు. ''అనుమతించాడు'' అనడం కూడా సరి కాదేమో, ఎందుకంటే ఆ అమ్మాయి తనంతట తనే లోపలికి వచ్చేసింది. ఆ అమ్మాయిని బాలా ఆపలేకపోయాడు. కానీ అది వాడి తప్పే, ఎందుకంటే, వాడు ఆమెని వెనక్కి లాగి, ఇది ఆమె వంటి చిన్నపిల్లలకు తగిన చోటు కాదని అర్థమయ్యేలా చెప్పలేదు. ఆ అమ్మాయికి పదమూడేళ్ళే.''

లక్ష్మి కల్కిని ఆతృతగా చూస్తూ ఉంది.

''మగవాళ్ళు తాగి ఉన్నప్పుడు తనను చిన్నపిల్లగా చూడరని ఆమెకు అర్థం కాలేదు. ఒక ఆడదానిగానే చూస్తారు. వాళ్ళకు ఎటువంటి నీతీ నియమాలూ ఉండవు.''

''ఎవరా అమ్మాయి?''

''నాకు తెలియదు. చుట్టుప్రక్కల అడిగి చూశాము.''

''ఆ తరువాత ఏమైంది?'' ఆదుర్దాగా తన చేత్తో కల్కి చేతిని గట్టిగా పట్టుకొంది.

కల్కి చెప్పడం మొదలుపెట్టాడు. అది జరిగి ఒక సంవత్సరమైంది. మధుశాలలో కేవలం కల్లే కాదు, అక్కడ చాలా గదుల్లో వేశ్యలు కూడా ఉంటారు. బాలా లోపలికి వెళ్ళిన అమ్మాయి గురించి మర్చిపోయాడు. తెల్లవారాక, చీపురు, చేదలో నీళ్ళూ పట్టుకొని అన్ని గదులకీ వెళ్ళగా, ఆఖరి గది లోపలి నుంచి తాళం వేసి ఉంది. దాంతో ఆ దుకాణం యజమాని అరిందంను పిలిచాడు. అతనికీ ఆశ్చర్యమేసింది. అక్కడ ఎవ్వరూ గదికి తాళం వేసే సాహసం చేయరు.

బాలా తలుపు బద్దలుకొట్టి చూస్తే లోపల గదంతా ఒకటే వాసన...ఒలికిన మదిర వాసన, రతి జరిగిన వాసన. గదిలో ఒక మూల ఆ అమ్మాయి ఉంది. ఆమె దాక్కొని ఉంది. ఆమె బట్టలు చింపేసి ఉన్నాయి, ఆమె చుట్టూ ఉన్న దుప్పట్లలాగే.

''కొన్ని ప్రశ్నలకు సమాధానాలు దొరుకవు,'' కల్కి చెప్పసాగాడు, ''ఆ పని చేసిందెవరో తెలియలేదు. బాలా నన్ను చూసి ఒక సహాయం కోరాడు, ఆ అమ్మాయి ఉండేందుకు ఒక ఇల్లు వెతకమని.''

''వెతికావా?''

''అవును, ఇంకో ఊళ్ళో,'' అని ఆగాడు. ''నా భుజం మీద తల పెట్టుకొని భోరుమని ఏడ్చాడు, అది ఇబ్బందిగా అనిపించింది. ఇంక కన్నీళ్ళే మిగలనంతగా ఏడ్చి, ఆ అమ్మాయికి జరిగిన దుర్ఘటనకు తన నిర్లక్ష్యమే కారణమని తనను తానే నిందించుకున్నాడు.''

లక్ష్మి కిందకు చూసింది.

''నీవు బాలాను అపార్థం చేసుకుంటావేమోనని నీకు చెప్పలేదు. నిజానికి నేను సహాయం చేసింది ఆ అమ్మయికే అయినా, బాలా అలా అనుకోలేదు. నాకు ఋణపడిపోయినట్టు భావించాడు. తను బ్రతికున్నంత కాలం నన్ను, నా చిట్టితమ్ముణ్ణి కాపాడతానని ప్రమాణం చేశాడు.''

లక్ష్మి తలూపింది. ''నేను అతణ్ణి అపార్థం చేసుకోలేదు. నీవు పొరబడ్డావు, తెలుసా?''

''అయ్యుండచ్చు. మనం ఎవరమో, గతంలో ఎలా సన్నిహితంగా ఉండేవారమో మర్చిపోయాము. రెండేళ్ళైంది మనం కలుసుకొని.''

ఆమె తన చేతివేళ్ళను కల్కి జుట్టులోకి పోనిచ్చింది. ''నిన్ను బాగా తలచుకొన్నాను. నేను మారాను, నిజమే, కానీ నన్ను మరిచిపోవద్దు. నేను మునుపటిలాగే ఉన్నాను, మారిన మనోభావాలతో, అంతే.''

కల్కి సన్నగా నవ్వాడు. ఆమె చేతివేళ్ళు తగలగానే కల్కికి గిలిగింత పుట్టింది. అతనికి అదో కొత్త అనుభూతి. లక్ష్మి స్పర్శ ఆనందాన్నిచ్చింది. ఆ ఆనందం అలాగే ఉండిపోతే బావుణ్ణనిపించింది.

''నేను చెప్పాల్సినది ఒకటుంది.''

''ఏమైంది?''

ఆమె దీర్ఘ శ్వాస తీసుకొంది, మన్నించమని అడుగుతున్నట్టు. ''మనం చాలానే చూశాము, నాకు తెలుసు. అయినా మా పిన్నమ్మ నన్ను మళ్ళీ నగరానికి వచ్చేయమన్నది...ఇంద్రఘర్‌లో అన్నీ సద్దుమణిగాయి, అక్కడ ఇక అంతా బాగానే ఉంటుందని.''

''నాతో ఎందుకు చెప్పలేదు?''

''సరైన చోటూ, సమయం దొరకలేదు.''

''అక్కడ ఎన్ని రోజులుంటావు?'' కల్కి స్వరం గద్గదమైంది.

ఇప్పుడు మళ్ళీ తను ఒంటరిగా మిగిలిపోతాడు.

''ఎంత కాలమో సరిగ్గా చెప్పలేను, కానీ చాలా కాలమే.''

''నీవు మళ్ళీ నగరానికి వెళ్ళడం నాకిష్టంలేదు.''

''నాకు తెలుసు.''

''అయినా వెళ్తావా?''

ఆమె ఆలోచిస్తున్నట్టుగా కళ్ళార్పింది. ''నేను వెళ్తానని నీకు తెలుసు. తప్పకుండా వెళ్తాను. మా పిన్నమ్మలాగా అధికారం చలాయిస్తూ, బలవంతురాలిగా, విద్యావంతురాలిగా ఉండడమే నాకిష్టము. శంబల నన్ను అలా ఉండనివ్వదు.''

కల్కి నిరాశ చెందలేదు. నిజానికి, ఆ సమాధానాన్నే ఊహించాడు. ''ఈ విషయం మాత్రం నీలో మారనే లేదు.'' అని కాస్త ఆగాడు. ''ఈసారి నిన్ను కలిసేందుకు వస్తాను, సత్య ప్రమాణంగా.''

''తప్పకుండా రావాలి. మా పిన్నమ్మ నాకు గ్రంథాలయంలో పని ఇప్పిస్తానని హామీ ఇచ్చింది. అదెంత హాయిగా ఉంటుందో తెలుసా?''

కల్కి తలూపాడు. ''పుస్తకాలు ఆసక్తికరంగా ఉంటాయి. ఐతే నాతో అర్జన్‌ను కూడా తేనా?''

''తప్పకుండా.''

ఇద్దరూ ఒకరినొకరు చూసుకొని నవ్వారు. కల్కి ఆమె కళ్ళలో ఆనందం తొణికిసలాడడం చూశాడు. లక్ష్మి ఉంటే తనకు అన్నీ కలిసొస్తాయి. చిన్న విషయాలు

కూడాం ఆమె చేసే చిన్ని చిన్ని ఫిర్యాదుల లాంటివి, లేదా ఆందోళనగా ఉన్నప్పుడు కనుబొమలను పైకి లేపడం వంటి ఆమె చేష్టలన్నీ కల్కికి ముచ్చటేస్తాయి. ఆమె అంటే కల్కికి ప్రాణం.

ఆమె ముందుకొచ్చింది. కల్కి కూడా ముందుకొచ్చాడు. కల్కి గుండె ఆతృతతో కొట్టుకోసాగింది. పెదాలు చల్లబడ్డాయి, కళ్ళు మూతలు పడుతున్నాయి, అప్పుడు... శుకో వచ్చింది, బిగ్గరగా అరుస్తూ.

''కల్కి! కల్కి!''

తండ్రిని సంస్మరించుకోవాల్సిన రోజే అటువంటి ప్రవర్తన అనుచితమని తెలుసుకొని కల్కి, లక్ష్మి వెంటనే తమను తాము నియంత్రించుకున్నారు. లక్ష్మి సిగ్గుతో ఎర్రబడింది, కల్కికి తన చర్మం వెచ్చగా అయినట్టు అనిపించింది. అతని గుండె వేగంగా కొట్టుకుంటూ ఉంది, జీవితంలో ఎప్పుడూ అంత చంచలంగా అనిపించలేదు.

''ఇదెవరు?''

''శుకో.'' చిలుక కల్కి భుజం మీద కూర్చుంది. ''ఇవ్వాళ ఒక కొత్త నేస్తం దొరికింది.''

''చాలా బావుంది.'' అని లక్ష్మి నవ్వింది.

వాళ్ళిద్దరూ సూర్యుడు అస్తమించడాన్ని చూస్తుండగా, వాళ్ళ చేతులింకా కలిసే ఉన్నాయి.

మరుసటి రోజు పొద్దున కల్కి బాలాతో పాటు మధుశాలలకు వెళ్ళాడు. వాళ్ళమ్మను చూసుకొనేందుకు అర్జన్‌ను నియమించి వెళ్ళారు.

''ఖచ్చితంగా వాడేనంటావా, సోదరా?'' బాలా అడిగాడు.

''ఖచ్చితంగా.''

''వాడు కేవలం ఒక...''

''లేదు, వాడికేదో ప్రత్యేకత ఉంది. అది మాత్రం ఖచ్చితంగా చెప్పగలను.''

ఆ తాగుబోతు కృపుడు తన చుట్టూ చెంబులతో బండరాయికి ఆనుకొని ఉన్న స్థలానికి వెళ్ళారు. కల్కి ఒకసారి అతణ్ణి కలిశాడు కూడా. లక్ష్మి ఇంద్రఘర్ నుంచి వచ్చిన రోజు ఆమె ఇంటి నుంచి నడుచుకుంటూ వెళ్తుండగా అతణ్ణి కలిశాడు.

అది యాదృచ్ఛికంగా జరగలేదు.

''నిన్న నేను వాడి వెనకాలే ఇక్కడికొచ్చాను. మీ నాన్నగారి అంత్యక్రియలకి వచ్చాడు, సోదరా. కానీ జనం నుంచి దూరంగా ఉన్నాడు. ఎంత పిరికిపందో...పోరాటం జరిగిన రోజు కూడా దాక్కుండిపోయాడు.''

''మా నాన్న అతనితో మాట్లాడమన్నారు, అతనికేదో తెలుసని,'' అన్నాడు కల్కి బాలాతో. ''మా నాన్న ఏదో కారణం లేకుండా అలా చెప్పలేదని నాకు బాగా తెలుసు. అతని పేరు కూడా ఆయనకు తెలుసు. కృప లాంటి పేరు ఏదో అన్నారు.''

''కృప లాంటి పేరు ఏదో అన్నారు.'' అని చెప్పడం ఆపాడు.

''తనను తాను ఎలా సమర్థించుకుంటాడో చూద్దాం.''

30

కళ్ళు పూర్తిగా తెరిచేవరకు తన చుట్టూ అంతా అస్పష్టంగా కనిపించింది. తను ఒక భిన్నమైన వాతావరణంలో ఉన్నానని తెలుసుకున్నాడు. చాలా చల్లగా ఉంది. విపరీతంగా, భరించలేనంత చల్లగా. తన సన్నటి చేతులను ఛాతీ మీద మడుచుకొని లేచాడు కృపుడు. తన కాళ్ళ కింద ఏదో విరిగిన శబ్దం వినిపించింది. తను మంచు మీద నిలబడి ఉన్నాడని తెలిసింది.

ఇదేం బాగాలేదు.

చల్లటి గాలి ఇంకా ఇబ్బంది పెట్టి అతని దృష్టిని మళ్ళించింది. జాగ్రత్తగా అంచు దగ్గరికి నడిచాడు.

నేను ఆశించినది ఇది కాదు.

''నీవు నీ వినోదాన్ని పొందావు,'' ఆకాశాన్ని చూసి గట్టిగా అరిచాడు, పల్చటి మంచు రేకు మీద పడిపోతాడేమో అన్నట్టుగా నిలబడి. ''నాకు సహాయం చేసి రక్షించాలి, లేకపోతే చలితో చచ్చిపోతాను, మిత్రమా.''

అప్పుడు మంచురేకు విరిగి కింద ఉన్న నీళ్ళల్లో పడింది. కృపుడు మెల్లగా...గట్టిగా ఉన్న మంచుగడ్డ వైపు అడుగేయగా, అక్కడొక వ్యక్తి కనబడ్డాడు. పొడుగ్గా, భారీగా పులితోలు కప్పుకొని, గొడ్డలి పట్టుకొని నిలబడ్డాడు. అతని జుట్టు జటలుగా ఉంది.

''నీ వినోదం నీకెప్పుడూ ఉంటుందిలే, మిత్రమా,'' కృపుడు అన్నాడు. ''కానీ కలల్లో నన్నిలా ఇబ్బందిపెట్టడం బాగాలేదు, సరేనా? చాలా బరువుగా ఉంది. నొప్పి పుడుతోంది...''

ఆ వ్యక్తి నిశ్శబ్దంగా అక్కడే ఉన్నాడు, అతని ముక్కుపుటాల నుంచి పొగలొస్తున్నాయి.

''నీకేం కావాలి, భార్గవా? నీకు యుద్ధం చూపించాను, కదా? అతనేం చేశాడో మనము చూశాము. అతడే మనకు కావలసిన వ్యక్తి.'' కృపుని స్వరం మారింది. కటువుగా, గంభీరంగా ఉంది.

''నీవు మామూలుగా మాట్లాడచ్చు.''

కృపుడు నిట్టూర్చాడు.

''నీ బుర్రలోకి నా మాటలు ప్రవేశించేందుకు ఎంత శ్రమపడాలో నీకు తెలియదు, పైగా మొదలుపెట్టడానికి ఇదేమంత గొప్ప చోటు కాదు.'' అంటూ భార్గవరాముడు నడవగా, అతణ్ణి అనుసరించేందుకు కృపుడు కష్టపడ్డాడు. ఆతని ముందు కృపుడు మరింత వయసు మళ్ళినవాడిగా, అసహ్యంగా కనపడ్డాడు. భార్గవుడికి దర్జా, రాజసం ఎక్కువ.

''దాన్ని నేనెప్పుడు అనుమతించలేదు.''

''నాకు వేరే గత్యంతరముందని అనుకుంటున్నావా? నీ మేనల్లుడు దారి తప్పి ప్రవర్తిస్తున్నాడు కాబట్టి నీ మీదే ఆధారపడాల్సొస్తోంది.''

సోముడి శక్తిని ఆవాహనం చేసుకొని సృష్టించిన మంచు వేదిక పైన కూర్చున్నాడు భార్గవుడు.

''వాడి గురించి చెప్పాలంటే, శాపవశాత్తూ వాడు అసలు ఎప్పుడూ ఒక లక్ష్యాన్ని అనుసరించకుండా ఉండాలి, పిచ్చితండ్రి...''

భార్గవుడు చేతులు సమంగా పెట్టాడు. ''లేదు. వాడికి నిర్దేశింపబడ్డ దారి ఉంది. దాన్ని అంగీకరించి అనుసరిస్తే వాడికి ఏకంగా స్వర్గమే దక్కేది. కానీ వాడు ఒప్పుకోలేదు. పైగా దాక్కొని ఉన్నాడు. ఇప్పుడు అధర్ముడి కంటే వాడే పెద్ద సమస్య. చివరిసారి శివాలయంలో కనపడ్డాడు...''

కృపుని రక్తం చల్లబడింది. ''ఆ చోటుకి వెళ్ళలేకుండా నేను బాగానే అడ్డు పెట్టాననని అనుకున్నానే.''

''అని నీవు అనుకున్నావు కానీ నిజానికి నీవు అలా చెయ్యలేదు. వాడు కనుక్కున్నాడు.'' భార్గవుడు ఆవేశంగా కాలితో తొక్కగా, మంచునేల మీద చీలిక ఏర్పడింది.

కృపుడికి గుండె ఆగినంత పనైంది.

''వాడికి శివుని ఖడ్గం దొరికితే, మనం చాలా ప్రమాదంలో పడినట్టే. వాడొక మహావీరుడని కదా నీ నమ్మకము.''

కృపుడు తలూపాడు. ''తప్పకుండా వాడు మహావీరుడే, అది నాకు తెలుస్తోంది. నీ కళ్ళతో నీవే చూశావు. నీకు అన్నీ చూపిస్తూ నేనక్కడే ఉన్నాను.''

''వాడు చేసింది చూశాను, కానీ వాడు నిర్బలుడు.'' అని భార్గవుడు కొట్టిపడేశాడు. ''రాబోయే చెడును ఎలా జయించగలడు? అంత భావావేశాలకు వశమైనవాడు ధర్మ స్వరూపంగా ఉండేందుకు తగడు. వాడు ఏం చెయ్యాలని దేవుళ్ళు నిర్ణయించారో నాకు తెలియదు.''

కృపుడు అడ్డంగా తల ఊపాడు. ''లేదు, వాడిలో నాకు చాలా గొప్పతనం

కనపడుతోంది. అది భావావేశమని నీవు అంటున్నావు, మిత్రమా, కానీ నేనది బలం అంటాను. కేవలం పకడ్బందీగా లెక్కలేసినంత మాత్రాన మంచి జరగదు, తెలుసుకో.''

భార్గవరామ ప్రభువు అటు తిరిగి కృపుడికేసి నడిచాడు. ''ఇదంతా చేసినవాడే ఈ మాటలు అంటున్నాడే...నీవే కదా అతడి బలం తెలుసుకునేందుకు మ్లేఛ్ఛులకు డబ్బిచ్చి అతని తండ్రిని అపహరించమని చెప్పి, మళ్ళీ మ్లేఛ్ఛులకే ద్రోహం చేసినది? వేరే పేరుతో మధ్యవర్తుల ద్వారా ఇదంతా నిర్వర్తించావు కదా?''

కృపునికి భయమేసింది. ''నీ ఆనతి ప్రకారమే కదా చేశాను. నన్ను నిందించకు. నేను నీ కోసం పని చేస్తున్నాను. ఈ ఉపాయం పని చేసింది కదా. వ్యర్థమవ్వలేదు కదా, మిత్రమా?''

''నేను నీ మిత్రుడను కాదు.'' భార్గవుడు కనుబొమలు ముడివేశాడు. ''అధర్మము మేలుకోవడం నాకు కనపడుతోంది. త్వరలోనే శత్రువును ఎదుర్కోవలసి వస్తుంది. విధి మనతో ఆడుకుంటోందేమో అని నా అనుమానము. భవిష్యవాణి నిజమవ్వకూడదని, అది మొదలు కాకూడదని మనమెంతగానో ప్రయత్నించాం. కానీ విధి బలీయమైనది. మనల్ని వాళ్ళ బారిన పడేసింది. అధర్మయుగం ప్రారంభం కాకూడదని ఆకాంక్షించాను, కానీ అదే అవ్వబోతోందనిపిస్తోంది.''

''నేనొక్క రోజే ఆలస్యం చేశాను, నాకు తెలుసు.'' కృపుడు తల ఊపుతూ అన్నాడు. ''లేకపోతే ప్రస్తుతం మనకు ధర్మస్వరూపమే ఉండేది కాదు,'' అని అతను అన్నా కూడా, విధి బలీయమైనదని, శాస్త్రాల్లో ఏది రాసిపెట్టి ఉందో అది జరిగి తీరుతోందని అతనికి తెలుసు. శాస్త్ర వచనాలు.

''కిందటి యుగము మనకు ప్రతికూలంగా ఉండింది. మనమంతా బలైపోయాము,'' అని భార్గవుడు ఆగాడు, తన భావావేశాలను మరీ ఎక్కువగా వెల్లడించాడేమో అనిపించి. ''నీవు అవసరమైన ఏర్పాట్లు చెయ్యాలి, అతణ్ణి తయారు చేసి నా వద్దకు తీసుకురావాలి. అన్నిటికంటే ముందు అతడి వద్ద ఖడ్గముండాలి, అతడు సుశిక్షుతుడై ఉండాలి, లేకపోతే ఓడిపోతాము...మళ్ళీ.''

కృపుడు ఒప్పుకున్నాడు. ''నేను మాట ఇస్తున్నాను.''

అప్పుడు తను ఎక్కడికో లాగబడ్డాడు, తన చుట్టూ అంధకారం ఆవరించింది. పక్షుల కిచకిచలు, మద్యం వాసనా అతణ్ణి ఆవహించాయి, ఎవరో తన తొడలను బాగా తంతున్నట్టు అనిపించింది.

అతని కళ్ళు త్వరగా తెరుచుకొని తన ముందర నిలబడ్డ ఇద్దరు వ్యక్తులను చూశాయి. ఇద్దరూ పరిచితులే. ఆ మంచు, ఆ చల్లదనం నుంచి అతను దూరంగా ఉన్నాడు. మంచు, ఉత్తర దిశ, ముఖ్యంగా ఆ భయోత్పాతాన్ని కలిగించే ఏటవాలుగా ఉన్న కర్కశమైన పర్వతాలు అతనికి భయం కలిగించాయి.

కల్కి భుజాన చిలుక ఉండడం వింతగా ఉన్నా, అది సముచితంగానే ఉంది. అది శాస్త్ర వచానలను అనుసరించే ఉంది. ఇతడే. భగవంతునికి ధన్యవాదాలు. ఇంక నాయకుడి కోసం అన్వేశణ అక్కర్లేదు.

నవ్వుతూ నిట్టూర్చాడు. ఇది గోప్యమైన వ్యూహాలు పన్నే కృపాచార్యుని విజయపూరిత పునరాగమనము. తనను తానే అభినందించుకోవలానుకున్నాడు.

''దేని గురించి నవ్వుకుంటున్నావు, తాగుబోతా? లేచి నా నేస్తముతో మాట్లాడు. ఇవాళ్టికిక నిద్రపోయింది చాలు.''

కల్కి మోకాళ్ళ మీద కూర్చున్నాడు. అతని శరీరం మీద గాయాల మచ్చలు చాలా ఉన్నాయి. అవి అతని చొక్కాలో నుంచి కనబడుతున్నాయి. అతని చర్మం శంబలలోని చాలామంది కంటే ఎక్కువ చామనఛాయగా ఉంది.

''మనం మాట్లాడాలి,'' అని పలికాడు పట్టుదలగా.

ఇలా అవుతుందని అనుకున్నా.

కృపుడు చేతులు చాపి కల్కి వైపు చూశాడు. ''ఇప్పుడే నీ గురించి కలగన్నానంటే నీకు విచిత్రంగా ఏమన్నా అనిపిస్తుందా?''

ఇద్దరు అతిథులూ ఒకరినొకరు అయోమయంగా చూసుకున్నారు.

31

''నీవు వెళ్ళవచ్చు,'' సోమగుహలను చేరాక అన్నాడు కల్కి బాలాతో. ''వచ్చినందుకు ధన్యవాదాలు.''

''వెళ్ళమంటావా?'' దళసరిగా ఉన్న బొంగురు గొంతుతో అడిగాడు బాలా.

''వెళ్ళు. ఈ విషయం నేనొక్కడినే తేల్చుకోవాలి. తిరిగి వెళ్ళి అమ్మకేదైనా సహాయం అవసరమవుతుందేమో చూడు.''

బాలా అర్థంచేసుకొని గదను భుజాన వేసుకొని వెళ్ళిపోయాడు. తనకున్న కొద్దిమంది స్నేహితులలో బాలా ఒకడని గుర్తించి కల్కి చిరునవ్వు నవ్వాడు.

ఒక పెద్ద బండరాయి అడ్డుగా ఉన్న సోమగుహల చుట్టూ ఉన్న పూలను చూస్తూ నిలబడ్డ కృప వైపుకు తిరిగాడు కల్కి.

''నన్నెందుకు ఇక్కడకు రమ్మన్నావు?''

''మీ నాన్నకు నేనెలా తెలుసో అడిగావు కదా. ఇక్కడే మేము మొదటిసారి కలుసుకున్నాము.'' అతను తన చేతులు చాపాడు. ''నేనాయన్ని కలిసినప్పుడు చాలా చక్కటి వ్యక్తిగా, బెంగపడుతున్నవాడిగా కనిపించాడు, మిత్రమా.'' అని ఒక నిమిషం ఆగాడు. ''అది నీవు పుట్టక ముందో లేక కనీసం పుట్టబోయేముందో.''

''నీ వయసెంత?'' కల్కి అడిగాడు.

''నూరు సంవత్సరాలు దాటాయి, నేను లెక్క మర్చిపోయాను.''

''అదెలా సాధ్యము? ఏదో రేపే చనిపోతావన్నట్టు తాగుతావు కదా.''

కృప వాత్సల్యంగా నవ్వాడు. ''ఎందుకంటే నాకొక బహుమానము, ఇంకా చెప్పలంటే, వరము లభించింది.''

''వరమా?''

''అవును.'' అని జవాబిచ్చాడు. ''ప్రశాంతత, అశాంతితో కూడిన ఇదొక్కటే మనం జీవించే యుగమనుకుంటున్నావు. కాదు. దీనికి ముందర ఎన్నో యుగాలు నడిచాయి. వాటిలోని ఆఖరి యుగమున నేను జన్మించాను. ఎన్నో జీవితాలను

కాపాడి, చివరి అవతారము చేత వరమును పొందాను...అమరత్వం పొందే అవకాశం.''

కల్కి తను విన్నది నమ్మలేకపోయాడు. ఎప్పటికీ బతికే ఉండే అమరుల గురించి చదివాడు.

''అలా వరం పొందినవారిని చిరంజీవులు అని కూడా అంటారు.''

''అది అసాధ్యము.''

''నీ బలం కూడా అటువంటిదే, మిత్రమా.'' కృప నవ్వాడు...''నేను చూడలేదనుకోకు. నీ తమ్ముడు అర్జన్ ఈ ప్రశ్న అడుగుదామని చాలా ఉబలాటపడుతూ ఉండాలి...అన్న ఎలా ఇన్ని బాణాలను మరణించకుండా ఎదుర్కుంటున్నాడు? అని.''

కల్కికి సిగ్గేసింది. తన మానవాతీత శక్తిని చూసిన అర్జన్ ముఖంలో, మిగతా గ్రామస్తుల ముఖాలలో అనుమానంతో కూడిన ఈ భావన కనపడింది.

''మనం సాధారణమైన లోకంలో వసించడం లేదు, మిత్రమా. ప్రాచీనులు చనిపోయి ప్రళయం వచ్చినప్పటి నుంచి ఇది సాధారణ లోకం కాదు'' ఆ మాటలు అతని తలకెక్కట్లేదు.

''నీకు మా నాన్నెలా తెలుసు?''

''నేను ప్రారంభంనుంచి మొదలుపెడతాను.'' కృప నేల మీద కాళ్ళు ముడుచుకొని కూర్చున్నాడు. ''ప్రతి యుగానికీ ధర్మం అనే నాయకుడు, అధర్మం అనే ప్రతినాయకుడు ఉంటారు. నేను ప్రముఖపాత్రను వహించిన కిందటి యుగములో పెద్ద యుద్ధం జరిగింది. అందులోని నాయకుడు గోవింద దేవుడే.''

ఆ పేరును గుర్తు తెచ్చుకొని కల్కి ముగ్ధుడైపోయాడు. చరిత్ర పాఠంలో...ఆర్యావర్త రాజులకు సలహాదారుగా సేవలందించి మహాయుద్ధంలో వారికి విజయాన్ని సాధింపజేసిన గోవింద ప్రభువు వీరత్వాన్ని గురించి విన్నాడు. వారంతా చారిత్రక పురుషులు.

''ఆయన నారాయణుని అవతారము. టూకీగా చెప్పాలంటే, దేవదేవుడైన విష్ణువే.'' కృప నవ్వాడు. ''అలా అని అనుకునేవాడు. నేను అతణ్ణి ఎప్పుడూ నమ్మలేదు. అదంతా కట్టుకథ. ప్రతీ యుగంలో అధర్మం వేర్వేరు రూపాలను దాల్చినప్పుడు, తనే మళ్ళీ అవతరిస్తానని నారాయణుడు ఇళవర్తి నుండి అవతారం చాలించే సమయంలో మాట ఇచ్చాడని పురాణ వచనం. అతడే అవతరిస్తాడట. అది ఎంత నిజమో నాకు తెలియదు. ఇది నమ్మాలని నేను అనుకోవడం లేదు. ఎందుకంటే, నారాయణుని మార్గాన్ని అనుసరించకుండా గోవిందుడు వేరే మార్గాన్ని ఎంచుకున్నాడని నా అభిప్రాయము. ఎందుకని ఇలా అనుకుంటున్నానో చెప్తాను.'' అని ఆగాడు. ''గోవిందుడు నాకు, నా మిత్రు...మిత్రుడు కాదు, ఒక సహచరునకు ఈ యుగాన్ని మళ్ళీ రానివ్వకుండా ఆపే పవిత్రమైన బాధ్యతనిచ్చాడు. ఆయనకు ఇటువంటి జోస్యాలలోను,

భావి నాయకులలోనూ నమ్మకం లేదు. ఇదంతా పిచ్చి అని అతని నమ్మకము. అధర్మాలకు హేతువైన సోములను అంతం చెయ్యడమే ఆయన అభిలాష. సోములే ఇలాంటి నాయకులు, ఉన్మాదులను తయారు చేశారని, ఈ ఉన్మాదుల క్రమాన్ని అంతం చేయడానికి ఈ యుగానికి చెందిన ఒక నాయకుణ్ణి బలి ఇచ్చినా ఫరవాలేదని ఆయన అనుకున్నాడు.''

ఆ గుహల వైపు చూపించాడు.

''నా మేనల్లుడు, నా సహచరుడితో కలిసి దీన్ని నేను అంతం చెయ్యాలని ఆయన అనుకున్నాడు. నా సహచరుడు పెద్ద నేరం చేశాడు కాబట్టి ప్రాయశ్చిత్తం చేయవలసి వచ్చింది. అందుకని, ఒంటరిగా దేశమంతటా ప్రయాణం చేసి, సోములను వెతికి పట్టుకొని హతమార్చే బాధ్యతను నాకు అప్పజెప్పాడు.''

''ఐతే నీ మేనల్లుడి సంగతేంటి?''

కృపుడి ముఖం గంభీరంగా మారింది. ''అతడు వేరే మార్గాన్ని ఎంచుకున్నాడు. వాడి నమ్మకమేంటో నాకు తెలియదు, కానీ వెళ్ళిపోయాడు. నేనొక్కడినే ఉండిపోయాను, నేనొక్కడినే ఇదంతా చేశాను. నిత్య పర్యటనం వల్ల బడలిక కలుగుతుంది. అందువల్ల, శ్రమతో కూడుకొన్న నా ఉద్దేశ్యాన్ని కొనసాగించేందుకు నేను తాగుతుంటాను. ఇంద్రుడు సోముల శక్తిని దేశమంతటా వెదజల్లాడు, వారంతా ఎక్కడెక్కడో ఉన్నారు. అందుకని వెతకడం కష్టమైంది, తెలుసా.''

''నాకొక విషయం అర్థమవ్వలేదు. సోములు దేవతల వరప్రసాదమైనప్పుడు వారు అధర్మాత్ములని గోవిందుడు ఎందుకు అనుకున్నాడు?''

''అలాక్కాదు,'' అన్నాడు కృపుడు. ''మంచి ఉద్దేశంతోనే ఇంద్రుడు ఈ సోమ పాషాణాలను వెదజల్లాడు, కానీ ఒక విషయం తెలుసుకోలేకపోయాడు...అవి మానవుల కోసం ఉద్దేశించినవి కావని. మానవులు మరీ పాపాత్ములు కాబట్టి సోములను ఎదుర్కొనే శక్తి వారికి లేదు. వారు (సోములు) ఉన్మాదులై జనానికి పిచ్చెక్కిస్తారు. అందువల్లే కిందటి యుగంలో మధ్యయుద్ధం జరిగింది. దానికి కారణం చాలామంది సోమ సుగంధాన్ని చవిచూడడమే. అందుకనే మానవులు దీన్ని ఇంకా తీసుకోకూడదని గోవిందుడు అనుకున్నాడు.''

''ఆయన దాన్ని పీల్చాడా?''

''అవును.''

''మరి తను ఉన్మాది అవ్వలేదే?''

కృపుడు ఆలోచించాడు. ''నాకది పూర్తిగా తెలియదు. ఎవరికీ తెలియదు. ఆధ్యాత్మికపరంగా ప్రతీ యుగంలో ధర్మం, అధర్మమనే ఇరు పక్షాలూ సోమశక్తులను సుప్రయోజనాలకు, దుష్ప్రయోజనాలకూ వాడతాయి. విజ్ఞానపరంగా చెప్పాలంటే, కొందరికి రోగనిరోధకశక్తి ఎక్కువ ఉంటుంది, అంతే. వారికి మేలైన వంశ పరంపరో,

శరీర దారుఢ్యమో, బుద్ధిబలమో ఉందని పేర్కొంటారు. దేనికీ సరైన సమాధనం లేదు.''

''ఐతే అధర్మం కూడా సోమశక్తులను తట్టుకోగలదా?''

''అవును.''

''నీకతను (అధర్ముడు) దొరికాడా?''

''ఇప్పటికింకా లేదు. కానీ నా సహచరుడు అతణ్ణి సమీపిస్తున్నాడట.''

''మరైతే ధర్ముడి సంగతేంటి? దొరికాడా...ఆగాగు...'' కృపుడి చిరునవ్వును అర్థం చేసుకున్నాడు కల్కి. ''నేనే ధర్ముడనని అనుకుంటున్నావా?''

కృపుడు తలూపాడు. ''ఇప్పుడు మీ నాన్న విషయానికొస్తాను. నేను దేశమంతటా పర్యటించి ఈ మారుమూల చోటికొచ్చాను. సోమగుహలు ఇక్కడే ఉన్నాయని అప్పుడే నాకు తెలిసింది. నేనేదో చెయ్యాలని తెలిసింది, అందువల్ల వీటిని మూసేశాను.''

కల్కి చుట్టూ ఉన్న రాళ్ళ సమూహాన్ని చూశాడు. ''అదెలా చేశావు?''

''నాకు కొన్ని కిటుకులు తెలుసులే,'' కృపుడన్నాడు నవ్వుతూ. ''కొన్ని రసాయన మిశ్రమాలు పేలుడును సంభవింపజేస్తాయి. ఎప్పుడైనా నీకు నేర్పిస్తాను.'' అని ఆగాడు. ''నా పని నేను చేశాక ఒక వ్యక్తి నాపై దాడి చేశాడు. నన్ను కొట్టి, ఈ పని చేసినందుకు కోప్పడ్డాడు. నేను అతణ్ణి ఆపి, అతని బలంతోనే అతణ్ణి బందీ చేశాను. అతను యోధుడు కాదని నాకు అర్థమైంది, కానీ అతను భుజబలమున్న వ్యక్తే. అతడే మీ నాన్న.''

విష్ణువు ఒక మనిషికి కాదు కదా, ఒక ఈగకైనా హాని తలపెడతాడని కల్కి ఎప్పుడూ ఊహించలేదు. కానీ కృపుడు ఎదుటివారిని ఉసిగొల్పే మనిషి.

''సోమగుహలు దేవుడి కానుకలని అతనన్నాడు. అది తప్పు అని నేనన్నాను. వీటి వల్ల మనుషులు ఉన్మాదులవుతారు, అది మంచి మార్గం కాదని చెప్పాను.'' అతను చెప్పడం కొనసాగించాడు. ''అప్పుడు నీ జననం గురించి, గర్భవతియైన మీ అమ్మ అస్వస్థతను తీర్చేందుకు తను నియమాలను అతిక్రమించి సోమగుహల నుంచి అమృతాన్ని ఇచ్చి, దేవుడు కాపాడతాడని భారం వేసిన సంగతి, మీ అమ్మకు నయమైన సంగతీ చెప్పాడు. నీవు పుట్టాక నీ అపరిమితమైన శక్తి యొక్క చిహ్నాలను చూశాడు విష్ణువు. అతనికి ఆశ్చర్యం కలిగినా, సోమశక్తులతో అందరూ బలవంతులవుతారని అనుకున్నాడు. కానీ అది తప్పు, అమాయకత్వమూ.''

తను ప్రత్యేకమైనవాడినని, దేవుడు ఎంపిక చేసినవాడినని తన తండ్రి చెప్పడం కల్కి గుర్తు చేసుకున్నాడు.

''అప్పుడే నాకు కుతూహలం కలిగింది. సోమశక్తులు ఇలా ఒక మనిషికి సంక్రమించడం ఎన్నడూ జరగలేదు. మీ అమ్మ ఏ రకంగానూ అనుగ్రహం పొందిన వ్యక్తి కాదు. నీకే...నీకే శక్తి లభించింది. నీవు ఉన్మాదం పొందలేదు, మరణించనూ

లేదు. నీవు సరిగ్గానే ఉన్నావు, పైగా శౌర్యవంతుడివి. నీవు సాక్షాత్తూ గోవిందుని ప్రతిరూపానివి. అదే ఉదాత్తత, శౌర్యం, విలువలు నీకున్నాయి...కానీ అహంకారం కూడా ఉంది. నీవే ధర్ముడవని నీవు నాకు నమ్మకం కలిగించావు. ఇదంతా విష్ణువుకు వివరించాను. అతను అర్థం చేసుకున్నాడు...నిన్ను మంచి వ్యక్తిగా పెరగనివ్వాలని.''

''కానీ నాకు తెలుసు,'' అని కొనసాగించాడు, ''నిన్ను చూసుకోవాల్సిన అవసరం ఉందని, నీవు తాగిన అమృతం పల్చన చేయబడ్డదని. నీవు కేవలం అదృష్టవంతుడవేమో అనుకున్నాను. కానీ నేనలా అనుకున్నది తప్పని మ్లేఛ్ఛులతో జరిగిన యుద్ధంలో తేలిపోయింది. నీవే అసలు సిసలైనవాడివి, మిత్రమా.''

కల్కి దవడ బిగించాడు. ''నేనలా అనుకోవట్లేదు...నాకు తెలియదు...''

''అధర్ముడు దరిదాపుల్లోనే ఉన్నాడు, కల్కీ.'' కృపుడు ముందుకొచ్చాడు. ''నీవే నిర్ణయించుకోవాలి. అధర్మం విజృంభిస్తే చూస్తూ ఉండిపోతావా, లేక ఆపుతావా? అది చెలరేగితే జగతి అంతమైపోతుంది, అమాయకులు కూడా మరణిస్తారు, మహాయుద్ధంలో జరిగినట్టు.''

''అధర్ముడు అలా రాకపోతే? నీవెలాగూ సోమగుహలను మూసివేశావు. ఒకవేళ నేను కేవలం అదృష్టవంతుడనేమో,'' కల్కి ఆగాడు. ''నీవు వాటిని మూసివేసే బదులు నాశనం చేసి ఉండచ్చుగా?''

కృపుడు గుహల్లో తొలచబడిన ఆలయాన్ని చూశాడు.

''ఎందుకంటే, ఒకరోజు చీకటియుగం అంతమవుతుంది. ఆ తరువాత, మనందరికీ మేధోసంపత్తి కలుగుతుంది. ఆ రోజున మన పాపాలు పటాపంచలైనప్పుడు, దేవతల పానీయమైన ఈ సోమ అందరికీ అందుబాటులో ఉంటుంది. అంతవరకూ దీన్ని మూసివేశాను.''

కృపుడు మళ్ళీ మాట్లాడేంతవరకు నిశ్శబ్దంగా ఉంది.

''నీ మొదటి ప్రశ్నకు వస్తే,'' కృపుడు తనను చూసి తానే నవ్వుకొన్నాడు. ''నేనూ, నా అనుచరుడూ దీని గురించి నవ్వుకొంటాము. అధర్మం తలెత్తకూడదని, ధర్మాన్ని స్థాపించాలని మేము చీకటి యుగాన్ని ఆపేందుకు ప్రయత్నించినా, విధి మమ్మల్ని అడ్డుకుంది. మా ప్రయత్నాలను ఆపివేసింది. ఒక్కొక్కసారి మనం మోసం చేయలేము. మన కర్మ అడ్డొచ్చి, విధి నిర్ణయించినదే జరగనిస్తుంది. అందుకని, ఈ సోమ గుహలను మూసివేస్తే ఎవరూ దాన్ని అంటలేరని, ఇంకొక అధర్ముడు తయారవ్వడని కనుక నీవు అనుకుంటే, నీవు అనుకోని రీతిలో ఏదో జరుగుతుంది. ఈ రకంగా లోకం నీ మీద ఉమ్మేసి నిన్ను చూసి నవ్వుతుంది.''

కృపుడు తను మామూలుగా ఉండే తాగుబోతులాగా అనిపించలేదు. ఎంతో అనుభవము, జ్ఞానము ఉన్నవాడిగా కనిపించాడు...కల్కికి నిజంగా జీతంలో అవసరమైన వ్యక్తిలాగా.

''ఎలాగా?'' మెల్లగా ప్రశ్నించాడు కల్కి.

''మనము వెంటనే శంబలను వీడి మహేంద్రగిరికి ఏగాలి. అక్కడ నిన్ను తగినవాడిగా, సమయొచ్చినపుడు అధర్మాన్ని ఎదుర్కొనేట్టుగా నా అనుచరుడు శిక్షణ ఇస్తాడు.''

కల్కి సమ్మతించాడు. ''నాలో చాలా ప్రశ్నలున్నాయి, కానీ జవాబులు కొన్నే లభిస్తున్నాయి. మా నాన్నకి ఇదంతా తెలిసినా నాకెప్పుడూ చెప్పలేదు.''

"ఎందుకంటే ఆయనకు దీన్ని నమ్మడం ఇష్టంలేదు కాబట్టి.

నీవు ఇది తెలుసుకోకుండా పెరగడమే మంచిదనుకున్నాడు. కానీ ఇప్పుడు నీవు వయసొచ్చిన వాడవు, బలవంతుడవు, సంసిద్ధుడవు.''

''నీవెవరవు?'' కల్కి ప్రశ్నించాడు. ''నాకందరి గురించీ తెలుసు, ఒక్క నీ గురించి, నీ మేనల్లుడి గురించి, అనుచరుడి గురించీ తప్ప. నీవే అధర్ముడు అయ్యుండచ్చుగా?''

''మిత్రమా, అది నేను కానే కాదు. నా మేనల్లుడి విషయమైతే ఇప్పుడేమీ చెప్పలేను.'' అని నవ్వాడు. ''నా పేరు కృపాచార్యుడు.''

''ఆచార్యుడవా? అది గురుకులాలను నిర్వహించేవారికి ఇచ్చే బిరుదు కదా?''

''అందుకే నాకిచ్చారు.''

కల్కి గుహ దగ్గరకు వెళ్ళాడు. ఆ రాళ్ళ లోపలివైపు తాకి వాటి శక్తిని తెలుసుకున్నాడు. అవి బాగా గట్టిగా ఉన్నాయి.

''నీవు దీన్ని మళ్ళీ తెరవవా?''

''ప్రస్తుతానికైతే తెరవను.''

''ఒకవేళ నాకిది ఇంకా ఎక్కువ అవసరమైతే?''

''మంచిది కాదు, నరుల మేధస్సును చంపేస్తుంది,'' కృపుడన్నాడు. ''నీవు తగిన విధంగా తయారై, సుశిక్షితుడవైనప్పుడు తెరవచ్చు. ఇప్పటికైతే మీ నాన్న నీకు ఒసంగినదే ఇంకా నీ మీద ప్రభావం చూపిస్తున్నది. సోమశక్తి ఒక్కసారి మాత్రమే మంచిది. ధర్మానికైతే ఫరవాలేదు కానీ, ఎక్కువగా తాగితే ప్రమాదం జరుగవచ్చు, అది మేము ప్రయత్నించలేదు.''

''కానీ నేనే ధర్మపురుషుడనైతే, ఎక్కువైనా తట్టుకోగలను, కదా?''

''నిజం చెప్పాలంటే, అది మనకింకా సరిగ్గా తెలియదు, మిత్రమా. అందుకని ప్రయత్నించవద్దు.'' కృపుడు వారిస్తూ తలూపాడు. ''ఒకవేళ మంచి కోసం త్యాగం చెయ్యడమే అయినా, ఇది నీపైన ఎటువంటి ప్రభావం చూపుతుందో పరీక్షించడం మంచిది కాదు. దాని పరిణామం ఎలా వుంటుందో తెలియదు. అది భయం కలిగించేదిగా ఉంది. మిత్రమా. జాగ్రత్తగా ఉండాలి.''

''గోవిందుడి సంగతేంటి?''

కృపుడు తలూపాడు. ''మహాయుద్ధానికి ముందర తన శక్తులను పెంపొందించుకునేందుకు దీన్ని బాగా తీసుకున్నాడు. అది ఏమంత మంచి ప్రయోగం అవ్వలేదు. శక్తి లభించింది, కానీ...అనుకోని ఒక దుష్పరిణామం జరిగింది. అతని చర్మం నీల-నలుపు వర్ణం ఐపోయింది. అది భయం కలిగించేదిగా ఉందన్నాను కదా. అత్యవసరమైతే తప్ప ఎక్కువగా తీసుకోవద్దు—ఇవి గోవిందుని వచనాలు.''

తీవ్రమైన నిశ్శబ్దం చోటుచేసుకొంది. కల్కి గోవిందుని చిత్రపటాలను గుర్తు చేసుకున్నాడు. ఆయన శౌర్యము చేతనే నీలవర్ణం అబ్బిందని, నీలం శౌర్యానికి ప్రతీక అని అతని గురువుగారు చెప్పారు. ఐతే ఆ వివరణంతా వట్టి కట్టుకథే.

కల్కి తల విదిలించాడు. ''నా బుర్రలో అనేక ప్రశ్నలు తిరుగుతున్నాయి. నీతో రేపు మాట్లాడతాను.'' అని, మనసులోని రకరకాల చిత్రాలు తన ముందు కదలాడుతుండగా, కల్కి కదిలాడు.

126

32

కీకట్పుర రాజ్యంలోని ప్రతిష్ఠాత్మక నగరం అయిన ఇంద్రఘర్‌లోని గ్రంథాలయానికి అందించడానికని ఇళవర్తి అంతటా పర్యటించి, పుస్తకాలను ఎంచి తెచ్చింది రాత్రి. వాటిని ఆమె, ఆమె స్నేహితులు స్వయంగా పట్టుకొచ్చారు. ఇంద్రఘర్‌లోని పల్లెటూళ్ళలో జన్మించిన రాత్రి ఇంద్రఘర్ సంస్కృతిని కాపాడతానని ప్రమాణం చేసింది. కానీ చాలామంది హింసా ప్రవృత్తి వైపుకి వెళ్ళిపోవడంతో పరిస్థితులు చాలా మారాయి. ఆమెకు హింస అంటే ఎప్పుడూ అసహ్యమే.

రాత్రి ఆచితూచి అడుగేస్తూ అభివృద్ధి సాధిద్దామని నిర్ణయించుకుంది, ఆ దిశగా కష్టపడి ప్రయత్నించింది. అందుకే ఆమెకొక గ్రంథాలయం బహుమతిగా లభించింది. దానివల్ల ఆమెకు పట్టరాని ఆనందం కలిగింది. అదే ఆమె ఆదర్శవంతమైన కల... పుస్తకాల మధ్యన ఉండటం, శ్వాసించటం. కానీ దానికి మూల్యం కట్టవలసి వచ్చింది. ఆతిథ్య, సాంస్కృతిక కార్యక్రమాలలో ఆమెకున్న అధికారాన్ని వేదాంతుడు తీసివేశాడు. బోయల దురాగతాల గురించిన నాటకాలు, కాగితాలు పంచిపెట్టడాలు, స్వేచ్ఛా భాషణలూ ఇక ఉండవు. నిజం చెప్పాలంటే, బోయలను సమాజంలో చేర్చుకోవడాన్ని రాత్రి ఎప్పుడూ వ్యతిరేకించలేదు. అభివృద్ధిలో వారిది మానవుల కంటే తక్కువ జాతి. కానీ తనకు అధికారాన్ని ఇచ్చిన పదవిని అతను ఆమె నుంచి లాగేసుకోవడం ఆమెకు రుచించలేదు.

''జరిగిన సంఘటనల గురించి ఇప్పుడు చర్చలొద్దు. నీకు జనం తరపున మాట్లాడడం ఇష్టమని నాకు తెలిసినా, ప్రభుత్వం ఇప్పుడు దాన్ని భరించలేదు.'' అని ఆమెను ఒంటరిగా వదిలేశాడు. ''పరిస్థితులు చల్లబడేంతవరకు నీవు మన రాష్ట్ర గ్రంథాలయాన్ని నిర్మించడంపై దృష్టి సారించడం మేలు. ఆ తరువాత నీ మునుపటి పదవిలో మళ్ళీ నియమింపబడతావు.''

ఇదంతా లక్ష్మి తన సహాయానికి గాక మునుపు జరిగింది. జ్ఞానతృష్ణ ఉన్న మేనకోడలు ఉండడం ఆమెకు ఎంతో గర్వంగా అనిపించింది. పైగా, ఆమె బాహ్యంగానే

కాక, ఆంతరంగికంగా కూడా సౌందర్యవతి. మంచి మనిషి. ఆమెలాంటి మంచి మనుషులు ఈ రోజుల్లో అరుదైపోయారు. మంచి మనిషిగా ఉండడమెలాగో అందరూ మర్చిపోయారు.

తన అధికారాన్ని ఉపయోగించి ఆయుధశాలలో మిగిలిన ఆయుధాలను రంగస్థలం మీద ఉపయోగించే వస్తువులుగా పేర్కొనడం ద్వారా రాత్రి వేదాంతుని మీద పగ తీర్చుకుంది.

కానీ ఇప్పుడు గ్రంథాలయ బాధ్యత వచ్చాక లక్ష్మి సాహచర్యాన్ని ముందుకంటే ఎక్కువగా కోరుకుంటోంది. ఆతిథ్య శాఖా మంత్రిగా ఉండిన ఆమెను అక్కడి నుంచి మార్చడం తాత్కాలికమే అయినా, ఈ బాధ్యత కష్టంతో కూడుకున్నది. గ్రంథాలయంలో అన్ని రంగాల పుస్తకాలూ ఉన్నా, అవి అక్షరక్రమంలో లేవు. ఆమెకు అన్నీ ఒక క్రమంలో ఉండాలన్న తపన ఉంది కాబట్టి, ఈ పనికై నియమింపబడిన కుమారుడనే యక్షునితో కలిసి పనిచేస్తోంది. అతడొక విచిత్రమైన యాసలో మాట్లాడతాడు. అందులో సగం అతని ప్రాంతీయ భాషే.

ప్రస్తుతం అంతా సద్దుమణిగింది. కుమార్ దేనిగురించీ మాట్లాడట్లేదు. గ్రంథాలయంలోని మొదటి అంతస్తు నుంచి, చర్మంతో చేసిన అట్టలున్న పుస్తకాల మధ్య నుంచి రాత్రి కిందకు చూసింది, తన జుట్టును చెవుల వెనుకకు నెట్టి. ''ఎక్కడున్నావు, కుమార్?'' అన్నది.

''అమ్మగారూ?'' అతని గొంతు దూరం నుంచి వినిపించింది.

రాత్రి దృష్టిలో పడేవారకూ కుతూహలంతో కిందామీదా పడుతూ వచ్చింది ఆ శాల్తీ.

''ఏమైంది, కుమార్?''

''ఒక అతిథి మిమ్మల్ని చూసేందుకు ప్రత్యేకించి వచ్చారు.''

''అతనికో ఆమెకో గాని నేను పనిలో ఉన్నానని చెప్పు! నీకు తెలియట్లేదా నేను పనిలో ఉన్నానని? బోలెడంత పనిలో మునిగిపోయి ఉన్నాను.''

''కానీ అమ్మగారూ...వచ్చింది కాళి గారి చెల్లెలు, రాజకుమారి దురుక్తి.''

''అంటే దురుక్తి గారా?''

''అవునవును, ఆవిడే...'' అని హడావుడిగా తన యాసలో అన్నాడు, ''ఆమె మీతో మాట్లాడాలట...'' ఒక మహిళ గొంతు బిగ్గరగా వినిపించగా కుమార్ స్వరం సన్నబడింది.

''నేనిక్కణ్ణుంచే మాట్లాడతాను, కుమార్.''

''సరే, రాజకుమారి గారూ.'' కుమర్ ముందుకొచ్చి నమస్కరించి, మర్యాదపూర్వకంగా.

మోకాళ్ళమీద కూర్చున్నాడు. దురుక్తి లెమ్మని సంజ్ఞ చేయగా, ఆమె భటులు కుమార్‌ను అవతలకు తీసుకెళ్ళారు.

తను తొందరపడి ఇచ్చేసిన ఆయుధాల గురించేమో అనుకుంటూ రాత్రి దురుక్తిని చూసింది. వాటితో లక్ష్మి ఏం చేసింది? తన మీద నమ్మకం ఉంచమనడం తప్ప, వేరే వివరణ ఇవ్వలేదు.

ఇక్కడ దురుక్తి గ్రంథాలయంలో నిలువెత్తుగా నిల్లబడి ఉంది. ఆమె అందగత్తె. తన వయసుకు మించిన గాంభీర్యం ఉన్నా, వైభవోపేతంగా ఉంది. అలా ఉండడం ఆమెకు చక్కగా నప్పింది. రాత్రికి ఇదంతా విచిత్రంగా అనిపించలేదు. ఎందుకంటే, తనే చక్కగా తయారై ఉంది మరి. అయినా, బాహ్యమైన ఆడంబరాలంతా సమాజం మెప్పు కొరకే అన్నది ఆమె నమ్మకం.

''చెప్పండి? మీకు నేనేం చెయ్యగలను?'' మర్యాద వచనాలతో సమయం వృథా చెయ్యకుండా అసలు విషయానికొచ్చింది రాత్రి.

''మీరే ఈ నగరంలోకెల్లా విద్యావంతురాలని విన్నాను.'' ఆమె స్వరం సున్నితంగా ఉంది.

ఇది రాత్రికి నచ్చింది. దానికి తోడు, దురుక్తి తనను ప్రశంసించడం ఆమెకు నచ్చింది.

''యక్షిణి చాలా కష్టమైన భాష.'' దురుక్తి ఇంకా కింది అంతస్తులోనే ఉంది. ''నాకు అది నేర్చుకొనేందుకు కొంత సమయం పట్టింది. కానీ బోయలను నా సోదరుని ద్వారా ఒక్కటిగా చేసే ముందర, వారికి చెందిన అన్ని గిరిజన భాషలనూ నేర్చుకోవాలని నిశ్చయించుకున్నాను.''

''మంచి పనే చేశారు, తల్లీ. కానీ నేనెలా మీకు సహాయపడగలను? నాకు చాలా పనులున్నాయి. కాబట్టి మీరు త్వరగా సెలవిస్తే బాగుంటుంది...''

''శంబల గురించి విన్నారా?''

పుస్తకాల నుంచి తల పైకెత్తి, మొదటి అంతస్తుకి ముందువైపు ఉన్న ఇనుప కమ్మీలలో నుంచి చూసింది రాత్రి. ''శంబలా?''

''అవును.''

నేను అక్కడిదాన్నే, రాత్రి అనుకొంది.

''అక్కడి సోమగుహల గురించి విన్నాను. వాటికి రోగులను, తీవ్ర అనారోగ్యంతో మరణించబోతున్నవారినీ నయం చేసే ఔషధాలున్నాయన్నది నిజమేనా?''

''పువ్వులకి ఉన్నాయి, నిజమే. వృక్షశాస్త్ర నిపుణుల ద్వారా వాటి నుంచి రసం తీయాలి. నాకొకసారి జలుబు చేస్తే దాంతోనే నయమైంది.''

''నేను పువ్వుల గురించి మాట్లాడట్లేదు. గుహల గురించి మాట్లాడుతున్నాను.''

రాత్రి విసుగ్గా నొసలు చిట్లించింది. ''ఐతే ఆ రట్టుకథలు కూడా విన్నారా? నేను మీతో ఉన్నదున్నట్టు మాట్లాడతాను. నాకు విజ్ఞానము, పుస్తకాలంటేనే నమ్మకము.

కొన్ని రాళ్ళ సమూహాలు మనకు ఎగిరే శక్తినిచ్చి రోగాలను నయం చేస్తాయంటే నేను నమ్మను గాక నమ్మను.''

''ఎగిరే శక్తులా? నేను వినలేదు.''

''అంటే, సోమశక్తిని ఆస్వాదించిన వారికి మానవాతీత శక్తులొస్తాయని అంటారు. కానీ, అది నిరూపితం కాలేదు, అందువల్ల నమ్మను.''

''ఎవరైనా తీసుకున్నారా? వాళ్ళ మీద అనుకోని ప్రభావం ఏదైనా కలిగిందా?''

''ప్రస్తుతానికైతే లేదు. సోమగుహలు భూకంపాల వలన మూసుకుపోయాయి. వాటిలోకి ఎవ్వరూ ప్రవేశించలేరు. మునుపు సోమాస్వాదనం గురించిన సాక్ష్యాలు ఉండినా, అవి చరిత్ర పుస్తకాలకే పరిమితమయ్యాయి. అన్నీ కర్ణాకర్ణిగా విన్నవే! ఏవీ నిజం కావు, ఎందుకంటే ఏవీ రూఢిగా రుజువవ్వలేదు! నేను చెప్పింది తప్పని నిరూపిస్తే నన్ను ఉరి తీయవచ్చు.''

దురుక్తి ముఖం నిశ్శబ్దంగా, బెంగగా అయిపోయింది. ''అవునా? ఐతే అన్నీ కట్టుకథలేనన్నమాట,'' నిరాశతో పలికింది.

''వట్టి కథలేనమ్మా.''

''శంబల పటమున్నదా?''

ఉందని తలూపింది రాత్రి. '''గ' వరుసలో కీకట్పుర పటమున్నది. అందులోని అన్ని గ్రామాల పేర్లూ ఉండవు కానీ, శంబల గురించి కోరినంత సమాచారం దొరుకుతుంది.''

దురుక్తి తన రక్షక భటుణ్ణి పిలిచి ఆ వరుసలో చూడమన్నది. తన భుజాల వెనుక నుంచి రాత్రి రహస్యంగా చూస్తుండగా, దురుక్తి ఆ పటాన్ని తీక్షణంగా చదివింది.

''దొరికిందా?''

''ఆఁ,'' దురుక్తి నిశ్శబ్దంగా ఆలోచించింది. ''ఈ పుస్తకాన్ని నేను అరువు తీసుకోవచ్చునా?''

''తప్పకుండా,'' అని, నవ్వేందుకు కష్టపడింది రాత్రి. ''మేము ఇంకా సభ్యత్వ శుల్కం స్వీకరించడం మొదలుపెట్టలేదు. కానీ మీరే మా మొట్టమొదటి కొనుగోలుదారు. అందుకని మొహమాటపడకుండా తీసుకోండి, కానీ తిరిగి ఇవ్వడం మరువకండి. నాకు ఆలస్యంగా తిరిగి ఇవ్వడమంటే నచ్చదు.''

''ఆందోళన పడకండి,'' దురుక్తి మెల్లగా నవ్వింది. ''సకాలంలో ఇచ్చేస్తాను.''

దురుక్తి గ్రంథాలయం నుంచి వెళ్తుంటే రాత్రి ఆమెకు వీడ్కోలు చెప్పింది. వెంటనే కిందకు వెళ్ళి తలుపులన్నీ మూసివేయమని కుమార్‌ను ఆదేశించింది. అతడలా చేశాక రాత్రి తన బల్ల ప్రక్కన కూర్చొని కాగితం తీసుకుంది. ఈకను సిరాలో ముంచి రాయడం మొదలుపెట్టింది.

''ఏమైనా జరిగిందా, అమ్మగారూ?''

''ఏమీ లేదు.'' లక్ష్మికి ఉత్తరం రాయసాగింది. ''ఉత్తరాలు అందజేసే గ్రద్ద ఇంకా ఉందా?''

''ఉంది.''

ఉత్తరాన్ని మడిచి, దాన్ని ఎవరూ విప్పకుండా ఉండేందుకు అంటించింది. ''శంబల సందేశాల శాలకు పంపించు.''

కుమార్ ఆ ఉత్తరాన్ని చూశాడు. ''ఏమైంది, అమ్మగారూ?'

తన ఇబ్బందిని తెలుపుతున్నట్టు పెదాలను గుండ్రంగా చుట్టి, ఇలా సమాధానమిచ్చింది, ''నా కుటుంబం ప్రమాదంలో ఉంది.''

33

కల్కి తన గుడిసె చేరుకున్నాడు. అది ఏవిధంగానూ మారలేదు. ఇన్ని మారినా, అది మారలేదు. బాలా బయట కాపలాగా నిలబడ్డాడు. వీపు మీద గాయాల ఏర్పడిన వల్ల వంకరగా నిలబడినా, అతని ముఖం మీద సున్నితమైన నవ్వు ఉంది. కల్కి లోపలికి ప్రవేశించి, ముందుగది దాటి వెళ్తూ, తమ తండ్రి లేని లోటును అనుభవించాడు. ఆయనతో ఇప్పుడు ఎక్కువ సమయం గడపగలిగి ఉండుంటే బాగుణ్ణని కల్కికి అనిపించింది. లోలోపల పశ్చత్తాపం తనను కుంగదీస్తున్నా, ఆయన తన మాటల ద్వారా జ్ఞానాన్ని పంచిన క్షణాలు గుర్తొచ్చాయి. తల్లి కోసం గదుల్లో వెతికాడు.

ఆశ్చర్యకరంగా, ఆమె విష్ణు బట్టలను మడతపెట్టి ఒక మోపుగా తయారుచేసింది.

''అర్జన్ ఎక్కడ?'' కల్కి అడిగాడు. ''నీతో ఉన్నాడనుకున్నానే.''

''కొంతసేపటి క్రితమే ఎక్కడకో వెళ్ళాడు,'' కల్కి వైపు చూడకుండా జవాబిచ్చింది.

కల్కి ఆలోచించాడు. ఎక్కడికెళ్ళుంటాడు? ఒకవేళ పొలానికేమో, అని అనుకొని, తల్లి బాగోగులు చూశాక అక్కడికి వెళ్ళాలనుకున్నాడు.

''అమ్మా, నీవు బాగానే ఉన్నావా?''

ఆమె తల పైకెత్తి చూసింది. చాలా బడలిపోయినట్టు కనిపించింది. కళ్ళ కింద బాగా ఉబ్బిపోయి ఉంది.

''నీవు బావున్నావా?''

కల్కి దవడ బిగించాడు. ''అది అర్థం లేని ప్రశ్న, నాకు తెలుసు.''

''ఫరవాలేదు, కల్కీ. వద్దనుకున్నా సరే, బాధ కోపానికి దారితీస్తుంది'' జీవం లేకుండా నవ్వింది. ''కానీ దాన్ని మనల్ని కుంగదీయనివ్వకూడదు.''

''ఎందుకు?''

''అది అనిత్యం కాబట్టి.''

''ఆయన ఉంటే బావుణ్ణు.''

తలూపింది, కానీ ఏమీ అనలేదు.

''ఎందుకు ఆయన బట్టలు సర్దుతున్నావు?''

''బిచ్చగాళ్ళకిస్తాను. దీనులకు దానం చెయ్యడం అంటే ఆయనకు ఇష్టం ఉండేది.''

నాన్నంటే అదే. కల్కి తనలో తనే చిన్నగా నవ్వుకున్నాడు. ''ఆయన్ని కాపాడలేకపోయినందుకు క్షమించు. అప్పటి పరిస్థితికి సరిగ్గా స్పందించి ఉంటే కాపాడి ఉండచ్చు, కానీ నేనలా.''

''ఆయన జీవించి లేరు. కానీ దాని అర్థం ఇక్కడ లేరని కాదు.''

ఆమె మాట సత్యమే అని కల్కి అనుకోకుండా ఉండలేకపోయాడు.

''క్షమాపణ అడగకు. నీకు ఆ శక్తులనిచ్చిన దేవుళ్ళకు తెలుసు, నీవు ప్రతి ఒక్కరినీ రక్షించలేవని.''

తల్లి ఏదో విరక్తిగా మాట్లాడినా, అదెంత నిజమో ఆమెకి తెలియదు. ఎందుకంటే, సోముల మాధ్యమంగా దేవుళ్ళే ఆ శక్తులనిచ్చారు. కల్కి ఆమె ముందు వాటిని ప్రదర్శినిచ్చినప్పుడు అవి వరాలని ఆమె అనుకుంది. కానీ లక్ష్మికి, ఆమె తల్లిదండ్రులకి నిజం తెలుసు. అది కల్కికి కాస్త ఇబ్బంది అనిపించింది. ఎందుకంటే, తను ఈపాటికి అర్జన్‌కైనా చెప్పుండాల్సిందని అనిపించింది.

ఎందువల్ల చెప్పలేదు? అర్జన్ ఎలా స్పందిస్తాడో అని భయపడినందువల్లా?

''కనీసం మా నాన్నకు కూడా?'' అని ఆగాడు. ''ఆయనే అతి ముఖ్యులు, ఆయన్ని నేను రక్షించి ఉండాల్సింది.''

సుమతి తలూపింది. ''అవునేమో. కానీ అందరికీ ఒక సమయం వస్తుంది.'' ఆమె ముందుకొచ్చి కొడుకు భుజాలు గట్టిగా పట్టుకుంది. ''ఇలాంటి వాటిని తలచుకుని కుంగిపోకూడదు, ఎందుకంటే, వీటివల్లే నీవు వ్యక్తిగతంగా ఎదిగి, అసాధారణ వ్యక్తివి అవుతావు. ఏదైనా చెడు జరిగినప్పుడు అది దు:ఖమని అనుకుంటాము, కానీ దాన్ని నేను వేరేగా చూస్తాను. దీనివల్ల నీవు నాయకుడవు అవుతావు. గుండె ధైర్యం పెరిగి, నిజానిజాలు తెలుస్తాయి. ఇవే రాజుకు ఉండాల్సిన నిజమైన లక్షణాలు.''

కల్కి విసుక్కున్నాడు. ''నేనెప్పటికీ రాజునవ్వను. ఆ వెధవ కిరీటాన్ని పెట్టుకోవడమంటే నాకు చిరాకు.''

''కేవలం కిరీటం చేత ఎవ్వరూ రాజవ్వరు.''

ఆమె తన ముఖాన్ని కల్కి గుండెకి ఆనించింది. వేడిగా ఉన్న ఆమె కన్నీళ్ళు కల్కికి తగిలాయి. కల్కికి కూడా ఏడుపొచ్చింది.

''రాజునయ్యాక ఈ చోటు విడిచి వెళ్ళాలంటే ఎలా? దానికి నేను సిద్ధం కావాలంటే ఎలా?'' తను శంబలను వీడి అవతారమూర్తి అయ్యేందుకు సిద్ధపడాల్సిన విషయాన్ని గురించి కృపుడితో జరిగిన సంభాషణను గుర్తు చేసుకున్నాడు కల్కి.

ఆమె ఏమీ మాట్లాడలేదు.

''వెళ్ళాలా?''

''ఎందుకడుగుతున్నావు?''

''అడిగేందుకు కారణముండాలా?''

మళ్ళీ నిశ్శబ్దము.

''విష్ణుయతులు నీకొకటి చెప్పమన్నారు.''

''ఏమిటది?'' ఆదుర్దాతో అతని గుండె ఝల్లుమంది.

''ఒక మనిషి తనకున్న బలం వల్ల నాయకుడవ్వడు. ఆ బలాన్ని ఎక్కడ ఉపయోగిస్తాడన్నదే ముఖ్యము. నాయకుడు పుట్టడు. మలచబడతాడు...మనుషుల వల్ల, ప్రయాణాల వల్ల, అన్నిటికంటే ముఖ్యంగా, దు: ఖాలవల్ల.'' ఆమె వెనక్కు వెళ్ళింది. ''నీవు ఎక్కడికైనా వెళ్ళవచ్చు, కల్కీ, కానీ ఎక్కణ్ణుంచి వచ్చావో, ఏది నిన్ను నిన్నుగా మలిచిందో మర్చిపోకు. ఎందుకంటే ఒక స్థాయికి చేరుకున్నాక, మనల్ని ఇంతవారిని చేసినవారిని, స్థలాల్నీ మర్చిపోతాము. ఎప్పుడూ ప్రేమను, దయను బోధించు, లోకంలో అవి అరుదైపోతున్నాయి.''

కల్కి ఆమె కన్నీళ్ళను తుడిచాడు.

''దయను నేనెలా వ్యాప్తి చెయ్యగలను?''

''దాన్ని తిరిగి ఇవ్వడం వల్ల,'' అన్నది. ''మ్లేచ్ఛుల దగ్గర అది తక్కువ, కాబట్టే వారు నిష్పక్షపాతంగా ఉండడం మరిచారు. మనం ద్వేషాన్ని వ్యాప్తి చెయ్యడం ఆపితే మన లోకం ఇంకా గొప్పగా ఉంటుంది.''

కల్కి అవునన్నట్టు తాలూపాడు. ''నేనిది గుర్తుపెట్టుకుంటానమ్మా. ధన్యవాదాలు.''

తల్లీకొడుకులు మళ్ళీ ఆలింగనం చేసుకున్నారు.

కల్కి పొలం చేరుకున్నాడు. అర్జన్ గోశాలలో మిగిలిన గోవులను చూస్తూ నిలబడ్డాడు. పెద్దపెద్ద ధాన్యపు మూటలను ఎడ్లబళ్ళ మీదకు ఎక్కించాడు. పొలమంతా నిర్మానుష్యంగా తోచింది, సూర్యుడు అస్తమిస్తున్నాడు. ఆకాశాన్ని ప్రకాశవంతం చేసే నక్షత్రాలతో సాయం సంధ్య వాలబోతోంది.

కానీ అర్జన్ వంటరిగా చూస్తూ నిలబడ్డాడు. కల్కికి ఆశ్చర్యం కలిగేలా కదలకుండా, ఏమీ చెయ్యకుండా నిలబడ్డాడు. కల్కి దూరం నుంచి గమనించాడు.

''దీన్నేం చెయ్యాలో తెలియట్లేదు, కల్కీ. అస్సలు తెలియట్లేదు,'' అర్జన్ వెనక్కి తిరగకుండా, ఆలోచిస్తూ పెదాల మీద వేళ్ళు పెట్టుకొని అన్నాడు. అతనెప్పుడూ అలాగే చేస్తాడు.

తన భుజం పైనున్న శుకోకి కొన్ని ధాన్యాలిచ్చి తమ్ముడి దగ్గరకు నడచాడు కల్కి. అతను నడుస్తూండగా సూర్యాస్తమయం అయ్యింది.

''ఈ చోటుతోనా?''

''అవును.'' చీకట్లో అర్జున్ గాయం విశేషించి కనపడుతోంది. తనకు జరిగింది దారుణమైనది. అయినా, దాన్ని తేలికగా తీసుకున్నట్టే ప్రవర్తిస్తున్నాడు అర్జున్. ''దీన్ని ఇచ్చేయడం నాకిష్టంలేదు.''

''ఇవ్వద్దయితే.''

''నాన్నగారి పనివాళ్ళు, ఆయనా కూడా చనిపోయారు,'' అర్జున్ భావరహితంగా అన్నా, లోలోపలి అతని భావావేశం కల్కికి తెలుసు. ''దీన్నెవరు చూసుకుంటారు?''

''మనమే కదా.''

అర్జున్ విసుక్కున్నాడు. ''మనం చూసుకోవచ్చు, కానీ పాడి రైతు అవ్వడమే నీ జీవిత లక్ష్యమా?''

''కలలు ఒక్కొక్కసారి నెరవేరవు,'' కల్కి అన్నాడు.

''అది పెద్ద కలలు కననివారి సంగతి.''

''ఇంతకీ నీ కలేమిటి?''

''పర్యటించడం, చరిత్ర నేర్చుకోవడం, వివిధ జాతులకు, సంస్కృతులకు చెందినవారిని కలుసుకోవడం-కేవలం ఇంద్రఘర్ ఒప్పందం వలన సమాజంలో చేర్చుకోబడినవారినే కాదు, మన నుంచి దాక్కొని ఉన్న వారిని కూడా.'' అని ఆగాడు. ''ఒక పాశ్చాత్య చరిత్ర పుస్తకంలో చదివాను-ఒక ప్రత్యేక జాతివారికి ఒక అరుదైన కేశ రోగముందట, అందువల్ల వారు కోతులలాగే ఉంటారట. వారిని చూస్తే ఎంత ఆశ్చర్యమేస్తుందో కదా. వారి రూపురేఖల వల్ల, వారు వెలి వెయ్యబడి అరణ్యాలలో పడవేయబడ్డారట.''

''కోతి మనుషులను చూడడమా?'' వెక్కిరింతగా నవ్వాడు కల్కి. ''అది ఆసక్తికరంగా ఉంది.'' అర్జున్ కూడా తన బుర్రలోకొచ్చిన ఈ విచిత్రమైన ఆలోచనను అనుకొని నవ్వుకున్నాడు.

''నీ కల ఏమిటి?''

తన గురించి అనుకోవడమే మానివేసిన కల్కి ఈ ప్రశ్నను తనపై తానే సంధించుకున్నాడు. జరిగిన పరిణామాలవల్ల తన తృష్ణను, శక్తిని, ఆశలను కోల్పోయాడు. తనను తాను మర్చిపోయాడు, కానీ ఈ ప్రశ్నతో మళ్ళీ బుర్రకు పని చెప్పి ఆలోచించడం మొదలుపెట్టాడు.

నేనేం అవ్వాలనుకుంటున్నాను?

''ఇది చాలా సాధారణంగా అనిపించొచ్చు...'' తన ఆలోచన తనకే నవ్వు తెప్పించింది, ''కానీ కేవలం సంతోషంగా, తృప్తిగా ఉండాలనుకుంటున్నాను.''

''నీకు పెద్ద కలల్లేవా? పర్యటించాలని లేదుం?''

కల్కి తన చిట్టి తమ్ముడి చుట్టూ చేతులేశాడు. ''బహుశా వద్దనుకుంటున్నానేమో.

బహుశా పెద్దగా కలలు కనడం గొప్ప కాదేమో. జీవితంలోని చిన్న చిన్న ఆనందాలను మనం ఆస్వాదించాలి. బాధ అనేది మనం జీవితంలో విస్మరించిన మంచి విషయాలను విచిత్రంగా గుర్తుచేస్తోంది.''

"అవేమిటి?"

కల్కి అర్జున్ మెడపట్టి జుట్టు లాగడం మొదలుపెట్టాడు. ''నా చిన్ని, వెర్రి తమ్ముడిలాగా.''

అర్జున్ నవ్వుతూ కల్కిని తోసేశాడు. ''నాతో పెట్టుకోకు. ఈ గాయమయ్యాక నాకో శక్తి వచ్చింది...ఆగాగు, ఆ చిలుకేమిటి భుజాన?''

"నా మిత్రుడు."

అర్జున్ కడుపుబ్బా నవ్వాడు. ''నీవే...లోకంలోకెల్లా...చిలిపివాడివి.''

''నోరుముయ్యి.'' కల్కికి చిరుకోపం వచ్చింది. దాని గురించి తను కూడా చిన్నగా నవ్వకుండా ఉండలేకపోయాడు.

అర్జున్ నవ్వడం ఆపి కిందే ఉండిపోయాడు. కల్కి తన చిలుక వృత్తాంతం చెప్పడం మొదలుపెట్టినప్పుడు లక్ష్మి వచ్చి అంతరాయం కలిగించింది. ఆమె మామూలుగా వేసుకొనే దుస్తుల్లో కాక వేరే దుస్తుల్లో ఉంది. ఆయాసపడుతూ, చమటలు కక్కుతూ చేతిలో చీటీముక్క పట్టుకొని వచ్చింది. అర్జున్, కల్కిల ముఖభావాలు మారాయి.

"ఏమైంది?"

''మీ అమ్మ...ఇ...'' ఆయాసం తగ్గించుకునేందుకు గాలి పీల్చింది. ''ఇక్కడున్నారు...మీరు అని...చెప్పింది.'' తన కనుబొమ మీది స్వేదాన్ని తుడుచుకుంది. ఆమె జుట్టంతా చిక్కుపడి ఉంది.

''ఏమైంది?'' అర్జున్ మళ్ళీ అడిగాడు. ''ఏమిటి సమస్య?''

''సమస్యేమిటంటే దురుక్తి...గ్రామానికి వస్తుందట, స్నేహపూర్వకంగా కాదు,'' అంటూ అన్నదమ్ములకు చీటీ చూపించింది.

34

గ్రామ పాలకమండలి సమావేశం జరుగుతోంది. పెద్దలందరూ రావిచెట్టు కింద ఆసీనులు కాగా, ఇతరులు నేలమీద కూర్చున్నారు. అన్ని సమావేశాల కంటే ఎక్కువ జనం వచ్చారన్నది కల్కి గమనించాడు. తనెప్పుడూ ఇటువంటి విసుగు పుట్టించే సమావేశాలలో పాల్గొనడాన్ని ఇష్టపడలేదు. కానీ ఇది చావు బ్రతుకుల సమస్య కాబట్టి తప్పనిసరిగా అందరూ రావాలని ఉత్తర్వులు జారీ చేశాడు సర్పంచి దేవదత్తుడు.

కల్కి దేవదత్తుని పాక చేరేసరికి అతను హడావుడిగా సమావేశానికి బయలుదేరుతుండటం ఆశ్చర్యం కలిగించింది.

"నేను మీతో ఒక్క క్షణం మాట్లాడాలి. ఒక ముఖ్య విషయం చెప్పాలి..." అంటూ, కల్కి చెప్పడం మొదలుపెట్టాడు. అతనికి అటూయిటూ ఉన్న లక్ష్మి, అర్జన్ ఇద్దరూ కూడా ఒకేలా నివేరపోయి ఉన్నారు.

"అంతా తరువాత మాట్లాడుకోవచ్చు, బాబూ, ప్రస్తుతానికి దృష్టి పెట్టాల్సిన ఎన్నో ముఖ్య సమస్యలున్నాయి." అంటూ దేవదత్తుడు కల్కి మాటను తోసివేశాడు.

కల్కి జనంలో నిలబడి ఉన్నాడు, అర్జన్ ప్రక్కనే ఉన్నాడు. సుమతి తన చీరను గట్టిగా పట్టుకొని కల్కి ప్రక్కనే నిలబడింది. కల్కి తక్కిన జనాలందరినీ ఓసారి పరికించి చూశాడు.

రోషన్ మిత్రుడు తన తల్లిదండ్రులతో వచ్చాడు. కవల సోదరులైన అగస్త్యుడు, అంధకులతో పాటు లైలా సర్వేశ్ వచ్చింది. సాగరుడు, అతని సోదరి మాయా

వచ్చారు. తన ఈడు వారు, తనతో పెరిగినవారు ఎందరో రాబోయే గొప్ప ప్రకటన కోసం ఆదుర్దాతో వేచి ఉన్నారు.

''ఏం చెప్తారో ఏమో,'' అర్జన్ మెల్లగా అన్నాడు.

''బోయల సైన్యం మన ప్రియమైన గ్రామాన్ని దోచుకోవడం కంటే ఏదీ ముఖ్యం కాదులే.''

కల్కి లక్ష్మిని చురుగ్గా చూశాడు. ''నీకు శంబల అంటే నచ్చదనుకుంటా. ఏమన్నావు? శంబల కుగ్రామమా?'' అని నవ్వాడు.

లక్ష్మి విసుగ్గా ముఖం పెట్టింది. ''ఆ మాట నేను మనస్ఫూర్తిగా అనలేదు. ఒకొక్కసారి నన్ను విసిగించినా కూడా, శంబల అంటే నాకు చాలా ఇష్టము.''

''మీరిద్దరూ కీచులాడుకోవడం ఆపండి, సమావేశం మొదలవ్వబోతోంది...''

''ఉష్, అర్జన్!'' సుమతి కోపంగా అన్నది.

అర్జన్ ఆమె వైపు ఆశ్చర్యంగా చూశాడు. తను అసలు మాట్లాడనే లేదు మరి. ఈ గంభీర పరిస్థితిలో కల్కి నవ్వుకోగా, లక్ష్మి కూడా చిన్నగా నవ్వకుండా ఉండలేకపోయింది.

''ఏమిటి నవ్వుతున్నారు? నీ చిలుకెక్కడ?'' అర్జన్ ఆవేశంగా అడిగాడు.

దేవదత్తుడు వేదికమీద నిలబడి, రాజముద్రికతో ఉన్న ఉత్తరాన్ని పట్టుకొని మాట్లాడడం మొదలుపెట్టాడు. ''అందరికీ నమస్కారములు. ఈ శాసనంలో ఏముందో నేను చెప్పడానికి ముందర...గత కొన్నిరోజులుగా మనము, మన ఊరూ క్లిష్టమైన పరిస్థితులను ఎదుర్కొంటున్నాము. ఎందుకంటే, మన సమాజంలోని ముఖ్యమైన వ్యక్తిని, అనగా విష్ణుయత హరిని కోల్పోయాము. మనమంతా సగర్వంగా, కలిసికట్టుగా మనవాళ్ళను కాపాడుకొనేందుకు పూనుకున్నాము. శత్రువులకు తగిన శిక్ష విధించినా, విష్ణువుని రక్షించుకోలేకపోయాము. ఇది మనందరికీ పెద్ద నష్టం. వారి కుటుంబానికి ప్రగాఢ సంతాపం తెలియజేస్తున్నాము.'' అందరూ కల్కిని, అతని తల్లిని చూసి మర్యాదాపూర్వకంగా తలలు వంచారు.

తన తండ్రి ఇన్ని జీవితాలను స్పృశించాడనుకోలేదు కల్కి. కానీ విష్ణుయతుణ్ణి అన్వేషించిన తాలూకు గొప్పదనాన్నంతా దేవదత్తుడే తీసుకోవడం కల్కికి ఆశ్చర్యం కలిగించింది. నిజానికి కల్కియే వారిని ఆ చర్యకి ఉసిగొలిపాడు.

''మనమంతా ఒక సోదరుని కోసం కలిశాము. ఈరోజు మళ్ళీ అదే చెయ్యమని కోరుతున్నాను. ఈ శాసనం వచ్చింది ఇంద్రఘర్ సేనాని అయిన కాళి ప్రభువుల కార్యాయాలయం నుంచి. వారిని మన ఊరికి ఆహ్వానించమంటున్నారు, కానీ ఒక భారీ మూల్యంతో. వాళ్ళు మన గుడిని తవ్విస్తారట...ఇంద్రుడి విశ్రాంతి స్థానమైన ఇంద్రవనాన్ని.''

''తవ్విస్తారా?'' అందరూ దిగ్భ్రాంతితో అడిగారు.

ఇది సోమ పాషాణాలను చేజిక్కుంచుకునేందుకు గుడిని నాశనం చేసే ప్రయత్నమని కల్కికి తెలుసు. కానీ ఆ బయటవారికి ఈ మాహాత్మ్యం గురించి ఎలా తెలిసు? కల్కి కృపుడి కోసం అంతటా వెతికాడు. కృపుడు కనిపించాడు, చేతిలో మద్యపానంతో, గంభీరమైన ముఖంతో.

''మనం దీనికి సహకరించకపోతే, మనకి 'తిరుగుబాటుదారులు' అని నామకరణం చేసి మన మీద దాడి చేస్తారు,'' అని దేవదత్తుడు ఉత్తరాన్ని చదివాడు. బోయలు తమ గ్రామం మీద దాడి చేయబోయే విషయం తలచుకుంటేనే అందరికీ వణుకు పుట్టింది. ''ఇందుకోసం అందించే ఏ సహకారానికైనా, ప్రేమకైనా గొప్ప పారితోషికం ఉంటుంది.''

జనం నుంచి ఎవరో అడిగారు, ''నాకొకటి అర్థంకావట్లేదు. ఇది మన గుడి. వాళ్ళెందుకు తవ్వాలని వస్తున్నారు?''

''సోమ రాళ్ళ కోసమేమో.''

''అసలు వాటి సంగతి నిజమేనా?'' ఇంకెవరో అరిచారు. ''అసలెవరైనా వాటిని చూశారా?''

''ఆఁ, చాలామంది చూశారు,'' అని దేవదత్తుడు సమాధానమిచ్చాడు. ''కానీ వాటి పవిత్రత మూలాన వాటిని ఎవరూ తాకలేదు. వాటిని దూరం నుంచే ఆరాధించాలట. ఎందుకంటే, అవి ఇంద్రుడి ఆఖరి గుర్తులట.'' అని ఆగాడు. ''మన పూర్వీకులు స్పష్టంగా శాసనాలు రాశారు...ఎవరైనా గుహలను తాకితే వారికి కఠిన శిక్ష పడుతుందని.'' అయినా విష్ణుయతుడు అన్ని నియమాలనూ అతిక్రమించి తన భార్య క్షేమం కొరకై, ఆమె పట్ల ప్రేమతో, ఆమె వేదనను తగ్గించాలనే ఉద్దేశ్యంతో గుహలోకి వెళ్ళాడు. ''కానీ హఠాత్తుగా ఒక భూకంపం మన గుడిని నాశనం చేసింది. ఐతే దాని శక్తి తగ్గలేదు, అది ఇంకా వుంది.''

అందరూ మౌనంగా ఉన్నారు.

''నాకు చాలా అయోమయంగా ఉంది. ఏం చెయ్యాలో బోధపడట్లేదు. గ్రామపెద్దగా, గ్రామ సాంప్రదాయాలను కాపాడడం నా కర్తవ్యం. కానీ దాని వల్ల ఆలయం నాశనమైపోతే?''

ఎవరికీ సమాధానం తెలియదు. దీని వల్ల ఊళ్ళో అందరినీ సమైక్యపరిచే ఏకైక స్థలం పోతుంది. దీని వల్ల అధర్మం చెలరెగుతుందని కల్కికి తెలుసు. ఎందుకంటే, సోమశక్తులు అందరికీ అందితే, ఒకవేళ ఆ దుష్ట బోయల చేతికి చిక్కితే, పరిస్థితులు చేజారిపోతాయి. తను ఇదంతా ఆపగలిగితే కనుక శంబలను వీడి వెళ్ళే అవసరం రాదు, అంతా సుఖాంతం ఐనట్టే. ఇంక అధర్మయుగము, చీకటియుగము రావు.

కల్కి గొంతెత్తాడు. ''నేనొకటి చెప్పదలచుకున్నాను.'' అక్కడ నెలకొని ఉండిన మౌనం పటాపంచలైపోయింది.

పెద్దలందరితోపాటు దేవదత్తుడు కూడా ఆశ్చర్యంగా చూశాడు. ముసలాడి గట్టి బుర్రలో ఏ ఆలోచనలున్నాయో...అని అనుకున్నాడు కల్కి. కానీ దేవదత్తుడు కల్కిని మాట్లాడమన్నట్టు తలూపాడు.

కల్కి ముందుకొచ్చాడు. జీవితం ఎంతగా మారిపోయిందంటే, ఇప్పుడు తను వక్త, శ్రోత కాదు. ''సర్పంచి గారు మన సాంప్రదాయాలను మనము కాపాడుకోవాలంటున్నారు, అది నిజమే. శంబల చిన్న గ్రామమే అయినా, మన సాంప్రదాయాల వల్ల అత్యంత పూజనీయమైంది. మనం జన్మచే యోధులం కాకపోయినా, మన ఊరి కోసం మరణం దాకా పోరాడతాము. యుద్ధమంటే భయం ఉండడం చేత మనం పూజించే స్థలం నాశనం ఐపోతుంటే పోరాడకుండా మౌనం వహించను, పోరాడతాను. చాలామందికి భయముండచ్చు, ఉండాలి కూడా. కానీ ఐక్యంగా పోరాడితే శత్రు సమూహాన్ని జయించవచ్చు. మనం సంకల్పిస్తే, అద్భుతాలను సాధించవచ్చు.'' అన్నాడు.

కొందరు సమ్మతించారు, కొందరు సమ్మతించలేదు.

''ఆయుధాలు లేకుండా వారిని ఎలా ఆపగలుగుతాము?'' రోషన్ మిత్ర అడిగాడు. ఒకవేళ కల్కి మాటలకు మైమరచిపోయి ఈ ప్రశ్న అడిగాడేమోనని అతని తల్లిదండ్రులు విస్తుబోయారు.

కల్కికి సరైన కారణం దొరకలేదు. అతను లక్ష్మిని చూడగా, ఆమె కొంచెం ఇబ్బందిగా తల కదిలించింది.

''కొన్ని ఉన్నాయి.''

''మ్లేఛ్ఛులకు అవి చాలు,'' అని పలికింది లైలా సర్వేశ్.

తన సోదరుల్లాగా కాకుండా ఆమె దృఢకాయురాలు. ''కానీ నగరం నుంచి తరలివచ్చే సైన్యానికి సరిపోదు.''

''నేనొకటి చెప్పవచ్చా?'' కీచు గొంతొకటి ప్రశ్నించింది. కృపుడి వైపు చూశాడు కల్కి. ''అమ్మాయీ, అవసరమైతే మనం ఆయుధాలను తయారు చేసుకోవచ్చు. మనం అడవి మధ్యలో వసిస్తున్నాము, ఇన్ని రకాల చెట్ల నడుమ.''

''నీవెవరు?'' లైలా సోదరుడు అగస్త్యుడు ప్రశ్నించాడు.

''అవును, నీవెవరు?'' అంధకుడు పలికాడు.

''నన్ను కృప అని పిలవండి, సరేనా?''

కల్కి నవ్వాడు. కృపాచార్యుడు తనను తాను సమర్థించుకుంటున్నాడు.

''కానీ శంబల వాసులు యుద్ధవీరులు కాదు, నాన్నా,'' అంటూ ఇంకొక గ్రామపెద్ద మొదలుపెట్టాడు. దేవదత్తుడు సమ్మతించినట్టు కనిపించినా, నోరు మెదపలేదు. ''మనం శాంతికారకులము. మన పూర్వీకులు శాంతికారకులు, మన సంతానం కూడా శాంతికారకులే అవుతారు.''

''నిజం చెప్పాలంటే, మనం ప్రశాంత వాతావరణంలో లేము.'' కల్కి క్రోధంగా అన్నాడు, మాటల్లో విషం చిమ్ముతూ, ఈ వాస్తవ పరిస్థితి నుంచి వైదొలగేవారి మీద గురి పెట్టి. ''మన పూర్వీకులు ఏం చేశారో ప్రధానం కాదు, మనము ఏం చేస్తే అదే చరిత్రవుతుంది.'' కృపుడి వైపు చూశాడు. ''మీరేమైనా చెప్పండి, కనీసం ఇతనికి ఒక ఆలోచన ఉంది. మనకి నాయకులు, ఆవిష్కర్తలూ అవసరము. పిరికిపందలు కాదు.'' అని దేవదత్తుని వైపు చూశాడు.

మళ్ళీ పెద్దలను మాట్లాడనివ్వకుండా కల్కి మాట్లాడాడు. ''గ్రామ పెద్దల నిర్ణయమేంటో నాకు తెలియదు. కానీ నా స్నేహితుల సహాయంతో నేను దీని కోసం యోధులను ఎంపిక చేస్తాను. దాంతో మేము తయారుగా ఉంటాము కుడా. అందుకని నేను గ్రామపెద్దలను అర్థిస్తున్నాను...ఈ శాసనాన్ని ధిక్కరించండి, మనం తిరుగుబాటుదారులమనే తెల్లియజేయండి, వారిని రానివ్వండి. నా భావాలతో ఏకీభవించేవారంతా మధ్యాహ్నం నా ఇంటికొచ్చి ఏర్పాట్ల గురించి మాట్లాడవచ్చు. మనది బెదిరింపులకు లొంగే గ్రామం కాదని నిరూపిద్దాము.''

కొద్దిమంది కొట్టిన చప్పట్లు సన్నగా వినిపిస్తుండగా, ఇక అంతటితో వేదిక నుంచి కిందకు దిగాడు.

35

వాసుకి తన సోదరి కోసం కోట దగ్గర నిరీక్షిస్తున్నాడు. కోట దాదాపు పూర్తయ్యింది. తన గది సిద్ధమయ్యింది. తన గదిని రేయింబవళ్ళూ రెండు విడతలుగా యాభైమంది నాగులు కాపలా కాస్తున్నారు. వాసుకి వాళ్ళను అహర్నిశలూ కాపలా ఉండేట్టు ఏర్పాటు చేసి, ఎట్టి పరిస్థితుల్లోనూ వాళ్ళను వెళ్ళనివ్వనని తనకు తానే బాస చేసుకున్నాడు. ఎవరైనా బడలిక వల్ల కాపలా కాయలేకపోతే, పని నుంచి శాశ్వతంగా తొలగింపబడతారు. ఉలూపికి పదోన్నతి లభించి. వీథులలో పర్యటించి తక్షకుని చావు వెనుక ఎవరి హస్తమున్నదో తెలుసుకునే బాధ్యత ఆమెకు అప్పగించబడింది. వైద్యుడు పరీక్షించగా, తక్షకుని శరీరం పైన గాయం ప్రత్యేకమైన సన్నటి, పదునైన అంచులు గల నాగ కత్తిచే సంభవించిన సంగతి ఎరుకలోకి వచ్చింది.

ఇది కువేరుడి పనే అని తెలుసు. అతనికి దీంట్లో ఏదో పాత్ర ఉంది. మణి మీద కన్ను పడినప్పట్నుంచి కువేరుడికి వాసుకి అంటే ఎప్పుడూ అసూయే. నాగులు దక్షిణ దేశవాసులలో ప్రఖ్యాతులు. వారి శుభ్రత, మధ్యశ్రేణి రాచరికం వల్లే వారికి అంత మర్యాద.

వారి శక్తికి ప్రతీక అయిన మణిని కొల్లగొడదామని కువేరుడు నిర్ణయించుకున్నప్పుడు అంతా మారిపోయింది. విష్ణుమూర్తి మెడను చుట్టుకొని, ఆయనకు రక్షకుడుగా ఉండే శేషుని పూజించుటకు ఆ నాగమణి ఉపయోగపడేది. శేషుడే నాగుల ఆరాధ్య దైవము. వాసుకి స్వస్థలమైన నాగపురి వద్ద కాంస్యం, తామ్రంతో చేయబడ్డ శేషుని పెద్ద విగ్రహం కూడా కలదు. దాని శిరస్సున ఖ్యాతి పొందిన ఆ మణి ఉన్నది. అది దొంగిలించబడ్డది, ఒక యక్షుడు అపహరించాడని తెలిసొచ్చింది. పాదాలు చిన్నగా ఉన్న ఆనవాలుని బట్టి అవి దుష్టుడైన కువేరుడివి లాగే ఉన్నాయి.

ఇసుక దిబ్బల నడుమ బంజరు భూమి యక్షపాలిత ప్రాంతమైన అలకాపురి. దీని మీద వాసుకి తక్షకునితో పాటు దాడి చేశాడు. వాసుకి ఓడిపోయాడు కానీ,

బోయలతో ఒప్పందం కుదుర్చుకొనే వేళకు, కువేరుడు మణిని తిరిగి ఇస్తేనే తన వనరులను, మనుషులను అందిస్తానని ఆంక్ష పెట్టాడు. దీని వల్ల వచ్చే లాభాన్ని గురించి కాళి విడమరచి చెప్పి ఒప్పించగా, కువేరుడు అయిష్టంగా మణిని తిరిగి ఇచ్చాడు.

కువేరుడితో పోరాటానికి, తగవుకు వెనకాల ఉన్న చరిత్ర ఇదే. వాసుకి ఒప్పందానికి సమ్మతించినా, కువేరునితో కలిసి పని చేయడం పట్ల సందేహాన్ని వ్యక్తం చేశాడు. అప్పుడు కాళి అతనికి సమానత్వము, ఎవరి నుంచీ అడ్డంకులు లేకపోవడము అన్నవి హామీ ఇచ్చి ఒప్పించాడు. కానీ అవన్నీ ఇప్పుడు కట్టుకథలుగానే తోస్తున్నాయి. ఇప్పుడు అతను నాగపురి నుంచి చాలా దూరం వొచ్చేశాడు. మళ్ళీ వెళ్ళాలనుకున్నా వెళ్ళలేకపోతున్నాడు. తన ప్రజలు తనను పిరికిపందగా ముద్ర వేస్తారు. తన అభిప్రాయం ప్రకారం కూడా తాను పిరికిపందే, కానీ తను ప్రతికూల వాతావరణంలో మాత్రమే అలాంటివాడు.

మానస ఏ అవాంతరమూ లేకుండా నగరాన్ని, ఆ పైన కోటను చేరుకొనేందుకు వాసుకి చాలామంది సిబ్బందిని పంపాడు. వస్తున్నది ఒక నాగుల మనిషి అని ఎవరూ పసిగట్టకుండా ఉండేట్టు జాగ్రత్త తీసుకున్నాడు. ఇనుముతో చేసిన కోట ద్వారాలను బంధించి ఉంచిన తాళ్ళను, చెట్టుకొమ్మను తీసివేయగా, అవి ఫెళ్ళున తెరుచుకున్నాయి. పాదచారులు, గజారూఢులతో, మూడు అశ్వాలు గల గుర్రబ్బండిలో ప్రవేశిస్తున్న తన సోదరిని కోట పైన్నుంచి చూశాడు. భటులు తనను అనుసరించగా, గబగబా నడచాడు. కార్మికులను దాటుకుంటూ వెళ్ళాడు...వారు పుట్టుకతో నాగులు. తన కళ్ళెదురుగానే ఉదయులు తన తండ్రిని హతమార్చినందున, వారిని నమ్మక, నాగులనే సేవకులుగా పెట్టుకున్నాడు.

తన తండ్రి మరణం గురించిన తలపు వల్ల వాసుకి నడక కాస్త మందగించింది. త్వరగా నడక పెంచి, నాలుగు దిక్కుల నుంచి నీరు జాలువారే మధ్యగదిని చేరుకున్నాడు. భటులు ధరించిన కవచాల మీద నాగముద్ర, కత్తుల మీద శేషుని లలాట ముద్ర ఉన్నాయి.

మానస బండి దిగింది. ఆమెకి ఒక చెయ్యి ఇంకొక చెయ్యికన్నా చిన్నదన్న విషయాన్ని వాసుకి గమనించడం మానేశాడు.

పుట్టుకతోనే ఆమెకు కలిగిన ఈ అవిటితనాన్ని చూసి కొందరు వెక్కిరించినప్పుడు వాసుకికి వెంటనే కోపం వచ్చేది. అదేమీ నవ్వుకొనే విషయం కాదు. అది ఆమె తప్పు కాదు. కానీ ఇప్పుడు ఆమె పట్టించుకోవడం మానేసింది. ఎందుకంటే, అది ఒక ఊదారంగు పట్టు వస్త్రంలో చుట్టి ఉండి, కిందికి వేలాడుతోంది. ఆమె పొడవుగా వేలాడుతున్న దుస్తులు ధరించింది. జుట్టు పొడవుగా, వదులుగా ఉన్నా, చివర్లలో ముడి వేసి ఉన్నాయి. ఆమె కళ్ళు తన సోదరుడి కళ్ళలా నీలవర్ణమే. ఆమె వాసుకిని కౌగిలించుకుంది.

తన సొంత రక్తస్పర్శ వాసుకికి ఆనందం కలిగించింది. ఆమె వంటి వ్యక్తి ఒకరు ఇప్పుడు నగరంలో ఉండటం అతనికి నచ్చింది.

''వచ్చినందుకు ధన్యవాదములు.'' అన్నాడు.

''ఎప్పుడూ సంతోషమే,'' అన్నది మానస. ఆమె గొంతు తక్కిన నాగస్త్రీలకన్నా బొంగురుగా ఉంటుంది. ''నీ మనుషులను సరిగ్గా వస్త్రధారణ చేసుకొమ్మని ఎందుకు చెప్పవు? వాడి వస్త్రాల తాళ్ళు వదులుగా ఉన్నాయి, కత్తికున్న ఒర చిరిగింది, చెప్పులు తెగిపోయాయి. వాటి నాసిరకం రూపురేఖలను బట్టి చెప్పవచ్చు, అవి వేసుకొని యుద్ధం చేస్తే ఒక్క గంట కూడా ఆగవని.''

తనకంటే పెద్దది, పొడవు కూడా అయిన చండశాసనురాలైన మానస మందలించడం చూశాడు వాసుకి. ''సరే, నీవు శాంతపడు, అక్కా.'' అంటూ వాసుకి ఆమెను తట్టి, ఒక చేత్తో ఆమె నడుము పట్టుకొని లాక్కెళ్ళాడు.

ఆమెకెప్పుడూ అలంకరణలు, రంగులు, వస్త్రాలు, విచిత్రమైన మొక్కలూ, పండ్లూ వాడడం ఇష్టము. ఇవన్నీ పక్కన పెడితే, ఆమెకు గూఢచారుల గురించి, ఎక్కువ సమయం కదనరంగంలో ఎలా నిలబడచ్చు అనే విషయాల గురించీ గొప్ప అవగాహన ఉంది. ఒక సైనికుడి చొక్కా పొడవుని, అతని మోకాళ్ళ కవచాన్ని, ఖడ్గాకారాన్ని బట్టీ అతడు ఎంత కాలం యుద్ధంలో మనగలుగుతాడన్నది నిర్ధారించి చెప్పగలదు.

వాసుకి ఆమెను తెల్లటి గోడలున్న తన గదికి తీసుకెళ్ళాడు. అక్కడ కాంస్యంతో చేసిన కంచాలు, లోటాలు, గిన్నెలూ చక్కగా ఒక పొడవాటి బల్ల మీద పేర్చి ఉన్నాయి. ఆమెకు మద్యం ఇచ్చి తనూ తాగాడు. అందరికంటే దాని అవసరం అతనికే ఎక్కువుంది. అప్పుడు తన కుర్చీ మీద కూర్చున్నాడు.

''ఏమైంది? ద్రోహుల మధ్య ఉన్నానని లేఖలో రాశావు.''

''అవును. నా అన్న మనిషి అవసరం నాకిప్పుడు ఉంది.''

''వచ్చేశానుగా, నాన్నా,'' అని నవ్వింది. ''నీకెప్పుడు కావాలంటే అప్పుడు నీ అక్క నీ ప్రక్కనే ఉంటుంది.''

వాసుకి గిన్నె అంచులను పెదాలతో తాకి పానీయాన్ని కొంచెం కొంచెంగా తాగుతూ, నిట్టూర్చాడు. ఆమెకు తక్షకుడి గురించి, అతణ్ణి తను వేదాంతుణ్ణి గమనించేందుకు వేగుగా పంపిన సంగతీ చెప్పడం మొదలుపెట్టాడు.

''బంగారం, అటువంటి మందబుద్ధిని వేగుగా పంపి ఉండకూడదు. వాడికి గూఢచర్యం గురించి ఏమీ తెలియదు. మనుషులను కొట్టి జవాబు రాబట్టడమే గూఢచర్యం అనుకుంటాడు. కానీ, గూఢచర్యం అనేది ఒక కళ. ఒక వ్యక్తి మాటలను, దుస్తులను, ప్రవర్తనను బట్టీ చాలా తెలుసుకోవచ్చు.''

''అవును, తప్పు చేశాను.''

''ఫరవాలేదులే, ఇప్పుడంతా సరిపోయింది,'' ఆమె తనకెంతో ఇష్టమైన ఈ మూడు మాటలను అన్నది. వాసుకి వాటిని తన జీవితమంతా ఎన్నోసార్లు విసుగ్గా విన్నాడు. ''నీ శత్రువులను జయించేందుకు మనకు ఒక కొత్త ప్రణాళిక కావాలి. దానికి ముందర నీ శత్రువులెవరో కనుక్కోవాలి.''

''ఇద్దరి గురించి తెలుసు.''

''మంచిది, కానీ ఆ అందగాడు, నికృష్టుడూ అయిన కాళి సంగతేంటి?''

''వాడిప్పుడు తన పని తను చేసుకోలేనంత నలతగా ఉన్నాడు,'' వెక్కిరింతగా అన్నాడు వాసుకి, నోట్లో మిగిలిన మద్యాన్ని దాదాపు ఉమ్ముతూ.

''ఏమిటీ?'' ఖంగారుగా అడిగింది. ''అతను, అతని చెల్లెలూ మంచి బలశాలులే కదా. వాళ్ళకి తగినంత సమర్థత లేకపోవడం పెద్ద ఆశ్చర్యమే, బంగారం.''

''ఇప్పుడు బలహీనంగా ఉండి కలవరిస్తున్నాడు.'' వాసుకి గిన్నెను పక్కనున్న మహాగొని చెట్టుతో తయారు చేసిన బల్ల మీద దఢేలుమని పెట్టాడు. ''నాకు గుర్తుంది, నిన్ననే మనవాళ్ళే తమ యజమానులకి ద్రోహం చేయబోతుంటే తప్పించుకున్నాము.''

''వాళ్ళను ఎలా ఓడించామో కూడా నాకు తెలుసు, బంగారం.'' నవ్వింది మానస. ''జాతుల నడుమ రణం అన్నది సాధారణమే. ఆశ్చర్యపడనక్కర లేదు. మనమంతా మన వ్యక్తిగత జీవితంలో నాగరికంగా ఉండము, కదా.''

''దీన్ని కూడా జయిస్తాము.'' వాసుకి ముందుకి నడుస్తూ ఉంటే అతని పొడవాటి దుస్తులు నేలను రాశాయి. రాజుగా అతను చక్కనివాడు. ఇతరుల్లాగా అతనికి యుద్ధంలో గాయాలు తగలలేదు. ఎందుకంటే, ఒక్క ఇంద్రఘర్ బయట తమ మీద దాడి జరిగినప్పుడు తప్పితే అతనెన్నడూ ముందు వరుసలో సమరం జరపలేదు. అప్పుడు కూడా కాళి ఆశ్చర్యకరంగా వారిని ఆపాడు. వెనకటికి అతను చాలా ధీమంతుడు. కానీ ఇప్పుడు అసహాయుడు. ''నీకిప్పుడు వేగులున్నారా?''

''ఓర్పు కావాలి, బంగారం.'' ముందుకొచ్చి, సోదరుడి దుస్తులను లోపలినుంచి బయటకు తిప్పింది, లోపలున్న బంగారు అంచు పైకి సరిగ్గా కనపడేట్టు. ''రాజు అనేవాడు వస్త్రాలను జాగ్రత్తగా ధరించాలి.''

వాసుకి సిగ్గుతో ఔనన్నట్టు తలూపాడు. ''అవును. క్షమార్హుడను. నీవెన్నిసార్లు దిద్దినా ఈ తప్పు చేస్తూనే ఉన్నాను.''

''హంతకుడనేవాడు, మనము కనుక ఎవరినైనా నియమించదలచుకుంటే, చాలా చురుగ్గా, ఎవరూ గమనించనివాడై ఉండాలి. అవతలివారికి తెలియకుండా తలలు మార్చేవాడు అయ్యుండాలి.'' తన దైన వంకర నవ్వు నవ్వింది. ''ఓర్పు, ప్రాప్తం ఉంటే అటువంటి వాడు మనకు దొరుకుతాడు. శేషుడు మనకు దారి చూపుగాక.''

వాసుకి తలూపాడు. ''నీవెలాగంటే అలాగే. మరి కాళి సంగతేంటి?''

ఆమె మౌనంగా వాసుకి వైపు చూసింది. "వాడు అన్ని జాతుల మధ్య శాంతి నెలకొల్పుతానని హామీ ఇచ్చినప్పుడు మనకు ఉపయోగపడ్డాడు. కానీ శాంతే లేకపోతే, బంగారం," కుటిలమైన హాసంతో పెదాలను పైకెత్తి అన్నది, "వాడుండీ మనకు ఏం ప్రయోజనం?"

36

వారు నిరీక్షించారు.

కల్కి తన ఇంటి బయట కాసేపు కూర్చున్నాడు, అసౌకర్యమైన నిద్రలోకి తూలుతూ. అతనికి చాలా బడలికగా అనిపించింది. తన ఇంటికి నీడనిచ్చే చెట్టుకి ఆనుకున్నాడు అర్జన్. ఏమీ తోచక అతను ఒక నాణెంతో ఆడుకుంటున్నాడు, గాల్లోకి అటూయిటూ విసురుతున్నాడు. లక్ష్మి పుస్తకం చదువుతూ ఉంది, అర్జన్ దాంట్లోకి తొంగి చూసేందుకు ప్రయత్నిస్తున్నాడు. బాలా గదను శుభ్రపరచడంలో నిమగ్నమయ్యాడు.

సుమతి కల్కిని మందలించింది. పెద్దల పట్ల అమర్యాదగా ఉండద్దని, తన మాటను ఒకసారి విన్నారు కదా అని పాలకమండలి సమావేశంలోకి దూసుకెళ్ళద్దని అన్నది. ఇదంతా ఈ యుగానికి చెందిన అవతారమే చేస్తున్నాడన్నది అతనికి ముచ్చటగా అనిపించింది. గోవిందుడే ఇదంతా చేస్తున్నాడా? కానీ ఆయనకు పెరుగంటే ఇష్టం, దాన్ని దొంగిలించాడాయె. ఆయనకు కూడా సరిగ్గా కల్కి లాగానే ఇష్టాలూ, లోపాలూ ఉన్నాయి. కల్కికి ఉన్న లోపం వాగుడు. అది అతణ్ణి తన చుట్టూ ఉన్న వాతావరణం మర్చిపోయేలా చేస్తుంది.

శుకో కల్కి భుజం మీదికెక్కగా, దానికి రొట్టెముక్కను అందించాడు. కాసేపయ్యాక, శుకో తన తిండి ధ్యాసలో నిమగ్నమై ఉండగా, కృప రాలేదన్న విషయం గమనించాడు కల్కి. కృపుడే కదా ప్రాకృతిక అటవీ వనరులతో ఆయుధాల తయారీ గురించి ప్రస్తావించినది. కానీ, ఇంకా రాలేదు. ఆచార్యుడైనా, సమయపాలన ఉండకపోవడం సబబు కాదు.

ఒక మ్లేఛ్ఛుడి గురించిన కథ ఒకటి ఉండేది. మహాయుద్ధ కాలంలో ఒక మ్లేఛ్ఛుడు ఎంతో ఉదాత్తంగా ఉండేవాడట. అతనికి గొప్ప విలుకాడు అవ్వాలన్న ఆశ ఉండేదట. అందుకు తగ్గ ప్రతిభ కూడా అతనికి ఉండేది. ఇతని వల్ల ఆ యుగ నాయకుడికి ప్రమాదముందని పూజనీయుడైన ఆచార్యుడు తెలుసుకొని, అతణ్ణి తన బొటనవేలు ఇమ్మన్నాడట. అది లేకుండా ఆ మ్లేఛ్ఛుడు ఇంక మంచి విలుకాడు కాలేకపోయాడు.

అది అతడి జీవితానికి ఒక తీరని దుఃఖంగా మిగిలిపోయింది. ఆచార్యులు ఉన్నతమైన విధానాలను ఆచరించినా, ఉన్నతులు కారని కల్కికి తెలుసు. నిజానికి లోకంలో మంచీ చెడ్డా అనేవి లేవు. మనుషులు, వాళ్ళ ఎంపికలే అనర్థాలకి దారితీస్తాయి. ఈ కథ సముచితమైనది. గురుకులం రోజులకు సంబంధించిన వాటిలో ఇది మాత్రమే కల్కికి గుర్తుంది. కృపుడు మంచివాడా కాడా అనేది తెలియడం లేదు, ఎందుకంటే అతని ప్రవర్తన అతని ఉద్దేశ్యానికి న్యాయం చెయ్యట్లేదు.

కృపుడు తన మేనల్లుడి పేరు గాని, సహచరుని పేరు గాని ఎందుకు చెప్పలేదా అని కల్కికి కాస్త ఆశ్చర్యమేసింది. ఒకవేళ ఇప్పుడు సరైన సమయం కాదేమో, తను ధర్మమార్గాన్ని అనుసరిస్తే జవాబులు తెలుస్తాయేమో.

''ఎవ్వరూ వస్తున్నట్టు లేదు, అన్నయ్యా,'' అర్జన్ కాస్త హాస్యంగా మొదలుపెట్టాడు. ''నీ ప్రసంగం అంత ప్రభావవంతంగా లేదేమో. నీవు ప్రభావం పొందావా?'' బాలాను ప్రశ్నించాడు.

బాల గదను తుడుచుకుంటూ కాస్త తటపటాయించాడు. ''ఊఁ...ఊఁ...ఏమిటి? అవును...''

కల్కి నిరాశగా తల విదిలించాడు. ''నా వాళ్ళే నా విజ్ఞతను నమ్మలేదన్నది నాకు ఆశ్చర్యంగా లేదు.'' అని దగ్గుతూ, పుస్తకం నుంచి తల పైకెత్తి జవాబివ్వమని లక్ష్మికి సంకేతం అందించాడు. కానీ ఆమె అలాగే, ఊరికే పుటలను తిరగేస్తూ ఉండిపోయింది. ''ప్రోత్సాహానికి ధన్యవాదములు.'' అన్నాడు.

అయినా ఆమె ఏమీ అనలేదు.

''ఆమె వినట్లేదనుకుంటా.''

లక్ష్మి తలెత్తకుండానే విసురుగా జవాబిచ్చింది. ''విన్నాను. సమాధానం ఇవ్వాలనుకోవడం లేదు, అంతే.''

''నాకు చాలా సంతోషంగా ఉంది, అందరికీ ధన్యవాదాలు.'' కల్కి వెక్కిరింతగా తలూపి అరణ్యం వైపు తల తిప్పాడు.

అప్పుడొక వ్యక్తి తనవైపు నడచి రావడం చూశాడు. అతను పొడగరి అని చెప్పలేము. అతనిది సగటు ఎత్తు, శరీరాకృతి. అతనితో పాటు రోషన్ మిత్ర మెల్లగా నడచి వస్తున్నాడు. చాలామంది రోషన్‌ను బలహీనుడని కొట్టిపడేసినా, అతను తన తండ్రి పొలంలో పెద్ద పెద్ద మూటలను మొయ్యడం, దించడం కల్కి గమనించాడు. బక్కగా కనిపించే అతనికి అంత శక్తి ఉండడం ఆశ్చర్యమే.

''ఇక్కడేనా నేను శిక్షణకు పేరు ఇవ్వాల్సింది?''

''అవునవును,'' కల్కి నిలబడాడు. ''నీవు మాకెలా సహాయపడగలవు?''

''ఆయుధాల తయారీలో సహాయపడగలను.''

''నీకు ఆయుధాలు తయారు చెయ్యడం వచ్చా?''

రోషన్ రాదని తలూపాడు. ''ఎవరైనా నేర్పాలి. కానీ నేను త్వరగా నేర్చుకుంటాను.''

''ఓ...మంచిది.'' నవ్వాపుకునేందుకు అతికష్టంతో ప్రయత్నిస్తున్న తన మిత్రులవైపుకు తిరిగాడు కల్కి. ''అయితే నీవు యుద్ధం చెయ్యవా?''

''లేదు, ప్రాణాలకు ముప్పుతెచ్చుకునే పనిని మా అమ్మ చెయ్యొద్దనింది.''

''అలాగా.'' కల్కి నవ్వాడు. ''వచ్చినందుకు ధన్యవాదాలు, రోషణ్...''

''ఆగు!'' అంటూ ఒక గొంతు బిగ్గరగా పలికింది.

కల్కి తలతిప్పి చూశాడు, అందరూ కూడా అటువైపు చూస్తున్నట్టు అతనికి తెలిసింది. లైలా, తన ఇద్దరు సోదరులు, సాగర్, మాయా, మరో పదిమంది మిత్రులు వస్తున్నారు. కానీ పదిమంది కాదు, కల్కి అంచనా సరైనదైతే వందలమంది వస్తున్నారు. పంచాయతీ నిర్ణయాన్ని ఎదిరించే అవకాశం గురించి ఉత్కంఠతో మాట్లాడుకుంటూ, తమ ఆలయాన్ని నాశనం చేయదలచిన బోయల కావరానికి బుద్ధి చెప్పడం గురించి చర్చిస్తూ పెద్ద పెద్ద గుంపులుగా వస్తున్నారు.

లక్ష్మి పుస్తకం మూసివేసింది. బాలా సర్దుకున్నాడు. అర్జన్ నాణెంతో ఆడుకోవడం ఆపేశాడు.

''ఇది చాలనుకుంటా, కల్కి,'' లైలా నవ్వుతూ అన్నది. ఆమెకు తుమ్మెదరెక్కల వంటి నల్లటి జుట్టు, అందమైన కనురెప్పలు, సన్నటి పెదాలూ ఉన్నాయి. ఆమె సోదరులు ఆమెలాగా ఉండకపోయినా, కల్కికి కావలసినట్టుగా పొడుగ్గా, బలిష్ఠంగా ఉన్నవారే.

''కావలసినదానికంటే ఎక్కువే, మీ రాకకు ధన్యవాదాలు.'' కనుబొమలు దించి, అందరి రాకని ఉద్దేశించి అన్నాడు కల్కి. ''కానీ ఇంతమందిని ఎలా ఒప్పించగలిగావు?'' లైలాను అడిగాడు.

''నేనా? నేనేం చెయ్యలేదు. మా సోదరులను తీసుకొస్తుండగా వీళ్ళు కనపడ్డారు. అందరూ ఇటువైపే వస్తున్నారు.''

''అయితే ఎవరు వీరినందరినీ ఒక బృందంగా చేర్చింది?''

''ఎవరంటే...'' లైలా బొటనివేలును వెనక్కి తిప్పి చూపించగా, ఒక సుపరిచితమైన ముఖం జనంలో కనపడింది. తెల్లటి దుస్తులలో దేవదత్తుడు ఆప్యాయంగా నవ్వుతూ ప్రత్యక్షమయ్యాడు. అందరినీ పలకరిస్తూ తలూపాడు.

''సర్పంచి గారా?'' ఆశ్చర్యంగా అడిగాడు కల్కి. పిరికిపంద అని పరోక్షంగా తను దూషించిన ఈ వయోధికుడు ధైర్యం చేసి ఇంతమందిని చేరుస్తాడనుకోలేదు. ''మీకు నాపై నమ్మకం లేదనుకున్నానే?''

దేవదత్తుడు నిట్టూర్చాడు. ''ఏది నమ్మాలో ఇంకా తెలియట్లేదు. కానీ ఒక్కటి మాత్రం నిజము. ఆ బోయలను మన ఆలయాన్ని నాశనం చేయనిస్తే నేను జీవితాంతం

పశ్చాత్తాపపడతాను. అలాంటి పని నేనెప్పుడూ చెయ్యలేదు కాబట్టి ఇక మీదట కూడా చేయదలచుకోలేదు.''

కల్కి ఆనందంగా నవ్వాడు. అర్జన్ నవ్వుతూ అన్న భుజాన్ని మర్యాదగా తట్టాడు. లక్ష్మి అతని చెయ్యి పట్టుకుంది. అప్పుడు కల్కికి మునుపు తన తండ్రి అంత్యక్రియలనాడు లక్ష్మీ, తనూ ఇంచుమించు ముద్దుపెట్టుకునేంతవరకూ వెళ్ళినప్పుడు కలిగిన అనుభూతే మళ్ళీ కలిగింది. హడావుడి విని బయటకు వచ్చిన సుమతి కనపడింది కల్కికి. ఆమెను ఎందరో పలకరించారు. ఆమె మౌనంగా ఉన్నా, హర్షాతిరేకంతో ఉబ్బితబ్బిబ్బైపోతోంది.

దేవదత్తుడు ఉత్తరాన్ని తీసి, కల్కి ఎదురుగా చించేసి, ధిక్కరణభావంతో గాల్లోకి గిరాటేశాడు. ప్రజలకు ఆయన నిర్ణయం తెలిసింది. ఇప్పుడిక విజయం వైపుకు నడిపించే బాధ్యత కల్కిదే.

37

అర్జున్ నిజమే చెప్పాడు, కల్కికి సైన్యపాలనం తెలియనందువల్ల ఇంతమందిని సంభాళించడం కష్టమవుతుందని. తమ ఇంటికొచ్చి కూటమిలో చేరిన వందలాదిమందికీ పెరుగు, పాలు ఆందజేసింది సుమతి.

''వాళ్ళకి గద పట్టుకోవడం నేర్పగలను.'' బాలా గబగబా పెరుగు మింగేస్తూ అన్నాడు. ''వాళ్ళు యోధులవుతారు.''

''సగటు మనిషికి గద చాలా బరువవుతుంది,'' అన్నాడు కల్కి. ''అందరికీ ఒకటే విద్య నేర్పకూడదు.''

''వారి వారి నేర్పును అనుసరించి సమూహాలుగా విడదీయాలి,'' అన్నది లక్ష్మి. ''ఒకొక్కరికీ ఏ విద్య తెలుసన్న దాన్నిబట్టి యుద్ధంలో వారి పాత్రలను నిర్ణయించాలి.''

''అందరూ శంబలవాసులే, అందుకని అహింసా మార్గాన్నే ఎంచుకుంటారు.'' అంటూ కల్కి నిరాశా బడలికలతో లేచి నిలబడ్డాడు. పొద్దు పొడిచింది. కానీ ఎవరూ నిద్రపోలేదు. సమయం అతి తక్కువగా ఉంది మరి. ''మన సహాయ బృందంలోని వాళ్ళకన్నా మ్లేఛ్ఛులు తక్కువే ఉన్నారు కాబట్టి దాడి చెయ్యగలిగాము. కానీ ఇప్పుడు మనము వందమందిమి కలిసినా ఆ బోయల సైన్యానికి చాలము. పైగా, వాళ్ళ యుద్ధరీతి మనకు తెలియదు. గెలవాలంటే మాత్రం మనవాళ్ళకు త్వరగా పకడ్బందీ శిక్షణ లభించాలి.''

అర్జున్ సాలోచనగా పెదాల మీద వేళ్ళు తడుతూ అవునన్నట్టు తలూపాడు. అతని నడుముకున్న ఒరలో కొడవలి వేలాడుతోంది. దాన్ని తనకి అమ్మ ఇచ్చిందని చెప్పాడు. ఆ మాట కల్కికి అసూయ కలిగించింది. ఎందుకంటే, తల్లి నుంచి తను అటువంటిదేదీ పొందలేదు. అతను అలా అనుకోకుండా ఉండాల్సింది కానీ అసూయ చిన్నపిల్లలకు తగ్గ మనోభావం. అదీగాక, అర్జున్‌కి సోమశక్తులు లేవు కాబట్టి అతనికే ఆయుధం పట్టుకోవాల్సిన అవసరం ఎక్కువుంది. ఇంతమంది తను చెప్పినది నమ్మి, తన నాయకత్వంపై విశ్వాసముంచారన్నదే తను నమ్మలేకపోతున్నాడు. తన వయసు

కుర్రాడికి ఇది కష్టమైనదే. మొత్తం ఊళ్ళోవాళ్ళ బాధ్యత తీసుకోవడం అన్న విషయం పక్కనపెడితే, తన జీవితంలోని బాధ్యతలను తీసుకోవడమే అతనికి కష్టం. అతను అంత పెద్దవాడు కాదు. సగటు గ్రామస్తుడిలో ధైర్యం నింపేందుకని ఎనలేని సాహసంతో తనకు తోచిన మాటలు మాట్లాడాడు. కానీ కేవలం దీనివల్లే అతను విజయం సాధించేస్తాడని కాదు.

సాధిస్తాడా? ఎలా?

నిరాశావాదం అన్న ఆలోచన అతణ్ణి నిద్ర నుంచి దూరం చేసింది. ప్రస్తుతం శంబలకు అవసరమైన నాయకుడిగా నిరూపించుకుంటేనే గాని నిద్రపోకపోవడానికి గల పెద్ద కారణాలలో ఇది ఒకటి. అది తన గిన్నెలోని పాలు తాగడం పూర్తిచేసిన వెంటనే జరగాలి.

''మనకు ఒక గురువు కావాలి,'' అర్జన్ అన్నాడు. ''ఒక ఆచార్యుడు. గురు వశిష్ఠులవారిని సంప్రదించవచ్చు కానీ, ఇప్పటికే ఆయన చాలామందికి ఆశ్రయం కల్పించారు కాబట్టి మనల్ని తిరస్కరించవచ్చు. పైగా అక్కణ్ణుంచి ఇక్కడకు రావడం కూడా సమస్యే. అది సమయాన్ని తినేస్తుంది. అంత వ్యవధి లేదు మనకు.''

గురువా?

లక్ష్మి దీర్ఘాలోచనలో మునిగింది, అలవాటు చొప్పున కనుబొమలను దగ్గరికి చేర్చి. ''అవును, ఒప్పుకుంటాను. పక్షి కాళి కార్యలయంలో సందేశాన్ని జారవిడుస్తుంది. నా అంచనాల ప్రకారం వారు సైన్యాన్ని సిద్ధం చేసుకొని పదిరోజులలోపే ఇక్కడకు చేరతారు.''

''అన్ని రోజులెందుకు, పిల్లా?'' బాలా గరుకు గొంతుతో ప్రశ్నించాడు.

లక్ష్మి కళ్ళు ఉరిమింది. అందుకు కారణం కల్కికి తెలుసు. లక్ష్మి ఎదిగిన వ్యక్తి కాబట్టి తనను ఎవరైనా ''పిల్లా'' అనడం ఆమెకు అస్సలు ఇష్టం లేదు. ఆమె అమాయకత్వంతో నిండిన బాల్యాన్ని తలచుకొనే కల్కి లాంటిది కాదు. ఆమె అన్నది, ''ఎందుకంటే... మరీ...కల్కి, నేను, ఇద్దరమే ఉండబట్టి మాకు అక్కడికి చేరేందుకు రోజున్నర పట్టింది. కానీ సైన్యానికి విశ్రాంతి అవసరం. అందుకని వారు అక్కడక్కడా బసచేస్తారు. రావడానికి కనీసం మూడు రోజులైనా పడుతుంది.''

అర్జన్ ప్రశ్నించాడు. ''వారొచ్చారని మనకు ఎలా తెలుస్తుంది?''

''చిలుకలు బాగా పైకెగిరి వస్తున్న దుండగులను పసిగట్టగలవు!'' అన్నాడు బాలా ఆత్రంగా. ''సరిగ్గా ఉపయోగించుకొంటే చిలుకలు బాగా పనికొస్తాయి, అవి తెలివైనవి.''

కల్కి మినహా మిగతా అందరూ ముక్కు మీద పెరుగు అంటుకొని ఉన్న శుకో కేసి చూశారు. అది రెక్కలను విప్పి శబ్దం చేసింది.

కల్కి గంభీరంగా నిలబడ్డాడు. ''మనకు సహాయం చేయగలవాడు ఒకడు తెలుసు

నాకు. కానీ అతను పెద్దగా నమ్మదగినవాడు కాడు. ఇంకా చెప్పాలంటే, మీ ఇద్దరికీ అతను తెలుసు.'' బాలాను, అర్జున్‌ను చూసి సూచనగా అన్నాడు.

''మాకు తెలిసిన ఒక వ్యక్తా,'' అర్జున్ ఆలోచించడం మొదలుపెట్టి కళ్ళు చిట్లించి, సమాధానం తెలుసుకొని, విస్తుబోయి కళ్ళు పెద్దవి చేశాడు. ''అయ్యో, వాడా...వాడి పేరెత్తద్దు.'' అన్నాడు.

''దురదృష్టవశాత్తూ అతనే,'' కల్కి బెరుకుగా నవ్వాడు.

అర్జున్ తల కొట్టుకున్నాడు. బాలా ఇంకా ఆలోచిస్తూనే ఉన్నాడు.

అతను సాధువులాగా ఉన్నాడు. సాధువులు ప్రత్యేకించి ఏ మతమునూ అనుసరించకుండా అక్కడా ఇక్కాడా సంచరించే మనుషులు. పూజారుల లాగా వారికి ఆలయం అనేది ఉండదు. వారికి ఐహిక జీవితంతో కూడా నిమిత్తం ఉండదు. లౌకిక వ్యవహారాలకు దూరంగా మసలుతారు. అసహ్యకరమైన బైరాగులుగా జీవనం గడుపుతారు. సాధువులాగానే ఉండే కృపుడు ఒక బండరాయికి ఆనుకొని ఉన్నాడు. ప్రశాంతమైన చిరునవ్వు అతని పెదాలపై తొణికిసలాడుతోంది. అతని చేతులు శరీరాన్ని చుట్టుకొని ఉన్నాయి.

కల్కి, అతని మిత్రులూ అప్పుడే ఆ దృశ్యంలోకి ప్రవేశించారు. చుట్టూ లెక్కలేనన్ని ఖాళీ మద్యం పాత్రలతో, నేల మీద తలను దొర్లిస్తూ ఒక కురూపి, తాగుబోతు వారికి దర్శనమిచ్చాడు. తన నిర్ణయాన్ని మిత్రులు ఆమోదించరని కల్కికి తెలిసినా, కృపుడి మీద అతనికి ఆశ ఉంది. అందులోనూ కృపుడు సాధారణమైన ఆచార్యుడు కాదు. ఆయన చిరంజీవి. మహాయుద్ధంలో కీలక పాత్ర పోషించినందున ఆయనకు ఆయుధాల గురించిన మంచి జ్ఞానం ఉండాలి. ఇదంతా తన మిత్రులకు తెలియదు. దేవుళ్ళకు కూడా తెలియకూడదని కల్కి ఆశించాడు.

''అవును కల్కి, ఎవరైనా తను గురువునని చెప్పుకుంటే నమ్మేస్తావా?'' అర్జున్ అడిగాడు. ''కృపుడికి అరణ్యాల గురించి పరిజ్ఞానం ఉండవచ్చేమో గానీ, బోయల సైన్యాన్ని ఎదుర్కోవడంలో అతను సహాయపడగలడని అనుకోను.''

లక్ష్మి కోపంగా అన్నది, ''అవును, అసలు ఈయనని చూడు. ఈ కురూపిని చూడు...''

''అబ్బా! నేను ఇతనికంటే బాగా శిక్షణ ఇవ్వగలను, కల్కీ. నాకొక అవకాశమివ్వు!'' అని బాలా ఎంత బిగ్గరగా అరిచాడంటే, కృపుడు కూడా ఉలికిపడి నిద్ర లేచాడు.

''ఇది పీడకలా?'' కృపుడు అడిగాడు. అతని కళ్ళు నిర్జీవంగా ఉన్నాయి, కళ్ళ కింద ఉబ్బి ఉంది. నోరు దుర్గంధభరితంగా ఉంది. జుట్టంతా బంకగా, వంకీలు తిరిగి ఉంది. ''ఎందుకు ఇంతమంది అనాగకరికులను ఒకే చోట చూస్తున్నాను?'' అన్నాడు.

కల్కి విసుగ్గా తల విదిలించాడు. తను నోరుజారి పరిస్థితిని ఇంకా విషమించేలా చెయ్యకూడదు.

''ఏం ముసలాడా, నీవు ఆచార్యుడవా?'' బలా కృపను పట్టుకుని ఊపేశాడు. ''అవునా? మాకు శిక్షణ ఇవ్వగలవా ముసలాడా?''

కల్కి ముందుకొచ్చి బాలా చేతిలోంచి ఆ చిరంజీవిని విడిపించగా, అతను నిలబడేందుకు శ్రమపడ్డాడు.

''నాకు తెలిసింది చెప్తాను. ఆయనొకప్పుడు గురువే, కానీ...కానీ, సురాపానానికి బానిసగా మారి యుక్తాయుక్త విచక్షణను కోల్పోయాడు. ఇప్పుడాయన కేవలం ఒక సంచారి, ఒక బైరాగి.''

''ఒక తాగుబోతు కూడానూ,'' లక్ష్మి అన్నది జుగుప్సతో.

కృప సిగ్గుతో కల్కిని, తక్కినవారినీ చూశాడు. ''మీరంతా ఏం వాగుతున్నారు, స్నేహితులారా? ఎందుకయ్యా నా పగటినిద్రను చెడుపుతున్నారు? మీరు నన్ను ఇంతవరకూ బాధపెట్టింది చాలదా?''

''మాకు నీ సహాయం కావాలి.'' కల్కి ముందుకొచ్చి తీక్షణంగా అతణ్ణి చూశాడు. ''నీవు ఆనాడు సమావేశంలో అరణ్యంలోని వనరులతో ఆయుధాలు చేయొచ్చన్నావు. పది రోజుల్లో యుద్ధం మొదలవబోతుంది కాబట్టి ఆయుధాల తయారి, సైన్యశిక్షణలో నీ సహాయం కావాలి.''

''ఏమిటి...వీడనేది నిజమే?'' కృప బొంగురు గొంతుతో కల్కి మిత్రుణ్ణి అడిగాడు. ''దాపరికం లేకుండా చెప్పలంటే, పది రోజుల్లో అర్ధవీరుడే తయారవుతాడు, అది కూడా మంచి సగం అని అనలేము.''

''నాకు దాంతో నిమిత్తంలేదు. అది చాలు.''

కృపుడు అయోమయంగా చూశాడు. ''నీవు నిజంగానే అంటున్నావా, మిత్రమా? మంచిదేనోయ్. వీరుల గురించి మనమంతా ముచ్చటపడవలసిందే. అది మనల్ని యుద్ధం జయించేలా చేస్తుందని ఆశిద్దాం. కానీ నీకు కావాలసింది నేనెందుకు చెయ్యాలి?''

''ఎందుకంటే అదే సరైన పని కాబట్టి,'' లక్ష్మి అన్నది గంభీరంగా.

''సరైన పనా? దీనికి నేను సభ్యతతో ఎలా సమాధానమివ్వగలను? అమ్మాయీ, సరైనవి అన్నవి విలువలున్నవారికే పరిమితము. దురదృష్టవశాత్తు, నేను వాటిని ఎప్పుడో కోల్పోయాను.''

''నీవు నన్ను సమావేశంలో సమర్థించావు. నా నిర్ణయాన్ని బలపరుస్తున్నావనుకున్నాను.''

''నేనిప్పుడేం కలగన్ననో కూడా నాకు తెలియదు, ఇంక సమావేశంలో ఏం చెప్పానో ఏం తెలుస్తుంది? నేను చాలా మాట్లాడతాను, కానీ దాంట్లో కొంచెమే అర్థవంతంగా ఉంటుంది. మీకు నేను చెప్పింది అర్థమయ్యిందా, లేక వేరే మాటల్లో చెప్పాలా?''

కల్కి తన స్నేహితులను దాటి ముందుకొచ్చాడు. ఆ వెర్రి ముసలాడిని గట్టిగా పట్టుకొని కొంచెం పైకెత్తాడు. ''మాకొక ఆచార్యుడు కావాలి. నీవది నెరవేరిస్తే, నీవు చెప్పిన ఏ కొండలకైనా సరే, వచ్చి నీవు చెప్పిన ఆ రహస్య అనుచరుణ్ణి కలుస్తానని బాస చేస్తున్నాను.'' కల్కి అతణ్ణి చురుగ్గా చూశాడు.

''మహేంద్రగిరి,'' గొంతు గద్గదమైంది.

''ఏమిటి?''

''ఏ కొండల గురించి నీవన్నావో, అవి.''

హమ్మయ్య అన్నట్టు నిట్టూర్చాడు కల్కి. ''అవును, ఏవంటే అవే.''

''సరే,'' కృపుడు చొక్కా మీది దుమ్ము దులిపేసుకున్నాడు. ''నేను సహాయం చేస్తాను.''

కల్కి మిత్రులకు ఉపశమనం లభించకపోయినా కూడా, వారు సంతోషించారు. సహాయం అంటూ దొరికింది, అ సహాయం ఎప్పుడూ విపరీతంగా తాగి ఉన్నా కూడా.

''ముందు మనము వనానికెళ్ళి వీలైనన్ని వనరులను సేకరించాలి. పాలు కూడా కావాలి.''

''పాలా? యుద్ధానికా?'' అర్జన్ ప్రశ్నించాడు.

''శక్తి కోసం, మిత్రమా, శక్తి. పాలు ఆరోగ్యకరమంటారు కదా.''

లక్ష్మి మధ్యలో ఆపింది. ''అని ఎవ్వరూ అనరు.''

''ఎవరో అది ఖచ్చితంగా చెప్పారు.''

''ఎవ్వరూ చెప్పలేదు, ఒక్కరు కూడా.''

''ఎవరో చెప్పారని నేను ఖచ్చితంగా చెప్పగలను, పిల్లా,'' అని నవ్వాడు. ''నాకు బాగా తెలుసు, సరేనా.''

కల్కి మధ్యలో తగులుకున్నాడు. ''ఎవరేం చెప్పారన్నది కాదు సమస్య. నీవెలా ఆదేశిస్తే అలా చేస్తాము; నీవు శిక్షణ కోసం వచ్చిన ప్రతివారినీ కలిసి వారిని ఒక్కొక్క బాధ్యతకు ఎంపిక చెయ్యి.''

''సరేనండి.'' కృప వ్యంగ్యంగా నమస్కరించాడు.

తన మిత్రులు వెంటరాగా, కల్కి కృపుడితో పాటు నడిచాడు. కృపుడు గుసగుసగా ఒక సున్నితమైన మాటను కల్కి చెవిలో చెప్పాడు: ''అవతలివారిని ఒప్పించడంలో నీది, నీ తమ్ముడిదీ వేర్వేరు మార్గాలు, మిత్రమా. మీతో నేను జాగ్రత్తగా ఉండాలి. మంచిదే. నీ మిత్రులు కూడా నీ చుట్టూ సంతోషంగా ఉన్నట్టున్నారు. కానీ ఒక అవతారం అయ్యేందుకు చాలా త్యాగాలు చేయాల్సొస్తుంది. అందుకని ఈ సమయాన్ని బాగా ఆనందించు.'' అని కల్కిని అయోమయంలో పడేసి ముందుకెళ్ళిపోయాడు.

38

స్తబ్దుగా మంచమ్మీదున్న కాళికి తను ఇంత అసమర్థుడిగా ఎప్పుడూ అనిపించలేదు. మరణం సమీపించినప్పుడే తనకిక విశ్రాంతి అనుకునేవాడు. విశ్రాంతి తీసుకుంటే అక్కర్లేని సుఖాలు అలవాటైపోతాయని అంతకు ముందు భావించేవాడు. తనకిప్పుడు ఊపిరాడకుండా ఉన్నందుకు కారణం తన ఊపిరితిత్తులలో కాలుష్యం చేరినందువల్ల కాదు, ఒక గదిలో కూరుకుపోయినందుకు. తన ఆరోగ్యం గురించి చెల్లెలు బెంగపడుతోంది. ఒక రోజంతా ఆమె కనపడలేదు అని మనసులో మథనపడుతున్నాడు.

కానీ అది కూడా మంచికే అయ్యుండచ్చు.

కాళి లేచాడు, కాళ్ళని నేలపై ఆనించి, ఒళ్ళు విరుచుకొని. పక్కలోనే ఎక్కువకాలం ఉంటే తను చచ్చిపోతాడని తెలుసు. ద్వారం దగ్గర తన ఇద్దరు సేనానులూ కవచాలు ధరించి నిలబడ్డారు. కాళిని చూసిన వెంటనే అప్రమత్తులయ్యారు.

''ఏం ఫరవాలేదు,'' అని కాళి పలికాడు. ఈ రెండు పలుకులే అతని కంఠానికి భారీగా అనిపించాయి.

కోకో బిత్తరబోతూ అన్నాడు, ''ప్రభూ, మీరు విశ్రాంతిగా ఉండాలి.''

''ఉండాలని నాకు తెలుసు, అయినా ఉండదలచుకోలేదు.''

''దురుక్తి గారు మమ్మల్ని ఆదేశించారు.''

కాళి విషం కక్కుతున్నట్టుగా వికోకోను చూశాడు. యజమాని కళ్ళల్లోకి చూసేందుకు ఆమెకు ధైర్యం చాలలేదు. ఆ కవలలతో పోలిస్తే తనెంత సూక్ష్మదేహుడన్నది అర్థమైంది కాళికి.

వారిద్దరూ ఆరడుగుల కంటే ఎక్కువ ఎత్తున్నవారు, భారీకాయులు, దేహదారుఢ్యం గలవారు. వాళ్ళిద్దరి సరసన నిలబడితే కాళికి ఆత్మవిశ్వాసం తగ్గింది.

''నాకు బయట ప్రయాణం చెయ్యాలనుంది. నగరం ఎలా పని చేస్తోందో చూడాలి.''

''చిత్తం, ప్రభూ.''

సుదీర్ఘ కాలం తరువాత అస్తమిస్తున్న సూర్య కిరణాలు తనపై సోకగా, వాటిని చూస్తూ...కవలలు కోట వెలుపలకు దారి చూపగా, కాళి నడిచాడు. రెండు తెల్ల ఆశ్వాలతో ఉన్న రథం తలుపు తెరిచారు కవలలు. కాళికి ఇది నచ్చలేదు.

''నాకు గుర్రమొక్కటే కావాలి, అది కూడా నా నా గుర్రమే.''

కోట కాపలాదార్లు విస్తుబోయారు. కవలలు ముందుకు నడిచారు, కాళి మాటలను నమ్మలేకుండా. కోకో ఇలా మొదలుపెట్టాడు, ''ప్రభూ, మీ నడుముకు ఇది మంచిది.''

''నాకు రక్షణ వద్దనుకుంటున్నాను.'' ఆప్యాయంగా నవ్వుతూ సేనానిని తట్టాడు కాళి, తన పరిస్థితి అతనికి అర్థమవుతుందేమోనని ఆశిస్తూ. ''నాకు తాజా గాలి పీలుస్తూ నగర వీధులలో విహరించాలనుంది.''

కవలలు ఎక్కువగా వాదించలేదు. కాళి భటులందరినీ చూస్తూ ఎదురుచూస్తుండగా, వాళ్ళొక అశ్వాన్ని పట్టుకొచ్చారు. కాళి కోటలో మాత్రమే మానవులు, రాక్షసులు, యక్షులు, నాగులూ కలిసుంటారు. ఎందుకంటే, సామర్థ్యం ఉన్న ఏ వీరుడినైనా సరే, కాళి తనవద్ద నియమించుకుంటాడు. నియామకాల్లో ఎటువంటి పక్షపాతాలూ చూపించడు. మధ్యలో ఒక చిన్న తోట ఉన్నది, దాని మధ్యలో, చుట్టూ వృక్షాలతో కాళి, దురుక్తిల విగ్రహాలున్నాయి. ప్రభుత్వ అధికారులు తమ తమ పనులను చేస్తూ యథాలాపంగా నడుస్తున్నారు. కాళిని చూసిన వెంటనే నమస్కరించారు. అతను తిరిగి స్నేహపూర్వకంగా నవ్వుతూ చెయ్యూపాడు.

అశ్వం తన ముందు ప్రత్యక్షమైంది. కాళి దాన్ని అధిరోహించాడు. మునుపటిలాగే శక్తిమంతంగా ఉన్నట్టు అనిపించింది. నల్లటి దుస్తులు, పైన లోహకవచాన్ని ధరించి ఉన్నాడు. మెడను చుట్టుకొని ఎర్రటి చిన్న గుడ్డ ఉంది. ముఖం పాక్షికంగా కనపడకుండా ఉండేట్టు ఆ గుడ్డను ముఖమ్మీదికి లాక్కున్నాడు...భద్రత కోసమే కాకుండా తన ఊపిరితిత్తులను కాపాడుకోవడానికి కూడా. గుర్రం కోట ద్వారాన్ని వీడి నగరం కేసి పరుగెత్తసాగింది. కవలలు ముందు నడవగా, ఇద్దరు భటులు వెనుక రాసాగారు.

ఏ పనీ లేని సుదీర్ఘ కాలం తరువాత బయటికి కదిలిన కాళికి, వివిధ దృశ్యాలు, సుగంధాలూ స్వాగతమిచ్చాయి. బజార్లలో వర్తకులు, కొనుగోలుదారులు హోరాహోరీగా బేరాలు జరుపుతున్నారు. కాళి ప్రభువు కోసం అన్నిచోట్లా ప్రజలు దారి తొలగి మర్యాదపూర్వకంగా మౌనం వహిస్తున్నారు. కొందరు గుసగుసలాడుతూ వణికిపోగా, కొందరు ఆనందంగా కనిపించారు. ఉత్తరదేశానికి చెందిన వర్తకులు, విక్రేతలు అందరూ చేరి ఒకేచోట సరుకులమ్మేలా బజారు ఏర్పాటు చెయ్యడమన్నది కాళి ఆలోచనే. వస్తువుల ధరలో నలభై శాతం పన్ను చెల్లించాల్సొచ్చినా కూడా వారికి లాభసాటిగానే ఉంది. పుస్తకాలు, ఆహార పదార్థాలు, వంటపాత్రలు వేర్వేరు వీధులలో అమ్ముడవ్వడం చూశాడు. దుకాణాలు సన్నటి సందులలో రంగురంగుల పందిళ్ళతో నిర్మితమయ్యాయి.

భటులు తన వెనుకనుండగా, కాళి గుర్రం మీది నుంచి కిందకు దిగాడు. వెంటరావద్దని వాళ్ళకు సైగ చేశాడు. కోకో, వికోకోలు మాత్రం అతణ్ణి అనుసరించారు. ఎందుకంటే, వాళ్ళెప్పుడూ కాళి వెంటే ఉంటారు. కాళి బజారులోకి దూరాడు. కొందరు బేరాలు చేస్తూ, కొత్తగా నియమితుడైన నగర ఆదేశుకుణ్ణి చూడలేదు. కాళి కూడా తనను తాను అలా గొప్పగా ప్రదర్శించుకోకుండా, సగటు వ్యక్తిలాగే ప్రవర్తించాడు. ఒక బల్ల వెనుక ఒక వృద్ధురాలు కూర్చుని ఉండడం గమనించాడు. ఆమె బల్ల మీద ఎన్నో అట్టముక్కలు, ఒక్కొక్క అట్టల జత మీద అనేక మణులూ పరిచి ఉన్నాయి.

కాళికి ఆసక్తి కలిగింది. అతనెప్పుడూ అదృష్టాన్ని, విధిని నమ్ముతాడు. అతనికి లోలోపల మూఢనమ్మకాలెక్కువే. జ్యోతిష్యానికి పొడిగింపే సోది చెప్పడం అని విని ఉన్నాడు. కాళి వెళ్ళి వృద్ధురాలి ఎదుట కూర్చున్నాడు. ఆమె కూడా బహుశా నాగకులానికి చెందినదేమో, ఎందుకంటే ఆమె కళ్ళు నీలవర్ణంలో ఉన్నాయి. ఇంద్రనీలమణి రంగు కాదు కానీ, ఓ మోస్తరు నీలమే, మేఘాలలాగా...కాళికి ఆ విషయం తట్టే వరకు. ఆమె అంధురాలు. ''కాళియన్ సేర్,'' అన్నాడు కాళి. ఆఖరున చెప్పిన పేరు ఎక్కువమందికి తెలియదు. అది అతని ఇంటిపేరు. చాలాకాలం చెప్పకపోవడంతో తనే మర్చిపోయాడు కూడా.

''పదవి?'' వృద్ధురాలు అట్టముక్కలను కదపడం మొదలుపెట్టింది.

''మధ్యతరగతి వర్ణం,'' కాళి అన్నాడు.

''ఊహ్.'' అట్టలను కాళి ముందు పేర్చింది. ''ఒకటి తియ్యి.'' అన్నది.

''కానీ నిన్ను నేను ప్రశ్న అడగలేదు.'' అతనకీ సోది వ్యవహారం గురించి కాస్త తెలుసు. తన చిన్నప్పుడే ఇవి ఉండేవి. కొంతమంది ముఖాన్ని బట్టి, కొందరు హస్తాలను బట్టి, కొందరు స్పర్శను బట్టి కూడా సోది చెప్పేవారు. వీళ్ళందరినీ అతను నమ్మేవాడు కాదు. కానీ బోయలను, మానవులను ఐక్యం చేసేందుకని యాత్ర సాగించే ముందు సోది చెప్పేవాడు ఒకడిని కలిశాడు. అప్పుడు అతని దృక్పథం మారింది. ఆ కార్యం సులువుగా పూర్తవుతుందని, కానీ దానికి భారీ మూల్యం చెల్లించాల్సొస్తుందని ఆ సోది చెప్పేవాడు పలికాడు. ఒకవేళ ఆ మూల్యం క్షీణించే తన ఆరోగ్యమో, మరింకేమైనానో తెలియదు.

''ఒక అట్టను తీయి,'' ఆమె భావహీనంగా పలికింది. ఆమెకు ముడతలు లేకపోయినా, వయోధికురాలిగా కనిపించింది. అది విచిత్రంగా ఉంది. ఎందుకంటే, ఆమె కళ్ళల్లో జ్ఞానం కనపడింది, ఆమె స్వరం యవ్వనంగా ఉన్నట్టు అనిపించింది. తక్కిన నాగుల కంటే రంగు తక్కువే, శరీరానికంటే చేతులు బాగా చిన్నగా ఉన్నాయి.

కాళి ఆమె చెప్పినట్టే చేశాడు. ఆమె మెల్లగా అట్టను సున్నితంగా స్పృశించి, తన వస్తువులన్నీ పెట్టిన తెల్ల రేకు మీదికి గిరాటేసింది.

''నీవు అసత్యం పలుకుతున్నావు,'' అన్నది. ''నీ పేరు, నీ పదవి గురించీ.''

కాళి చిరునవ్వు నవ్వాడు. ఆమె తన అబద్ధాలను పసిగట్టిందని నమ్మలేకపోయాడు. తను బెరుకుగా పలికినందువల్లా, లేక నిజంగానే ఆమెకు మహిమ ఉందా?

''నిజమే. కానీ నేను రెండూ చెప్పదలచుకోలేదు.'' అన్నాడు.

''అది ఫరవాలేదు. దాని కోసం అట్టముక్కను తాకు.''

కాళి తాకాడు. ''నీ శక్తులు దాంట్లోకి ప్రవేశించాయి.'' అట్ట ముక్కలను కదిల్చి, మళ్ళీ పేర్చింది. ''ఎన్నిటిని తీయమంటావు?'' అని అడిగింది.

కాళికి ఫలానా సంఖ్య అంటూ ఏదీ పాలుపోలేదు. ''మూడు,'' పలకమని తన పెదాలకు మనవి చేసుకున్నాడు. ''నేను ప్రశ్నలేవీ అడగకూడదా?''

''ప్రశ్నలడిగేవారు ఒక్కొక్క జవాబులో ఇంకొక జవాబు కోసం ఎదురుచూస్తారు. ఆ విధంగానే అబద్ధపు సోది చెప్పే మహిళ అది తెలుసుకొని దాని చుట్టూ కథలల్లుతుంది. దాన్ని వ్యక్తిని చదవడం అంటారు. అతని శ్రద్ధా, పట్టుదలా, శరీర భాషా...ఇవన్నీ ఆ జవాబు తెలుసుకొనేందుకు పనికొస్తాయి. మమూలు జ్యోతిష్కులు ఇలాగే డబ్బు సంపాదిస్తారు.'' అని ఆగింది. అబద్ధపు జ్యోతిష్యాల గురించి వివరిస్తున్న ఆమె పట్ల కాళికి మంచి అభిప్రాయం కలిగింది. ''నాకు భవిష్యత్తును అర్థం చేసుకొనే శక్తులుండేవి.'' ఆమె కనీసం వినయంగా ఉండాలని కూడా ప్రయత్నించలేదు. ''నేను మిగతావారి లాంటిదాన్ని కాదని నిరూపించుకునేందుకు, నాకు వ్యక్తి కనపడకుండా ఉండాలని నా కళ్ళను కాల్చుకున్నాను. ఎదుటివారి శక్తులు మాత్రమే నాకు తెలుస్తాయి.''

కాళి పెదాలు కదిలించాడు. అతనికి ఉత్సాహంగా అనిపించింది. చెల్లాచెదురుగా ఉన్న అట్టముక్కల్లోంచి మూడు అట్టలు తీశాడు. భయంతో కూడిన ఉత్సాహంతో అతని కడుపులో తిప్పింది, వేళ్ళు చల్లబడ్డాయి. ఆమె మూడు అట్టలనూ తీసి, అరచేతులతో తాకి వాటి శక్తులను స్పృశించింది. కాళికెప్పుడూ ఇంత బెరుకనిపించలేదు. దురుక్తికిమల్లే ఇదంతా నమ్మకూడదు. కానీ ఈ ఇంద్రజాలం, అద్భుతం తనను ఆకర్షించాయి.

''ఊఁ,'' అన్నది, ''నాకు భాగస్వామ్యం కనపడుతున్నది, ఒక బలమైనది.''

కాళి సమ్మతించాడు. ''అవును. నాకు ఇప్పటికే ఉంది...''

''లేదు, ఇప్పుడు కాదు. నేను ఇప్పటి గురించి మాట్లాడట్లేదు. నేను అప్పటి సంగతి చెప్తున్నాను. ఎప్పటికైనా భాగస్వామ్యానికి తగనివారు అని నీవనుకొన్న ఒక వ్యక్తి లేదా సమూహంతో నీకు భాగస్వామ్యం ఉండడం కనిపిస్తోంది. నీవు దాన్ని సరిగ్గా ఉపయోగించుకుంటే, అది కాలాన్నే మార్చి, నీవు మరింత పెద్ద సామ్రాజ్యాన్ని నిర్మించుకొనేలా తోడ్పడుతుంది.'' ఆమె మాట్లాడుతూనే ఉంది, కాళి అట్ట మీదికి తొంగిచూశాడు. దాంట్లో ఇద్దరు వ్యక్తులు ఒప్పందం కుదుర్చుకున్నట్టుగా చేతులు పట్టుకొని ఉన్న చిత్రముంది. ''విశ్వాసపాత్రులతో ఉన్నట్టు.''

''ఒకవేళ నేను సరిగ్గా వాడకపోతే!''

''నీ పతనానికి అదొక కారణమవుతుంది.''

కాళికి నిరుత్సాహంగా అనిపించింది. పతనమా? తన ప్రస్తుత పదవిని చాలా పోరాడి మరీ సాధించుకున్నాడు. ఒక భాగస్వామ్యం కుదుర్చుకోనందువల్ల తను మరణిస్తాడంటే నమ్మలేకపోయాడు. ఆమె రెండవ అట్ట తీయగా, దానిపై ఒక వ్యక్తి తెల్లటి అశ్వం మీద, మెరిసే ఖడ్గంతో, పొడవాటి జుట్టుతో ప్రత్యక్షమయ్యాడు. ఆమె చేతులను ముందటిలాగే కదిలించింది.

''నీ శత్రువుకు నీతో సమానమైన బుద్ధీ, శక్తులూ ఉంటాయి. నీతో పోరాడి నిన్ను అంతమొందించడానికి ప్రయత్నిస్తాడు.''

''అది ఫరవాలేదులే.'' కాళి పట్టించుకోలేదు. ఇంత పెద్ద పదవిలో ఉన్న తనకు జీవితంలో ప్రమాదమన్నది అనివార్యమే కదా.

''అతడే నీకు అతిపెద్ద శత్రువు, కానీ నీ పతనానికి హేతువు కాడు.''

అసలే మండుతున్న కాళి గుండెలను ఈ మాటలు మరింత పొడిచాయి.

''అతనా?''

''అవును, పురుషుడు.'' అని ఆపింది, వాసన పీలుస్తూ. ''కానీ ఒక సమస్య. అతనింకా సిద్ధంగా లేడు. ఇంకా అన్వేషిస్తున్నాడు.''

కాళి నమ్మలేకపోయాడు. మూడో అట్టను తిప్పింది.

''నీవు నమ్మేవాళ్ళే నీకు ద్రోహం చేస్తారు,'' వంకరగా నవ్వుతూ అన్నది.

కాళి ఇంక సహించలేకపోయాడు. అతను అమాంతంగా లేచేసరికి కుర్చీ కదిలింది. ''ఇదంతా వెర్రితనం. నాకు మంచి అంటూ ఏదీ రాసి లేదా?''

''నీకొక గొప్ప శక్తి ప్రాప్తించనుంది, కాళి ప్రభూ,'' నవ్వుతూనే ఉన్నా, ఆమె స్వరం ఉద్రేకంగా మారింది.

ఆమెకు నా పేరెలా తెలుసు?

''దాన్ని జాగ్రత్తగా వాడుకో, లేదా అది నిన్ను పాడు చేస్తుంది,'' అని హెచ్చరించింది కుటిలంగా.

అప్పుడే వెనుక నుంచి ఎవరో దూకినట్లు అతనికి అనిపించింది. ఒక కత్తి అతనిలోకి లోతుగా దిగింది. చేత్తో వీపును తాకగా, వెన్నులో దించబడిన ఆ కత్తి చేతికి తగిలింది. కత్తిని లాగి అతను వెనక్కి తిరగగా, ముసుగుతో ఉన్న ఒక వ్యక్తి కనపడ్డాడు. కాళి వీధి కళాకారుణ్ణి చూస్తున్న కవలలను పిలిచాడు. వాళ్ళు వెంటనే గబగబా అతణ్ణి సమీపించారు. ఈ గందరగోళంలో హంతకుడు పారిపోదలచాడు.

కాళి కుప్ప కూలిపోయాడు. అయినా గానీ హంతకుడి కాలు పట్టుకొనేందుకు ప్రయత్నించాడు. అతడు కాలుజారి పడ్డాడు. కాళి అతని ముసుగు తీసేశాడు. కవలలు తొందరగా అతని మెడలో కత్తులు దించి, మెడను చీల్చేయగా, దారినపోయే అమాయక ప్రజల మీద రక్తం చిందింది. జనసంద్రంగా ఉన్న బజారు ఒక్కసారిగా స్తంభించిపోయింది. కోకో, వికోకోలు కాళి వద్దకు వెళ్ళి పైకి లేవడంలో అతనికి

సహాయం చేశారు. అతను నెమ్మదిగా తల తిప్పి ఆ సోది చెప్పిన వృద్ధురాలు అక్కడ లేదే అని చూస్తుండగా, వెన్నులో విపరీతమైన నొప్పి పుట్టింది.

''మనం బయలుదేరాలి, ప్రభూ.''

''మృత...మృతదేహాన్ని చూపించండి.''

సేనానులు కాళిని ముందుకు తీసుకెళ్ళారు. బజారు బయట నిలబడ్డ భటులు వచ్చి, జనం కాళిని సమీపించకుండా అడ్డుగా నిలిచారు. కాళి మోకాళ్ళ మీద నిలబడి, మృతదేహం మీదున్న ముసుగును తొలగించాడు. తనలో మిగులి ఉన్న శక్తితో దాన్ని చింపాడు.

అప్పుడే కనిపించింది...నీలికళ్ళ హంతకుడి కవచం పైనున్న నాగముద్ర.

39

పద్ధతికన్నా చేదుగా ఉంది నిజం.

కృపుడితో పనిచేయడం ఇంత కష్టమనుకోలేదు అర్జున్. పైకి ఆయనొక అసమర్థుడిలాగా ఉన్నాడు. కానీ అర్జున్ అంచనా తప్పు. శిక్షణ కోసం వచ్చినవారిని చూసినప్పుడు కృప ఇలా అన్నాడు:

''మనకి ఇంకా పెద్ద చోటు అవసరము.''

బాలా ''మదిరా పాత్ర'' అనే చోటును సూచించాడు. కానీ అది అపవిత్రమైనదని పలువురు ఆక్షేపించారు. ''ఇంత పవిత్రమైన కార్యం తలపెట్టినప్పుడు అటువంటి నాస్తికుని స్థలంలో అభ్యాసం చెయ్యము,'' దేవదత్తుడన్నాడు ఆవేశంగా.

''మదిరా పాత్ర'' యజమాని అరిందం గుంపు నుంచి దూరంగా నిలబడి ఉన్నాడు. తన సొంత కారణాల వల్ల అతను కూడా శిక్షణ కోసమే వచ్చాడు. అతను వచ్చింది తన కల్లు దుకాణాన్ని కాపాడుకోవడానికని అర్జున్ తెలుసుకున్నాడు. శాసకుని సైన్యం గ్రామంలోకి దూసుకొస్తే, మధుశాలల వంటి వ్యాపారాలకు భారీ పన్నులు వేస్తారు. అది గాక, అరిందం బయటకు చెప్పని కారణం ఇంకేదైనా ఉండవచ్చు. లేదా అందరిలాగే శంబల కోసం పాటుపడుతున్నాడేమో. ప్రమాదం తొంగిచూస్తున్నప్పుడు మనుషుల ప్రవర్తన ఎలా మారుతుందో చెప్పలేము.

''''మదిరా పాత్ర'' ఒక్కటే ఇంతమందికి సరిపోయే చోటు,'' అని కల్కి బలపరచాడు. ''అక్కడకు నేను వెళ్ళను, కానీ మనం తలపెట్టిన కార్యానికి అదే సరిపోతుంది.''

''దానికి తోడు మనకు సురాపానం దొరుకుతుంది,'' కృప నవ్వుతూ ప్రోత్సహించగా, కల్కి కొరకొరా చూసి మందలించాడు. ఇంక నిర్ణయం జరిగింది...''మదిరా పాత్ర'' వారి శిక్షణా కేంద్రము. కానీ అర్జున్ సమస్య ఇది కాదు. ఎందుకంటే, ఇది త్వరగా తేలిపోయింది. దీని తరువాత మొదలైంది అసలు సమస్య. అర్జున్ తనెప్పుడూ బలవంతుడననుకోలేదు. మ్లేచ్ఛులతో సలిపిన పోరూ, దానివల్ల సంక్రమించిన

గాయాన్ని ప్రక్కనపెడితే, అర్జున్ ఎన్నడు సాహసాలు చెయ్యలేదు. తనను, తనవారినీ కాపాడుకోవాలనుకున్నాడు. ఏదో దైవగుహను రక్షించేందుకు అవసరమైతే ప్రాణాలను ధారపోయడం అర్జున్‌కి అర్థం లేని విషయంగా అనిపించింది. ఇంద్రవన్ ఏమైపోయినా తనకు నిమిత్తం లేదు! కల్కిది కూడా ఆర్జున్ లాంటి మనస్తత్వమే, విగ్రహాలను కాపాడడం కంటే అతనికి మనుషులే ముఖ్యం. కానీ ఏదో అతణ్ణి మార్చేసింది.

తను చూసిన దృశ్యాన్ని అర్జున్ మర్చిపోలేకపోయాడు. అవి కేవలం మానవ సమర్థతలు కావు. అంతటి దాడిని ఎవ్వరూ ఓర్చుకోలేరు. అతని ముఖం మీద వేసిన ఒక చిన్న వేటే బాధ పెట్టింది. నొప్పిని తగ్గించుకొనేందుకు మూలికల మిశ్రమాలు పూయాల్సొచ్చింది. నొప్పి తగ్గింది కానీ గాయం మాసిపోలేదు. దానివల్ల అందరూ తనను ముద్దొచ్చే పిల్లాడిగా చూడడం మానేశారు. అది అతణ్ణి బాధపెట్టింది.

కానీ కల్కి వక్షంపైని గాయాలు సగటు మనిషి గాయాలకంటే త్వరగా మాయమైపోతున్నాయి. దీని వెనుక కారణమేంటని లక్ష్మిని అడిగాడు, ఒకవేళ నగరంలో దీనికి సంబంధించి ఏదైనా ఆమె చదువుకుందేమోనని.

''ఎందుకలా అడుగుతున్నావు?'' ఆమె ప్రశ్నించింది.

అర్జున్ జవాబివ్వలేదు.

''అవును, అటువంటి సందర్భాలున్నాయి, కానీ అవన్నీ మూఢవిశ్వాసాలు,'' అన్నది లక్ష్మి. కానీ ఈ సమాధానం తృప్తి కలిగించలేదు.

దీని గురించి ఆర్జున్ కల్కినే అడిగి ఉండవచ్చు, వాళ్ళ మధ్యన అనుబంధం అటువంటిది. కానీ నిజం తెలుసుకోవడం లేదా తన బుద్ధికందని దాని గురించి అర్థంచేసుకోవడం అంటే అతనికి భయమేసిందేమో. అర్జున్ ఆలోచనలు వీటి నుంచి దూరంగా వెళ్ళాయి. కృప మద్యానికి దూరంగా ఉండి, జనాలతో అరణ్యానికేగాడు. అర్జున్ కూడా వెళ్ళాడు, కానీ కల్కి వెళ్ళలేదు. వాళ్ళు అరణ్యం చేరినప్పుడు, ఈ వనరులతో ఆయుధాలు తయారు చెయ్యాలన్నాడు కృపుడు.

సహజవనరులతో ఆయుధ తయారీలోని ముఖ్యాంశాలు నేర్చుకున్నాడు అర్జున్. లక్ష్మి పిన్నమ్మ ఇచ్చిన లోహపు ఆయుధాలను వాటి ఉపయోగం తెలిసిన సమర్థులైన యోధులు వాడతారు. ప్రాకృతిక ఆయుధాలు తేలికగా ఉంటాయి. యుద్ధంలోకి ప్రవేశించడం అర్జున్‌కి ఇష్టం లేదు. అలాగని అసమర్థుడిగా ఉండడం కూడా ఇష్టం లేదు. అందుకని దూరం నుంచి వాడగలిగే ఆయుధాన్ని ఎంచుకున్నాడు. అర్జున్ కేశవనందుడితో మల్లయుద్ధం చేసి ఉండచ్చు, కానీ చెయ్యలేదు. తను ప్రతీసారీ భుజబలం కంటే బుద్ధిబలాన్నే వాడేవాడు.

విల్లు తయారు చెయ్యడం కోసం వంటకి వాడే కత్తితో వెదురుగడను కోశాడు. దాని రెండంచులనూ వెనక్కి తిప్పి విల్లుగా తయారుచేశాడు. బాణాల కోసం పొడవాటి పుల్లలను చెక్కి పదునుపెట్టాడు.

లైలా చెట్టునారతో కప్పి ఉన్న ఇరుప్రక్కలా పదునుండే బల్లేన్ని తయారు చేసుకుంది. అరిందం, అగస్త్యుడూ విసిరే గడలు తయారు చేసుకొని, వాటి చివర్లను పెద్ద బండరాయి కట్టి ఉన్న తాళ్ళతో కట్టారు. దాన్ని తిప్పేందుకు ప్రయత్నించారు కానీ, దానివల్ల వాళ్ళకే దెబ్బ తగిలింది. రోషన్ మిత్ర మంచి పనిమంతుడు. ఒక్కొక్క దుంగనూ తన కత్తితో చెక్కి జనాలు ఆయుధంగా ఉపయోగించుకొనేలా తయారు చేశాడు.

అందరూ అయుధం పట్టక్కర్లేదని, కానీ అందరూ యుద్ధం చేసేందుకు ప్రణాళిక సిద్ధం చేసుకోవాలని కృప తెలిపాడు. ''ఆయుధాలు అత్యవసరమైనప్పుడే వాడాలి. ఈ యుద్ధాన్ని అవి లేకుండానే నెగ్గాలి.'' అన్నాడు.

సాగర్, మాయా రెండుప్రక్కలా పదునుండే ఖడ్గాలను తీసుకున్నారు. కృపుడికి ఆయుధమంటూ లేదు కానీ, వంటపాత్రలను కాల్చి, చెట్ల నుంచి వచ్చే పస, జింకు, బొగ్గు మిశ్రమం చేసి చిన్న చిన్న ఉండలను తయారుచేశాడు. జనపనారతో తయారుచేసిన విల్లు, అమ్ములపొదీ ధరించి అర్జన్ అతణ్ణి సమీపించాడు. అ అమ్ములపొదిలో చాలా బాణాలున్నాయి. అతను బాగా కష్టపడ్డాడు. అతని చర్మం కాలిపోతున్నట్టుంది, కళ్ళు బలహీనంగా ఉన్నాయి, నీరసపడిపోయాడు.

''ఇవేంటి?'' ప్రశ్నించాడు అర్జన్.

కృప మోకాళ్ళ మీద కూర్చొని ఉన్నాడు. తల పైకెత్తి చూశాడు. ''ఇవీ, పేలుడు పదార్థాలు, మిత్రమా. ఒక్కసారి నిప్పు తాకగానే పదిమంది చచ్చిపోతారు, లేదా కనీసం ఉలిక్కిపడతారు.''

''శిక్షణ ఎప్పుడు మొదలుపెడదాము?''

''రెండు రోజుల్లో. ముందర ఆయుధాలు సిద్ధం కానీ. నేను కల్కితో కూడా మాట్లాడాలి. సైన్యం ఏవైపు నుంచి వస్తుందో ఆచూకీ తీస్తే, ఎక్కడ బంధించాలో చూడవచ్చు. వారిని ఊపిరాడకుండా ఇరికించే మార్గం కనిబెట్టాలి. అప్పుడైతే ఇక గతిలేక తిరిగి వెళ్ళిపోతారు.''

శంబలకు ఒక్కటే ప్రవేశమార్గముంది. కానీ అది దట్టమైన అడవిలో చిన్న చిన్న మార్గాలుగా విభజింపబడ్డది.

''కల్కి ఎక్కడ?''

''అతణ్ణి సొంతంగా అభ్యాసం చెయ్యమన్నాను. అతనికి ఏకాంతం అవసరము.''

''అలాగా.'' అనుమానంతో గురువుగా పిలవబడే కృప దగ్గరి నుంచి అర్జన్ వెనక్కి వెళ్ళగా, కృప కూడా అర్జన్ని అలాగే చూశాడు: అనుమానంతో.

చీకటి పడింది, అతను గ్రామ ప్రవేశద్వారం దగ్గర నిలబడ్డాడు. అక్కడ తలుపంటూ ఏదీ లేదు కానీ వెదురు ప్రవేశద్వారముంది. జాగ్రత్తగా గుర్రం పైనున్న తల్లీ, అన్నల ప్రక్కన నిలబడి ఉన్నాడు.

''వెళ్ళేటప్పుడు పడిపోకు,'' కల్కి అన్నాడు చిరునవ్వుతో...ఒక కుండతో పాటు ఆమె బట్టలను మూటగా కట్టి అప్పగిస్తూ. సుమతి జాగ్రత్తగా తన పైవస్త్రాన్ని కట్టుకుంది. ''నాకు ఈ సమయంలో ఊరు విడిచి వెళ్ళడం ఇష్టంలేదు, నాన్నా. దయచేసి నన్ను బలవంతపెట్టకు.'' అన్నది.

కానీ అర్జన్‌కి తెలుసు ఆమె వెళ్ళాలని. కల్కికి కూడా తెలుసు. వాళ్ళిద్దరూ తండ్రిని కోల్పోయారు. ఒకవేళ పరిస్థితులు ఎదురు తిరిగితే తల్లినీ కోల్పోయేందుకు సిద్ధంగా లేరు. ఒకవేళ వారు చనిపోవాల్సొచ్చినా...అలా అనుకుంటేనే అర్జన్‌కి దడ పుట్టింది కానీ, తమ తల్లి సురక్షితంగా ఉందన్న తృప్తి మిగులుతుంది.

''మీరిద్దరూ నన్ను చూసేందుకు ఎప్పుడొస్తారు?'' సుమతి అడిగింది.

''ఇదంతా అయిపోయాక.''

''ఎంత కాలము? ఎన్ని రోజుల్లో నాకు చెప్పండి.''

కల్కి, అర్జన్ ఒకరినొకరు చూసుకున్నారు. ''త్వరలో చెప్తాములే. పావురం ద్వారా సందేశం పంపుతాము.''

సుమతి నిరాశతో చూసి, ఇద్దరినీ గట్టిగా కౌగలించుకుంది. ''జాగ్రత్తగా ఉండండి. గట్టిగా పోరాడండి. నేను గర్వపడేట్టు చెయ్యండి.''

కల్కి ఏడ్చేశాడు, కానీ అర్జన్ భావావేశాలకు లోనుకాలేదు.

''బదరీథ్ ఆశ్రమానికి ప్రయాణం దాదాపు నాలుగు రోజులు పడుతుంది. జాగ్రత్త.''

''భయపడవద్దు. మనసులో సందేహాలు కలిగాయంటే మనం సరైన మార్గంలో ప్రయాణిస్తున్నట్టే. ఇంద్రుడి వజ్రాయుధం మీకు తోడై ఉండుగాకా, పిల్లల్లారా.'' సుమతి చిరునవ్వుతో పగ్గాలను పట్టి, కదిలింది.

ఆమె గుర్రం ముందుకు పరుగెత్తగా, కల్కి, అర్జన్ ఇద్దరూ నిలబడి ఉన్నారు. అది త్వరగా చీకట్లోకి వెళ్ళిపోయింది. వాళ్ళ గుండెలను ఒక్కసారిగా భయం ఆవహించింది.

''మనం నెగ్గుతామా?'' కల్కి అడిగాడు.

అర్జన్‌కి ఆశ్చర్యమేసింది. ఆనాడు అందరినీ తమ భూమిని రక్షించుకొమ్మని ఉత్సాహపరచింది కల్కే. అర్జన్ అది కోరుకోలేదు. కానీ ఈరోజు నాయకుడయ్యేందుకు భయపడుతున్నాడు కల్కి.

''మనకి వేరే గత్యంతరం లేదు.'' సమాధానమిచ్చాడు అర్జన్, మెల్లగా తన అన్నను ఓదారుస్తూ. భారీగా ఉన్న అతణ్ణి వెనకాల నుంచి వాటేసుకున్నాడు.

40

దురుక్తి సూర్యాస్తమనాన్ని చూస్తూ పూలతో కూడిన కిటికీ ప్రక్కనే నిలబడింది. తనకు కాళి బాల్యం లీలగా గుర్తొచ్చింది. అప్పుడతను తెల్లగా, బంగారు రంగు కళ్ళతో ఉన్న పిల్లాడు. ఎప్పుడూ దురుక్తిని కాపాడుతూ, రోజులు తరబడి పస్తులుండేవాడు. అన్నకు రొట్టెను మిగల్చాలని దురుక్తి కడుపు నిండిందని అబద్ధం చెప్పిందని అతనికి అనిపించినప్పుడు, తను తినేవాడు కాదు.

''ఆఁ, నేను తిన్నాను.''

దురుక్తికి తెలుసు అది అబద్ధమని. ఎందుకంటే, అతని డొక్కలు బయటకు కనిపించేవి. చర్మం కాంతి హీనంగా, ముఖం అత్యంత నీరసంగా కనబడేవి. పని కోసం అక్కడా ఇక్కడా తిరిగేవాడు. గనులలోనో కల్లు దుకాణంలోనో సహాయకుడిగా పని చేసేవాడు. కానీ కొంతకాలమయ్యాక అతనికివ్వాల్సిన వేతనపు బకాయిలు చెల్లించకుండా వాళ్ళు తరిమేసేవారు. క్రూరమైన జగత్తులో దురుక్తి, కాళీ ఎన్నో ప్రతికూలతలను ఎదుర్కొని తమ బాల్యపు అమాయకత్వాన్ని కోల్పోయారు.

అప్పుడే అతని నేర జీవితం మొదలైంది.

కాళికి మళ్ళీ అన్నీ ఎలా కలిసొచ్చాయన్నది గుర్తుకు తెచ్చుకొనేలోపు ఆమె ఆలోచనలకు అంతరాయం కలిగింది. సింరిన్ భయం భయంగా ప్రవేశించింది. ఆమె చేతిలో మడిచిన ఒక లేఖ ఉంది.

దుర్యోక్తికి అది చదవకుండానే దాంట్లోని విషయం అర్థమైపోయింది. సింరిన్ ముఖమే అంతా చెప్పేసింది.

''వాళ్ళు మన విజ్ఞాపనను నిరాకరించారు,'' దురుక్తి అన్నది.

''అమ్మా, వాళ్ళ తరపున చెప్పాలంటే, మనము పంపినది విజ్ఞాపన అనలేము, అది ఆదేశం లాంటిది,'' సింరిన్ సమాధానమిచ్చింది.

ఇలా తీవ్రంగా, వ్యంగ్యంగా జవాబిచ్చినందుకు సాధారణంగానైతే రాజ్యం నుంచి బహిష్కరించి ఉండేది దురుక్తి. కానీ సింరిన్ చెప్పినదాంట్లో నిజముంది. అది విజ్ఞాపన

కాదు...కీకట్పుర ప్రదేశంలోని సంపన్న గ్రామాలలో ఒకటైన శంబల గ్రామ ముఖ్యుడికి రాసిన మర్యాద రహితమైన లేఖ. తనే శంబలకు యజమానురాలన్నట్టు, తన మాటే నెగ్గుతుందన్నట్టు ఉత్తరం రాసిందే కానీ, రాజ శాసనాన్నే ధిక్కరించడానికి సాహసించే పల్లెటూరి మొద్దులతో అనవసరపు యుద్ధం చెయ్యడం తనకే మాత్రమూ ఇష్టం లేదు.

''నేనిది సజావుగా సాగాలనుకున్నాను. రక్తపాతాన్ని కాంక్షించలేదు. వారు దీన్ని ధిక్కరించారంటే, యుద్ధానికే సిద్ధపడ్డారన్నమాట.'' దురుక్తి సింరిన్ ప్రక్కకు వచ్చింది. ''మనకు శంబల గురించి ఏం తెలుసు?''

''అక్కడ యోధుల సమూహం లేదు, ఆయుధాగారం కూడా లేదు. అసలు వాళ్ళు ధిక్కరించారన్నదే నాకు ఆశ్చర్యం కలిగిస్తోంది. అక్కడివాళ్ళకు రక్తం, కత్తులూ, కతార్లంటే భయమని విన్నాను. మనము అక్కడికెళ్ళి వాళ్ళను భయపెట్టవచ్చు.''

''దానికి పెద్ద సైన్యం కావాలి.'' ఆలోచిస్తూ పెదాలను మూసుకుంది దురుక్తి. పెద్ద సైన్యంతో వెళ్ళాలంటే లక్ష్యాన్ని చేరడంలో విలంబం ఏర్పడుతుంది. పైగా కాళి దీని గురించి తెలుసుకొని వెంటనే ఆపించేస్తాడు. కేవలం తన ఆరోగ్యం కోసం యుద్ధం, తద్వారా మరణాలను అతను ఇష్టపడడు. కానీ తన అన్నను కాపాడేందుకు దురుక్తి అవసరమైతే లోకాన్నైనా ధ్వంసం చేస్తుందని ఆయనకు తెలియదు. ''నేను ప్రభువుతో మాట్లాడతాను...''

నేల మీద ఒక నీడ పడింది. దురుక్తి తిరిగి చూడగా, నుదుటన చమట కారుతూ వికోకో కనిపించింది. ఆమె ఛాతీ మీద ధరించిన కవచం పైనంతా రక్తముంది.

''అమ్మగారూ!''

అయ్యో.

వికోకో విన్నవించింది. ''ఒక దుర్వార్త.''

దురుక్తి గబగబా కోటలోనే ఉన్న ఆస్పత్రికి వెళ్ళింది. సింరిన్ తనను అనుసరించి రాగా, ఆమె లోపలికెళ్ళింది. కోకో బయట దుర్బలంగా, భయంగా నిలబడి ఉన్నాడు.

''నా అన్నను కాపాడటమే మీ కర్తవ్యము. ఏం చేశారు? ఆయన చనిపోతే మాత్రం మిమ్మల్ని రాజ్యం నుంచి బహిష్కరిస్తాను.'' భయంతో కూడిన క్రోధంతో, భావావేశంతో హెచ్చరించింది దురుక్తి.

''మా లోపానికి క్షమాపణ వేడుకుంటున్నానమ్మా...''

దురుక్తి విసురుగా చెయ్యి పైకెత్తింది. ''మాటలతో మా అన్న గాయం నయమవ్వదు.''

గుండ్రంగా పేర్చబడిన కొవ్వొత్తుల మధ్యలో, చాప మీద కాళి వెల్లకిలా పడుకొని ఉన్నాడు. దాదాపు ఎముకల వరకు లోతుగా దిగిన గాయం కనపడుతోంది.

''ఎలా ఉన్నాడు?''

''అదృష్టవంతుడు,'' వైద్యుడన్నాడు. అతను కాళి చుట్టూ తిరుగుతూ, మోకాళ్ళ మీద కూర్చొని రంగులేని మలామును గాయానికి రాస్తున్నాడు. ''గాయం వెన్ను దగ్గర తగిలింది, వెన్నులో కాదు.''

ఆమె భయం కాస్త తగ్గింది. నిజానికి అది భయం కాదు, బెంగ.

''ఇంకెంత కాలం ఇలా ఉంటాడు?''

''కొన్ని రోజులు పడుతుందమ్మా,'' వైద్యుడు ఆగి పైకి చూశాడు. ''గాయాలను కృత్రిమంగా కంటే సహజంగా మాననివ్వడమే మంచిది.''

''నిన్ను ఒకటి అడగాలనుంది.'' అని, తనకు, నగ్నంగా ఉన్న తన అన్నకూ మధ్య అడ్డంగా ఉన్న కొవ్వొత్తుల చుట్టూ నడిచి వెళ్ళి, ''సోమ గురించి విన్నారా?'' అని అడిగింది.

''విన్నాను,'' వృద్ధ వైద్యుడన్నాడు. ''కాలదోషం పట్టిన వైద్యామృతము. ఉత్తరాన మంచుకొండలలో గల సోమలతల నుంచి లభ్యమవుతుంది.''

''దానికెందుకు కాలదోషం పట్టింది?''

''లోకం పరుగు పెడుతూ తనకున్న ఎన్నో అద్భుతాలను మర్చిపోతుంది.'' నిస్సహాయంగా పలికాడు వృద్ధ వైద్యుడు.

''అది రాతిలో ఉంటుందని విన్నాను.''

''అన్ని మందుల్లాగే అనేక ఆకారాల్లో ఉంటుంది...కొన్ని రాళ్ళల్లో, కొన్ని చెట్లల్లో. ఎలాగైనా కూడా, దాన్నుంచి రసం పిండి తీయాలి.''

తన కాలి చెప్పు తన పాదానికి ఇబ్బంది కలిగించడంతో, దురుక్తి తిరగడం ఆపేసింది.

''రాయి నుంచి రసం పిండడం ఎంత కష్టం?''

వైద్యుడు వివరించడం మొదలుపెట్టాడు. ''ముందర రాయిని విరగ్గొట్టాలి, నానపెట్టాలి...''

''ఎంత కష్టమది?'' విసుగ్గా ప్రశ్నించింది.

భయంతో వైద్యుడి కళ్ళు పెద్దవయ్యాయి, పెదాలు వణికాయి. ''సరైన పరికరాలుంటే అంత కష్టమేమీ కాదు. కానీ ఇప్పుడు సోమలు దొరకడం గూడా కుదరని పని, అవి అంతరించిపోయాయి కాబట్టి.''

''ఎన్ని రోజులు పడుతుంది?'' ఆమె స్వరం ప్రశాంతమైంది. ''ఆ రసం తయారీకి ఎన్ని రోజులు పడుతుంది?''

''మూడు రోజుల వరుకూ పట్టవచ్చు.'' బెరుగ్గా అన్నాడు వైద్యుడు.

''నీకొకటి తెలియాలి,'' తన నీడ వైద్యుడిపై పడుతుండగా, దురుక్తి అతనికెదురుగా నిలబడింది. కాళి వద్దనున్న వైద్యుడు అసహనంగా కదులుతూ ఆమె వైపు చూశాడు. కొవ్వొత్తుల కాంతి ఆమె ముఖాన నాట్యమాడింది, అగరువత్తుల సుగంధం ఆమె నాసికా రంధ్రాలను ఆవరించింది. ''నీవు ఈ కర్తవ్యాన్ని నెరవేర్చి ఎవరితోనూ దీని గురించి మాట్లాడకుండా ఉంటే, నీ బాధ్యతల నుంచి విముక్తుడవవుతావు. తెలిసో తెలియకో ఏదైనా పొరపాటు జరిగితే, ఈ నా వట్టి చేతులతో నీ తల నరుకుతాను.'' ఆ మనిషిని బెదిరిస్తూ పళ్ళు నూరింది. తను చేస్తానన్న పనిని గురించి అనుకోగానే కాబోలు, ఆమెలో ఉత్కంఠ పెరిగింది.

వైద్యుడు సమ్మతి తెలుపుతూ తలూపాడు.

''ప్రభువుగారి ఆరోగ్యం గురించి తెలియజేస్తూ ఉండు.''

దురుక్తి ఆ గదిని వీడి, తలుపుకు ఆనుకొని ఉపశమనంతో నిట్టూర్చింది. స్వేదంతో, అసహనంగా ఉన్న ఆమెను కోకో, వికోకోలు చూశారు. తన బలహీనతను వారి ముందర ప్రదర్శించడం ఇష్టంలేక, గడ్డం పైకెత్తి, చేతులు బిగబట్టి లేచి నిలబడింది.

''పశ్చాత్తాపపడే వారికే ప్రాయశ్చిత్తం కలుగుతుంది,'' కవలలను చూస్తూ దురుక్తి మొదలుపెట్టింది. సింరిన్ ఏమీ మాట్లాడకుండా, నడవాలోని చీకట్లో దాక్కుంది. దురుక్తి కొనసాగించింది, ''ఒకనాడు అన్న మీ ప్రాణాలను నిలబెట్టినప్పుడు, మీరు మీ రక్తం మీద ప్రమాణం చేసినట్టుగానే, మా అన్న ప్రాణాలను మీ ప్రాణాలుగా కాపాడడమే కాదు, ఆయన కోసం మరొక పని కూడా మీరు చెయ్యాలి.''

ఆమె ఏం చెప్తుందా అని కవలలు ప్రతీక్షించారు.

''ఆయనతో అబద్ధం చెప్పండి...'' దురుక్తి అన్నది. ''అన్నను కాపాడలేకున్నాననే శోకంతో తన చెల్లెలు ఎవ్వరికీ దర్శనమివ్వకుండా తన అంతః పురంలోనే ఉందని. ఇలా నాకోసం అసత్యం పలికితే మిమ్మల్ని క్షమిస్తాను.''

అర్థం కానట్టుగా ఆ కవలలు కళ్ళార్పారు. వారు నిజానికి కాళి సేవకులే అయినా, దురుక్తిని నిరాశపరిచినందుకు బాధపడుతున్నారు. ఆమె దగ్గర మళ్ళీ మంచి పేరు సంపాదించుకొనేందుకు ఏమైనా చేస్తారు.

''ఎందుకంటే, నేను కొన్ని రోజులు ఇక్కడుండను. రక్తపుడు ఇక్కడ ఉంచిన సైన్యాన్ని వెంట తీసుకెళ్తాను.''

కవలలిద్దరూ ఒకటేసారి తలలూపారు.

''మన ప్రభువును హత్య చేసింది ఒక నాగుడే కాబట్టి వాసుకి ప్రభువును ఒక కంట కనిపెట్టమన్నారా?'' వికోకోకు భయంతో చమటలు పట్టి ఉన్నందున కోకో అడిగాడు. దురుక్తి తల అడ్డంగా తిప్పింది. ''అది కేవలం కాళి చూసుకోవలసిన రాజకీయ విషయము. ఆయన ఆరోగ్యాన్ని చూసుకోవడమే మన కర్తవ్యము.''

అంతటితో కవలల నుంచి దూరంగా నడవడం మొదలుపెట్టింది దురుక్తి. సింరిన్ ఆమెను అనుసరించేందుకు ప్రయత్నిస్తోంది. ''అమ్మా, లోపల ఏమైంది?''

''కొన్ని తెలుసుకున్నాను.'' దురుక్తి చీకట్లోనున్న మార్గాన్ని చూస్తూ ఏ భావమూ లేకుండా పలికింది.

''ఇప్పుడు మనం ఏం చెయ్యబోతున్నాము? మీరు రక్తపుని సైన్యం గురించి ప్రస్తావించారు కదా. అయితే శంబలకు వెళ్ళేందుకే నిశ్చయించుకున్నారా?''

''నేనెప్పుడో నిశ్చయించుకున్నాను,'' అది నిజమన్నట్టుగా దురుక్తి అన్నది. కానీ సింరిన్ ఎందుకలా అడిగిందో ఆమెకు అర్థమైంది. ఇంతకాలమూ దురుక్తి నిర్ణయం తీసుకోలేకపోయింది, భయంగా, బెంగపడుతూ, అధైర్యపడుతూ ఉంది. ఎందుకంటే, కారణం చాలా చిన్నది...శంబల వెళ్తే పరిస్థితులు తారుమారవుతాయి. వాటిని మామూలప్పుడైతే కాళి తన రాజకీయ చతురతతో, దౌత్య నీతితో సర్దేసేవాడు. ''నా మాటలను బాగా గమనించు, సింరిన్. ఇంక ఆ గుహలను ప్రవేశించకుండా నన్నెవ్వరూ ఆపలేరు.''

41

తీవ్రమైన శిక్షణ మొదలుపెట్టి మూడురోజులయ్యింది. సోమశక్తులను ఆస్వాదించిన పూర్వీకుల పద్ధతులను వారితో అనుసంధానం చేసి నేర్చుకోవడం ఎలాగో నేర్పించాడు కృప. భౌతికంగా భూమి మీద లేకపోయినా, అవతారాల ఆత్మల ఉనికి ఉంటుందని కల్కితో చెప్పాడు. బుద్ధిని కేంద్రీకరించి అనుసంధానిస్తే, తరతరాల అనుభవాల నుంచి నేర్చుకోవచ్చని అన్నాడు.

కల్కి తపస్సుకు కూర్చున్నాడు కానీ అది దుర్భరంగా అనిపించింది. విసుగు పుట్టి కళ్ళు తెరచి, పడుకొని ఆకాశాన్ని చూసేవాడు. ఒకొక్కసారి ఇదంతా వృథా ప్రయాస అనిపించేది. కానీ ఇలా జరుగకూడదు మరి. అతను కళ్ళు మూసుకొని కాళ్ళు మడుచుకొని తపస్సు చేయకుండా మిగతావాళ్ళలాగే యుద్ధవిద్యలను నేర్చుకుంటూ ఉండాల్సింది.

మళ్ళీ ఇవ్వాళ నిరీక్షిస్తూ కూర్చున్నాడు. తన చుట్టూ అంతా మునిగిపోతున్నట్టు అనిపించడం మొదలై ఒక గంట అయ్యింది. అతను కళ్ళు మూసుకొనే ఉన్నాడు. అయినా, గాల్లో తేలుతున్నట్టు అనిపించింది. కళ్ళు తెరచి చూస్తే, అంతటా చీకటి. అది అతణ్ణి పూర్తిగా ఆవహించేసింది. అది తనకు అలవాటైన ప్రదేశం నుంచి ఇక్కడకు తెచ్చి పడేసింది. ఇకణ్ణుంచి పారిపోవాలన్న తలంపుతో గుండె వేగంగా కొట్టుకుంది. అంతలో ఉన్నట్టుండి ముందుకు తోయబడ్డాడు.

అన్నీ మసకగా కనిపిస్తున్నాయి. ఒక గుడిసె ఉంది. పైన పెద్ద పక్షి ఎగురుతున్నట్లు కనిపించింది, కానీ అది పక్షికాదని, పురాతన యంత్రమని కల్కి గ్రహించాడు. ఆ యంత్రం నుంచి మీసాలతో ఉన్న ఒక వ్యక్తి బయటికొచ్చాడు.

కల్కి మళ్ళీ ఎక్కడికో తోయబడ్డాడు. అది బహుశా అరణ్యమేమో, జటలతో ఒక మనిషి బాణమేస్తూ కనిపించిన చోట.

''భళీ, రాఘవా.'' రాఘవుడనే మనిషి ప్రక్కనే ఇంకొక వ్యక్తి నడుస్తూ, అతని భుజాన్ని తట్టాడు...మెచ్చుకుంటూ.

కల్కి కూలబడ్డాడు. చూస్తే, తనొక బంజర భూమి మీద ఉన్నాడు. నెమలి పింఛంతో ఒక వ్యక్తి శరవర్షాన్ని తప్పించుకుంటూ అటూయిటూ పరుగెడుతున్నాడు. ప్రతిగా చక్రాన్ని ప్రయోగించాడు. అది కల్కి వైపే వచ్చింది. కల్కి భయంతో కళ్ళు మూసుకున్నాడు. కళ్ళు తెరిచేసరికి ఇంకొక ప్రదేశంలో ఉన్నాడు. అక్కడి చల్లదనాన్ని బట్టి బహుశా అది పర్వత ప్రాంతమేమో అనిపించింది.

''నిన్నిక్కడ చూడడం ఆశ్చర్యమేనే.''

ఆ మాట్లాడిన వ్యక్తి కేసి చూశాడు కల్కి. మంచుగడ్డ మీద కాళ్ళు మడుచుకొని ఒక వ్యక్తి కూర్చొని ఉన్నాడు. అతను పొడవాటి గడ్డంతో, జటలతో, వీపున పెద్ద గొడ్డలితో ఉన్నాడు. నడుమున పులి చర్మం ధరించి ఉన్నాడు. కల్కికి చలి వేసింది. కానీ ఆ వ్యక్తి మాత్రం పంచభూతాలకు అతీతమన్నట్టు కనిపించాడు.

''ఇలాంటి వాతా-వాతావ-వాతావరణంలో ఎలా ఉండగలుగుతున్నారు?'' కల్కి వణికాడు.

''నీకు చలి వెయ్యట్లేదు. చలి వేస్తోందని అనుకుంటున్నావు.'' అని ఆ వ్యక్తి అన్నాడు. ''ఇదంతా ఒక స్వప్నస్థితి. ఇదంతా నిజం కాదు. ఒక్క ఘడియలో నీవు మేలుకుంటావు. నీవు తపోయోగంలో ఉన్నావు.''

కల్కికి ఇంకా చలిగానే అనిపించింది. ఈ వ్యక్తి అసలేమంటున్నాడు?

''మీరెవరు?''

''నీవే,'' అని పలికాడు, లేచి నిలబడుతూ. ''ఏళ్ళ కృతం, నీవే నేను. నేను ఆరవవాడిని.''

కల్కి నోరెళ్ళబెట్టాడు. ''భార్గవరాములా,'' అని మోకాళ్ళ మీద కూర్చొని నమస్కరించాడు.

''బాగుంది. నీ శక్తులు పనిచేస్తున్నట్టున్నాయే.''

''నేను మిమ్మల్ని మాత్రమే ఎలా సంప్రదించగలుగుతున్నాను?''

''ఇవన్నీ చరిత్ర చిత్రాలు,'' భార్గవుడన్నాడు, ''గడచిపోయినవి. ఇవన్నీ నీ పూర్వాంశలే, ప్రయత్నిస్తే వాటితో సంధానించుకోగలవు. కానీ నేను నిజం, సజీవుడిని. నీకోసమే ఎదురుచూస్తున్నాను.''

''మీరు కృపుని సహచరులు, కదా?''

అవునన్నట్లు తలూపాడు. ''శ్రేష్ఠమైనవారిని మాత్రమే నా చుట్టూ పెట్టుకోను కానీ, నావైపు ఎక్కువ మంది లేరు. మారుతి తన బలగాన్ని కాపాడుకొనేందుకు వెళ్ళిపోయాడు...''

''మారుతా?''

''బజరంగుడని నీకు తెలిసే ఉంటుందిగా.''

తప్పకుండా తెలుసు! కల్కి ఆయన గురించి గురుకులంలో చదువుకున్నాడు.

అప్పటి బోయలైన రాక్షసులతో జరిగిన సమరంలో రాఘవుని పక్షాన నిలిచాడు. ఇప్పుడు వారంతా దేవుళ్ళు.

''అంటే వారందరూ నేనేనంటారా?''

''అవును, మనమందరం నారాయణుని అంశలము. ఒక పెద్ద ప్రణాళికలో భాగంగా ఆయన మనకు శక్తులిచ్చాడు.''

కల్కికి అర్థం కాలేదు. ''కానీ, మనకు సోమశక్తులు దొరకడం అనేది మన ఎంపిక అని, తక్కినవారు సోమశక్తులచే ఉన్మాదులవుతారు కాబట్టి గోవిందుడు వాటిని ఆపేశాడని కృపాచార్యుడు అన్నాడు. ఇదంతా విజ్ఞానపరంగా వివరించాడు. కానీ ఇదంతా ప్రణాళికానుసారం జరిగిందని మీరంటున్నారు.''

''కృపాచార్యునికి విధిపై నమ్మకం లేదు. అవును. ఆచరణాత్మకంగా చెప్పాలంటే, మనమంతా ఒకటి కాదు. తెలిసో తెలియకో మనందరికీ ఏదో ఒక రకంగా సోమ దొరికింది. కానీ ఇదంతా సకారణంగానే జరిగింది. ఒక్క వ్యక్తికి మాత్రమే దీనిపై నమ్మకం లేనంత మాత్రాన అతను తన నమ్మకాలను ఇంకొకరిపై రుద్దరాదు,'' భార్గవుడు నవ్వాడు. ''అయితే చెప్పు, నీవేం నమ్ముతావు?''

కల్కి ఏం మాట్లాడాలో ఆలోచిస్తూ మౌనంగా ఉన్నాడు. ఎందుకంటే, తను ఇప్పుడు కలిసింది సాధారణ వ్యక్తిని కాదు. కలలో కనిపించిన ఒక విచిత్ర వ్యక్తిని. ఆయన పొడుగ్గా, కర్కశంగా, చేతుల మీద నరాలు తేలి, కళ్ళు బయటకొచ్చి, రొమ్ము విరుచుకొని ఉన్నాడు. వయోధికుడే, కానీ కొండంత దృఢంగా ఉన్నాడు.

''నాకు తెలియట్లేదు.''

''అది ఎందుకంటే నీవు లోకాన్ని చూడలేదు. నీ గూట్లోనే బ్రతుకుతున్నావు, కానీ బయటకొచ్చి చూస్తే, మనమెవరవన్న ప్రశ్నకు నీకు జవాబు దొరుకుతుంది. మనం వరప్రసాదితులమో, లేక పొరపాటుగా ఏర్పడ్డామో తెలుస్తుంది.''

కల్కికి అనుమానం కలిగింది. ''మనలాంటి మిగతా అవతారాలన్నీ చనిపోయాయి. మీరు మాత్రం ఎలా జీవించి ఉన్నారు?''

భార్గవుడు మౌనం వహించాడు. ''నీవు నన్ను కలిసినప్పుడు చెబుతాను. నీవు తగినంత నేర్చుకొని, తగినంత కోల్పోయాకే ఈ సమాధానాలన్నీ అర్థమవుతాయి...'' హఠాత్తుగా తనవంక చూస్తున్న ఒక స్త్రీ దృశ్యం కనిపించి, ఆయన మాటలు మరుగునపడ్డాయి.

చెంప ఛెళ్ళుమనడంతో కల్కి ఈ లోకంలోకొచ్చాడు. తను చూసింది దృశ్యం కాదని, తను ఉన్నచోటే...చెట్లూ చేమల మధ్య, పచ్చని పందిరి కింద ఉన్నాడని గ్రహించాడు. సూర్యుడు ప్రకాశిస్తున్నాడు, ఆ చల్లదనం ఊసే లేదు. అంతా నిజంగానూ, కలగానూ అనిపిస్తోంది. తన వేళ్ళు ముందు అంత చల్లగా ఉన్నాయి. ఇంకొక దెబ్బ తగిలింది. దాంతో స్వప్నస్థితి నుంచి మెలకువొచ్చింది.

''ఇక్కడేం చెస్తున్నావు?'' లక్ష్మి ఆదుర్దాగా అడిగింది.

''ఏం చేస్తున్నాను?''

''నీవు అపస్మారస్థితికి వెళ్ళిపోయావు. కళ్ళు తెరుచుకొనే ఉన్నావు కానీ ఏమీ మాట్లాడలేదు. నాకు చాలా భయమేసింది.'' లక్ష్మి కల్కి స్థాయికి వస్తూ మోకాళ్ళ మీద కూర్చుంది. ''నీవంటి పిచ్చివాడి కోసం చాలా బెంగపడ్డాను. ఏం చేస్తున్నావు?''

కల్కి నిట్టూర్చాడు. ఆమెకంతా చెబుదామనుకున్నాడు కానీ, అది పరిస్థితులను మరింత క్లిష్టం చేస్తుంది. ''ఎవరైనా వస్తే నన్ను లేపమని శుకోకి చెప్పాను. ఎక్కడా...'' అని వెతుకుతుండగా లక్ష్మి కల్కి ముఖాన్ని తన ముఖానికి దగ్గరగా తిప్పుకుంది.

''పోయినసారి లాగా జోక్యం చేసుకోనన్నాడు.''

''ఓహ్.'' కల్కికి ఇంకా మాయ వీడలేదు. ''అలాగా,'' అంటూ తన గందరగోళ స్థితిని కప్పిబుచ్చేందుకు దగ్గాడు. ''వాడు అలా చెప్పలేదు.''

''ఆఁ, అక్షరాలా అలా అన్నాడని కాదు కానీ, నాకు అర్థమైంది. నీవు కూడా అర్థం చేసుకోవాలి.''

కల్కి ఆమెను చూసి చిరునవ్వు నవ్వాడు. నవ్వకుండా ఉండలేకపోయాడు. తన జీవితానికి లక్ష్మి స్థిరత్వాన్ని కలిగిస్తుంది. తను గోతిలో చిక్కుకుపోగా లక్ష్మి పైకిలాగింది. లక్ష్మి లేకుండా తను ఎలా బ్రతకగలడు?

''నాకు భయమేస్తోంది,'' కల్కిని వాటేసుకొని అన్నది లక్ష్మి. ''ఇది నీకు తెలియాలి. నాకు చావాలని లేదు.''

''నీవు చావవు. ప్రమాణం చేస్తున్నాను.'' కల్కి ఆమె నడుము చుట్టూ చేతులేశాడు. వాళ్ళు చాలా చేరువగా ఉన్నారు. ఎంత చేరువగానంటే, ఆమె గుండె సడి వినపడుతోంది, ఆమె ఊపిరి తెలుస్తోంది. ''నాకూ భయమేస్తోంది. నాకు భయంగా ఉందని లోకానికి చెప్పాలని ఉంది.''

''తెలుసు, కనబడుతోంది.''

''నీకు కనబడుతుంది. నాకు తెలుసు.''

''ఏం ఫరవాలేదు, తెలుసా...'' ఆమె వేగంగా తలూపింది. ''మనకు భయమేస్తే ఫరవాలేదు. దీనివల్ల లోకం ముగిసిపోదు. ఏం ఫరవాలేదులే.''

''అవును. ఫరవాలేదు. అలా అనిపిస్తే ఎంత బావుణ్ణో. కానీ అలా అనిపించట్లేదు.''

''ఒకవేళ నేను మరణిస్తే?'' లక్ష్మి ప్రశ్నించింది.

కల్కికి దాని గురించి అనుకోవడం కూడా నచ్చలేదు. తను భరించలేనంత వేదన వంటిదది. ''అటువంటి పరిస్థితిని నేను ఊహించుకోలేను. నా కళ్ళల్లో నీవు ఎప్పుడూ జీవిస్తావు, రెప్పవేసినా, శ్వాస తీసుకున్నా.''

కొంతసేపు ఇద్దరూ ఒకరినొకరు చూసుకున్నారు, గట్టిగా కౌగలించుకొని. కల్కి ముందుకొచ్చి ఆమె పెదాలను రాసుకోవాలనుకొంటుండగా, అతని గుండె

ఝుల్లుమనింది. కానీ ఏదైనా చెయ్యగలిగేలోపే ఎన్నోరకాల శబ్దాలు వినిపించాయి. బూరాలు ఊదబడ్డాయి, గుడిగంటలు మ్రోగాయి. దాంతో వాళ్ళు తమ కార్యక్రమాన్ని వాయిదా వేసుకోవాల్సొచ్చింది. ఒకరినొకరు చూసుకొని, ఇద్దరూ హడావుడి పడ్డారు, భయపడ్డారు. ఎందుకంటే, బూరాలూ గంటల అర్థమేంటో వాళ్ళకు తెలుసు.

యుద్ధం మొదలయ్యింది.

42

బయట ఎంత సైన్యమున్నదో తెలుసుకునేందుకు శుకోని పంపించి, అందరూ సమావేశమైన ''మదిరా పాత్ర'' కు వెళ్ళాడు కల్కి. అక్కడికి మిగతా పెద్దలు గూడా వచ్చారు. పల్లె ప్రజలతో నిండియున్న ఆ చోట, కొందరు బెంగపడుతూ ఉండగా, ఇంకొందరు యుద్ధాన్ని వదులుకుందామని ఆవేశంగా ఉపన్యాసాలిచ్చేస్తున్నారు. కల్కి, లక్ష్మిల రాకతో అంతా నిశ్శబ్దంగా మారింది.

కల్కి చేతులు ప్రక్కకు పెట్టుకొని ముందుకు నడచాడు. ముఖంలో ఏ భావమూ లేకుండా ఊరి నుంచి వచ్చిన అందరినీ చూశాడు. అందరూ భయపడుతూ, బెంగపడుతూ, నిరాశతో కూడిన భీతితో విలవిల్లాడుతున్నారు.

కల్కి అన్నాడు, ''నేను నా ఇష్టాన్ని మీపై రుద్దదలచుకోవట్లేదు. కానీ మీకు ఈ గ్రామం పట్ల అక్కర ఉంటే, బయట వేచి ఉన్న ఆ కిరాతకులను మీరు ద్వేషిస్తే, ఇంద్రవన్ వెళ్ళి, గుహల బయట నిలబడి, అవి నాశనం కాకుండా కాపాడండి.''

''ఒకవేళ వాళ్ళు మమ్మల్ని చంపేస్తే?'' ఒకడడిగాడు.

''చంపరు,'' లోన భయంతో పెదాలు ఎండిపోయినా, నిబ్బరంగా ఉన్నట్టు పలికాడు కల్కి, ''మీరందరూ ఒక్కటిగా నిలబడితే.''

ఇంకొక గొంతు లేచింది జనంనుండి, ''నీవు నెగ్గుతావా?''

కల్కి నిట్టూర్చాడు. అది భయం పుట్టించే ప్రశ్న. అది కష్టమని ముక్కుసూటిగా చెబుదామనుకున్నా, అతని చేతులను ఒక మృదువైన, వెచ్చటి కరయుగళం పట్టుకుంది. అది లక్ష్మిది. ఆమె అతణ్ణి చూస్తూ ఔనన్నట్టు తలూపింది.

''తప్పకుండా.'' కల్కికి ఉద్వేగం కలిగింది. ''మనం ఓడిపోతామన్న అపనమ్మకమే మన పరాజయానికి హేతువు అవుతుంది. ఈ చీకటిని చీల్చి, మన సాంప్రదాయాన్ని నాశనం చేద్దామనుకునే ఆ రక్కసులను పారద్రోలతామని విశ్వసించడం మొదలుపెట్టాలి.''

ఇంకెవరూ మారు మాట్లాడలేదు. అక్కడ మౌనం చోటుచేసుకుంటుంది. అది కల్కికి నచ్చలేదు. మౌనానికి అర్థం వారికి తనపై నమ్మకం కలుగుతుందని. తనకు అదే

కదా కావాలి? తన మీదున్న నమ్మకాన్ని తను భయంతో ఎందుకు స్వాగతిస్తున్నాడు? బాధ్యత తీసుకోవడమంటే ఇంత భయమా? ప్రస్తుతం ఎందరి జీవితాలో తన మీద ఆధారపడి ఉన్నాయి. ఎన్నో కుటుంబాలు, వారి పిల్లలు తన వైపు ఆశగా చూస్తున్నారు. తను సాధించగలడని వారు నమ్ముతున్నారు. ఈ ఒత్తిడి చాలా తీవ్రంగా ఉంది. కాలాన్ని వెనక్కు తిప్పి, ఆ వేదికపై నిలబడి, నగర ప్రభుత్వం మీద తన ద్వేషాన్ని ప్రకటించకుండా ఉంటే బావుణ్ణనిపించింది. తనొక మారుమూల గ్రామానికి చెందిన కుర్రాడు. ఒకవేళ తను మరీ పెద్ద కలగన్నాడేమో.

లేదు!

ఇటువంటి ఆలోచనలు తనకు తగవు. లక్ష్మి చేతులతో తన చేతులను గట్టిగా కలిపి, ప్రజలను ఉద్దేశించి తలూపి, లోపలికి వెళ్ళిపోయాడు. కాలం మనుషులను మార్చేస్తుంది, కానీ వారి ఎంపికలను బట్టి అది మంచికి దారితీస్తుందా, చెడుకా అన్నది నిర్ధారణ అవుతుంది.

మధుశాల అంతా చిందరవందరగా ఉంది. సగం మంది రాళ్ళూ రప్పలూ, ఆయుధాలూ పట్టుకొని మెట్లెక్కుతున్నారు. ఇంకొందరు కాగడాలూ, కొవ్వొత్తుల ప్రక్కన నిలబడి పటాలు గీస్తున్నారు. అంతటా చమట వాసనా, ఉద్రేకం నిండి ఉన్నాయి. శిక్షణ పొందే ప్రతి విద్యార్థీ కల్కిని చూసి మర్యాదాపూర్వకంగా, అభిమానంతో తలూపాడు. కొన్నిరోజులలోనే తను చాలా ఆదరం పొందాడు. కానీ వీళ్ళంతా చిన్నవాళ్ళు, అమాయకులు. వీళ్ళు యుద్ధం చెయ్యగలరా?

అతను అరిందం మౌనంగా ఒక మూల కూర్చొని ఉన్న ప్రధాన గదికి వెళ్ళాడు. కృప ముందుకు వాలి మధ్యబల్ల మీద పెట్టి ఉన్న పటాన్ని చూస్తున్నాడు. దేవదత్తుడు, అర్జన్, బాలా కూడా అక్కడే ఉన్నారు. అర్జన్ దగ్గరొక కొత్త ఆయుధం ఉంది: విల్లంబులు... అతని వంటి పిల్లాడికి తగినట్టుగానే. బాలాకు తనకంటే భారీ అయిన గద ఉంది. అయినా, అతను దాన్ని అనాయాసంగా మోస్తున్నాడు. కృపుడిలాగే దేవదత్తుడు నిరాయుధుడుగా ఉన్నాడు.

శంబల ఒక ప్రశాంతమైన గ్రామమని, ఆయుధాల ప్రస్తావనే అతిశయోక్తి అనీ అతను కల్కితో అన్నాడు. వ్యవసాయ ప్రధానమైన శంబలలో ఆయుధశాలే లేదు. కానీ ఇప్పుడన్నీ మారిపోయాయి.

''ఎక్కడికెళ్ళావు, మిత్రమా?'' ప్రశ్నించాడు కృపుడు.

లక్ష్మి చేతిని విడిచి బల్ల దగ్గరకు వెళ్ళాడు కల్కి. ''సరే, ఇప్పుడు మనకేం కనపడుతోంది?''

''నీ చిలుకకు ఏం కనపడుతోంది?''

అది ఇంకా తిరిగి రాలేదు. ఒకవేళ యానం ఏదైనా తగిలిందా? అలా అయ్యుండకూడదని ఆశించాడు.

''ఈ విడిది పైకప్పు నుంచి చూశాము,'' తక్కినవారు నిశ్శబ్దంగా ఉండేలా అర్జున్ గట్టిగా మాట్లాడాడు. ''ఈ ఊరి ప్రవేశం సాంతం మూయబడింది. వనంలో గుడారాలున్నాయి. ఆ సైన్యం, మరి అది మనము అనుకున్నదానికంటే వేరేగా ఉంది.''

''వారి కవచాలపై నాగముద్ర ఉన్నదా?'' ఇంద్రఘర్ వీధులలో నాగులు గస్తీ తిరగడం గుర్తు తెచ్చుకున్నాడు కల్కి. ఒకవేళ వారింతవరకూ వచ్చారేమో.

''లేదు. అసలు ఏ ప్రతీకా లేదు, కవచం మాత్రమే ఉంది. నాకు గుర్తున్నంతవరకు కొందరికి అది కూడా లేదు.''

ఏదో ఘోరమైన వార్త విన్నట్టు లక్ష్మి అమాంతం నేల మీద చతికిలబడింది. కల్కి ఆమె చెయ్యి పట్టుకుంటూ ఆమెను కాపాడటానికొచ్చాడు. ''ఏమైంది?'' అని అడిగాడు.

''ఏ ప్రతీకలూ లేవంటే, వారికంటూ ఏ ప్రత్యేకమైన దైవమూ లేదని,'' లక్ష్మి జవాబిచ్చింది. ''అంటే వారు...''

''రాక్షసులు,'' అని ముగించాడు కృప, బొంగురు గొంతుతో గంభీరంగా.

''అయ్యో,'' ఉలిక్కిపడ్డాడు దేవదత్తుడు, గోడకు ఆనుకొని.

అందరూ ఎందుకు భయభ్రాంతులయ్యారో కల్కికి తెలుసు. గురుకులంలో నేర్చుకున్న ఆసక్తికరమైన విషయం బోయల గురించినదే. ఒకానొకప్పుడు మానవులతో సహజీవనం చేసి, తదనంతరం ఉద్యమం ద్వారా విడిపోయిన బోయల గురించి. ఈ ఉద్యమంలో ముఖ్య పాత్ర వహించినది దక్షిణాపథానికి చెందిన ఈళం రాజు దశాననుడు. ఒకసారి కల్కి తపస్సులో గడిచిన కాలంలోకి ప్రయాణం చేసినప్పుడు కలిసింది అతణ్ణే. పుష్పక విమానం నుంచి నిష్క్రమించినది అతడే.

రాక్షసుల గురించి సూటిగా చెప్పాలంటే...వినాశకారులు. వాళ్ళకు అస్సలు దేని గురించీ పట్టదు. దేని గురించీ చింత ఉండదు. తమ బంధువులనే చంపి తినేస్తారు. ఎటువంటి పశ్చాత్తాపమూ లేదు వాళ్ళకు. వాళ్ళు నిశాచరులు, బోయలే కానీ, బుర్రలు కోల్పోయిన పిశాచుల వలె కాకుండా, విపరీతమైన తెలివితేటలు గలవారు. అమాయకులు కారు. అందరూ నల్లటి మేనుతో ఉంటారు, ఇది వారి ముఖ్యమైన ఆనవాలు. వాళ్ళ పేర్లు వాళ్ళ పూర్వ నాయకుల పేర్లతో సంబంధం కలిగి ఉంటాయి. వాళ్ళకసలు దైవమే లేదు, ఎందుకంటే వాళ్ళకు తమపైనే నమ్మకము. యుద్ధమూ, దాని పర్యవసానాలపైనే విశ్వాసము. వాళ్ళకు అవసరం లేదు కాబట్టి కవచాలు ధరించరు.

''సర్పంచి గారూ.'' అంటూ కల్కి దేవదత్తుని వైపు తిరిగాడు. ''బయట బోలెడుమంది వేచి ఉన్నారు,'' ప్రస్తుతం అక్కడ తమకు ఉపయోగపడని బలహీనుడైన వృద్ధుణ్ణి ఉద్దేశించి అన్నాడు కల్కి. ''మీరు వారికి ఇంద్రవనానికి దారి చూపి, గుహలోకి వెళ్ళే ప్రవేశమార్గాన్ని మూయించాలి. ఇంద్రుని నీడలో వారికి ఆశ్రయం దొరుకుతుంది.''

దేవదత్తుడు సమ్మతించాడు. ''వజ్ర (వజ్రాయుధం) శక్తి మీకు అండగానుండుగాక, కుమారా.'' అని అందరి వంకా ఒకసారి చూసి గది నుంచి సత్వరమే నిష్క్రమించాడు.

అప్పుడే చిలుక సగం తెరిచి ఉన్న తలపు నుంచి లోనకు ప్రవేశించింది. కానీ అది నోరు తెరిచేలోపే, అర్జన్ ఆవేశంతో ఊగిపోయాడు. ''శత్రువుల బారిన పడేందుకు ఇంతమందిని పంపావు. ఏమిటి దీని అర్థము? ఈ మత ఛాందసంతో నీ బుద్ధి మందగించిందా?''

అర్జన్ నాస్తికత్వం గురించి కల్కికి తెలుసు. అయినా, అతనికి నిజంగా అంత కోపం వచ్చింది కాబట్టి తన చర్యకు కారణాన్ని వివరించాడు. ''దేవుడు కాపాడతాడనే నమ్మకంతో కాదు నేను వారిని వెళ్ళమన్నది, పెద్ద సంఖ్యలో అక్కడ నిలబడటానికి. ఎందుకంటే, సైన్యం ఎంత పెద్దదైనా, ఒక పుణ్యస్థలంలో వాళ్ళు ఎవరినీ చంపరు.''

''వాళ్ళు రాక్షసులు. పాపపుణ్యాలంటూ ఏమీ నమ్మరు.'' అర్జన్ కాస్త కుదుటపడ్డాడు, బహుశా మొండితనంతో కోపంగా మాట్లాడేశానే అన్న పశ్చాత్తాపంతోనేమో.

''కానీ వాళ్ళ నాయకుడు నమ్ముతాడు,'' కల్కి సమాధానమిచ్చాడు.

అన్నదమ్ముల వివాదాన్ని చల్లపరచేందుకు బాలా దగ్గాడు. ''ఎవరా వచ్చినది? ఓ చిలుకా, ఈ తరుణాన్ని వృథా పోనివ్వక నీ అపారదృష్టి విశేషాలను ప్రకటించు!'' అన్నాడు.

చిలుక అందరినీ చూసి కేకపెట్టింది. ''మహిళ! మహిళ! పొడుగు మహిళ!'' కల్కికి జవాబు లభించింది.

''అయితే వాళ్ళనిప్పుడు నడిపిస్తున్నది ఎవరో తెలిసింది.'' కల్కి శుకోను భుజంపై కూర్చోనిచ్చాడు. అర్జన్ ఇంకా కోపంగానే ఉన్నాడు. కృప మౌనంగా తన చుట్టు జరుగుతున్న గోలను తిలకిస్తున్నాడు.

''మిత్రులారా, మనలో మనం పోట్లాడుకునే సమయం కాదిది. వాళ్ళతో పోరాడాలి.''

కల్కి తలూపాడు, శంబల రూపురేఖలు సవివరంగా ఉన్న పటం దగ్గరకు వెళ్తూ. పటాన్ని క్షుణ్ణంగా పరిశీలించాడు.

''ద్వారం ఇక్కడుంది,'' ఊరికి ఈశాన్య భాగాన్ని చూపాడు, ''స్తంభాలు ఇరు ప్రక్కలనూ మూసేస్తాయి. మనము ద్వారాన్ని అడ్డగించామా?''

''లేదు,'' అన్నాడు బాలా. ''కానీ విలుకాళ్ళు దూరం నుంచి దాడి చేసేందుకు తయారుగా ఉన్నారు.''

''వాళ్ళు రాక్షసులు,'' కృప అన్నాడు. ''వాళ్ళ చర్మాలు సగటు వారి చర్మాల కంటే బండగా ఉంటాయి. వెదురుతో చేసిన బాణం వాళ్ళ మీద పెద్ద ప్రభావం చూపదు. వాళ్ళను వెనక్కు తోలేయడానికి మనము వారికి పదేపదే హాని కలిగించాలి.''

బాలా విస్తుబోయి విన్నాడు. ఇది తను అనుకోని పరిణామము.

''ఇది చూడండి,'' పర్వత ప్రాంతాలను సూచించే త్రికోణ రేఖల మీద కల్కి వేళ్ళు నాట్యమాడాయి. రెండు దిక్కులలో ఉన్న కొండలు ఏటవాలుగా, కిందివరకు జారుగా

ఉన్నాయి. ''రెండు కొండరాళ్ళను తెచ్చి చెరో ప్రక్క నుంచి వాటిని కిందికి తోస్తే? దాంతో వారు ఆశ్చర్యపోతారు.''

కృప జాగ్రత్తగా ఆ ప్రదేశాన్ని పరిశీలించి, కసిగా నవ్వాడు. ''ఫరవాలేదే, నీ సోదరుడు అనుకున్నట్టే ఉంది. కానీ దీని వల్ల ఎక్కువమంది చావరు.''

''మనము వాళ్ళ దారిని అడ్డగించవచ్చేమో, బహుశా,'' కల్కి అన్నాడు. ''అలా తక్కినవాళ్ళకి హాని చెయ్యచ్చు.''

''బాగానే ఉంది,'' కృప అన్నాడు. ''కానీ బండరాయిని దాటివచ్చే మిగతావారి సంగతేంటి? యుద్ధమంటే ఒక్కరోజులో ముగిసేది కాదు కదా, కొన్నిరోజులు పడుతుంది. అందుకని వాళ్ళు రాళ్ళను తోసి, విరగ్గొట్టి వచ్చే అవకాశముంది.''

''నీ పేలుడు పదార్థాలను వాళ్ళ మీద ప్రయోగించేందుకు మన మనుషులు సిద్ధంగా ఉన్నారులే,'' అర్జన్ నెమ్మదిగా అన్నాడు.

జరుగుతున్న సన్నాహాలను చూస్తూ లక్ష్మి ముందుకొచ్చింది. ''అవును, అక్కడా ఇక్కడా ఉన్న చెట్ల మీది నుంచి రాళ్ళను దొర్లించవచ్చు,'' చుట్టూ ఉన్న అరణ్యాన్ని చూపిస్తూ అన్నది. ''రాక్షసులకు ఎత్తులంటే భయం, కదా?''

''అదంతా పాత కథ,'' కృప అన్నాడు. ''చాలామంది ఆ భయాన్ని మీరిపోయారు, ఆ అవిటితనాన్ని అధిగమించారు.''

లక్ష్మి మౌనం దాల్చింది.

''ఇరువైపుల నుంచి రాళ్ళు విసిరే యంత్రాన్ని ఉపయోగించవచ్చు,'' రాక్షసులు ప్రవేశించే దిక్కుకు ఎదుటివైపును చూపిస్తూ అన్నాడు అర్జన్. ''వాళ్ళమీద నిప్పంటించిన బండరాళ్ళను తోయవచ్చు.''

కల్కి ఈ ఆలోచనలన్నింటినీ విన్నాడు. ''అయితే వారితో ''సమీప యుద్ధం'' ఉండదు, కదూ?''

''మనం కావాలనుకున్నా, కుదరదు. వాళ్ళు మరీ ఎక్కువ మంది ఉన్నారు, మనం మరీ తక్కువమందిమి ఉన్నాము.''

కల్కి శుకోని అడిగాడు, ''ఎంతమంది ఉన్నారు?''

''బోలేడుమంది!''

''చాలా ఉపయోగకర వార్త, పక్షీ,'' విసుక్కున్నాడు బాలా.

''రాళ్ళు విసిరే సాధనాలను ఎంతవరకూ నమ్మవచ్చు?''

''మనం వాటిని అంతగా ప్రయత్నించలేదు,'' ఒప్పుకున్నాడు అర్జన్. ''మనం అనుకున్న సమయం కంటే ముందే యుద్ధానికి వచ్చేశారు మరి.''

లక్ష్మి అన్నది, ''మన దగ్గరున్న వనరులు యుద్ధంలో ఒకట్రెండు రోజులు మాత్రమే సరిపోతాయి.''

కల్కి తల విదిలించాడు. సమస్యను ఎలా పరిష్కరించాలో అతనికి పాలుపోలేదు.

''అర్జున్, తూర్పున ఎక్కువమంది విలుకాళ్ళను నియమించు, కొందరిని పడమర సీమలలో కూడా. దక్షిణాన ఉన్నవి గుడిసెలే కాబట్టి అక్కడ అంతా ఖాళీగా ఉంటుంది. వాటి గురించి వాళ్ళు పట్టించుకోరు. పాదచారులను పదేసి మంది చొప్పున ప్రతి ఇంటికీ పంపించి, అందరూ ఇంద్రవనానికి వెళ్ళారో లేదో చూడమను. ఆ రాక్షసులు ఎవరినైనా ఇంట్లో వంటరిగా ఉండటం చూస్తే...లైలా, సాగర్ల నాయకత్వంలో నాకు గొడ్డళ్ళు, ఖడ్గాలు ధరించిన యాభై మంది కావాలి.'' అంటూ కల్కి ముగించాడు. ''ఇలాగైతే ఒక పద్ధతి ప్రకారం ఉంటుంది, ఊరికే ముందుకు దూసుకెళ్ళే బదులు.''

''వాళ్ళు ఇంతవరకూ చొరవ తీసుకొని ప్రవేశించలేదెందుకు అన్నది అసలు ప్రశ్న.'' రోషన్ మిత్ర గోళ్ళు కొరుకుంటూ అడిగాడు. కల్కి పక్కకు తిరిగి అతనివైపు చూశాడు. మళ్ళీ ఆలోచనలో పడాలి. ''రక్షణలేని ద్వారం మీద దాడి చెయ్యకపోవడం వింతగా లేదూ? నా ఉద్దేశ్యం, వాళ్ళు ఈపాటికే దాడి చేసి ఉండాలి కదా అని.''

ఆ గది అంతా మౌనంగా ఉంది.

''వనరులను, వడ్రంగిని తెచ్చుకుంటున్నారేమో,'' లైలా కోపంగా పలికింది. ''మనలాగే వాళ్ళు కూడా ఏర్పాట్లలో ఉండుంటారు.''

''లేదా...'' లక్ష్మి అన్నది భయంతో. ''నేనెక్కడో పుస్తకంలో చదివాను, ఒక పని ఐతే కానీ యుద్ధం మొదలవదని...''

ఆమె ముగించే లోపే ఎవరో గట్టిగా తలుపు తట్టారు. కల్కి తల ఊపుతూ ఆమెను మాట్లాడద్దని సైగ చేసి, తలుపు తెరిచేందుకు వెళ్ళాడు.

తలుపు తెరిస్తే, ఒక పొడవాటి వ్యక్తి కనబడ్డాడు, ఎగుడుదిగుడుగా ఉన్న పలువరుసతో. అది బహుశా సగం విరిగిన వరుసేమో కూడా. అతనితో మరో ముగ్గురు కూడా ఉన్నారు. ఊహించని విధంగా అల్లిన జుట్టుతో ఉన్న వాళ్ళంతా బొగ్గంత నల్లగా ఉన్నారు.

కల్కి ఇంద్రఘర్ వెళ్ళినప్పుడు రాక్షసులను సరిగ్గా చూడలేదు. ఎందుకంటే, ప్రధాన నగర ప్రాంతంలో వాళ్ళు అరుదుగా కనిపిస్తారు. ఉన్న కొంతమందీ కాళి కింద పని చేసేవారు. ఇప్పుడు రాక్షసులను చూస్తే, సరిగ్గా తను అనుకున్నట్టే ఉన్నారు... నల్లగా, కురూపులుగా. కానీ మ్లేచ్ఛులలాగా బుద్ధితక్కువవారు కాదు. పొడుగ్గా ఉన్నారు. వారి సగటు ఎత్తు బహుశా బాలా అంత ఎత్తో లేదా ఇంకా ఎక్కువో కూడా.

''దురుక్తి అమ్మగారి వద్ద నుంచి సందేశం,'' దూత అన్నాడు, దాక్షిణాత్యుల యాసతో. వాళ్ళు ఇళవర్తికి దక్షిణ దిక్కునున్న ఈళం ప్రాంతానికి చెందినవారు.

కల్కి దాన్ని తెరిచి చదవడం మొదలుపెట్టాడు. కృప మాత్రం దాన్ని ఒక్కసారి అలా చూసి వెనక్కి వెళ్ళిపోయాడు. దురుక్తి గారని చెప్పబడే ఆమె ఏం వర్తమానం పంపిందో తెలుసుకునేందుకు సందేశాన్ని పదే పదే చదివారు బాలా, లైలా, సాగర్, తదితరులు.

దూత తన గుర్రం దగ్గరకు వెళ్ళి మధుశాలను చూశాడు. దాన్ని ఎగతాళి చేస్తూ, తనవారితో తమ సొంతయాసలో హేళనగా మాట్లాడాడు. దక్షిణదేశపు మండే ఎండే వీరి నల్లటి చర్మానికి హేతువంటారు. మరికొందరు దాన్ని ఆధ్యాత్మికంగా వివరిస్తారు... వీరి పాపభూయిష్ఠమైన జీవన విధానమే దానికి కారణమంటారు.

కానీ, ఇన్ని ప్రతికూల పరిస్థితులు ఎదురైనా, వారు మానవాతీతులనే కథలన్నీ ఉత్తవే అని కల్కికి తెలుసు. ఎందుకంటే, వారి శరీర నిర్మాణం, వారి ఆయుధాలు వేరేగా ఉన్నా, మానవుల్లాగే ఉన్నారు. కాకపోతే, వారిది పూర్తిగా వేరే సంస్కృతి. అంటే, దానర్థం వారు అమరులు కారని కూడా. ఈ ఆలోచన కల్కికి ఆశ కలిగించింది. చూడనంతవరకే భూతం భయపెడుతుంది. ఆ తరువాత అది దృశ్యం మాత్రమే.

''మీవంటి భిన్నమైనవారికి హాని చెయ్యదలచుకోలేదు. మీరు సరైన నిర్ణయం తీసుకుంటారని ఆశిస్తున్నాము,'' వాళ్ళు హేళన చేస్తూ ఐక్యంగా పలికారు. తమ గుర్రపు డెక్కలు నేల మీది నుంచి దుమ్ము రేపుతుండగా, వెంటనే వెళ్ళిపోయారు.

వార్త ఈ విధంగా ఉంది: ''లొంగిపోండి, లేదా ఉభయపక్షాల నుంచీ చెరొక ఉత్తమ మల్లయోధుల నడుమ ద్వంద్వ యుద్ధం జరగాలి. ఇందులో ఎవరు గెలిస్తే వారు యుద్ధం గెలిచినట్టు. అవతలి వారు నిరసన తెలపకుండా వారి నిర్ణయానికి కట్టుబడి ఉండాలి.''

''వారు నెగ్గితే,'' లక్ష్మి చదివింది గంభీరంగా, ''ఊరి మీద దాడి చేస్తారు. మనం గెలిస్తే, తిరిగి వెళ్ళిపోతారు.''

ఆ మల్లయుద్ధానికి ఎవరు వెళ్తారో కల్కికి తెలుసు.

43

దురుక్తి ఇంద్రఘర్ నుంచి శంబల దాకా ప్రయాణం చేసింది. ఆ ప్రయాణం అంత తేలికేమీ కాలేదు. తన రథం బాగా ఇబ్బంది కలిగించింది. విశ్రాంతి కోసం గుడారాలు ఏర్పాటు చేయబడ్డాయి కానీ, నేల ఎగుడుదిగుడుగాను, రాళ్ళతోనూ ఉంది. రాత్రి వనమృగాల ఘోష ఆమెను చాలాసేపు మెలకువగానే ఉంచింది.

ఆమె ఇంతసేపూ రాక్షసుల సేనా నాయకుడైన మార్తాంజతో సంప్రదింపులు జరిపింది. మిగతా రాక్షసుల మాదిరిగా ఇతను పొడుగ్గా, భయంకరంగా లేడు. ప్రశాంతంగా కనిపిస్తాడు, మృదువుగా మాట్లాడతాడు. దురుక్తి రాక్షసుల గురించి ఇదివరకు వేరేగా అనుకునేది. వారు అశుచిగా, అసహ్యంగా, భయంకరంగా ఉంటారని. కానీ నిజ జీవితంలో వారిని కలిశాక ఆమె అభిప్రాయం మారింది.

ఆమెకు ఇంకా గుర్తుంది...రక్తపుడూ, కాళీ ఒప్పందం కుదుర్చుకున్నప్పుడు, అది చూసే అంత పెద్దపిల్ల తను. మిగతావాళ్ళకు ఈ సంగతి తెలియకపోయినా, కాళి దాక్షిణాత్యుల సహాయం తీసుకున్నది, రక్తపునితో విజయవంతంగా చర్చలు జరిపేందుకు అతను ఈళం వరకు ప్రయాణించడానికి వారొక నౌకను బహుమతిగా ఇచ్చినదీ తనకు తెలుసు. ఇళవర్తి భూమ్మీదికి రావడానికి రాక్షసులను ఒప్పించేందుకు కాళికి నెలరోజులు పట్టింది. బోలెడన్ని హామీలూ ఇవ్వవలసి వచ్చింది.

రాక్షసులు హింసావాదులనుకున్న దురుక్తి, ప్రశాంతుడైన రక్తపుని చూసి ఆశ్చర్యపడింది. ఇంకా చెప్పాలంటే, వారు శివుడికి పరమభక్తులు. ఈళంలో ఉత్తరం వైపున్న చలి ప్రదేశాల్లో పరిరక్షింపబడుతున్న ఒక శివాలయం కూడా ఉంది. అక్కడకు ఏటా వారు తీర్థయాత్ర చేస్తారు. ప్రచారంలో ఉన్న కొన్ని సిద్ధాంతాలకు వ్యతిరేకంగా, ఈళం అంత విపరీతమైన వేడి ప్రదేశమేమీ కాదు. పగలు సూర్యుడు విజృంభించి చర్మాన్ని కాల్చేస్తాడు, కానీ రాత్రప్పుడు హాయైన సముద్రపు గాలులు ఉపశమనం కలిగిస్తాయి. దురుక్తి కొన్నిసార్లు చలికాలంలో అక్కడ ఉన్నప్పుడు మంచు కూడా

ఉండేది. వారి చర్మాలు వేడి వల్ల నల్లగా లేవని, అలా ఉండడం పరంపరగా వస్తోందని రక్తపుడన్నాడు. వారు ఎప్పట్నుంచో అలాగే పుడుతున్నారట.

సేనాని మార్తాంజుడు ఎన్నో విషయాలలో రక్తపుని గుర్తు తెప్పిస్తాడు. ఎప్పుడూ చీకూచింతా లేని చిరునవ్వుతో, వెడల్పుగా, ఆభిజాత్యం ఉట్టిపడే ముఖంతో ఉంటాడు. మెడలో త్రిశూలాకృతిలో వేలాడే పతకం ఉంటుంది. కానీ అన్నిటికంటే ఎక్కువగా కనిపించేది అతని ఎడమ కన్ను. దాన్ని కుట్లువేసి మూసేశారు. ఇప్పుడది నయమైంది కానీ, దాని పైనున్న చర్మం లేచింది. అంటే, మార్తాంజుడు చావును అతి చేరువ నుంచి చూశాడనటానికి అదొక గుర్తు.

గుడారంలో శంబల పటాన్ని పరిశీలుస్తూ ఉండగా, దురుక్తి అడిగింది: ''మీవాళ్ళు ఏ ప్రతీకనూ ధరించరని అనుకున్నాను, కానీ శివుణ్ణి ఆరాధించేలా మీరు ఏదో ధరించే ఉన్నారు.''

''మేము శివుణ్ణి ప్రేమిస్తామని బయటకు చెప్పము. పచ్చబొట్టు పొడిపించుకోవడం, కవచాల మీద దేవతల గుర్తులూ, ఇవంతా మాకు పైపై మెరుగులుగా అనిపిస్తాయి, అమ్మగారూ. మేమలా ఉండము. మేము నిజమైన భక్తులం, మా ప్రతీక ఇది...'' గుండెను చూపించాడు, నవ్వుతూ దాన్ని తడుతూ. ''ఇదే మా ప్రతీక. ఈ పతకం కూడా కాదు, ఇది మా అమ్మ ఇచ్చిన కానుక మాత్రమే. శివుడు మా అంతరంగాల్లో, ఆత్మల్లో ఉన్నాడు. బాహ్యంలో కాదు.''

ఈ బ్రహ్మరాక్షసులను చూసి దురుక్తికి ముచ్చటేసింది. బ్రహ్మరాక్షసులు వీరులు, ఎక్కువగా రాక్షసజాతిలో జన్మించిన బ్రాహ్మణులు. అందరికన్నా విద్యావంతులు, ధనవంతులు, నేర్పరులూ. వారు చనిపోతే, ఆ బ్రహ్మరాక్షస బిరుదు మార్తాంజుడు లాంటి ఇతర నేతలకు సంక్రమిస్తుంది.

శంబలను సమీపించగా, మార్తాంజుడికి పరిస్థితి అర్థమైంది.

''అమ్మా, ఇక్కడ ఎవ్వరూ లేరు, అంతా ఖాళీగా ఉంది.''

''దాక్కొని ఉన్నారు కాబోలు,'' అని దురుక్తి అన్నది. కానీ, చెట్ల నుంచి వచ్చే గాలి, రక్షసులు ఆపకుండా తీసుకుంటున్న శిక్షణ, వారి ఇనుప కుంతములు కొట్టుకుంటున్న చప్పుడు, ఎగురుతూ ఊగుతున్న వారి బల్లేల మూలాన ఆమె స్వరం కొట్టుకుపోయింది.

దురుక్తి ఎర్రటి గుడారాలను, ఆశ్వాలనూ చూసింది. సింరిన్ తన వస్త్రాలను దాదాపు గట్టిగా పట్టుకొని, భయపడుతూ ఆమె వెనకే నడిచింది.

వాళ్ళు సోమకు చాలా దగ్గరగా ఉన్నారు, కానీ చాలా దూరంగానూ ఉన్నారు. వట్టినే అలా దాడి చెయ్యలేకపోయారు. ఎదుర్కోవడానికి సైన్యం లేదు కాబట్టి ప్రవేశించలేకపోయారు. అది శౌర్య ప్రదర్శన కోసం, ఆత్మరక్షణ కోసం పోరాడేవాళ్ళ పౌరుషప్రతాపాలకు కళంకం.

కూపీ లాగేందుకని మార్తాంజ ఇద్దరిని పంపాడు. వేటాడిన ఎలుగుబంటి నిప్పులో కాలుతుండగా, వాళ్ళు ప్రక్కన నిలబడ్డారు. గుర్రాల మీద వెళ్ళిన వేగులు వచ్చేంతవరకూ దాన్ని తిన్నారు.

''నాయకా, సగం మంది గుహల చెంతనున్నారు, మిగతా సగం ధనుస్సులతో సిద్ధమవుతున్నారు. వారి దగ్గర ఏవో పేలుడు పదార్థాలు కూడా ఉన్నాయి. వారిలో కొందరు మధుశాలలో దాక్కొని ఉన్నారు,'' అని వేగు చెప్పాడు.

మార్తాంజ కాల్చిన ఎలుగును తింటూ తాపీగా తలూపాడు.

చిక్కుడుకాయలు తింటున్న సింరిన్‌వైపు విసురుగా చూసింది దురుక్తి. ''వాళ్ళకు ఆయుధాగారమే లేదన్నావు?''

నిరాశతో సింరిన్ ముఖం వేళ్ళాడేసింది. బడలికతో ఉన్న ఆమె ఇప్పుడు చతురోక్తులను విసరలేదు.

''ఖడ్గాల కోసం ఇనుము అవసరం లేదు. వెనకటికి దక్షిణదేశంలో మేము వెదురుతోనే అభ్యాసం చేసేవారము. నన్నడిగితే అది ఇనుముకంటే బలమైనది, తల్లీ,'' మార్తాంజుడు ఆలోచిస్తూ అన్నాడు. ''అంచనాల ప్రకారం అయిదు వందల మంది ఉన్నారు. వాళ్ళ మీద అమాంతం దాడి చెయ్యలేము. అది వెర్రితనమే అవుతుంది, పైగా మీ అన్నగారి దృష్టిని, ఇతర బోయనేతల దృష్టినీ ఆకర్షిస్తుంది, తల్లీ. మనం ఇదంతా గోప్యంగా సాధిద్దామనుకున్నాం కాబట్టి అది వాంఛనీయం కాదు.''

దురుక్తి సమ్మతించింది. ''ఇక్కడ రక్తం పారాలని నాకు లేదు. ఇంద్రఘర్‌కు శంబల ముఖ్యమైన గ్రామం. అందుకని, ఆలోచన లేకుండా ప్రవర్తిస్తే వేదంతుడు నన్ను, అన్ననూ ద్వేషిస్తాడు. కానీ మనం నెగ్గాల్సిన అవసరం కూడా ఉంది.''

''అది మనము గౌరవంతో సాధించవచ్చు, తల్లీ. ఇరుప్రక్కల నుంచి చెరొక ఉత్తమ వీరుడు ముందుకొచ్చి పోరాడవచ్చు. నెగ్గినవారు తమ ప్రణాళికను స్వేచ్ఛగా అమలుపరుస్తారు.''

దురుక్తి కాసేపు ఆలోచించింది. ఈ పథకం బాగానే అనిపించింది.

''నేను వాళ్ళ నుంచి పెద్దగా ఏమీ ఆశించట్లేదు, కానీ వాళ్ళు యుద్ధానికి సిద్ధపడుతున్నారు. మనం సందేశం పంపకపోతే తప్పకుండా దాడికి గురి అవుతాము. నావాళ్ళను కోల్పోవడం నాకు ఇష్టం లేదు.'' అద్దెకు వచ్చిన సైనికుడిలాగానే ఉన్నాయి అతని మాటలు. ఈ దండయాత్రను గోప్యంగా ఉంచేందుకు, అతని విశ్వాసాన్ని చూరగొనేందుకు దురుక్తి చాలా బంగారాన్నీ, వెండినీ చెల్లించింది.

''అయితే ఈ మల్లయుద్ధం ఆలోచన బాగానే ఉందా?''

''తప్పకుండా, పైగా ఇది వాళ్ళ పన్నాగాన్ని బయట పెడుతుంది,'' అన్నాడు, ''ఒక నిద్యాగరుడిలాగా.'' అతను తమ దేశపు ఇంద్రజాల ప్రపర్యకులను ప్రస్తావించాడు. వారు ఒక బోయజాతిగా ఉండేవారు కానీ ఇప్పుడు చెల్లాచెదురై, వేదికలపైనో,

వీథులలోనో ప్రదర్శనలనిస్తూ జనాలకు వినోదం కలిగించడానికే పరిమితమయ్యారు. ''కానీ వాళ్ళకు మనకుమల్లే బలమైన వీరుడంటూ ఉండడు.''

దురుక్తి రాక్షసులను చూసింది. అందరూ పొడుగ్గా, వెడల్పుగా ఉన్నారు. దాంతో తను చాలా చిన్నగా ఉన్నట్టు ఆమెకు అనిపించింది. మానవులు మామూలు ఎత్తే, కానీ నాగులూ, రాక్షసులూ వృక్షాలంత ఎత్తుగా ఉంటారు.

''మల్లయుద్ధానికి ఎవరిని పంపుతావు?''

''నావద్ద కుంభడున్నాడు,'' అన్నాడు. ''అతనిది ప్రభువు దశాననుడి తమ్ముని పేరే, తల్లీ.''

''మీ ప్రభువు తమ్మునిలాగా అతినిద్ర పోడనుకుంటాను.'' అన్నది. దశాననుడి గురించి దురుక్తి చదివింది. అందరూ అతనొక విచిత్ర వ్యక్తి అనుకోగా, రక్తపుడు అతణ్ణి ఒక శాంతికాముకుడుగా చిత్రీకరించాడు. ఎంతో కాలం మునుపే, వాళ్ళు ఉండడానికి, అభివృద్ధి చెందడానికని దశాననుడే ఈళమనే ప్రదేశాన్ని ఇచ్చాడు. అది అతను ఏర్పరచిన ఒక చక్కని ద్వీపం.

మార్తాంజుడు నవ్వాడు. ''కానే కాదు, తల్లీ. ఇతను చాలా ఉపయోగపడతాడు.''

భోజనం పూర్తి చేసిన దురుక్తి తలూపి, లేచి నిలబడింది. అప్పుడే సింరిన్ కూడా లేచి నిలబడింది. ''సరే. కానీ ఒక్కటి గుర్తుపెట్టుకోవాలి.'' గాయపడి క్షీణింపజేసే రోగంతో నీరసంగా ఉన్న తన అన్న రూపం కళ్ళ ముందు కదలాడింది. ఆమె స్వరం కాస్త గద్గదమయ్యింది. ''మనం గెలిచి తీరాలి.'' అన్నది.

44

అర్జన్ తల అడ్డంగా ఊపాడు. ''వాళ్ళు మనల్ని వెక్కిరిస్తున్నారు.''

కృప తలూపాడు. ''నిజమే.'' చేతులు వేళ్ళాడుతుండగా అందరినీ చూస్తూ ముందుకు వెళ్ళాడు. ''పాత కాలం అలవాటు. ఎక్కువగా ప్రాణహాని జరగకుండా ఉండేందుకు మార్గము. ఈ దురుక్తి ఎవరో కానీ...''

''కాళి రక్తం పంచుకొని పుట్టిన చెల్లెలు,'' లక్ష్మి ఈ వార్త తెలుపగా అందరూ ఆమె వైపు విస్మయంతో చూశారు. ''మా పిన్నమ్మ ద్వారా తెలిసింది. ఆమె ప్రభుత్వంలో పనిచేస్తుంది, గుర్తుందా?''

''ఎలాగైతేనేం,'' కృప కొనసాగించాడు, ''ఆమెకు రక్తపాతం ఇష్టం లేదు, అందుకని తేలిక మార్గాన్ని ఎంచుకుంది. మన పక్షాన ఎవ్వరూ లేరని ఆమెకు తెలుసు కాబట్టి, తన పక్షానే అత్యంత బలవంతుడైన బోయ యోధుడు ఉన్నాడు కాబట్టి, ఆమే జయిస్తుంది. మన పరాజయంతో ఆమె స్వేచ్ఛగా ప్రవేశిస్తుంది. ఎలా చూసినా మంచే జరుగుతుంది. అదృష్టవశాత్తు మనమే గెలుస్తే, వాళ్ళు తరలిపోతారు.''

అర్జన్ చేతులు కట్టుకొని అడిగాడు, ''కానీ హామీ ఏంటి?''

''మిత్రమా, ఇది యుద్ధం,'' కృప చిలిపిగా నవ్వాడు. ''ఇక్కడ హామీలుండవు. ఇక్కడ నిలబెట్టుకోవాల్సిన పరస్పర పలుకులూ, ప్రమాణాలే ఉంటాయి.''

''ఈ ప్రతిపాదనను నిరాకరించి, కళేబరాల కోసం వెతుక్కోవడం కంటే మేలు,'' కల్కి అన్నాడు.

లైలా మధ్యలో వచ్చి అన్నది, ''దాన్ని తిరస్కరించి, మన శక్తంతా ధారపోసి యుద్ధం చెయ్యాలి.''

కృప సమ్మతించలేదు. ''మంచి ఉపాయం కాదు, పిల్లా. మనకు శిక్షణ లేదు, బలహీనులం, అస్తవ్యస్తంగా ఉన్నాము. మనకిప్పుడున్న ఏకైక ఆశ ఈ మల్లయుద్ధమే.''

''మనము చూసిన ఆ పెద్ద, నల్లటి కండల వీరుడికి సమానంగా ఎవరిని పంపగలమో అడుగవచ్చునా?'' రోషన్ మిత్ర గొంతు సవరించుకుని ప్రశ్నించాడు.

అందరూ బాలా వంక చూడగా, అతను గర్వంగా గద పైకెత్తి నవ్వాడు. కానీ కల్కి మాత్రం లక్ష్మీ కృపలు తనకేసి చూడడం గమనించాడు. అర్జన్ వైపు చూసినా, అతను కల్కినే చూశాడు, బాలాను కాదు. వాళ్ళు ఒకరితో ఒకరు మౌనంగా తమ అంగీకారాన్ని తెలుపుకున్నారు. కానీ కాళి చెల్లిలి ముందు తన శక్తిని బయటపెట్టడం కల్కికి ఇష్టం లేదు. ఆమెకు తను ఎంతటి శక్తిమంతుడో, తనలో ఏముందో తెలిసిందంటే, కథ ఒక చేదు మలుపు తిరుగుతుంది.

వాళ్ళు రాక్షస సైన్యానికి అభిముఖంగా నిలబడి ఉన్నారు. కల్కి మల్లయుద్ధానికి ఒప్పుకున్నా, తన సొంత ఏర్పాట్లతో వచ్చాడు. రాక్షసులకి, దురుక్తికీ తెలియకుండా కొండల పైన మనుషులు నిలబడి ఉన్నారు, అవసరమైతే వాళ్ళను బండరాళ్ళ కింద తొక్కేసేందుకు సిద్ధంగా. విలుకాండ్లు, ఖడ్గధారులు అందరూ సిద్ధంగా ఉండగా, శత్రువులను గాయపరచడానికి సిద్ధంగా మందుపాతరలతో ప్రజలు సిద్ధంగా ఉన్నారు. కల్కి వీటి ప్రభావాన్ని చూశాడు. ఇవి రాక్షసులను చంపవు కానీ వాళ్ళ ముఖాలను గాయపరచడమో, మహా అయితే అంధులను చెయ్యడమో తేలిగ్గా చేసేస్తాయి.

ఊరు ఖాళీ అయ్యిందో లేదోనని చూసి రమ్మని లక్ష్మి చాలామందిని పంపించింది. యాభై గజాల దూరంలో, ఇంద్రవనానికి వెళ్ళే దారిలో లైలా, సామ్రాట్ ఉన్నారు. ఏదైనా తప్పు జరిగితే బాణ పరంపరను విడిచేందుకు సిద్ధంగా అర్జన్, కృపలు తూర్పున, రోషన్ పడమరన ఉన్నారు. కొంతమంది సైనికులు రాక్షసుల గుడారల నుంచి దూరంగా చెదురుముదురుగా ఉన్నారు. కొంతమంది ధనుస్సులు చేతబట్టి చెట్లమీద ఉన్నారు, మరికొందరు ఎడ్లబండ్ల మీద దాక్కొని ఉన్నారు. ఏదైనా అపశ్రుతి జరిగితే ఆయుధాలతో రంగంలోకి దూకుతారు. పెద్దలూ, శిక్షణ పొందనివారూ ఇంద్రవన్‌లో ఉన్నారు. బహుశా వారు తమ ప్రాణాల కోసం పోరాడే వారి కొరకు ప్రార్థిస్తున్నారేమో. కల్కి, బాలా మరో ఇద్దరితో గొడ్డళ్ళతో వెనుక నిలబడ్డారు. వాళ్ళిద్దరూ సిద్ధంగా రాలేదు కానీ, దురుక్తి సిద్ధంగా వచ్చింది. ఆమె మరొక యువతితో పాటు అశ్వం మీద ఉండి, తన వెనుక రాక్షసుల సమూహాన్ని తెచ్చింది.

వాళ్ళిద్దరిలో దురుక్తి ఎవరో తనెలా కనుక్కున్నాడు? ఆమె ప్రవేశించిన తీరును బట్టి కనుక్కున్నాడు. ఆమెలో ఒక ప్రత్యేకత ఉంది, ఆత్మవిశ్వాసంతో ఆమె చుబుకం పైకెత్తి ఉంది. కానీ కల్కికి అన్నిటికంటే ఆశ్చర్యం కలిగించిన విషయం ఏంటంటే, దురుక్తికి బహుశా తన వయసో, లేక తనకంటే చిన్నదో కూడా. అత్యంత లావణ్యవతి. కేవలం శత్రువు అందంగా ఉందన్న ఆలోచనే అతణ్ణి ఖంగారు పెట్టింది. అతను ప్రస్తుత కర్తవ్యంపై దృష్టి సారించాడు. దురుక్తి తోపురంగు అంచుతో ఉన్న మిలమిలా మెరిసే

బంగారు రంగు వస్త్రాన్ని ధరించింది. పగ్గాలను గట్టిగా పట్టుకొని కల్కిని గమనిస్తూ ఆ ప్రదేశాన్నంతా పరిశీలించింది. అతను వాళ్ళకు మల్లే కాకుండా చిరిగిన ముతక బట్టలు వేసుకున్నాడు. దురుక్తి ప్రక్కనే ఉన్న యువతిది బహుశా అర్జన్ వయసేమో, కానీ అంత అందగత్తె కాదు. రాచరికపు డాబును కనబరుస్తున్నా, ఆమె నిజానికి గ్రామానికి చెందినదేనని కల్కికి అనిపించింది. ఏడు వేళ్ళు కలిగి ఉండటం ఒక్కటే ఆమెకున్న ప్రత్యేకత. అలా ఉండటం అదృష్టమంటారు, కానీ కల్కికి పెద్దగా నమ్మకం లేదు. ఒక అమాయక గ్రామాన్ని నాశనం చెయ్యాలనుకునే స్త్రీతో పాటు ఉండడం ఏం అదృష్టము?

'మీరు మా ద్వంద్వ యుద్ధ ఆలోచనకు ఒప్పుకున్నందుకు కృతజ్ఞతలు. మీరు యుద్ధమే కాంక్షిస్తారేమోనని బెంగపడ్డాము. బహుశా మనమూ మంచి పరిష్కారానికే వచ్చామేమో.'' దురుక్తి చిరునవ్వు నవ్వింది, మెత్తగా మాట్లాడుతూ.

ఆమె ఏం చేస్తోంది? ఎందుకింత తీయదనం ఒలకపోస్తోంది? కల్కిని ప్రశ్నలు చుట్టుముట్టి అతని ఆత్మను గుచ్చాయి. అత్యంత తీయగా ఉండేవారే అతి భయంకరులన్న విషయం అతనికి ఆందోళన కలిగించింది.

''ఇతను బాలా.'' కల్కి ఆయాసంతో రొప్పుతూ విసుగ్గా ముందుకొచ్చిన తన మిత్రుడి వీపు తట్టాడు.

దురుక్తి తలూపింది. ''మార్తాంజా,'' కవచం ధరించిన ఏకైక వ్యక్తీ, ఏక నేత్రుడైన రాక్షస సేనానిని పిలిచింది, ''మీ యోధుణ్ణి పిలవండి.''

మార్తాంజుడు తనవాళ్ళకు సైగ చేశాడు. అటువైపు నుంచి వచ్చే కొండ వంటి వ్యక్తి కోసం కల్కి వేచి చూశాడు. కేవలం ఒక ధోవతి మాత్రమే ధరించి పొడుగ్గా, సన్నగా ఉన్న ఒక వ్యక్తి ఈటెను పట్టుకొని రాక్షస దండును దాటి బయటకొచ్చాడు. నల్లని అతని చర్మంపై గాయాలున్నాయి. శరీరం మీద, తల మీద కాస్తే జుట్టుంది. కానీ ముఖాన దట్టమైన గడ్డం ఉంది.

బాల కల్కిని చూశాడు. ఆ మనిషి వారి అంచానాలకు అనుగుణంగా లేడు.

''ఇతని పేరు కుంభుడు,'' దురుక్తి అన్నది భావరహితంగా.

కల్కి కాస్త ఊపిరి పీల్చుకున్నాడు. బాలా శిక్షితుడైన రక్షకుడు, కుంభుడేమో అతనిలో సగమున్నాడు. బాలా ఒక్క దెబ్బ కొడితే కుంభుడు నేల కూలతాడు, మళ్ళీ లేవకుండా. బాలా తన గదతో చీల్చి చెండాడేందుకు ముందుకు సాగగా, కల్కి హాయిగా ఊపిరి తీసుకున్నాడు.

కదన రంగం ఏమంత గొప్పగా లేదు. అది అడవి దగ్గర కొద్దిగా ఎత్తుగా, కొద్దిగా పల్లంగా ఉన్న స్థలం. ఒక వైపు పూలతో నిండి ఉన్న మొక్కలు, మరో వైపు చెట్ల పందిళ్ళల్లోంచి తొంగి చూస్తున్న పల్చటి ఎండ. అ ప్రదేశమంతా ఎండిపోయి, మండిన ఆకుల వాసనతో, నూనె వాసనతో నిండిపోయుంది. బహుశా ఈ రాక్షసులు శరీరాలకు

నూనె బాగా పట్టిస్తారేమో, అందరి వద్దా ఆ వాసనే వస్తోంది. వాళ్ళు నూనెతో మిలమిలా మెరిసిపోతూ కవచాలను, ఆయుధాలను ధరించి ఉండడం కల్కి గమనించాడు. తన పక్షాన ఉన్నవాళ్ళతో పోలిస్తే వాళ్ళు బాగా సిద్ధంగా ఉన్నట్టు గోచరించారు.

''ప్రారంభం కానివ్వండి,'' దురుక్తి సంజ్ఞ చేసింది.

ఇది అదే

యుద్ధరంగం వర్తులాకారంలో ఉంది. యోధులు ఒకరి చుట్టూ ఒకరు తిరిగారు. కుంభుడు చేసే ప్రతీ కదలికనూ కల్కి పరిశీలించాడు. అతడు యథాలాపంగా నడవగా, బాలా దూకేందుకు తయారుగా కాళ్ళను వంచి ముందుకు వంగి ఉన్నాడు.

అప్పుడే బాల కుంభుడి మీదకు ఎగిరాడు, కానీ గదతో కాదు. కేవలం తన శక్తితో దాడి చేశాడు. కుంభుడు దొర్లి తప్పించుకొని బయటకొచ్చాడు. అతనలా రెప్పపాటు కాలంలో చేశాడు. బాలాకు కుంభుడు ఎక్కడున్నాడో కూడా తెలియలేదు. వెనక్కు తిరిగాడు. తన వెనుక ఉన్నాడు కుంభుడు, వెక్కిరిస్తూ.

ఇప్పుడు బాలా గదను వాడడం మొదలుపెట్టడం కల్కి చూశాడు. అతను పిడిని తిప్పుతూ, గదను పైకి పట్టుకొని తిప్పుతూ, కుంభుడి పైకి దూకే ముందర పెద్దగా అరిచేందుకు సిద్ధంగా ఉన్నాడు. కానీ అతను తాకింది గాలిని మాత్రమే. కుంభుడు మళ్ళీ తప్పించుకున్నాడు. బాలా వెనుక నిలబడ్డాడు. అతను బాలా మీదకెక్కి తేలికగా ఆయుధంతో పొడిచి ఉండచ్చు, కానీ అలా చెయ్యలేదు. బాలా చేసే ప్రతీ వ్యర్థ ప్రయత్నాన్నీ ఆస్వాదిస్తూ ఉన్నాడు.

కుంభుడు వేసే ప్రతీ ఎత్తూ చాలా చాకచక్యంతో కూడి ఉన్నది. బాలాను తప్పించుకుంటూ, పొర్లుతూ, ఉసిగొల్పుతూ సర్పంలాగా అటూయిటూ కదిలాడు. అతను మిగతా రాక్షసులలాగా దిట్టంగా లేడు. అతని బాహువులు సన్నగా ఉన్నాయి, కడుపు పల్చగా ఉన్నది. కానీ ముఖాన ఉత్తేజమూ, శక్తీ స్పష్టంగా గోచరమవుతున్నాయి. అతనొక విచిత్రమైన సమస్యగా ఉన్నాడు.

బాలా మళ్ళీ ముందుకెళ్ళాడు, కానీ ప్రతిసారీ గురి తప్పాడు. దాంతో నిరాశకు లోనయ్యాడు. బాలా సహనాన్ని కోల్పోవడం చూశాడు కల్కి. అతను ఉద్రేకంగా ఉన్నాడు, కంఠం వణికిపోతుంది. ఆక్రోశంతో కేక పెట్టి కుంభుడి మీద దాడి చేశాడు.

అయినా అతను మళ్ళీ తప్పించుకున్నాడు.

కల్కి దురుక్తిని, మర్తాంజుడిని చూశాడు. వాళ్ళు దీన్ని ఆస్వాదిస్తూ ఉన్నారు.

లేదు. అతను బాలా శక్తి పీల్చేస్తున్నాడు.

ఈ సంగతి బాలాకు చెప్పే లోపు, ఆరడుగుల తొమ్మిది అంగుళాల ఎత్తు ఉన్న ఆ కాపలాదారు మళ్ళీ కుంభుని మీదకు దూకాడు. కానీ అతను మళ్ళీ దొంగతనంగా తప్పించుకొని, గాల్లో మొగ్గలేస్తూ వచ్చి బాలా భుజం మీద వాలాడు. ఒక చేత్తో మెడ,

మరో చేత్తో ఆయుధాన్ని పట్టుకున్నాడు. బాలాను వెంటనే చంపలేదు కానీ, తన బరువు వల్ల అతను నేల కూలేట్టు చేశాడు. బాలా జారిపోగా, కుంభుడు వెనక్కు దొర్లాడు. బాలా నిలబడేందుకు ప్రయత్నించగా కుంభుడు ముందుకొచ్చి, మళ్ళీ మొగ్గలేస్తూ తన ఈటెను బాలా గుండెను గుచ్చేలా వేశాడు.

కానీ అలా చెయ్యలేకపోయాడు.

కుంభుడు విస్తుబోయి తన ఈటెను ఇంత వేగంగా ఆపిన శక్తి ఏంటని చూశాడు.

తన ఈటెను పట్టుకున్నది ఎవరో కాదు, కల్కి. అతని పిడికిలి ఆ ఇనప కమ్మీని బిగించి అత్యంత శక్తితో దాన్ని దాదాపు వంచేసింది. జరిగినదాన్ని చూసి దిగ్భ్రాంతితో ఉన్న బాలా మీద రక్తపు చుక్కలు పడ్డాయి. కుంభుడు మాటరాని స్థితిలో ఉన్నాడు. దుర్బల్యంగా ఉండి, దాదాపు వణికిపోతున్నాడు.

కల్కి ఈటెను ఇంకా బిగించి పట్టుకోగా, అది విరిగిపోయింది. దాని చివరను పట్టుకొని అపారమైన శక్తితో దాన్ని కుంభుడి గుండెలో పొడిచేశాడు. అంతకుముందు బాలా కూలిపోయినట్టే కుంభుడూ కూలాడు. కల్కి ముందుకొచ్చి, ఈటెను ప్రక్కన పడవేసి, కుంభుణ్ణి పట్టుకొని బురద నేల మీద ఊపిరాడనంతగా ఈడవడం మొదలుపెట్టాడు. కడుపులో కొన్నిసార్లు గుద్దాడు. వెనకటి ఉత్తేజం కోల్పోయిన కుంభుడి ముక్కు, నోటి నుంచి రక్తం కారుతోంది. అతను బలహీనంగా, బెరుకుగా అయ్యాడు. కల్కి దురుక్తినీ, మార్తాంజుణ్ణీ చూశాడు. వారు స్తంభించిపోయి, తమ వీరశ్రేష్ఠుడికి కల్కి పట్టించిన గతిని విస్మయంతో తిలకించసాగారు. ఆ తరువాత కల్కి కుంభుడి మెడను విరిచేశాడు. కుంభుని దేహం నేలకొరిగింది. కుంభునికి విస్మయం కలిగించడం అన్న కారణం వల్ల కల్కికి అతని మీద పైచేయి కలిగింది.

కుంభుడు నేల మీద ఉన్నాడు, కల్కి అతణ్ణి తీక్షణంగా చూశాడు. ఆ రాక్షసుని ముక్కు రక్తమయం అయ్యింది. కల్కి తన చేతికంటిన రక్తాన్ని తుడుచుకొని, చొక్కా నుంచి ఒక పీలిక చింపి చేతికి కట్టుకున్నాడు. నిరాశకు లోనైన దురుక్తి వైపు చూశాడు.

బాలా కల్కి ముఖాన్ని తన చేతుల్లోకి లక్కుంటూ లేచి నిలబడ్డాడు. బాలా వణికిపోవడం కల్కికి ఆశ్చర్యమేసింది. జీవితం మితమైనది అని అతను తెలుసుకునేందుకు మృత్యుముఖాన్ని తాకి రావడమనే వాస్తవమే కారణమేమో.

''మేము గెలిచాము,'' ప్రశాంతంగా పలికాడు కల్కి. ఒక పల్లెటూరి బైతు చేతిలో తన వీరుడు పరాజయం పొందాడన్నది ఇంకా జీర్ణించుకోలేకపోతున్నాడు మార్తాంజుడు. కానీ కల్కి సంగతి అతనికి తెలియదు. ''మీరు వెళ్ళిపోవాలి...ఇప్పుడే,'' అని కల్కి శాసించి మరలి వెళ్ళగా, మళ్ళీ ఆ తీయటి స్వరమే వినిపించింది.

''యుద్ధంలో నీవెప్పుడూ భాగం కాదు కదా!''

''భలే, మీకేం తెలుసు? యుద్ధంలోకొచ్చిన అనుకోని అతిథిని నేను.''

దురుక్తి ముఖం కోపంతో జేవురించింది. ''ఈ విధంగా ఆడాలనుకుంటున్నావా?''

కల్కి కాళి చెల్లెలి వంక చూసేందుకు అమె వైపు తిరిగి అవునన్నట్టు తలూపాడు.

''సరే అయితే.'' దురుక్తి మార్తాంజుణ్ణి చూసింది. ''కుర్రాణ్ణి లాగేసి గ్రామాన్ని కొల్లగొట్టండి.''

పదిమంది రాక్షసులు తన ప్రక్కకు వచ్చినది తెలుసుకొనే లోపల కల్కి శరీరం బిగిసింది. బాలా వైపు చూసి, తనతోపాటు తీసుకొచ్చిన రక్షకులతో వెళ్ళిపొమ్మని సంజ్ఞ చేశాడు కల్కి. బాలా ఆ ప్రకారమే చెయ్యగా, కల్కి వీలైనంత మంది రాక్షసులను వదిలించుకొనే ప్రయత్నం చేశాడు. కొందరు బాలా వెంటపడ్డారు కూడా. కానీ అతను త్వరగా అరణ్యంలోకి ప్రవేశించి కనుమరుగయ్యాడు.

వాళ్ళు కల్కిని చంపలేదు కాబట్టి, వాళ్ళు అతని చేతులు పట్టేసుకొని కాళ్ళను బంధించే లోపల అతను వాళ్ళలో కొంతమందిని గుద్దాడు. అతను ఆకాశం వైపు చూస్తుండగా వాళ్ళు అతణ్ణి బలవంతంగా బంధించారు. కల్కికి ఆకాశంలో కొంతసేపు తమ తండ్రి రూపు కనిపించింది. వాళ్ళు అతణ్ణి ముందుకు తీసుకెళ్తూ వీపు మీద కొరడాతో కొట్టసాగారు. బలవంతంగా దురుక్తి ముందర మోకాళ్ళ మీద నిలబెట్టారు. బాలా ఎక్కడా కనపడలేదు, వినపడలేదు కానీ, వాళ్ళు శౌర్యంతో పోరాడాలని మాత్రమే కల్కి ఆశించాడు.

''మీరు ఒప్పందాన్ని మీరారు.''

''మీరు ఆడినట్టే నేనూ ఆడాను.'' దురుక్తి నవ్వింది...ఆమెలో తెలివి, వక్రబుద్ధి ప్రస్ఫుటంగా కనబడుతుండగా. ''అతణ్ణి చంపవద్దు,'' కల్కిని పట్టుకున్న రాక్షసులను ఆదేశించింది.

మార్తాంజుడికి ఆశ్చర్యమేసింది. ''ఎందువల్ల, అమ్మగారూ?''

''ఒక మామూలు రైతును పట్టేందుకు మీవాళ్ళు పది మంది అవసరమయ్యారంటే,'' దురుక్తి కళ్ళు చిన్నవి చేసి, తన ఇష్టానికి వ్యతిరేకంగా ఎన్నో చేతుల్లో చిక్కుకొని ఉన్న కల్కిని చూసింది, ''వీడు మామూలు రైతు కాడు.''

కల్కి తన చేతులను వీపుకు నొక్కిపెట్టి, పైకి చూశాడు. గ్రామప్రజలు అవతలి ప్రక్క, యుద్ధరంగానికి పైన, బండరాళ్ళను తెచ్చి పెట్టారని గమనించాడు.

''ఇప్పుడే'' కల్కి అరిచాడు.

ప్రజలు రాళ్ళను దొర్లించి పారిపోగా దురుక్తీ, మార్తాంజులు ఆశ్చర్యంతో కేకలు పెట్టారు. బండరాళ్ళు దొర్లాయి, ఒకదాన్నొకటి కొట్టుకుంటూ, రాక్షసులను, వారి గుడారాలు, భోజన పదార్థాలు, కవచాలనూ నాశనం చేస్తూ. ఎవరికీ పెద్దగా హాని కలుగకపోయినా, మార్తాంజుడి కోపం ఆకాశాన్నంటింది.

''ఈ వెధవని పంజరంలో పడేయండి! ప్రతి ఇంటి మీదా దాడి చేసి, కొల్లగొట్టి గుహలు ఎక్కడున్నాయో కనిపెట్టండి!''

వాళ్ళు కల్కిని ఈడ్చుకొని వెళ్తుండగా, అతను ఒక్క విషయం గురించే ఆలోచించగలిగాడు: లక్ష్మి భద్రమైన చోటుకి తిరిగొచ్చేసిందా?

45

అర్జన్ జరిగినదాన్ని కొంతే చూశాడు. విలుకాండ్లు ధనుష్టంకారం చేసి అతని ఆదేశానికై ఎదురుచూస్తున్నారు. ఇప్పుడు కూడా పడమర దిక్కున రోషన్ మిత్ర తన విలుకాండ్లతో వేచి ఉండడం చూశాడు అర్జన్. కృప కూడా ఆ వైపే బండరాయి వెనుక దాక్కొని ఉన్నాడు. ఏమీ జరగలేదు.

ఆ పచ్చటి, వేడి ప్రదేశం మధ్యలో ఎవరో పరిగెట్టడం చూశాడు. అతను భయచకితుడై నోరు వెళ్ళబెట్టుకొని ఉన్నాడు. అతను పెద్దగా, లావుగా ఉన్నాడు...బాలా. అలా అనుకున్నాడు కానీ, బాలా వంటి మనిషి భయపడి యుద్ధం నుంచి పారిపోతుతున్నాడని అనుకోవడం వెర్రితనమే.

లేదు. అది బాలానే.

వాళ్ళ కేసే వస్తున్నాడు.

''ఆయుధాలను ఉపయోగించకండి,'' అర్జన్ చెప్పాలనుకున్నదే చెప్పాడు కృప.

అతను చెట్ల పొదల నుంచి ముందుకు రాగా, మరో ఇద్దరు రక్షకులు కనపడ్డారు. కొన్ని గజాల దూరంలోనే రాక్షసులున్నారు. వాళ్ళు మామూలు వాళ్ళలాగా పరిగెత్తడం లేదు, గాలితోనే పోటీ పడుతున్నట్టున్నారు. రక్షకుల మీదకు దూకి, గొడ్డళ్ళతో వాళ్ళ తలలను నరికివేశారు. వాళ్ళు బాలాను చేరేందుకు ప్రయత్నించారు కానీ, అంతలోపలే బాణాల పరంపరను విడువమని కృప ఆజ్ఞాపించాడు.

ఇద్దరు రాక్షసులు బాణాలకు గురి అయ్యారు. అర్జన్, కృపల నుంచి కొన్ని ఆమడల దూరంలోనే ఉన్న విలుకాండ్లను ఎలాగో దాటాడు బాలా. ఆకులు, గడ్డీ పట్టుకుంటూ, ఆయాసపడుతూ, నీళ్ళు కావాలని అడగగా, తెచ్చేందుకని అర్జన్ గబగబా వెళ్ళాడు. విలుకాండ్లు నీరస పడిపోతే తాగేందుకు ఉంటాయని కొలను నుంచి అయిదు కుండల నీళ్ళు నింపి ఉంచారు. బాలా దాహం తీర్చుకుంటుండగా అర్జన్ సహాయం చేశాడు. తరువాత, బాలా అన్నాడు, ''వాళ్ళు వస్తున్నారు. అంతా అయిపోయింది. వాళ్ళు... వాళ్ళు...'' ఊపిరి పీల్చుకొనేందుకు కష్టపడుతూ, ''కల్కిని పట్టేశారు.''

కృప అర్జున్ వైపు ఆందోళనగా చూశాడు.

''మనం అతణ్ణి విడిపించాలి, మిత్రమా,'' కృప అర్జున్‌ను అవసరపెట్టాడు.

''యుద్ధం ఎవరు గెలిచారు?''

బాల కిందకు చూశాడు. అతను ఓడిపోయాడు.

''మనమే. కల్కియే నన్ను చావు నుంచి తప్పించాడు.'' అంటూ దాదాపు ఏడవబోయాడు. కానీ అర్జున్‌కు అతనిలో బాధ కంటే కూడా ఇంకేదో కనపడింది. నిరాశ కనపడింది. ''అవతలి యోధుడు...ఎంత చిన్నగా ఉన్నాడంటే, నేను అతణ్ణి ఓడించగలిగి...''

కృప మోకాళ్ళ మీద కూర్చొని అతని చొక్కా పట్టుకున్నాడు. ''ఇదిగో విను, బండోడా. నీ మందబుర్రలో ఇది ఎక్కించుకో.'' కృప మామూలుగా మాట్లాడే తాగుబోతు వైఖరికి, ఇప్పటి ముక్కుసూటి ధోరణికి అస్సలు పొంతన లేదు. ''మనము చావబోతున్నాము. అందుకని, నాకు కావాలసింది నీ ఏడుపు కాదు. నీ కండబలము.''

''కానీ వాడు...చాలా...చాలా చిన్నగా ఉన్నాడు.''

కృప విసుగ్గా నిట్టూర్చాడు. ''నీ శత్రువును తక్కువ అంచనా వెయ్యకు. అతని ఆకారం పెద్దదా, చిన్నదా అన్నదానితో ప్రమేయం లేకుండా, ఎప్పుడు ఎక్కడ కొట్టాలో అతనికి తెలిస్తే చాలు.''

అప్పుడే గర్జనలు వినపడ్డాయి. కృప ముందుకొచ్చాడు, అర్జున్ తను నమ్మలేనిదాన్ని చూస్తున్నాడు. తేనెపట్టు చుట్టూ చేరిన తేనెటీగల వంటి రాక్షసుల గుంపులు కనబడ్డాయి. వాళ్ళ చేతుల్లో గొడ్డళ్ళు, ఖడ్గాలు, ఈటెలు, గునపాలు ఉన్నాయి. అర్జున్ చాటుకు పరిగెత్తుకుంటూ వెళ్తూ, తూణీరం నుంచి బాణాన్ని లాగి దాన్ని తనకేసి వస్తున్న రాక్షసుల మీద ప్రయోగించాడు.

రోషన్ మిత్ర వైపున్న గుడిసెలన్నిటినీ రాక్షసులు అమాంతం కైవసం చేసుకున్నట్టు అర్జున్ చూశాడు. ఎక్కువమంది రక్షకులున్న లైలా బృందం వైపుకు కూడా కొందరు వెళ్ళసాగారు. ఒకవేళ ఆమె వాళ్ళను నిరోధించగలదేమో. ఒకవేళ.

అప్పుడే రాక్షసులు తను కాపు కాస్తున్న ప్రాంతాన్ని ప్రవేశించారు. విలుకాండ్ల వెనుకనున్న కొందరు జనం పేలుడు పదార్థాలను ప్రయోగించారు. రాక్షసుల వైపు వాటిని పడేశారు. మొదట ఆశ్చర్యపడినా, వాళ్ళు ఆ చిన్నపాటి పేలుళ్ళను పట్టించుకోలేదు. విలుకాండ్లు ప్రయోగించిన శరాలను కూడా తప్పించుకున్నారు. దెబ్బ తగిలిన కొందరికి కూడా మెడల మీదో నుదుటి మీదో గాయమైంది. బాణాలు వాళ్ళను కింద మాత్రమే పడవేశాయి.

మిగిలిన రాక్షసులు తమ తమ స్థానాల నుంచి ఒక్కసారిగా వచ్చి, విల్లులను పట్టుకొని విలుకాండ్లను పొడిచారు. వాళ్ళను లోతుగా పొడిచి, శరీరాలను చీల్చగలిగారు కూడా. తన జీవితమంతా చూసిన మనుషులకు తన కళ్ళ ముందే ఈ గతి పట్టడాన్ని

జీర్ణించుకోలేకపోయాడు అర్జున్. స్వచ్ఛందంగా యుద్ధం చెయ్యడానికి వచ్చినవారంతా కష్టపడి పోరాడారు. కొందరైతే ప్రత్యర్థులను చంపారు కూడా. కానీ, మొత్తం మీద రాక్షసుల కోపానికి ఆహుతయ్యారు.

అర్జున్ చెట్టు వెనుక దాక్కొని ఉన్న బాలా వైపు చూశాడు. దారిలో జాగ్రత్తగా పాదం మోపుతూ పరుగెత్తి, బాలా నడుమును పట్టుకొని, ''ఏం చేస్తున్నావు? మాకు సహాయం చెయ్యి! పోరాడు!'' అని, ఇంకొక బాణం వేశాడు. అది వెంటనే ఒక రాక్షసుడి తలలో గుచ్చుకుంది.

''నాకు...నాకు తెలియదు...చెయ్యగలనా అని. నాకు...నాకు...బలం లేదు... ఓడిపోయాను.'' చెప్పలేనంత భయంతో బాలా కనుపాపలు పెద్దవయ్యాయి.

''బలము ఉన్నంత మాత్రాన, ప్రతిసారీ గెలవడమనే దాని అర్థం కాదు. ఒకసారి కిందపడితే మళ్ళీ పైకి లేవడం అని కూడా అర్థం ఉంది.''

అప్పుడే రాక్షసులు ముందుకొచ్చారు. అర్జున్ బాణాన్ని సంధించి, వింటి నారిని లాగగా, రాక్షస సమూహం అతణ్ణి పట్టుకొని ప్రక్కకు లాగేసింది. ఒకడు బాలా మీద దాడి చెయ్యగా, చాలా తేలికగా తిరిగి పోరాడగలిగే శక్తి ఉన్న అతను, ఆ రాక్షసుణ్ణి తనను తన్ననిచ్చాడు, ఊపిరి ఆడకుండా కుత్తుకను నులమనిచ్చాడు. అర్జున్ ఇంక బాలా విషయంలో ఆశ వదులుకున్నాడు. కానీ బాలాపై దాడి చేసిన రక్షసులను కృప అవలీలగా ఖడ్గంతో లోతుగా పొడవడం చూసి ముచ్చటపడ్డాడు.

''బండోడా, మమ్మల్ని కల్కి దగ్గరకు చేర్చు.'' అన్నాడు.

''మనం అందరమూ చచ్చిపోతాము,'' విలపించాడు బాలా.

రాక్షసులు విలుకాండ్లలో మూడొంతుల మందిని చంపగా, ముగ్గురు మిగిలారు. వాళ్ళిప్పుడు అర్జున్ మీద దాడి చేసేందుకు సిద్ధంగా ఉన్నారు. అతని వద్ద బాణాలు అయిపోయాయి. కృప ఖడ్గాలను తీసి అతని ముందు పెట్టాడు.

ముగ్గురు రాక్షసులూ కూడబలుక్కున్నట్టుగా నవ్వారు. ఒకడు అర్జున్ మీద దాడి చేశాడు. ఇక ముగ్గురూ అతని మీదకు దూకి దాడి చెయ్యడం మొదలుపెట్టడంతో అతనికి నిస్సహాయంగా అనిపించింది. తనను ఉద్దేశించి వేసిన ఒక్కొక్క గొడ్డలివేటునూ తప్పించుకోవడానికి సాధ్యమైనంత ప్రయత్నం చేశాడు. తన మోకాలితో ఒక రాక్షసుడి మోకాళ్ళ మధ్యన కొట్టాడు. పడిపోయిన తన విల్లు కోసం వెతికి, ఎలాగో అలా గడ్డి మీద నిలబడి, విల్లుతో రాక్షసుని ముఖంపై కొట్టినా, ఆశించిన ఫలితం దక్కలేదు. ఎండలో మెరుస్తున్న ఖడ్గాన్ని చేతబట్టుకొని దూకినప్పుడు ఒక పెద్ద ఆకారం దానికి అడ్డు తగిలింది.

విస్మయంతో, దుర్బలంగా ఉన్న రాక్షసుల మీద గదతో కుమ్ముతున్న ఆ ఆకారం బాలాదేనని గ్రహించాడు అర్జున్. తన ముఖం మీదా, గుండె పైనా రక్తం చింది ఉన్నా, కృపపై దాడి చేద్దామనుకుంటున్న రాక్షసుణ్ణి తాపీగా సమీపించాడు బాలా. తన మీద

దాడి చేసిన మూడవ రాక్షసుణ్ణి బాలా సగానికి విరిచేశాడు, రొట్టెముక్కను విరిచినట్టు అని ఆర్జున్ గ్రహించాడు. తన మిత్రులకు పట్టిన గతిని చూసిన ఆ రాక్షసుడు కృప నుంచి వైదొలిగి, భయంతో చెట్టుకు ఆనుకున్నాడు. బాలా అతణ్ణి కొట్టడానికి ఎదురుచూస్తున్నట్టుగా గదను తన చేతి మీద తట్టుకుంటూ ముందుకొచ్చాడు.

ఇక కొట్టబోతుండగా, కృప వారించాడు.

''మనకు వాళ్ళగురించి తెలియాలి.''

రాక్షసుడు ఊరికే కళ్ళు ఆర్పాడు. ''నిజంగా, నాకు వాళ్ళ గురించి తెలియదు.'' అతని యాస ప్రస్ఫుటంగా ఉంది.

''ఐతే వీడిని నీవు చంపేయచ్చు.'' కృప తన ముఖం పైని రక్తాన్ని తుడుచుకుంటూ భుజాలెగరేసి అన్నాడు.

బాలా మళ్ళీ ఒకసారి దెబ్బల వర్షం కురిపించగా, అర్జన్ ఆపాడు.

''నన్ను భయపెట్టడం ఆపుతారా?'' ఆ రాక్షసుడు బ్రతిమిలాడాడు. దాదాపు నేల మీద పడుతూ వేడుకున్నాడు. అది తమాషాగా అనిపించింది, మునుపు తనదే పైచేయి అన్నట్టుగా ప్రవర్తించాడు మరి. ''చంపాలనుకుంటే ఒకేసారి చంపేయండి, కానీ ఇలా...'' అతని స్వరం తగ్గింది. తమ సొంత భాషలో గబగబా మాట్లాడడం మొదలుపెట్టాడు.

కృప అతణ్ణి పైకి లేపాడు. భీతితో ఆ రాక్షసుడు అడిగాడు, ''ఏం కావాలి మీ అందరికీ?''

''మీ సైన్యంలో ఎంతమంది ఉన్నారు?''

''బోలెడు మందే.''

''అది సంఖ్య కాదు. అతి తెలివి ప్రదర్శించకు. అది కూడా ఇప్పుడు కాదు.'' బాలా చెట్టును కొట్టగా అది కదిలిపోయింది.

ఇది ఆర్జన్ కు ఆశ్చర్యం కలిగించినా, బాలా మళ్ళీ కోలుకున్నందుకు సంతోషించాడు. ఒక నిమిషం పాటు, తానెవరో తను ఎలాంటివాడో మర్చిపోయాడు. అర్జన్ ముందు నుంచీ ఎంత విభిన్నంగా ఉన్నవాడు, ఎంత ప్రత్యేకించినట్టుగా ఉన్నవాడంటే, మరణాన్ని ఎదుర్కోవడం అనేది బాగా బలవంతుడిని కూడా ఎంతగా బలహీనపరుస్తుందో అతనికి తెలిసొచ్చింది. బాలా అందరినీ తన శక్తిసామర్థ్యాలతో విస్మయపరిచే గొప్ప వీరుడు. కానీ ఇదిగో, ఇక్కడ మాత్రం ఏడ్చేస్తున్నాడు. యుద్ధాలు మనుషులలో ఎన్నో మార్పులు తెస్తాయి, ముఖ్యంగా వారి ఆత్మలను నలిపేస్తాయి. కానీ ఇతడు పునః శక్తిని పొందాడు, లేదా అర్జన్ మాటలు అతణ్ణి ప్రభావితం చెశాయేమో.

''రమారమి వ-వ-వ వందమంది.'' ''సరే,'' అన్నాడు కృప. ''ఎక్కడెక్కడున్నారో సరిగ్గా చెప్పు?''

కృప ఒక కొమ్మతో ఇసుక మీద గీయడం మొదలుపెట్టాడు. ఒక చతుర్రసాన్ని గీసి, లోన గుడారాలకు సంకేతంగా వృత్తాలను, రాక్షసులకు ప్రతీకలుగా నక్షత్రాలను గీశాడు. ''ఇప్పుడు స్పష్టంగా చెప్పు మిత్రమా, ఎవరెవరు ఎక్కడెక్కడున్నారు?''

''నేను ఛస్...ఛస్...ఛస్తాను,'' దగ్గాడు, ''నేను చెప్పానని వారికి తెలిస్తే...''

''ఐతే చెప్పకపోతే మేమేం చేస్తామనుకుంటున్నావు?'' చచ్చిపడున్న రాక్షసులను చూపాడు కృప.

దేవుని సాక్షిగా, తను ఇంత పెద్ద సాహసకృత్యంలో ఇరుక్కున్నానని అర్జన్ నమ్మలేకపోయాడు. విపరీతమైన భయము, ఉత్సాహము సమపాళ్ళల్లో నిండి ఉండడం తప్ప అతనికి ఇంకేమీ తెలియట్లేదు. తెలుసుకోదలచుకోలేదు కూడా. తన ప్రశాంతమైన హేతువాదంతో ఈ ద్వంద్వ యుద్ధం నుంచి తప్పించుకోవచ్చని అనుకున్నాడు. వాళ్ళు కనుక ఈ మొత్తం ప్రణాళికలో ఒక క్రమం ప్రకారం నడుచుకుంటే, ఈ అప్రాచ్యులను వేపుకు తినేందుకు ఎంతో కాలం పట్టదు.

''సరే, సరే.'' ఆ రాక్షసుడు అయిష్టంగా సమ్మతించి, మోకాళ్ళ మీద కూర్చొని గుడారాల ప్రణాలికను కృపకు వివరించడం మొదలుపెట్టాడు. ''మీ మిత్రుడు బహుశా ఇక్కడ ఉండాలి, గాడిధలను, గుర్రాలనూ ఉంచే పంజరంలో. ఇది మా యజమాని గుడారం.''

''దురుక్తా?''

''అవును, ఆ మహాతల్లే,'' రాక్షసుడు తిట్టుకున్నాడు. ''ఆమె వల్లే నేనిక్కడ చిక్కుకున్నాను.''

''పంజరానికి దగ్గరున్నది, యజమానురాలి గుడారం.'' కృప అర్థం చేసుకున్నాడు. ''అయితే పటిష్ఠమైన బందోబస్తు ఉంటుంది. ఇంకెంతమంది గుడారాల్లో మిగిలారు?''

''బహుశా ఇరవైమందేమో, ఏదీ తప్పు పోకుండా చూసేందుకు మాత్రమే.''

కృపకు అతని సమాధానం నచ్చలేదు. ''ఇప్పుడు నీవు వీణ్ణి ఏం కావాలో అది చెయ్యచ్చు, మిత్రమా.'' అంటూ బాలా భుజాన్ని తట్టాడు.

బాలా తన గదాఘాతం మొదలుపెట్టేలోపే మళ్ళీ రాక్షసుడు చేతులు నేల మీద పెట్టి బ్రతిమిలాడడం మొదలుపెట్టాడు, మునుపటిలాగే.

''ఏం చెయ్యాలి?'' అర్జన్ ముందుకొచ్చి వృద్ధ గురువును అడిగాడు.

''మనం తప్పించుకోవాలి.'' కృప బాలాను, అర్జన్‌ను చూసి అన్నాడు. ''మీ అన్నను రక్షించి ఇక్కణ్ణుంచి వెంటనే వెళ్ళిపోవాలి.''

''మరి శంబల సంగతేంటి?''

కృప అర్జన్ ముందు నిలబడి గట్టిగా అతని భుజాన్ని మరింత గట్టిగా పట్టుకున్నాడు. ''శంబల లోకంలో ఒక చిన్న భాగమే. లోకరక్షణా యాగంలో ఆ చిన్న భాగం ఆహుతైనా ఫరవాలేదు. మనకు పెద్ద లక్ష్యం ఉంది.''

''నీ ఉద్దేశ్యం ఏమిటి?''

''మీ అన్న తను అనుకున్నదాని కంటే పెద్దవాడు,'' కృప తెలిపాడు. ''ఇక్కడున్న వాళ్ళను కాపాడడం కన్నా అతణ్ణి కాపాడడం ఎంత ముఖ్యమో నేను నీకు వివరిస్తాను. అతను చావకూడదు, ఎందుకంటే అలాగైతే...దానివల్ల...నాశనం అయ్యేది శంబల మాత్రమే రాదు, యావత్ ఇళవర్తీ అగ్గిపాలవుతుంది.''

అర్జన్‌కు పరిస్థితి తీవ్రత అర్థమైంది కానీ, తన అన్న లోకరక్షకుడన్నది నమ్మలేకపోయాడు. అతనొక సామాన్య, అభం శుభం ఎరుగని వెర్రిబాగులవాడు.

''సరే, మాకు దారి చూపు,'' అర్జన్ సమ్మతించాడు.

బాలా, అర్జన్‌లు నిశ్శబ్దంగా అనుసరించగా, కృప అరణ్యంలోకి ప్రవేశించడం మొదలుపెట్టాడు. అప్పుడే అర్జన్ తన మదిలో మెదిలే ప్రశ్నను వ్యక్తపరచాడు. ''ఆగు, మనము శత్రు స్థావరంలోకి ప్రవేశిస్తున్నాము, తప్పించుకోగలుగుతామో లేదో తెలియదు. ఒకవేళ మనము చచ్చిపోతే?''

చుట్టుప్రక్కల వాతావరణాన్ని చూస్తూ కృప తల గోక్కున్నాడు. ''నేనూ, ఈ మొత్తం రక్షణోద్యమంలో దాని గురించి ఆలోచించలేదు.'' అని నవ్వాడు.

దేవుడా, నాకు ఆ నవ్వు నచ్చలేదు, అని అర్జన్ అనుకున్నా, అతణ్ణి అనుసరించాడు.

46

గుర్రపు మల దుర్గంధంలో కూర్చొని ఒక చోటినుంచి ఇంకొక చోటకు తిరుగుతున్న రాక్షసులను చూడడం దుర్భరమే. అతణ్ణి మరో పన్నెండు మంది తేలికగా పట్టగలిగే పంజరంలో ఉంచారు. కావలసినంత చోటున్నా కూడా అతను ఊపిరి పీల్చుకోలేకపోయాడు. కల్కి పంజరాన్ని తెరిచే ప్రయత్నం చెయ్యక కాదు. తన శక్తంతా ఉపయోగించి దాన్ని తోశాడు, గుద్దాడు, చువ్వలను విరగ్గొట్టే ప్రయత్నం కూడా చేశాడు. కానీ ఏమీ అవ్వలేదు. బహుశా ఆ లోహాన్ని అలా తయారు చేశారేమో, లేక తన బలం తగ్గిందేమో.

తన నోరు ఎండిపోగా, దాహం తీర్చుకొనేందుకని గాలి తాకేలా నాలుకను బయటపెట్టాడు. కల్కి లోపలి నుంచి గుడారాలను చూశాడు. అది ముందు అనుకున్నదాని కంటే ఎక్కువ ప్రణాళికాబద్ధంగా ఉంది. ఒక గుడారంలో బోలెడన్ని ఆయుధాలున్నాయి. రాక్షసులు తమకు కావలసినప్పుడు వెళ్ళి తీసుకోవచ్చు. కొన్ని పెద్ద గుడారాలున్నాయి, బహుశా దురుక్తికీ, మార్తాంజుడికీ చెందినవి. కుండల నిండా నీరు, సురలు నిండి ఉన్నాయి. దుంగలు పేర్చేందుకని అగ్ని గోతులు తవ్వబడి ఉన్నాయి. అవతలి వైపు నుంచి రోదనలూ అరుపులూ తప్ప అతనికి మరేమీ వినబడలేదు. వీటిల్లో ఏవి తనవాళ్ళవో, ఏవి రాక్షసులవో తెలుసుకోలేకపోయాడు. అసలు నిజమేదో తెలియని పరిస్థితిలో ఎవరిపట్ల సానుభూతి చూపాలి?

కల్కికి ఏమీ తోచక వెనక్కు వెళ్ళి పంజరాన్ని గుద్దడం మొదలుపెట్టాడు. అది అదిరింది కానీ విరగలేదు. వేళ్ళ ఎముకల నుంచి రక్తం కారే వరకు, భుజం నొప్పి పెట్టి తాత్కాలికంగా తిమ్మిరి పట్టే వరకు గుద్దుతూనే ఉన్నాడు. పైగా, తన గాయాన్ని కప్పుకొనేందుకు అతని దగ్గర ఏదీ లేదు కాబట్టి అది పుండయ్యే అవకాశముంది.

''కోపం మంచిదే,'' వెనుకనుంచి ఒక గొంతు పలికింది, ''కానీ దాన్ని నీపైనే వాడకు.'' కల్కి వనక్కు తిరిగి చూడగా, పక్కన పరిచారికతో దురుక్తి కనబడింది. మహా

గందరగోళము, ఆయుధాల ఘర్షణ శబ్దాల నడుమ దురుక్తి ప్రశాంతంగా నిలబడ్డది, తనే యుద్ధాన్ని జయిస్తానన్న ధీమాతో.

''ఇది మీరు అనుకున్నట్టు పరిణమించలేదనుకుంటా.''

దురుక్తి సమ్మతించింది. ''ఈ విషయంలో నీతో ఏకీభవిస్తాను.'' అని ఆగి, ఇలా చెప్పింది. ''శంబల లాంటి గ్రామం నుంచి ఇదొక సాహసోపేతమైన చిట్టి ప్రయత్నమే. కానీ మీరు ఎదుర్కొంటున్నది సుశిక్షితులైన వీరులతో అని మీరంతా గ్రహించాలి.''

''వాళ్ళు బోయలు.'' కల్కి తన ధోవతిమీద రక్తాన్ని తుడుచుకున్నాడు. ''మా అంత శిక్షణ పొందినవాళ్ళే.''

''వారిని బోయలని అన్నంత మాత్రాన వారు అనాగరికులు అయిపోరు. నేను చూసినంతగా ప్రపంచాన్ని నీవు చూడలేదు. నేను అంతటా పర్యటించాను కాబట్టి ఒక్కటి చెప్పగలను. తమ ఉనికి గురించిన కథలను అల్లడం, దాన్ని సమర్థించుకోవడం అనే విషయానికొస్తే, మానవులు అత్యంత క్రూరమైనవారు, విలక్షణులు.''

''నీ జాతేంటి?'' ఆక్రోశంగా అడిగాడు కల్కి.

దురుక్తి నాలుకను ఒక బుగ్గ వైపుకు తోసింది. వాళ్ళు యుద్ధం మధ్యలో ఉందబట్టి, ఆమెకున్న ఈ సరదా అలవాటు కల్కికి కోపం తెప్పించింది.

''నేను బోయదానిలాగా ఉన్నానా?'' దురుక్తి అడిగింది, తన పరిచారిక మౌనం వహించగా. ''యక్షులలాగా లావుగా ఉన్నానా, లేదూ నాగుల వలె నీలి కళ్ళున్నాయా, రాక్షసుల మాదిరిగా నల్లటి చర్మమున్నదా? దయచేసి చెప్పు.''

అన్నది. అవేవీ ఆమెకు లేవు. ఆమె తెల్లగా, కోలముఖంతో సన్నగా ఉంది.

''నాకు తెలియని మరేదైనా జాతికి చెందుంటావు.''

దురుక్తి ఇంకా తన నాలుకను బుగ్గలోనే ఉంచి, తనలో తనే ఆలోచించుకుంది. ''నేనూ, నా అన్నా అసురులమని అనేవారు.''

ఆ పేరు తనకు దడ పుట్టించి. వారు అంతరించిపోయిన జాతి కదా?

''కాళి,'' తనలో తనే గొణుక్కున్నాడు.

''నీ పేరేంటి?''

''కల్కి.''

''ఓహో, మలభంజకుడివా,'' అని ఆమె పలికింది. ''కానీ మలం నడుమ నిలబడి ఉన్న నీకు ఇది తగని పేరేమో?'' అని ఆగింది. ''వారు నీకు కాళి ప్రభువు.''

''తమంతట తామే ఈ లోకానికి ప్రభువులుగా ప్రకటించుకునేవారిని నేను ప్రభువుగా అంగీకరించను,'' కల్కి బాసనపీటగా కూర్చున్నాడు, గాయపడ్డ తన చేతిని మర్దించుకుంటూ. అతని ముఖం భావహీనంగా ఉంది. ఈ పంజరం నుంచి దూకి, శంబలకు తప్పించుకొనిపోయి, అక్కడ తను సహాయం చెయ్యవలసినవారికి సహాయపడమని అతని ఆత్మ ఘోషిస్తోంది.

''ప్రతి దేవుడూ ఒకప్పుడు మానవుడే.'' దురుక్తి నవ్వింది. ''త్రిమూర్తుల సంగతే తీసుకుందాము...విష్ణువు, బ్రహ్మ, శివుడు. వారందరూ ప్రజాపతులు; ఋషులు, ప్రారంభకర్తలు, ఆద్య మానవులు. మన పూర్వీకుల కాలంలో కూడా వీరుండేవారు. అప్పుడు వేరే పేర్లుండేవి. చెప్పబోతే, ఇప్పుడు మనం కొలిచే వారందరికీ వేరే పేర్లుండేవి.''

పూర్వీకులు...వారు ప్రళయానికి మునుపుండే నాగరికత. అది గోవిందుని వంటి జనాల్లోకి వ్యాపించిన వ్యాధి వంటిది. కొందరిప్పుడు దేవతలుగా పూజలందుకుంటున్నారు.

''వారు ప్రళయానంతరం పుట్టారని మనము అనుకుంటున్నాము, కానీ నిజం వేరు.'' ఇంత చిన్నప్రాయంలో అంత విశ్లేషణ కనబరుస్తున్న దురుక్తి కల్కికి ఆశ్చర్యం కలగజేసింది. ''వారు సృష్టి యొక్క ఆది నుంచే ఉన్నారు. నీకిదంతా తెలియదు, ఎందుకంటే నీవు నీవే సృష్టించుకొన్న చిన్న ప్రపంచంలో నివసించేవాడివి కాబట్టి.''

కల్కి భుజాలు ఎగరేశాడు. ''మీతో ఇంకా మాట్లాడి మీకు వినోదం కలిగించడం నాకు ఇష్టం లేదు. నేను వేదాంత మహారాజుతో మాత్రమే మాట్లాడతాను.''

ఆ పేరు విని దురుక్తి దవడ బిగించింది. ''మహారాజు తన నగరం చుట్టూ ఉన్న గ్రామాలపై అధికారాన్ని నాకు ఇచ్చారు.''

''మీరు చేసినది ప్రాథమిక నియమాలను విరుద్ధమని ఆయనకు తెలిస్తే?''

''నీవు తిరుగుబాటు చేశావని చెప్పేస్తాను. నన్ను శిక్షించేందుకు ఆయన దగ్గర రుజువేముంటుంది?'' చివరిలో దురుక్తి కొంచెం కఠినంగా నవ్వింది, ఇంచుమించు అతణ్ణి అవహేళన చేస్తున్నట్టుగా.

కల్కి బెసగలేదు. ''నన్నేం చెయ్యాలనుకుంటున్నారు?''

''నిన్ను పరిశీలించాలని, బహుశా. నీ వంటి చక్కటి శక్తిమంతుడు యుద్ధంలో మరణించి వ్యర్థమవ్వకూడదు, బహుశా వినోద వస్తువుగా ప్రదర్శనలో ఉంచబడాలి,'' అని నవ్వింది.

కల్కి అసమ్మతిగా తలూపాడు. ''నన్ను చంపిపడేసి మీ పని మీరు కానివ్వండి. మీకూ, నాకూ కూడా చెల్లిపోతుంది. మీవాళ్ళ చేతుల్లో నావాళ్ళు చనిపోతుంటే మౌనంగా నిలబడి చూడలేను,'' అన్నాడు పంజరానికున్న చువ్వల వైపు వెళ్తూ, కన్నీళ్ళు కారబోతుండగా. ''ఈ జీవితాలన్నీ నా మీదే ఆధారపడ్డాయి, కానీ ఒక నిజమైన మిత్రుడిలాగా కనీసం వారి చెంత చచ్చిపోలేకపోతున్నాను. నా బాధ్యతలను నెరవేర్చలేకపోయాను. గుహలను విరగ్గొట్టమన్న మీ శాసనాన్ని ఉల్లంఘించినది నేనే.''

ఆమె అతణ్ణి కొంతసేపు చూసింది. వెక్కిరింపుతో కూడిన ద్వేషమంతా ఆమె ముఖాన్ని వీడింది. ఆమె కొంచె బాధగా అక్కడ నిలబడి ఉంది, బహుశా ఏం చెయ్యాలో

తెలియక కావొచ్చు. ముందుకొచ్చి చువ్వల నుంచి కాస్త దూరంలో నిలబడింది. ''మీరు అలా చేసి ఉండకూడదు.'' అన్నాడు.

''నేను నగరాన్నీ, మిమ్మల్నీ కాపాడే ప్రయత్నం చేస్తున్నాను. గుహల్లో ఉన్నవాటిని తాకరాదు. అవి శాపగ్రస్తమైనవి. అది...అది సరైన పని కాదు.'' సోమశక్తులు బయటపడితే, పొరపాటున తరువాతి అధర్ముడి హస్తగతమయ్యే ప్రమాదమున్నది. అతడు స్పష్టంగా బోయవాడే అయ్యుంటాడు, ఎందుకంటే వారు అతి దురాత్ములు. కానీ ఇదంతా ఆమెకు చెప్పలేకపోయాడు. ఈ దుర్ఘటనను వీలైనంత మేరకు ఆపుదామనుకున్నాడు, ఎందుకంటే అధర్ముడు చెలరేగితే చీకటియుగం మొదలవుతుంది.

''నన్ను క్షమించు.'' ఆమె మాటల్లో నిజాయతీ కనిపించింది, చేసిన పని పట్ల సిగ్గుతో తల వంచుకుంది. ''మిమ్మల్ని గాయపరచడం నా ఉద్దేశ్యం కాదు. నేను...నేను ఈ పని చెయ్యాల్సొచ్చింది. నాకు ఆ రాళ్ళు కావాలి. లేదంటే, పరిణామాలు విషమంగా ఉంటాయి.'' ఆమె కల్కిలాగే నిస్సహాయురాలు. ''అవి దొరక్కుండా వదిలిపెట్టనని నాకు నేనే ప్రమాణం చేసుకున్నాను.''

కల్కి నిట్టూర్చాడు. ''దయచేసి వాళ్ళను చంపకండి, దయచేసి.''

దూరం నుంచి ఈ దృశ్యాన్ని చూసిన మార్తాంజుడు అప్పుడే ప్రవేశించాడు. ప్రవేశించి, మాట్లాడమని దురుక్తి ఆనతి ఇచ్చేంతవరకు ఇబ్బందిపడుతూ నిలబడ్డాడు.

''ఈ తుంటరి కుర్రాడు మిమ్మల్ని అవమానించట్లేదని భావిస్తున్నాను, తల్లీ,'' దురుక్తి ఎదుట దృఢంగా, నిబ్బరంగా నిలబడి అడిగాడు మార్తాంజుడు.

దురుక్తి కల్కిని చిరపరిచితుడిలా చూసింది. ''లేదు. ప్రస్తుతం అణకువగానే ఉన్నాడు.'' ఆమె ఆగింది. ఆమె ఏదో ఆలోచిస్తోందని కల్కి గమనించాడు. ''ఇంకేమైనా వార్తలున్నాయా?''

''అవును, తల్లీ. గుహల మార్గాన్ని తెలుసుకున్నాము. దారి ఖాళీ అయ్యింది.''

అయ్యో! ఐతే లైలా, సాగర్లు మరణించారో లేదా గాయపడ్డారో, ఎలా చూసినా వాళ్ళు ఓడిపోయినట్టే. గుహల మార్గాన్ని నిరోధించడంలో ఇతర యోధులు విఫలమయ్యారు.

''అక్కడకు వెళ్ళే ముందు నావాళ్ళు గ్రామంలోని ఇళ్ళల్లో ఇంకా ఎవరైనా ఉన్నారా అని వెతుకుదామనే అనుకుంటున్నారు, ఈసారి మళ్ళీ వెనుక నుంచి దాడికి లోనవ్వకుండా.'' కల్కిని భయపెట్టేలా చూశాడు మార్తాంజుడు.

కల్కి కిందకు చూడలేదు, నేరుగానే చూశాడు. పళ్ళు కొరుక్కున్నాడు. ఎలాగైనా ఇక్కణ్ణుంచి బయటపడాలి.

''ఎంతమంది గ్రామస్తులు హతమయ్యారు?''

''చాలమందే, అమ్మా.'' మార్తాంజుడు నవ్వును కష్టం మీద ఆపుకోవడం గమనించాడు కల్కి.

''ఇంకెవరినీ చంపవద్దని మీవాళ్ళతో చెప్పండి. అర్థమైందనుకుంటా?'' మార్తాంజుడికి బోధపడక నొసలు చిట్లించాడు, చూడలేని అతని కన్ను రెపరెపలాడింది. ''తల్లీ, కానీ...''

''వద్దు. ఇంక వద్దు. సాయుధుణ్ణి గూడా చంపవద్దు. వారిని అణచివెయ్యండి, కానీ చంపవద్దు,'' దురుక్తి ఘాటుగా ఆజ్ఞాపించింది.

పిన్నవయసులోనే రాక్షస సైనిక నాయుకుడి ఆదరాన్ని పొందేంతగా ఎదిగిన అమెను చూశాడు కల్కి. ఏ తన మాటకు సమ్మతించిందని నమ్మలేకపోయాడు. తను అభ్యర్థించాడు, ఆమె అంగీకరించింది. లోలోన ఆమె బయటకు కనిపించేంత రాటు కాదు. ఆమెకు మనస్సాక్షి కలదు.

''చిత్తం, అమ్మా.'' మార్తాంజుడు కొద్దిగా ఒంగి అభివాదం చేశాడు.

''రా వెళ్దాము.'' దురుక్తి తన పరిచారికకు సూచించి, మార్తాంజుని అనుసరించి వెళ్ళింది.

కల్కి వాళ్ళు వెళ్ళడం చూస్తూ ఉండగా, పరిచారిక వెంటనే తిరిగి వచ్చింది. చేపల వంటి కళ్ళున్న ఆమె పెదాలపై ఉత్కంఠతో కూడిన చిరునవ్వు తొణికిసలాడగా, తన ఏడు వేళ్ళతో చువ్వలను పట్టుకుంది. ''అతను నీ గురించి అంతా చెప్పాడు. అబ్బో, నీవొక అద్భుత దృశ్యానివే, శ్వేతాశ్వమా!''

ఆమె కళ్ళల్లో ఏదో ఉత్సాహం కనపడుతోంది. నిమిషం క్రితం ఆమె దురుక్తికి విధేయురాలైన పరిచారిక. కానీ ఇప్పుడు చాలా తేడాగా ప్రవర్తిస్తోంది.

''ఎవరు చెప్పారు?''

''వస్తాడులే, బెంగపడకు. తప్పక వస్తాడు. నీవు త్వరలోనే కలుస్తావు.'' ఆమె నవ్వు ఇంకా వెడల్పైంది.

తన రక్తం ఆమె చేతుల పైన చిందుతుండగా, కల్కి ఆమె చేతిని పట్టి లాగాడు. ఆమె ఆశ్చర్యంతో వెనక్కు వెళ్ళింది. ''అదెవరో నాకు తెలియాలి. నేనెలా తెలుసు నీకు? నీకు చెప్పిన ఈ వ్యక్తి ఎవరు?''

ఆమె నవ్వింది. దాంతో పసుపు రంగులో ఉన్న ఆమె పళ్ళు కనిపించాయి. ''అతను సత్యసంధుడు. నాలాగా కాకుండా, అతను నీకు అన్నీ చెప్తాడు. నేనింకా సిద్ధంగా లేనని అనుకుంటున్నాడు, నీవు కూడా లేవనుకుంటున్నాడు. అతను నీ విషయంలో చెప్పింది నిజమే. నీవింకా చాలా అపరిపక్వంగా ఉన్నావు,'' మళ్ళీ నవ్వింది, కాస్త ఎక్కిళ్ళతో. కల్కిని భావావేశాల సుడిగాలి తాకుతోంది.

''సింరిన్!'' అవతలి నుంచి పిలుపు వినబడింది.

''నేను వెళ్ళాలి,'' సింరిన్ అనబడే అమ్మాయి చెప్పింది, ''అతని ఆటబొమ్మ నన్ను పిలుస్తోంది.''

అతని ఆటబొమ్మా?

అంతే, పరిగెత్తుకుంటూ వెళ్ళిపోయింది. కల్కికి పంజరంలో ఒకప్రక్క మాత్రమే పరిసరాలు కనబడడం వల్ల ఇప్పుడు మరింత చికాకనిపిస్తోంది. ఎందుకంటే, వెనుక భాగాన్ని అనేక కవచాలు ఆచ్ఛాదించేశాయి.

తనకు కొన్ని గజాల దూరంలో ఇద్దరు రాక్షసులు మాట్లాడుకుంటూ కనిపించారు. ఇంతకు ముందు కూడా వారు ఉన్న సంగతీ, ఒకడి చేతిలో తాళం ఉన్న సంగతీ గమనిస్తూ వచ్చాడు.

నాకు ఆ దిక్కుమాలిన తాళాలు చిక్కాలి. కానీ ఎలా?

అప్పుడే పైన చప్పుడు చేస్తూ తిరుగుతున్న పక్షి మీద అతని కళ్ళు పడ్డాయి. అది చిలుక. వాడి సాహచర్యాన్ని ఎంతగా కోల్పోయాడో, వాడు ఎలా ఉన్నట్టుండి అదృశ్యమయ్యాడో అని అనుకోగానే, కల్కి ముఖాన చిరునవ్వు విరిసింది. కానీ ఇప్పుడు తిరిగి వచ్చేశాడు. ''శుకో,'' అని నెమ్మదిగా ఊపిరి పీల్చుకున్నాడు, ఉపశమనంతో.

47

లక్ష్మికి మొదట ఏడుపులు వినిపించాయి. తల తిప్పి చూస్తే, పొంచి చూస్తున్న రాక్షసులు వికృతమైన ముఖ కవళికలతో ఎత్తైన గడ్డిని విరుచుకుంటూ వస్తున్నది కనిపించింది. మూడొంతుల మంది గ్రామస్తులను లక్ష్మి ఇంద్రవనానికి తరలించింది. కానీ ఖాళీ చెయ్యని ఇళ్ళు ఇంకా కొన్ని ఉన్నాయి. లక్ష్మి జాగ్రత్తగా ఉండేందుకు కష్టం మీద ప్రయత్నిస్తూ, దూసుకువస్తున్న సైన్యాన్ని బాణవృష్టి ఢీకొనడం చూసింది. సగం సైన్యం మీద బాణాలు తగిలినా, వారు వాటిని ఛేదించుకొని ఆస్తులను ధ్వంసం చేస్తూ ఇళ్ళల్లోకి చొరబడ్డారు. లక్ష్మితో ఉన్న ఖడ్గధారులు తమ తేలికపాటి ఆయుధాలతో రాక్షస సైన్యాన్ని వారించేందుకు ప్రయత్నించినా ఫలితం లేకపోయింది. రాక్షసులు వెంటనే లేచి నిలబడుతూ ఇంచుమించు సగం మందిని చంపి, చీల్చేశారు.

లక్ష్మి పాక దగ్గరకు ఎలాగో తనను తానే లాక్కెళ్ళి, రాతి గోడల వెనుక దాగి, విరిగిన కిటికీ నుంచి చూసింది. చెట్ల పైన ఉన్నది తమ స్వచ్ఛంద యోధులేనని తెలుసుకుంది. వాళ్ళు రాక్షసుల మీదకు పేలుడు పదార్థాలను విసిరారు. వాటిలో కొన్ని ముఖాల మీద పేలగా, మూడొంతులు గురి తప్పాయి. దీన్ని చూసి రాక్షసులు కసిగా నవ్వుకోవడం చూసింది లక్ష్మి. వాళ్ళు ఎగిరి చెట్ల పైకి వెళ్ళారు. స్వచ్ఛంద యోధులు దూకగా, రాక్షసులు వాళ్ళ దుస్తులను పట్టుకొని, చెట్టుకు కట్టి, గుండెల్లో గునపాలను దించేశారు.

వీళ్ళు సాక్షాత్తుగా దెయ్యాల అవతారాలే.

ఇంత చేస్తున్నా వాళ్ళ ముఖాల్లో ఏమాత్రం పశ్చాత్తాపం కనిపించలేదు లక్ష్మికి. ఇది శంబలకు ముగింపు. అది ఆమెకు తెలిసింది. పోరాడాలన్న నిర్ణయాన్ని ప్రతిపాదించిన కల్కిని ఆమె ఇప్పుడు ఎంతగా ద్వేషిస్తోందో. అది ఎంత తెలివితక్కువతనం! కానీ ఒక ఉన్నతమైన కారణం కోసమే చేశాడు. మంచిపని కోసం ప్రాణాలను అర్పించడం, పిరికిపందగా బ్రతకడంకన్నా ఎంతో గొప్ప.

దెబ్బతిన్న ఒక చెట్టులో దిగిన ఆయుధం ముక్కను తీసుకొని లక్ష్మి బయటకు రాగా, చలికి ఆమె కాళ్ళూ, వేళ్ళూ తిమ్మిరెక్కాయి. ఇది తన మరణానికి దారి

తీస్తుందని ఆమెకు తెలుసు, అయినా చెయ్యాల్సొచ్చింది. రహస్య స్థావరంలోనున్న తనను వాళ్ళు ఎప్పటికైనా కనిపెట్టి చంపేస్తారు. మిగిలిన రాక్షసులు తనను కసిగా చూశారు, కొత్త గురి దొరికిందన్నట్టుగా.

వాళ్ళు ఆమెకేసి నడవసాగారు. కొందరు ఆమె మిత్రుల రక్తాన్ని వాళ్ళ దుర్గంధభూయిష్ఠమైన ముఖాల నుంచి, చేతుల నుంచి తీసుకొని తమ శరీరాలపై పులుముకున్నారు.

లక్ష్మి ఆయుధపు తునుకను గట్టిగా పట్టుకోగా, దాని కర్కశమైన అంచులు ఆమె అరచేతులలోకి చొచ్చుకువెళ్ళాయి.

''రండిరా, అందరూ రండి,'' లక్ష్మి తనలో తానే అనుకుంది. ఇది మూర్ఖమైన నిర్ణయమే అని తెలిసినా, గత్యంతరం లేదు మరి.

మిగతా రాక్షసులు తమాషా చూసే అవకాశం దొరికిందని వెనుకే ఉండగా, ఒకడు కత్తితో ముందుకొచ్చాడు.

''నీలాంటి అందమైన అమ్మాయి ఇలాంటి చోట ఉండకూడదు,'' కామంతో నిండిన అతని స్వరం గరుకుగా, యాసగా ఉంది. ''మాతో వచ్చి, తాగి తందనాలాడు, సరేనా? నీవు మెచ్చునిదేదీ చెయ్యములే.''

ఆమెను పట్టుకొనేందుకు ముందుకొచ్చాడు. లక్ష్మి కొద్దిగా ప్రక్కకు తిరిగి, ఆయుధపు తునుకతో పెద్ద గాయం కలిగేట్టుగా వెంటనే అతని గుండెపై ఒక వేటు వేసింది. ఆ దాడిచేత అతడు విస్మయం చెంది ముందుకు పడగా, రక్తం బయటకు పొంగింది. తక్కిన రాక్షసులు ఆమెను అయోమయంగా చూశారు. పిన్నమ్మ రాత్రి ఆమెకు కేవలం పుస్తకాల గురించే కాదు, శరీరంలో అతి సన్నటి నరాలు ఎక్కడుంటాయో, ఏ రకంగా కొడితే ఎంత మేరకు గాయమవుతుందో కూడా నేర్పింది.

ఈసారి కళ్ళల్లో నిర్దయతో ఇద్దరు రాక్షసులు ముందుకు దూసుకొచ్చారు. ఈసారి తునక కాకుండా పేలుడు పదార్థాన్ని తీసుకొంది. వాళ్ళిద్దరూ ముందుకురాగా, ఆమె ఎగిరింది, ఇంచుమించు గాల్లో దొర్లుతున్నట్టు. వాళ్ళు పరిస్థితి అర్థంకాక చూస్తూంటే, వాళ్ళ మీదకు పేలుడు పదార్థాన్ని విసిరి, ఒకడి పాదాన్ని ఆయుధపు తునకను ఈటెలాగా గుచ్చేసింది. ఇంకొక రాక్షసుడు కత్తిని బయటపెట్టగా, లక్ష్మి వెనక్కు మొగ్గ వేసి తప్పించుకుంది. ఆమె కదలబోతుండగా, ఇంకొకడు దూసుకొచ్చాడు, నాలుగు చేతులు ఆమెను వెనుక నుంచి పట్టుకున్నాయి. విడిపించుకొనేందుకు ఆమె తంటాలు పడుతూ, వెనుక నుంచి మరికొందరు వచ్చారని గ్రహించింది.

''చిన్నదానికి ఆడుకోవాలనుంది. ఆడనిద్దాము,'' అని వాళ్ళు నవ్వారు.

వాళ్ళు ఆమెను తలల మీదకు ఎత్తుకుంటుంటే ఆమె ఏడుస్తూ కాళ్ళూ చేతులూ విదిలించింది. రాక్షసుడు ఒకడు ముందుకొచ్చి ఆమెను ఆస్వాదిస్తున్న దృష్టితో

చూశాడు. ''బాగుంది.'' దట్టంగా, జిడ్డుగా ఉన్న వాడి చేతులు ఆమె నడుమును రుద్దడం మొదలుపెట్టాయి.

అప్పుడే పదునుగా ఉన్న ఒక బాణము ఆ రాక్షసుడి తలలోకి దూసుకెళ్ళింది. ఏం జరుగుతోందో తెలిసేలోపే వాడు కింద పడ్డాడు. తక్కిన రాక్షసులు, లక్ష్మి చూడగా, రథం మీద రోషన్ మిత్ర కనిపించాడు. ఆ రథం కల్కి, లక్ష్మి ఇంద్రఘర్ నుంచి తెచ్చినది. రోషన్ మిత్ర తన ముందు ఇద్దరు విలుకాండ్లను పెట్టుకున్నాడు, వారు వెంటవెంటనే బాణాలు వేస్తున్నారు.

రాక్షసుడు అమాంతం లక్ష్మిని వదిలేయగా, ఆమె వీపు పగులుతున్నట్టు వెన్నెముకలో విపరీతమైన నొప్పి మొదలైంది. కాసేపు ఆమెకు ఏమీ తెలియలేదు, ఏమీ వినిపించలేదు. నొప్పి తగ్గాలని ఊపిరి తీసుకుంటూ, నింగిని చూస్తూ ఉండిపోయింది. ఆమె తన దృష్టిని ఎడమవైపుకు మళ్ళించగా, రోశణ్ మిత్ర బాణాలతో నిలబడి కనిపించాడు. కిరాతకులైన బోయలపై దాడి చేసేందుకు సిద్ధంగా ఉండి, శంబల అడవుల నుంచి వచ్చుంటాడు. ఆమెను నేల మీద పడేసిన రాక్షసుడు రథంపైకి ఎగురగా, రోషన్ మిత్ర అతణ్ణి వారించే ప్రయత్నం చేస్తున్నాడు. రోషన్ పడిపోయాడు. రథ చక్రాలు విరిగి లక్ష్మికేసి దొర్లాయి.

లక్ష్మి చక్రం నుంచి చక్రనేమిని లాగుతూ లేచి నిలబడి, దాన్ని ఆయుధంగా ప్రయోగించేందుకు ధైర్యం కూడగట్టుకుంది. అప్పుడిక రథం ముక్కలైపోయింది. ముఖాల నుంచి బాణాలు పొడుచుకొని ఉన్న ముగ్గురు రాక్షసులు నేలకూలారు. వారిలో ఒకడు ఒక విలుకాడిని చంపి, నేల మీద పడ్డ రోషన్ మిత్రపై దృష్టి సారించాడు.

లక్ష్మి ముందుకెళ్ళి, రాక్షసుల వైపు పరుగెత్తుతూ గాల్లోకి ఎగరగా, ఆమె కళ్ళముందు అంతా మసకగా కనిపించింది. ఆమె చేతులను ఎవరో గట్టిగా లాగినట్టు అనిపించింది. కళ్ళు తెరచి చూడగా, రాక్షసుని తలలో గునపం దిగింది. వాడు మరణించగా, ఆయాసంతో లక్ష్మి కింద పడిపోయింది.

ఎదుటనున్న దృశ్యాన్ని చూసి లక్ష్మికి వికారం కలుగగా, రోషన్ ఆమె ఉన్న వైపుకు త్వరగా చేరుకొని, ఆమెను శాంతపరచాలని నిర్ణయించుకున్నాడు. లక్ష్మి కష్టపడి లేచింది, కానీ ఆమెకేమీ వినబడలేదు. వాళ్ళు ఓడిపోయారు. కానీ, నిర్దేశించిన విధంగా రాక్షససైన్యం సోమ గుహల వైపు కదలడం లక్ష్మి చూసింది.

విరిగిన రథం, చచ్చిన రాక్షసులు, అసంఖ్యాకమైన గ్రామస్తుల కళేబరాలు, ఒకప్పటి పవిత్ర శంబల భూమి మీద రాశులుగా ఉన్నాయి. ఇంక అంతా అయిపోయినట్టే.

రోషన్ కుంటుతుండగా లక్ష్మి అన్నది, ''వెళ్ళి మరికొన్ని ఇళ్ళల్లో తనిఖీ చెయ్యాలి.''

''సోమగుహల సంగతేంటి?'' అతను అడిగాడు.

''ఇళ్ళ సంగతి చూడకుండా అక్కడకు వెళ్ళలేము.''

''వాళ్ళు వచ్చేస్తున్నారు.'' రోషన్ లక్ష్మి తలను తట్టాడు, ఇక అంతా ముగిసిందన్నట్టుగా.

లక్ష్మి వెనుకకు చూసింది. పాకల వైపు వచ్చే రాక్షసులు సంఖ్య పెరుగుతోంది. లక్ష్మి తన మిత్రుడితో కలసి మరికొన్ని పాకలున్న దిగువ ప్రదేశంకేసి నడచింది.

తమ చుట్టూ ఇంత చీకటి ఉంటుందని నమ్మలేకపోయింది లక్ష్మి. తన కాలికి కాస్త విశ్రాంతినిచ్చేందుకు అతి దగ్గరగా ఉన్న పాకకు వెళ్ళాడు రోషణ్. వాళ్ళు శంబలవాసులైన మరో కుటుంబానికి చెందిన ఇంట్లో ఉండి సేదదీరారు. లక్ష్మి తన దప్పికను లెక్క చెయ్యకుండా రోషన్ కాలిని చాపేందుకు ప్రయత్నించింది. ఆ కాలి మీద వాస్తున్న పెద్ద గాయం ఉంది.

''అమ్మో! బాబోయ్!'' రోషన్ తొంగి చూసి వెంటనే తలను వెనక్కు తిప్పేశాడు. ''ఇది ఆత్మహత్యకు సమానమే, నాకు తెలుసు. ఇది ఆత్మహత్యకు సమానమే. మా అమ్మ చెప్తూనే ఉంది...''

లక్ష్మి రోశణ్ చెంప మీద కొట్టింది. ''నోర్ముయ్!'' ఇంకొక అబ్బాయిని కొట్టేంత సాహసం తనలో ఉందని తనకే తెలియదు, కానీ ఆ పని తేలికగా చేసేసింది. ఆమెకు లోపలి నుంచి క్రోధం, బాధ, ఉద్రేకం పొంగుకొస్తున్నాయి. తన దుపట్టాలో నుంచి ఒక పీలికను చింపి గాయం చుట్టూ కట్టింది. ''రక్తాన్ని అలా...''

అప్పుడే ఆమెకు ఏడుపులు వినబడ్డాయి. అవి పాక లోపలి నుంచే వస్తున్నాయి. కిందటిసారిలాగే కిటికీనుంచి చూస్తే, రాక్షసులు లోపలికి రావడం కనిపించింది. వాళ్ళు కేవలం ముగ్గురే ఉన్నారు. అయినప్పటికీ, వాళ్ళు పదిమంది గ్రామస్తులకు సమానం కాబట్టి, గాయపడ్డ లక్ష్మి, రోషన్ వాళ్ళను నిరోధించే స్థితిలో లేరు. పైగా ఆమె వద్ద కానీ, రోషన్ వద్ద కానీ ఆయుధాలు లేవు.

''ఇక్కడే ఆగు.''

పరిచయంలేని ఆ ఇంట్లో ఏదైనా దొరుకుతుందేమోనని వెతుక్కుంటూ వెళ్ళింది లక్ష్మి. గదిలో చూసింది, కుండలు వెతికింది. మండుతున్న పొయ్యి, వంటింటి కత్తీ కనిపించాయి.

అప్పుడు డబ్ అని ఒక అలజడి వినిపించింది.

అయ్యో!

రోషన్ ఉన్న గదికి లక్ష్మి వెళ్ళగా, ఆ చప్పుడు మళ్ళీ వినబడింది, బహుశా వంటింటి వైపు నుంచి కాబోలు. వంగి నేల మీది తివాచీని తొలగించింది. బాగా లోతుగా ఉన్న పెద్ద రన్నము, దాని మీద కొన్ని చువ్వలు కనిపించాయి. చువ్వలను తొలగించి చూసింది. చీకట్లో ఇద్దరు వ్యక్తులు కనిపించారు.

వాళ్ళు దాక్కొని ఉన్నారు.

వాళ్ళెవరో తెలియలేదు, అందుకని వాళ్ళను పలకరిద్దామని నిశ్చయించుకుంది. ''నా పేరు లక్ష్మి. నేను శంబలకు చెందినదాన్నే. దయచేసి స్పందించండి.''

ఏ జవాబూ రాలేదు.

''మీరు భయపడక్కర్లేదు. మనమంతా కలసి ఇక్కణ్ణుంచి వెళ్ళిపోవాలి. అక్కడే ఉంటే, మీరు పెద్ద మూల్యమే చెల్లించాల్సి వస్తుంది.''

అప్పుడొక గొంతు వినబడింది. అది బెరుగ్గా, చిన్నగా ఉంది. ''ఎవరు?''

''నోర్ముయ్యి!'' అని తరువాత వినిపించింది.

ఇద్దరున్నారన్న సంగతి లక్ష్మికి ముందే తెలుసు.

''భయపడద్దు, పైకి రండి.'' తన చెయ్యి చాపింది. ''అంతా బాగైపోతుంది, నేను హామీ ఇస్తున్నాను.''

కాసేపు ఎదురుచూసి, ఇక వదిలేసి వెళ్దామనుకుంటుండగా, ఒక చెయ్యి ఆమె చేతిని పట్టుకుంది. దాన్ని గట్టిగా పట్టుకొని, ఒకరి తరువాత ఒకరిని పైకి లాగింది. వాళ్ళు తల్లీకూతుళ్ళు. మురికి నీళ్ళల్లో తడిసి ఉన్నారు. ఇటువంటి కన్నాలు సాధారణంగా కొన్ని ఇళ్ళల్లో శౌచానికి వాడతారు.

''నీ పేరేంటి?'' భయపడుతున్న ఆ మహిళను అడిగింది లక్ష్మి.

''ఆరతి,'' ఆమె అన్నది, ''దీని పేరు పియా.''

''బాగున్నావా, పియా?'' ఆ చిన్నారిని చూసి నవ్వేందుకు ప్రయత్నించింది లక్ష్మి. నుదుటి మీద లేత ఉంగరాల జుట్టున్న ఆ అమ్మాయికి నాలుగేళ్ళ కంటే ఎక్కువ ఉండవు. ''ఇక్కడెందుకు దాక్కున్నారు?''

తనలాగే శంబలకు చెందిన ఇంకొకామె ఇంకా బతికుండడం నమ్మలేనట్టుగా లక్ష్మిని చూసింది ఆరతి.

''మాట్లాడమ్మా.''

''నా...నా...నాకు భయమేసింది.''

''నీవు అందరితో పాటూ ఇంద్రవనానికి వెళ్ళలేదా?''

''అంటే...మావారు నన్ను ఇల్లు వదిలి వెళ్ళొద్దన్నారు.''

''మరి ఆయన ఇప్పుడు ఎక్కడున్నారు?'' విడ్డూరమైన ఈ ప్రశ్నను అడిగినందుకు పశ్చాత్తాపపడి లక్ష్మి తల విదిలించింది. అతను కూడా చనిపోయే ఉంటాడు. మామూలుగా చురుగ్గా ఉండే ఆమె బుర్ర ఇప్పుడు సరిగ్గా పని చెయ్యట్లేదు. ఆమె ఆగి, కాస్త ఆలోచించి, అప్పుడు తగినట్టుగా నడచుకోవాల్సొచ్చింది. జీవితంలోని ప్రతి విషయంలోనూ ఆమెది అదే రివాజు.

''నా...నాకు తెలియదు. ఆయన తిరిగి రాలేదు.''

అంతే మరి.

ఆమెను చూస్తే లక్ష్మికి చాలా జాలేసింది. తన చిన్నారి కూతురితో పాటు ఆ కన్నంలో అన్ని నాళ్ళు ఇరుక్కొని ఉండి ఎన్ని కష్టాలు పడిందో.

''ఇంట్లో ఏమైనా మూలికలుంటే చెప్పు.''

ఆమెకు అర్థం కాక అయోమయంగా చూసింది. ఆమె కనుబొమలు ముడివడ్డాయి.

''బయట ఉన్న నా స్నేహితుడి కోసం.''

''అక్కడ ఎంతమంది ఉన్నారు?'' ఆరతి దిగ్భ్రాంతితో అడిగింది. ''ఎంతమంది బతికారు?''

లక్ష్మిని చూస్తే, ఆ ప్రశ్నకు సరిగ్గా జవాబు ఇవ్వలేకపోయింది.

ఇటువైపు తక్కువే ఉన్నారు. బహుశా ఇంద్రవన మార్గంలో ఎక్కువమంది ఉండచ్చు.

''కంగారు పడకు. సానుకూల దృక్పథంతో ఉండు. మనము బతుకుతాము, నాకా నమ్మకం ఉంది.''

''వాళ్ళక్కడే ఉన్నారా? అప్పుడప్పుడూ నాకు వాళ్ళ మాటలు వినిపిస్తాయి. వాళ్ళవి భారీ గొంతులు...'' పియా ఏడుపు మొదలుపెట్టగా, ఆమె గొంతు సన్నగిల్లి, ఆమె సణిగింది. లక్ష్మి పిల్లను తట్టి ఓదార్చి, తల్లిని మందలించింది, ''నీవిలా మాట్లాడకూడదు. పిల్ల భయపడతోంది.''

''అక్కడ చిక్కుకొని బతకడం ఎంత భయంకరమో నీకు తెలియదు.''

అవును, తనకు తెలియదు. ఒప్పుకుంది. నిజంగా భయంకరమే అయ్యుండాలి.

ఆరతి తను పోగుచేస్తూ వచ్చిన మూలికలను చూపించింది. అవి చాలానే ఉన్నాయి. అవి ఇంతకుముందు చూసిన పొయ్యి దగ్గర పెట్టి ఉన్నాయి. లక్ష్మి ఆకును తీసుకొని వాసన పీల్చింది. ఇంతకుముందు కల్కి గాయాన్ని ఆమె శుభ్రం చేసినప్పుడు వాడిన ఆకు వాసనే అది. లక్ష్మి మామూలుగా వైద్యుడి మీద ఆధారపడకుండా తనే వైద్యం చేసుకుంటుంది.

''ఇక్కడేమైనా ఆయుధాలున్నాయా?'' లక్ష్మి ప్రశ్నించింది.

''ఆయుధాలా? అమ్మయ్యో. మేము కేవలం చేపలు పట్టేవాళ్ళమే...''

ఇంటి ప్రవేశద్వారం దగ్గర పెద్ద హడావుడి వినబడింది. తలతిప్పి చూడగా, ఏదో అనర్థం చోటుచేసుకుందని లక్ష్మికి అర్థమైంది. నెమ్మదిగా ముందువైపుకు వెళ్ళసాగింది. ఇద్దరు రాక్షసులు పాకను సోదా చేస్తున్నారు. ఆమె చూపు మెల్లగా రోషన్ మిత్ర మీద పడింది. అతని తలలో ఒక చిన్న గొడ్డలి దిగి ఉంది. అతను లక్ష్మిని ప్రాణం లేకుండా చూస్తున్నాడు.

లక్ష్మి భయంతో వణికిపోతూ ఆరతిని చూసింది.

నన్ను క్షమించు. లక్ష్మికి కన్నీళ్ళు రాసాగాయి.

''మళ్ళీ కిందకు వెళ్ళిపోండి.'' లక్ష్మి చప్పుడు రాకుండా పలికింది.

ఆరతీ, పియా మళ్ళీ కిందకు వెళ్ళారు. అసలు వాళ్ళను పైకి రమ్మనడమే తను చేసిన బుద్ధి తక్కువ పని అని లక్ష్మికి అనిపించింది. రాక్షసుల నుంచి తప్పించుకోవచ్చని అనుకోవడం ఎంత తెలివితక్కువతనమో. వాళ్ళు కిందకు వెళ్ళగా, లక్ష్మి తివాచీతో కన్నాన్ని కప్పేసింది. కానీ, బహుశా వాళ్ళు కదులుతున్న సడి రాక్షసుల చెవిన పడిందేమో, వాళ్ళు గదిలోకి దూసుకొచ్చారు.

లక్ష్మి కళ్ళు మూసుకొని అమ్మవారిని ప్రార్థించింది. కళ్ళు తెరచి, తిరిగి చూసేసరికి రాక్షసులు రెండు ప్రక్కలా పదునున్న కత్తులతో ప్రత్యక్షమయ్యారు. వాళ్ళు ఆమెను భావరహితంగా చూస్తున్నారు. రొప్పుతూ, గట్టిగా ఊపిరి తీసుకుంటూ ముందుకొచ్చారు. వాళ్ళు చూడకూడదని లక్ష్మి కావాలనే తివాచీ మీద నిలబడింది. కానీ దానివల్ల రాపిడి ఏర్పడింది.

అయ్యో.

''ఏమిటది?'' గరుకు గొంతుతో ఒక రాక్షసుడు అడిగాడు.

లక్ష్మి సమాధానమివ్వలేదు.

''ఎవ్వరినీ చంపద్దన్నారు,'' ఒక రాక్షసుడన్నాడు మరొకనితో.

''ఇదే కదా మన మిత్రుడి తల నరికేసింది?'' ఇంకొకడు పలికాడు. ''ఎవరు ఎప్పుడు చనిపొయ్యారన్నది తెలియకపోవడమే చావుకున్న అందం.''

లక్ష్మి వంటింటి నుంచి తీసుకొచ్చిన కత్తిని ప్రయోగించింది. గాల్లో ఎగురుతూ రాక్షసుడు దాన్ని సరైన సమయానికి తప్పించుకున్నాడు. లక్ష్మి మణికట్టును పట్టుకొని గోడకు నెట్టాడు. ఆమె పైకి దుమ్ము రేగగా, బోర్లా పడింది. రాక్షసులు తివాచీని కదిపి, ఆరతిని, పియాను కాపాడే చువ్వలను మెల్లగా కదిపారు. కిందకు చూశారు.

''బాగుంది,'' రాక్షసులు దగ్గారు. ''నీ మిత్రులను కాపాడుకుంటున్నావా, ఏం?''

లక్ష్మి జవాబివ్వలేదు. మరో రాక్షసుడు ఆమెను పట్టి గోడకి తోశాడు, ఈసారి అతని దిట్టమైన చేతులు లక్ష్మిని నిర్బంధించాయి. ఆమె తన శక్తికొలదీ అతణ్ణి.

తోసింది. కన్నం దగ్గరున్న రాక్షసుడు బొడ్లో నుంచి ఒక చిన్న, గుండ్రటి రాయిని తీశాడు. ''నీ మిత్రుల సౌజన్యమే.'' అన్నాడు.

కృప చేసిన పేలుడు పదార్థమది.

రాక్షసులు దాన్ని కన్నంలోకి తోశారు. లక్ష్మి శోకంతో గుండె మండేంతగా అరిచింది. ఇంత కిరాతకాన్ని చూడలేక ఆమె బుర్ర బద్దలైంది. అది కన్నంలో పేలింది. లోపలి నుంచి ఏ శబ్దమూ వినబడకపోవడం మరింత దారుణం. ఒక ఏడుపో, నిరసనో కూడా వినబడలేదు.

అయ్యో, ఒద్దు.

లక్ష్మి ఎన్నడూ ఇంత పశ్చాత్తాపం చెందలేదు. తప్పు చేశానన్న భావనతో.

తన ఎముకలే దుర్బలం అవ్వడం ఆమెకు తెలుస్తోంది.

"ఇప్పుడు నిన్నేం చెయ్యాలి?"

"కాస్త ఆడుకుందాంలే," ఇంకొకడు అన్నాడు.

"ఊఁ," మొదటివాడు నవ్వాడు, "బయటకు తీసుకెళ్ళు."

లక్ష్మికి తన కాళ్ళను ఈడ్చుకెళ్ళడం తెలిసింది, ఇంక తరువాత ఏంజరుగుతుందో తెలియట్లేదు.

48

శుకో ఏమైనా చేస్తాడేమోనని కల్కి వేచి చూశాడు, కానీ అది రాక్షస భటుల మీద ఎగురుతూ, తిరుగుతూ ఉంది. వాళ్ళు చూసేలోపే అది తప్పించుకోవడం గమనించిన కల్కి చిరునవ్వు ఆపుకోలేకపోయాడు.

ఏదో ఒకటి చెయ్యి. రా.

అప్పుడే శుకో ఇనప చువ్వలను చేరుకొని, చెరను చూసి అరిచాడు. భటులు అది చూసి వెంటనే దాని కాలు పట్టుకొనేందుకు ప్రయత్నించారు. శుకో తప్పించుకుందామని చూసినా, పట్టుబడిపోయాడు. కల్కి భయంతో ఊపిరాడక, భటుడి దృష్టి మళ్ళించేందుకని శుకో మీద కేకలు పెట్టడం, ప్రతిఘటించడం, దుర్భాషలాడడం మొదలుపెట్టాడు.

''కంపుకొట్టే దరిద్రపు జీవమా! నీకన్నా పిడకే సువాసనగా ఉంటుంది!''

శుకో కాళ్ళు పట్టుకున్న రాక్షసుడు నమ్మలేనట్టు ఇంకొకడిని చూశాడు. కల్కికి తనే అలా మాట్లాడాడన్నది నమ్మశక్యంగా అనిపించలేదు. ఒక రాక్షసుడు అప్పుడే శుకో తన మీద మలవిసర్జన చేసినందువల్ల అనుకోకుండా తన చెయ్యిని కదపగా, వాడు ఎగిరిపోయాడు.

''దాన్ని ఎందుకు వదిలావు?'' ఒకడు మొరిగాడు.

''అది నా చేతిపైన మలవిసర్జన చేసింది.'' రాక్షసుడు దాన్ని తన వంటి పైనుంచి తుడుచుకున్నాడు. ''భగవంతుడా, ఒక చిలుక మలము. అసలే నాకు ఈరోజు బాగాలేదు, ఇప్పుడింకా.''

''దారుణమైందా?'' కల్కి సూచించాడు.

''ఆఁ, అంతే,'' రాక్షసుడన్నాడు.

మొదటివాడు అతణ్ణి మళ్ళీ తట్టాడు. ''ఖైదీతో ఏకీభవించడం పెట్టుకోకు. అయ్యగారన్నారుగా, మాట్లాడకూడదని.''

''నేనేం మాట్లాడలేదు. అతను చెప్పినదానితో ఏకీభవించాను, అంతే.''

''అది కూడా మాటల ద్వారానేగా. అయ్యగారికి ఈ విషయం నేను నివేదించాలి.''

కల్కి గొంతు సవరించుకొని జోక్యం చేసుకున్నాడు. ''మరీ అంతగా వార్తలేమీ చేరవేయనక్కరలేదు, తెలుసా.''

''అవును,'' రెండవవాడు అన్నాడు. ''వీడెప్పుడూ ఇంతే. వీడు మోసేస్తాడేమో అన్న భయంతో నేను ఏ చిన్న పని కూడా చెయ్యలేను.''

వాళ్ళ దృష్టి మళ్ళించడం కల్కికి వినోదంగా అనిపించింది. అతని కన్ను రాక్షసుడి నడుము నుండి వేళ్ళాడుతున్న తాళాలపైనే ఉంది. శుకో చేత ఎలాగైనా వీటిని తీయించాలి. మెల్లగా ఈల వేశాడు, శుకోకి సంకేతంగా.

''ఏం చేస్తున్నావు?''

కల్కి ఆగాడు. ''ఏంటి?''

''ఆ శబ్దం ఏంటి?'' కఠినుడైన రెండవవాడు అడిగాడు.

మొదటివాడు భుజాలు ఎగరేశాడు, ఏమీ జరగనట్టు. ''నీవిలా ఉండడం మానుతావా?''

''అవును, మానుతావా?'' కఠినుడైనవాణ్ణి వ్యతిరేకిస్తూ కల్కి గొంతు కలిపాడు.

''వీడు ఎవడికో సంకేతమిస్తున్నాడు,'' రెండవవాడు మొరిగాడు.

''ఎవరు సంకేతమిస్తున్నది?'' మొదటివాడు చుట్టూ చూశాడు, ''ఎవ్వరూ లేరిక్కడ, మనవారు తప్పితే. అందుకని ఓ హైరానా పడిపోకు!'' రెండవవాడి ఛాతీ మీద కొట్టాడు.

''అలా చేస్తే నొప్పెడుతుందని తెలుసుగా.'' రెండవవాడు ఛాతీ రుద్దుకున్నాడు.

''న్యాయం మాట్లాడాలంటే, నీవు కూడా బందీతో మాట్లాడావు. నేనూ నీ మీద ఫిర్యాదు చేస్తాను.''

''నేను కేవలం ఆరా తీశాను.అందుకని నా గురించి ఫిర్యాదు చెయ్యలేవు.''

''ఆరా తీయడం మాట్లాడడం కాదా?''

''అది...'' రెండవవాడు పరిస్థితిని గురించి ఆలోచించి, ఖంగారుగా బందీని అడిగాడు. ''నీవే చెప్పు? నేను ఆరా తీయడంమాట్లాడడంతో సమానమేనా?''

కల్కి భుజాలెగరేశాడు. ''మాటలతోనేగా నీవు ఆరా తీసింది. అందుకని మాట్లడినట్టే, తప్పకుండా.''

''అద్దీ!'' మొదటివాడు అన్నాడు గర్వంగా. ''చిక్కావులే, వార్తాహారీ!''

రెండవవాడు చిటపటలాడాడు.

కల్కికి ఇదంతా ముఖ్యమని అనిపించలేదు. ప్రస్తుతం అతని కన్ను తాళం మీదే ఉన్నది. కాస్త సమీపిస్తే అది కల్కికే అందుతుంది. ఇద్దరు రాక్షసుల వాగ్వాదాన్ని అడ్డగించకుండా ఉండడానికి ప్రయత్నిస్తుండగా, శుకో కిందకు దిగి తన చిట్టి పంజాలతో మొదటి రాక్షసుణ్ణి రక్కింది. వాడు దాన్ని కొట్టాలని చూశాడు, కానీ గురితప్పాడు.

''ఇక్కడి పక్షులకు ఏం మాయరోగం?'' మూలుగుతూ అన్నాడు, తన మీది రక్తాన్ని తుడిచేసుకుంటూ.

''వాటికి నీవు నచ్చలేదులే,'' తన సావాసగాణ్ణి గేలిచేసేందుకు సందర్భం ఎట్టకేలకు దొరికిందని రెండవవాడు నవ్వాడు.

మొదటివాడు నొసలు చిట్లించి ముఖం తుడుచుకున్నాడు.

కల్కి మెల్లగా మళ్ళీ ఈల వేశాడు. శుకో ముందుకొచ్చి రెండవవాడి ముఖాన్ని రక్కి పైకెగిరింది.

''చిలుకను కాల్చేస్తాను!'' రెండవవాడు మూల్గాడు. ''ఏదీ, నా విల్లందుకోనీ.''

శుకో మెల్లగా తాళాలు లాగడం చూశాడు కల్కి. అప్పుడే, ఎక్కణ్ణుంచో అమాంతంగా ఒక పెద్ద ఆకారం గల మనిషి గదతో ప్రత్యక్షమయ్యాడు. బాలా! మరోవైపు నుంచి కృప, అర్జన్‌లు వచ్చారు. రాక్షసులిద్దరూ ఆశ్చర్యంతో చూశారు.

''దుండగులు!'' మొదటివాడు అరిచాడు.

మళ్ళీ అరిచేలోపు, బాలా వాణ్ణి పట్టుకొని, వాడి మెడ తిప్పేశాడు. అర్జన్ రెండవవాడి ఛాతిపై బాణం వెయ్యగా, వాడు కాలు జారి పంజరానికి దగ్గరగా పడ్డాడు.

''మిమ్మల్ని రప్పించినందుకు వేల్పులకు వెయ్యి దండాలు.'' కల్కి ఉపశమనంతో ఊపిరి పీల్చుకున్నాడు. వెంటనే రాక్షసులు గుమిగూడడం గమనించాడు. ఇంచుమించు అయిదుగురు ఉన్నారు, ఈటెలు పట్టుకొని.

బాల, అర్జన్ చావకూడదు.

కృప ఖడ్గంతో ఆ దాడులను తప్పించుకుంటూ, ఎదురుదాడి చెయ్యగా, వాళ్ళు సిద్ధం కావడం కల్కి చూశాడు. బయటకు తాగుబోతులాగా తనను తాను చిత్రీకరించుకున్నా, కృపలో ఒక రకమైన కుట్రదారుడు ఉన్నాడు. ఖడ్గప్రయోగం బాగా తెలిసిన అతను, దాన్ని దొర్లించి, తేలికగా కదిలించి నేల మీద పల్టీ కొట్టి రాక్షసుల చేతులనూ, కాళ్ళనూ నరికేశాడు.

బాలా యుద్ధతంత్రం తెలిసినవాడు కాడు, ఏదో తనకు తోచినట్టు పోరాడతాడు. కుంభుణ్ణి ఓడించలేకపోయినా, ఇక్కడ రాక్షసులను చెక్కబొమ్మల కింద జమకట్టి పోరాడుతున్నాడు. వెనువెంటనే, ఒకడికి ఊపిరాడకుండా గొంతు నులిమి, ఇంకొకడిని గదతో కొడుతున్నాడు. ఎవరో వీపులో గునపాన్ని గుచ్చితే, నొప్పికి అరిచి, దాన్ని లాగి రాక్షసుడి కళ్ళల్లో గుచ్చాడు.

అర్జన్ ఏమాత్రం సిద్ధంగా లేడు. కేవలం దాడులను ఆపేందుకు ప్రయత్నించాడు. దాడిని దారి మళ్ళించే ప్రయత్నంలో, రాక్షసుల కోపానికి గురవుతూనే ఉన్నాడు.

వాళ్ళను ఎదుర్కొనే రాక్షసుల సంఖ్య ఎక్కువవ్వగా, కల్కికి తన మిత్రులను కాపాడాల్సిన సమయం వచ్చిందని తెలిసింది. రాక్షసుణ్ణి సమీపించి, అతడు నడుముకు కట్టుకున్న పట్టీని పట్టుకుని, పంజరంకేసి నెట్టాలని చూశాడు. అయినా

తాళాలు అందలేదు. అప్పుడే ఎవరిదో కాళ్ళ జత తాళాలను తొక్కింది. కల్కి తలెత్తి చూడగా ఒక రాక్షసుడు కనిపించాడు. అతడు కల్కి చేతిని తొక్కుదామని చూడగా, కల్కి అతని మడమను పట్టి, చర్మంలోకి లోతుగా దిగేంతగా తన వేళ్ళను గుచ్చేశాడు... రాక్షసుడు నొప్పితో ఏడ్చేంత వరకు. అతని వేళ్ళ మీద రక్తం కారింది. రాక్షసుడు వేదనతో వణికిపోయాడు. వాడు పడిపొయ్యేంతవరకు శుకో వాణ్ణి గక్కింది. అప్పుడు కృప వాడి తలలో ఖడ్గాన్ని దింపాడు.

కృప కల్కిని చూసి కన్నుకొట్టాడు. తన వయసుకు అతను చురుగ్గా ఉన్నాడనే చెప్పాలి. శుకో కేక పెడుతూ కిందకు దిగి తాళాలను తీసి కల్కికి ఇచ్చాడు. కల్కి తొందరగా చిలుకను మెచ్చుకుంటూ తట్టి, పంజరానికి ఉన్న గొళ్ళెం వైపు వెళ్ళి దాన్ని తెరచాడు.

పంజరాన్ని వీడి అతను బయటకు రాగా, చిలుక మెల్లగా ఎగురుతూ వచ్చి అతని భుజాన వాలింది. పంజరం వారి వెనుక ఉండిపోయింది. మొత్తానికి కల్కి బయటపడ్డాడు. మబ్బుల్లోంచి సూర్యుడు తొంగి చూడగా, గాలులు తొందరగా వీయడం మొదలుపెట్టగా, ప్రకృతి కూడా అతణ్ణి అభినందిస్తున్నట్టుగా ఉంది. కత్తుల దాడులను తప్పించుకుంటున్న అర్జన్‌ను సమీపించాడు కల్కి. ఇంకొక కత్తి అతని వీపున దించాలని ఒక రాక్షసుడు చూడగా, అది కుదరలేదు, కల్కి వాడి వీపు ఎక్కాడు. ఆ రాక్షసుడు అయోమయంగా వెనక్కు చూశాడు. కల్కి వాడు కత్తి విడిచిపెట్టేట్టు చేసి, తరువాత ఒక్క గుద్దు గుద్ది ఖంగు తినిపించాడు.

తమ్ముణ్ణి ఎత్తుకొన్నాడు. అర్జన్ పొట్టి చేతులు అతణ్ణి వాటెయ్యగా, ఇద్దరూ కౌగలించుకున్నారు. ''నిన్ను ఎప్పుడూ తలుచుకుంటూనే ఉన్నాను.''

''మన్నించు.'' అంటూ కల్కి తలూపాడు.

ఇంతమంది రాక్షసులను హతమార్చడం అసాధ్యమే, కానీ కనీసం ప్రయత్నించాలి. కల్కి తన కత్తిని ఉపయోగించాడు కానీ, అలవాటు లేనందువల్ల దాన్ని అడ్డదిడ్డంగా తిప్పాడు. అది చేతి నుంచి జారి పడి ఒక రాక్షసుని కాలి వేలును తెగ్గొట్టింది. ఆ నొప్పితో వాడిలో కసి రేగి కల్కి వైపు పరుగెత్తగా, కల్కి తప్పించుకున్నాడు. అప్పుడు వాడు అర్జన్‌కేసి దూసుకెళ్ళగా, అర్జన్ బాణం వేశాడు. ఒక రాక్షసుడు కల్కిని వెనక నుండి పట్టుకొని, నేల మీద పడేశాడు. తేరుకున్నాక, కల్కికి కడుపు నొప్పెట్టింది, వెన్నెముకలో తట్టుకోలేనంత నొప్పి పుట్టింది. రెండు పెద్ద చేతులు మళ్ళీ అతణ్ణి పట్టుకున్నాయి కానీ కల్కి వాణ్ణి కడుపులో తన్నాడు. రాక్షసుడు వెనుకకు వెళ్ళగా కల్కి ఆయుధం కోసం వెతికాడు. నేల మీద ఉన్న ఒక ఈటె అతని కంటపడింది. దాన్ని పట్టుకొని, తనపై దాడి చేస్తున్న రాక్షసునిపై విసిరాడు. అది వాడి మెడలోకి లోతుగా దిగింది.

బాలా ధైర్యం కూడగట్టుకొని ఒక చేత్తో రాక్షసుణ్ణి పట్టుకొని, ఇంకొక చేత్తో వాడి పుర్రెను గదతో పదే పదే బాది దాన్ని బద్దలుకొట్టాడు. అర్జన్ దగ్గరున్న బాణాలు

అయిపోయాయి. దొరికిన గొడ్డలిని ఇబ్బందిగా పట్టుకున్నాడు కానీ, ఒక రాక్షసుడు అర్జన్‌ను పట్టేసుకున్నాడు.

కల్కి తమ్ముణ్ణి కాపేడేందుకు వెళ్ళి, రాక్షసుడి నడుము పట్టుకున్నాడు. తన బలమంతా ఉపయోగించి, ఆ బోయణ్ణి ఎత్తి గిరాటేశాడు. ఆ ప్రభావానికి అతడు వెంటనే చనిపోయాడు. కృప ఒకేసారి ఇద్దరు రాక్షసులతో పోరాడాడు. వాళ్ళిద్దరూ కృపపై దాడి చేయగా, అతను నేర్పరితనంతో వాళ్ళిద్దరూ ఒకరినొకరు పొడుచుకొనేలా చేశాడు.

మోకాళ్ళు నొప్పి పెడుతుండగా కల్కి పైకి లేచాడు. తన శక్తికి మించిన ప్రయత్నం చేశాననిపించి, రొప్పుతూ కాస్త విశ్రాంతి తీసుకొనేందుకు ప్రయత్నించాడు. కృప రాక్షసులను చంపేస్తున్నాడు కాబట్టి కల్కి నిశ్చింతగా ఉండేందుకు వీలైంది. కృప ప్రతిసారీ గురి తప్పకుండా నేరుగా వాళ్ళ పుర్రెల్లో గుచ్చాడు.

అర్జన్ గాయపడ్డాడు. అర్జన్ వంటి పిల్లాడు ఇంత ఘోరమైన యుద్ధంలో పాల్గొన్నాడంటే నమ్మలేకపోయాడు కల్కి. అర్జన్‌కు మొదట యుద్ధం అనేది ఇష్టం లేకపోయినా, బాగా పోరాడాడు. తక్కిన యొధులు దేనికైతే ఎక్కువగా శ్రమిస్తారో, దాన్ని అర్జన్ బాగానే చెయ్యగలిగాడు.

బ్రతకడము.

కల్కి తన స్నేహితుడు బాలా దగ్గరకు వెళ్ళి వీలైనంత గట్టిగా అతణ్ణి ఆలింగనం చేసుకున్నాడు. కౌగిలి వీడిన తరువాత, అందరికంటే ఎక్కువ లోతైన గాయాలు తగిలిన బాలా అసలు ఏమీ కానట్టే ప్రవర్తిస్తూ అన్నాడు, ''నన్ను క్షమించు. నాకు నాపైన అతినమ్మకం ఉండేది.''

''ఏం ఫరవాలేదు. ఇద్దరమూ తప్పుగానే అనుకున్నాము.''

''అది నీవెలా చేశావు?'' బాలా అడిగాడు.

కల్కి మౌనం వహించాడు. అది ఇంకొకసారి ఎప్పుడో చెప్పాల్సిన కథ. వాళ్ళిద్దరికీ మధ్యలో చేతిలో కత్తి పట్టుకొని కృప రావడంతో కల్కి సంతోషించాడు. ''ఇది పట్టుకొని చాలా కాలమైంది, మిత్రమా. ఇప్పుడు విచిత్రంగా అనిపిస్తోంది. నాకు తెలిసిన ఒక కుటుంబం వద్ద ఇటువంటి ఖడ్గాలుండేవి. పాక్షికంగా నేనూ ఆ కుటుంబానికి చెందినవాడిననే చెప్పచ్చు.''

''ఇప్పుడేం చెయ్యాలి?'' అని అర్జన్ ముందుకొచ్చి అడగగా, వాళ్ళప్పుడు వలయాకారంలో నిలబడ్డారు.

''వాళ్ళు తిరిగి వచ్చేస్తారు కాబట్టి ఇక్కడ ఎక్కువసేపు ఉండలేము. బహుశా అందరూ గుహలను చూసేందుకు వెళ్ళారేమో,'' కృప వివరించాడు.

''నేను బయలుదేరాలి.'' కల్కి తను నెరవేర్చాల్సిన బాధ్యత ఉందని తెలుసుకున్నాడు. ఎలాగైనా గ్రామస్తులను కాపాడాలి.

లక్ష్మి. ఆమె బతికే ఉందని ఆశిస్తున్నాను.

భుజాన శుకోతో చేరువలో ఉన్న గుర్రం దగ్గరకు వెళ్ళాడు కల్కి. పగ్గాలను పట్టి దానికి లంగరు తొడిగిస్తుండగా కృప గొంతు సవరించుకున్నాడు.

''నీవు వెళ్ళి ఈ గ్రామాన్ని కాపాడాలనుకోవడం మాకందరికీ సంతోషమే, కానీ మనం బయలుదేరాలి.''

కల్కి అర్థం కాక వెనుకకు తిరిగాడు. ''ఎక్కడకు బయలుదేరాలి?'' ఇబ్బందిగా తలలొంచుకున్న బాలా, అర్జన్లను చూశాడు.

''ఎక్కడకో నీకు తెలుసు.''

''నేను ఇప్పుడు రాలేను,'' కల్కి పళ్ళు కొరుక్కున్నాడు.

''ఐతే ఇక్కడికి ఊరికెనే వచ్చామా?'' కృప నసిగాడు. ''ఇప్పుడు బయలుదేరాలి. నీకు అర్థం కావట్లేదు...''

కల్కి అతణ్ణి ఆపమన్నట్టుగా చెయ్యి పైకెత్తాడు. ''నాకు దాంతో నిమిత్తం లేదు. నాకేది అర్థమవుతుందో, ఏది అర్థమవట్లేదో నాకు అక్కర్లేదు.'' వెళ్ళి లంగరును పట్టుకొని గుర్రంపైన కూర్చొని పగ్గాలను గట్టిగా పట్టుకున్నాడు. ''నీకొకటి అర్థమవ్వట్లేదని నాకు అర్థమైంది. అక్కడ చిక్కుకున్నవి నిజమైన మానవ జీవితాలు, పైగా నీవే అన్నావు, నేను ఈ యుగపు రక్షకుడనని. నా ఊరినే రక్షించుకోలేకపోతే, యావద్దేశాన్ని ఎలా కాపాడతాను?'' బిడియంగా ఉన్న అర్జన్, బాలాల వైపు చూశాడు. ''నేను తిరిగొస్తాను. మీరు బయలుదేరి అరణ్యంలో దాక్కోండి.''

''మేము అలా దాక్కోలేము,'' అర్జన్ ఉండబట్టలేక అన్నాడు.

కల్కి అశ్వాన్ని తిప్పాడు. వాళ్ళు చెప్పేది నిజమే అని తనకు తెలుసు. ''సరే, ఐతే. ఇంద్రవనానికి వెళ్ళండి. వాళ్ళను వాళ్ళ ప్రణాళిక ప్రకారం నడుచుకోకుండా ఆపండి.''

''నీవెక్కడికి వెళ్తున్నావు?''

''నేను గ్రామాన్ని వెతికి మిమ్మల్ని అక్కడ కలుస్తాను.'' లక్ష్మి ఇంకా అక్కడే ఉందో లేదో తెలుసుకుంటాను.

కృప ముందుకొచ్చి గుర్రాన్ని శాంతపరచాడు. కల్కిని దగ్గరగా చూశాడు. తన గొంతు డీలా పడిపోగా, ''అధర్మం చెలరేగకుండా నీవు ఆపలేవు. నేను గుహలను మూసేసినప్పుడు అలా చేద్దామని ప్రయత్నించాను. ఎలాగైపోయానో చూడు. అయినా కూడా నీవు పుట్టగలిగావు. అతనూ అలాగే...'' అన్నాడు.

కల్కి వినలేదు. కృప చెప్పేదానితో తనకు పనిలేదు. పగ్గాలను లాగాడు. గుర్రం కదిలింది. గాలి దాని ముఖాన విసురుగా తగలసాగింది. కల్కి కళ్ళు గమ్యం మీద కేంద్రీకృతమవ్వగా, అతని శరీరం ముందుకొచ్చింది.

తను వచ్చేస్తున్నాడు.

49

దురుక్తి అశ్వం పైనుంది. రాక్షససైన్యంలో కొందరు పాదచారులై, కొందరు అశ్వారూఢులై వెళ్తుండగా, ఆమె మెల్లగా వాళ్ళ వెనుక వెళ్తోంది. ఆమె ప్రక్కనే నాయకుడు మార్తాంజుడు నల్లగుర్రంపై స్వారీ చేస్తున్నాడు. సింరిన్ తన ఆకృతికి తగ్గట్టే బలహీనంగా ఉన్న గుర్రంపై ఉన్నది. ఆమె మామూలుగా ఉండేదానికంటే ఆనందంగా ఉంది.

''ఏం, శంబల అంత ఆనందదాయకమైన దృశ్యమా?'' దురుక్తి ప్రశ్నించింది, ఆరా తీద్దామని.

సింరిన్ వెంటనే తన బుద్ధి తక్కువ నవ్వును ముఖం మీధి నుంచి తుడిచేసుకుంది. ''లేదమ్మా, అదేమీ లేదు.''

''లేదా?'' దురుక్తికి ఆశ్చర్యమేసింది. ఆమె అబద్ధం చెప్పి ఉండాలి. ఎందుకంటే, శంబల ఒక అతి లావణ్యమయ దృశ్యము. దురుక్తి చాలా చోట్లకి పర్యటించింది కానీ ఇటువంటి రమ్యమైన ప్రదేశాన్ని ఎప్పుడూ చూడలేదు. ఏరులు తేటతెల్లగా, స్ఫటికమంత నిర్మలంగా ఉన్నాయి. పూలు విచ్చుకుంటున్నాయి. వాటి మీద రక్తం చింది ఉన్నా, అవి కమనీయ దృశ్యంలాగా ఉన్నాయి. దట్టంగా ఉన్న పచ్చని వనం స్వప్నలోకాన్ని తలపిస్తోంది. ఇంతటి అందానికి పూర్తి వ్యతిరేకంగా, నేలపై మృతదేహాలు పడి ఉన్నాయి. కొన్ని కుళ్ళిపోతున్నాయి, కొన్ని ఇంకా కొనఊపిరితో కొట్టుకుంటున్నాయి. దురుక్తి ఆదేశాలకు పూర్తి భిన్నంగా ఇంత మారణకాండా, ప్రాణహానీ జరిగాయి.

ఆమె ఇంద్రవనమనే సోమ గుహలను చేరుకుంది. దురుక్తి ''దేవుడు'' అనబడే ఇంద్రుని గురించి చదివింది. అతనికి ఉన్న ఎన్నో బిరుదాలు...అతను భయపడాల్సినవాడో, ఆరాధనీయుడో కాడని, ఇళవర్తి తన జ్ఞాతులైన దానవులచే ఎంచుకోబడ్డది కాబట్టి, దానిపై ప్రతీకారం తీర్చుకున్నవాడని తెలుస్తోంది. ఈ రెండు పక్షాలూ సోదరులే అయినా, పరస్పర శత్రువులని ఆమె చదివింది. ఒక పక్షం వారు దానవులు, ఆజానుబాహువులు. వాళ్ళు ఇటీవల కనబడటం లేదు. బహుశా అంతరించిపోయారో లేదా ఎక్కడైనా దాక్కొని ఉన్నారో. వాళ్ళు తొమ్మిదడుగుల పొడవు గలవారని ప్రతీతి.

వాళ్ళ చేతులు సగటు తలుపు కంటే పెద్దవట. వీరి దాయాదులైన సురులు ఇంద్రుడి వంటివారు. దానవులు ఎందుకూ పనికిరానివారని, కురూపులైన మిశ్రమ జాతీయులని, వాళ్ళ వల్ల తమకు అపఖ్యాతి వస్తుందని సురులు తెలుసుకున్నారు. ఇంద్రుడు, అతని సోదరులు తమ దాయాదులలో మూడొంతుల మందిని చంపి, తక్కినవారిని మూలికలిచ్చి నిత్యనిద్రకు సాగనంపారు. నిత్యనిద్ర అంటే 'విషమివ్వడమే' అని దురుక్తికి తెలుసు.

ఇవన్నీ కథలు. పురాణాలు తమాషాగా ఉంటాయి. ఒక విషయం మంచిదా కాదా అన్న ప్రశ్నకు స్పష్టమైన జవాబు లేకపోయినా, దాని కోసం రెండు పక్షాలూ కొట్టుకుంటాయి. కళ్ళ ముందు చరిత్రను చూసిన వారికి, విజేతల అవసరానుసారం చరిత్ర మార్చి రాయబడడం అనేది తెలియని విషయమా, ఏంటి?

పూలమొక్కలు అస్తమించే సూర్యుడి కాంతి తగిలి అవతలి వరకు ఏటవాలుగా వ్యాపించి ఉన్నాయి. ప్రకృతి అంటే తనకు ఎప్పుడూ ఇష్టమే. బహుశా చిన్నపట్నుంచి తనకు ప్రకృతిని ప్రేమించడం నేర్పారు. కాలక్రమేణా ఆ ఇష్టం పెరుగుతూ వచ్చింది. దీనికి కారణం...ప్రళయం వల్ల ఇళవర్తికి ఉండిన సామర్థ్యంలో మూడొంతులు నిర్వాణమైపోయినా, దానికి మునుపు ఉండిన యావద్దేశపు సామర్థ్యాన్ని ఆమె చూసింది. నిప్పు, రక్తం వాసన స్థానంలో అక్కడుండే పళ్ళు, పూల పరిమళాన్ని వెదజల్లింది చల్లటి గాలి. ఇది ఆమె ముఖంలో చిరునవ్వు తెప్పించి, ఆమె మనస్థితిని కాస్త మార్చింది. పక్షుల ఈలలూ, కిలకిలల వెనుకే రోదనలు, అరుపులు వినిపించాయి. తను కళ్ళు మూసుకొని ఉందని ఆమె గ్రహించలేదు. కళ్ళు తెరిచేసరికి తన చుట్టూ ఉన్న దృశ్యం అగమ్యగోచరంగా కనిపించింది. ఒక పెద్ద జన సమూహం సోమగుహల ఎదుట నిలబడి ఉంది.

ఎంత గొప్పగా చెప్పినా కూడా, ఈ గ్రామంలోని అన్ని అంశాలలోకెల్లా అతిసాధారణంగా అనిపించినవి గుహలే. దేవుళ్ళ మాయల గురించి విశ్వసించే ప్రతి పల్లెటూరిలాగే ఇక్కడ కూడా చిన్న చిన్న శాసనాలు, విగ్రహాలతో ఇంద్రుడి వజ్రాన్ని ఆరాధించేలా ఆలయాన్ని కట్టారు. రాళ్ళూరప్పలతో, ఎగుడుదిగుళ్ళతో ఉన్న గుహల మార్గం దగ్గర జనం ఒక పక్కగా ఉన్నారు. అది చేజారిపోతుందన్న భయంతో ఆ స్థలాన్ని దాదాపు కౌగలించుకొన్నారు.

దురుక్తి గుర్రం మీది నుంచి కిందకు దిగింది. మార్తాంజుడు కూడా అలాగే చేశాడు. ఆమె ఆ దారి మొదలయ్యే చోటికి వెళ్తూ, అందరినీ ప్రశాంతంగా చూసింది. వారు గుహలకు వెళ్ళే దారిలో అవరోధంగా ఉన్నారు. ఇది వారి నాయకుడు అనబడే ఆ పేదరైతు పథకమే అయ్యుంటుంది. ఆ పేదరైతు మామూలుగా లేడు. అతడు మామూలు కుర్రవాడు కాడు. అతనికి ఒక విభిన్నమైన తేజస్సు ఉంది. దాన్ని ఆమె వివరించలేకపోతోంది. బహుశా అతడు చాలా అందగాడు, సుందరమైన నేత్రాలు

గలవాడు, పొడవాటి ఉంగరాల జుట్టు గలవాడు, కోణంగా దృఢంగా ఉన్న దవడ గలవాడూ అవ్వడం వల్లేనేమో. అతని ముక్కు మాత్రం సమాంతరంగా ఉండదు. కానీ ఇదంతా పట్టించుకోలేదు. ఎందుకంటే, అతని నుంచి ఉట్టిపడే వర్చ స్సు ఇప్పటివరకు ఒక్కరిలోనే చూసింది-కాళిలో. కాళి ఆ వర్చస్సును కలిగించుకోవడం దురుక్తి చూసింది. కానీ ఈ కుర్రవాడు ఆ వర్చస్సుతోనే జన్మించాడు. అదీగాక, అతని మాటతీరు కూడా అవతలి వారి గురించి చాలా శ్రద్ధ తీసుకుంటున్నట్టు అనిపిస్తుంది. దురుక్తి చాలామంది పురుషులనూ, స్త్రీలనూ చూసింది—వారందరూ బయటకి ఎంతో అక్కర ఉన్నట్టు నటించినా, తెర వెనుక తమ లాభం కోసమే పనిచేస్తారు, ప్రతి విషయాన్నీ ఆ దిశకే మలుచుకుంటారు, మార్చుకుంటారు. ఈ కుర్రవాడు అలాగ లేడు. అతని గుండెలో నిజాయతీ, మాటల్లో ప్రేమా వెల్లివిరుస్తాయి. అతను మంచివాడు. ఈ లోకంలో అటువంటివారు దొరకడం కష్టము. అందుకనే ఎవరినీ హింసించకుండా ఉండటానికి ఒప్పుకొన్నది. తన పశ్చాత్తాపమే కాదు, అతడి తపన కూడా ఆమె నిర్ణయానికి కారణమైంది. ఇదంతా అనుకుంటుంటే ఆమెకి కలవరం కలిగి బుగ్గలు ఎర్రబడ్డాయి. ఎందుకంటే, తను ఒక అబ్బాయి గురించి ఇంతగా తలచుకోవడం, ఆలోచించడం చేస్తుందని ఆమె ఎప్పుడూ అనుకోలేదు. తన ఎదురుగా ఉన్న గ్రామస్తులను చూసి తల అడ్డంగా కదిలించింది.

భయంగా, దీనంగా ఉన్న ఆ గ్రామస్తుల ముఖాలు ఆమె గుండెను పొడిచివేశాయి. వీరందరినీ తను నొప్పించిందని నమ్మలేకపోయింది. తనను అడ్డగించిన, ధైర్యశాలియైన యువ నాయకుడితో కూడిన వారి సైన్యాన్ని తొక్కివేసింది. తన పక్షం గెలవడం ఆమె స్వయంగా చూడలేదు. అయినా అది రక్తపాతమే. ఆమె మరింత రక్తపాతాన్ని కోరుకోలేదు. ఆమెకు చాలా బడలికగా అనిపించింది. చాలా మరణాలకు కారణమైంది. అంతా వదిలేసి తనకు కావలసినది మాత్రం తీసుకుందామనుకుంది. రెండు చేతులనూ ఒకదానితో ఒకటి పట్టుకొని దురుక్తి ముందు నడుస్తుండగా, ఆమె వెనుక మార్తాంజుడితో కలిసి సింరిన్ నడచింది.

జనాల్లోంచి ఒక వృద్ధుడు వచ్చాడు. అతనికి కొంచెమే జుట్టు, ముడతలుపడ్డ ముఖము, గొప్ప జ్ఞానంగల కళ్ళూ ఉన్నాయి.

''వారందరూ చనిపోయారా?'' అతని ముఖం భావహీనంగా ఉన్నా, లోలోపల మథన పడిపోవడం దురుక్తికి కూడా కనిపించింది. దురుక్తి పశ్చాత్తాపంతో ముఖం చిన్నబుచ్చుకుంది. ''నేను క్షమాపణ వేడుకుంటున్నాను.''

''మమ్మల్ని కూడా చంపేందుకు వచ్చావా?'' వృద్ధుడడిగాడు.

''మీ పేరేంటి?''

''దేవదత్తుడు,'' నిశ్శబ్దంగా ఊపిరి విదిలాడు.

''దేవునిచే దత్తమైనవారు,'' మందహాసంతో జవాబిచ్చింది.

''నిజానికి నా పేరుకూ, నా విధికీ సంబంధం లేదు. ఈ ఊరికి నేను చాలా దుఃఖాన్నిచ్చాను.''

దురుక్తి బాధపడుతున్న ఆ వృద్ధుణ్ణి చూసింది, కానీ తలూపింది. ''మీరు ఒప్పుకొని ఉండాల్సింది. సాంప్రదాయాలను కాపాడుకోవడం ముఖ్యమే, కానీ అమాయక జీవితాలను పణంగా పెట్టి కాదు.''

''నాకింకా సమాధానమివ్వలేదు. మమ్మల్నందరినీ చంపుతావా?'' ఆయన ఇప్పుడు మోకరిల్లాడు.

''లేదు, చంపను,'' సూటిగా చెప్పింది. ''శతృవులను పెంచుకోదలచుకోలేదు. అంతే కాకుండా, తన మిత్రులు ఇంకెవ్వరినీ గాయపరచనని ఒకరికి మాట ఇచ్చాను.''

వృద్ధుని కళ్ళల్లో ఒక మెరుపు మెరిసినట్టైంది. కానీ అతను దురుక్తి ఎవరి గురించి చెప్తుందో అర్థమైందన్నట్టు తలూపాడు. ''ఎవరో ఆపారంటున్నావు, అది హాస్యాస్పదంగా ఉంది.'' వృద్ధుడు కిందకు చూస్తున్నాడు కాబట్టి దురుక్తికి అతని ముఖం కనిపించలేదు. ''ఎందుకంటే, నీవు చెప్తున్నది నేను అనుకుంటున్న వ్యక్తి గురించే అయితే, నీ బొడ్డులో కత్తి దింపమని నాకు చెప్పింది అతడే.''

ఆయన వెంటనే దూకాడు. వృద్ధుడైనా, ఉన్నట్లుండి చలాకీగా కత్తి తీశాడు. అందరూ ఖంగారు పడ్డారు, కానీ దీన్ని ఊహించిన దురుక్తి సత్వరమే తప్పించుకుంది. కత్తి పిడిని పట్టుకొని, వృద్ధుని చేతులు పట్టుకొని, హటాత్తున ఒక్క తోపుతో దాన్ని వృద్ధునిలోకి తిప్పేసింది. తనను తానే పొడుచుకున్నందున ఆయన భీతి చెంది అస్థిరంగా వెనుకకు అడుగులేశాడు.

దురుక్తికి ఆత్మరక్షణ మెళకువలు చాలానే తెలుసు. మెల్లగా చంపడమే ఆమెకు ఇష్టం కాబట్టి, హఠాత్తుగా దాడి చెయ్యడం ఆమె యుద్ధ శైలి కాదు. అయినా కూడా, అటువంటి దాడిని తప్పించుకొని, దాన్ని శత్రువుపైనే ఎదురుదాడిగా మార్చడం తెలుసు.

తన చేతులు కత్తిని పట్టుకొనే ఉండగా, దేవదత్తుడు నేలకూలాడు. ఆయన లాల్చీ ఆయన రక్తపు మడుగులోనే తడిసింది.

దురుక్తి ఇంకెవరినీ చంపనని బాస చేసింది. కానీ ఇది ఆత్మరక్షణే, మాట మీద నిలబడకపోవడం కాదు. ఆమె ముందుకొచ్చింది...ఈసారి దయాహీనంగా ఉన్న, మండుతున్న కళ్ళతో, నొసలు చిట్లించి, కోపావేశంతో పెదాలు బిగించి. కత్తి మీద కాలు పెట్టింది. అది దేవదత్తుని చర్మంలోకి ఇంకా లోతుగా దిగింది. ఒక కాలు పైన, ఇంకొక కాలు నేల మీద ఉండగా, అందరినీ చూసింది.

''ఎవ్వరూ నన్ను కవ్వించవద్దని కోరుతున్నాను. అందరినీ అభ్యర్థిస్తున్నాను...'' అన్న ఆ వాక్యం శాసనంలాగా అనిపించింది. సన్నటి, ఆకర్షణీయమైన ఆమె స్వరం అధికారంతో నిండి ఉంది. ''ఈ చోటును వీడి వెళ్ళమని. ఇదంతా అయ్యేంతవరకూ

మీరంతా కలిసి ఎక్కడ ఉండాలో సేనాని చూపిస్తారు. కానీ మేము ఇవ్వాళ తప్పకుండా గుహలను తెరవబోతున్నాము. ఎవ్వరూ మళ్ళీ నన్ను ఆపవద్దని హెచ్చరిస్తున్నాను.''

50

కల్కి అంతటా వెతికాడు. ఊరంతా ముక్కలైంది. గుడిసెలు నాశనమై ఉన్నాయి. వాటిలో చాలావాటిని కొల్లగొట్టారు. దురుక్తికి మరింత నాశనం చెయ్యడం ఇష్టంలేకపోయినా, రాక్షసులు దాన్నే ఇష్టపడ్డారు. తన మాట విన్నట్టే విని, తీరా ఏం చేశారు? ఒకప్పుడు పంటలు పండిన నేల మీద తన మిత్రులు, తన తల్లి స్నేహితురాళ్ళూ పడి ఉండడం చూసి కల్కికి ఎంతో బాధేసింది. నగరం నుంచి తెచ్చిన రథం చెక్కలై పడి ఉండడం చూశాడు. అది పాక్షికంగా ధ్వంసమయ్యింది, దాని చక్రాలు మాయమయ్యాయి. పడమర దిక్కున లైలా మృతదేహం, దాని చుట్టూ మరిన్ని మృతదేహాలు పడి ఉండడం చూశాడు. అంతా అయిపోయింది. తను అనుకున్న గొప్ప ప్రణాళికలన్నీ శూన్యమయ్యాయి. అతను ఎంతో కోల్పోయాడు. ఆ బాధ ఎక్కువై, అది అతణ్ణి పశ్చాత్తాపంతో కూడిన శూన్యంలోకి తీసుకెళ్ళింది.

కల్కి గుర్రం మీద దిగువ నేలకేసి వెళ్ళసాగాడు. అతను శిక్షణ పొందిన అశ్వికుడు కాడు. అందుకని, కిందకు వెళ్ళడానికి కూడా సమయం పట్టింది. అక్కడ గుడిసెలు ఎక్కువగా ఉన్నాయి. తీవ్రంగా నిట్టూరుస్తూ, తడబడుతూ, నిర్మానుష్యమైన పాకలు కనిపించేంతవరకు వెళ్ళాడు. అక్కడ మరిన్ని మృతదేహాలు పడి ఉన్నాయి. పక్షుల కిలకిలలకు బదులుగా ఇప్పుడు కోపంగా ఉన్న అరుపులు వినిపిస్తున్నాయి.

అరుపులు ఎక్కణ్ణుంచి వస్తున్నాయో అతనికి తెలుసు. కానీ ఆ అరుస్తున్నవారు ఎవరు?

గుర్రాన్ని ఆపి, దిగాడు. గొడ్డలి చేతపట్టి, కాస్త వంగి నడుస్తూ, పాకల నడుమన రోషన్ మిత్ర కనిపించేవరకు వెళ్ళాడు. ప్రాణం లేని అతని కళ్ళు కల్కిని చూస్తున్నాయి. ఎందుకంటే, అతను పాకలోపలి నుంచి దాని ద్వారం వద్దకు ఈడవబడ్డాడు. అతనిపై రాక్షసి భాషలో రక్తంతో రాసిన సందేశముంది.

ఇంత ఘోరానికి ఎటువంటి జీవులు పాల్పడతాయి?

''లక్ష్మీ!'' అరిచాడు కల్కి, జవాబు కోసం ఆశిస్తూ. తనకింక భయం తొలగింది, భయపడి ప్రయోజనం లేదు కాబట్టి. తను చచ్చినా ఫరవాలేదు. తను లోపల మరణించినట్లే అనిపించింది. మళ్ళీ అరిచాడు. ఒకవేళ ఆమె గుహలకేసి వెళ్ళిందేమోనని మనసులో ఆలోచన కలిగింది. కానీ ఆ ఆలోచనకి అర్థం ఉందా? అని అనుకున్నాడు. ఎట్టి పరిస్థితుల్లోనూ ఆమె ఇక్కడే ఉండుండాలి, ఆమె తన ప్రాణాన్ని త్యాగం చేయ్యాల్సివచ్చినా సరే.

వీల్లేదు.

లక్ష్మి పేరు మళ్ళీ గట్టిగా పిలిచాడు.

కానీ ఈసారి ఏదో వినబడింది.

''కల్క్...'' ఆమె స్వరం తగ్గిపోయింది.

వెంటనే కల్కి శబ్దం వచ్చిన వైపు పరుగుపెట్టాడు. గొడ్డలి చుట్టూ ఉన్న అతని చేతివేళ్ళకు చెమట పట్టసాగింది. ఆమె ఎంత ప్రమాదంలో ఉన్నా, తను ఆమెను రక్షిస్తాడు. కల్కి ముందుకొచ్చి, ఆఖరికి ఆ దృశ్యాన్నిచూశాడు. ముగ్గురు రాక్షసులు ఆమె చుట్టూ ఉన్నారు. పొడవాటి ఆమె జుట్టు పట్టుకొని నేల మీద ఈడ్చుకుంటూ తీసుకెళ్తున్నారు. ఒకడు బలవంతాన ఆమె కాళ్ళను దగ్గరగా చేర్చి పట్టుకున్నాడు.

నోట మాట రాక రాక్షసులు ఒకరినొకరు చూసుకొని, కల్కి వైపు చూశారు.

ఆవేశంతో మండిపోతూ, అడుగులతో నేలను తొక్కేస్తూ, నోరు ఎండిపోతుండగా కల్కి ముందుకు నడిచాడు. అతని పాదాలు వేగాన్ని పుంజుకున్నాయి. ఇటువంటి దృశ్యాన్ని చూస్తామని ఎన్నడూ అనుకోని రాక్షసులు భయంతో ఆయుధాలను పట్టారు. సూర్యుని ఛాయలో కల్కి చర్మం నల్లగా మెరిసిపోతోంది. అతని కళ్ళు వివిధ రంగులను సంతరించుకున్నాయి. ఒక రాక్షసుడు కుంతంతో ముందుకొచ్చాడు. దాన్ని కల్కిపై విసిరాడు.

కానీ దానికంటే ముందే కల్కి చెయ్యి అడ్డు తగిలి దాన్ని దారి మళ్ళించింది. రాక్షసుడి కేసి తిరిగి, ఆ కుంతాన్ని వాడిలోనికే దించేశాడు. అటువైపు రాక్షసుడు ఉండగా, వాణ్ణి పైకి లాగి కుంతానికి కొరత వేశాడు.

కుంతాన్ని నేలలోకి గుచ్చాడు. మిగతా ఇద్దరు రాక్షసులూ ఆ దృశ్యాన్ని చూస్తూ ఉండిపోయారు.

కానీ కల్కి ఏమీ చేయాల్సిన అవసరం రాలేదు. ఎందుకంటే, లక్ష్మి వెంటనే లేచి రాక్షసుణ్ణి బండరాయితో కొట్టింది. కల్కి అమె వైపు గొడ్డలిని విసిరాడు. ఆమె చటుక్కున దాని పిడిని పట్టుకుంది. ఆ గొడ్డలితో ఒక రాక్షసుడి కుత్తుకను చీల్చేసింది. అది కల్కికి జుగుప్స కలిగించింది. రాక్షసుడి నల్లటి ఛాతీపై రక్తం స్రవించింది. వాడు ప్రాణాలు కోల్పోయి పడిపోయాడు.

కల్కి లక్ష్మిని చూశాడు. వారిద్దరూ ఒక నిమిషంపాటు మౌనాన్ని పంచుకున్నారు. అతను కనీసం ఒక్క వ్యక్తినైనా కాపాడగలిగాడు. పాదాలను మరింత త్వరగా కదలమని ఆదేశిస్తూ ఆమెకేసి అడుగేశాడు, ఆమెను ఆలింగనం చేసుకుందామని.

కానీ అతని వేగం చాల్లేదు.

కల్కికి లక్ష్మి వెనుక ఒక నీడ కనిపించింది. అది ఆమె బండరాయితో కొట్టిన రాక్షసుడే. వాడు తన చేతిలోనున్న ఈటెతో లక్ష్మి గుండెలో లోతుగా గుచ్చేశాడు. లక్ష్మి తడబాటుతో నవ్వుతూ, తనకు ప్రేమ-ద్వేషం బాంధవ్యమున్న ఆ ఊరి భూమి తల వాల్చేస్తూ కుప్ప కూలిపోయింది.

జరిగినది చూసిన కల్కికి ఒక్క క్షణం ఊపిరి ఆడలేదు. కళ్ళు తిరిగుతున్నాయి, అయినా కూడా ఆమెను కాపాడాలని అతనికి తెలుసు. ఏ ఆయుధం లేకుండా, వట్టిచేతులతో ఆ క్రూర రాక్షసుడి పైకి దూకాడు. అతణ్ణి నేల మీద బోర్లా పడేసి కొడుతూ, రక్తం కక్కించాడు. రాక్షసుడు తేలికగా విడిచిపెట్టలేదు. బలమైన తన చేతులతో కల్కిని వెనక్కు తోశాడు. కల్కికి దాని ప్రభావం తెలిసినా, నిలబడేందుకు శాయశక్తులా ప్రయత్నించాడు. రాక్షసునిపై విజృంభించి అతని వెనుకభాగాన తన్నాడు. రాక్షసుడు మళ్ళీ కింద పడ్డాడు, అయినా తన బలాన్ని ఉపయోగిస్తూ కల్కిని తిప్పేశాడు.

''నన్ను పట్టుకోలేవు,'' రాక్షసుడు అరిచాడు.

కల్కి అతని బాహుబంధాన్ని విడిపించుకునేందుకు చేతనైనంతా ప్రయత్నించాడు. కానీ, అతనికి రెండింతలున్న ఆ రాక్షసుడు అతనికంటే బలశాలి. కల్కి తన చుట్టూ ఉన్న మట్టిని తీసుకొని రాక్షసుడి ముఖాన కొట్టాడు. మట్టి కళ్ళల్లోకి వెళ్ళడం వల్ల కలిగిన వేదనతో రాక్షసుడు కేకపెట్టాడు. కల్కి తన బలమంతా ఉపయోగించి అతణ్ణి తంతూనే ఉన్నాడు. లక్ష్మి చేతి నుంచి దూరంగా పడిపోయిన గొడ్డలిని రాక్షసుని కపాలంలోకి దింపేశాడు. తన ముఖాన రక్తం చిమ్మగా, తుడిచేసుకున్నాడు. ఇతణ్ణి హతమార్చాడు, కానీ.

లక్ష్మి దగ్గరకు దౌడు తీశాడు. అతను మొదట చేసిన పని ఈటెను లాగేయడం. బాల్యం నుంచీ ఆమెతో గడిపిన క్షణాలు, ఆమెను పలుమార్లు కాపాడిన సంఘటనలూ మెరుపుల్లా గుర్తుకొచ్చాయి. ఆమె ఊరికి తిరిగొచ్చేసిన రోజు తను ఎంత సంతోషపడ్డాడో, మొసలి బారి నుంచి కాపాడిన సంఘటనా, ఇద్దరూ కలిసి ఇంద్రఘర్ వెళ్ళినప్పుడు తను ఇబ్బందుల్లో చిక్కుకోవడం, ఆమెను ముద్దుపెట్టుకుందామని అనుకున్నప్పుడు శుకో అడ్డురావడం గుర్తొచ్చాయి. కానీ వైద్య సదుపాయం అత్యవసరమైన ఈ సమయంలో ఎవ్వరూ లేరు, కావలసినంత ఏకాంతముంది.

ఏకాంతమే ఉంది.

లక్ష్మి ఇంకా స్పృహలోనే ఉంది. ఆమె కళ్ళు గాజుల్లా మారిపోతున్నా, అవి ఇంకా జాగృతంగానే ఉన్నాయి. కల్కి ఆమెను వాటేసుకున్నాడు. ఆమె దెబ్బలు, గాయాలతో ఉంది. రక్తం కక్కుతోంది.

అయ్యో. ఇలా జరగడానికి వీల్లేదు.

''ఏం ఫరవాలేదు, మరేం ఫరవాలేదు, ఇంతకన్నా విషమ పరిస్థితులను ఎదుర్కొని బయటపడ్డాంగా?'' ఆదుర్దాగా మళ్ళీ మళ్ళీ అంటున్నాడు. ''ఫరవాలేదు, ఒద్దు, నన్ను వదిలి వెళ్ళకు.'' ఆమెను కౌగలించుకొని, నుదుటి మీద ముద్దు పెట్టుకున్నాడు. ఆమెను గట్టిగా పట్టుకొనే ప్రయత్నం చేశాడు.

''న-నన్ను క్షమించు...'' ఆమె ఊపిరి తీసుకుంది. ''జనం నా మీద పెట్టుకున్న నమ్మకాన్ని వమ్ము చేశాను,'' ఆమె స్వరం బలహీనంగా వస్తోంది. ''నీవెందుకిలా ఉన్నావో తెలుసుకొనేందుకు నేను మరింత కృషి చే-చే-చేసుండాల్సింది.''

''దాని గురించి ఇప్పుడు నాకు తెలుసు. నీకూ చెబుదామనుకున్నాను, లక్ష్మీ.'' అతనికి ఏడుపాగట్లేదు, చెంపల మీద వేడి అశ్రువులు ధారగా కారుతున్నాయి. ''నేనేదో ఒక రకమైన రక్షకుణ్ణట.''

''రక్షకుడివా?'' చిరునవ్వు ఆమె పెదాలపై నాట్యమాడింది. ''నీవా?''

అతను నవ్వాడు. ''గమ్మత్తుగా ఉంది, కదూ?''

''వాళ్ళలా అనుకొని పప్పులో కాలేశారనుకుంటా.''

''నాకు తెలుసు.'' కల్కి దవడ బిగించాడు. నవ్వు మాయమైంది. ''వెళ్దాం, పద.''

''వద్దు, దయచేసి.'' ఆమె కల్కిని ఆపింది, వివర్ణమైన తన చేతులతో.

నెమ్మదిగా అతని ఛాతీని తాకుతూ. ''శ్రమపడకు. నేను. నే...'' మూలిగింది, ''రక్షింపబడే స్థితిని కాస్త దాటేశాను.''

కల్కి ముఖం చిట్లించి, అతికష్టం మీద ఏడుపు ఆపుకున్నాడు.

''కానీ దీనివల్ల నీవు జనరక్షకుడవయ్యేందుకు అనర్హుడవని అనుకోకు,'' అనింది, ''ఎందుకంటే, నేనెక్కడో చదివాను.''

''ఆ పిచ్చి పుస్తకాలలోనా?'' కష్టమ్మీద నవ్వేందుకు ప్రయత్నించాడు.

''అవును, ఆ పిచ్చి పుస్తకాలలోనే,'' నవ్వింది, ''నాయకులు విషాదాల నుంచే పుడతారని చదివాను.''

''నేనీ విషాదాన్నిఅనుభవించాలన్నట్లైతే నాకు నాయకత్వమే అక్కర్లేదు. ఒక అమ్మాయిని ప్రేమించే ఒక మామూలు అబ్బాయిగా ఉండడమే కావాలి.''

ఆమెను గట్టిగా హత్తుకున్నాడు, ''శంబలకు చెందిన, ఏ చీకూచింతా లేని అబ్బాయిగా. అలా పెరగాలని మాత్రమే అనుకున్నాను.''

మెల్లగా ఆమె చెయ్యి అతని బుగ్గనంటింది. ''కల్కి, అదింక కుదరని పని అని మనిద్దరికీ తెలుసు.''

కల్కి తలూపాడు. కానీ తన ఒక్క నిర్ణయంవల్ల అంతా కోల్పోయాడని నమ్మలేకపోయాడు. ఆ క్షణం, తన జీవితంలోని ప్రతి విషయం పట్లా పశ్చాత్తాపపడ్డాడు. నిజం చెప్పాలంటే, తను అవతారంగా ఉండడం వల్ల తన మీదే కోపం వచ్చింది.

"నన్ను ముద్దుపెట్టుకో," అన్నది, "ఈసారి ఏ అవరోధమూ లేదు." ఆమె నవ్వింది.

కల్కి తలూపాడు. వారిరువురి కన్నీళ్ళూ కలిసిపోతుండగా, వీలైనంత సున్నితంగా ముద్దుపెట్టాడు. సరిగ్గా అప్పుడే ఆమె పెదాలు చల్లబడి, చలనం లేకుండా పోయాయని గ్రహించాడు. అతను కళ్ళు పైకెత్తి చూడగా, ఆమె కళ్ళు మూతపడ్డాయి.

ఆమె వెళ్ళిపోయింది.

కల్కి గుండె బరువెక్కింది. తన చుట్టూ ఉన్న నక్కలకు, గొర్రెలకు వినిపించేలా పెద్దగా అరిచాడు. పక్షులు కూడా తమ గూళ్ళను విడిచిపెట్టి ఎగిరిపోయేలా అరిచాడు. తమ భరతం పట్టేందుకు తానొచ్చేస్తున్నాడని శత్రువులకు తెలిసేలా అరిచాడు.

51

దురుక్తి గ్రామస్తులందరినీ ఒక ప్రక్కకు చేర్చింది. దేవదత్తుని దుర్ఘటన తరువాత ఎవ్వరూ ఆమెకూ, ఆమె ధ్యేయానికీ మధ్య అడ్డు తగిలేందుకు పూనుకోలేదు. అందరినీ కూర్చోబెట్టబడ్డారు. రాక్షసులు వారి చుట్టూ గస్తీ తిరుగుతూ, ఎవరైనా కాస్త కదిలినా ఈటెలతో పొడుస్తున్నారు.

రాళ్ళ వెనుక ఆమె పొందాలనుకున్న మందో మాకో దాగి ఉంది. మార్తాంజుడు రాళ్ళకు కొక్కేలు తగిలించాడని గమనించింది. అయిదు ఆశ్వాలకు లంగర్లు తొడిగున్నాయి. వాటిపై రాక్షసులు కూర్చొని ఉన్నారు. వాళ్ళు రాళ్ళను ఎదురుదిశలో లాగడం మొదలుపెట్టారు. లాగిన ప్రతీసారీ, రాళ్ళు కాస్త కదిలాయి కానీ, గుహ అంచులకు అంటుకొనే ఉన్నాయి.

గుహల మార్గంలో నిలబడిన దురుక్తి దగ్గరకు పరుగుతో వెళ్ళాడు మార్తాంజుడు. భటులను దాటి వెళ్ళి, కాసేపు ఆయాసపడి, ఇలా పలికాడు, ''తల్లీ, రాయి ఇరుక్కుపోయినట్టుంది; మనకి మరింతమంది కార్మికులు కావాలి.''

''మీవాళ్ళను ఉపయోగించండి.''

''మరెందరో కావాలి, అమ్మా.''

దురుక్తి పళ్ళు నూరింది. ''మరికొందరిని ఏర్పాటు చేసేందుకు వీలవుతుందా?''

''ప్రయత్నిస్తే సాధ్యమవుతుంది.''

ఎంతటి తెలివైన సమాధానము!

నవ్వుతూ దురుక్తి భటుల నుంచి దూరంగా జరిగి, గ్రామస్తుల వైపు చూడగా, వారు పొలాల్లో ఏడుస్తూ, ఒకరినొకరు పట్టుకొని కనబడ్డారు. వాళ్ళవరకూ, తను దుష్టత్వానికి ప్రతీకగా అనిపించవచ్చు, కానీ తన వద్ద వాళ్ళకు అర్థం కాని కారణాలున్నాయని అనుకుంది. వాళ్ళు ఎంతమంది వేల్పులకైనా మొక్కవచ్చు, ఎందరినైనా ఆరాధించవచ్చు కానీ, ప్రళయం తరువాత మానవులు వేరు చెయ్యబడ్డారన్న సంగతి తెలియదు వాళ్ళకి.

''స్థానికులను వాడుకోండి,'' దురుక్తి చెప్పింది. ''వారిని పని చెయ్యమనండి.''

''సరేనమ్మా,'' మార్తాంజుడు కళ్ళార్పాడు.

అతను వెళ్ళి గ్రామస్తుల చుట్టూ ఉన్న తనవాళ్ళకు ఆదేశమివ్వగా, క్షణంపాటు దురుక్తి ఆలోచనలో పడింది. లోపల ఏముందో మార్తాంజుడికి ఆమె చెప్పలేదు. పైగా, ప్రశ్నించకుండా ఉండేందుకు అదనపు సొమ్మిచ్చింది. కానీ ఎంతైనా అతను పురుషుడు, అందులోనూ రాక్షస కులానికి చెందినవాడు, బుద్ధిశాలి. లోపల ఏదో అమూల్యమైనది ఉందని పసిగట్టాడు.

అతణ్ణి ప్రలోభపరిచింది బంగారమూ, రాగీ మాత్రమే కాదు, జిజ్ఞాస కూడా. మార్తాంజుడు తెలివైన నాయకుడు. అతను పైకి దురుక్తిని గౌరవిస్తున్నట్టు ఉన్నా, తరువాత ఏదో చెయ్యాలని ఖచ్చితంగా ఉంది. ఆమె ప్రస్తుతానికి అవేంటో ఊహించడం మాని, అసలు గుహలలో, తను అనుకున్నవి ఉన్నాయో లేవో బెంగపడడం మొదలుపెట్టాల్సొచ్చింది. ఆమెకు నిజంగానే భయమేస్తోంది. తన ధ్యేయం కోసం ప్రజల కొడుకులు, కూతుళ్ళు, భర్తలు, భార్యలను బలి తీసుకొంది. ఒకవేళ తన ధ్యేయం వ్యర్థ ప్రయాసే ఐతే, తనను తాను ఎప్పటికీ ద్వేషించుకుంటుంది. అందరికంటే ఎక్కువగా, ఇదంతా మొదలుపెట్టిన సింరిన్‌ని క్షమించదు. ఆమె సూచించి ఉండకపోతే, అసలు సోమశక్తుల గురించి అనుకొని ఉండేదే కాదు.

గ్రామీణులు పని మొదలుపెట్టారు. కొడవళ్ళతో, కత్తులతో అంచుల చుట్టూ దట్టంగా పెరిగిన చెట్లూ చేమలను కొయ్యడం ప్రారంభించారు. పని చెయ్యబోమంటూ మొండికేసిన వారిని రాక్షసులు తాళ్ళతో కట్టేశారు. కొంచెం కొంచెంగా రాయి కదలడం ప్రారంభించింది. గ్రామస్తులు సందులలో తవ్వుతూనే ఉన్నారు.

అది ఆమెకు బాధాకరమైన దృశ్యమే కానీ, ఆమె తన ధ్యేయాన్ని సాధించేందుకు అతిచేరువలో ఉంది.

''దురుక్తీ!'' ఒక గొంతు వినిపించి, ఆమెను ఉలిక్కిపడేట్టు, ఎముకులవరకూ స్తంభించేట్టు చేసింది.

ఆ గొంతు ఎక్కణ్ణుంచి వచ్చిందా అని ఆదుర్దాగా తల అటూయిటూ కదిలిస్తూ చూసింది. తెలుసుకొంది. రక్తసిక్తమైన ధోవతితో, చేత పరశువుతో, ధూళీ, రుధిరం గడ్డలు కట్టుకుపోయిన ఛాతీతో, భటులకు ఎదురుగా నిలబడి ఉన్నాడు కల్కి.

అతను పరిగెత్తడం మొదలుపెట్టాడు. గుర్రాలు లాగడం ఆపేశాయి. మార్తాంజుడు వెంటనే, కల్కి వెంట పరుగెత్తి అతణ్ణి ఆపమని తన భటులను ఆజ్ఞాపించాడు. దురుక్తి చుట్టూ ఉన్న దాదాపు ఇరవైమంది భటులు ముందుకెళ్ళి అతణ్ణి పట్టుకున్నారు. కల్కి వాళ్ళలో చాలమందిని గుడ్డిగా కొడుతూ, తన్నుతూ వారించగలిగాడు. కొంతమందిని పరశువుతో బాగా గాయపరచాడు. అతను ఇక్కడకు సమీపించాడంటే, దారిలో ఉన్న ఖాళీ స్థలంలో నిలిచి ఉన్న భటులు నశించారన్నమాటే.

ఎలా తప్పించుకున్నాడు?

''నీవు అందరినీ చంపేశావు!'' అని, రాక్షసులు అతని శరీరాన్ని పట్టుకోగా గట్టిగా అరిచాడు.

''ఇప్పుడు నిన్ను చంపేస్తాను,'' పళ్ళునూరుతూ పలికాడు.

''భటులారా,'' మార్తాంజుడు ఆదేశించాడు. ''ఈ పల్లెటూరివాణ్ణి హతమార్చండి!''

ఒక రాక్షసుడు కత్తితో కల్కి తల నరికేద్దామని ముందుకొచ్చాడు.

తన బాధ త్వరలో ముగియబోతుందని తెలుసుకుంది దురుక్తి. దాడి మొదలయ్యేలోపే, సింరిన్ దురుక్తి చెవిలో ఇలా గుసగుసగా అనింది. ''అమ్మగారూ, గాయపడ్డ అతణ్ణి మళ్ళీ గాయపరచకూడదు. పైగా, మీకు గుర్తుందనుకుంటా, అతను ప్రత్యేకమైనవాడు, కదా? ఇతని కోపం చల్లారితే, మీపైనా, కాళి ప్రభువుపైనా రహస్యంగా ఎత్తులు వేస్తున్న బోయల మీద ఇతణ్ణి ఉపయోగించుకోవచ్చని అనిపించట్లేదూ?''

దురుక్తి ఆలోచిస్తూ నొసలు చిట్లించింది.

''ఆపండి!'' దురుక్తి అరిచింది. సింరిన్ చెప్పినందువల్ల మాత్రమే కాదు, గ్రామస్తులను ఇంకా బాధపెట్టడం ఇష్టం లేక. సింరిన్ చెప్పింది కూడా సరైన ఆలోచనే. బాల్యంలో కథల్లో చదివిన కథానాయకులకి ఉండే శక్తులున్నాయి కల్కికి.

మార్తాంజుడు ఆమెకేసి నడిచొచ్చి, ఆమెను ఆపాడు. ''మన్నించాలి, తల్లీ. అతడు మనవాళ్ళను అల్లకల్లోలం చేసేస్తున్నాడు. అతణ్ణి ఒక ఉదాహరణగా నిలపాలి. ఎలాగో తప్పించుకున్నాడు. మన శిబిరంలో ఏం చేశాడో మరి.''

''అతడు నగరంలో శిక్షింపబడాలి, ఇక్కడ కాదు,'' అతని వైపు చూసింది, ''మీవాళ్ళను చంపేశాడు, కదా? శిక్షాస్మృతుల ప్రకారం, బోయదొరల ఎదుట, కాళి ప్రభువు ఎదుట విచారింపబడి, అతనికి మరణశిక్ష అమలు కావాలి.''

ఒప్పిద్దామని చూశాక కూడా కల్కి లొంగకపోతే, అతణ్ణి తన అన్నకు అప్పగించేద్దామని అనుకుంది. తనకా తలనొప్పి ఒద్దనుకుంది.

''నేను అనుకున్నా,'' మార్తాంజుడు నంగనాచిలా దగ్గాడు, ''ఇదంతా మీరు గోప్యంగా చెయ్యాలనుకున్నారని.''

దురుక్తి తలూపింది. ''అలాగే ఉంటుంది. బోయలపై ఉద్యమాన్ని అణచివేసేందుకు అలా చెయ్యక తప్పలేదని మాత్రమే వారికి తెలుస్తుంది.''

మార్తాంజుడు కాసేపు అమె వైపు అలానే చూశాడు...ఇంత పిన్నవయసులోనే ఒక వ్యక్తి ఇంత కుట్రా కుతంత్రంతో, అదే సమయంలో స్నేహపూర్వకంగా, ఆప్యాయంగా ఉండటాన్ని నమ్మలేకపోతూ. తనకు తట్టిన ఆలోచన తనకే వినోదంగా అనిపించి, దురుక్తి పెదాలు బిగించింది. ''మీరు పని చేస్తునే ఉండాలి, సేనానాయకా. ఆలస్యం చెయ్యవద్దు. ఆ కుర్రవాడు ఇంకొంతసేపు ఇక్కడే ఉంటే, మీ సైన్యాన్ని ధ్వంసం చేసేస్తాడు.''

కల్కిని తాడుతో కట్టేశారు, అతని నోటిని గుడ్డతో కట్టేశారు. అతని మెడ దగ్గర అయిదు ఈటెలున్నాయి. అతను పెనుగులాడినా కూడా అవి గుచ్చుకుంటాయి.

''నీ మంచికే చెప్తున్నాను, కదలకు. నిన్ను కాపాడదామనుకుంటున్నాను. నిన్ను చంపేట్టు చెయ్యకు,'' దురుక్తి ప్రశాంతంగా అన్నది...తన భావోద్వేగాలను అణచుకొనేందుకు ప్రయత్నిస్తూ, తను కఠినంగా మాట్లాడుతున్నట్టు అనిపించుకోనేందుకు.

కల్కి కళ్ళు వెయ్యి మాటలు మాట్లాడాయి. ఆమెను లెక్కపెట్టనట్లు, ఆమె అందించే సహాయాన్ని తీసుకోవడం కంటే చావడాన్నే ఇష్టపడుతున్నట్లు అవి తెలిపాయి. ఆమె పట్ల తన కోపం, ద్వేషం కళ్ళ ద్వారా ప్రకటించాడు. భావోద్వేగాలున్నవాడు ప్రమాదకరమైనవాడు.

దురుక్తి తన దృష్టిని మళ్ళీ లంగరు మీద సారించింది. తన దుస్తులు మెల్లగా నేల మీద జీరాడగా, ఆమె ముందుకొచ్చింది. తన ధ్యేయం నెరవేరబోతుందని తెలుసుకుంది. ఆమె కళ్ళు మిలమిలా మెరిసిపోయాయి. రాయి కదిలి, గుహ ప్రవేశ భాగం నుంచి వైదొలగింది. గ్రామస్తులు రాతిని తొలుస్తూండగా, అశ్వాలు మరింత వేగంగా కదలడానికి ప్రయత్నించాయి. అప్పుడు రాయి పూర్తిగా తొలగిపోయింది. అందరూ పారిపోవడం మొదలుపెట్టారు. కొందరు దాని కింద నలిగిపోయారు.

దురుక్తి మార్తాంజుడితో అన్నది, ''వెళ్ళి వాళ్ళ సంగతి చూడండి. నేను లోపల చూస్తాను.'' ఆ రాక్షసుడు సోమశక్తులను చూడకుండా వదిలించుకుందామనుకుంది. మార్తాంజుడు అయిష్టంగా తలూపి, తనవాళ్ళతో పొలాలకేసి వెళ్ళాడు. వారిలో సగం మంది అరుస్తున్న కల్కిని ఆపే ప్రయత్నం చేస్తూ అతనితోనే ఉండిపోయారు. అతని నోరు మూసేసి ఉంది కాబట్టి సరిగ్గా అరవలేకపోయాడు. దురుక్తి ఏమాత్రం పశ్చాత్తాపం లేకుండా అతణ్ణి చూసి, గుండె తీవ్రంగా కొట్టుకుంటుండగా గుహలవైపు కదిలింది.

''నేను ఏదైనా అద్భుతాన్ని చూడాలని తప్పకుండా కోరుకో. లేదంటే...'' భయంతో గుటక కూడా వెయ్యలేకపోతున్న సింరిన్‌వైపు చూసింది.

ముగ్గురు రాక్షసులు ఆమెను అనుసరించారు. ద్వారం దగ్గర రాక్షసులు కాగడాలను వెలిగించారు. ఆ వెలిగించిన శబ్దం కూడా దురుక్తికి వినబడింది. అక్కడ అంతటా నానిపోయిన వాసన. ఆమె కాగడాను గోడ వైపు తిప్పగా...

ఏమీ కనబడలేదు.

సింరిన్‌వైపు చూసింది, ఆమె కూడా దురుక్తి వైపు చూస్తోంది.

ఇంకా లోపలికి వెళ్ళగా, దురుక్తి ప్రకాశవంతమైన ఇంద్రనీల కాంతులను వెదజల్లుతున్న గోడలను దాటింది. వాటిపై వివిధరకాల ప్రతీకలు, ముద్రలతో శాసనాలు చెక్కబడి ఉన్నాయి. ఒకదాన్ని ముట్టుకుంది. అది అనంతానికి ప్రతీక, అది ఎగుడుదిగుడుగా ఉన్న ఆకృతి లోపల ఉంది.

''మన్నించండమ్మా, నాకు చెప్పారు..నాకు చెప్పారు.''

''ఇదేంటో తెలుసా?'' తన వెర్రిబాగుల చెలికత్తెను ప్రశ్నించేడప్పుడు దురుక్తి ముఖం వివర్ణంగా ఉంది. ''ఇది రక్షకుడైన విష్ణువుని ప్రతీక.'' విచిత్రాకృతిలో ఉన్న మరో ముద్రను చూసింది. ''ఇది అశ్వము, శ్వేతాశ్వము,'' అని, చివరిదాని దగ్గరకొచ్చి, ''ఇది విజయముద్ర.'' అన్నది.

''అమ్మా, నేనివి...'' ఆమె గొంతు ప్రతిధ్వనిస్తోంది, ఆ విషయం దురుక్తి అప్పుడే గమనించింది.

సింరిన్‌ని మౌనంగా ఉండమన్నట్టు ఒక వేలిని తన పెదాల మీద పెట్టుకుంది. ఇంకా ముందుకి నడువగా, గుహ ఏదో ద్రవాన్ని కారుస్తూ కనిపించింది. ఆమె దాన్ని తాకింది. అది నీలవర్ణంలోనే ఉంది, బహుశా గోడల నుంచి వచ్చిన రంగు అంటుకుందేమో.

''ఇప్పుడు మాట్లాడు,'' ఆ అమ్మాయిని ఆదేశించింది.

''మాట్లాడనా?'' బెరుగ్గా అడిగింది సింరిన్.

''గట్టిగా మాట్లాడు, పిల్లా!'' ఆనతిచ్చింది దురుక్తి. కానీ ఆమె గొంతే ఎంతగా ప్రతిధ్వనించిందంటే, సింరిన్ మాట సరిగ్గా వినబడలేదు.

దురుక్తి ఒక రాక్షసుని చెంతనున్న కాగడాను పట్టుకొని, ముందుకు విసిరేసింది.

''అమ్మగారూ!'' విస్మయంతో అరిచింది సింరిన్.

కానీ కాగడా ఒక అద్భుతం చేసింది. అది ముందుకెళ్ళి అంటుకోగా, వాళ్ళ ముందర ఇంద్రనీల మణులు పొదగబడి ఉన్న గోడ దర్శనమిచ్చింది. వింత ఏంటంటే, నిప్పే ఆమెను సోమశక్తుల వైపు రప్పించింది.

''ఇదే,'' అంది.

సింరిన్ ముఖం వెలిగిపోయింది. ''అవునమ్మా, నేను సరిగ్గానే చెప్పాను.''

పెదవుల మీద నాట్యమాడుతున్న చిరునవ్వుతో దురుక్తి ముందుకొచ్చింది. వేలితో తట్టి ఆ పురాతన నీలమణిని విరగ్గొట్టింది. దూరం నుంచి అది స్ఫటికంలాగా గట్టిగా అనిపించినా, నిజానికి చాలా మెత్తగా, ఎటైనా మలచగలిగేట్టు ఉంది. ఆమె దాని అంచులను గిల్లేయగా, ఒక విచిత్రమైన నీలిరంగు ద్రవం ఆమె చర్మంపై పడ్డది.

వాసన పీల్చింది, కానీ...ఏ వాసనా లేదు.

అందులో వేలు ముంచి రుచి కూడా చూసింది, కానీ ఏమీ తెలియలేదు.

''ఇదేనంటావా?''

సింరిన్ ముఖం వెలిగిపోయింది. ''అవునమ్మా, మీ అన్నగారి రోగానికి మందు దొరికేసింది.'' ఆమె నవ్వుతూనే ఉన్నా, దురుక్తికి ఆమె విషయంలో ఏదో తేడాగా అనిపించింది. అదేంటో తెలియట్లేదు. బహుశా తన అక్కరలేని అనుమానమే ఇలా అనుకొనేలా చేస్తోందమో. బహుశా ఆమె నిజంగానే సంతోషంగా ఉందేమో. ఒక్క

జీవితాన్ని కాపాడే ప్రయత్నంలో ఎన్నో జీవితాలు పోయాయని తనకు తెలిసినా, దురుక్తి ఎలాగో కష్టపడి చిరునవ్వు నవ్వింది.

52

అర్జన్ ఇదంతా చూస్తూ వచ్చాడు. దురుక్తీ, రాక్షసుల సమూహమూ వెళ్ళిన ఒకరోజు తరువాత, వీళ్ళు బయటకు వచ్చారు. అంతవరకూ, నేల మీద వెతకగా దొరికిన పళ్ళతో సరిపెట్టుకున్నారు. అలసిపోయినవాడై, అర్జన్ మళ్ళీ శంబల దారిలో నడిచాడు. అక్కడ జరిగినదానికి సాక్షులుగా నిలిచిన తనని, కృపా, బాలాలను చూస్తున్నవారి నుంచి తప్పించుకుంటూ నడిచాడు.

కానీ అతను పట్టించుకోలేదు. శవాలను ఎత్తేస్తున్నారు, చితి వెలిగిస్తున్నారు. హింస అంటుకోని తన ఇంటిని చేరుకున్నాక అర్జన్ అన్నాడు, ''మీరు నన్ను వెళ్ళనిచ్చి ఉండాల్సింది.''

''చచ్చేందుకా?'' కృప అన్నాడు, బాలాను చూస్తూ. ''ఒక్కొక్కసారి నీవు మీ అన్నకన్నా వెర్రిగా మాట్లాడతావు, మిత్రమా.''

కల్కికి జరిగినది చూశాక, బాలా అర్జన్‌ని లాక్కెళ్ళిపోయాడు. కావలసినన్ని ఆయుధాలను, ఇతర సామగ్రినీ సేకరించుకొని అర్జన్, కృపా, బాలా గుహల దగ్గరకు వెళ్ళి చూస్తే, కల్కి అప్పటికే అక్కడికి చేరుకొని ఉండటం చూశారు. అతను అనేక రాక్షసులచేత బంధించబడి, కదలలేక, వాళ్ళచేత కట్టబడేందుకు వీలుగా బలవంతాన మోకాళ్ళ మీద కూర్చోబెట్టబడ్డాడు. వాళ్ళు అతణ్ణి కట్టేసి, నోట్లో బట్టను కుక్కారు. అర్జన్ కదిలి వెళ్ళి దాడి చెయ్యాలనుకున్నా, కృప వారించాడు.

''నీ అన్నకు పట్టిన గతే నీకూ పడుతుంది. ఆమెకు మీ అన్నంటేనే ఇష్టం, నీవంటే కాదు, అందుకని జాగ్రత్త,'' కృప హెచ్చరించాడు.

అర్జన్ ఆ ముసలాడి మాటలను పట్టించుకోలేదు. ఎందుకంటే, అతను ఎప్పుడూ పిచ్చిగా మాట్లాడతాడు. కానీ, బాలకు మాత్రం అర్థమైంది, అంతం సమీపించిందని. కల్కిని కాపాడేందుకు వాళ్ళు ఏమీ చెయ్యలేకపోయారు. తెలివిగా నడచుకోవాల్సొచ్చింది.

''లక్ష్మి ఎక్కడ?'' అర్జున్ పాక పక్కన నిలబడి అడిగాడు. కృపా, బాలా, ఒకరి ముఖాలొకరు చూసుకొన్నారు.

''అర్థమైంది, అనుకున్నట్లు జరగట్లేదు.'' అర్జున్ పిడికిలి బిగించాడు.

''నిజం చెప్పాలంటే, నేస్తమా, అసలు ముందు, మనకి ప్రణాళిక లేకపోయింది,'' కృప అన్నాడు, ''కనీసం మనమూ, కల్కీ బతకగలిగాము. అదే గొప్ప.''

అర్జున్ తలూపాడు. ఊరిని మరోసారి చూశాడు. సగానికి పైగా గ్రామవాసులు చంపబడ్డారు. ''నేనిక్కడ ఉండలేను.'' అన్నాడు.

''అవును, ఇప్పుడు ఉండకపోవడమే మంచిది, ఎందుకంటే ఇప్పుడు...'' కృప నవ్వాడు.

''ఇప్పుడు లేదు, ఏమీ లేదు,'' అర్జున్ మాట్లాడటం ఆపాడు, పాకలోకి వెళ్ళి వస్తువులను వెతుక్కుంటూ, తన బట్టలను తీసుకుంటూ. ఎందుకనో, ఇంట్లోకి ప్రవేశించిన వెంటనే వాళ్ళ అమ్మ పలకరింపు కోసం ఎదురుచూశాడు. కానీ కుటుంబమే లేదు మరి. కానీ, అమ్మని పంపించేయడం అర్జున్‌కి ఊరట కలిగించింది. లేకపోతే ఆమె కూడా మిగతావారిలా హతమయ్యేది. ఆ ఆలోచనే అతని గుండెలో చిక్కుముడిని సృష్టించింది.

''ఎక్కడికి వెళ్ళాలనుకుంటున్నావు?'' ముసలాడు చంచలంగా కదిలాడు. అతని వల్ల అర్జున్‌కి చాలా విసుగు పుట్టింది. అతడొక గురువైనప్పటికీ, కొద్దిమంది గ్రామస్తులకు కూడా శిక్షణనిచ్చి యుద్ధానికి తయారు చెయ్యలేకపోయాడు. జరిగినదాంట్లో అతని తప్పు కూడా ఉంది.

''తెలియదు. ఇంకా ఏమీ నిర్ణయించుకోలేదు.''

బాలా అర్జున్‌ని ఆపేందుకని తన అరచేతిని అర్జున్ భుజంపై వేశాడు. అది అర్జున్‌కి బరువుగా అనిపించింది. రక్తం అంటడం వల్ల అతుక్కుపోతున్నట్టుగా కూడా ఉంది. యుద్ధమయ్యాక తను స్నానం చెయ్యలేదని అర్జున్‌కి అప్పుడే గుర్తుకొచ్చింది. బహుశా ఏట్లో మునక వెయ్యాలి. కానీ అది ఆ వ్యర్థ ప్రయత్నంలో చచ్చిపోయినవారి బూడిదలతో నిండి ఉంటుంది.

''మనము మీ అన్నకు సహాయం చెయ్యాలి.''

''వాడు లేడు.'' అర్జున్ ఒక అంగవస్త్రాన్ని ఛాతీ చుట్టూ కప్పుకొని, మరొక వస్త్రంతో తను తీసుకెళ్ళే బట్టలను మూటగట్టాడు. ''చచ్చిపోయాడు.''

''అలా వదిలేయలేము కదా, మిత్రమా. నీకు నిరాశగా ఉందని నాకు తెలుసు...''

''నిరాశా?'' విసుక్కున్నాడు అర్జున్. ''అది చాలా చిన్నమాట. భయంకరంగా అనిపిస్తోంది నాకు. వాడి స్థానంలో నేను చచ్చిపోవాల్సిందని అనిపిస్తోంది.

ఎంతోమందికి మేమూ, మా కుటుంబమంటే ద్వేషం. మా అమ్మను కూడా ఇక్కడకు రప్పించలేను. ఇది ఇదివరకటి శంబల కాదు. అంతా అయిపోయింది. జనరక్షకుడు బహుశా ఏదో చెరలో కుళ్ళుతూ ఉండుంటాడు.''

కృప భుజాలు ఎగరేశాడు. ''మీ రక్తాన్ని బాగానే పొగుడుతున్నావు.''

''వాడు నా రక్తం కాదు. నేనెవరి రక్తాన్నీ కాను.''

కృప నొసలు చిట్లించి అన్నాడు. ''నాకా సంగతి తెలియదు, కానీ ఎక్కడికో వెళ్ళలన్న నీ నిర్ణయం మంచిది కాదు. ఇలా జనాలను వదిలెయ్యలేవు. మీ అన్నను కాపాడాల్సిన బాధ్యత నీకు ఉంది.''

బాధ్యతా? తనకు ఎవరిపట్లా బాధ్యత లేదు. లేనే లేదు.

తన వస్తువులను తీసుకొనేందుకు తన గదిలోకి నడిచాడు. బరువెక్కిన గుండెతో, ఎక్కడికో తెలియని గమ్యానికై ఉపయోగపడే ముఖ్యమైన పుస్తకాలను ఎంచుకున్నాడు. ఆ ఆలోచనే తనను భయపెట్టింది. కానీ, ఒకవేళ తల్లి దగ్గరకు వెళ్ళవచ్చునేమో. కానీ ఆమె బోలెడు ప్రశ్నలు వేస్తుంది, జవాబులు చెప్పడం తనకు ఇబ్బందిగా అనిపిస్తుంది, ముఖ్యంగా కల్కి త్వరలో తిరిగిరాడన్న విషయంలో.

కానీ నిజానికి, దేని వల్ల తనకు చికాకనిపిస్తోంది? మనుషులా, లేక వాళ్ళ అనివార్య ఓటమా? పరాజయమే తన భయానికి కారణమా? గురుకులం రోజులనుంచీ తను గెలుస్తూనే ఉన్నాడు. కల్కితో కలిసి మ్లేచ్ఛుల మీద కూడా విజయం సాధించాడు. అప్పుడంతా పరాజయమన్నది కేవలం ఒక పదమే. కానీ ఇప్పుడది నిజమైంది.

అప్పుడే అతని కళ్ళు అటూయిటూ కదిలి ఒక కొడవలి మీద పడ్డాయి. అతను మ్లేచ్ఛులతో పోరాడేందుకు వెళ్ళేటప్పుడు వాళ్ళ అమ్మ ఇచ్చినదే అది. ఆ పోరాటంలో దాన్ని మ్లేచ్ఛులు తీసేసుకోవడంతో అసలు దాన్ని ఉపయోగించినదే లేదు. ఆ తరువాత వాళ్ళ గుడారంలో నుంచి దాన్ని తీసుకొచ్చేశాడు. కానీ ఒక్కసారి కూడా దాన్ని పట్టించుకోలేదు.

ఇప్పుడు ఆలోచిస్తే, విల్లంబులకు బదులుగా ఈ కొడవలినే వాడి ఉండాల్సిందనిపిస్తోంది.

పిరికిపందలు పరాజయంతో ఆగిపోతారు. పరాజయం పొందాక లేచి నిలబడేవారే నిజమైన విజేతలు.

ఎందుకు తను కల్కిని వెతకడం ఆపేస్తున్నాడు? వాళ్ళ అమ్మ ఎప్పుడూ ఇద్దరినీ కలిసి ఉండమనీ, ఎన్నడూ విడిపోవద్దనీ చెప్పింది. ఐతే తనెందుకు పూర్తిగా వదిలేసుకుంటున్నాడు? ఏమైంది? జరిగిన పరిణామాల్లో తన తప్పు ఎంతుందో పరిశీలిస్తూ అర్జన్ మౌనంగా నిలబడ్డాడు.

నన్నేదో ఆవహించింది. ఒకవేళ అది పశ్చాత్తాపమో, బాధో, ఓటమో; తల విదిలిస్తూ తనలో తానే అనుకున్నాడు.

''నీలో నీవే గొణుక్కోవడం చూడటం నవ్వు తెప్పించట్లేదంటే నేను అబద్ధం చెప్తున్నట్టే,'' కృప వెక్కిరిస్తూ నవ్వాడు, ''కానీ, దాన్ని చేతిలో పట్టుకొని, నీవు దేని గురించి ఆలోచిస్తున్నావో తెలుసుకోవచ్చా?''

అర్జన్ వెనక్కు తిరిగాడు. మళ్ళీ మాటలొస్తున్నాయి. క్షణికమైన, భరించలేని మౌనం వీడిపోయింది. నిట్టూరుస్తూ ఇలా మొదలుపెట్టాడు. ''మనం వెళ్ళిపోతే, శంబలకి ఏమవుతుంది?''

''నేనొక కథ చెప్తాను.'' కృప చేతులు చాపుకుంటూ, రాత్రుళ్ళు అర్జన్ పడుకొనే చాప మీద ప్రశాంతంగా కూర్చున్నాడు. ''కొన్ని సంవత్సరాల పూర్వం, ఇంచుమించు ప్రళయానికి దగ్గరగా, ఒక యుద్ధం జరిగింది. దాని పరిణామాలు అతి దారుణము. ఎక్కువ మంది ప్రాణాలు కోల్పోయారు, చాలామంది దాని గురించి మర్చిపోయారు. అది అతిఘోరమైన యుద్ధము...''

''మహయుద్ధం లాగానా?'' అర్జున ప్రభువు కాలమప్పుడు జరిగినది గుర్తుకు తెచ్చుకున్నాడు అర్జన్. ఆయన పేరే కదా ఇతనికి పెట్టారు. విలుకాడిగా అసామాన్య యశస్సును గడించిన అర్జునుడు ఆ మహాయుద్ధంలో కీలక పాత్ర పోషించాడు.

కృప బెరుగ్గా గుటకేశాడు. ''ఇంచుమించు అంతే. అది చాలా ఏళ్ళ తరబడి సాగింది. అవును. ఎన్నో సీమలు, ఊళ్ళు, నగరాలు దగ్ధమయ్యాయి. అన్ని యుద్ధాలకన్న పెద్ద యుద్ధమది. ఎన్నో లక్షల జీవితాలపై ప్రభావం చూపింది. దాని తరువాత, ప్రళయం సంభవించి మరింత దారుణమైన పరిణమాలు చోటు చేసుకున్నాయి. అది మహాయుద్ధ ప్రభావమే.'' కృప తల అడ్డంగా ఊపాడు. ''ఏది ఏమైనా, నేను చెప్పదలచుకున్నది ఏమిటంటే, ఈ దేశం ఎన్నో దారుణాలను చూసింది. అయినప్పటికీ, ప్రతిసారీ మళ్ళీ నిలదొక్కుకొని ముందుకు సాగుతుంది. సమయం పడుతుంది, కానీ గాయాలు నయమవుతాయి. అంతా బాగవుతుంది, సహనముంటే.''

అర్జన్ తలూపాడు.

''కొన్నిసార్లు, నీవు గాని నేను గాని దాని గురించి ఏమీ చెయ్యలేము. ఆ ప్రక్రియను వేగవంతం చెయ్యలేము. అది జరిగేటప్పుడు చూస్తూ ఉండాలి, అంతే,'' ఇప్పుడు కృప తనతో కంటే ఎక్కువగా తనలోతానే మాట్లాడుకుంటున్నట్లు అర్జన్‌కి అనిపించింది. కానీ అప్పుడే నవ్వుతూ ఇలా అనేశాడు కృప. ''ఆఖరికి నేను చెప్పాలనుకున్నది చెప్పేశాను. ఒకవేళ నీకు అర్థంకాకపోతే, అది నా బడలిక వల్ల అని నమ్ము. నేను అస్సలు పడుకోలేదు, ఏమీ తాగలేదు. అమ్మయ్యో, నేను తాగనే లేదు. ''మదిరా పాత్ర''కు వెళ్ళాలి...''

బాలా గట్టిగా ఊపిరి వదిలాడు.

''లేదా వెళ్ళకూడదో,'' కృప బెరుగ్గా నవ్వాడు, ''గొప్పవాడూ, పెద్దవాడూ అయిన మన మిత్రుడు ఎలా అంటే, అలా.''

అర్జున్ ఎప్పుడూ పుస్తకాలను నమ్మేవాడు, అవేం బోధించినా గాని. కానీ విషయాలనేవి ఎప్పుడూ పరస్పర వ్యతిరేకంగా ఉండేవి. ఒకరు ఒకటి రాస్తారు, కానీ మరొకచోట దాని అర్థం వేరేగా ఉంటుంది. అవి సత్యదూరాలు. రాక్షసులు మృగాలవలె ఉన్నట్టు, అసామాన్యులుగా, నరకం నుంచి ఊడిపడ్డట్టు వర్ణించబడతారు. కానీ ప్రత్యక్షంగా చూస్తే, వాళ్ళు బుద్ధికుశలత గలవారే. భయంకరులే, కానీ వాళ్ళ వద్ద ఏదో ప్రత్యేకత ఉంటుంది. అంత మృగాల్లా ఏమీ ఉండరు. తను నివసించే లోకం తులనాత్మక విభేదాలతో, పక్షపాతాలతో నిండి ఉంది. అవి నిజమా కావా అన్నది, చదివే వ్యక్తి నైజాన్నిబట్టి ఉంటుంది.

''అయితే ఏం చెయ్యాలంటావు?'' అర్జున్ ప్రశ్నించాడు.

''హమ్మయ్యా!'' కృప చిన్నపిల్లాడిలాగా చప్పట్లు కొట్టాడు. ''నీవు సరైన మార్గంలోనే ఉన్నందుకు సంతోషం, మిత్రమా. నా దగ్గర ఒక సృజనాత్మకమైన ప్రణాళిక ఉన్నది.''

బాలా అదేంటన్నట్టు తలూపాడు. ''అదేంటో చెప్పు, పిచ్చోడా.''

''మనం కల్కిని తీసుకువెళ్తున్న ఇంద్రఘర్ వెళ్దాము. అతణ్ణి విడిపించి, సోమశక్తులు బయటపడ్డాయి కాబట్టి, ఉత్తరాన ఉన్న నా మిత్రు...అంటే నా మిత్రులు కాదు, కానీ నాకు తెలిసినవాడు. అతని వద్దకు తీసుకువెళ్దాము.''

''వాళ్ళు దేన్నీ తీసుకోవడం మనం చూడలేదు...'' అర్జున్‌కి సోమశక్తుల గురించి ఇంకా నమ్మకం లేదు. కానీ కల్కిని అలా యశస్సుతో చూడడం అతని నిర్ణయాలను మార్చేసింది.

కృప అడ్డుపడ్డాడు, ''వాళ్ళు తప్పకుండా తీసుకున్నారు, ఎందుకంటే అది బోలెడంత ఉన్నది. భారీ మొత్తంలో తీసుకొని ఉండుంటారు. ఒకటి తెలుసుకో, ఆ నీలిద్రవం అక్కడుంటే మనము చాలా, చాలా పెద్ద సమస్యలో ఉన్నట్టు. ఎందుకంటే, మనం చాలా చెడును ఎదుర్కోవాల్సి ఉంటుంది. దానితో పోరాడటానికి మీ అన్న అవసరం ఉంది. దానికి మీ అన్న సుశిక్షితుడవ్వాలి. వెర్రిగా, యాభైమంది భటుల సమక్షంలో ఒక రాచకుటుంబీకురాలను అందరి ఎదుటా సవాలు చెయ్యకూడదు. అతనికి బుద్ధి బలం తక్కువే, దానికి బదులుగా కండ బలముంది.''

అర్జున్ బాలా వైపు చూశాడు. ''అయితే సరే, మనమేం చెయ్యాలి?''

''ఇప్పుడే చెప్పానుగా.''

''కల్కిని విడిపించకపోతే ఏమవుతుందో తెలిపావు,'' అర్జున్ అన్నాడు. ''కానీ కల్కిని చెరనుంచో ఉరినుంచో విడిపించడం ఎలాగా?''

కృప ఒక్క నిమిషం ఆలోచించాడు. కొద్దిపాటి మౌనం చోటుచేసుకుంది. ''మనం ఇంద్రఘర్ వెళ్దాము.''

''సరే,'' అర్జున్, బాలా సమ్మతించారు. ''తరువాత?''

''తరువాత,'' కృప ముసలాడిలాగా నవ్వాడు, ''అక్కడుండే పరిస్థితులను బట్టి చర్యలు తీసుకుందాం.''

అర్జన్ అయిష్టంగా తలూపుతూ అనుకున్నాడు.

ఇదుగో, మళ్ళీ వెళ్తున్నాము.

రెండవ భాగము

కాళి
అభ్యుదయము

53

అతను ఇక్కడ ఉండాల్సింది.

మంచు కురుస్తూ బాగా చిమ్మచీకటిగా ఉన్న రాత్రి, ఎముకులు కొరికే చలిలో వేదాంతుడు నిరీక్షించాడు. అతివృష్టికి ఫలితంగా, ఇంద్రఘర్ వాతావరణం అక్కడి ప్రజలకు తరచూ ఇబ్బంది కలిగిస్తోంది.

తన కోటకు బయట, నగరానికి కేంద్రమైన చోట జరిగే అర్ధరాత్రి సమావేశాలు అతనికి నచ్చవు. వేదాంతునికి అవి ప్రమాదకరమనిపించాయి. తన ఊపిరితిత్తులు కాలుష్యంతో నిండినట్లు తోచాయి. కేవలం తన ఊపిరితిత్తులే కాదు, చీకట్లో దాగి ఉన్న తన శత్రువులు కూడా తన అనారోగ్యానికి కారణమే. వాళ్ళ పేర్లతో గోడలు రక్తసిక్తమయ్యాయి. ఇప్పటికీ తనే రాజుగా ఆదరింపబడుతున్నాడు, కానీ తనకు ఎంతోమంది వైరులున్నారు, ముఖ్యంగా కాళి కోరగా తను సంతకం పెట్టిన ఆ విడ్డూరమైన ఒప్పందం తరువాత.

ఇదివరకు కూడా రాజకీయ హత్యలు కొంతవరకు సామాన్యమే. కానీ, కువేరుడితో సహకరిస్తే ఎవ్వరూ తనకు హాని తలపెట్టరని కువేరుడు హామీ ఇచ్చాడు. తన నగరం నడిబొడ్డుకి క్షేమంగా చేరుకునేట్టు ఏర్పాటు చేస్తానన్నాడు. అయినప్పటికీ, ఎందుకైనా మంచిదని ఎక్కువ మందీమార్బలం తేకుండా, భటులను సాధారణ ప్రజలుగా మారువేషం వేసుకొని రమ్మన్నాడు.

కానీ ఈ రాత్రి వీథులన్నీ నిర్మానుష్యంగా ఉన్నాయి. భటులు వేదాంతుడికి కాస్త దూరంలో నిలబడ్డారు.చీ ఎవ్వరూ వేదాంతుడి మీద దాడి చెయ్యకుండా ఉండేట్టు. ఏదైనా ప్రమాదం వస్తే గురిచూసి కొట్టేందుకు కట్టడాలపై ధనుర్ధారులు తయారుగా ఉన్నారు.

జాగ్రత్తగానే ఉండాలి, అనుకున్నాడు వేదాంతుడు.

వేదాంతుడు ఈ రాత్రికి దర్జీ కొట్టు వద్ద యక్షరాజును కలవాల్సి ఉంది. ఇంద్రఘర్‌కి ఉత్తరదిశలో ఈ ఒక్క కొట్టే ఉంది. నగరంలోని గొప్పవారు, పెద్దలూ నడిచే ఆ ప్రదేశం తక్కిన ప్రదేశాలకన్నా మరింత శుభ్రంగా ఉంటుంది. పల్లెల నుంచి వలస

వచ్చిన రైతులు పశ్చిమభాగంలోనో తూర్పుభాగంలోనో పనిచేస్తారు. ఎక్కువమంది పశ్చిమదిశలో పని చెయ్యడానికే ఇష్టపడతారు. ఎందుకంటే, అక్కడ చేపలు పట్టడం, ఎగుమతి, వాణిజ్య కార్యక్రమాలూ జరుగుతుంటాయి.

తను కువేరుడితో జతకడుతున్నాడంటే వేదాంతుడు నమ్మలేకపోయాడు. వాళ్ళ జట్టు ఎబ్బెట్టుగా ఉంటుంది...కానీ అదే కువేరుడికి కావాలసినది కూడా. ఎవ్వరూ ఊహించని కూటమి అయితే ఎవ్వరికీ అనుమానం రాదు. ఒక బోయ, ఒక మానవుడు కలిసికట్టుగా పనిచేస్తారని ఎవ్వరికీ అపించదు. అందువల్ల ఎవ్వరూ వాళ్ళని పట్టించుకోరు.

తొలుత అదే అనుకున్నాడు వేదాంతుడు. కువేరుడితో పని చెయ్యడం అతనికి ఇష్టంలేకపోయినా, వెనకటికి ఒకనాడు ఆ యక్షరాజు అతని కోటలోకి ప్రవేశించి, అతని సమక్షాన్ని గట్టిగా కోరాడు.

''మీకు ఊపిరాడట్లేదని నాకు తెలుసు, ప్రభూ.'' అతని గొంతు సన్నగా ఉంది, మిగతావాళ్ళ గొంతుల్లాగా గర్జనలా అనిపించలేదు. అతని మాటల్లో ఒక లయ ఉంది, అతని బోడితల కోడిగుడ్డు ఆకారంలో ఉంది, మెడను చుట్టుకొని ఆ విడ్డూరపు ముంగిస ఉంది. వేదాంతుడు దగ్గరికొచ్చినప్పుడల్లా, ముంగిస కోపగించుకొని అరవసాగింది. అప్పుడు కువేరుడు దాన్ని బుజ్జగించాల్సి వచ్చింది. ''మీకు నియమాలు నచ్చలేదు. మీరు నమ్మినా నమ్మకపోయినా, నాకూ నచ్చలేదు. నేను కాళి దండయాత్రల్లో కేవలం పెట్టుబడిదారును మాత్రమే. దండయాత్రలు నావి కావు. ఇంకా చెప్పాలంటే, మీపై దాడి చెయ్యడం నాకు నచ్చలేదు, కానీ కాళి బలవంతం చేశాడు.''

వేదాంతుడు ప్రశాంతంగా విన్నాడు. ఇవన్నీ కట్టుకథలని తెలిసినా, ఈ వ్యక్తి ఇంత తెలివిగా అబద్ధాలు చెప్పే విధానాన్ని తప్పకుండా మెచ్చుకోవాలనిపించింది. ఇవి నిజానికి కుట్రతో కూడిన అసత్యాలు. కానీ వాటి గురించి పట్టించుకోలేదు, ఎందుకంటే కువేరుడు అసలు తన దగ్గరకు వచ్చిన కారణం తనకు తెలుసు.

దన్ను కోసము.

''పెట్టుబడిదారుగా ఉండటం వల్ల లాభాలుంటాయనుకుంటా.'' వేదాంతుడన్నాడు ఆక్రోశంగా.

కువేరుడి ముఖం వివర్ణంగా, నిరాశగా పెట్టాడు. ''అది ఒప్పుకోవాలి. కానీ ఒక వ్యక్తికి ఎన్నో అవసరాలుంటాయని మీరు తెలుసుకోవాలి. నా సొంతవూరు, అలకా, బంగారు నగరం...'' అతని కంఠస్వరం మెల్లమెల్లగా తగ్గింది.

వేదాంతుడు తలూపాడు. కేంద్ర నగరం గురించి విన్నాడు. కొందరికి, అది పురాణాల్లో మాత్రమే చోటుచేసుకొనే నగరం. ఇళవర్తి నుండి తరలడానికి ముందు దేవతలు తమ సంపదను అలకానగరిలోనే వదిలేసి వెళ్ళారని వర్ణించబడే నగరము. కానీ ఇవన్నీ పురాణగాథలు మాత్రమేనని వేదాంతుడి నమ్మకము.

''దేవతల ఖజానా అది,'' కువేరుడు నవ్వాడు, ''మా నగరానికి గర్వకారణము. కానీ నిజం మాట్లాడుకుందాము. దేవతలు కూడా మానవులే, చుట్టూ అనేకమంది మతోన్మాద అనుచరులతో. ఈ మతోన్మాదులే వాళ్ళను మతానికి రాజులుగా నిలబెట్టారు. మాకు ఖజానా ఉందని, అందులోనూ అతిపెద్ద ఖజానా ఉందని చాలామంది పేర్కొంటారు. ఆ డబ్బంతా చేర్చేందుకు మేము చాలా శ్రమపడ్డాము. మా నగరమే ఇళవర్తికి ధనాగారం అన్న నా అంచనా అతిశయోక్తి కాదేమో.''

అతిశయోక్తి కానే కాదు, వేదాంతుడు పళ్ళు నూరుక్కున్నాడు.

''కానీ ఇదంతా నా కథకు నేపథ్యమే. నిజమేమిటంటే, సంపదలకు దేవుడైన కుబేరుని పేరిట నాకు నామకరణం చేశారు...మా భాషలో కువేరుడంటాము. మా నాన్న నాకిది తగ్గ పేరనుకున్నారు, ఎందుకంటే నేను సంపదల్లోనే పుట్టాను, దాంట్లోనే సాధికారంగా ఛస్తాను కూడా.''

వేదాంతుడు నిజం వెల్లడి అవ్వడం కోసం వేచి చూశాడు, కానీ ఈ వ్యక్తి సరిగ్గా మాట్లాడట్లేదు. అసలు విషయం చెప్పకుండా దాని చుట్టూ ఏవో చెప్తున్నాడు.

''కాళి నావద్దకు ధనసహాయం కోరి వచ్చాడు. ముఖ్యంగా రాక్షసులు, నాగులు, యక్షులూ కలిసిన సైన్యాన్ని డబ్బుతో కొనుక్కోవాలనుకున్నాడు. పైగా, నేను ప్రత్యక్షంగా ఉండాలని కోరాడు. అతనొక ప్రతిపాదన చేశాడు. దాంట్లో అతనికి సహాయం చేసి, మీకు నా ప్రణాళికను వినిపించేందుకు ఇక్కడకు రావడమే మంచిదనుకున్నాను.''

''ఏమిటది?'' వేదాంతుడికి సహనం తగ్గుతోంది. ''నాకు జవాబు కావాలి.''

''జవాబివ్వబడుతుంది,'' కువేరుడు కపటంగా మందలిచ్చాడు. ''ప్రపంచాన్ని జయించేందుకు ఆ మనిషి చేసే దండయాత్రల్లో కేవలం.

వాటాదారుగా ఉండడం నాకు ఇష్టం లేదు. నిజం చెప్పాలంటే, దాంట్లో నమ్మకం కూడా లేదు. మహాయుద్ధం తరువాత విభిన్నమైన రాజ్యాలను కలపడం కష్టమైన పనే. దానికి కాళి పూనుకున్నా, ప్రస్తుతం దానికి వేరొకరి నేతృత్వం అవసరము.''

వేదాంతుడికి ఈ ప్రశ్నకు సమాధానం తెలుసు. ''ఆ వేరొకరు ఎవరో ఊహించాను, అది నీవే.''

''అయ్యో, కాదు, ప్రభూ,'' కువేరుడు స్నేహపూర్వకంగా నవ్వాడు. ''అది మీరే.''

''నేనా?''

''అవును,'' అని నవ్వాడు. ''కానీ ఒక మూల్యంతోనే అనుకోండి.''

ఇదీ సంగతి. కువేరుడు ఎన్ని విధాలుగా ప్రశంసల వర్షంలో ముంచెత్తినా, అతనికి వేరే లాభాపేక్షలున్నాయి. వేదాంతుడికి ఇది తెలిసినా, నోరు విప్పలేదు. వేచి చూశాడు, సహనమే ఒక సద్గుణం కనుక.

''దీంట్లో మనిద్దరమే ఉంటాము.''

''నేను దీనికి సమ్మతిస్తే నాకేం లాభమివ్వగలవు?'' వేదాంతుడు అడిగాడు, అనుమానంతో కళ్ళు చిట్లించి చూస్తూ.

''సంపదా, వాణిజ్యమూ. అలకానగరి సంపదతో తులతూగుతుంది. నేను రాక్షస, నాగపాలిత ప్రదేశాలను సొంతం చేసుకున్నాక, మీకూ వాటా ఇస్తాను.''

''ఆగాగు, సొంతం చేసుకుంటావా? ఎలాగా?'' అలకా ఇళవర్తిలోకెల్లా ధనిక నగరమే కావొచ్చు, కానీ అక్కడి ఆయుధాగారం చాలా పాతబడిపోయింది.

''అక్కడే మీ పాత్ర ఉంటుంది. నాకు సైన్యాన్నివ్వండి. నేను సొమ్ములనిస్తాను.''

''శత్రుపాలిత ప్రాంతాలను ఎలా చేజిక్కుంచుకుంటావు?''

కువేరుడు వేదాంతుని గదిని సోదా చేశాడు, ఒక తొట్టెలో నాటిన మొక్క కనబడేవరకు. కువేరుడికి మొక్కలంటే ఇష్టం. అలకానగరిలో ఎన్నో రకాల మొక్కలను పెంచుకున్నాడు.

కువేరుడు దాని పువ్వును కోసేశాడు.

''ఎంత ధైర్యం నీకు?'' వేదాంతుడు గర్జించాడు.

''ఇలాగే,'' నవ్వాడు. ''మూలాల నుంచి కోసెయ్యాలి. ప్రాంతాలనేవి నేతలకు సొంతమైనవి. నేతలే లేకపోతే, వారిచే పాలింపబడే ప్రాంతాలుండవు.''

వేదాంతుడు ఒక్క నిమిషం ఆలోచించాడు. ఈ ఆలోచన బాగానే ఉంది.

''కాళి సంగతేమిటీ?''

''అతను కేవలం మట్టిబొమ్మ. మన అవసరాలకు తగ్గట్టు మలుచుకోవాలి. సమస్యలు సృష్టిస్తే, నేలకేసి తొక్కేయాలి,'' అని నవ్వాడు.

వేదాంతుడికి ప్రణాళిక అర్థమైంది. తను సైన్యాన్ని అందిస్తే సొమ్ములు దొరుకుతాయి. తక్కిన బోయ దొరలందరినీ హతమారుస్తారు, అవసరమైతే కాళిని కూడా.

''నీకు బోలెడన్ని ప్రాంతాలు దక్కుతాయి. మరి నా సంగతేంటి?''

''మీకు బోయల గొడవల్లో తలదూర్చడం ఇష్టం లేదనుకున్నా. అది మీకు కీర్తినివ్వదు కదా? నేను చెప్పిన పథకం మీకు కాళి నియంత్రిస్తున్న రాజ్యాలన్నింటినీ మళ్ళీ కైవసం చేస్తుంది. ఇంద్రఘర్ మళ్ళీ పూర్తిగా మీ సొంత పాలనలోకి వస్తుంది. మీరొక కీలుబొమ్మగా ఉండరు.''

పూర్వవైభవం దక్కడమనే దృశ్యమే ఊరించేదిగా అనిపించింది.

వేదాంతుడు లేచి నిలుచున్నాడు. ''కుదరదు. ఒకవేళ ఈ విడ్డూరమైన పథకంలో మనం సఫలమైనా, నీవు మళ్ళీ నాకే వెన్నుపోటు పొడవవని హామీ ఏముంది?''

''నేను విశ్వాసపాత్రుడను కానా?'' నవ్వాడు.

వేదాంతుడి ఆలోచనా క్రమం వర్తమానానికి వచ్చింది. ఇతను విశ్వాసయోగ్యుడు కాడు, కానీ ఉపయోగకారి. తనకన్నీ లభిస్తే, కువేరుణ్ణి గూడా హతమార్చవచ్చు. తనకు

అదేమంత పెద్ద సమస్య కాదు. తన విలువలకు, నిర్ణయాలకు విరుద్ధంగా బోయలకు సహకరించడమే తనకు దారుణమనిపించింది. అందుకని ఈ శత్రువును మిత్రుడిగా మార్చుకొని, తక్కిన బద్ధ శత్రువులను పరిమార్చడమే మంచిది. అందుకని, వాళ్ళ మొదటి గురి వాసుకి మీదే. వాసుకికి కుడిభుజమైన సహాయకుణ్ణి పట్టేందుకు ప్రజల మీద ఉన్న తన ప్రభావాన్ని వాడుకున్నాడు వేదాంతుడు.

ప్రస్తుతం, అతనికి తన ముందు నీడలు కనబడుతున్నాయి. అవి యక్షులకు సంబంధించినవి. వాళ్ళు పొట్టిగా ఉన్నా, పనిమంతులే. నడుమున పొడవాటి ధనుస్సులు, కత్తులు కట్టుకొని ఉంటారు. కాసేపటికి కువేరుడు ప్రవేశించాడు. అతను ముంగిసకు కళ్ళను భోజనంగా అందిస్తున్నాడని వేదాంతుడు గ్రహించాడు.

''కొంతమంది సంగతి చూసుకున్నాను ఇవ్వాళ.'' ముంగిసకు ఒక కన్నును వేశాడు.

''దేనికోసమని?''

కువేరుడు వాతావరణాన్ని పరిశీలించాడు. ''ఇకముందు మిమ్మల్ని ఇక్కడకు ఎప్పుడూ రప్పించవద్దని గుర్తు చెయ్యండి.''

''ఎవరి సంగతి చూసుకున్నావు?'' వేదాంతుడు ప్రశ్నించాడు.

''ఊఁ...ఏదో కొందరు తోటి నాగులను లెండి.''

''నాగులా? ఒకవేళ వాసుకి.''

''ఊహూఁ, భయపడకండి,'' తలూపాడు. ''వాళ్ళు నా సమస్య కారు. వాళ్ళను వదిలించేసుకున్నాను. వాసుకికి తన వాళ్ళల్లో ఇద్దరు లేరన్న విషయం తెలియను గూడా తెలియదు.''

''ఎందుకలా చేశావు?''

''అందుకనే ఇక్కడకు మిమ్మల్ని రమ్మన్నాను, ప్రభూ. మనం ప్రమాదంలో ఉన్నాము, ఎందుకంటే కాళికి మరో శత్రువున్నాడు.''

''శత్రువా?'' వేదాంతుడు ఆలోచించాడు.

''అవును. అతను కోటను వీడి వెళ్ళినప్పుడు ఒక నాగుడే అతనిపై హత్యాప్రయత్నం చేశాడు. అందుకని, ఆ దాడి వెనుక ఎవరి హస్తముందో తెలుసుకోవడానికి వాళ్ళ వంశం వారిని హింసించాల్సొచ్చింది.''

''అది చేసింది వాసుకి కాదా?''

''వాసుకి తన మనిషిని పంపడం అనేది మరీ తెలివితక్కువతనం. ఇంకేదైనా కులం నుంచి ఎవరినైనా కూలికి తీసుకొని ఉంటాడు. ఈ మనిషి ఎవడో గాని, తెలివైనవాడు. నిందను నాగుల మీదకు నెట్టేశాడు. ఒకవేళ అతని మద్దతుదారులే అతనిపై దాడి చేశారేమో?''

వేదాంతుడు తలూపాడు. ''ఇప్పుడు కాళి ఎక్కడున్నాడు?''

''బహుశా మరణశయ్యపై,'' అన్నాడు. ''కానీ భయపడవద్దు, అతని చెల్లెలు అన్న కోసం మీ గ్రామాల్లో ఒక దాన్నుంచి ఏదో మందు తెచ్చింది.''

వేదాంతుడి పాదాలు స్తంభించాయి. ''ఏ గ్రామము?''

''శంబల.''

వేదాంతుడు అడ్డంగా తలూపాడు. ''నాకు తెలియకుండా వెళ్ళిందంటే ఆమెకు ఎన్ని దమ్ములుండాలి?''

కువేరుడు వేదాంతుని భుజం తట్టాడు. ''శాంతించండి, ప్రభూ. కాళికి కోపం తెప్పియకూడదు. అతను త్వరలోనే కోలుకొని అంతా తన అదుపులో పెట్టుకుంటాడు. పైగా, గ్రామాలపై అధికారం అతని చెల్లికి ఇవ్వబడింది, మీరే సంతకం చేశారు, గుర్తుందా? పాపం మీరు, కానీ దీన్ని మనకు అనుకూలంగా మార్చుకోవచ్చు.''

''అనుకూలంగానా?'' అని ఆగాడు. ''అదెలా చేద్దామనుకుంటున్నావు?''

కువేరుడి పెదాలపై మళ్ళీ ఆ చిరునవ్వు నాట్యమాడింది. ''బెంగ పడకండి, ప్రభూ. అది నామీద వదిలేయండి.''

54

ఆమెకు జనాలను ఎలా ఆకర్షించాలో మాత్రం తెలుసు.

జనసందోహం ఉన్న మార్గం మధ్యలో నిలబడి, తన దగ్గరున్న డోలును కర్రలతో పదే పదే కొడుతూ, అందరి దృష్టి తనవైపుకు తిప్పుకొంది. ఆమె మిత్రుడు, భాగస్వామీ అయిన ఆకాశ్ అందరినీ వినమని కేకలు పెడుతున్నాడు.

''వినండహో! వినండహో! జనులారా, మా ప్రియమైన ప్రజలారా, ఇది నిర్ణయాత్మక సమయము. మన మహారాజు కుటిల తంత్రంతో, బోయలను ఆమోదించమని, ఈ పథకం వల్ల అంతా మంచే జరుగుతుందని మనల్ని నమ్మబలికాడు. కానీ, లేదు, ఏ మంచీ జరుగదు.''

అతనికి గొంతు పెద్దది, అందుకని పద్మ అతన్నే ఇవన్నీ చెప్పనిచ్చింది. వీటన్నింటి కోసం గొంతు పెద్దగా ఉండాలి. పద్మకు అది లేదు, లేదా అది తనకు లేదన్న భావన ఆమెలో ఉంది. ''వాళ్ళు మన ఉద్యోగాలను, మన అవకాశాలను దొంగిలిస్తారు. సొంత అంగడి వీధులను నిర్మించుకొని, మానవులైన మనల్ని నగర పటం నుంచే తీసేస్తారు.'' జనాలు ఆకర్షితులవుతున్నారని పద్మకు సంతోషమేసింది. ఈ నెలలో ఇది రెండవసారి. అయినా జనాలెప్పుడూ కూడా వాళ్ళు చెప్పినది వినేందుకు గుమికూడుతూనే ఉన్నారు. ''వినండి, ప్రియమిత్రులారా! వాళ్ళు చెప్పిన అసత్యాలను మర్చిపోండి. ఈ నగరంలో ఏ అభివృద్ధీ జరగలేదు. ఏదీ జరగలేదు!''

జనం ఎక్కువవ్వసాగారు. వారు ఆకాశ్‌తో ఏకీభవించారు. అతను అందంగా, ఆకర్షణీయంగా ఉన్నాడు. అతని తెలివైన మాటతీరు ఆమెకు తన రెండవ సోదరుణ్ణి గుర్తుచేస్తోంది. కళ్ళు మూసి, తన మనసులో మెదిలే సోదరుని రూపాన్నీ, తన నష్టాన్నీ మర్చిపోయే ప్రయత్నం చేసింది. ఈ కార్యక్రమంపై దృష్టి సారించాలి. ఇది ప్రచారమనుకోవట్లేదు తను. ఇది రాజ్యాంగాన్ని బద్దలుకొట్టడం, ముఖ్యంగా ప్రజలను ఆలోచింపజెయ్యడము. ప్రజల్లోకి ఒక ఆలోచనను ఎక్కిస్తే, అది కార్యరూపం దాల్చి, ఉద్యమం అవుతుంది.

''అందరూ రండి! రండి! మన రాజు గురించి మరిన్ని నిజాలను వినండి. అతను పనిచేసేది...'' ఆకాశ్ స్వరం గుసగుసగా మారింది, ''ఒక బుద్ధిహీనుడి వద్ద.'' వెనక్కు వెళ్ళి ఒక చిత్రపటాన్ని తీసుకొని వచ్చాడు. అది చేత్తో గీయబడ్డ చిత్రం. అందులో పెద్ద నైపుణ్యం లేదు కానీ, అది స్పష్టంగా ఉంది. పొడవాటి జుట్టు, చిన్న కళ్ళు, వ్యంగ్యంగా గీయబడ్డ అతిపొడవైన ముక్కుతో ఉన్న కాళి బొమ్మ.

''పొడుగు ముక్కున్న వాళ్ళ గురించి ఏమంటారు?'' చిలిపిగా కనుబొమలు పైకెత్తాడు ఆకాశ్. అందరూ నవ్వారు. ఎవ్వరూ నమ్మకపోవచ్చు, కానీ ఇదంతా నడివీథిలోనే జరుగుతోంది. వారి వీధి ప్రచారానికి నాయకురాలైన రాత్రి, ఈ కార్యక్రమానికి తగిన స్థలము, సమయము ఎంచుకొమ్మని చెప్పింది. పొద్దున్నే అయితే, నాగుల గస్తీ తక్కువగా ఉంటుంది. పోయినసారి కూడా ఇటువంటి సాహసమే చేయడానికి ప్రయత్నించారు. నగరమంతా.

కరపత్రాలను అంటించారు...రాజును ఎద్దేవా చేస్తూ, వేర్వేరు భాషలలో ''ఓ రాచరికమా! నీవు ఓడిపోయావు!'' వాక్యాన్ని చెబుతూ. ఇలాంటి కరపత్రాలు ఊరంతా ఉన్నాయి. దీని ప్రభావం బోయల మీద లేకపోయినా, ఇవి నాగుల దృష్టిని ఆకర్షించాయి. వాళ్ళు పద్మను, ఆకాశ్ ను నగర శివార్లవరకూ తరుముకుంటూ వచ్చారు. వాళ్ళిద్దరూ ఒక నదిలోకి దూకి, తేలుతూ అవతలి ఒడ్డుకు చేరుకొని, పడమర ప్రాంతాన్ని చేరుకున్నారు. బోయలకు మద్దతు ప్రకటించవచ్చని, అయితే అది సమపాళ్ళలో చెయ్యాలని రాత్రి చెప్పింది. దానివల్ల మానవ జీవితానికి అంతరాయం కలిగితే, అటువంటి సాధికారతకు, సమానతకు అర్థం ఉండదు.

ఒక గుడ్లగూబ గాల్లో ఎగిరొచ్చి పద్మ భుజాన, మెరుస్తున్న ఆమె వెండిరంగు జుట్టు వద్ద తన చిన్న శరీరాన్ని వాల్చింది. ఈ వయసులో ఆమె జుట్టు ఎలా నెరిసిందో ఎవ్వరికీ అర్థంకాలేదు, కానీ అది వారసత్వం వల్ల వచ్చినది కాదు. పద్మ రసాయనాలతో తన జుట్టు రంగును కప్పుకుంది, అందుకు కారణాలున్నాయి. ఆమె తన జీవితంలో అతిపెద్ద దుర్ఘటనను ఎదుర్కొంది. ఒకవేళ రాజు ఆమెను గుర్తిస్తే ఇక శిరచ్ఛేదమే. అది ఆమె చేసిన తప్పు వల్ల కాదు, రాజు పట్ల ఆమె సోదరులు చేసిన కృత్యము వల్ల. సమాజంలో బోయల చేర్పుకు మునుపే, వాళ్ళు రాజుకు మద్దతుదారులు కారు. వాళ్ళు నియంతృత్వపాలనకు బదులు ప్రజాస్వామ్యాన్నే కోరుకున్నారు. కానీ నిజం చెప్పాలంటే, అదంత బాగా సాగలేదు. విధి వక్రీకరించి, పద్మ విషమ పరిణామాలను ఎదుర్కోవలసి వచ్చింది.

ఆమె గుడ్లగూబ చెవులను ముద్దు పెట్టుకోగా, అది ఆమెను చూసి ముద్దుగా కళ్ళు చిట్లించింది. అప్పుడే పద్మ దాని కాళ్ళకు కట్టి ఉన్న కాగితాన్ని చూసింది. ఒక చేత్తో డోలు వాయిస్తూ, ఇంకొక చేత్తో దాన్ని తెరిచింది. ఒంటిచేత్తో ఆ కాగితం కట్టను విప్పడం కష్టమైనా, ఎలాగో విప్పి, ఏమైందో తెలుసుకొన్నది.

వాళ్ళు నీవంకే వస్తున్నారు. ఆమె కొత్త మనిషి.

-రాత్రి

ఆమె కళ్ళు వెంటనే పైకి చూశాయి. ఆమె డోలు వాయించడం ఆపింది. ఆకాశ్ ఆమెను చూసి, కొనసాగించమని సైగ చేశాడు. కానీ పద్మ తల అడ్డంగా ఊపింది.

''మనం బయలుదేరాలి.''

అతను వేచియున్న జనాన్ని చూసి, అందమైన నవ్వు నవ్వి, ఆమె వద్దకు వచ్చి గుసగుసలాడాడు, ''ఖంగారు పడకు, సరేనా? అంతా బాగానే జరుగుతుంది.''

''మనం పట్టుబడతాము,'' పద్మ అన్నది. ''రాత్రి సందేశం పంపింది...''

ఆమెను మాటలను మధ్యలోనే అడ్డుకున్నాడు. ''రాత్రిని ఆ పిచ్చి గ్రంథాలయానికి బదిలీ చేసినప్పట్నుంచి ఆమెకు భయమెక్కువైంది. ఖంగారు పడడం ఆపి ఆ దిక్కుమాలిన డోలు వాయించు...''

అప్పుడే ఆమెకా చప్పుడు వినిపించింది. పరిగెత్తుతున్న గుర్రాలు కనిపించగా, తాము రాజ్యద్రోహుల సరసన కనిపిస్తామేమోనన్న భయంతో జనం వెంటనే చెల్లాచెదురయ్యారు.

అయ్యో.

ఆమె ముందు నలుగురు నాగులు గుర్రాలపైన ఉన్నారు. మధ్యలో ఒక మహిళ ఉంది. తుమ్మెదరెక్కలవంటి ఆమె నల్లటి జుట్టు ఎంత పొడవుగా ఉందంటే, దాన్ని జడ వెయ్యాల్సొచ్చేంత.

''ఇక్కడేం జరుగుతోంది? బహుశా రాజ్యద్రోహులేమో, ముద్దుగుమ్మా?'' అని అడిగింది ఆ మహిళ.

నిజానికి అది బెదిరింపే అయినా, ఏదో ఆకర్షణ చేస్తున్నట్లుగా అది ఆమె నోటివెంట వచ్చింది. బహుశా ఈమె నాగుల పక్షాన పని చేస్తోందేమో, కానీ ఆమె వైఖరి చూస్తే మామూలు సైన్యాధ్యక్షుడి కంటే ఎక్కువ అధికారం కనబరుస్తోంది. అమెలో ఒక విధమైన పొగరు కనిపిస్తోంది...పైకెత్తిన చుబుకం, కోటేరులాంటి ముక్కు, చిట్లించిన నొసటితో.

''వీళ్ళను చంపవద్దు. నాకు ఈ దొంగ తిరుగుబాటుదార్లంటే ఎంతో ఇష్టము!'' అంటూ ఆనందంతో చప్పట్లు కొట్టింది.

ఇక్కడేం జరుగు..

అప్పుడే మొదటి నాగుడు కత్తితో వచ్చి, ఆకాశ్ ను కొట్టగా, అతను మూలుగుతూ వెనక్కు పడ్డాడు. పద్మ ఏదైనా చెయ్యాలి. ఇంకొక నాగుడు రాగా, చుట్టూ ఉన్న

జనాలు పారిపోయారు. వాళ్ళు సమీపించగా, ఆకాశ్, పద్మలు ఇటుక కట్టడం పక్కన ఇరుక్కున్నారు. ఆమె డోలును ప్రక్కకు నెట్టి...

ఈల వేసింది. వెంటనే, భుజం మీద ఉన్న గుడ్లగూబ ఎగిరి నాగుని ముఖం మీద కొట్టి వెనక్కు పడిపోయింది. నాగుడు పొడుగ్గా ఉన్నాడు. నాగులకు రాక్షసులలాగా కండలు లేకపోయినా, వాళ్ళ శరీరాలపై పాముబొమ్మల పచ్చబొట్లు ఉంటాయి. వాళ్ళు చూపించే దారుఢ్యానికి వ్యతిరేకంగా, ఒక పక్షి దెబ్బకు అతను పడిపోయాడు. తక్కిన నాగులు పక్షి చేసిన దాడి వల్ల దిగ్భ్రాంతి చెందగా, పద్మ గోడను ఆసరాగా చేసుకొని, ఎగురుతూ రెండు పొడవాటి చాకులను బయటకు తీసింది. బెంబేలెత్తి ఉన్న ఆకాశ్ మీద దాడి చేసేందుకు వచ్చిన ఒకడి మీదకు చాకును విసిరింది.

ఆకాశ్ అరిచాడు.

పద్మ విసుగ్గా కళ్ళు తిప్పింది. అతను సహాయం చెయ్యకపోగా, ఇంత గోల చేస్తున్నాడు. ఇది చాలా రకాలుగా చికాకు కలిగిస్తోంది. ధైర్యంగా, ప్రమాదకరంగా ఉన్నది ఆమె మాత్రమే కాబట్టి మిగతా నాగులు ఆమెకేసి వచ్చారు. న్యాయాలయానికి చెందిన అధికారులను చంపితే ఆమెకు శిక్షగా ఉరో, శిరచ్ఛేదమో జరుగుతుంది. ఈ క్రూరమైన తంతులో ముద్దాయిగా ఉండడం ఎంత భయావహమో అన్నది పక్కనపెడితే, ఈ భయంకర తంతును కేవలం చూడటం కూడా ఎంత దుర్భరంగా ఉంటుందో ఆమెకు అందరికంటే బాగా తెలుసు.

తను నాగులను చంపలేనని ఆమెకు తెలుసు. చాకును వాడకుండా, తన జేబులోంచి రాగి నాణేలను అంటే, పణాలను తీసింది. అవి మామూలు కంటే ఎర్రగా, గుండ్రంగా ఉన్నాయి. వాటిపైన ఇంద్రఘర్ ప్రతీకలు విచిత్రంగా చెక్కబడి ఉన్నాయి. ఆమె వాటిని నాగుల పాదాల దగ్గర విసిరేయగా, వాళ్ళు వాటి మీద ఎబ్బెట్టుగా అడుగులేస్తూ జారారు.

పద్మ నవ్వుకుంది. వాళ్ళు లేచి నిలబడేసరికి, పద్మ మోకాళ్ళతో ఒకణ్ణి కుమ్మింది. వాడు వెనక్కు పడ్డాడు. ఇంకొకడు లేచి, ఆమెకేసి కత్తితో దూసుకువచ్చాడు. ఆమె తప్పించుకొని, నేలమీద పొర్లి, వెల్లికిలా పడింది. అయోమయానికి గురైన నాగుని భుజం తట్టి, అతడు వెనక్కు తిరిగి చూసేసరికి, అతడి శ్రమకు ఫలంగా అతణ్ణి గుద్దింది.

ఇంకొకడి దగ్గర ఆయుధం లేదు, కానీ అతను అందరికన్నా పెద్ద శరీరం కలవాడు. పిడికిలి కదిలిస్తూ భయపెట్టాడు.

''నిన్ను చంపుతాను.''

అబ్బా.

''మంచిదానిగా ఉండడం ఇంక చాలు.'' అని, కవచం కప్పకుండా ఉన్న ఆ నాగుని పైఛాతీ మీదకు పద్మ తన వద్దనున్న చాకులలో ఒకదాన్ని విసిరింది. అతను క్రిందకు చూసి చాకును బయటకు తీసేసరికి, పద్మ తన నరాల మీద కొట్టిందని గ్రహించాడు. రక్తం చింది అతడు నేలకూలాడు.

ఆకాశ్ ని కప్పేసినవాడి శరీరాన్ని లాగింది. అతణ్ణి ప్రక్కకు తోసేసి, అతడి వద్దనున్న చాకును లాగేసుకుంది.

''పద వెళ్దాము.''

ఆకాశ్ లేచాడు, భయంతో గుటకలు మింగుతూ, వణుకుతూ. వాళ్ళిద్దరూ వెనక్కు తిరిగేసరికి, తన ముందు పదిమంది నాగులు ఉన్న విషయం పద్మ గ్రహించింది. వాళ్ళందరి చేతుల్లో కుంతాలున్నాయి. కవచాలు వాళ్ళను కప్పేస్తున్నాయి. ఆమెలాంటి సామాన్యురాలితో యుద్ధానికి సిద్ధంగా ఉన్నారు. అందరూ ఆకాశ్, పద్మల మెడల వద్ద ఆయుధాలు పెట్టి నిలబడ్డారు.

వాళ్ళు ఇంత త్వరగా ఎలా రాగలిగారు?

''ఓరి దేవుడో, చచ్చాం. అప్పుడే చెప్పాను, మనం వెళ్ళిపోయి ఉండాల్సిందని,'' ఆకాశ్ ఏడ్చాడు. ''దయచేసి! దయచేసి మమ్మల్ని గాయపరచకండి! దయచేసి! నాకు చావాలని లేదు.''

మీరు హాస్యమాడుతున్నారేమో?

పద్మ విసుగ్గా కళ్ళు తిప్పి, భుజాలను కాస్త పైకెత్తి ఆకాశ్ ముందువైపుకొచ్చింది. ఆమెకు భయం వేయలేదు, ఎందుకంటే ఆమె చావుకంటే దారుణమైనదాన్ని చూసింది, అనుభవించింది.

అది శోకము.

''నీవు నిజంగానే తప్పించుకుందామనుకున్నావా, అమ్మడూ?'' నల్ల గుర్రంతో గుండ్రంగా తిరుగుతూ ఆ మహిళ ప్రశ్నించింది, తన వెనుక బోలేడు మంది నిలబడి ఉండగా.

''ఎదిరించే వాళ్ళను తక్కువగా అంచనా వెయ్యకూడదు.''

పద్మ ఒక్క మాట కూడా మాట్లాడలేదు.

''అబ్బాయిని తీసుకెళ్ళండి,'' ఆమె ఆదేశించింది. ''అతణ్ణి ఎక్కడకు పంపాలో మీకు తెలుసు.''

''మన్నించండి, మన్నించండి,'' అని ఆకాశ్ బ్రతిమిలాడినా, పద్మను నేలపైకి తోసి, నాగులు ఆకాశ్ ను తీసుకెళ్ళిపోయారు.

ఇంకొకడు పోయాడు.

నిజం చెప్పాలంటే, ఆమెకంత బాధ అనిపించలేదు. నిజమే, అతను ఉపయోగకరంగానే ఉన్నా, ఆమె గమ్యం నుంచి దారి మళ్ళిస్తున్నాడు. నల్ల గుర్రమ్మీద ఆ మహిళ దిగినప్పుడు, ఆమె పాదాలు నేలనంటిన వెంటనే, ఘల్లుమని శబ్దం వినిపించింది. పద్మ ఆమె మడమ చుట్టూ ఉన్న చిన్న మంజీరాన్ని చూసింది. ఆమెకు ఒక చెయ్యి అవిటిగా ఉండగా, ఇంకొక చెయ్యి పనిచేస్తోంది.

''గాయపడ్డవాళ్ళను వైద్యశాలకు పంపించండి. వాళ్ళు రేపటికల్లా స్వస్థత చెందకపోతే, రాజ్య బహిష్కరణకు గురవుతారని చెప్పండి.'' ఆ మహిళ ఆజ్ఞాపించాక, ఆమె కళ్ళను చూసింది పద్మ. ఆమె కనుపాపలు నీలిమేఘాల వన్నెను ప్రతిబింబిస్తున్నట్లున్నాయి.

''నా పేరు రాజకుమారి మానస, వాసుకి ప్రభువు సోదరిని.'' నాగజాతి రాచకుటుంబీకురాలు పద్మను తీక్షణంగా చూసింది. ''నీ మిత్రుడి కోసం నీవు బాధపడవనుకుంటా. అతడు నిజంగా నీ కార్యానికి ఉపయోగపడట్లేదు. అలాంటి వాళ్ళను బ్రతకు నుంచి బహిష్కరించాలి.''

మానస పద్మ విసిరేసిన పణాలను చూసింది. ''ఇవి మహాయుద్ధంనాటి నాణేలు. నీకెలా దొరికాయి?''

ఇవి మహాయుద్ధమప్పటివని ఆమెకెలా తెలుసు?

''నేను నాణేలు సేకరిస్తాను,'' పద్మ అన్నది. నాణేలు సేకరించడం ఆమె ప్రవృత్తి. అది ఏడేళ్ళ వయసప్పటి నుంచి ఇష్టంగా చేస్తోంది. మానస ఆ నాణేలను పద్మకు తిరిగి ఇచ్చేసింది. ఆ నాగరాజకుమారి ఔదార్యం ఆశ్చర్యం కలిగించగా, పద్మ వాటిని తీసుకుంది. తన వేళ్ళాడే సంచీలో వాటిని కుక్కింది.

''నాకు నీ జుట్టు నచ్చింది,'' మాణిక్యం రంగు వేసిన తన సన్నటి, పొడవాటి గోళ్ళతో ఆమె జుట్టుతో ఆడుకుంటూ అడిగింది, ''ఇది సహజమైనదేనా?''

పద్మ తల అడ్డంగా ఊపింది. హడావుడిగా ఉన్న అంగడి వీథిలో, నాగభటులు చుట్టుముట్టి ఉన్న ఆ క్షణాన, తనకొక తల్లి దొరికినట్లు అనిపించింది.

''నీవు ప్రత్యేకం, అమ్మడూ,'' మానస నెరిసిన పద్మ జుట్టుతో ఆడుకుంటూనే ఉంది, తన పిడికిలిలో రుద్దుతూ. పద్మకు మెత్తగా ఎవరో లాగినట్లు అనిపించింది. ''తప్పకుండా ప్రత్యేకమైనదానివి. ఇంత చిన్న వయసులో సుశిక్షితులైన భటులను వారించగలిగావు... ఈ మారుమూల నగరాన నేను ఎంతకాలంగానో చూడాలని తపిస్తున్న దృశ్యమిది. మానవుల వలె కాకుండా, నాగులు ఉత్తమ విద్య, యుద్ధతంత్రం నేర్పడంలో గర్వం పొందుతారు. గూఢచర్యం అనేది వాళ్ళు ప్రదర్శించే కీలక కళ. అందులో మహిళలే పురుషులకంటే ముఖ్యులు. పురుషులకు వేదాంతం నేర్పుతారు, కానీ వాళ్ళు సురాపాన, మద్యపానలోలురైపోతారు. స్త్రీలే జ్ఞానాన్ని, శాంతిని పెంపొందింపజేస్తారు. నీవొక నాగకన్యను తలపిస్తున్నావు.''

''ఇందాక నీవు చేసిన పని ఎందుకు చేస్తున్నావు?''

పద్మ మౌనంగానే ఉండిపోయింది. రాజ్యం పట్ల వ్యతిరేకతను ప్రకటిస్తే అది రాజ్యద్రోహం కింద పరిగణింపబడుతుంది.

''నీకు రాజంటే ద్వేషమా?''

పద్మ తల పైకెత్తి ఆమెను చూసింది.

''ఆం, ఇక్కడే మనిద్దరం కలుస్తున్నాం, ఎందుకంటే నాకూ అతడంటే ద్వేషమే,'' మెల్లగా నవ్వింది, ''అమ్మడూ, మనమిద్దరం కలిసి పనిచేస్తే ఏదో అద్భుతాన్ని సాధించవచ్చు. నీకు నా ప్రతిపాదన నచ్చితే, ఎప్పుడైనా నా కార్యాలయానికి రా,'' అన్నది.

ఐతే మరి ఎందుకు నగరంలో ప్రచారకులను ఆపుతోంది? పాలకుడిని ద్వేషించే జనాలందరినీ చేర్చి సైన్యం ఏర్పాటు చెయ్యాలనుకుంటోందా? ఎందుకు? ఆమెకెందుకు రాజంటే వైరభావము?

''నాకైతే ఇదంతా ఏ ఫలాన్నీ ఇవ్వని నిర్విరామ శ్రమ అనిపిస్తోంది.'' ఆమె పద్మ జబ్బలను పట్టుకొని నడిచింది, నాగులు వెంట రాగా. ''నాకు ఫలాలంటే ఇష్టము. ఇంతసేపు వేచియున్నందుకు మంచి ముగింపుకు అర్హురాలవు నీవు. నేను చెప్పింది సరైన మాటే కదా?''

పద్మ అవునన్నట్టు తాలూపింది. ఇలా అంటూ ఈ నాగ మహిళ ఎటు వెళ్తోందో తెలియట్లేదు. ఎటైనా సరే, తానూ దాంట్లో భాగమవ్వబోతోందని తెలుసుకుంది. అదీగాక, ఈరోజు వరకూ అధికారమంటే ఎలా ఉంటుందో పద్మ చవిచూడలేదు.

''నీవు తప్పువైపు మరీ కష్టపడి పని చేస్తున్నావు. నేను చెప్పింది చేసి, నీవు ద్వేషించేవాణ్ణి మనిద్దరం వదిలించుకుంటే, నీకు నిజమైన ఫలం లభిస్తుంది.''

''నా లాగా ఇంకొందరున్నారా?''

''నాకు నీవు తప్ప అన్యులు నచ్చలేదు, అమ్మడూ,'' రాజకుమారి మానస అన్నది. ''నీవు చేసే సహాయానికి ప్రతిగా, నీవు కోరుకున్నదల్లా ఇవ్వబడుతుంది.''

వాళ్ళు చేరుకున్న భవంతి నాగకోటకు ప్రవేశద్వారమని పద్మ గ్రహించింది. బోయల చేర్పు తరువాత, వాళ్ళకు నచ్చినట్లు కోటల నిర్మాణం జరిగింది, మానవులు వాటి నిర్మాణానికి పని చెయ్యాల్సొచ్చింది. చాలామందికి అది నచ్చలేదు, కానీ కోట అందంగా తయారైంది. తనెలా అనుకోవాలో, ఎలా అనుకోకూడదో తెలియలేదు, కానీ మానసతో చేరడం ముమ్ముందు మంచికే దారితీస్తుందని ఆమెకు తెలుసు. తను చంపబడవచ్చు, ఆరాధింపబడవచ్చు, బహుమతులు పొందవచ్చు. మొదటిది జరిగినా ఫరవాలేదు, ఏదో ఒక విధంగా వేదాంతుడిపై తను కక్ష సాధిస్తే చాలని అనుకుంది.

వాళ్ళు కోట నడవాల్లో నడుస్తూ, చిన్నగా ఉన్న ఒక తలుపుకు దారి తీసే మార్గాన్ని దాటారు. భటులు వెళ్ళిపోయారు, పద్మ గుండె మరింత వేగంగా కొట్టుకోసాగింది. తను శత్రువుల నేలపై ఉంది. ఏ చోటునైతే తను ఎదిరిస్తూ వచ్చిందో, దాని మధ్యలోనే ఉంది. ఆకాశ్ చెరకు ఈడ్చుకెళ్ళబడ్డాడన్న ఆలోచన మదిలో మెదిలింది. కానీ రాత్రి జామీను ఇస్తే అతను విడుదలవుతాడు. ఇటువంటి ఆలోచనలు తన మనసులోకి ఇప్పుడు రాకూడదు.

ఆమె కూర్చున్న గది బ్రహ్మాండంగా ఉన్నా, అక్కడ పెట్టి ఉన్న పుస్తకాల వల్ల దాని దర్పం తగ్గింది. ఆమెకు పుస్తకాలంటే గిట్టవు. కొన్ని చదువుదామని ప్రయత్నించింది, కానీ వాటిలో ఏదీ తనకున్న వివిధ రకాల ఆసక్తులకు రుచించలేదు.

''నేనేం చెయ్యాలని మీరు అనుకుంటున్నారు?''

''ఆఁ చెబుతాను, కానీ ముందు...'' బల్ల కింది నుంచి ఒక సంచీ తీసి బల్ల మీద పడేసింది.

పద్మ అయోమయంగా చూసింది. దాన్ని తెరిచి చూడగా, బంగారు, వెండి పణాలూ, కర్షపణాలూ, సురాష్ట్రాలూ, గవ్వలూ కనిపించాయి. నవ్వుతూ వాటిని బయటకు తీసింది. ఇప్పుడివి చెల్లని డబ్బులు, కేవలం సేకరణకు మాత్రమే పనికొచ్చే నిధి.

''నేను కూడా ఒకరకంగా సంగ్రాహకురాలినే. మనిద్దరి ఇష్టాలూ ఒకటే, అమ్మడూ,'' మానస అన్నది.

పద్మ పైకి చూసింది.

''నీవు అవన్నీ తీసుకోవచ్చు.''

పద్మ సంచీని వదిలేసింది. ఇదంతా రక్తపు సొమ్ము. ఒక ఖరీదుతో వచ్చినది. కానీ, తను ఆ ఖరీదు చెల్లించేందుకు సిద్ధమా, అన్నదే ప్రశ్న.

''భయపడకు.''

''నేనేం చెయ్యాలి?'' పద్మ మళ్ళీ ప్రశ్నించింది, ఈసారి కటువుగా.

''ఓ అదా, అది వినోదంగా ఉంటుందిలే,'' మానస కళ్ళల్లో ఒక మెరుపు మెరిసింది. ''ఆయుధాలతో ఐతే తప్పక ఆడుకుంటావులే.''

''చెయ్యలేను...నేను చెయ్యలేను,'' ఇదంతా ఒద్దనడం కష్టమనిపించింది. ''అలాంటి వాళ్ళ కోసం...''

''నేనా? నేను అమాయకురాలనే, తల్లీ. మేము శాంతికాముకులమని, అహింసావాదులమని ఇప్పటికైనా నీవు తెలుసుకోవాలి.'' తన చేతిని ముందుకు పెట్టింది, బల్ల మీద. వెనక నుంచి ఒక పెద్ద గొంతు వినబడింది. పద్మ వెనక్కు తిరిగి చూడగా, ఒక అందమైన మగవాడు, నల్లటి జుట్టుతో, స్పష్టమైన నీలికళ్ళతో, ముఖాన మందహాసంతో నిలబడి ఉన్నాడు. ముదురు నీలం రంగు వస్త్రాలను ధరించి ఉన్నాడు. అదే వెటకారపు రాచఠీవితో ముందుకొచ్చాడు, మానస చెంతకు.

''ఆమె చెప్పినది సరైనదే,'' అని బుసలుకొడుతూ పలికాడు.

అతని గుణగణాలనుబట్టే అతను ఎవరో తెలిసిపోతోంది...నాగుల యువరాజో, రాజో అయిన వాసుకి. నాగులకు ఎక్కువగా బిరుదాలుండవు, అందుకని వాళ్ళ పేర్లకు తగ్గవి వాళ్ళే ఎంచుకుంటారని ఊళ్ళో చెప్పుకుంటారు.

మానస గొంతు అప్రయత్నంగానే మరింత కుటిలంగా, గరుకుగా మారి, ఇలా పలికింది, ''ఆఖరికి ఇదీ విషయం-నీవు మేము చెప్పినది చేసి, రాజ్యానికి అమూల్య

సేవలందించినందుకుగానూ నా కృతజ్ఞతకు చిహ్నంగా ఈ అందమైన నాణేలను సొంతం చేసుకో, లేదా రాజ్యానికి చెందిన అధికారిపై జరిపిన దాడికి శిక్షగా రేపు నీకు శిరచ్ఛేదం జరుగుతుంది.'' ఆమె పిడికిలి బిగిసింది, నవ్వు ఇక స్నేహపూర్వకంగా లేదు.

"ఇక ఎంపిక నీదే బంగారం.''

55

కాళి పరిగెడుతూనే ఉన్నాడు. ఎంతసేపు పరిగెట్టాడో అతనికి గుర్తులేదు.

కళ్ళు తెరవగలిగేసరికి, అతని చూపు ముందుకురికింది. ఒక తెల్లటి పాలరాతి వేదికవంటి కట్టడం చెంతకు నడుచుకుంటూ వెళ్ళి, దాని చల్లటి దన్నుపై వాలి సేధదీర్చుకున్నాడు. లోతులేని చెరువులో నీటి బిందువులను తాకుతూ తన ప్రతిబింబాన్ని చూసుకున్నాడు. తను చాలా మారిపోయాడు. రోగం తన చర్మంలోకి దూసుకుపోయి, శరీరాన్ని బక్కగా చేసేసింది. ఎముకల గూడులాగా అయ్యాడు, జుట్టు తగ్గిపోయింది. తన తల బోడి అవ్వడం అసలే తట్టుకోలేకపోయాడు. ఎప్పుడూ అందగాడిగా మన్ననలందుకొన్న తను ఇప్పుడిలా మారిపోతున్నాననిపించింది అతనికి.

తన ప్రియమైన సోదరి లేకపోయుంటే, కాళి బహుశా చచ్చిపోయేవాడు. రోగము, కత్తివేటు విపరీతమైన నొప్పి పుట్టించాయి. దురుక్తి సహాయం వల్ల తను బ్రతికి బయటపడ్డానని నమ్మలేకపోయాడు. ఆమె ఏదో రుచీ, వాసనా లేని ద్రవాన్ని ఇచ్చింది. అది నాగుల కనుపాపలవలె నీలంగా ఉంది. క్క గుటకలో తాగేశాడు. కొన్నిరోజుల తరువాత మళ్ళీ తాగేసరికి వెంటనే మెరుగ్గా అనిపించింది. అది మూడు రోజుల క్రితం సంగతి.

ఇప్పుడు మెల్లగా తన శక్తి తిరిగొస్తోంది. అనారోగ్యంగా అనిపించడంలేదు. అదేం ద్రవమో గాని, దాని పుణ్యమా అని అస్వస్థత నుంచి బయటపడ్డాడు.

భటులు, అధికారులు కోట లోపలి భాగాన తమ తమ రోజువారీ పనులు చేస్తూ ఉన్నారు. అతను అవేవీ పట్టించుకోలేదు. తను ఎదుర్కొంటున్న రాజకీయాలన్నింటినీ మరిచాడు. లేచి, కాస్త ఒళ్ళు విరుచుకొని, తన ప్రతిబింబాన్ని చూసుకున్నాడు. అది మారింది. మెల్లగా, ముందుకెళ్ళి చూడగా అర్థమైంది, మారింది తను కాదు, నీరు అని...అది ఎర్రగా తయారైంది. రక్తంలాగా.

కానీ అది నల్లగానో, అపారదర్శకంగానో లేదు. అతని ప్రతిబింబమున్నచోట కాంతి ఉంది. తను భయాంకరంగా ఉన్నాడు. ప్రతిబింబంలో తన చర్మం క్షీణించింది, జుట్టును కోల్పోయి తల బోడి అయిపోయిందనిపించింది. తనకున్న కుష్టువ్యాధిని

కప్పిపుచ్చుకొనేందుకు విచిత్రమైన ఒక రుమాలును మెడ చుట్టూ కట్టుకున్నాడు. అప్పుడే అతని కళ్ళ ముందు ప్రక్కప్రక్కనే ఉన్న వివిధ దృశ్యాలు వేగంగా కదలాడాయి. అతనికేమీ అర్థంకాలేదు. ఒక తీక్షణమైన, దుర్భరమైన తలనొప్పి మరణంకన్నా దారుణమైన అనుభవాన్నిచ్చింది. కళ్ళు ఆ రక్తవర్ణజలాన్ని చూస్తుండగా, శరీరం బలహీనంగా అనిపించి, మోకాళ్ళ మీద పడ్డాడు. ఇంతలో ఇంకొంతమంది వ్యక్తులు అతని ప్రతిబింబం ప్రక్కకొచ్చి, ప్రక్కనే నిలబడి కనిపించారు. అన్నిటికన్నా దారుణం ఏమిటంటే, వాళ్ళందరూ దగ్ధమైపోయినవారు.

''నీవు మమ్మల్ని కాపాడలేకపోయావు, సోదరా. మమ్మల్ని కాపాడలేకపోయావు,'' ఒక బిడ్డ యొక్క కాలిపోయిన ప్రతిబింబం పలికింది. ఆ గొంతు వేరే లోకంనుంచి వస్తున్నట్లు అనిపించింది. ''నీవు మమ్మల్ని అక్కడే వదిలేశావు. నీ సోదరులను వదిలేశావు,'' వాళ్ళందరూ కలిసి మాట్లాడుతున్నారు. నీటిలో నురగ, బుడగలు ఉద్రేకంగా కదలసాగాయి.

ఏమవుతోంది?

''నేనెలా ప్రాయశ్చిత్తం చేసుకోనూ?'' ఏడ్చాడు. ''ఎలా? మీరు నావద్దకొస్తూ ఉంటే నాకేం చెయ్యాలో తెలియట్లేదు.''

''మమ్మల్ని గౌరవించు,'' అందరూ కలిసి పలికారు, వాళ్ళ కంఠస్వరాలు పెద్దవవుతుండగా.

''మిమ్మల్నెలా గౌరవించాలి? నన్నేం చెయ్యమంటారు?''

ఆ చేతులు నీళ్ళ బయటకి వచ్చాయి. ఆ కొరివిదెయ్యాల కాలిపోయిన వేళ్ళు అతని మెడను పట్టుకున్నాయి. అతను ఊపిరాడక గిలగిలా కొట్టుకుంటూ ఉండగా, మళ్ళీ నీళ్ళల్లోకి లాగబడ్డాడు. అక్కడ అతనికి దగ్ధమై, ముఖహీనంగా, నేత్రరహితంగా, ఆకారమాత్రంగా ఉన్న తన సోదరులు కనిపించారు. కాలిపోయినవారిలాగా వర్ణించలేనంత వికారంగా ఉన్నారు.

''నీ మూలాలను గౌరవించు. నీ పరంపరను అన్వేషించు,'' అని ఆ చేతులు మళ్ళీ అతణ్ణి తోసేశాయి. రక్తపునీటి నుంచి నేల మీదకు తోయబడ్డాడు.

ఊపిరాడనివ్వని విపరీతమైన దగ్గు నుంచి తెరుకుంటూ, తను ఉన్న చోటనే కూర్చొని ఉన్నానని గ్రహించాడు. అతను తడిసి లేడు. నీరు...నీలంగా, చలనం లేకుండా ఉంది. ఇదంతా భ్రమ అని తనకు తనే చెప్పుకున్నాడు. ఎందుకు? పరంపరను అన్వేషించమని మరణించినవాళ్ళ నుంచి వచ్చిన సందేశం...ఇది వ్యాధి కాదు. ఇదొక సంకేతము, కాళికి తెలుసు, ఒక విచిత్ర సంకేతము.

తన పరంపర చీకటిప్రాయమే, ఇది అతనికి ఇదివరకే తెలుసు. తమ పల్లె కాలిపోయిందని కాళి అనుకొనేందుకు సగం కారణం...మంటపెట్టినవాళ్ళకు కాళి ఎవరో, అతను ఎటువంటి కుటుంబ నేపథ్యం గురించి దాచిపెట్టాడో

తెలిసిపోయినందువల్లే. వాళ్ళ జాతి అంటువ్యాధి వంటిది. అసురులు. అందరికన్నా అధములు, సృష్టికి కుష్ఠురోగుల వంటివాళ్ళు. వెర్రిబాగులవాళ్ళే అయినా, అసురలని పేరొందినవాళ్ళు. అందరు అసురులూ హత్యలు, గందరగోళం తాండవించే చీకటియుగంలోకి వెళ్ళవలసినవాళ్ళే. కాళి తామెవరన్న సంగతి దురుక్తికి తప్ప ఎవ్వరికీ చెప్పలేదు. అది ప్రమాదకరమని కాదు, తెలుసుకున్నాక వాళ్ళు తనను చూసే విధానం నచ్చక. తనొక తెలియని మర్మంగానే మిగలాలనుకున్నాడు, అదే మంచిది.

ఇంకెక్కడికీ పరిగెట్టకుండా తన కార్యాలయానికే నడవాలని నిర్ణయించుకోగా, కువేరుడు తన అందమైన భార్యతో, కొందరు యక్షులతో దర్పంగా కోటలోకి ప్రవేశిస్తూ తటస్థించాడు.

నగర సంపదను నియంత్రించేవాడైన కువేరుడు, మొదటిసారి చూసినప్పుడు సాదాసీదాగానే కనిపిస్తాడు.

''మీ ఆరోగ్యం కుదుటపడిందనుకుంటా.''

''అవును, పాలకమండలి సమావేశానికి తిరిగి వస్తాను,'' కాళి అన్నాడు.

ఇతనిక్కడేం చేస్తున్నాడు? ఎక్కువగా ప్రశ్నలేస్తే బాగుండదని ఇంకేమీ అడగలేదు. కువేరుడే మొట్టమొదట కీకట్పురను, ఇళవర్తికి చెందిన తక్కిన ఉత్తర రాజ్యాలనూ పడగొడతానని ముందుకొచ్చాడు. కాబట్టి, అతడితో వైరం పెంచుకోవడానికి ఇష్టపడలేదు కాళి.

''అది ఇప్పుడే జరుగుతుందా?''

''జరపాలి.''

''సూటిగా అడుగుతున్నందుకు మన్నించాలి,'' కువేరుడు నవ్వాడు. ''మీ నడుమెలా ఉంది?'' ఇబ్బంది కలిగించే తన ప్రశ్నను గూర్చి కాస్త కూడా పశ్చాత్తాపం కనబరచకుండా అడిగాడు.

కాళికి లావుగా ఉన్న అతని ముఖాన్ని పగలగొడదామన్నంత కోపమొచ్చింది, కానీ సంభాళించుకున్నాడు. ఎందుకనో అతను సరదాగా లేడు. మామూలుగా అయితే ప్రశాంతంగా, మౌనంగా ఉంటాడు. కానీ ఇప్పుడు అతని వేళ్ళు, గుండె ఒకలాంటి బరువుతో అసహనంగా కదలాడుతున్నాయి. ఎందుకనో బెరుకు, ఉద్రేకం రెండూ ఆవహించాయి.

''నీకు మరీ అన్నీ తెలుసు, కువేర ప్రభూ,'' అతని గొంతు ఒకేసారి బుజ్జగిస్తూ, హెచ్చరిస్తూ ఉంది.

''నేను కేవలం మర్యాదాపూర్వకంగా, జిజ్ఞాసతోనే అడుగుతున్నాను,'' కువేరుడు ఆరంభించాడు, ''కానీ ఒక నాగుడే మీపై దాడికి పాల్పడ్డాడని విన్నాను. దేవుళ్ళ దయవల్ల మీకు పునర్జన్మ లభించింది.''

కాళి అడ్డంగా తలూపి తన కార్యాలయం వైపుకు నడిచాడు. దారిలో భటులు నమస్కరించగా, కాళి బదులుగా కేవలం తలూపాడు. ''అందరికంటే నీకు బాగా తెలుసు, నాకు ఈ వెధవ దేవుళ్ళంటే నమ్మకం లేదని. దేవుళ్ళూ లేరు, దేవతలూ లేరు. అందరూ మనుషులే.''

''నాకు తెలుసు, మతం విషయాలలో మీకున్న సందిగ్ధావస్థను నేనెరుగుదును.''

ఆలయ పురోహితుల వ్యతిరేకతతో కాళి విసిగిపోయాడు. సృష్టిలో ఆద్యులైన మానవులే ఇప్పుడు పరిపాలించబడుతున్న రాజ్యాలలో ముఖ్యులుగా ఉండాలని వారు కోరుకున్నారు. వాళ్ళతో పోలిస్తే, బోయలు వెనకబడ్డవాళ్ళు, ప్రగతి సాధించని వాళ్ళు. దేవుళ్ళ జోలికెళ్తే హింసాత్మక ప్రతిస్పందనో, ఉద్యమమో చోటుచేసుకుంటుంది కాబట్టి కాళి ఆలయాలపై ఏ చర్యా తీసుకోలేదు. కార్యాలయం చేరుకునేసరికి కువేరుడన్నాడు, ''మీపై దాడి అంటే అది నాపై దాడే అన్న సంగతి మీరు మరువకూడదు. ఆ నాగుడు ఎందుకు తిరుగుబాటు చేశాడో తెలుసుకుంటా.''

కాళి తన ఆసనం మీద కూర్చొని ఆలోచించాడు.

''లేదూ, అది తిరుగుబాటు కాదంటారా?'' కువేరుడు ముందుకొచ్చి, ఎదురుగా ఉన్న ఆసనం మీద కూర్చున్నాడు. ''అయ్యో, మీరు ఇదంతా వాసుకి పని అని అనుకోవట్లేదు కదా?''

కువేరుడు నెమ్మదిగా కూపీ లాగడం కాళికి రుచించలేదు. కానీ తప్పించుకోలేక విషయం చెప్పేశాడు. ''కోకో, వికోకోలు దర్యాప్తు చెయ్యగా, అతడు ఇక్కడి నాగుడు కాదని, కనీసం ఏ సైన్యానికీ చెందినవాడు కాదని తెలుసుకున్నారు.''

''ఐతే వాసుకి అయ్యుండడు.'' కువేరుడు భావరహితంగా వెనక్కు వాలాడు. ''అంటే, తన మీద సందేహం రాకూడదని బయటివ్యక్తిని నియమించే సాహసానికి ఒడిగట్టడు కదా. అది అతని నైజం కాదు.''

కాళి పళ్ళు నూరాడు. ఇలా అనడం ద్వారా ఈ లావుపాటివాడు ఏం చెప్పాలనుకుంటున్నాడు?

''ఇది వాసుకి పని కాదనుకుంటా. అతనికి మీరంటే చాలా ఇష్టము. మిమ్మల్నే ఎక్కువగా నమ్మాడు. ఖచ్చితంగా నేను కూడా డబ్బు ఇచ్చాను, కానీ అతని నిర్విరామ ప్రయత్నమే...''

యక్షరాజు వాగ్ధాటిని ఆపేందుకు కాళి చేతితో బల్ల మీద గుద్దాడు. ''తక్షకుడు చనిపోయాక నాపైనే నింద వేసి, తనే అన్నీ చూసుకుంటానని, తన పనితీరు నాకు నచ్చదనీ చెప్పాడు.''

కువేరుడు అమాయకంగా నొసలు చిట్లించాడు. ''ఓరి దేవుడో! ఐతే అతని గురి మీపైనే. అన్ని మనస్పర్థలనూ ప్రక్కనబెట్టి మంచివాడుగా ఉంటాడనుకున్నాను. అతనికి చాలా ఇష్టమైన ఆ మణిని నేనెందుకు దొంగిలించానో మీకు చెప్పలేదు. నాకు మెరిసే

వస్తువులు ఇష్టమై కాదు, అతని అహంకారాన్ని దెబ్బతీయాలని. ఆ మణి కోసం నన్ను బ్రతిమిలాడాడు, అది నాకు నచ్చింది. పాములెక్కడుండాలో ఆ స్థాయికి అతణ్ణి దించింది, తెలుసా.''

కువేరుడి మెడను ముంగిస మరింత గట్టిగా చుట్టుకుంది. దానికి అతను పేరు కూడా పెట్టాడు, కాళి ఆ పేరు మర్చిపోయాడు. కువేరుడి ముంగిస గురించి అతను ఎక్కువగా పట్టించుకోలేదు. కానీ, కువేరుడి పెంపుడు మృగము, వాసుకి పెంపుడు జంతువూ నిజ జీవితంలోనూ ప్రకృతిలోనూ బద్ధ శత్రువులవ్వడం గమ్మత్తనిపించింది.

''మనకింకా తెలియదు,'' అన్నాడు కాళి, నిట్టూరుస్తూ. ''ఇవన్నీ మన ఊహలే.''

''అవును. మీరు సరైనదే చేస్తారనుకుంటా, కాళీ. మీరు దెబ్బతినడం నాకు ఇష్టం లేదు. మీరు తిరిగొచ్చారు, బలవంతులుగా ఉన్నారు. అన్ని సంపదలూ మీకు లభించాలని ఆశిస్తున్నాను.''

కాళి కాళ్ళతో నేలమీద గట్టిగా కొట్టి, తను ఒక చిన్న చెక్క పేటికలో పెట్టిన పాచికలను తీసుకున్నాడు. వాటిని విసురుతాడేమో అన్నట్లుగా రుద్దడం మొదలుపెట్టాడు, కానీ విసరలేదు. తనలో పెరిగుతున్న ఇబ్బందికర భావాన్ని తగ్గించుకొనేందుకు వాటిని రుద్దుతూనే ఉన్నాడు.

''రుజువైతే, వాసుకిపై ఏదైనా పథకం వెయ్యాలంటారా?'' కాసింత నిశ్శబ్దాన్ని ఆస్వాదిస్తున్న కాళి వద్ద కువేరుడు ఈ విషయాన్ని మెల్లగా ప్రస్తావించాడు. కాళి వద్దనేలోపు, తలుపు తట్టి ప్రవేశించాడు కోకో. అతను మందపాటి కవచం ధరించి ఉన్నాడు.

''ప్రభూ, వాసుకి ప్రభువుల సోదరి మానసగారు ఒక చిల్లర నేరస్తున్ని పట్టుకున్నారు,'' కోకో అన్నాడు.

కాళీ, కువేరుడూ ఒకరి ముఖాలొకరు నిమిషంపాటు చూసుకున్నారు. వాళ్ళ సంభాషణలో చోటుచేసుకున్న వ్యక్తి గురించి, ఒక నిమిషంలోపే, ఆ సంభాషణను వినని వ్యక్తి ప్రస్తావించడం విచిత్రంగా లేదూ?

''ఏం చేశాడు?'' కాళి అడిగాడు. దోషులు వందల సంఖ్యలో ఉంటారు, వారిని నేర విచారణకైఇక్కడున్న పైఅధికారుల చెంతకు తీసుకొస్తారు.

కోకో లోపలికి వచ్చి ఒక మడిచిన కాగితాన్ని కాళి ముందుంచాడు. ''రాజ్యద్రోహానికి పూనుకొని, ప్రజలను ప్రభావితం చేస్తున్నాడు.''

తాపీగా కాగితాన్ని తీసి విప్పుతూ అడిగాడు కాళి, ''ప్రజలు ప్రభావితమయ్యారా?''

''నేనక్కడ లేను, ప్రభూ. కానీ నాకు తెలిసినంతవరకు ప్రభావితం కాలేదనుకుంటా.''

కాళి ఆ కాగితాన్ని చూశాడు. తన బొమ్మ గీయబడి ఉంది, దాని మీద దుర్భాషలు లిఖించబడి ఉన్నాయి.

''కష్టతరమైన బహిష్కరణకు గురి చెయ్యాలా, లేక యాభై రోజుల కారాగారవాసానికా, ప్రభూ?''

కాళి కాగితాన్ని కాగడాలో కాల్చేస్తూ తల గోక్కున్నాడు. తన చర్యను చూసి ఆశ్చర్యం వ్యక్తం చేస్తున్న కువేరుణ్ణి చూశాడు. కువేరుని ముఖాన రెప్పపాటుకాలం భయం కనిపించడం కాళికి ఆనందం కలగజేసింది.

''ఎక్కడున్నాడు?''

''బయట, ప్రభూ,'' కోకో అన్నాడు.

కాళి తలుపు తెరిచాడు, తనను కువేరుడు, కోకో అనుసరించి రాగా. వికోకో ఇద్దరు మానవభటులతో నిలబడి, దోషిని పట్టుకొని ఉండడం చూశాడు. అతను కుర్రవాడే, బహుశా ఇరవైలలో ఉంటుంది అతని వయసు. అందమైన, ముద్దొచ్చే వదనంగలవాడు. అతని వంటివాడు ప్రజలలో తన గురించీ, తన అనుచరుల గురించీ దుష్ప్రచారం చేస్తున్నాడంటే ఆశ్చర్యపడ్డాడు కాళి. తను జీవితంలో ఈ స్థాయిని అందుకొనేందుకు ఎంత కష్టపడ్డాడో తెలుసుకోని ఇతనివంటి వాళ్ళను చూస్తేనే కాళికి కోపం.

కింది చూపులు చూస్తున్న ఆ కుర్రవాడిని చూస్తూ కాళి ముందుకొచ్చాడు. అతనికి ఖచ్చితంగా సిగ్గేస్తోంది, బహుశా నిజంగానే క్షమాపణ వేడుకుంటాడు. కానీ కాళికి వేరే పథకాలు తోచాయి. అతను మాట మాట్లాడలేదు, ఆ కుర్రవాణ్ణి ఏమీ మాట్లాడనివ్వలేదు. రాక్షసుని వద్దనున్న ఈటెను పట్టుకొని కుర్రవాడి గుండెలో గుచ్చేశాడు. అతని బరువును ఈటె సౌకర్యంగా భరించేలా దాన్ని అలవోకగా పైకెత్తేశాడు. నడవాల గుండా దూరంగా నడుస్తూ ఎండలోకి వచ్చాడు. మణికట్టును చురుగ్గా తిప్పి, ఈటెను భూమిలో నిలబెట్టాడు, పైన సూర్యుణ్ణి ఇంచుమించు అడ్డగించేట్టుగా. ఈటెపైన కుర్రవాడి శరీరం విలవిలా కొట్టుకుంటోంది. ఈటె లోతుగా గుచ్చుకోగా, అతని శరీరం చువ్వలోకి దిగుతోంది.

కోటలోని రాజ్యాధికారులు, మహిళలు ఈ దృశ్యాన్ని చూస్తూ దిగ్భ్రాంతితో గుసగుసలాడుకున్నారు. తన చర్య వల్ల స్తంభించిపోయిన కోకో, వికోకో, కువేరులను చూశాడు కాళి. అతనికే ఆశ్చర్యమేసింది, కానీ సంతోషమేసింది కూడా.

''విను,'' కోకోతో శాంతంగా అన్నాడు, ''ఒక చిత్రకారుణ్ణి పిలిచి దీన్ని చిత్రించమని చెప్పు. దాన్ని నగరమంతా ప్రచారం చెయ్యండి. రాజ్యాన్ని ఎదిరించదలచేవారు ఎవరికైనా ఇదే శాస్తి. విసుగు పుట్టించే ఈ సమాజ హీనత్వం నాకు చికాకు తెప్పిస్తోంది.'' కాళి ఆవులించాడు. కువేరుడి వైపు తిరిగి, ''బహుశా నేను నిద్రపోవాలనుకుంటా.''

కువేరుడు నమ్మశక్యం కానట్టు కాళిని కాసేపు చూశాడు. ''ఊం...'' మెల్లగా దగ్గాడు, ''అవును, మీరు నిద్రపోవాలి. మీకుం. అదేం. బడలికగా ఉంటుంది.''

కాళి వ్యంగ్యంగా తలూపాడు. కువేరుడి నుంచి దూరంగా వెళ్ళాడు. అతని వెనుక ఈటెపైనున్న శరీరాన్ని చూసేందుకు జనం గుమికూడుతున్నారు. కానీ అతని నవ్వు మాయమవ్వలేదు. బోయదొరల మీద దాడికి ప్రణాళికలు సిద్ధం చేస్తున్నాడు. వాసుకి మీద దాడి చేద్దామని కూడా అనుకున్నాడు, కానీ దానికి సమయం పడుతుంది. ఎందుకంటే, కువేరుడి ఆగమనం ఒక విషయాన్ని సూచించింది...ఇంక పాలకమండలిలోని ఎవ్వరినీ నమ్మకూడదని. తన మీద, తన విశ్వాసపాత్రుల మీద మాత్రమే ఆధారపడ్డాలి.

ఈ ఆలోచనలు ఇలా ఉండగా, ఒక గమ్మత్తైన ఆలోచన స్ఫురించింది. అతని చాంచల్యం మాయమైంది, దానికి కారణం తెలిసింది.

56

ప్రభు రాఘవుడు కల్కి చెవులలో మెల్లగా ఉపదేశించాడు. ''విల్లును వేళ్ళతో పట్టుకోకు. చేతిలో ఉండనీ.'' తెల్లటి చర్మంతో, అందమైన కళ్ళుగల ముఖంతో రాఘవుడు కల్కిని పర్యవేక్షించాడు. ఒక కాలిని వెనుక పెట్టమని, ఒక కాలిని ముందు మోపమని అన్నాడు. ''ఎప్పుడూ గుర్తుపెట్టుకో, వేళ్ళు విల్లు మీద పెట్టాలి, నలభై అయిదు కోణాంశం దగ్గర పట్టు ఉండాలి.''

కల్కి తలూపాడు. ఆకాశాన్ని చూస్తూ, బాణాన్ని సంధించి, వీలైనంత గట్టిగా విల్లును పట్టుకోగా, అతని బుగ్గ మీద చమట కారింది.

''ఇప్పుడు, బాణాన్ని వదిలేటప్పుడు,'' రాఘవుడి స్వరం గట్టిగా, అప్రయత్నంగా కటువుగా, లోతుగా ఉంది. ''ధనుస్సుండే భుజాన్ని గురికేసి తొయ్యి.''

''దేన్ని కొట్టాలి?'' కల్కి తనలో తానే గుసగుసలాడాడు. ''నా ముందున్న ఈ జింకనా?'' తన ముందున్న జింకను చూశాడు. అది పొదల్లో ఇద్దరు వ్యక్తులున్నారన్నది తెలియక గడ్డి మేస్తోంది.

రాఘవుడు వారించాడు. ''మనకున్నంత ఆత్మే జంతువులకు కూడా ఉంటుంది. ఎన్నడూ మరువకు.'' విల్లును చెట్టు బెరడువైపు తిప్పి అన్నాడు, ''ఇక్కడ కొట్టు, వీలైతే ఒక కొమ్మను పడవెయ్యి.''

జంతువును కొడదామనుకున్నందుకు పశ్చాత్తాపపడుతూ, కల్కి తలూపాడు. కానీ దాని గురించి రాఘవుడు చెప్పిన తీరు, కల్కికి రాఘువుడిపై ఉన్న గౌరవాన్ని మరింత పెంచింది. ఇటువంటి పచ్చని పరిసరాల్లో ఉంటానని అతను ఎన్నడూ అనుకోలేదు. అరిచే కప్పలు, కూసే గుడ్లగూబల నడుమ. వీచే చల్లటి గాలి ఈల వేస్తున్నట్లు అనిపించింది. ఇక్కడంతా అందంగా ఉంది, ఇది నిజం కాదన్నట్లుగా. నిజానికి ఇదంతా అతను భూతకాలంతో సంపర్కం ఏర్పరచుకొనే విద్య వల్ల కలిగిన దృశ్యమే. భార్గవరాముణ్ణి కలవలేకపోయాడు, కానీ భూతకాలంతో సంబంధం ఏర్పరచుకోవడం కొంత నేర్చుకొని, తన మునుపటి అవతారాలతో

సంభాషించగలిగాడు. అవి కాలక్రమంతో పాటు కదులుతున్న ప్రతిబింబాలు. మన మెదడు లోతుల్లో నివసించి, మనకు యుద్ధానికి సంబంధించిన ప్రత్యేకమైన విద్యను మెరుగుపరుచుకొనేందుకు తోడ్పడతాయి.

కల్కి బాణం విడిచాడు. అది గాల్లో వెళ్తూ, జారుతున్న శబ్దం చేసి, కొమ్మను తాకింది, కానీ ఆపై ఇక ప్రభావం చూపలేదు. బాణం కింద పడింది.

కల్కి కాళ్ళు భూమ్మీద కొడుతూ తనను తాను నిందించుకున్నాడు.

రాఘవుడు బాణం దగ్గరకు వెళ్ళి దాన్ని తీశాడు. ''ఎప్పుడూ నిరాశ పడకు.'' కల్కి చెంతకు వెళ్ళి మళ్ళీ బాణాన్ని ఇచ్చాడు. ''పడినదాన్ని ఎప్పటికైనా పైకెత్తవచ్చు.''

కల్కి సరేనన్నట్టు తలూపాడు. బాణాన్ని తీసుకున్నాడు, కానీ గమ్యం కదిలిపోతోంది. తన చుట్టూ ఉన్న నిజం కూలిపోతోంది, ఒక సున్నితమైన శబ్దం చెవులను పీడిస్తోంది.

''ఒరేయ్! ఒరేయ్!'' తన అంతరంగపు నడవాలలో అది ప్రతిధ్వనిస్తోంది.

అతని శరీరం ఒక్క ఉదుటన కదులుతుండగా, వెంటనే వర్తమానానికి తీసుకురాబడ్డాడు. తను చెరకొచ్చేశాడని తెలుసుకున్నాడు. అది మురికిగా, చచ్చిన ఎలుకల కంపు కొడుతోంది. గోడల నుంచి నల్లటి నీరు కారుతూ ఉంది. ధ్యానభంగిమలో కూర్చున్న అతను కాళ్ళమడతలు విప్పి, శబ్దం వచ్చిన వైపుకు కదిలాడు. అతనిలాగే శిక్షను అనుభవిస్తున్న తోటి చెరవాసి నుంచి వచ్చింది ఆ శబ్దము.

''నీవేందుకున్నావిక్కడ?''

''హత్యానేరము,'' సమాధానమిచ్చాడు కల్కి.

''నీవు పల్లెటూరి అమాయకుడిలాగా ఉన్నావే?''

కల్కి అవునని తలూపాడు.

''ఏ గ్రామము?''

''శంబల.''

అవతలివాడి ముఖాన్ని ఇప్పుడు చూడలేకపోయాడు కల్కి, కానీ ఇంతకుముందు తమను పంజరాల్లో పట్టి ఉంచి నగరం నడిబొడ్డున విచారణ జరిపినప్పుడు చూశాడు. ఏ కారణం లేకుండానే వీళ్ళు సాక్షులుగా నిలబెట్టబడేవారు. కానీ ఎందుకన్నది కల్కికి తెలుసు. ఎదురు తిరిగితే మరణమే శిక్ష అని తక్కిన ముద్దాయిలను భయపెట్టేందుకు.

అతని తోటి ముద్దాయికి పేరు లేదు, ఉన్నా అతను మర్చిపోయాడు. ముఖాన గరుకైన గడ్డం, బోడితల. లక్షణాలొకటే అయినా, కృపకూ ఇతనికీ అసలు పోలికే లేదు. కృప కళ్ళల్లో కపటం కనిపిస్తుంది. ఇతను కేవలం బాధగా, నీరసంగా ఉన్నాడు.

''నీవెందుకు ఇక్కడున్నావు?'' కల్కి అడిగాడు.

''అమాయకుణ్ణి కాబట్టి.''

''మనమందరం అలాంటివాళ్ళమే కదా?''

''నీ సంగతి తెలియదు, కానీ నేను చెయ్యని తప్పులకు నిందించబడ్డాను,'' ముసలాడు అన్నాడు. ''నీవూ అంతేనా?''

''ఊం.''

''నీవు మౌనంగా ఉంటావు.''

''అలాగయ్యాను.''

''మౌనంగా ఉండేవాళ్ళ కోసం ప్రత్యేక నరకముంది,'' అతను నవ్వుతూ చప్పట్లు కొట్టగా, కల్కికి చిరునవ్వు ఆగలేదు. ''విరోధమప్పుడు.''

''ఇక్కడ విరోధమే లేదు.''

''విరోధమనేది ఎప్పుడూ చోటుకు సంబంధినచే కానక్కర్లేదు,'' అతను ఆగాడు, అతనికి తన ఊపిరి ఉబ్బసంలాగా వినిపించింది. ''నీకు కుటుంబం ఉందా?''

''ఏమో తెలియదు. ఉందనే అనుకుంటా, బహుశా.'' అర్జన్, బాలా సురక్షితంగా ఉన్నారో లేరోనని అనుకున్నాడు కల్కి.

''ఇక్కడ నగరంలో ఎవరైనా ఉన్నారా?''

దగ్గరి బంధువు కాదు కానీ, లక్ష్మి పిన్నమ్మ రాత్రి తెలుసు.

''నా దగ్గర ఒక్క చిట్కా ఉంది. బయట ఉండే ఎవరికైనా నీవు ఏదైనా సందేశం పంపాలంటే నన్నడుగు, సరేనా? నేను సహాయం చేస్తాను. మామూలుగా దానికొక ఖరీదుంటుంది, కానీ నీకు ఉచితంగా చేస్తాను.''

కల్కి నవ్వాడు. ''నాలో ఏం ప్రత్యేకత ఉంది?''

''నీవు మంచి పిల్లాడిలాగున్నావు, అలసిపోయిన కళ్ళకు కనిపించే చక్కటి దృశ్యంలాగా,'' అని నవ్వాడు.

చెప్పుల చప్పుడు వినబడడంతో వాళ్ళు సంభాషణను ఆపవలసి వచ్చింది. కల్కి చెర వద్ద కాపుగాచే భటులొచ్చి చెరను తెరిచారు. కల్కికి సంకెళ్ళు కట్టి, వంగమని నిర్బంధించారు.

అక్కడకొచ్చింది ఎవరో కాదు, దురుక్తి. ఆమె ఎప్పటిలాగే ఠీవిగా నిలబడింది. అర్జన్‌లాగే, ఆమెకూ ఆలోచించేటప్పుడు పెదాలు మూసుకోవడమో, వేళ్ళతో ఆడుకోవడమో అలవాటు. దురుక్తి వ్యవహారం చాలానే చూసిన కల్కి, ఆమెను జుగుప్సతోనే చూడగలిగాడు. ఆమె ఇక్కడ గౌరవనీయురాలు. అయినా, ఆమె ఎక్కడకు వెళ్ళినా బాధ అనేది నీడలాగా ఆమె కళ్ళల్లో కనిపిస్తోంది. ఆమె ద్వేషానికి కాదు, సానుభూతికి అర్హురాలు.

''నేను చెప్పినదాని గురించి ఆలోచించావా?''

రోజూ అదే ప్రతిపాదనతోనే వచ్చేది: తన పక్షాన పని చెయ్యమని. కల్కి అసమ్మతిగా తలూపి చెప్పేవాడు: ''మా ఇంటిని నాశనం చేసినామెతో పని చెయ్యడంకన్నా చావే మేలు.'' వెర్రి ప్రశ్నకు న్యాయమైన జవాబిది. ఆమె పక్షాన పని

చేస్తాడని ఎలా అనుకుంటోంది? ఒకవేళ అలా చేసినందువల్ల విడుదల పొందినా, తనను తానే ద్వేషించుకుంటాడు. స్వప్రయత్నం ద్వారానే బయటపడాలని అనుకున్నాడు.

''ఒద్దు, ధన్యవాదములు.''

దురుక్తి వెనక్కు తిరుగగా, ఇనుప చువ్వల కంచె పక్కనే నిలబడి కళ్ళప్పగించి చూస్తున్న ఖైదీని చూసింది. ఆమె విసుగ్గా నేలమీద కాళ్ళతో తన్నేసరికి, నాగులు అతనున్న చెరలోకి వచ్చి అతని మెడపై కత్తులుంచి అతణ్ణి అవతలివైపుకు ఈడ్చారు, ''అతణ్ణి గాయపరచొద్దు!'' కల్కి అరిచాడు. ''ఇప్పటికే చాలా బాధలు అనుభవించాడు.''

దురుక్తి ముద్దాయిని విడవమని భటులకు చెప్పింది.

దురుక్తి మోకాళ్ళ మీద కూర్చుంది. తొట్టతొలిసారిగా ఆమె కళ్ళు కల్కిని అర్థించాయి. ''దయచేసి విను, నాకు నిన్ను వేడుకోవడం ఇష్టం లేదు, కానీ తప్పదంటే అదీ చేస్తాను.'' పక్కనే ఉన్న నాగులకు కూడా వినబడనంత నెమ్మదిగా మారింది ఆమె స్వరం. ''నిన్ను నేనిక్కడ ఉంచానని మా అన్నకు తెలిస్తే, నిన్ను తప్పక ఉరితీయిస్తాడు. నాకది ఇష్టం లేదు.''

కల్కి సందేహంగా కళ్ళు చిట్లించాడు. ''ఎందుకని?''

క్షణంపాటు భావరహితంగా ఉండి, ఏదో రాకూడని ఆలోచనను తలలోంచి తరిమేందుకు ప్రయత్నిస్తున్నట్లు తల అటూఇటూ తిప్పింది. ''నీవు నాకు ఉపయోగపడతావు.''

''నాకేం లభిస్తుంది?''

''మరణం నుంచి విముక్తి.''

''నీవల్ల నేనిప్పటికే చాలా కష్టాలుపడ్డాను.'' లక్ష్మి అతని కళ్ళముందు మెదిలింది. ఆమెకి జరిగిన దారుణం గురించి అనుకుంటేనే గుండెలో పొడిచినట్లుంది. ఆమె గురించి తలవకూడదనుకున్నా, తప్పట్లేదు.

''మరణం నుంచి విముక్తి లేదు, జీవితం నుంచే ఉంది.''

''మా అన్నను రక్షించుకునేందుకు నావల్ల చెయ్యగలిగినదంతా చేశాను. అతనే నాకు లోకము. అతనంటే నాకెంత ప్రేమో నీవూహించలేవు,'' అని ఆగింది, కన్నీళ్ళతో పోరాడుతూ. ''అతను కోలుకోవాలని ఆశపడ్డాను...''

కల్కి కళ్ళు చిట్లించి అడిగాడు. ''అతనికిచ్చావా? సోమశక్తిని?''

''అవును,'' నొసలు చిట్లించింది. ''ఇస్తే ఏం?''

''అది అతని మీద ఏదైనా వ్యతిరేక ప్రభావం చూపిందా?''

''అంటే?''

అంటే, చూపలేదని దానర్థం. సోమను ఇద్దరే తేలికగా గ్రహించగలరు...ధర్ముడు, అధర్ముడు. అతని కండరాలు ఆందోళనతో నిండిపోయాయి.

''లేదు. అలా అయ్యుండదు.'' కల్కి పిడికిలి బిగించాడు. ''ఇంకెవరికైనా ఇచ్చావా?''

దురుక్తి అడ్డంగా తలూపింది. ''లేదు.''

''దయచేసి, నీకోసం నేను పని చెయ్యాలంటే, ఇంకెవరికీ దాన్ని అందనివ్వకు. మీ అన్నకు కూడా ఎట్టి పరిస్థితుల్లోనూ మళ్ళీ ఇవ్వకు,'' కల్కి కళ్ళు ఉద్రిక్తంగా దురుక్తి కళ్ళను కలిశాయి.

దురుక్తి అతణ్ణి చూసి, మళ్ళీ తలాడించింది. ''అతని ఆరోగ్యం మళ్ళీ చెడితే?''

''నీకు జనం మీద సోమశక్తులు చూపే ప్రభావం అర్థం కావట్లేదు.''

''ఏమిటా ప్రభావం?''

''మామూలు వ్యక్తులు దాని శక్తిని భరించలేక ఉన్మాదులవుతారట.'' కానీ కాళి మామూలు వ్యక్తా? దురుక్తి అసురజాతికి చెందినదైతే, కాళి కూడా అటువంటివాడే మరి. అంటే జోస్యం...నిజమే. అసురులు ఈ లోకాన్ని అల్లకల్లోలం చేసేందుకే ఉద్భవిస్తారు. అంతా అర్థమైంది, ఒక స్పష్టమైన పొడుపుకథ లాగా.

దురుక్తి లేచి నిలబడింది. ''నీ మాటలు అర్థంలేనివి. మా అన్న గట్టి సంకల్పమున్నవాడు. నీవు విన్నవంతా పల్లెటూరి పుక్కిటి పురాణాలు! అంతే. నేను అతనికి ఇచ్చినది వైద్యులచే పరీక్షింపబడి సురక్షితమే అని నిర్ధారించబడినది. భవిష్యత్తు కోసం నేను కొంత దాచిపెట్టాను, అది అవసరమైతే తీసుకోకుండా నన్నెవరూ ఆపలేరు. అందుకని ఈ వ్యర్థ ప్రలాపాలు...''

కల్కి సంకెళ్ళను పైకెత్తగా, వాటి భారం అతని శరీరానికి తెలిసింది. అతను రాజకుమారిని చూస్తుండగా అతని కండరాలు వ్యాపించవలసినదాని కంటే ఎక్కువగా వ్యాపించాయి. ''నీవొక బుద్ధిహీనురాలవు. నీకు నిజం కనబడటం లేదు. విజ్ఞానం నీ బుర్రను పాడుచేసింది!''

అంతే. దురుక్తి కళ్ళల్లో రేగిన మంట, ఆమెకు ఈ సంభాషణను కొనసాగించడం నచ్చలేదని సంకేతమిచ్చింది. ఆమె చెరసాలను వీడి, దాన్ని మూసివెయ్యడం చూశాడు కల్కి.

''ఇతణ్ణి బందిఖానాలో ఉంచండి. క్షమాపణ వేడుకొని, నన్ను చూస్తానని, నాకోసం పనిచేస్తాననేదాకా బయటకు వదలవద్దు. ఇతను ఇక్కడ ఉండడం నాకిష్టం లేదు.''

కల్కికి బందిఖానా అంటే ఎలాగుంటుందో తెలుసు...చీకటి గదిలో, ఎముకలు సైతం చల్లబడేంతవరకు నీళ్ళు నిండిన బొక్కెనలో కట్టబడతాడు. తల మాత్రమే బయటకు ఉంటుంది. ఇది తనకేమాత్రం ఇష్టముండదని కల్కికి తెలుసు.

''అప్పటికీ మాట్లాడకపోతే, అమ్మగారూ?'' సందేహిస్తూ అడిగాడొక నాగుడు.

అతణ్ణి కాసేపు చూసింది. ఆమె ముఖంలోని నృగుత్వం కోసం చేత పాడైంది. ''అవస్థపడనీ. నాకే అక్కరా లేదు.'' కానీ ఆమెకు అక్కర ఉంది. అది ఆమె కళ్ళలో

నిమిషంపాటు కనబడింది, ఆమె ప్రధానద్వారం చేరుకునే ముందర. అప్పుడే, కల్కి వెంటనే ఇనుప చువ్వల వద్దకు వెళ్ళి తన తోటి ముద్దాయిని కలిశాడు. అతని స్వరం ఆదుర్దాగా ఉంది.

''ప్రభుత్వాధికారిణి రాత్రికి సందేశం అందజేయి.''

నాగులు ముందుకొచ్చి అతని సంకెళ్ళను గట్టిగా లాగారు. అతను వెనక్కు పడ్డాడు.

''ఏం చెప్పాలి?'' తోటిఖైదీ బ్రతిమిలాడాడు.

''ఆమెకు చెప్పు,'' అతణ్ణి చెరసాల నుంచి ఇద్దరు నాగులు బయటకు ఈడ్చుకెళ్తున్నారు. బందిఖానావైపుకు లాగుతుండగా, అతను గొంతు పెంచి అన్నాడు, ''ఆమెను తెలుసుకోమను, బహుశా-ఇంద్రఘర్ అధినేత కాళియే అధర్ముడని, ఒకవేళ అదే నిజం అయితే...చీకటి యుగం మొదలైందనీ!''

ఆ తరువాత, చివరగా కనిపించిన పలుచబడిన వెలుగు రేఖలు, హడిలిపోయిన ఆ ఖైదీ ముఖమూ పదే పదే తలపుకొస్తుండగా, కల్కి కటిక చీకటి పాలయ్యాడు.

57

కల్కికి దక్కినట్లుగా, అర్జన్‌కి మునుపెప్పుడూ ఇంద్రఘర్ వెళ్ళే అవకాశం దక్కలేదు. అసలు అర్జన్ వెళ్ళేందుకు పెద్దలు ఎప్పుడూ అనుమతించలేదు, పైగా అతనికీ ఇష్టం లేకపోయింది. లోకాన్ని చూసి, అన్వేషించాలన్న తన ఆశకు వ్యతిరేకమే అయినా, ఇంట్లో ఉండే సుఖాలను వదులుకొని వెళ్ళడమంటే అతనికి బద్ధకంగా అనిపించేది. కల్కికి శంబలలో ఉండడం అనేది ఊపిరాడనట్టుగా అనిపించినా, అర్జన్‌కి మాత్రం చాలా ఇష్టంగా ఉండేది. కానీ దానర్థం అక్కడే తన స్థిరనివాసమని కాదు. కీకట్పుర దాటి ఉన్న నాగరికతలను చూడడం అతని లక్ష్యం.

నగరం చేరాక, అకారణంగా వచ్చిన పల్లె ప్రజలను భటులు లోపలికి అనుమతించలేదు. కృప తనకున్న ఒప్పించే శక్తిని ఉపయోగించి...అనగా నాగుడి చేతుల్లో రాగి వరహాలు సమర్పించి, ఇలా చెప్పాడు, ''మిత్రమా, మేము ఏ హానీ తలపెట్టని పల్లెటూరివాళ్ళము. నగర ఆడంబరాన్ని చూసేందుకు వచ్చామంతే.'' చేతులు జోడించి చెప్పాడు, ''దయచేసి మమ్మల్ని అనుమతించు.''

నాగుడు సమ్మతించాడు. అర్జన్‌కి ఇది దుబారా ఖర్చనిపించింది. అసలే వాళ్ళ వద్ద ధనం కొంచెమే ఉంది. ఇంద్రఘర్ వచ్చే మార్గాన గురువు వశిష్ఠులవారిని సహాయం అడగాల్సొచ్చింది. వచ్చే మార్గాన గురుకులంలో ఆగినప్పుడు, వశిష్ఠులవారు కృపను ఏ గురుకులంలోనూ బోధించిన ఆచార్యుడిగా గుర్తుపట్టలేదన్నది అర్జన్‌కు ఆశ్చర్యం కలిగించింది. ప్రతీ ఆచార్యుడికీ తక్కిన ఆచార్యులతో ఏదో ఒక సంబంధముంటుంది. అయినా, రాఘవుడు ఉండిన సమయానికి చెందిన ప్రఖ్యాత గురువు పేరు ధరించిన ఈయనకు దీని గురించి అవగాహన లేకపోయింది.

అర్జన్ దీని గురించి పెద్దగా పట్టించుకోకుండా చేత్తో నేలపై రుద్దుతూ, గులకరాళ్ళను తాకుతూ, కృప తన పక్కనే కూర్చొని ఉండడం గమనించాడు.

అర్జన్ ఏమీ మాట్లాడలేదు, కానీ బాలా ఆచూకీ గురించి ఆలోచించాడు...బహుశా అవసరమైన వస్తువులు కొంటున్నాడేమో.

''నాకొక చెల్లెలుండేది,'' కృప అన్నాడు, ''నావంటి పేరే, కృపి. ఆమే నాకు లోకము.'' అంటూ కొనసాగించాడు. ''మేమిద్దరం చిన్నప్పుడు, బాగా...ఊఁ...అల్లరి చేసేవాళ్ళము. పెద్దయ్యాక, ఎవరి ప్రేమలను వాళ్ళమే వెతుక్కున్నాము. మా యుద్ధాలును మేమే పోరాడాము.''

''ఏ యుద్ధము?''

కృప ఏమీ చెప్పకుండా మౌనం వహించాడు.

''నేనిదంతా ఎందుకు చెబుతున్నానంటే, నీవు కల్కి గురించి బెంగపడుతున్నావని నాకు తెలుసు, మిత్రమా,'' అన్నాడు. అతని బూడిదరంగు కళ్ళు ఎండలో మెరిశాయి. ''తను నీ రక్తం పంచుకున్న అన్న కాకపోవచ్చు...''

''నా ఉద్దేశ్యమది కాదు,'' అర్జన్ వారించాడు.

''నాకు తెలుసు, నాకు తెలుసు. కోపంలో మనం నోరుజారతాము, కానీ దానివల్ల ఏర్పడిన గాయాలు చెరగవని మనం తెలుసుకోవాలి,'' ఏదో జ్ఞాపకం వల్ల బాధపడుతున్నట్టు అన్నాడు.

అర్జన్ అర్థమయినట్లు తలూపాడు. ''నీ చెల్లెలెక్కడ?''

తలదించుకున్నాడు, సిగ్గుపడుతున్నట్లు. ''ఆమె చనిపోయింది. నాబోటివాడికి తగిన శాపమే,'' అని నవ్వాడు. కానీ దాని వెనుక బరువైన బాధ ఉన్నది.

నీబోటివాడా? అర్జన్ నొసలు చిట్లించాడు, అర్థమవ్వక. కానీ అడిగేలోపే, కృప కొనసాగించాడు. ''నాకు తెలుసు, మిత్రమా, నీవు పశ్చాత్తాపపడుతున్నావని. నా జీవితంలో ఎన్నో పరామర్శలు విన్నాను, కానీ వాటి వెనుక ఎటువంటి తర్కం గాని ప్రభావం గాని ఉండవని నీకు చెప్పాలి. ఎవ్వరికీ వాటితో నిమిత్తం లేదు. అదే మనముండే లోకం తీరు.''

లేచి, చేతులను చాచాడు. ''ఒకరి కుటుంబం మరణించినప్పుడు, బయట ప్రజలు బాధ కనబరుస్తారు, కానీ అది నిజం కాదు. ఒకరికి గాయమైతే, బెంగ చూపిస్తారు ప్రజలు, కానీ అదీ నిజం కాదు. ఇది బాధాకరమైన ఆలోచనే.''

''అయితే అటువంటివాళ్ళ కోసం మనమెందుకు ఆశపడి యుద్ధం చేస్తాము?''

కృప ఆగాడు. ''ఎందుకంటే, జనాల్లో ఎంత చెడు ఉన్నా, వాళ్ళలో కొంతభాగం మంచితనముంది. ఇదంతా వివరంగా తెలుసుకొనేంత కాలం బతికాను. అందుకని, ఆ చిన్నపాటి మంచి కోసం పోరాడతాము. పోరాటమున్నంత కాలం మంచితనం బ్రతికే ఉంటుందని నా అభిప్రాయము. బయటకు నేను క్రూరంగా ఉన్నట్టు కనిపించవచ్చు, కానీ నాకివన్నీ తెలుసు. ఇటువంటి లోకంలో ఉన్నందుకు నాకు సంతోషంగా ఉంది, మిత్రమా. ఒక్కొక్కసారి సంతోషంగా ఉండడమే చాలు. అప్పుడప్పుడూ నీ బ్రతుకు కోసం సంతోషపడు. దాంట్లో తప్పులేదు.''

అర్జన్ నవ్వాడు. ''ఆశావాదం నీలో అరుదుగా కనిపించే గుణం. ఏదో జరగరానిది జరిగిందనుకుంటా. ఏమిటి నిన్ను బాధపెడుతున్నది?''

''ఒక భావానికి లోనయ్యాను, నిజం చెప్పాలంటే. చాలాకాలం క్రితం నేను కోపంగా ఉన్నాను. అప్పుడు చెయ్యకూడని పనేదో చేశాను,'' అని మింగాడు. ''కోపం నన్నూ, నా చర్యలనూ శాసించింది.''

''ఏం చేశావు?''

కృప కళ్ళల్లో నీళ్ళు నిండాయి. అది చూసి నమ్మలేకపోయాడు అర్జన్!

''నాకు తెలుసు నీకు కోపమొచ్చిందని,'' అర్జన్ వేసిన ప్రశ్న నుంచి పక్కకు జరిగిపోయాడు. ''ఓడిపోవడం, మనుషుల నమ్మకాన్ని వమ్ము చెయ్యవలసిరావడం, నీకు కోపం తెప్పించాయి. సమావేశంలో కల్కి ఎదిరించి నిలబడినందుకు నీకు కోపమొచ్చింది. కానీ అతనివైపు నుంచి ఆలోచిస్తే, సదుద్దేశ్యమే కనబడుతుంది. బహుశా ఒక్కొక్కసారి అవతలివారి దృక్కోణం నుంచి ఆలోచించడం వల్లే కోపానికి ఆనకట్ట వెయ్యడం సాధ్యపడుతుంది.''

మంచితనమే, ముమ్మాటికీ. గురువు వశిష్ఠులవారి ఆశ్రమానికి వెళ్ళే దారిలో కల్కి ఎవరో, అతని శక్తిసామర్థ్యాలేమిటో తెలుసుకున్నాడు అర్జన్. అతను గొప్ప కార్యాలను చెయ్యగలడు. కానీ ఇదంతా ఈ కాలంలో, ఈ యుగంలో సాధ్యమని అర్జన్‌కి నమ్మకం కుదరలేదు. ఇదంతా మానవాతీతమని అతనికి అనిపించింది.

ప్రస్తుతం, అర్జన్ ఇంద్రఘర్‌లోని జనసందోహం నిండిన నగర జీవనం నడుమ పయనిస్తున్నాడు, వ్యక్తులను తోస్తూ, వాళ్ళచే తొయ్యబడుతూ. బాలాకు ఈ విషయంలో ఏ చింతా లేదు. అతని ఆకారం చూసి మూడొంతులమంది జనం వెనక్కు వెళ్ళడమో, తప్పించుకోవడమో చేస్తున్నారు. బాలా అసలు మానవుడేనా అనే సందేహమొచ్చింది అర్జన్‌కి. ఒకవేళ కనుమరుగైపోయిన దానవజాతికి చెందినవాడేమో. వాళ్ళే ఇలా అతిపెద్ద శరీరంతో ఉంటారు. వాళ్ళ వంశీయులు ఇంకా తిరుగాడుతున్నారని అంటారు, కానీ దీనికి గట్టి తార్కాణాలు లేవు. దానవులు, అసురులు అనే జాతులు అందరినీ భయపెడతాయి. ఇళవర్తిలో ఇంద్రుడు ఉన్నప్పటి పురాతనకాలంలోని బోయజాతులు వీళ్ళే.

అర్జన్ ప్రధానవీధికి నడిచాడు. అతనికి ఇరువైపులా బోలెడుమంది మాట్లాడుకుంటున్నారు. ఒక మూలన ఉన్న నాగులు వీళ్ళందరి మీదా కన్నేసి ఉంచారు. ప్రతి కట్టడం పైనా ప్రకాశవంతమైన, పొడవాటి జెండాలూ ఎగురుతున్నాయి. అంతటా సుగంధద్రవ్యాల వాసనా, అర్జన్‌కి తెలియని మరో వాసనా నిండి ఉన్నాయి. అన్ని చోట్లా కాగడాలున్నాయి.

''మూడొంతులు ఇదే లక్ష్మి పిన్నమ్మ ఇల్లు అయ్యుండాలి,'' కృప నాగుడి వెనుకజేబు నుంచి తను దొంగిలించిన నగరపటాన్ని పరిశీలిస్తున్నాడు. అర్జన్‌కు కృప గుణగణాలు తెలిసినా, దొంగతనం కూడా చేస్తాడనుకోలేదు.

ఆ భవంతి దగ్గరకు వెళ్ళి తలుపు తట్టారు. తలుపు తెరవబడింది, కానీ తెరిచిన వ్యక్తి వెంటనే కనబడలేదు. కిందకు చూస్తే, ఎవరో దగ్గుతున్నారు. అతనొక పొట్టి మనిషి. ఒక యక్షుణ్ణి ప్రత్యక్షంగా చూడడం తమాషాగా అనిపించింది. యక్షుణ్ణి చూసి చాన్నాళ్ళయ్యింది. నాగులు అందంగా, ప్రకాశవంతమైన చక్కని ముఖాలతో, సుందర శరీరులై ఉంటారు. కానీ యక్షులు పొట్టిగా, అసహ్యంగా ఉంటారు. తలపు తెరిచినవాడు మాత్రం అసహ్యంగా లేడు.

''ఎవరు మీరు?'' కోపంగా అడిగాడు. అతని గొంతు సన్నగా ఉంది. ''ఇక్కడికొక ఆజానుబాహుడితో ఎందుకొచ్చావు?'' బాలాను చూపించి అడిగాడు.

అర్జన్ నవ్వాడు. ''మేము రాత్రిగారి కోసం వచ్చాము.'' లోపల చూద్దామని ప్రయత్నించినా, యక్షుడు తలుపు మూసేశాడు.

అర్జన్ మళ్ళీ తలుపు తట్టాడు.

''తలుపు విరొగ్గొట్టమంటావా?'' వెనుకనుంచి బాలా అడిగాడు. ''అదే తేలికవుతుంది. ఆ పొట్టివాణ్ణి బయటపడేసి మనం లోపలికి ప్రవేశించవచ్చు.''

''అవును, కానీ అలా చేసి, ఆమెను సహాయం అడగడం గురించి మర్చిపోవచ్చు.''

తలుపు చటుక్కున తెరుచుకుంది. ''ఆఁ? ఎవరు మీరు?'' యక్షుడు మళ్ళీ అడిగాడు.

''నా పేరు అర్జన్ హరి, ఇతను కృపాచార్య, ఇతను బాలచంద్ర.''

''సరే,'' యక్షుడు తలూపాడు, ''అయితే నాకేంటంటా?''

''నీవే కదా అడిగావు?''

''అంటే మీరు రాత్రిగారికి ఎలా సంబంధమని,'' అని నిట్టూర్చాడు. ''నాకు మీ పేర్లేమిటో తెలియదు, తెలుసుకోవాలని కూడా లేదు. మీరు నాకేమీ కారు. ఇంకా చెప్పాలంటే, మీరు నాకేమీ కానివాళ్ళకంటే హీనం. నావరకు మీరు లేరు. అందుకని దయచేసి మీరు...''

''నేను తలుపు విరగ్గొడతాను!'' బాలా ముందుకొచ్చి ప్రకటించాడు.

యక్షుడు బెదరగా, వెనుక నుంచి మృదువైన స్వరం వినబడింది. ''కుమార్!''

''ఏం అమ్మగారూ?''

''ఎవరొచ్చారు?''

''ఎవరో అర్జన్ హరి అంట.''

''హరా?'' ఆ గొంతు ఆసక్తిగా మారింది. పుస్తకాలు కిందపడిన చప్పుడు వినబడింది. పొట్టివాణ్ణి పక్కకు తోస్తూ ఒక మహిళ వచ్చింది. ''ఒకవేళ మీరు కల్కి హరికి బంధువులా?''

''అవును తల్లీ, అతను నా సోదరుడు,'' అర్జన్ చిరునవ్వు నవ్వాడు.

రాత్రి ముందుకొచ్చి అర్జన్ మెడ పట్టుకొంది. ఆమె మణికట్టు నుంచి సున్నితమైన గాజులు వేలాడుతున్నాయి. కళ్ళ చుట్టూ కాటుక, ఉంగరాల జుట్టు, తలపైన

రుమాలూ ఉన్నాయి. ఆమె ఒక బంగారు రంగు వస్త్రాన్ని ధరించి ఉంది. ఒక శాలువా చుట్టి, దానికి పిన్నీసు వంటి వెండినగ పెట్టుకుంది. కానీ అర్జన్‌కి బాహ్య విశేషాలతో అక్కరలేకపోయింది, ఎందుకంటే, ఆమె పిడికిలి అర్జన్ ముఖానికి దగ్గరగా ఉంది. ఎందుకన్నది అర్జన్‌కి అర్థమవ్వలేదు.

''నీ అన్న నా మేనకోడల్ని దగా చేసి ఆయుధాలు తెప్పించుకున్నాడు. అతనెక్కడ? ఆమె ఎక్కడ?''

ఆమె తన చేతులను అర్జన్ గొంతు నుంచి తీసేంతవరకు అర్జన్ మాట్లాడలేదు.

''నేను తెచ్చింది దుర్వార్త, తల్లీ.'' అర్జన్ తలూపాడు, దుర్వార్తాహరుడిగా ఉండడం అతనికి ఇబ్బందిగా ఉంది.

లోపల కూర్చొని, ఆమె ఇచ్చిన పానీయాన్ని మెల్లగా తాగుతున్నాడు అర్జన్. అది సుర కాదు, అందువల్ల కృపకు నచ్చలేదు. కొన్నిరోజులుగా మద్యం సేవించకుండా ఉండడం తనకు నచ్చలేదని అర్జన్‌కు చెప్పాడు.

రాత్రి ఇల్లంతా పుస్తకాలతో నిండి ఉంది. అది గ్రంథాలయమని పొరపాటు పడేందుకు అవకాశం ఎంతైనా ఉంది. అర్జన్‌కి ఇది చాలా నచ్చింది. ఆమె ఏవో భక్ష్యాలు తెచ్చేలోపు, అర్జన్ వీలైనన్ని పుస్తకాలను తిరగేశాడు. అరువుగా తీసుకుందామని ఆశిస్తూ కొన్నిటిని ఎంచుకున్నాడు. కానీ ప్రస్తుతం, ఏమీ మాట్లాడాలని గాని చెయ్యాలని గాని రాత్రికి అనిపించలేదు. ఆమె ఏడవనూ లేదు.

''ఆమె నాలాగా ఉండాలనుకుంది,'' రాత్రి ఆఖరికి అన్నది, మౌనాన్ని వీడి. ''పుస్తకాలయంలో పని చెయ్యాలనుకుంది.''

అర్జన్ తలూపాడు.

''ఆమెను చూశారా? కనీసం అంత్యక్రియలు చేశారా?''

''చెయ్యలేకపోయాము. బలవంతాన బయలుదేరాల్సొచ్చింది,'' కృప అబద్ధం చెప్పాడు. ''గ్రామస్తులు శవాలను పోగు చేయసాగారు. మమ్మల్ని నగరానికెళ్ళి, చట్టప్రకారం చెయ్యవలసిన కార్యసరళి గురించి కనుక్కోమని, ఈ ఏకపక్షీయ నరబలికి ఏదైనా నష్టపరిహారముందేమోనని సమితిని అడగమని పంపారు.''

రాత్రి తలూపింది. ''అర్థమైంది. ఈ విషయంలో నేను మార్గదర్శకత్వం చెయ్యలేను. నన్ను ఆతిథ్యశాఖ నుంచి గ్రంథాలయ బాధ్యతకు బదిలీ చేశారు. అందువల్ల క్షమించండి.''

''ఊ, ఫరవాలేదు. మీకు కేవలం వార్త అందించాము, అంతే.'' అర్జన్ ముందుకు వాలాడు. ''సమాజంలో చేరిన బోయ...'' కుమార్‌వైపు చూశాడు, కానీ

తను పొరపాటుగా నోరుజారి అన్నది అతడు గమనించలేదు. ''అంటే...చేరిన రాజుల వల్ల పరిస్థితులు మారాయి. నియంతలు ఎక్కువైనకొద్దీ భయం పెరుగుతుంది.''

''అవును. వేదాంతుడు కూడా ఇంద్రఘర్ పాలనా బాధ్యతలను విస్మరించాడు.'' పళ్ళు నూరుతూ అన్నది రాత్రి. ''మీరందరూ ఆ యుద్ధంలో ఎలా బ్రతికి బయటపడ్డారు?''

''మేము, ఊఁ, అప్పటికప్పుడు యుక్తి నేర్చుకున్నాము, తల్లీ,'' కృప నవ్వాడు.

''నీవు అసహ్యంగా, వెర్రివాడిగా ఉన్నావు. నిజంగా నీవు ఆచార్యుడవేనా?'' ప్రశ్నించింది రాత్రి.

''ఖూనీకోరు దోషి అన్నంతగా, నేను ఆచార్యుడనే,'' కృప నిలబడి నమస్కరించాడు. ''ఆ ఉపమానం సరైనది కాన్నప్పటికీ.''

రాత్రి తన పానీయాన్ని పక్కన పెట్టేసింది. లేచి, ఇలా ప్రకటించింది, ''అయితే మీరు బ్రతికిపోగలరు. మీరిక్కడకొచ్చిన కారణం మీ అన్నను విడిపించాలని, మీ ఊరిని ద్వంసం చేసినవాళ్ళపై ప్రతీకారం సాధించేందుకూ అనుకుంటా. నాతో పనిచేస్తే రెండూ సాధ్యమవుతాయి, కానీ కొంత సహనం, సమయం అవసరం.''

''ఊఁ...అంటే...మీరు ఇదంతా ఇతని ముందర చెప్పకూడదనుకుంటా...''

''కుమారా?'' రాత్రి ఆప్యాయంగా అతని వీపు తట్టింది. ''ఇతను చాలా మంచివాడు. నాపట్ల విశ్వాసంగా ఉంటాడు, కువేరుడి పట్ల కాదు.''

''ఎందుకు?'' కృప అడిగాడు.

''ఎందుకంటే, ముసలాడా,'' కుమార్ రాత్రి పట్టువీడి కృప దగ్గరకొచ్చి, కోపంగా, ముఖం వంకరగా పెట్టి అన్నాడు, ''అందరు బోయలూ తమ రాజులపట్ల పిచ్చిగా అభిమానాన్ని పెంచుకోరు. కొందరికి వ్యక్తిత్వముంటుంది.''

రాత్రి చప్పట్లు కొట్టింది. ''సరే అయితే! ఇది చాలా బాగుంది. ఇప్పుడు మనమందరం ఒక జట్టు.''

''అయితే మనమిప్పుడు ఏం చెయ్యాలి? నాగుల పుర్రెలు పగలగొట్టాలా?'' బాలా అడిగాడు, తల గోక్కుంటూ.

''హింస సమాధానం కాదు,'' రాత్రి అన్నది, ''ప్రభువు గోవిందుడు కూడా మహాయుద్ధంలో తన శత్రువులను యుక్తితో హతమార్చాడు, కండబలంతో కాదు.''

అర్జన్ నవ్వాడు. ''మీరు ఇంతటి ఆధ్యాత్మికవాది అనుకోలేదు.''

''కాను. కానీ ఒక కథ నుంచి స్ఫూర్తి తీసుకోవడం తప్పు కాదు.'' రాత్రి తిరిగి నవ్వింది.

''బంగారు తల్లీ, అదంతా సరే, కానీ ఏం చెయ్యాలనుకుంటున్నారు? నగరమంతా మనకు వ్యతిరేకంగా ఉంది, వాళ్ళేమో అనేకులున్నారు, మనమేమో...'' కృప గొంతు సన్నబడింది. ''వాళ్ళనెలా ఆపగలము?''

''నాకొక అమ్మాయి పని చేసిపెడుతోంది. ఆమె సహాయం చెయ్యగలదు. ఇప్పుడెక్కడుందో తెలియదు. ఈ మధ్యన బద్ధకస్థురాలైంది,'' రాత్రి ఆలోచించింది. ''కానీ బెంగపడవద్దు. ఎలాగో పని సాధించుకుందాములెండి. రాజుపైన అందరికీ ద్వేషం పుట్టేలా చెయ్యాలి. ఒక్కసారి వాళ్ళ బుర్రల్లో అనుమానపు బీజం నాటుకున్నాక, ఉద్యమం పుడుతుంది.''

ప్రచారము. అర్జన్ దాని గురించి చదివాడు. నిజం తెలిపి రాజ్యానిపై పోరాడడం, తాము తప్పు దారిన ఉన్న నాయకుణ్ణి అనుసరిస్తున్నారని ప్రజలకు తెలియనివ్వడం. కానీ ఈ క్రూరపాలనలో ఈ ఎత్తు పనిచేస్తుందో లేదో తెలియదు. కానీ ఇప్పుడు తనకు నిలువ నీడ ఉంది, చేతిలో వెచ్చటి పానీయముంది, చుట్టూ తనలాగా ఆలోచించే మనుషులున్నారు. కల్కిని విడిపించేందుకు మరొక పథకం తోచి, అతను పర్వతాలకేసి వెళ్ళగలిగేంతవరకు, ప్రస్తుతం, దీంతో సర్దుకుపోవాలి అనుకున్నాడు.

బాలా చిన్న దిండు మీద కూర్చొని ఉండగా, అర్జన్ కృపను పక్కకు తీసుకెళ్ళాడు. ''ఇదంతా సరేగానీ, నీవు చెప్పినట్లు సోమశక్తి బయటకొచ్చేసిందంటే, అధర్ముడు మన మధ్యనే తిరుగుతున్నట్టే కదా?''

''అవును, అంటే, అంత త్వరగా కాదు, కానీ...''

అప్పుడే ఎవరో తలుపు తట్టారు. కుమార్ ద్వారంకేసి వెళ్ళడం పట్టించుకోలేదు అర్జన్.

''మనకి వేరే మంచి ఉపాయం తట్టేంతవరకు ఈ మహిళను ఉపయోగించుకోవచ్చు. ఈమె ఉంటే మనం స్వేచ్ఛగా నడవచ్చు, ఏం కావాలో తెలుసుకొని, కల్కిని చేరవచ్చు.''

''ఇప్పుడు ఏ ప్రణాళికలూ లేవా?'' అర్జన్ పళ్ళు నూరాడు.

కృప తలూపాడు. ''నాకొక ఉపాయం తోచింది. కానీ దాన్ని అమలుపరచాలంటే చెరసాల ఎక్కడుందో, సోమశక్తులు ఎక్కడున్నాయో తెలుసుకోవాలి.''

''సోమశక్తులను ఉపయోగిస్తావా?''

''అవును, ఓ విధంగా అంతే,'' కృప భుజాలెగరేసి అన్నాడు.

''వాటి నుంచి పారిపోవాలనే కదా ఇంతవరకు వచ్చాము,'' అర్జన్ ఆగాడు, ''వాటినెందుకు వెతకాలి?''

''సమయానుసార ప్రణాళిక అది అవసరమంటోంది కాబట్టి.''

''నీవు ముందస్తుగా వేసినదాన్ని ప్రణాళిక అంటారు. అప్పటికప్పుడు అనుకున్నదైతేనే అది సమయానుసార కార్యాచరణం,'' అర్జన్ సవరించాడు.

''అయితే ఇది ప్రణాళిక మాత్రమే,'' కృప నవ్వాడు.

అర్జన్ అది నచ్చనట్లుగా తలూపాడు. కృప అనుకునేది ఏదోగానీ, అది మంచి పథకం కాదు. కానీ, అతణ్ణి ఎదొర్కొనేందుకు అర్జన్ వద్ద ఇంకే మంచి ఆలోచనా లేదు.

రాత్రి ఒక మడత పెట్టిన కాగితాన్ని చేతిలో పట్టుకొని గదిలోకొచ్చింది. ''మీ అన్నవద్ద నుంచి సందేశమొచ్చింది, అర్జన్.''

గుండె దడదడలాడుతుండగా, అర్జన్ ముందుకొచ్చాడు, ''ఇదెవరిచ్చారు?''

''వీధిలో ఆడుకొనే ఒక తుంటరి.''

వీళ్ళను నమ్మవచ్చా?

''అధర్ముడూ, చీకటి యుగమూ అంటే ఏమిటి? ఎక్కడో చదివాను...'' ఆ సందేశ సారాంశాన్ని చెప్పి ఆలోచించడం మొదలుపెట్టింది.

అర్జన్ కృపవైపు చూసి గుసగుసలాడాడు, ''సరే, నీ ప్రణాళిక ఏమిటోగానీ, అది త్వరగా చెయ్యాలి. ఇప్పటికే మనకు ప్రతికూలత మొదలైంది.''

58

పని చెయ్యనప్పుడు, కీకట్పురను తనతోపాటు పాలిస్తున్నవారిపై కుట్రలు పన్ననప్పుడు, వేదాంతుడు తన కుమార్తె ఊర్వశి మంచం పక్కన కూర్చొని నాయకుల గాథలు, ప్రతినాయకుల కథలూ చెప్పేవాడు. కానీ ఇవ్వాళ అతను చేతిలో కాగడాతో ప్రవేశించేసరికే ఆమె నిద్రపోయింది. మామూలుగా, అతను రాత్రి సమయంలో బయటకు వెళ్తే, భటుడు అతనికోసం కాగడాను పట్టుకొస్తాడు. కానీ ఊర్వశి దగ్గరకొచ్చేటప్పుడు అలాగ కాదు. ఆమె చదువు కూడా కోటలోనే సాగుతుంది. కోట గోడలచేత అత్యంతగా రక్షించబడేది ఆమే. పదిమంది భటులు గది బయట ఆమెకు కాపలా ఉండగా, ఎవ్వరూ ఆమెకు హాని తలపెట్టేందుకు సాహసించరు.

వేదాంతుడు కాళికి లొంగిపోవడానికి సగం కారణం ఊర్వశే. ఆమె తన చిన్నారి రాకుమారి. అందమైన ముఖంతో, బంగారంలాంటి మనసుతో ఉంటుంది, ఆమె తల్లిలాగే. తన అహంకారం ఆమె జీవితాన్ని నాశనం చెయ్యడాన్ని వేదాంతుడు ఇష్టపడలేదు. కాళిని ఎదిరించి ఓడిపోవడంకన్నా కాళితో పనిచెయ్యడమే శ్రేష్ఠమనుకున్నాడు. నగరాన్ని మళ్ళీ పొందవచ్చు, కుమార్తెను అలా మళ్ళీ పొందలేము.

ఇవ్వాళ ఆమె అప్పుడే నిద్రపోయింది. లోపలికొచ్చి నిలబడ్డాడు, చిరునవ్వుతో. బహుశా, ఇవ్వాళ కథ అక్కర్లేకపోయిందేమో, లేదూ బడలికగా ఉన్నదో. ఆమెకు తాను కేవలం పుస్తకవిద్యే కాదు, యుద్ధవిద్య కూ డా నేర్పుతున్నాడు. గుర్రపుస్వారీ గురించి, ఖడ్గధారణ గురించి బోధిస్తున్నాడు. ఈ లోకంలో బ్రతకడానికి, చంచలమైన రోగం వంటి రాచరికాన్ని నిలుపుకోవడానికి ఇవన్నీ అవసరము. బిరుదులు, దానికి సంబంధించిన హంగులూ వస్తాయి, పోతాయి. ఒకవేళ అవి రేపు వేదాంతుడి వద్ద నుండి కొల్లగొట్టబడితే? ఊర్వశికి రణరంగానికి వెళ్ళి పోరాడడం తెలియాలి.

''నాన్నా?'' ఒక మృదువైన గొంతు పలికింది.

''నిన్ను ఇబ్బంది పెడుతున్నందుకు మన్నించు. నీవు పడుకున్నావని తెలియక వచ్చాను.''

ఆమె ఆపింది. ''నేను నీ కూతుర్ని. నాకు క్షమాపణ చెప్పనక్కరలేదు.'' మంచంపైనే ఒక పక్కకు తిరిగింది, వేదాంతుని వైపుకు. ఆమెకు కేవలం పదమూడేళ్ళే. కొవ్వొత్తుల వెలుగులో ఆమె ముఖం కాంతిమంతంగా ఉండి, వేదాంతుడికి అత్యంత ప్రియమైన ఒకరిని గుర్తుచేస్తోంది.

''నీవు మీ అమ్మను చాలా గుర్తుచేస్తున్నావు.''

ఆమె నవ్వింది. ''అమ్మ గురించి చెప్పు.''

వేదాంతుడు తల అడ్డంగా ఊపాడు. ''మరొక రోజు, అమ్మడూ.''

''ఎప్పుడూ నీవిలానే అంటావు,'' అని చిటపటలాడింది. ''గతంలో జరిగినదాన్నుంచి ఎప్పుడూ తప్పించుకుందామని చూస్తావు, నాన్నా. నీ పరాజయాలు నీ వర్తమానకాలాన్ని, నీ భవిష్యత్తుని ఓడించనీకుండా.

చూసుకో.'' లేచి ముందుకొచ్చి తల పెట్టుకొనే చోట ఆనుకుంది.

''ఇదెక్కణ్ణుంచి నేర్చుకున్నావు?''

''నీవు చెప్పే కథల్లోనుంచే.''

వేదాంతుడు నవ్వాడు. అతను తన మాటల వలలోనే చిక్కుకున్నాడు. తల తిప్పి చూడగా, ఒక మొక్క వాసన అతని ముక్కునంటింది, అదేదో అతనికి తెలుసు. లేచి ఆ మొక్క చెంతకు వెళ్ళాడు. కిటికీ దగ్గరున్న ఆ మొక్కకుండే ఆకులు కమలంలాగా విప్పారతాయి. ఆ మొక్క లేత ఆకుపచ్చ రంగులో ఉంది. దాన్ని సున్నితంగా తాకాడు. ''దీన్ని నీవు పొరపాటున పోగొట్టుకోలేదని సంతోషిస్తున్నాను.'' అన్నాడు. అతనిచ్చిన మొక్కలను ఊర్వశి పోగొట్టుకుంటూ ఉంటుంది, మొద్దులాగా. అతను బుద్ధిహీనుడు కాడు. ఆమెకు ఆ బహుమతులు నచ్చట్లేదని అతనికి తెలుసు. కానీ ఆమెకు వాటి విలువ తెలియదు, అందుకని కేవలం ఆమెపైన మాత్రమే నింద మోపట్లేదు.

''అవును, ఇది పోయినసారి ఇచ్చినదానంత కంపు కొట్టట్లేదులే.''

''ఇది దుష్ట భూతాలను తరిమికొడుతుందట.'' వేదాంతుడు నెమ్మదిగా ఆ మొక్కను తట్టాడు.

''ఈ చిన్నివాటి మీద నీకున్న ప్రేమ భయం పుట్టిస్తోంది.'' అంటూ ఊర్వశి నవ్వింది.

''అక్కడికేదో నీకు విచిత్రమైన అభిరుచులు లేనట్లు.'' ఆమె చాకుతో చెక్కడానికి ఇష్టపడే చెక్క విగ్రహాల గురించి సూచించాడు వేదాంతుడు. ''మనందరికీ తృష్ణ కలిగించే విషయాలంటూ కొన్ని ఉంటాయి, అవే మన నడవడికను నిర్ధారిస్తాయి, నిజంగా మనమెలా ఉన్నామన్నది సూచిస్తాయి.''

తిరిగి ఆసనం వద్దకు నడిచాడు. ''ఆ మొక్కను కోల్పోవద్దు, తల్లీ. అది ఒక ప్రత్యేకమైన కారణం కోసం తెచ్చాను. మనం ఇప్పుడు ఆడంబరాల్లో జీవించట్లేదు.

ఇంకా చెప్పాలంటే, చాలా అశాంత వాతావరణంలో ఉన్నాము. జాగ్రత్తగా ఉండాలి. ప్రతీ అడుగూ ముందుచూపుతో వెయ్యాలి.''

ఊర్వశి తలూపింది. ''బెంగపడకు, అలాగేలే. నేను జాగ్రత్తగానే ఉన్నాను. బోయలను ఎప్పుడు వదిలించుకుందామనుకుంటున్నావు?''

''త్వరలోనే.'' వేదాంతుడు ముందెప్పుడో తన సందేహాల గురించి ఊర్వశికి వెల్లడించాడు. బోయల చేర్పు వల్ల తనకెలా చికాకు పుట్టిందీ వివరించాడు. కానీ ఇప్పుడు వాళ్ళల్లో ఒకడితోనే కలిసి పనిచేస్తున్నాడని మాత్రం చెప్పలేదు. ''నన్ను మీ అమ్మలాగే ప్రశ్నిస్తున్నావు.''

''ఇప్పుడామె లేదు కాబట్టి, ఎవరో ఒకరు కోట యజమానిని చూసుకోవాలి మరి.''

వేదాంతుడు నవ్వాడు. ఆమె తండ్రిని వాటేసుకోగా, అతను ఆమెను గట్టిగా హత్తుకున్నాడు. వాళ్ళు కాసేపు అలాగే ఉన్నారు. ఇంతలో తలుపు తట్టారెవరో.

''ఎవరది, ఈవేళ!'' వేదాంతుడు గద్దించాడు.

''ప్రభూ,'' భయపడుతున్నట్లుగా గుసగుసగా వచ్చిందా స్వరం.

వేదాంతుడు నిట్టూర్చాడు. ఊర్వశిని చూసి, ''నీవు నా బంగారానివి'' అని చెప్పి, మొటమొటలాడుతూ బయటకు వెళ్ళాడు. వెళ్ళి, ఆ వచ్చిన మనిషి ఆయాసపడుతూ, చెమటలు కారుతుండటం చూశాడు. ఏదో జరిగిందని స్పష్టంగా తెలుస్తోంది. అన్నిటికంటే దారుణంగా, అతని కవచం రక్తసిక్తమై ఉంది.

''ఏమైంది?''

''ప్రభూ,'' భటుడి కళ్ళు పెద్దవయ్యాయి, ''రక్తస్నానమే.''

నేలమీదంతా పడిన రక్తం చూస్తూ నిలబడ్డాడు వేదాంతుడు. అతను నిలబడి ఉన్న కట్టడం రాత్రి వేళ వేశ్యాగృహం, పొద్దుటప్పుడు మామూలు విడిది. గొంతులు చీల్చబడి ఉన్న తనకు తెలిసినవారందరినీ చూస్తూ నడిచాడు వేదాంతుడు.

విడిది నిర్వాహకుడు వేదాంతుడి వెనుకే నడచాడు. గొంతులు చీల్చబడిన పురుషుల దుర్భర దృశ్యం కనిపిస్తున్న ప్రతి ఒక్క గదిలోకీ వేదాంతుడు ప్రవేశించాడు. అన్ని తలగడలూ రక్తంతో తడిసిపోయి ఉన్నాయి. వేశ్యల పాదాల రక్తపు చిహ్నాలు నేలమీదున్నాయి. దేవుళ్ళ సాక్షిగా ఆ దుర్గంధం భరించలేనిదిగా ఉంది. అది చూస్తున్న వేదాంతుడు ముక్కు మీద శాలువా కప్పుకున్నాడు.

వీళ్ళు కేవలం సాధారణ వ్యక్తులు కారు. తన అమాత్యులూ, సేనాపతీ. ఇంకెవరూ మిగిలి లేరు, అతనికి తొలుత అనిపించింది ఇదే. అతను దాని గురించి ఎక్కువగా

ఆలోచించకోదలచుకోలేదు. బయటికొచ్చి తన వెనుక తలుపు మూసేసి, శాలువా తీసి, గట్టిగా గాలి పీల్చుకున్నాడు.

''వాళ్ళెందుకీ నింద్యమైన వేశ్యాగృహంలో ఉన్నారు?'' భటుడిని అడిగాడు. విడిది నిర్వాహకుడు ప్రక్కనే ఉన్నాడు. అతను ఏమీ మాట్లాడక, కాలుగాలిన పిల్లిలాగా ముందుకూ వెనక్కూ కదులుతున్నాడు. అతనింకా నివ్వెరపాటు నుంచి తెరుకోలేదని స్పష్టంగా తెలుస్తోంది. ''వాళ్ళు దేనికోసమని ఇక్కడ ఆనందంగా గడపసాగారు?''

భటుడు మాట్లాడలేదు, కానీ విడిది నిర్వాహకుడు జవాబిచ్చాడు.

''ప్రభూ, వాళ్ళు అప్పుడప్పుడూ గుంపులుగా వచ్చి ఇక్కడి అమ్మాయిలతో రమిస్తూంటారు.''

తన అమాత్యులు ఇంత నీచకార్యాలలో పాల్గొంటున్నారంటే నమ్మలేకపోయాడు వేదాంతుడు. అతను ఇన్నాళ్ళుగా పాటిస్తున్న సామాజిక విలువలకు ఇది వ్యతిరేకమే. ఇలాంటి దుశ్చర్యలలో పాలుపంచుకొనేవారు తన సహాయకులైతే, తను నిర్మించిన వైష్ణవాలయాలూ, శివాలయాలూ, ఇంద్రాలయాల వల్ల ఏం ప్రయోజనము? ఈ భావనే అతనిలో అత్యంత జుగుప్స పుట్టించింది. వాళ్ళ మరణాల వల్లే కాదు, వాళ్ళ నీతిరహిత ప్రవర్తన వల్ల కూడా తను అవిటివాడైపోయాడనిపించింది.

వారు తన విలువలను గౌరవించలేదంటే తొలుత తన మహారాజపదవికి మర్యాద ఇవ్వనట్లే లెక్క.

''వేశ్యలెక్కడ? ఇదెవరు చేశారో వారు చూడలేదా?''

''ప్రభూ, నేనడగలేదు. తాము చూసినదాని వల్ల భయకంపితులై ఉన్నారు.''

అయిదుగురు మంత్రులు చనిపోగా, ఇతడి బాధ మాత్రం వేశ్యలు భయకంపితులయ్యారన్నదాని గురించే. అతణ్ణి మెడపట్టి లాగాడు వేదాంతుడు. ''వాళ్ళందరినీ నా ముందు వరుసగా నిలబెట్టు. ఒక్కొక్కర్నీ నేనిప్పుడే చూడాలి.''

నిర్వాహకుడు వెంటనే తలూపి, పరుగెత్తాడు. ఓపిగ్గా నిరీక్షించి, అయిదుమంది భటులతో ముందుకొచ్చాడు వేదాంతుడు. వేశ్యలందరూ వరుసగా నిలబడ్డారు. చాలీచాలని బట్టలేసుకొని ఉన్నారు. వక్షోజాలను కప్పుకునేందుకు గూడా చాలని తెల్లని గుడ్డ ఒకటి చుట్టుకొని ఉన్నారు. తన భార్యను తప్ప ఇంకే స్త్రీ మేనునూ చూడలేదు వేదాంతుడు. ఆమెనొక్కర్తినే మనసారా ప్రేమించాడు.

ఒక్కొకళ్ళనీ తీక్షణంగా చూస్తూ నెమ్మదిగా ముందుకు నడిచాడు. వారి ముఖాల్లో కదలాడే భావాలను పరిశీలించేందుకు ప్రయత్నించాడు.

ఒకామె దగ్గర ఆగాడు.

''ఏం చూశావు?'' ఆమెను అడిగాడు.

''నేను...ఊఁ...'' ఆమె మోసపూరితంగా కనిపిస్తోంది, ఎలాగైనా ప్రశ్నలను తప్పించుకోవాలని చూస్తున్నట్లు. ఆమెలో ఏదో తేడా ఉంది.

వేదాంతుడు అడ్డంగా తలూపి ఆమె జుట్టు పట్టుకున్నాడు. నిర్వాహకుడు విస్తుబోయాడు. అది నిజం జుట్టు కాదు. వేదాంతుడు దాన్ని కింద పడవేశాడు. అతని ముందున్నది మారువేషంలోనున్న మగవాడు. ''నిన్ను నీవెలా అమ్ముకుంటావో అది నీ ఇష్టము. కానీ సిగ్గుపడి ఆడవేషం వెనుక దాగకు.''

తను పర్యటించిన అన్య నగరాల్లోని తన తోటి రాజులు చెప్పగా విన్నాడు, వారు వేశ్యాగృహాల్లో స్త్రీలను వెతకమని ఆదేశిస్తే మగవాళ్ళు దొరికారని. తమను తాము అమ్ముకొనే మగవాళ్ళ వ్యక్తిగత ఇష్టమది. అది దేవుళ్ళు వ్రాసిన నియమాలకు పూర్తిగా భిన్నమే, కానీ ఆ నియమాలు వ్రాసి ఎంతకాలమో అయ్యింది. అప్పటి పరిస్థితులు వేరు. వేదాంతుడు ఇప్పుడదంతా పట్టించుకోలేదు. అయినప్పటికీ, కీకట్పురలో వ్యభిచారం చట్టరీత్యా నిషిద్ధమే.

''నా మంత్రులు వరుసగా చంపబడుతుంటే, మీరందరూ చూస్తూ నిలబడి, ఇప్పుడేమీ చూడలేదంటున్నారు.'' అతని గొంతు భావరహితంగా ఉన్నా, దాంట్లో బెదిరింపు దాగున్నందువల్ల ఇతరులు భయంతో ముడుచుకుపోయారు. ''నోరు విప్పండి, లేదా ఈ వేశ్యాగృహం మూసివేయబడి, సంభోగాన్ని కోరుకున్నందుకు మీరందరూ చెరసాలకెళ్తారు.'' నిజానికి వాళ్ళు.

నిజం చెప్పినా కూడా ఆ పనే చేస్తాడు కానీ.

ప్రస్తుతం ఆ బెదిరింపుతో నిజాన్ని రాబట్టవచ్చు.

నిర్వాహకుడు ఏడవడం మొదలుపెట్టాడు. అతను వట్టి పిరికిపంద. అయినా, మాట్లాడేందుకు మిగతావాళ్ళందరూ సంకోచించారు. వేదాంతుడు ఒకామె దగ్గరకెళ్ళి అడిగాడు. ''ఏం? నీవేమన్నా చెప్పాలనుకుంటున్నావా?''

''ఇదంతా మేము వారి ప్రక్కన పడుకొని ఉన్నప్పుడు జరిగింది.'' ఆమె మాటలతో గారడీ చెయ్యగలదు. వేదాంతుణ్ణి చూస్తుంటే ఆమెకు భయమేసింది, కానీ ఆమె మాటల్లో మాత్రం భయం లేదు. ''ఆ హంతకుడు మేమందరం ఎప్పుడు నిద్రపోతామా అని వేచి చూశాడు కాబోలు.''

''మీరందరూ నిద్రపోయారా?''

''అవును, నిద్రపోయాము.'' అందరూ కలిసి ముక్తకంఠంతో అన్నారు.

వేదాంతుడు కళ్ళు చిట్లించాడు. పథకం ప్రకారమే తన మంత్రులు చంపబడ్డారు, బహుశా పని సులువయ్యేందుకు, వాళ్ళకు మాదక ద్రవ్యం కలిపిన మద్యపానాన్ని ఇచ్చి ఉంటారు. ''ఎవరైనా చూశారా, అనుకోకుండా?''

ఒక చెయ్యి పైకి లేచింది. వేదాంతుడు ఆమె దగ్గరకు వెళ్ళాడు. ''ఏంటి?''

ఆ మహిళకు నీలినేత్రాలున్నాయి, బహుశా ఆమె నాగజాతికి చెంది ఉండవచ్చు. ''నేను మామూలుకంటే త్వరగా లేచాను. అప్పుడొక ఆకారం కనబడింది.''

ఇది ఉపయోగకరమైన వార్తే.

''దయచేసి చెప్పు.'' జిజ్ఞాస తన బుర్రను దహించేస్తుండగా, అతను వేచి చూశాడు.

''ఆ వ్యక్తి నన్ను చూశాడు...ఊఁ...కిటికీ నుంచి దూకి పారిపోయాడు.''

''ఏం ధరించి ఉన్నాడు?''

''ముఖానికి శాలువా చుట్టి ఉంది, అంతా కప్పివేయబడి ఉంది.''

''ఏమైనా ప్రత్యేకంగా కనబడిందా?'' ఆమె కళ్ళూ, నోరూ గట్టిగా మూసుకొని గుర్తుకు తెచ్చుకుంటూ ఉండగా, వేదాంతుడు వేచి చూశాడు.

''ఆఁ,'' ఆమె ఊపిరి విడిచింది, ఏదో కనిపెట్టినట్టు కళ్ళు వెడల్పు చేసి. వేదాంతుడి గుండె వేగంగా కొట్టుకుంది. ఇది నేరస్తుణ్ణి కనిపెట్టేందుకు ఉపయోగపడే మంచి ఆనవాలయ్యుండవచ్చు. ''ఆ ఆకారం, ఆడో, మగో గాని, తొందరలో ఉండింది. కిటికీ నుంచి దూకినప్పుడు, గాలి వల్ల జుట్టును చూడగలిగాను.''

''ఆపైన చెప్పు?''

''జుట్టును చూడగలిగాను.''

''దాంట్లో ఏం ప్రత్యేకత కనిపించింది?''

''ప్రభూ,'' ఆమె అన్నది, ''అది వెండి రంగులో ఉంది. నగరంలో అటువంటివాళ్ళు ఎక్కువమంది లేరని మనకు తెలుసు.''

59

కాళికి మార్తాంజుణ్ణి వెతకడం గురించి బెంగ లేదు. మిగతా రాక్షసులలాగే అతడూ తన భవంతిలో కూర్చొని ఉంటాడు, లేదా సైనికులను నడిపిస్తూ వీధిలో ఉంటాడు. కానీ మూడొంతులు, ఏ మధుశాలలోనో సురాపానాన్నీ, జీవితంలోని చిన్న చిన్న విషయాలనూ ఆస్వాదిస్తూ ఉండుంటాడు. ఇటువంటి వ్యవస్థలో అతడు వ్యర్థమనే భావన కోకో, వికోకోలలో ఉంది.

అతడు మద్యం వాసనతో నిండిపోయి ఉండడం చూసి కాళి ప్రవేశించాడు. ఒక రాక్షసుడి విషయంలో ఇది ఆశ్చర్యకరమైన దృశ్యమే. దక్షిణాపథానికి చెందిన రాక్షసులు క్రమశిక్షణతో పైకొస్తారు. వాళ్ళు అసదృశ ప్రతిభావంతులు, కానీ రాక్షస సేనాపతి మాత్రం ఈ స్థితిలో ఉన్నాడు. రక్తపుడికి ఈ విషయం తెలిసిందంటే, తన ఈ ఉదాసీనతను సమర్థించుకోవడం మార్తాంజుడికి తప్పకుండా కష్టమే అవుతుంది. మార్తాంజుడిలా, రక్తపుడికి అనుకూలం కాని రోజంటూ ఏదీ లేదు. అతడికి తనకు ప్రతికూలమైన రోజులే అనుకూలమైన రోజులూ, అనుకూలమైన రోజులే మహా అనుకూలమైన రోజులూను. బహుశా ఒంటి కన్నే మార్తాంజుణ్ణి బాధపెడుతోందేమో.

గాయపడనివాడికంటే, గాయపడ్డ వ్యక్తికి తనలోనే తప్పు కనబడుతుంది.

కాళి చెప్పుల సడికి మార్తాంజుడు కదిలాడు. అయినా సగం నిద్రపోతూనే ఉన్నాడు. కాళి భటులను చూశాడు, వాళ్ళు తాగడంలేదు. అతని వెనుక మోకాళ్ళ మీద నిలబడి ఉన్నారు. కాళికి ఇటువంటి మర్యాద అంటే ఇష్టం, ఎందుకంటే, దీనివల్ల అతని ఆత్మవిశ్వాము, తనపై తనకున్న అభిమానమూ పెరుగుతాయి.

కాళి ఎదురుగా ఉన్న కుర్చీలో కాలి మీద కాలేసుకొని కూర్చున్నాడు. ఏమీ చెయ్యకుండా, మార్తాంజుణ్ణి చూస్తూ కూర్చున్నాడు. మద్యపానం ఎంతటి బలశాలులరలైనా ఘోర ఓటమిపాలు చేస్తుంది. అందుకనే, తనకెన్ని వ్యసనాలున్నా, మద్యాన్ని మాత్రం దూరం పెట్టాడు కాళి.

కోకో ముందుకొచ్చి మార్తాంజుణ్ణి కదిపాడు. నిమిషంపాటు అతడికి అయోమయంగా అనిపించి, తనను లేపే సాహసానికి పూనుకున్నది కాళి సొంతభటుడే అని గ్రహించాడు. కాళిని చూసిన వెంటనే లేచాడు, ఆ తొందరలో మద్యాన్ని ఒలకబోస్తూ.

''మన్నించండి,'' కళ్ళు గట్టిగా ఆర్పాడు, ''నేను...ఊ...''

''ఫరవాలేదు,'' కాళి అతణ్ణి స్నేహపూర్వకమైన నవ్వుతో చూశాడు. ''చింతించకు. మనందరికీ విశ్రాంతి కావాలి కదా?''

ఇంద్రఘర్‌ను కాజేసిన కాళియేనా ఈ మాటన్నదననుకుంటూ మార్తాంజుడు తన చెవులను తానే నమ్మలేకపోయాడు.

''కొంతకాలం ముందర నేను అనారోగ్యంగా ఉన్నా, విశ్రాంతి తీసుకున్నాక ఇప్పుడు బాగానే ఉన్నాను.''

''మీ జుట్టేమయ్యింది?''

కాళికి కోపం పొంగుకొచ్చింది. ఎవ్వరూ తన జుట్టు గురించి ప్రస్తావించకూడదు, ఒక బుద్ధిహీన బోయజాతికి చెందిన చిన్న సేనాని అయినా సరే. అతని తల మీద అక్కడక్కడా కొన్ని వెంట్రుకలు మొలుస్తున్నాయి, ముఖవర్చస్సు రోజురోజుకీ క్షీణిస్తోంది. ''అది...నా అనారోగ్యం, అంతే. అన్ని సర్దుకుంటాయిలే.''

మార్తాంజుడు బహుశా అతని అభద్రతాభావాన్ని పసిగట్టి, ముందుకొచ్చాడు.

''మీకేమైందో నాకు తెలుసు.''

''పుకార్లు విషతుల్యాలని నీకు తెలుసనుకుంటా?''

''కానీ అవే నిజమైతే, మీపై విషప్రయోగం జరిగిందని నమ్మవచ్చు, ప్రభూ,'' మార్తాంజుడు కాళిని చూసి వెర్రిగా నవ్వాడు. ''ఇప్పుడు నేనేమీ సూచించట్లేదు, ప్రభూ.'' అతని మాటతీరు అదో మాదిరిగా ఉంది, సగం మాటలు జారిపోయినట్లు, సగం మింగేసినట్లు, ఎక్కువగా అర్థం కాకుండా ఉన్నాయి కాళికి. ''కానీ మీ వెనుక జరుగుతున్నది జాగ్రత్తగా చూస్తూ ఉండాలి. ఈళంలో ఒక నానుడి ఉంది. అదేంటంటే: జయించినవారి వీపు మీద బాణాలు వేసేది వారు నమ్మినవారే.''

కాళి తలూపాడు. ''నేనది విన్నాను. అందుకనే వీళ్ళను పెట్టుకున్నాను.'' అతను కోకో, వికోకో వైపు చూపించగా, వాళ్ళు ప్రభువు తమ పేరు చెప్పాడని అప్రమత్తమయ్యారు.

''విశ్వాసపాత్రులు,'' అంటూ మార్తాంజుడు తలూపాడు. ''మీ ఆగమనంతో నన్నెందుకు సన్మానించారో తెలుసుకోవచ్చా, ప్రభూ? నేనేం పని చేశాను? మంచా, చెడా?''

కాళి తన చొక్కా జేబులోనుంచి ఒక చిన్న సీసాను తీసి అందులోని ద్రవం తాగాడు. ''నిజంగా ఇదేమిటి?'' సీసాను చూపించి అడిగాడు.

మార్తాంజుడు నీలంరంగు ద్రవమున్న సీసాను అతన్నుంచి తీసుకున్నాడు. ''ఒక మామూలు రాక్షసుడిని ఎందుకు ఈ ప్రశ్న వేస్తున్నారు, ప్రభూ?''

''ఎందుకంటే,'' రెండు చేతుల వేళ్ళనూ కలిపి పట్టుకొని, గదిలోని నీడలు తన ముఖాన్ని సగం కప్పేయగా, కాళి ముందుకొచ్చాడు. ''మీరిద్దరూ చేసిన పని నాకు తెలుసు. అది మంచిది కాదు. దురుక్తి దుందుడుకు పిల్ల. భయంతో ఏదో పరిష్కారం వెతికింది. తన అన్న చావుబతుకుల్లో ఉండడం చూసి, పర్యవసానాలేమైనా సరే, సహాయం చేద్దామనుకుంది. కానీ సమస్య అది కాదు. కానే కాదు. సమస్య ఆమె పరిష్కారం కోసం వెతికిన చోటే. ఇప్పుడు,'' సీసాను తీసుకొని, మెరుస్తున్న నీలంరంగు ద్రవాన్ని పరిశీలించాడు. ''నన్ను బాగుచేసే ఇదేంటో తెలుసుకోవాలనుంది. ఆమె ఇది మూలిక నుంచి తీసినదని అంటోంది. కానీ నేను నమ్మను. ఇది ఇంకేదో. అలౌకికమైనది.''

మార్తాంజుడు గట్టిగా అడిగాడు, ''అయితే మీ చెల్లెలినే అడగవచ్చుగా?''

కాళి అడగలేడు. ఆమెను అనుమానించి, ఆ అనుమానాన్ని వ్యక్తపరచడం అంటే ఇబ్బందనిపించింది. అలా అడిగితే ఆమె తనను ద్వేషిస్తుంది. మొదటినుంచీ వాళ్ళ మధ్య ఉన్న ప్రేమ అవ్యాజమైనది. వాళ్ళిద్దరి మధ్యన ఇంకేదీ రాలేదు. వాళ్ళిద్దరే కలిసి లోకంతో పోరాడారు.

''ఆమె దగ్గర బెరుగ్గా ఉంటారు మీరు, ప్రభూ. ఎందుకో తెలియదు. ఆమె కేవలం ఆడదే కదా. ఆడదాన్ని చూస్తే ఎందుకంత బెరుకు మీకు?''

''ఆమె నా చెల్లెలు.''

''మా సంస్కృతిలో అది పట్టించుకోము,'' మార్తాంజుడు భుజాలెగరేసి అన్నాడు. ''భార్యలూ, చెల్లెళ్ళూ, వేశ్యలూ, అందరూ ఒకటే మాకు.''

రాక్షసులు ఆడవారిపట్ల అడ్డూ అదుపూ లేకుండా ఉంటారు. వాళ్ళ పూర్వీకులు కూడా వావివరసలు లేకుండానే ఉండేవాళ్ళు.

''ప్రపంచ భారాన్ని మోసేది పురుషులే, ప్రభూ,'' అని నవ్వాడు.

''భారమనే ఆ భావనతో వాళ్ళు బాగా మోస్తున్నారు, నీలాగానే.''

మార్తాంజుడు నవ్వడం ఆపి కాళివైపు.

శ్రద్ధగా చూశాడు. ''మీకిదేదో తెలియాలి. ఇది నిజంగానే అలౌకికమైనదే, మావాళ్ళు చెప్పినదాని ప్రకారం, దేవుళ్ళనుంచి వచ్చిందే. ఇది అద్భుతాలు చేసే అమృతము. సరైన మోతాదుల్లో తీసుకోకపోతే ఉన్మాదులవుతారు. మీరెందుకు అలా అవ్వలేదు?''

''ఇదంతా నీకెలా తెలుసు?''

''ఒకరికి సహాయం చేసేవాడికి, ఎవరికి సహాయం చేస్తున్నాము, ఎందుకు సహాయం చేస్తున్నామన్నది తెలిసుండాలి,'' వివరించాడు మార్తాంజుడు.

''నీవు దీన్ని తాగాలనుకోలేదా?''

మార్తాంజుడు నవ్వాడు. ''ఏమో, నాకు తాగే అనుమతి ఉన్నదని నాకు తెలియలేదు.''

''ఎవరు నీకు అనుమతివ్వనిది?''

అతను నవ్వాడు. ''ప్రభూ, మీరు నన్ను బాగా అర్థం చేసుకుంటారు.''

''దురుక్తి ఇంకెవరికీ దొరకకుండా దాచిపెట్టింది కాబట్టి నీవు తీసుకోలేదు. నగరంలో ఎక్కడో దాచి ఉంచింది, అది నీకు తెలియదు. అమృతాన్ని వెతికే వ్యర్థప్రయత్నాల్లో భాగంగా ఇక్కడకు వచ్చి సురాపానమే అమృతమని అనుకుంటున్నావు,'' కాళి విశ్లేషించాడు. ''ఆమె ఎక్కడ దాచిందో నేను కనిపెట్టానని నీకు చెబితే ఏం చేస్తావు?''

''ఎలా కనుక్కున్నారు?''

''నా వార్తాహరులు మీవాళ్ళకంటే ఘటికులు.'' కవలలైన తన సైన్యాధికారులవైపు చూపించాడు కాళి.

మార్తాంజుడు వాళ్ళను ఆనందంగా చూశాడు. ''మీరందరూ ఒకరినొకరు ఎలా కలుసుకున్నారో తెలుసుకోవాలని కుతూహలంగా ఉంది. తప్పకుండా అది గొప్పకథే అయ్యుండాలి.''

''మనమంతా పెద్ద కథలో భాగమే, సేనానీ.'' కాళి నవ్వాడు.

లోహం వాసనా, ఇంధనం వాసనా నిండి ఉన్న గనిలో నిలబడి, కాళి సరుకులగృహం ప్రవేశద్వారం దగ్గర భటులను నిలబెట్టాడు. దురుక్తికి తెలియకుండా, సోమశక్తులనబడేవి అతని పిడికిలి కిందే ఉన్నాయి. ఒక్కొక్క రాయి వెలుపలి భాగం గరుకుగా, లోన నీల ద్రవంతో ఉంది. దీనివల్ల అతని చుట్టూ ఉన్న గోడలమీద ప్రకాశవంతమైన రంగురంగుల కాంతి వెదజల్లబడుతున్నది.

మార్తాంజుడు రాళ్ళను తాకుతూ నడిచాడు. కాళి చేతులు వెనుక పెట్టుకొని ఒకచోటనే నిలబడ్డాడు. ఈ కనుగొన్నదాన్నుంచి కలుగుతున్న ఆనందాన్ని మార్తాంజుణ్ణి అనుభవించనిస్తూ.

''నాక్కిక్కడకు రావడం చాలా ఆనందంగా ఉంది.''

''నీకు ఆనందంగా ఉన్నందుకు నాకు ఆనందంగా ఉంది,'' కాళి సమాధానమిచ్చాడు.

మార్తాంజుడు ఈ వాక్యం విని వెనక్కు తిరిగి చూశాడు, కన్నును మూసి తెరుస్తూ. ''ఇదంతా మీరు ఎందుకు చేస్తున్నారు, ప్రభూ?''

కాళి ముఖం భావరహితంగా ఉంది. ''ఈ రాళ్ళు నేను నా శక్తిని పుంజుకొనేందుకు తోడ్పడ్డాయి. నీ కళ్ళ విషయంలో కూడా సహాయం చేస్తాయేమోనని అనుకున్నా.''

''ఓ అవా, అవి శాశ్వతంగా పోయాయి, పీకేయబడ్డాయి.''

''కాస్త ఇంద్రజాలం వల్ల పరిష్కరించలేనిదంటూ ఏదీ లేదు.''

''అయితే మీరిప్పుడు ఇంద్రజాలాన్ని నమ్ముతారా?''

కాళి ముందుకొచ్చాడు. ''నేనిప్పుడు చాలా విషయాలను నమ్ముతాను. దీనివల్ల లోకంపట్ల నా కళ్ళు తెరుచుకున్నాయి. మునుపటిలాగా కాకుండా దేవుళ్ళు, దేవతలు నాకు ఆమోదయోగ్యంగానే ఉన్నారు, జుగుప్సాకరంగా అనిపించడం లేదు.''

''ఇదంతా రమ్యంగానే ఉంది, ప్రభూ, కానీ మీ మాటల్లో నిజాయితీని వెతుకుతున్న నాకు, అది కనిపించట్లేదు. మీరు కేవలం మంచి మనసుతోనే నా దృష్టిని తెప్పించాలని చూస్తున్నారంటే నమ్మడం కష్టమే.''

''మంచి మనసనేది ఎంత అరుదైనదంటే, అది వాడదామన్నా మోసంగానే భావించబడుతుంది.''

''సరిగ్గా చెప్పారు,'' మార్తాంజుడు తలూపాడు. ''అయితే చెప్పండి, నా దగ్గరనుంచి మీకు నిజంగా కావలసిందేంటి?''

కాళీ, మార్తాంజుడూ ఒకరికెదురుగా ఒకరు రెప్పవెయ్యకుండా చూస్తూ నిలబడ్డారు, పది మీటర్ల దూరంలో. మార్తాంజుడు జవాబు కోసం వేచిచూశాడు. కాళి తొందరలో లేడు. తను మంచి మనసుతో ఈ పని చేయట్లేదని మార్తాంజుడికి తెలుసు, తనేమీ ధర్మసంస్థ నడపట్లేదు మరిం అనుకున్నాడు. కానీ ఈ మాట సూటిగా చెప్పలేకపోయాడు.

''సరే, రక్తపుడు లేడు కాబట్టి నాకు నీ మద్దతు కావాలి. నా కార్యాలయంలోనే నాకు శత్రువులున్నారు. అందుకని నాకొక విశ్వాసపాత్రుడు కావాలి. నీ సేవలకు వేతనంగా నీకు ఈ అమృతమూ, నా ఖజానాలో నుంచి బంగారమూ ఇవ్వబడతాయి.''

''అదీ సంగతి,'' మార్తాంజుడు నవ్వాడు, ముందుకొచ్చి. ''మీరు నన్ను తప్పకుండా నమ్మవచ్చు. నాకు కావాలసినది దొరికినంతకాలం నేను మీ పక్షానే ఉంటాను.''

''నీకు కావాలసినది నేనిప్పుడే ఇచ్చాను.''

రాక్షసుడు కపటంగా నవ్వాడు. ''అలాగే, నేను చేరతాను.''

కాళి నవ్వాడు. ఒప్పందం కుదుర్చుకునందుకు ఇద్దరూ కరచాలనం చేసుకున్నారు.

''మీ విశ్వాసపాత్రుడిగా ఒక్క మాట చెప్పాలి. మీ చెల్లెలు తీసుకొచ్చిన ఖైదీ విషయంలో జాగ్రత్త.''

ఖైదీయా? కాళి నొసలు చిట్లించి, పెదాలు బిగించాడు.

''అమ్మో, అయితే ఆమె మాకు అది కూడా చెప్పలేదు.''

మార్తాంజుడు కాళి భుజాలు తట్టాడు. ''మీరు ఆమెతో మంచిది, సుదీర్ఘమూ అయిన సంభాషణ చేసే సమయమొచ్చింది, ఎందుకంటే ఆమెకు ఆ పల్లెటూరి కుర్రాడంటే మక్కువ.''

60

ఆమె ముఖంలో ఏదో ఆకర్షణ ఉంది. కాగడా కాంతిలో ఆమె ముఖం మెరుస్తోంది. ఆమె కళ్ళకు కాటుక ఉంది. బుగ్గలమీది పసుపు ఛాయ ఆమె రాచరికానికి గుర్తులైన ఎత్తైన బుగ్గల ఎముకలను మరింత స్పష్టంచేస్తోంది. కాళి ఒక నిమిషంపాటు సంకోచంతో ఆమె గదిలోనికి ప్రవేశించలేదు, ఆ తరువాత భయం వీడి వెళ్ళాడు. తనను ఛంపేస్తున్న ఈ భయాన్ని ఆపాలి. తనేదో ఆమెకు ఋణపడ్డానని అనుకుంటాడు కానీ, నిజం అది కాదు. ఆమే తనకు ఋణపడి ఉంది. అతను తక్కిన తోబుట్టువులను త్యాగం చేసి, ఆమెను అగ్నిప్రమాదం నుంచి రక్షించాడు కాబట్టి ఆమె తనపై ప్రేమతో ఉంటుంది.

ఆమె పొడవాటి రాత్రిదుస్తులను వేసుకుంది. చీకటివెలుగులతో నిండియున్న ఆ గదిలో, ఆమె కళ్ళు తెరిచి అతణ్ణి చూసింది. ఆమె ముఖంలోని భావం మారిందని గమనించాడు కాళి. ఆమె ఇటువైపు తిరుగలేదు. ఆమె తనకెదురుగా ఉన్న ఇత్తడి పళ్ళాన్ని చూసి నవ్వింది, అతనొచ్చినందుకు సంతోషించినట్టు.

కాళి ఆమెవద్దకెళ్ళి మెల్లగా తన వేళ్ళతో ఆమె భుజాలను మర్దనా చేశాడు. గట్టిగా పట్టుకొని మాట్లాడడం మొదలుపెట్టాడు. ''ఇవ్వాళెలా ఉన్నావు?''

''బాగానే ఉన్నాను,'' ఆమె అన్నది.

మెరిసే ఆ పళ్ళెంలోనే ఒకరి ముఖాలొకరు చూసుకున్నారు, ప్రత్యక్షంగా చూసుకోవడం అంటే భయమన్నట్లుగా. తమ నిజమైన ముఖభావాలు కనిపించేలా చూసుకోవడం భయమనిపించింది.

''మనం దిక్కు లేకుండా ఆకలితో అలమటిస్తున్నప్పుడు, నీవు నాకోసం ప్రార్థించానని చెప్పావు, గుర్తుందా?''

ఆమె ముఖాన ఆశ్చర్యం తొణికిసలాడింది. ''నిజమా? నేనా? నేనే?''

కాళి నవ్వాడు. ''అవును.'' అని ఆగాడు. ''ఒకప్పుడు నీవు ఆస్తికురాలవే. మనం అందరం చిన్నతనంలో ఆస్తికులమే. పెరిగాకే ఆస్తికతకు ఏ గొప్పదనమూ లేదని తెలుసుకుంటాము.''

''నీకోసం ఏమని ప్రార్థించాను?'' ఆమె తన చేతుల మీద ఏదో మలామును రాసుకుంది. కాళికి అది ఖరీదైన మలామనీ, తనపై దాడి జరిగిన అంగట్లో లభిస్తుందనీ తెలుసు. ఆ సోది చెప్పే ఆమె ఎవరో కనుక్కోలేకపోవడం అవమానమే. కాళికి ఎముకలదాకా భయం పుట్టించే కిటుకు ఆమెకు తెలుసు. ఆమె ఒక్కటి మాత్రం చెప్పింది. తనకు గొప్ప శక్తి వస్తుందని, దాన్ని దుర్వినియోగం చెయ్యకూడదనీ. ఒకవేళ సోమశక్తులే ఆ ముసలిది చెప్పిన శక్తేమో. అన్నిటికంటే అతణ్ణి ఆందోళనపరచే విషయం, తనకు సన్నిహితంగా ఉన్న వ్యక్తే వెన్నుపోటు పొడుస్తారని అనడం. అది ఈమేనా?

లేదు. అది ఈమె అవ్వదు. ఈమె అత్యంత విశ్వాసపాత్రురాలు. కానీ అందరిలోనూ చాపల్యముంటుంది.

ఖైదీ విషయంలో జాగ్రత్త.

ఆమెకు ఆ పల్లెటూరి కుర్రాడంటే మక్కువ.

ఆ కుర్రవాడెవడో అతనికి తెలియదు, కానీ అతని గురించి అనుకుంటే, చేదు భావనలు కలుగుతున్నాయి. ఊపిరితిత్తులు మండిపోతున్నాయి. ఇదివరకెప్పుడూ పొందని భావాన్ని పొందుతున్నాడు.

అసూయ.

దాన్ని మాపేందుకు, ఆమె వద్దనుంచి మలామును తీసుకున్నాడు, దాదాపు కాజేసినట్టుగా. తనే ఆమెకు మలాము రాయడం మొదలుపెట్టడం ఆమెకు ఆశ్చర్యాన్ని కలగజేసింది. ఆమె ముఖాన ఒకింత అయోమయం కనిపించింది, దాని వెనుకే ఇబ్బంది కూడా.

''ఏం జరిగింది?''

కాళి వినిపించుకోలేదు. మలామును ఆమె కోమల చర్మంపై రాస్తూ ఉండగా అతని కళ్ళు విప్పారాయి. ''నీవు మనకోసం ప్రార్థించావు, మన క్షేమం కోసం. మనకి అర్హత ఉన్న మంచి జీవితాన్ని ఇవ్వమని దేవునితో చెప్పావు. ప్రార్థనలు పనికిరావని, కేవలం నిన్ను ప్రేమించే వ్యక్తి మాటలనే వినాలని నేను చెప్పినప్పుడు, ఆ వ్యక్తి నేనేనని నీవు చెప్పావు.''

దురుక్తి నొసలు చిట్లించింది. ''మలాము ఇక చాలనుకుంటా.''

కాళి ఆమె భుజాన్ని పట్టుకొని బలవంతాన కూర్చోబెట్టాడు. అతడు ఆమె తలను మర్దనా చెయ్యడం మొదలుపెట్టగా, ఆమె దవడ బిగిసింది, కళ్ళు పెద్దవయ్యాయి. వారి చూపులు కలిసి, ఆమె పళ్ళు నూరుకుంది. మెల్లగా వేళ్ళను ఆమె మెడ చుట్టూ తిప్పాడు, ఇంచుమించు ఊపిరాడకుండా చేసేటట్లుగా. తరువాత ఆమె పొడవాటి జుట్టును తాకి, కణతల మీద వేళ్ళు పెట్టాడు.

''ఆపేయి.'' కాళి ఆమె ముఖాన్ని పట్టుకొని, ఇవతల చేతిని ఆమె నడుము చుట్టూ వేశాడు, మెల్లగా ఆమె వక్షోజాలపైకి తెస్తూ. ''ఏం చేస్...'' అతను తన వేళ్లను ఆమె

నోటిలో పెట్టాడు, కానీ ఆమె కొరకలేదు. ఒకవేళ ఆమెకు నచ్చిందేమో. ఒకవేళ ఆమెకు ఇబ్బందేమో. తాను చేసేది తప్పేనని తెలుసు, కానీ చేసి తీరాలి...ఒక అన్న తన బాధ్యతను నిర్వర్తించినట్లు.

ఆమె ముఖాన్ని వీడి రెండు చేతులతో మెడను పట్టుకున్నాడు. ''నాకు తెలియకుండా వెళ్ళి నాకు మందు తెచ్చావు. అందుకోసం నిన్ను ప్రేమిస్తాను, చెల్లీ. కానీ ఒక గ్రామాన్నంతా ధ్వంసం చేసి ఒక పల్లెటూరివాణ్ణి తెచ్చావు, నాకు చెప్పకుండా. నాకు నయం చేసే మందునే దాచావు. ఈ దగా ఏంటి? మళ్ళీ మళ్ళీ నాకు అబద్ధం చెప్పి తప్పించుకోవచ్చనుకుంటున్నావు...'' ఓర్వలేని కోపంతో అతనికి చమటలు పడుతున్నాయి, ''నా చెల్లెలివి కాబట్టి ఇదంతా పట్టించుకోననుకున్నావా?''

ఆమె చేతులూ కాళ్ళూ ఊపుతూ అతణ్ణి వారించాలనుకుంది. దేన్నైనా పట్టుకుందామనుకుంది, కానీ కుదరలేదు. ఆమె ముఖం ఎర్రబడింది. కాళి ముందుకొచ్చాడు. తన తలతో ఆమె భుజాలను మెల్లగా తాకి, నెమ్మదిగా ముద్దుపెట్టాడు, ఆమె ముఖాన్ని తళతళా మెరుస్తున్న పళ్ళెంలో చూస్తూ. ''నీ పట్ల నాకున్న ప్రేమను చూసి, అది నీవు చేసే పనులకు నేను చూపే విధేయత అన్నట్లుగా అపార్థం చేసుకున్నావు. కానీ నా మౌనాన్ని నా దయగా ఎన్నడూ భావించవద్దు, ఎందుకంటే నేను తిరిగొచ్చేశాను. ఎవ్వరూ కూడా, నీవు సైతం, నావద్ద నుంచి విషయాలను దాచలేరు. నీవు దాచే ధైర్యం చేస్తే'' ఆమెకు ఊపిరాడట్లేదు, కళ్ళలో భయం కనిపిస్తోంది, కానీ అతను పట్టించుకోలేదు. ''నీవు నా చెల్లెలన్న సంగతే మర్చిపోతాను.''

ఆమె మెడను వదిలాడు.

ఆమె దగ్గుతూ, ఆయాసపడుతూ నేల మీద కూలింది. ఆమె ఆయాసపడుతూ ఉండగా, కాళి ఆమె మంచం వద్దకు వెళ్ళి తాపీగా తన దుస్తులు, జుట్టు సరిచేసుకున్నాడు. ఆమెకు ఆయాసం తగ్గేసరికి, కణతల నుంచి నరాలు బయటకు తేలాయి. అతణ్ణి జుగుప్సతో చూస్తూ, తన కోపదృష్టి అతనికి తెలియనివ్వకుండా ఉండాలని ప్రయత్నించింది.

''నీవు...నన్ను...నమ్మట్లేదా?'' మెడను మర్దనా చేసుకుంది.

కాళి భుజాలెగరేశాడు. ''నిజం చెప్పాలంటే, ఇప్పుడు ఎవ్వరినీ నమ్మట్లేదు. అందువల్ల నీ గురించి వ్యక్తిగతంగా ఏ భావమూ లేదు.''

''ఆ కుర్రాణ్ణి ఉపయోగించాలని చూస్తున్నాను, మనకోసం ఉపయోగించాలని.''

ఆమెను ఆపేందుకు కాళి తన చేతి వేళ్ళెత్తాడు. ''అతణ్ణి మన శత్రువుగా మార్చకు. నీకొక సహాయకుడిని పెట్టుకొమ్మని నేను ఎప్పుడూ చెప్పలేదు.''

''మన మిత్రులందరూ శత్రువులుగా మారుతున్నారు కాబట్టి, మనవైపొక గట్టి సైనికుడు ఉండడం అవసరమనుకున్నాను.''

''దాచడం కంటే దారుణమేంటో తెలుసా? నీ అన్నే ఇంత సమర్థుడైనా, వేరే ఒకడి సహాయం కావాలనుకోవడం,'' కాళి గది నుంచి నిష్క్రమిస్తూ అన్నాడు.

కానీ ఆమెకు తెలుసు అతను ఎక్కడికి వెళ్తున్నాడో. ఆ పల్లెటూరి కుర్రాణ్ణి కలిసేందుకు వెళ్తున్నాడు.

అతను చెరసాల నడవా గుండా నడిచాడు. మధ్యరాత్రి దాటాక వచ్చినదెవరా అని ఖైదీలు చూస్తూ, ఆ వచ్చినది కాళి అని తెలిశాక, చికాకు పడుతూ వెనక్కు వెళ్ళారు. ఒక్కడు మాత్రం వెళ్ళలేదు. అతను కాళిని దుర్భాషలాడాడు.

కాళి ఆ ఖైదీవద్దకు వెళ్ళాడు. అతడి మెడలో ఒక విచిత్రమైన పతకం ఉన్నది. అతను నాలుకను బయటపెట్టి తిప్పుతూ అన్నాడు, ''బయటి నుంచి వచ్చినోడా, నీవు నన్ను భయపెట్టలేవు! నిన్ను చూస్తేనే నాకు జుగుప్స!'' నాలుకను తిప్పుతూ పలికాడు, వెక్కిరింతగా.

తన స్థానంలో ఉన్న ఎవరైనా చేసే పనే చేశాడు కాళి.

అతని నాలుకను సులువుగా లాగేసి, నేల మీద పడేశాడు. ఆ ఖైదీ నొప్పితో గిలగిల్లాడసాగాడు.

భయంతో కోకో గుటకలు మింగుతుంటే, వికోకో అతణ్ణి మోచేత్తో కొట్టడం కాళికి వినిపించింది.

''ఇతణ్ణి మరి, అదే, వైద్యశాలకు పంపించాలా, ప్రభూ?''

ఏడుస్తున్న వెర్రిఖైదీను చూశాడు. ''వద్దు, అతడలా ఉండడమే నాకిష్టం,'' అని నవ్వుతూ ముందుకు సాగాడు.

చెరసాల భటులు దాదాపు ముడుచుకుపోతూ కాళిని చీకటికొట్టుకు తీసుకెళ్ళారు. ఇంద్రఘర్ వీధులకంటే ఎడాపెడాగా, అయోమయానికి గురి చేసేట్లుగా కట్టబడింది ఆ చెరసాల. వేదాంతుడు దీన్ని కట్టించిన విధానం ఆశ్చర్యకరమైనది. వేదాంతుడికి ఖైదీలను దిద్దడంలోనే గాని, ఉరిశిక్షపై నమ్మకం లేదు. కాళి వచ్చి దీన్ని మార్చేశాడు. భ్రష్టులైనవారిని బోలెడంతమందిని చూశాడతను. కేవలం కారాగారవాసం వల్ల వ్యక్తులు మారరని అతనికి తెలుసు. ఒకసారి శిక్ష పొందినంత మాత్రాన నేరస్థుడు మళ్ళీ ఆ నేరం చెయ్యకుండా ఉండడు. చేస్తాడు. వారి తీరే అటువంటిది. వారందరూ అంతే.

పల్లెటూరి కుర్రాడున్న చెరను చేరుకున్నాడు. దురుక్తి మక్కువపడేంత గొప్పదనము అతనిలో ఏముంది? దురుక్తి లోకంలో ఎవ్వరినీ తన ప్రియుడన్న దృష్టితో చూడలేదు. ఏమిటి అతడిలో ఉన్న అంత అద్భుతము? కాళిలో అసూయ, అభద్రత చెలరేగాయి. అతడే చాలా అందగాడా, శ్రేష్ఠుడా, అమాయకుడా? లేదూ, చాలా ఆరోగ్యవంతుడా?

అని మరీ అసూయగా అనిపించింది. ఒక అన్నగా తను రక్షణనివ్వాలి. అసూయపడకూడదు. ఇది వింత భావనే. కానీ దాన్ని అణచుకున్నాడు.

పంజరం తెరుచుకుంది. ఒక బొక్కెనలోని నీళ్ళల్లో ఒక కుర్రాడు వణుకుతూ, నగ్నంగా కూర్చొని ఉన్నాడు. నాగులు ముందుకొచ్చి, దాన్నుంచి అతణ్ణి పైకెత్తారు. అతని చేతులూ, కాళ్ళూ ఎన్నో ఇనుప సంకెళ్ళతో కట్టబడి ఉన్నాయి, ఒకటి చాలదన్నట్లు. అలా ఎందుకు? ఇది ఒక పల్లెటూరివాడి విషయంలో వింతే. అతను కాళి ముందుకు తేబడ్డాడు. అప్పుడతని మీద ఒక గోధుమరంగు గోచీ మాత్రమే ఉన్నది.

అతను నొప్పితో విలవిల్లాడుతూ, కళ్ళు కూడా పైకెత్తి చూడలేకపోయాడు. చూసినప్పుడు, కాళికి అతనిలో అసాధరణంగా ఏదీ అనిపించలేదు. ఏమీ ప్రత్యేకంగా అనిపించలేదు. కండలు తిరిగిన శరీరమే, తనకంటే పొడుగ్గా ఉన్నాడు, నిజమే. కానీ ఏమిటి ప్రత్యేకత?

''నీ గురించే ఇతర ఖైదీలు మాట్లాడుకుంటున్నారు.'' కాళి అతడి చుట్టూ నడిచాడు. అనేకమంది నాగులు ఆ కుర్రవాడిని సంకెళ్ళతో పట్టుకున్నారు. ఒక నాగుడు అతని మెడను పట్టుకున్నాడు.

కుర్రాడు ఏమీ మాట్లాడలేదు.

''ఏమిటి నీ పేరు?''

కుర్రాడు జవాబివ్వలేదు.

''చెప్పకపోయినా ఫరవాలేదు. నాకు త్వరలోనే తెలుస్తుందిలే,'' కాళి వెక్కిరింతగా నవ్వాడు. ''మా చెల్లెలికి నీవంటే ఇష్టం. నీవేదో మాకు సహాయం చెయ్యగలవనుకుంటోంది.''

ఆ క్షణాన కుర్రాడు తలెత్తాడు. తడిసిన జుట్టు ముఖాన పడుతుండగా చూశాడు. ''నీవేనా కాళివి?''

కాళి ముందుకొచ్చాడు, చేతులు పిరుదుల మీద పెట్టుకొని, కాస్తే మిగిలిన కనుబొమలను పైకెత్తి, అన్నాడు. ''ఓహో, నీకు నా పేరు తెలుసే.'' అని ఆగాడు, తనలో తనే నవ్వుకుంటూ. ''మా చెల్లెలు నీ గ్రామాన్ని ధ్వంసం చేశాక కూడా నీవేదో మాకు సహాయం చేస్తావనుకుంటోంది. ఇది విడ్డూరమే, కానీ తనకు మించిన విషయాలలో తలదూర్చే వ్యక్తికి అలానే అనిపిస్తుంది. ఆమె చిన్నది. యవ్వనంలో ఒంట్లో జరిగే మార్పుల వల్ల అలాగనుకుంటుంది. నిన్ను కాపాడడానికి అలా అంటుందంతే.''

భావరహితంగా కుర్రాణ్ణి చూశాడు. ''కానీ ఉరి నుంచి నిన్ను ఏదీ తప్పించలేదు. నీ శిరచ్ఛేదనం బహిరంగంగా చేయిస్తాను. అప్పుడు దురుక్తికి కూడా తన తప్పు తెలిసొస్తుంది. తను ఎవరిని పడితే వారిని ప్రేమించకూడదనీ అర్థమవుతుంది. అంతేగాక, నీకు తప్పుడు విచారణ జరిపిస్తాను. విచారణ జరుగుతుంది. రాజ్యానికి చెందిన అధికారులను చంపినందుకు సరైన కారణం చెప్పి నన్ను ఒప్పించగలిగితే,

నీవు విడుదల పొంది, ఎక్కడికైనా వెళ్ళవచ్చు, ఏమైనా చేయవచ్చు. చెరసాల జీవనం నీపై ప్రభావం చూపుతున్నదని నాకు తెలుస్తూనే ఉంది.''

కుర్రాడు వెంటనే చెయ్యి కదిపాడు, తనను పట్టుకున్న నాగుణ్ణి బోల్తాపడేస్తూ. కండలు బిగించి, నరాలు బయటకు తేలి, అతను ముందుకు రాగా, నేల దద్దరిల్లింది, బొక్కెనలోని నీళ్ళు ఒలికాయి.

''అయితే నీవు నిజంగా ప్రత్యేకమైనవాడవే.'' కాళి కుర్రాడికి అందే అంత దూరంలో నిలబడ్డాడు. వాళ్ళిద్దరూ చాలా దగ్గరగానే ఉన్నారు, అయినా కుర్రాడు కాళిని చేరుకోలేకపోయాడు. అతను బంధింపబడి ఉన్నాడు మరి. ''భలే బాగుంది, నాకిది నచ్చింది. ఎలా చేస్తున్నావు ఇలాగా?''

''వచ్చేస్తున్నా, కాళీ. నిన్ను పట్టేందుకు వచ్చేస్తున్నా,'' కుర్రాడు ఉమ్మాడు. ''నా గురించి నీవు ఏ విచారణా జరపలేవు, ఎందుకంటే మర్త్యుడవైన నీకు ఆ శక్తి లేదు. భగవంతుడైన విష్ణువే అందరినీ విచారించి క్షమిస్తాడు.''

కాళి హేళన చేశాడు. ''నీవు మతోన్మాదివి కూడానా? ఇంతగా నీ ద్వేషం పొందేందుకు నేనేం చేశాను? నాకు చాలా కుతూహలంగా ఉంది. దయచేసి, దయచేసి, అలాగే చెయ్యి. దేవదేవుడే నీకు విచారణ జరుపనీ, బహుశా నీవు పైకెళ్ళినప్పుడో, కిందకెళినప్పుడో. కానీ నీవు ఇక్కడున్నంతవరకూ,'' కాళి నవ్వు మాయమయ్యింది. ''నేనే నీ దేవుణ్ణి, నీ భగవంతుడైన విష్ణువుని.'' జుగుప్సతో ఉమ్మాడు. ''అదెలాగో చూపిస్తాను.''

నాగులకు చిటికేశాడు. ''మోకరిల్లు.''

వాళ్ళు కుర్రాడిని తోశారు. అతను వ్యతిరేకించేందుకు ఎంత ప్రయత్నించినా, కొరడాలతో కొట్టి కొట్టి బలవంతాన మోకాళ్ళ మీద కూర్చోబెట్టారు.

''చూశావా?'' కుక్కలాగా గర్జిస్తున్న కుర్రాడి తలను తట్టాడు కాళి. కాళి నవ్వాడు. అమాయకులను ఇబ్బంది పెట్టడం అతనికిష్టము. బహుశా కుర్రాడిని ఎవరో తప్పుదారి పట్టించారు. కాళి గురించి ఎవరో దుర్బోధ చేశారు. అందువల్లే ఈ ద్వేషము.

''ఇతణ్ణి చెరసాలలోనే ఉంచండి. ఇలాగే ఉంటే, విచారణ జరిగేవరకు బ్రతకడు. వీడు బహిరంగంగా విచారింపబడడం నాకు కావాలి, దురుక్తి చూసేట్టుగా. తన ఎంపిక ఈ కుర్రాడి మరణానికి ఎలా దారి తీసిందో ఆమె చూడాలి. చూసి, ఆమె పశ్చాత్తాపపడాలి. అన్న వెనుక గోతులు తీయకూడదని ఆమెకు తెలిసిరావాలి,'' ఆలోచనల్లో పడి తనలో తనే మాట్లాడుకున్నాడు. అప్పుడు సర్దుకున్నాడు.

ద్వారం వద్దకు వెళ్తూంటే, సంకెళ్ళ శబ్దం వినబడింది. కాళి వెనక్కు తిరిగి చూడగా, కుర్రాడి జుట్టు వెనక్కి ఉంది, అతని నుదురు కనబడుతోంది, కళ్ళు పొగతో ఉన్నట్టు నల్లగా ఉన్నాయి.

''నేను...నిన్ను...అక్కడ...చూస్తాను,'' అని పలికాడు.

కానీ, కుర్రాడి కళ్ళల్లో భయానికి బదులుగా, ఇంకేదో ఉంది. ఆశ కనబడుతోంది. అప్పుడతను ఎవ్వరూ ఊహించనది చేశాడు.

చిరునవ్వు నవ్వాడు.

61

వేదాంతుడు మళ్ళీ నిరీక్షిస్తున్నాడు. కానీ, ఈసారి జుగుప్సాకరంగా ఉన్న సందులో కాదు. కాస్త మెరుగైన చోటే అయినా, తనవాళ్ళు చంపబడ్డ విడిది బయట. అంతా శుభ్రం చేసినా, విడిది నిర్వాహకుణ్ణి రక్తాన్ని ముట్టవద్దన్నాడు. అది అందరికీ చూపించాలనుకున్నాడు. కువేరుడి పథకం తన మనుషులపై ఎటువంటి ప్రభావం చూపిందో అతనికి చూపించాలనుకున్నాడు. అతను తగిన విధంగా పశ్చాత్తాపపడేలా చెయ్యాలనుకున్నాడు.

ఆ సంఘటన జరిగి రోజులు గడిచినా, బుర్ర ఇంకా తేరుకోలేదు. అతను స్తంభించిపోయాడు, కోపంగా ఉన్నాడు, భయపడుతున్నాడు. వెండిరంగు జుట్టు ఉన్న అమ్మాయి తన పీక తెగనరికినట్టు కలగన్నాడు. కాళ్ళకు పెద్ద పెద్ద గంటలు కట్టుకున్న ఇద్దరు భటులనుం అవిశ్రాంతంగా కాపలా కాయమని గదిలో ఉంచుకున్నాడు. వారు ఒకవేళ అలసిపోయి కదిలితే ఆ గంటలు మ్రోగేవి. అప్పుడు వేదాంతుడు నిద్రలేచి వారిని తిట్టేవాడు. ఎవరైనా అక్కరలేని వ్యక్తి ప్రవేశిస్తే హెచ్చరించడానికని ఆ గంటలు ఏర్పాటు చేశాడు. ఊర్వశి గదికి ఎవ్వరూ వెళ్ళకుండా అయిదుమందిని అడ్డుగా పెట్టాడు.

''పెద్దగా ఉన్న మనుషులు గదిలో నన్ను చూస్తూ ఉండడం ఇబ్బందిగా ఉంది,'' అని ఆమె అన్నది, కానీ పరిస్థితి ఎంత విషమంగా ఉందో ఆమెకు తెలియదు.

అధికారికంగా ఇంద్రఘర్ ఇప్పుడు రణప్రాంతము. ఇది అతనికి నచ్చలేదు. ఎందుకంటే, తనకంటే ఎక్కువగా ఊర్వశిని కాపాడాలి కాబట్టి. ఆమెను దాక్షిణాత్యుల వద్దకు పంపుదామన్న ఆలోచన వచ్చింది. అక్కడ కొంతమంది మిత్రులున్నారు. ఆపన్నులను ఆదుకోవడంలో విభీషణుడు గొప్ప వ్యక్తి. అందుకని వేదాంతుడు అతణ్ణి నమ్మవచ్చు. కానీ, ఇంకొక ఆలోచన కూడా వచ్చింది. దక్షిణాన వేదాంతుడికి వేరే శత్రువులున్నారు. వాణిజ్యము, సరిహద్దుల సమస్యల గురించి వేదాంతుడు వారితో పోరాడాడు కనుక అక్కడ ప్రమాదం ఎక్కువ. జాగ్రత్తగా మసలుకోవాలి.

అక్కడుండే స్త్రీలను, పురుషులను చెరసాలకు పంపడం ద్వారా తను క్రమేపీ నాశనం చేసిన విడిది దగ్గర నిలబడ్డాడు. వేదాంతుడు కొత్తగా పనిలో పెట్టిన విడిది గుమాస్తా ఈ సంస్థను గౌరవార్హంగా తీర్చిదిద్దేదుకు కృషి చేస్తున్నాడు. అయినా ఖూనీలు జరిగిన గదులను ముట్టుకోవడానికి వీల్లేదు.

తెల్లవారుజామున యక్షరాజు కోసం వేదాంతుడు నిరీక్షింపగా, విడిది గుమాస్తా వచ్చి అన్నాడు, ''ఇక్కడికొక అతిథి వచ్చాడు, ప్రభూ. నేనెంత వారించినా, తనకు ఒక గది కావాలని పట్టుబట్టి ఒక గదిని ఆక్రమించుకున్నాడు...''

''ఆ గదులివ్వలేదు కదా?''

''అయ్యో లేదు, ప్రభూ,'' గుమాస్తా మూలిగాడు. బహుశా ఆ రక్తం అతనిలో జుగుప్స రేపి ఉంటుంది. ''అవి ఇవ్వలేదు.''

''సరే అయితే. ఉండనివ్వు. అతని కదలికలను గమనించేందుకు ఆ మేడపైన భటులను కాపలాగా ఉంచు,'' వేదాంతుడు ఆదేశించాడు.

ప్రజలు నెలకొల్పే సంస్థలంటే అతనికి గౌరవమే, కానీ చట్టవిరుద్ధంగా నడిచేవాటిపై కాదు. ఇంద్రఘర్ అతనికి తన తండ్రి ఇచ్చిన నగరం. అతనక్కడ దేవదేవుడు, త్రిమూర్తుల అగ్రణీ అయిన విష్ణువును పూజిస్తాడు. ప్రతివారం ఊర్వశితోపాటు మోకరిల్లి ప్రార్థిస్తాడు. నగరం నడిబొడ్డున పెద్ద బంగారు విగ్రహం ఒకటి పెట్టించాడు. అందరూ వెళ్ళి పూజించేవారు. ఇప్పుడు సమాజంలో బోయల చేరికవల్ల వేదాంతుడు వారిలాగే నాస్తికుడైపోయాడని అందరూ అనుకుంటున్నారు. ఇది నిజం కాదు.

వేదాంతుడికి ఇప్పుడంతా విశదమయ్యింది. మానవులలాగే బోయలకు వారి సొంత సంస్కృతి, పూజాపునస్కారాలు, సాంప్రదాయాలూ ఉన్నాయి. అందరు నమ్మేదీ ఒకే దేవతలనే, కానీ యుగాల క్రిందట జరిగిన యుద్ధాలలో వాళ్ళు పరాజయం పొందిన కారణంగా వారు సమాజం నుంచి దూరమయ్యారు, వెలివేయబడ్డారు.

ఇప్పుడు లక్ష్యంపైన గురి ఉంచాలి.

ప్రతీకారము. అంతే. దాని వెనుక ఉన్నది కువేరుడో, వాసుకియో, కాళియో, ఎవరైనా సరే, వారిపై ప్రతీకారం తీర్చుకుంటాడు. ఇప్పటికై తే, కువేరుణ్ణి నమ్ముతున్నాడు. ఆయనది చేసి ఉండడు, చేస్తే వేదాంతునితో అతనికున్న సంబంధాన్ని అది నాశనం చేస్తుంది కాబట్టి.

నిరీక్షణ పూర్తయ్యింది. కళ్ళు చెదిరే దుస్తులతో, ఆడంబరంగా ఉన్న నగలతో యక్షరాజు వీధిలో ప్రవేశించగా, పూల పరిమళం వెల్లివిరిసింది. అతను పోయినసారికంటే అలసిపోయినట్లు కనబడుతున్నాడు. ఆలోచనతో కూడిన ఉత్సాహం ఇప్పుడు అతనిలో లేదు.

''నన్నెందుకు పిలిపించారు?'' ఉద్రేకంగా అడిగాడు.

వేదాంతుడికి ఎందుకన్నది చెప్పడం తెలియలేదు. కానీ ప్రశ్నలు సంధించి ఆరా తీశాడు. ఒక్కొక్క గదినీ తెరిచి చూపించాడు. "నీవు చూస్తున్నట్లే, అన్ని దుప్పట్లూ ఎర్రగా మారాయి."

"నేను చూసేందుకు దసరా బుల్లోడిలా కనబడవచ్చు, ప్రభూ. కానీ మనం రాజకీయ పోరాటాన్ని ఎదుర్కొంటున్న ఈ సమయంలో నాకు ఈ వస్త్రాల రూపకల్పనలు చూపించడం అనవసరమనుకుంటా."

"ఇవి రూపకల్పనలు కావు." దగ్గరికెళ్ళి చూడమని సంజ్ఞ చేశాడు వేదాంతుడు.

కువేరుడు వెళ్ళి దుప్పటి బట్టను ముట్టుకున్నాడు. ఎండిన రక్తాన్ని తాకి విస్తుబోయాడు. వెనక్కు తిరిగాడు, వివర్ణమై, దీర్ఘశ్వాస తీసుకునేందుకు ప్రయత్నిస్తూ. "మీకు తెలియట్లేదు నాకు రక్తమంటే పడదని."

"తక్షకుడి రక్తం పడిందిగా."

"అది నాగ రక్తం. దాని వాసన వేరేగా ఉంటుంది."

నాగ రక్తానికి ఏదైనా ప్రత్యేకత ఉందా అన్న సంగతి వేదాంతుడికి తెలియదు. అది అతనూ చూశాడు. కువేరుడిలా వాసన చూడకపోయినా, అది కూడా ఇదే రంగులో ఉండింది.

"ఇది ఖచ్చితంగా మానవ రక్తమే," ఉండబట్టలేక వాగేశాడు కువేరుడు. "రక్తం నాకెందుకు చూపిస్తున్నారు, మహాశయా?"

"ఇది నావాళ్ళ రక్తం," వివరిస్తూ చెప్పాడు వేదాంతుడు. "నా అమాత్యులూ, సేనాపతీదీను."

"నేనేం చెయ్యలేదు, ప్రభూ. మనమేం చేసినా, మనం తీసుకున్న నిర్ణయం పరిపక్వమైనది, తెలివైనదీను."

"అది మనకే బెడిసికొడుతోందిప్పుడు, స్పష్టంగా."

"ఎవరో తెలుసుకోగలిగారా?"

వెండిరంగు జుట్టు కలిగిన ఖూనీకోరు కనబడ్డ గదికి కువేరుణ్ణి తీసుకెళ్తూ వేదాంతుడు తలూపాడు. "ఈ పని చేసినది ఒక విచిత్రమైన రంగులో జుట్టున్న వ్యక్తి. వెండిరంగు."

"నాకు వార్తలు చెప్పేవాళ్ళను నగరమంతా పర్యటించమంటాను," అని ఆగాడు. "కూపీ లాగడం పెద్ద కష్టమవ్వదు, ఎందుకంటే ఆ రంగు అపురూపమే. ఎవరో చూసే వుంటారు."

వేదాంతుడు నిరాశగా మొహం పెట్టాడు, కానీ కువేరుడికున్న వేగుల సైన్యం మంచిదే. గూఢచర్యము, మారువేషధారణపైనే వాళ్ళు ఎక్కువగా ఆధారపడతారు.

"ఏమిటి నీ ఉద్దేశ్యము? ఇది ఖూనీకోరు విషయం."

"నిజమే, కానీ కేవలం ఖూనీకోరే అయితే ఇంత రభస చెయ్యదు. గురి చూసి

కొట్టి వెళ్ళిపోతుంది,'' కువేరుడు వివరించాడు, ''బాణాలతోనో, చాకుతోనో, విషంతోనో. కానీ ఈ ఖూనీకోరు ఆ మార్గం ఎంచుకోలేదు. మీ మనుషులకు బహుశా మాదకద్రవ్యమిచ్చి చంపేసింది, స్త్రీలను వదిలేసి. అంటే మన శత్రువుకు, అది ఎవరైనా గాని, మిమ్మల్ని ద్వేషించే ఒక మహిళ దొరికింది. మీ మీద కక్ష ఉన్నవాళ్ళ కోసం వెతకాలి. ఎవరైనా ప్రత్యేకంగా గుర్తొస్తున్నారా?''

వేదాంతుడికి ఎవ్వరూ గుర్తు రాలేదు. అతను ఎప్పుడూ పరులకు సహాయమే చేశాడు. ''దాక్షిణాత్యుడెవడైనానేమో?''

''అబ్బే, కాదు. దాక్షిణాత్యుడైతే తెలిసిపోతుంది.'' కువేరుడు కళ్ళు చిట్లించాడు. ''అయినా ఇప్పుడే ఎందుకు? దాక్షిణాత్యుడైతే మిమ్మల్ని ఈ రకంగా దెబ్బతీయడు. మీపై పగ సాధించాలనుకుంటే యుద్ధంలో మిమ్మల్ని ఓడించి పరాభవిస్తాడు.''

''అలాగా,'' వేదాంతుడు నసిగాడు, ఎవరు చేసుంటారా అని ఆలోచిస్తూ. తను మోసగాళ్ళను, దొంగలను చంపిన సమయంలోనా? కీకట్పుర అడవుల్లో కొంతమందిని వేటాడాడు, కానీ వాళ్ళంతా మ్లేచ్ఛులు. అయితే తనపై ఎవరికి కక్ష ఉంటుంది? తలుపు తెరిచి చూడగా, ఖాళీ గదికి బదులు ఒక వ్యక్తి కనిపించాడు. సన్నటి ఆ వ్యక్తి అవతలి ప్రక్కకు తిరిగి ఉన్నాడు. బిగుతైన చొక్కా వేసుకొని, రెండు చాకులతో, మణిఖచితమైన చెప్పులను తొడుగుకొని ఉన్నాడు. అతని జుట్టంతా అక్కడక్కడా పెరిగిపోయి ఉంది, చర్మం రోగంతో ఉన్నట్లున్నది. అతను రక్తసిక్తమైన తలగడలను చూస్తున్నాడు.

ఆ వ్యక్తి ఇటు తిరిగాడు. అతని ముఖం ముద్దొచ్చే కనుముక్కుతీరు, పిగులుతున్న పోలుసుల చర్మాల అసహ్యామైన కలయికగా ఉంది.

''మీ సంబరంలో తలదూర్చినందుకు క్షంతవ్యుడను,'' కాళి అన్నాడు నవ్వుతూ. ''మధుపానం కూడా పోసినందుకు సంతోషము.'' స్తంభించిపోయి వెనుకడుగు వేస్తున్న వేదాంతుణ్ణి, కువేరుణ్ణి సమీపించాడు. ''భయపడకండి. నేనూ మీలాగే శాంతినే కోరుకుంటున్నాను.''

''మమ్మల్నెలా కనిపెట్టావు?'' వేదాంతుడు భావరహితంగా ఉండేందుకు ప్రయత్నించి ప్రశ్నించాడు.

''నా సైన్యాధ్యక్షుల సంఖ్యను ఎక్కువ చేసి, వారిని నా ప్రియతమ మిత్రులపై గూఢచారులుగా ఉపయోగిస్తున్నాను,'' మెల్లగా కువేరుడు, వేదాంతుడి భుజాల చుట్టూ చేతులేశాడు. ''ఏం చేస్తున్నారో తెలుసుకొనేందుకు. మీరిద్దరూ నావద్ద తేడాగా ప్రవర్తించడం మొదలుపెట్టారు. ముఖ్యంగా, బోయల పొడ అంటేనే గిట్టని నీవు, వేదాంతా. అప్పుడే నాకు ఈ గూఢచర్యం పనికొస్తుందని తెలిసింది. ఈ విధివిలాసం నన్ను చంపేస్తోంది.''

కువేరుడు తన భుజం మీది నుంచి కాళి చేతిని వదిలించుకోవాలని ప్రయత్నిస్తూ అడిగాడు, ''ఏం కావాలి?''

"మీ ఇద్దరికీ కావలసిందే," కాళి అన్నాడు, "దానికోసం మనమంతా కలిసి పనిచెయ్యాలి. మనందరికీ ఉన్నది ఒక్క శత్రువేగా."

"నిజంగా అతనేనా?" వేదాంతుడు అడిగాడు.

కాళి వేదాంతుడికి అక్కర ఉందో లేదో అని మనసులో అంచనా వేస్తూ అతణ్ణి చూశాడు. "అతనే అయ్యుండాలి," కాళి అన్నాడు. "లేదంటే, మనము నిజంగా పొరబడినట్లే."

వేదాంతుడి మనసులో చనిపోయిన తన భార్య, కూతురి దృశ్యాలు మెదిలాయి. కాళి తమ సమావేశంలోకి చొరబడ్డాడు, అందుకని అతని సహాయం తీసుకోవడంకన్నా వేదాంతుడికి గత్యంతరం లేదు.

62

ప్రసంగాలు, ఢమరుకం వాయించడం, గోడ పత్రికలను అంటించడం ద్వారా ప్రజలను ఆకర్షిద్దామని కృప, బాలా నిర్ణయించగా, అర్జన్‌కి వేరే మార్గం తోచింది. ఈ ప్రచార కార్యక్రమం కేవలం రాత్రిని సంతోషపెట్టేందుకే, నిజానికి తాము చెరసాలలోకి దూసుకెళ్తామని వీళ్ళు చెప్పలేకపోయినందువల్లే. అర్జన్ అనుకున్నాడు...తన చేతిలో ఒక యాపిల్ పండును పట్టుకొని, చెరసాల బయటి భాగం చుట్టూ తాపీగా తిరిగి, దాని నిర్మాణ మెళకువలను పరిశీలిస్తానని. అప్పుడు కూర్చొని, చూసినదాన్ని ఉజ్జాయింపుగా బొమ్మలు గీస్తాడు.

ఒక రోజు అంగడి వీథిలో నడుస్తూ శుకోను కూడా కలిశాడు. దాని గురించి ఇంచుమించు మర్చిపోయాడు. శుకో కల్కి గురించి అడగగా, అర్జన్ నిజాయతీగా సమాధనం చెప్పక తప్పలేదు. ఎగిరిపోకుండా, తనతో ఉండమని శుకోకు చెప్పాడు.

కృప, బాలా తన ప్రక్కనుండగా, శుకో పెరుగు తింటూ ఉండగా, అర్జన్ ఇలా వివరించాడు. ''నగరంలో కట్టబడిన నిర్మాణపు అద్భుతాలలో చెరసాల ఒక్కటే గుండ్రంగా ఉంటుంది,'' గుండ్రాకారం గీయడం మొదలుపెట్టాడు. ''అంచులలో కాస్త గుండ్రంగా మారుతుంది, మీరు గమనిస్తే.''

''దేనితో నిర్మించారు దాన్ని?'' బాలా చేతులను మడచుకుని అడిగాడు.

''ఇనుము అనుకుంటా. దాన్ని నేను తాకలేకపోయాను.''

''సరే, చెప్పు మిత్రమా.'' కృప ఆ కాగితాన్ని ముట్టుకున్నాడు.

''అవును, అందుకని...'' అర్జన్ చెరసాల ప్రధాన ద్వారం దగ్గర ఏవో చిహ్నాలు గీయడం ప్రారంభించాడు.

''ఇవేంటి?'' బాలా విస్తుబోయి ప్రశ్నించాడు.

కృప కళ్ళు మూసుకొని తనంతట తనే అర్థంచేసుకొనేందుకు ప్రయత్నించాడు. ''అవి క్రిములలాగా ఉన్నాయి నా కళ్ళుకు. క్రిములనెందుకు గీస్తున్నావు, మిత్రమా?''

''అది బజారులోని కొట్టు, పిచ్చోడా.''

''అది కొట్టులాగా లేదు. అసహ్యంగా ఉంది.''

అర్జన్ చిటపటలాడాడు. ''నేనేమీ చిత్రకారుణ్ణి కాదు, మీరిద్దరూ నన్ను మన్నించండి.'' అంగళ్ళపై చిహ్నాలు వేశాడు. నగరంలో అయిదు బజార్లున్నాయి. వాటిలో ఇదే పెద్దది. విచిత్రంగా, ఇది చెరసాలకు అభిముఖంగా ఉంటుంది.

''మనలాగా చొరబడదామని అనుకునేవారి పని కష్టతరం చెయ్యాలనే,'' కృప వివరించాడు. ''సరే, ఇంకేంటి?''

''పావురాల తపాలా వ్యవస్థొకటి పక్కనే ఉంది,'' అర్జన్ అన్నాడు. ''చాలా నమ్మకస్తుడైన ఒక మనిషి, రోజూ బండిలో భోజనం తెస్తూ లోపలికి ప్రవేశిస్తాడు.''

''ఖైదీలకు భోజనం,'' కృప తలూపాడు. ''అలాగే మనమూ ప్రవేశిద్దాము,'' కృప అన్నాడు.

''కానీ అదే మనిషి రోజూ వస్తాడు, ఎవరైనా చూస్తే...''

కృప అసహనంగా అతణ్ణి ఆపాడు. ''మనం సృజనాత్మకంగా ఉండాలి మరి. చెరసాలకు అవతలివైపు ఏముంది?'' అని ఆగాడు. ''ఇక అదే గత్యంతరము.''

''గనుల వీధి అంటారు. అక్కడే ఆయుధాలు తయారు చేస్తారు.''

''ఇదేంటి?'' అర్జన్ చెరసాలకు బయట గీసిన వలయాన్ని చూపించి అడిగాడు కృప.

''తీగలు. చెర చుట్టూ ఉన్న గుచ్చుకునే, విరిగిన ముళ్ళతీగలు లోపలికి ప్రవేశించేందుకు కష్టం కలిగిస్తాయి,'' అర్జన్ జవాబిచ్చాడు.

కృప దాన్ని బాలాకు చూపాడు. ''లోపలికి చొరబడేందుకు ఏదైనా సాధనం కావాలి. గనుల వీధి నుంచే తెచ్చేయ్. మనమెవరో తెలియకుండా ఉండేందుకు మనకు మూడు ముఖ కవచాలు కావాలి.''

''వెనుక నుంచి చెరసాలలోకి ఎలా ప్రవేశించాలనుకుంటున్నావు? తలుపేదీ లేదే.''

కృప నవ్వాడు. ''మిత్రమా, మనం తలుపును తయారు చెయ్యాలి.''

అర్జన్‌కు కృప చెప్పింది నిజంగా అర్థం కాలేదు, కానీ చెరసాలలోకి వెళ్ళి, దాని ప్రణాళికను తెలుసుకొనేందుకు పథకం వెయ్యాలని అనుకుంటూనే ఉన్నాడు. కృప చెయ్యమని చెప్పిందీ అదే. ఈ ప్రక్రియలో చచ్చిపోకుండా జాగ్రత్త తీసుకొమ్మన్నాడు, లేకపోతే జట్టులో ఒక సభ్యుడు తక్కువై పెద్ద సమస్యే అవుతుంది.

ఇక్కడే, ఇలా అన్నప్పుడే, కృపకు అక్కర వుందని అర్జన్ అనుకున్నాడు.

గొప్ప ఆచార్యుడు వేసిన, మర్మంగా ఉన్న పథకం తేలికైనదే, కానీ క్లిష్టమైనది కూడా. అతను చెరసాల అంతర్భాగ ప్రణాళికను తెలుసుకొని, వెనుక నుంచి

ప్రవేశించాలనుకున్నాడు, దానికి వెనుక తలుపు లేకపోయినా. కృప విశదీకరించేంతవరకూ ఆ పథకమెంత గొప్పదో అర్జన్‌కు తెలియలేదు. వెళ్ళి సోమశక్తుల భాండాగారాన్ని దోచెయ్యాలన్నాడు.

''ఊరికే అలా దోచెయ్యలేము.''

''తెలుసు, దానికే మార్గం వెతుకుతున్నాను.''

అర్జన్‌కిది నచ్చలేదు, కానీ అతని దగ్గర వేరే పథకం లేదు మరి.

''మన జీవితాలను నాశనం చేసిన సోమశక్తులతో ఏం చెయ్యాలనుకుంటున్నావు?''

''మందుపాతరలను తయారుచేస్తాను.'' కృప నవ్వాడు.

బాలా, అర్జన్ ఒకరి ముఖాలొకరు చూసుకున్నారు.

''ఎలా చెయ్యాలో తెలుసా?'' అర్జన్ అడిగాడు.

''నా మేనల్లుడికి నేర్పాను, కానీ అది అనుకున్నట్లు అవ్వలేదు,'' కృప గుర్తుకు తెచ్చుకున్నాడు. ''కానీ నాకు తెలుసు, అవును. మనకి చాలా తక్కువే అవసరమవుతుంది. మహాయుద్ధమపుడు ఎందరో సోమశక్తులతో తయారైన ఆయుధాలను వాడారు. వాటిని అస్త్రాలు అనేవారు. మనము వెనుక తలుపు నుంచి దాన్ని వాడి, తలుపును పేల్చి, చెరలోకి ప్రవేశించి, కల్కిని విడిపించి, వెంటనే తప్పించుకోవాలి,'' అని అన్నాక ఒక్క క్షణం నిశ్శబ్దం ఏర్పడింది. అప్పుడు, అర్జన్ మొదలుపెట్టాడు.

''ఒకవేళ అది పనిచెయ్యకపోతే?''

''పనిచెయ్యకపోయేందుకు ఆస్కారం ఎప్పుడూ ఉంటుంది,'' కృప అన్నాడు, ''అందుకని, పనిచెయ్యకపోతే, మనం చచ్చి మిగతా ఖైదీలను కూడా చంపుతాము.''

అర్జన్ నిరాశతో గుబురుగా ఉన్న తన జుట్టును పట్టుకున్నాడు. ''మిగతావాళ్ళని ఎలా చంపకుండా ఉండాలనుకుంటున్నావు?''

''దాన్ని సరైన స్థలంలో స్థాపించడంచేత. అందుకోసం చెరసాలలోకి ప్రవేశించి, దాన్ని ఎక్కడ పెట్టాలో చూడాలి.''

అతను చెరసాల బయట నిలుచున్నాడు, కాలక్షేపం కోసం ఇంకొక యాపిల్ పండు పట్టుకొని. ఈ పథకం విడ్డూరంగా, హామీ అనేది లేకుండా, మార్పుకు లోనయ్యే చాలా విషయాల మీద ఆధారపడి ఉంది. కృప మూర్తీభవించిన వెర్రితనం. ఇలాంటి విడ్డూరమైన పథకాల గురించి ఆలోచించడంలో దిట్ట. అస్త్రాలనేవి కొంతమంది వీరులకు దేవతలచే ప్రసాదింపబడినవి అంటారు, కానీ కృప ఆ మాటను ఒప్పుకోలేదు. ఈ జట్టులో ఇంకొక వ్యక్తి అవసరమని అర్జన్ గ్రహించాడు. రాత్రి కోసం పనిచేసే ఆమెను చూశాడు. ఆమె ముద్దొచ్చే ముఖంతో, వెండిరంగు జుట్టుతో ఉండే అమ్మాయి.

కానీ రాత్రి ఇంటి పెరట్లో ఆమె యుద్ధాభ్యాసం చేస్తున్నపుడు అర్జన్ చూడగా, ఆమె శక్తిశాలిగా, చురుగ్గా కనిపించింది.

''ఆమె పేరు పద్మ,'' అర్జన్ ఆమెను చూస్తుండడం గమనించిన రాత్రి అన్నది. ''నేను చేరదీసినప్పుడు ఆమె ఒక అనాథ. ఆమె తోబుట్టువులందరూ ఆమె కళ్ళముందే ఖూనీ చెయ్యబడ్డారు.''

సాధారణంగా భావావేశాలకు లోనుకాని రాత్రి ఇంత బాధతో మాట్లడడం వింతగా అనిపించింది. ''ఎవరు చేశారు?''

''ఆమె చెప్పలేదు. ఎన్నోసార్లు అడిగాను.''

అర్జన్‌కు ఇది చాలా వింతగా అనిపించింది. అతనికి అమ్మయిల పట్ల ఆసక్తి లేదు. కానీ ఈమె విచిత్రంగా ఉంది. ఈమెలో ఒక యోధురాలు దాగి ఉందనిపించింది. తరువాత, కొన్ని గంటలపాటు కనిపించకుండా మాయమైనందుకు రాత్రి పద్మను మందలిస్తుండడం చూశాడు అర్జన్.

''నాకిది నచ్చట్లేదు. నీవేం చేస్తున్నావో నాకు చెప్పకపోవడం బాగాలేదు. అదేంటో నేనే కనిపెట్టి, ఆ పని నాకు నచ్చకపోతే, నిన్ను ఇంటి నుంచి వెళ్ళగొడతాను.''

పద్మ మౌనం దాల్చి, తరువాత ఇలా అన్నది, ''ఒకవిధంగా, ఇప్పటికే మీరు అలా చేశారు, ఆ మగవాళ్ళను మన లక్ష్యంలో భాగంగా చేర్చి.''

''వాళ్ళు మనకు సహాయం చేస్తున్నారు.''

''వాళ్ళు వొట్టి బుద్ధిహీనులు.''

ఆమె అవమానకరంగా మాట్లాడినా, అది నిజమే.

ఇప్పటికైతే, అర్జన్ ఒక ఆడపిల్ల గురించి పట్టించుకోవాల్సిన అవసరం లేకపోయింది. బండి తోసుకుంటూ నగరంకేసి వెళ్తున్న ఒక మనిషిపై ప్రశాంతంగా దృష్టి సారించాడు. అతని వద్ద బండి మీద అన్నిరకాల భక్ష్యభోజ్యాలూ ఉన్నాయి. భుజం మీద ఉన్న శుకోకు ఈల వేశాడు అర్జన్. శుకో తలూపి, ఆ మనిషిని సమీపించి ఒక రొట్టెల కట్టను లాగేసింది. అతను భయపడి శుకోను వెంటాడగా, శుకో అతణ్ణి వెక్కిరించింది.

ఇదే అవకాశము.

అర్జన్ గబగబా నడుస్తూ, ఆ బండిని పట్టుకొని, ముఖం మీద శాలువా కప్పుకొని బజారులోకి ప్రవేశించాడు. వెనుకకు తిరిగి చూడగా, ఆ మనిషి తన బండి కోసం హడావుడిగా వెతుకుతున్నాడు.

అర్జన్‌కు నవ్వాగలేదు. పూల సుగంధము, భోజ్యాల సువాసన, అరుపులు, కేకలు, పంటలూ సరుకులపై బేరాలాడే క్రేతలు, విక్రేతలతో నిండిపోయున్న అంగడిని దాటి చెరసాల ప్రవేశద్వారాన్ని చేరుకున్నాడు.

ఖడ్గాలు ధరించిన ఇద్దరు నాగులు చెరసాల ద్వారానికి అడ్డంగా ఉన్నారు. అర్జన్ వారి కంటబడగా, వారు ద్వారం తెరిచి, ఆగారు. ఒక నిమిషంపాటు అర్జన్‌కు

పట్టలేని సంతోషమేసినా, వెంటనే వాళ్ళకు తెలిసిపోయిందేమోనని భయమేసింది. ఒక నాగుడు ముందుకురాగా, అర్జన్ దగ్గు నటించాడు. ముఖమంతటినీ శాలువాతో కప్పేసుకున్నాడు.

''ఎవరు నీవు?''

అర్జన్ దగ్గాడు. ''నేనేనయ్యా.'' మళ్ళీ దగ్గాడు. ''నాకు అనారోగ్యంగా ఉంది. చాలా అనారోగ్యంగా ఉంది ఇవ్వాళ.'' గుండె వేగంగా కొట్టుకుంటూ ఉంది, వేళ్ళు చల్లబడుతున్నాయి. భటుడి అనుమానాన్ని తగ్గించేందుకు గొంతు బొంగురుగా పెట్టి మాట్లాడడానికి ప్రయత్నిస్తున్నాడు.

''ఐతే నీవు వచ్చి ఉండకూడదు.''

''కర్తవ్యం కదయ్యా.''

''ఎందుకలా మాట్లాడుతున్నావు?''

అర్జన్ ముక్కు చీది, ముక్కును నాగుడి కవచంపై రుద్దాడు. వాడికి భయమేసింది. ''అయ్యో! అలా చెయ్యకూ! వీణ్ణి లోపలికి వెళ్ళనీ. భరించలేకపోతున్నాను.'' ఆ నాగుడు కవచంపైని చీమిడిని తుడుచుకుంటూ చిటపటలాడాడు.

శాలువా లోపల నవ్వుకుంటూ, మెల్లగా లోనకెళ్ళాడు అర్జన్. చెరసాలకు భోజనం తీసుకెళ్ళే వ్యక్తి ఎత్తు తనంతే ఉన్నందుకు సంతోషమనిపించింది. లోపలికి ప్రవేశించగా, ఖైదీలు కనిపించారు. వాళ్ళు నడుస్తూ ఉన్నారు. నాగులు మౌనంగా నిలబడి, లోపలి చెరసాలను కాపలా కాస్తున్నారు. అర్జన్ నటిస్తూనే వెళ్ళాలి.

ప్రాంగణంలో, ఖైదీలు తమకు ఇష్టమైన పదార్థాలు తీసుకున్నారు. కొందరు పండ్లు తీసుకున్నారు, కొందరు పాల పాత్రలు తీసుకున్నారు. తన కళ్ళు చెరసాల నిర్మాణ ప్రణాళికను మానసికంగా నమోదు చేసుకుంటుండగా, అర్జన్ నడవాల్లో ముందుకెళ్ళాడు. అయినా చెరసాల వెనుక భాగానికి వెళ్ళే మార్గమేదీ కనబడలేదు. అంతా ముందే ఉంది.

చీకట్లో తిట్టుకుంటూ అరుస్తున్న ఖైదీల నడుమ, అర్జన్ ఎన్నో కిటికీలను చూశాడు, కానీ అవన్నీ చెరసాల ప్రాంగణంలోకే తెరుచుకుంటున్నాయి.

కోట అయోమయపరిచేట్టుగా ఉంది. బయటకెళ్ళే ఆఖరు కిటికీను చేరేలోపు, అర్జన్ ఎన్నో చీకటి నడవాలను దాటి, నాగులను తప్పించుకున్నాడు.

కిటికీ నుంచి చూస్తే, చెరసాల వెనుక భాగం కనబడుతోంది. అది గనుల వీథికి ఎదురుగా ఉంది. ఎన్ని అడుగుల దూరంలో ఉందో లెక్కపెట్టాలనుకున్నా, మర్చిపోయాడు.

అర్జన్‌కు ఒక ఆలోచన తట్టింది. ఒకవేళ దాడి జరిగితే ఆత్మరక్షణకు ఉంటుందని ఒక ఆయుధాన్ని తనవద్ద ఉంచుకున్నాడు. దాన్ని కిటికీ అరుగు దగ్గర ఉంచాడు. బయటి నుంచి చెరసాలను చూస్తే, ఆ చోటును గుర్తుపట్టవచ్చు. అక్కడే మందుపాతర పెట్టాలి.

అర్జున్ బండి దగ్గరకెళ్ళి ఒకొక్క పంజరానికీ భోజనం పంచడం మొదలుపెట్టాడు, ఎవరికీ తన గురించి అనుమానం కలగకుండా. బయటకెళ్ళేంతవరకు నటించాలి. ఇక్కడ పంజరాల ప్రక్కన ఉన్న నాగుల సంఖ్య తక్కువగా ఉంది. కానీ అంతలోనే నాగులు ఒక ప్రత్యేకమైన పంజరం వద్ద ముందుకూ వెనుకకూ నడవడం చూశాడు. ముందుకు సాగగా, నాగులు నవ్వుకుంటూ కొన్ని యాపిల్ పండ్లు, అరటిపండ్లు తీసుకున్నారు.

''ఇక్కడ వేడిగా లేదు, ముసలోడా. ఎందుకు ఇలాంటి దుస్తులను వేసుకున్నావు?'' ఒక నాగుడడిగాడు.

అర్జున్ బొంగురు గొంతుతో నవ్వాడు. నాగులు కాపాడుతున్న పంజరాన్ని తట్టాడు.

''వాడు భోంచేయడు.''

అర్జున్ లోపలికి చూడగా ఆశ్చర్యమనిపించలేదు. అది మరెవరో కాదు, కల్కే. వెల్లికిలా పడుకొని ఉన్నాడు, గడ్డం దట్టంగా పెరిగి ఉంది, జుట్టు ఇదివరకుకన్నా పొడవు పెరిగింది. అర్జున్ చూసినప్పటికంటే బలహీనంగా, అనారోగ్యంగా కనిపించాడు. అర్జున్ కడుపు ఉపశమనంతో, భయంతో కూడా కదిలిపోయింది.

అర్జున్ గంభీరంగా, బొంగురుగా మాట్లాడదామని ప్రయత్నం చేశాడు. ''అక్కడం అక్కడెవరో మిమ్మల్ని పిలుస్తున్నారు. ఏదో భటుల వేడుకంట.''

''వేడుకా?'' ఒక నాగ భటుడు ఇంకొకణ్ణి చూశాడు. ''మేము లేకుండా వేడుక జరుపలేరే.''

''జరుపుతున్నారు, ఖచ్చితంగా.''

''వీడిపై ఒక కన్నేసి ఉంచు, ముసలోడా. మేము ఇట్టే వచ్చేస్తాము.''

అర్జున్ నెమ్మదిగా తలూపాడు. ''ఓ, సరే, తప్పకుండా. నేనిక్కడే ఉంటా. మీరెళ్ళండి.''

రెండవ నాగుడు అయిష్టంగా మొదటివాణ్ణి అడిగాడు, ''మనల్ని ఇక్కణ్ణుంచి కదలద్దని ఆదేశించారు.''

''ఆదేశాలా? నా తలకాయి!'' అర్జున్, మొదటి నాగుడూ గద్దించారు. ''కాస్త సంబరం చేస్కో, నాగా.''

''అవును, సంబరం చేసుకుందాం,'' మొదటి నాగుడన్నాడు, నొసలు చిట్లించి. ''చీకట్లో నిలబడి అలసటగా ఉంది.''

అర్జున్ అంగీకరించాడు. అతనికి అంతకన్నా కావలసింది లేకపోయింది.

రెండవ నాగుడు నవ్వినా, ఇంకా సందిగ్ధంలోనే ఉన్నాడు. కానీ ఒప్పుకొని, మొదటి భటుడు తీసుకెళ్ళిన ఆ కాల్పనిక వేడుకకు వెళ్ళాడు. అర్జున్ ప్రతి కులంలోనూ, జాతిలోనూ ఎలా బుద్ధిహీనులుంటారో తెలుసుకున్నాడు. ముందుకెళ్ళి, ఇనుప చువ్వలను పట్టుకొని కల్కిని చూశాడు. ఒక నిమిషంపాటు జాలేసింది, కానీ ఇప్పుడు సమయం లేదు.

''ఇదిగో!''

''ఏమిటి?'' కల్కి మూలిగాడు. నిద్రలో ఉన్నాడేమో, బహుశా.

''వెళ్ళిపో!'' అతని గొంతు బొంగురుగా ఉంది.

''నేనూ, అర్జన్‌ని,'' అర్జన్ గుసగుసలాడాడు.

కల్కి కళ్ళు తెరుచుకుంటూ ఉండగా క్షణంపాటు నిశ్శబ్దం చోటుచేసుకుంది. అతను ముందుకొచ్చి, ఆశ్చర్యంతో నొసలు చిట్లించి, చేతులు వణుకగా, కళ్ళు పెద్దవి చేసి చూశాడు, స్వప్నం చూస్తున్నట్లుగా.

''అర్జనా?'' చేతిని బయటపెట్టాడు. ఇద్దరూ ఒకరి భుజాలను ఒకరు పట్టుకొని చువ్వల మీదుగా ఆలింగనం చేసుకున్నారు.

''అంతా బాగానే వుంటుందిలే.''

''నీవు ఎక్కడికో తప్పించుకొనిపోయావనో, లేక అసలు లేకుండానే పోయావనో అనుకున్నా.'' కల్కి కన్నీళ్ళను తుడుచుకున్నాడు. చాలా నీరసంగా, దాదాపు చచ్చిపోయినట్లున్నాడు.

''కృప ఇక్కడకు తీసుకొచ్చాడు,'' అర్జన్ అన్నాడు. ''మేము నిన్ను తప్పిస్తాము.''

''నా సందేశం అంది వచ్చారా?''

''అవును,'' అర్జన్ ఆగాడు. ''మన జీవితాలు మారిపోయాయని గ్రహించు. ఇక్కణ్ణుంచి బయటపడ్డాక పర్వతాలకేసి వెళ్ళిపోవాలి.''

''నిన్న నా దగ్గరకొచ్చాడు.''

''ఎవడు?''

కల్కి చుట్టు ప్రక్కల చూశాడు. అతని కళ్ళలో జుగుప్స కనబడుతోంది. ''కాళి.''

''ఏమయ్యింది?''

''వాడి చెల్లెలు నన్నిష్టపడుతోందని అనుకుంటున్నాడు.''

అర్జన్ భుజాలెగరేశాడు. ''ఎందుకు ప్రతీ ఆడపిల్లా నిన్నే ఇష్టపడుతుంది? నాకేం తక్కువ?'' కల్కి నవ్వగా, అప్పుడతనిలో వెనకటి సౌందర్య ఛాయలు కనబడ్డాయి. ''అతనిలో ఆమెను కాపాడే ధోరణి ఉందో లేక అసూయపడుతున్నాడో. ఆమె మనసును నేను దొంగిలించాననుకుంటున్నాడు. తనే రాజాధిరాజునని నిరూపించుకొనేందుకు ఆమె ముందర, అందరి ముందరా నన్ను ఉరితీయబోతున్నాడు.''

''విచారణ లేకుండానే?'' అర్జన్‌కి ఆశ్చర్యమేసింది. నగర చట్ట వ్యవస్థ గురించి చదివాడు. మరణదండన అనేది తీవ్రమైన నేరాలకే, అది కూడా ఇటీవల వచ్చిన మార్పే. న్యాయాధీశులు కూర్చొని అతని తలరాత గురించి నిర్ణయం తీసుకుంటారు. ఆత్మసంరక్షణకై చేశానని చెప్పి కల్కి సమర్థించుకోవాలి. కానీ కాళి దీన్ని వేరేగా మెలిపెడతాడని అర్జన్‌కి తెలుసు.

''విచారణ అనేది వాడికి కేవలం లాంఛనమే. వాడికి నచ్చినట్లే ముగిస్తాడు,'' కల్కి ఉమ్మాడు. చాలా క్రోధంతో ఉన్నాడు, తన చుట్టూ ఉన్న అన్నిటిపైనా.

''తప్పించడానికి ఏం పథకం వేశారు?''

''నీకది నచ్చదులే.'' అర్జన్ పెదాలను గట్టిగా మూసుకొని, తరువాత మందుపాతర ప్రణాళికను మొత్తం వివరించడం మొదలుపెట్టాడు. కల్కి కేవలం నొసలు చిట్లించాడు.

''దాన్ని ఎక్కడుంచాలో కనిపెట్టారా?''

''కనిపెట్టాననే అనుకుంటా,'' అర్జన్ తలూపాడు.

''ఏమొచ్చినా, అప్పటికప్పుడు ఎదుర్కోవడానికి యుక్తిని నేర్చుకొండి.'' కల్కి అతని భుజాలను పట్టుకున్నాడు. ''అన్నిటికంటే ముందు, జాగ్రత్త వహించండి. నీ ప్రాణాన్ని పణంగా పెట్టడం కంటే నేను మరణించడానికే ఇష్టపడతాను.''

అర్జన్ తలాడించాడు. ''నాకూ అలాగే అనిపిస్తోంది. చీకటి యుగపు నాయకుడివి నీవు, నేను కాదు. నీవే వెళ్ళి పోరాడి కాపాడాలి. నీవు చనిపోతేనో, లేక నీవే తనను ఓడించేవాడవని కాళి కనిపెడితేనో, ఇప్పుడే చంపేస్తాడు. ఇప్పటికైతే నిన్ను ఒక ఆటగా పరిగణిస్తున్నాడు.''

కల్కి ఆలోచిస్తూ మెల్లగా కూనిరాగం తీశాడు. ''వాడే అధర్ముడని నాకిప్పుడు అనిపించట్లేదు.''

''ఎందుకు?''

''ఏమో, మనసుకలా అనిపిస్తోంది.''

''కానీ వాడే అనుకున్నానే...''

''వాడనే నేను నీతో చెప్పాను, కానీ వాణ్ణి కలిసినప్పుడు, అలాగనిపించలేదు.''

అర్జన్ తలూపాడు. దీనితో అతనికి అంతా మారిపోయింది. కానీ ఒక ఘంటానాదం వినిపించింది కాబట్టి ఇంకేమీ మాట్లాడలేకపోయాడు.

''అది హెచ్చరిక.'' కల్కి అర్జన్ భుజం తట్టాడు. ''వాళ్ళు నీవిక్కడున్నట్లు పసిగట్టారనుకుంటా. పారిపో.''

చొరబడి వచ్చినది ఎవరని ఎవరో అడుగుతున్నారు, భారీ అడుగుల చప్పుడు వినబడసాగింది. చివరిసారి కౌగలించుకొని, అర్జన్ బయటకు వెళ్ళేందుకు ప్రయత్నించాడు, కానీ దారి లేదు. కిటికీలకు చువ్వలున్నాయి, నడవాలు గందరగోళంగా ఉన్నాయి. శాలువాను విసిరేసి నడవాను దాటి ప్రాంగణాన్ని చేరుకున్నాడు. నాగులు వెంటపడుతుండగా, ఖైదీలందరూ తనను చూడడం గమనించాడు.

ఏదోకటి చెయ్యాలని అర్జన్‌కు తెలుసు. కొడవలిని గోడకేసి, ఒక్క వేగవంతమైన కదలికతో గోడ ఎక్కేశాడు. క్రింద నాగులు కేకలుపెడుతూ, గుమిగూడారు. అర్జన్ కొడవలి పట్టుకొని, రాతిగోడలపై ఏదైనా అసరా దొరుకుతుందేమోనని ఆశపడుతూ పైకెక్కుతూనే ఉన్నాడు. తను మృత్యువుకి అతిసమీపాన ఉన్నాననిపించింది. ఇంకొక్క

వేటు వేసేసరికి, కొడవలి పట్టు కోల్పోతోందని తెలుసుకున్నాడు. అదింక తన బరువును భరించదు. అతని వేళ్ళు రాతి అంచులను పట్టుకోగా, అప్పుడే అతని దిశగా ఒక బాణం వచ్చింది. అది గురి తప్పి, రాతిఫలకానికి తగిలింది. బాణాన్ని ఆలంబనగా చేసుకొని, మరింత పైకెక్కాడు. మొదటి బాణం గురి తప్పినా, రెండవది తప్పలేదు. అది సరిగ్గా అతని మడమ మీద తగిలింది. హఠాత్తుగా కదలడం వల్ల, దాదాపు క్రిందకు పడబోయాడు, కానీ కొడవలి సహాయం చేసింది.

''పట్టు విడవకు.'' అతనికి చమటలు పట్టాయి. క్రిందకు చూడలేదు, చూస్తే భయమేస్తుందని, గోడమీది పట్టు సడలుతుందని. ఆఖరికి గోడ పైభాగాన్ని చేరుకోగా, నాగులు అరవడం మొదలుపెట్టారు. అతను పైకి చేరి నవ్వాడు, కానీ మడమ నొప్పి వల్ల తూలిపడ్డాడు. ఒళ్ళు కదిలించడంతో, తను క్రిందకు జారుతున్నానని తెలుసుకున్నాడు.

అమాంతం కదలడం వల్ల అతని జుట్టు ఎగురుతోంది. అలా జారి, ఏదో మెత్తటిదానిపై పడ్డాడు. ఒక రైతు ఎడ్లబండి అతణ్ణి కాపాడింది. రైతు ఆశ్చర్యంతో అరుస్తున్నాడు. నోట్లోకి చేరిన గడ్డిని ఉమ్మేశాడు అర్జన్. ఎడ్లబండి చెరసాల గోడలను ఆనుకొని ఉందని తెలుసుకున్నాడు.

ఇదేదో మహిమే.

ఊపిరి గట్టిగా తీసుకొని, గడ్డి బండి నుంచి బయటకొచ్చి, రైతుకు కృతజ్ఞతతో నమస్కరించి, రాత్రి ఇంటికి బయలుదేరాడు. ఏదోకటి చెయ్యాలని అతనికి తెలిసింది. కల్కి చెప్పింది నిజమే. తమ ప్రణాళికను అభివృద్ధి చేసి, అతని విచారణకు ముందే సోమశక్తులను కైవసం చేసుకొని, అతను తప్పించుకొనేలా చెయ్యాలి. ఇప్పుడు అతని మెదడులో ఎన్నో ఆలోచనలు కలుగుతున్నా, ఒకే ఒక్క ఆలోచన ప్రాధాన్యత పొందింది. కాళి అధర్ముడు కాడని కల్కి ఎందుకు అనుకుంటున్నాడు?

63

రాత్రితో తనకు అవసరం తీరిపోయిందని పద్మకు అర్థమైంది. సొంత వ్యవహారాలలో మునిగిపోయిన రాత్రిపై పద్మకు నమ్మకం పోయి, ఆమెను వదిలి వెళ్లామనుకుంది. మానస నుంచి కూడా తప్పించుకోవాలనుకుంది. ఏదైనా మారుమూల గ్రామంలో నివాసం ఏర్పరచుకోవాలనుకుంది.

కానీ రాత్రి పట్ల తనకు ఎందుకింత రగిలిపోయే ద్వేషము?

ఎందుకంటే, ముందూవెనుకా తెలియని వాళ్ళను ఇంట్లో చేరనివ్వడం బుద్ధితక్కువతనం. తన ప్రకారం, అది ఇంగిత జ్ఞానం ఏమాత్రమైనా ఉన్నవాళ్ళు చేసే పని కాదు అనుకుంది. రాత్రి నమ్మకాన్ని పొందేందుకు పద్మ ఎన్నో ఏళ్ళు శ్రమించాల్సొచ్చింది. కానీ, ప్రచారం, పుకార్లు, వ్యవస్థ గురించి ఏమాత్రం తెలియని ఈ వెర్రివాళ్ళు చిటికెలో దాన్ని పొందారు. ఏదో ఉన్నామంటే ఉన్నారు, అంతే. వీళ్ళు తన మేనకోడలైన లక్ష్మి మిత్రులని రాత్రి పద్మతో చెప్పింది. అప్పట్లో లక్ష్మి ఇక్కడ ఉండడం పద్మకు నచ్చినా, ఆమె చావు వీళ్ళను తమ జీవితాల్లోకి తేవడం అనేది భరించలేకపోయింది.

పద్మకు చావనేది తేలిక విషయం అయిపోయింది. ఎందుకంటే, ఏ రాజైతే మళ్ళీ సింహాసనం అధిష్ఠించాలని పద్మ మినహా అందరూ సాధికారంగా ఆశపడుతున్నారో, అతడే తన అన్నదమ్ములను బహిరంగంగా హింసించి కాల్చేశాడు.

లక్ష్మి కనబడకుండా పోయిందని, పిమ్మట ఆమె మరణించిందని రాత్రి చెప్పినప్పుడు, పద్మకు ఆశ్చర్యం కలగలేదు. పద్మకు చావనేది ఒక పెద్ద విషయం కాదు. ఇటువంటి విషయాలను ఆమె పట్టించుకోవట్లేదు. అందరూ చనిపోతారు, తనకు తెలుసు. చెప్పబోతే, తను జీవిస్తున్న లోకం గందరగోళంలో పడేందుకు సిద్ధంగా ఉంది. ఈమాట అనుకుంటే బాధేస్తుంది, కానీ ఆమె ఎదుగుతూ తెలుసుకున్న నిజం ఇదే.

ఆకాశ్ మాయమవ్వడం కూడా ఆమెకు బాధ కలిగించలేదు, కానీ కాళ కోటలో జరగన దారుణాన్ని గొప్ప ప్రదర్శనలాగా చూసేందుకు జనం తహతహలాడడం చూశాకే ఇదొక

పెద్ద సంఘటన అని తెలుసుకుంది. పద్మ లోపలికి దొంగతనంగా దూరి చూసింది...తన పూర్వ స్నేహితుడు ఆకాశ్‌ను. అతను ఒక అర్థంలేని హింసాత్మక క్రియవల్ల చనిపోయి, ఒక చువ్వ మీద నిలబెట్టబడి ఉన్నాడు. కాళియే కీకట్పురానికి తగ్గ ప్రగతిశీల పాలకుడనుకుంది. కానీ ఇప్పుడు అతడూ పిచ్చి పనులు చేస్తున్నాడు. ఏ భావమూ కాస్త కూడా కనబరచని అతని కవల సేనానులు కూడా పద్మకు చికాకు తెప్పించారు.

ఆమె తన జుట్టును కొప్పుగా చుట్టుకొని, దానిచుట్టూ గుడ్డ కట్టుకొని, నాటకం ప్రదర్శించబడే గదిలోకి ప్రవేశించింది. తోలుబొమ్మలాట, ధ్వన్యనుకరణ ప్రదర్శనలు బహిరంగంగా బజారులో జరగగా, నాటకశాల మాత్రం మహా పెద్దది. గంభీరాకారంలో ఉన్న దీంట్లో, నగర పెద్దలందరూ ప్రేక్షకులుగా ఉంటారు. నాటకం రాతి వేదికపై, పైన ఆచ్ఛాదన ఉన్న క్రీడాశాలలో జరుగుతోంది.

వాసుకి పిలిచి ఉండకపోతే, పద్మకు అనుమతి లభించేది కాదు. తమలపాకులు నములుతూ ఒంటరిగా కూర్చున్న అతని దగ్గరకు పద్మ వెళ్ళగా, నాటకం జరగడం కనిపించింది. జంతుచర్మాన్ని ధరించిన ఆడవారు, మగవారు వేషాలు వేసుకున్నారు. సంగీతవాద్యాల శబ్దాలతో వాతావరణం మారుమ్రోగింది.

ప్రముఖులు కానివాళ్ళంతా క్రింద కూర్చొని ఉండగా, పద్మ మెట్లెక్కి పైభాగాన్ని చేరుకుంది. పైకి చేరుకున్నాక, ఉదారంగు తెరలు ఉన్నతాధికారులకు, ప్రముఖులకు పాక్షికంగా అడ్డు కల్పించడం కనిపించింది. నిలబడి ఉన్న ఇద్దరు నాగభటులు ఆమెను సోదా చేసి, ఆమె దగ్గర చాకు ఉన్నా కూడా ఆమెను లోపలికి అనుమతించారు. ఒకవేళ, పద్మ వల్ల తనకు ఏ ప్రమాదమూ ఉండదని వాసుకి వాళ్ళను అలా ఆదేశించాడేమో.

ఆమె లోపలికి ప్రవేశించినప్పుడు వాసుకి వీపు కనబడుతూ ఉంది. పద్మ తను వచ్చానని ప్రకటించాల్సిన అవసరం లేకుండానే అతను మాట్లాడడం మొదలుపెట్టాడు. ''మంచి పని చేశావు, వేశ్యాగృహంలో.'' ముఖం కనబడకపోయినా, అతని చిరునవ్వు తెలిసింది. ''అది గుట్టు చప్పుడు కాకుండా చేసి ఉండవచ్చు, కానీ నీవలా చెయ్యలేదు.''

దానికొక కారణముంది. మానస గమ్యాన్ని, ఆదేశాలనూ ఇచ్చింది కానీ, ఆమెకు ఇష్టమైన రీతిలో చేసేందుకు స్వేచ్ఛ ఇచ్చింది. అతి ఘోరమైన రీతినే ఎంచుకుంది పద్మ.

''కూర్చో.'' వాసుకి ఒక చిన్న ఆసనాన్ని చూపించాడు.

ఆమె ఆదేశాన్ని పాటించింది. ఏదో ముఖ్యమైన పనికోసమే వాసుకి తనను పిలిపిస్తున్నాడని చీటీలో వ్రాసి ఉంది.

''నీకిచ్చిన ఒక పనిని బాగా చేశావు,'' అంటూ ఇటు తిరిగాడు, తమలపాకు వల్ల అతని పెదవులు ఎర్రబడ్డాయి. ''కానీ, ఇదే అంతం కాదు. ఇప్పుడిక కాళి వంతు.''

కాళి గురించి ఇంతకుముందే అనుకుంది కాబట్టి వాసుకి మాట ఆశ్చర్యం కలిగించింది.

''వాణ్ణి చంపాలా?''

''అబ్బే, కాదు,'' అతను కాదన్నట్టు సంజ్ఞ చేశాడు. ''అతను మళ్ళీ బలహీనుడైతే పనికొస్తాడని మానస చెప్పింది. ఒక తోలుబొమ్మను ఆడించడం తేలిక, కదా?''

''నేనేం చెయ్యాలి?''

''మా అక్క...'' పద్మకు ఒక చీటీ ఇచ్చాడు, ''పాలకమండలిలో జరిగే ప్రతిదీ తనకు చెప్పేందుకు కొంతమంది కుర్రాళ్ళను వేగులుగా పెట్టుకుంది. కాళి ఆరోగ్యం తీవ్రంగా చెడి, మళ్ళీ అమాంతం కోలుకున్నాడని వేగులు కనిపెట్టారట. ఆశ్చర్యంగా లేదూ? ఏదో ఒక మూలికో, మరొకటో అతనికి సహాయం చేసిందట, దానికోసం ఈ చోటుకెళ్తాడట...'' చీటీను చూపించాడు, ''తరచూ, ఆరోగ్యాన్ని బాగుచేసుకొనేందుకు. లోపల ఎంత ఉందో నాకు తెలియదు.''

పద్మ చీటీని విప్పి చూసి, అది చిహ్నాలతో కూడుకొని ఉన్న పటమని గ్రహించింది. అది అస్తవ్యస్తంగా గీయబడినా, ఎక్కడికెళ్ళాలన్న విషయం అందులో స్పష్టంగానే ఉంది. ''ఇందులో ప్రవేశించి నేనేం చెయ్యాలి?''

''అంతా కాల్చేయి,'' అని నవ్వాడు, అతని పళ్ళు ఎర్రబడి ఉన్నాయి. ''ఆఖరి భాగం మాత్రమే మిగిలేంతవరకూ కాల్చి, దాన్ని పట్టుకురా. నిజం చెప్పాలంటే, నాకు దాన్ని తీసుకోవాలనుంది,'' అని నవ్వాడు.

''మరి వేదాంతుడి సంగతేమిటి?''

''చూద్దాము.''

''నాకు అతను కూడా కావాలి. అతని కోటను నేను ప్రవేశించేందుకు మీరెప్పుడు.''

వాసుకి చెయ్యి పైకెత్తి ఆమెను ఆపాడు. ''ఈ విషయంలో మానస ఓర్పు వహించమన్నది. అతని మనుషులను నీకిచ్చేసింది, కదా? అలా అతణ్ణి పెద్ద దెబ్బే కొట్టావు. అతణ్ణి కేవలం చంపేస్తే చాలదని మానస అన్నది. నీకు ప్రతీకారం తీరాలంటే, అతనికి ప్రియతమమైన వ్యక్తిని చంపాలి.''

''ఎవరది?'' ఆమె చెవులు అప్రమత్తంగా ఉన్నాయి.

''దాని గురించి బెంగపడకు. మానస తొందరలోనే తెలుసుకొని నీకు చెప్తుంది,'' మామూలుగా తలూపి అన్నాడు వాసుకి, ముఖం మీద ఏ భావమూ లేకుండా. ఆమె విన్నంతవరకూ ఆలోచన బాగానే వుంది.

పద్మ సమ్మతిస్తూ తలూపింది. ''ఏం చెయ్యగలనో చూస్తాను.'' వెళ్ళిపోయే ముందు, నాటకంలోని రంగులను, నటులను గొప్ప ఆసక్తితో, నవ్వు ముఖంతో చూసింది.

''నీవెప్పుడూ నాటకం చూడలేదు కదూ, పిల్లా?'' వాసుకి గొంతు మృదువైంది.

పద్మ లేదన్నట్లు తలూపింది.

''చాలా బాగుంది, కదూ?''

పద్మ నవ్వింది. ఆమె సరిగ్గా నవ్వి ఎన్నో సంవత్సరాలైంది. ''అవును, బాగుంది.'' గాడిద చర్మం ధరించిన అమ్మాయిని, ఒక అబ్బాయి తీసుకెళ్ళిపోదామని ప్రయత్నించడం చూసింది. ''కథ ఏమిటి? ఎందుకలా నాట్యమాడుతున్నారు?''

''నాట్యం అత్యంత సుందరమైన దృశ్యాత్మక సంకేతం,'' వాసుకి అన్నాడు. ''దగ్గరగా చూస్తే కథ నీ ముందే ప్రత్యక్షమవుతుంది.''

పద్మ వేదికను చూసింది. ''మీకిదంతా ఎలా తెలుసు?''

''మా నాన్న గొప్ప వ్యక్తి, ఇటువంటి కళల అభ్యాసకులు. మాలో కూడా మా కళలు, మా సంస్కృతికి సంబంధించిన సాంప్రదాయాల్లో నైపుణ్యాన్ని పెంపొందించారు. నాకు చాలా నేర్పించారు.'' అతని గొంతు ఇంతకుముందులాగా క్రూరంగా లేదు. లోతు పెరిగింది.

''ఆయనకు ఏమైంది?''

''చంపబడ్డారు. అప్పుడు నాకు పదహారేళ్ళే,'' అన్నాడు. ''ఒక జాతికి నాయకత్వం వహించేందుకు అది చాలా చిన్న వయసే అనుకోవచ్చు. ఈ విషయం గురించి ఒక సమరమే జరిగింది. మా నాన్న సింహాసనాన్ని, నా సింహాసనాన్ని కూడా ధ్వంసం చేసిన వారిని నేనూ, మానసే ఎదుర్కోవాల్సొచ్చింది.'' నిట్టూర్చాడు, బహుశా గందరగోళంతో నిండిన తన గతకాలపు దృశ్యాలను చూస్తూ. ''కావలసిన దానికంటే ఎక్కువ మాట్లాడినందుకు మన్నించు. నేను తరచూ నా జీవితాన్ని ఇలా లోతుగా చూస్తూ ఉంటాను.''

పద్మ నాటకం చూస్తూ అతని ప్రక్కనే కూర్చుంది. ఆమె వీపు వాళ్ళను దాస్తున్న తెర కేసి ఉంది. ''నేనిక్కడ కూర్చొని ఇంకాస్త చూడవచ్చా? దీని వెనకున్న కళాత్మక విషయాలను తెలుసుకోవాలనుంది.''

''తప్పకుండా, పిల్లా. ఇలాంటివాటిని ఆస్వాదించమని నేను అందరినీ ప్రోత్సహిస్తాను,'' అని సమాధానమిచ్చాడు, కానీ ఆమె అతనివైపు ఇంక చూడలేదు.

ఎందుకనో, అతని తండ్రి చావు ఆమెకు తన తండ్రి చావును, తన అన్నదమ్ములతో బాంధవ్యాన్నీ గుర్తుతెచ్చింది. వాళ్ళ వద్ద తనెంతో నేర్చుకుంది, ధనుర్విద్యైనా, కత్తిసామైనా. వాళ్ళు సైనికులు కాబట్టి, తననూ అలాగే తయారు చేశారు. తన ముగ్గురు అన్నలూ అప్పట్లో వేదాంతుడికి రక్షకభటులు, నాలుగవ పిల్లవాడైన తమ్ముడేమో రక్షకభటుడవుదామని చూస్తున్నాడు. వాళ్ళ జీవితాలు దు: ఖమయం అయ్యే మునుపు, పద్మ కూడా ఉద్యమంలో చేరి, అందులోని మొదటి మహిళా సేనాపతిగా ఎదగాలనుకుంది.

''ఇది మీ నాన్నే నేర్పించారా?''

‘‘అవును. ఈ చెత్తను తినడం,’’ తను నములుతున్న తమలపాకును చూపాడు. ‘‘నేనివి ఎప్పుడు మొదలుపెట్టానంటే...’’ అతని స్వరం సన్నబడిపోయింది.

అతను వాక్యాన్ని పూర్తి చెయ్యకపోవడంతో, పద్మ పక్కకు తిరిగి చూసింది. అతని గొంతు చీల్చబడి ఉంది, అతని రక్తమే అతనికి కొరబోతోంది, నోరు యాంత్రికంగా తెరుచుకొని మూతబడింది. అతని ముఖంలో కాస్తంత ఆశ్చర్యం కనబడుతుండగా, కళ్ళు ప్రాణరహితంగా ఆమెను చూశాయి.

ఆమె చురుక్కుమని కళ్ళెత్తి పైకి చూసింది. ఈ పని చేసిందివరో కాదు, కాళి దగ్గరి కవల సేనానులలోని స్త్రీ అని గ్రహించింది. బంగారు జుట్టుగల ఆమె వాసుకి మృతదేహం మీదున్న రక్తసిక్తమైన కత్తిని పట్టుకొని ఉంది. ఆమె తదుపరి గురి పద్మే అని ఆమె నవ్వు స్పష్టంగా వెల్లడించింది.

64

పద్మ ఆ దాడి నుండి సకాలంలో తప్పించుకుంది.

కత్తులు ఒకదాన్నొకటి తాకుతున్నాయి. వికోకో తనను కొట్టాలని పదేపదే చూస్తుండగా, పద్మ తన బాకును పైకి లాగింది. ఒక్కసారి పొర్లి, ఆమె కాళ్ళను పట్టుకొని, క్రిందకు పడవేద్దామని చూసింది. కుదరలేదు. ఒక్క తోపుతో పద్మ గోడపైకి గిరాటెయ్యబడింది.

వికోకో పద్మను పట్టుకోవాలని మళ్ళీ చూసి, తన తలమీద కత్తివేటు వేయబోగా, మళ్ళీ తప్పించుకుంది పద్మ. ఆమెకు వేగం ఎక్కువ. వారి తలలు దగ్గరకొస్తూ, చూపులు కలుస్తూ ఉండగా, ఇద్దరూ ఆయుధాలను ఒకరిపై ఒకరు సంధించుకున్నారు. అప్పుడు పద్మ వికోకోను ఆశ్చర్యపరుస్తూ, వంచిన తన మోకాళ్ళ శక్తిని ఉపయోగించి ఎగిరింది. వికోకో వీపు మీద దిగి, కత్తి అంచుతో ఆమె తలపైన కొట్టింది. దాంతో వికోకో పడిపోయింది, కానీ దాంతో అయిపోలేదు. పద్మ వికోకోను పొడవాలని చూడగా, ఆమె పద్మను తోసేసింది. కాళ్ళు దడదడలాడగా, పద్మ వెనక్కు పడింది. కానీ, ఇంకా కాసేపైతే ఈ ఊబకాయురాలితో పోరాడడం అసాధ్యమని తెలుసుకుంది.

తూలుతూ బయటకేగింది. వికోకో పైకి లేచేందుకు ఇంకా కష్టపడుతూనే ఉంది. పద్మ బయటకొచ్చాక, నాగుల కళేబరాలు గోడవారగా పేర్చబడి ఉండడం చూసింది. శవాలు ఒకదానిపై ఒకటి పేర్చబడ్డాయి. జనాలతో కిక్కిరిసిన నాటకశాలలో వికోకో తరుముతుండగా, పద్మ ముందుకు పరుగెట్టింది. ఆమె కొప్పు గోడను గుద్దుకొన్నది, వెండి రంగు జుట్టు విప్పుకుంది. తను త్వరగా ఏదో ఒకటి చెయ్యాలని ఆమె గ్రహించింది. వికోకో ప్రశాంతంగా చూస్తుండగా, వేగంగా మెట్లు దిగి, భటులను తప్పించుకుంది.

పద్మ ఏదైనా వాహనం కోసం ప్రయత్నిస్తూ, వికోకో తన గుర్రాన్ని పట్టుకోవడం చూసింది. తనకంటూ ఒక గుర్రాన్ని తెచ్చుకోలేదని పశ్చాత్తాపపడింది పద్మ. అలసటతో

గుండెలో నొప్పిగా ఉన్నా, ముందుకు పరుగెట్టింది. ఒక వృత్తాన్ని చేరుకొని, వికోకో తనను సైన్యసమేతంగా వెంటాడనందుకు సంతోషపడింది.

వృత్తాన్ని విడిచి, సన్నటి సందులకేసి వెళ్ళి, ఆయాసం తీర్చుకొనేందుకు చోటు కోసం వెతికింది. కానీ డెక్కల శబ్దం ఆమెను విశ్రాంతి తీసుకోనివ్వలేదు. పద్మకు ఎప్పుడూ ఇంత భయం వెయ్యలేదు. ఏదో ఒక రోజు తను చనిపోతానని తెలుసు, కానీ అది వేదాంతుణ్ణి చంపాకే అనుకుంది. ఈ లక్ష్యాన్ని సాధించకుండా ఇప్పుడు చావాల్సొస్తోంది. ఆమె సాధారణంగా చావుపట్ల ధైర్యంగా ఉండేదే అయినా, ఈ ఆలోచన ఆమెను భయపెడుతోంది.

ఒక గుర్రం ఆమె వెనుకే ప్రత్యక్షమైంది, ఇంచుమించుగా ఆమెను తాకుతూ. పరుగెడుతున్న పద్మ నుంచి, ఆమెను ముట్టుకోగలిగే దూరంలోనే వికోకో ఖడ్గం ఉంది. అది అమాంతం ఒక్క వేటుతో గాలిని చీలుస్తూ, ఆమె జుట్టును ముక్కలు చేసింది. వెనుక నుంచి వికోకో పద్మ తలను లాగగా, ఆమె ముందుకు పరుగెట్టింది. ఏదో ఒకటి చెయ్యకపోతే, ఖాళీ వీధిలో ఖూనీ జరిగిపోతుంది.

అప్పుడే ఆమెకు ఒక ఆలోచన తట్టింది.

పద్మ వీలైనంత త్వరగా పరుగెత్తగా, వికోకో గుర్రాన్ని మరింత వేగంగా నడిపింది. పద్మ తన పాదాల ధాటిని ఉపయోగించుకొని, గాల్లో పెద్దగా మొగ్గలేస్తూ వికోకోను తన్ని, ఆమెను గుర్రం మీది నుంచి తోసేసింది. కానీ వికోకో తన ఖడ్గంతో పద్మ చర్మాన్ని చీల్చివేయగలిగింది. గుర్రం పరుగును కొనసాగిస్తుండగా, వికోకో నేలమీద పడిపోయింది. పద్మ చిరునవ్వుతో గుర్రంపై నిలుచొని రాత్రి ఇంటికేగగా, వికోకో ప్రశాంతంగా తన గుర్రం అపహరణకు లోనవుతుండడాన్ని వీక్షించింది. ఆమె వెంటాడలేదు. చేతిలో ఇంకా ఖడ్గముంది, ముఖంలో పోరాటకాంక్ష స్పష్టంగా కనిపిస్తోంది.

పద్మ తన వంటిమీద అయిన గాయం లోతైనదని గ్రహించింది. ఎందుకంటే, ఆమె రాత్రి ఇల్లు చేరేసరికి చాలా రక్తం పోయింది. వికోకో తనకు హాని తలపెట్టలేదని తెలిసినా, వెంటాడుతుందేమోనన్న భయంతో గుర్రాన్ని ఆపలేదు. రాత్రి ఇంటిముందు గుర్రం మీది నుంచి దిగగా, ఆమెకు మరింత నొప్పిపుట్టింది, ఎందుకంటే అ గుర్రానిది అసామాన్యమైన ఆకారం. పద్మ నెమ్మదిగా నాలుగడుగులు వెయ్యాలని చూస్తూ, కాళ్ళు బలహీనపడడంతో నేలమీద పడిపోయింది. క్షణంపాటు కళ్ళార్పింది, మళ్ళీ కళ్ళు మూసుకొనిపోయే ముందు ఆఖరి క్షణాలలో, ఒక పక్షి ఆమె కళ్ళ ముందు కదలాడింది. అది బహుశా చిలుక అయ్యుండవచ్చు. అది గట్టిగా అరిచింది. పద్మకు స్వప్నలోకంలో ఉన్నట్లు అనిపించి, చిలుకను తరమాలని చూసింది, కానీ అది కదలలేదు.

ఆ తరువాత అంతా చీకటైపోయింది.

పద్మ లేచి చూసేసరికి ఆమెకు కట్టు కట్టి ఉంది. బొత్తాలు పెట్టుకున్న ఆమె చొక్కా ఇప్పుడు లేదు. ఆమెకెదురుగా చేతిలో గిన్నెడు గంజి పట్టుకొని బాలా అనబడే ఆ పెద్ద ఆకారం గలవాడు నిలబడి ఉన్నాడు. గ్రంథాలయం ప్రక్కనే, అర్జన్ అనబడే కుర్రాడు నిలబడ్డాడు. అతణ్ణి చూస్తే పద్మకు తన తమ్ముడు గుర్తొస్తాడు. చూస్తేనే పీడకలలొస్తాయేమో అనేంత అసహ్యంగా ఉండే ముసలాడు కూడా ఉన్నాడు.

''నా బట్టలు విప్పేశారా?''

''పై చొక్కా ఒక్కటే, అమ్మాయి, నిజం చెప్పలంటే,'' ముసలాడన్నాడు. ''నిన్న నీవు చాలా దారుణమైన స్థితిలో చేరావు.''

పద్మ అలా ఎందుకైందో గుర్తుతెచ్చుకుంది. అది వికోకో వల్ల. తనను చంపితీరాలన్న వికోకో పట్టుదలను, నేర్పును అభిమానించాల్సిందే. తను వికోకోను ఓడించలేదని పద్మకు ఖచ్చితంగా తెలుసు. అమెకొచ్చిన పల్టీలుకొట్టగలిగే విద్యలే ఆమెను కాపాడాయి.

''ధన్యవాదాలు,'' పద్మ మెల్లగా అన్నది. ''నేను చచ్చిపోయి ఉండవచ్చు. తెలుసా...'' ఇప్పుడు అర్జన్ వైపు చూసింది. ''రాత్రికి తెలుసా?''

అర్జన్ తల అడ్డంగా ఊపాడు. ''మీరు ఒక బోయ ప్రభువును కలవడానికి రహస్యంగా వెళ్ళారని తెలిస్తే ఆమె మెచ్చదని అనుకున్నాము.'' ఆమె ముందుకొచ్చి, వాసుకి ఇచ్చిన చీటీని చూపించాడు. దానిపై సర్పముద్ర ఉన్నది. ''మీరేదో ప్రమాదంలో చిక్కుకున్నారని తెలుసు, కానీ మీ స్వవిషయంలో జోక్యం చేసుకోవాలని అనుకోవట్లేదు.''

పద్మ మాట్లాడే ముందు బాలా అందరినీ నిశ్శబ్దంగా ఊండమని ఆదేశించాడు. ''గంజి తాగు, పిల్లా. ఆ తరువాత నీకే కాస్త మెరుగనిపిస్తుంది.''

పద్మ సమ్మతించి, వాసుకి వద్ద నుంచి సందేశం వచ్చినందుకు ఏ కారణం చెబుదామా అని ఆలోచించింది. ఏదో ఒక కారణం చెప్పాలి. గంజి తీసుకొని, గిన్నె అంచు నుండి తాగింది. ''నేను వివరించగలను.''

''దయచేసి ఒద్దులే, అమ్మాయీ, నీవిప్పుడేం చెప్పినా మేము నమ్మము,'' కృప అన్నాడు. ''ఎందుకంటే, నీలాగే మేము కూడా అబద్ధాలకోరులము. బోయలను ఆపేందుకో, నీవు ఇరుక్కున్న రాజకీయాల కోసమో మేమిక్కడకు రాలేదు.''

''మరి రాత్రికెందుకు అబద్ధం చెప్పారు?''

''నిజం దాచేందుకే,'' కృప సమాధానమిచ్చాడు. ''నీవు చేసినట్లే, ఒక బోయకు సహాయం చేస్తూ.''

పద్మ కాదన్నట్టు తలూపింది. ''మీకు అర్థం కావట్లేదు. ఇది దానికంటే క్లిష్టమైనది. నేను పూర్తి చెయ్యాల్సిన లక్ష్యం ఒకటున్నది.''

''మాకూ అంతే,'' అర్జున్ పలికాడు.

పద్మ గంజి తాగుతూ అన్నది, ''నా అంచనాల ప్రకారం, ఆ విషయంలో మీకు నా సహాయం కావాలి, కదూ?''

''సహాయం అంటూ కాదు,'' అర్జున్ అన్నాడు, ఆమెకిచ్చిన చీటీని తిరిగి తీసుకొని. ''ఈ చోటేంటి? సమగ్రమైన నగరపటంతో పోల్చి చూస్తే ఈ చోటును నేనెక్కడో చూశాను. ఏమిటీ చోటు? ఇక్కడ కూడా రాసి ఉంది, ''కాళి స్థావరం'' అని.''

పద్మ నిట్టూర్చింది. వీళ్ళకు సహాయం చెయ్యడం తనకు ఇష్టంలేదు, కానీ తను ఇప్పుడు ఏ యజమానికీ నౌకరు కాదు, కనీసం మానసకు తన తమ్ముడు హత్య చెయ్యబడ్డాడని తెలిసేంతవరకైనా. ''అతను తనకు నయం చేసే మూలికను అక్కడ దాచిపెట్టుకుంటాడు.'' అన్నది.

''మూలికలంటావా?'' కృప ఆనందంగా నవ్వాడు, ఏదో పద్మ తనకు లోక రహస్యాన్ని చెప్పినట్లుగా. ''ధన్యవాదాలు. అంతే మాకు కావాల్సింది, చాలా ధన్యవాదాలు.''

ఏదో వ్యవహారముందని పద్మకు అర్థమైంది. ''నిజంగా ఇక్కడకు మీరెందుకొచ్చారు?''

''నీకు అక్కరలేని విషయమది, పిల్లా. మేము నీ విషయం గురించి పట్టించుకోనట్లే.''

''మీరు తెలుసుకోవాలి,'' పద్మ మొదలుపెట్టింది, ''నేను రాత్రిని విడిచి వెళ్ళేందుకు సిద్ధపడ్డాను. అందుకని మీరు నా గురించి ఏం వాగినా నాకేం ఫరవాలేదు. కానీ నేను వెళ్ళే ముందు మీ మాయలు బయటపెట్టే కదులుతాను.''

అర్జున్ కృపవైపు చూశాడు, అతను తెలివితక్కువగా ప్రవర్తిస్తున్నాడన్నట్లుగా. తరువాత పద్మను కోమలంగా చూశాడు.

''మేము నా అన్నను విడిపించేందుకు వచ్చాము.''

''నోరుముయ్యి, పిల్లాడా!'' కృప కోప్పడ్డాడు.

''లేదు, ఆమె సహాయాన్ని తీసుకోవచ్చు,'' అర్జున్ ఆక్రోశంగా జవాబిచ్చాడు. ''ఆమెకు ఈ నగరం గురించీ, దాంట్లోని రహస్య స్థానాల గురించీ పూర్తిగా తెలుసు, మనకంటే ఎక్కువగానే. ఆమె మనకు దారి చూపవచ్చు.''

''అవును, ఈమె గంజి కూడా త్వరగానే తాగుతుంది, ముసలాడా,'' బాలా అన్నాడు, ఆమె చెంతనుంచి గిన్నెను తీసుకొని, ''శభాష్, పిల్లా.'' అన్నాడు.

కృప ఏమీ చెయ్యలేక మూలిగాడు.

''అన్నా? ఎవరు?''

''కల్కి.''

ఆమె ఆ పేరు ఎన్నడూ వినలేదని అర్జున్ గ్రహించాడు.

''అందుకే మేము ఇక్కడున్నది. ఈ చోటు,'' చీటీను చూపాడు, ''కల్కిని కలుసుకొనేందుకు మాకిది ప్రవేశద్వారమవ్వవచ్చు.''

''ఏమిటి ఈ చోటుకంత ప్రత్యేకత?'' పద్మ ప్రశ్నించింది.

కృప కలగజేసుకున్నాడు. ''ఇక్కడ పేలుడుగుండ్లను తయారుచేసే సామగ్రి ఉంది. దానితో మేము మందుపాతర తయారుచేసి, చెరలో కల్కి ఉన్న భాగాన్ని పేల్చెయ్యాలి. సరేనా?''

పద్మకు పేలుడుగుండ్లన్నవి ఉన్నాయని కూడా తెలియదు. ఆమెకు అగ్నిగోళాలు తెలుసు. మందుగుండ్లను నేర్పూ, నైపుణ్యంతో చాలా జాగ్రత్తగా వాడాలి. అవేవీ వీళ్ళల్లో కనబడలేదు పద్మకు. కానీ ఆమెకొక ఆలోచన వచ్చింది. ''కానీ, వాటిని ఎవరు తయారుచేస్తారు?''

''దోషిని నేను,'' కృప చేతులెత్తాడు, ఇంతటి విషయం బయటపెట్టాల్సొచ్చిందని విసుగ్గా నేలమీద గబగబా నడుస్తూ.

''ఇతను అసలవి చెయ్యగలడా?''

''ఆయన ఆచార్యుడు,'' అర్జన్ పలికాడు.

''కానీ ఆచార్యులు గురుకులంలో కదా ఉండాలి?''

''నేను లేను! చాలా?'' కృప విసుగ్గా మూల్గాడు.

అర్జన్ పద్మ వద్దకు వచ్చి, ఆమె కళ్ళల్లోకి సూటిగా చూశాడు. ''నేను అబద్ధం చెప్పట్లేదు. ఆయన మంచివారు. నేను నమ్ముతున్నాను.''

''సరే అయితే, మీరు ఆ స్థావరాన్ని ప్రవేశించేందుకు నేను సహాయం చేస్తాను. మీకేం కావాలో తీసుకొని వెళ్ళిపోండి,'' పద్మ అన్నది. ఎందుకంటే, ఇరు ప్రక్కలతో ఆడుకుంటే తనకు కావాల్సింది దొరుకుతుందని ఆమెకు తెలుసు.

''కానీ నాకు ప్రత్యుపకారం కావాలి.''

కృప నడవడం ఆపాడు. ''ఏమిటో చెప్పు, పిల్లా!''

''నాకొక జత పేలుడుగుండ్లు కావాలి.''

''దేనికి వాడుతావు?'' కృప నొసలు చిట్లించాడు. ''అవేమీ పిల్లలాటలు కావు, అమ్మాయీ. సరైన మోతాదులో వాడితే ఒక ప్రాంతాన్నంతా కూల్చివెయ్యగలవు.''

పద్మ నొసలు చిట్లించి వెటకారంగా నవ్వుతున్నా, బయటకు మాత్రం పెదాలను మూసుకొని ఉంది. అప్పుడు చెప్పింది, ''అది నాకు దానికోసమే కావాలి.''

65

స్వామిభక్తి పరాయణులైన తన కవల రక్షకులతో నిలబడి, వాసుకి అంత్యక్రియలను చూస్తున్నాడు కాళి. బయటకు శోకకవచాన్ని తొడుక్కున్నా, అతని ముఖాన నవ్వు నీడలాగా కనిపిస్తూనే ఉంది. కండలు తిరిగిన తన శరీరంపై ఒక నల్లటి పంచెను కట్టుకొని పొడవాటి కండువా వేసుకొని ఉన్నాడు. అద్దం ముందర నిలబడి, జుట్టుని కత్తితో కత్తిరించుకున్నాడు. తను అందంగానే ఉన్నాడని కోకో చెప్పినా, తలపై మొలుస్తున్న జుట్టును ముట్టుకుంటూ, తను వికారంగా ఉన్నాడని గ్రహించాడు కాళి. ముఖం మీది చర్మం లేచొచ్చేసి, సాగిపోయి ఉంది కాబట్టి దాన్ని దాచాలనుకున్నాడు. తన జుట్టంటే అతనికి చాలా ప్రేమ, కానీ అనారోగ్యం వల్ల ఆ దర్పం కూడా వీడిపోయింది.

అంత్యక్రియలు అయిపోయాయి, పాలకమండలి అధిపతులంతా వెళ్ళిపోయారు. వేదాంతుడికి కాళి అంటే బాగా భయమేస్తూనే ఉంది. కాళికి కూడా ఆ మానవరాజు కళ్ళల్లో భయాన్ని చూస్తుంటే ముచ్చటేసింది. కువేరుడు కూడా సంతోషంగా, ఇంకా చెప్పాలంటే అతిసంతోషంగా ఉన్నాడు, ముఖాన మెరుస్తున్న నవ్వుతో. రహస్య సమావేశం అనుకొని వాళ్ళిద్దరూ కలిసిన నాడు, తను చొరబడడం కాళికి గుర్తొచ్చింది.

''నీకేం కావాలి?'' వేదాంతుడు అడిగాడు.

''నీకు కావలసిందే. నాకు వెన్నుపోటు పొడిచిన వాళ్ళను అంతం చెయ్యడం. వాసుకితో మొదలుపెట్టి,'' కాళి బదులిచ్చాడు. అతని మాటల్లో సూక్ష్మంగా వినబడిన కసిని వాళ్ళు గమనించలేదు.

తక్కిన వారందరూ కాళికి పిచ్చిపట్టిందని అనుకుంటున్నారు. ఇంద్రఘర్ రక్షణశాఖకు అధ్యక్షుడైన వాసుకిని చంపడానికి కాళి ఏమాత్రం వెనుకాడలేదని

వేదాంతుడు, కువేరుడు ఆశ్చర్యపడ్డారు. వాసుకి వల్లే నగరాన శాంతిభద్రతలు బాగున్నాయి. కానీ, కాళి అతణ్ణి అకారణంగా చంపేశాడు.

కాళికి ఒక కల ఉంది. బోయలందరినీ చేర్చి, మానవులను ఎదిరించే బలమైన శక్తిగా తీర్చిదిద్దడము. ఆ రెండు పక్షాల మధ్యన జరిగిన పోరే అతని గ్రామం దహించుకుపోవడానికి, అతని తోబుట్టువులు చంపబడడానికి కారణము. తల్లిదండ్రుల మరణానంతరం, కుటుంబ రక్షణభారం అతని మీద పడింది. కానీ వాళ్ళందరూ దారుణంగా చనిపోయారు. దీనివల్ల చాలా బాధపడ్డాడు కాళి. దెబ్బలాడుకొనే ఈ ఉభయప క్షాల మధ్య సంధి చేస్తే, తక్కిన కుటుంబాలైనా కాపాడబడి, కాస్తైనా ప్రాయశ్చిత్తం కలుగుతుందని కాళి అనుకున్నాడు. అందుకనే సంధి కుదిర్చాడు.

కానీ ఇప్పుడు, సంధి విఫలమైంది. అతను ఊహించినదానికంటే క్లిష్టమైంది. మరేదైనా చెయ్యాలి. హింస జరగకపోవడం అనేది కొద్దికాలమే సాగింది. దురుక్తి గురించి, ఆమె పట్ల తను చేసిన దుష్ప్రవర్తన గురించీ ఆలోచించాడు. ఒకవేళ తను చేసింది తప్పేనేమో, కానీ అదే సరైన దారి. ఆమెను తన హద్దులు తెలుసుకొనేలా చెయ్యాల్సొచ్చిందని అనుకున్నాడు. దానికి అతని వద్ద కారణాలున్నాయి. వెన్నుపోటు తిన్నందువల్లే వాళ్ళ తల్లిదండ్రులు చనిపోయారు, అతనికి మళ్ళీ అదే దారిన పయనించడం ఇష్టంలేదు. ఇళవర్తిలో అసురులు అంతరించిపోయిన జాతి.

నీ పరంపరను కనిపెట్టు.

కనిపెట్టాలి. అసుర భూములలో మారుమూలలను సైతం చేరుకొని, తమ నిజమైన భాషనూ, మర్చిపోయిన తమ సంస్కృతినీ కనిపెట్టాలి. అతని తల్లిదండ్రులు తమ భూమి నుంచే వెలివేయబడి వలస రాగా పుట్టిన సంతానం ఇతడు. తమ వారసత్వం గురించి కాళికి కొంతే తెలుసు, కానీ వాళ్ళ నాన్న బోలెడన్ని కథలు చెప్పేవాడు.

శంబల నుంచి వచ్చిన ఒక పల్లెటూరి కుర్రవాడి జీవితాన్ని నాశనం చెయ్యడం ఎందుకని కాళి ఆలోచించినప్పుడు, అది కేవలం దురుక్తి కోసమే కాదు, ఒక ఉదాహరణ చూపేందుకు అనిపించింది. మరణశిక్ష అరుదే, అయినా ఆ పల్లెటూరి కుర్రవాడే మొదటి ప్రదర్శన అవుతాడు. అతను చిటికేస్తే చాలు, ఆ పని జరిగిపోతుంది. నగరాన్ని భయం ఆవహించాలి, దాన్ని ఊపిరాడకుండా చెయ్యాలి, అది కాళికి పాదాక్రాంతమవ్వాలి. అప్పుడే ఈ రాజకీయ హత్యలు, వర్గవాదం ఆగుతాయి. అబద్ధపు జీవనం అనేది ప్రమాదకారి. కాళి ఆ బాటనే సంచరిస్తున్నాడు. కానీ రాజకీయ హత్యలను ఆపాలంటే ఖరాఖండీగానే వ్యవహరించాలి. ఆత్మరక్షణే నైజమైన కాళికి, వాసుకిని చంపడం కూడా దాంట్లో భాగమే.

అంత్యక్రియలు సమాప్తమయ్యాయి. తక్కినవాళ్ళలాగా వాసుకి దేహం దహించబడలేదు. నాణాలు, నగలు, సర్ప విగ్రహంతోపాటు భూమిలో పూడ్చబడింది.

కాళి నాగుల క్రియల గురించి తెలుసుకున్నాడు. వాళ్ళకు మరణానంతర జీవితంలో నమ్మకం ఉన్నది.

కాళిది ఇదంతా గాడిదగుడ్డన్న భావన. తనకు ఉన్నది ఈ జీవితమే, దీన్నే వీలైనంత అనుభవించాలి అనుకుంటాడు.

కళ్ళల్లోంచి కన్నీరు కారుతుండగా మానస అందరినీ చూసింది. తన తమ్ముని మరణ వియోగాన్ని భరించలేనట్లుగా ఆమె అవిటి చెయ్యి అదిరింది. ఆ తరువాత ఆమె వెళ్ళిపోయింది.

ఒక్క మాట మాట్లాడలేదు. కానీ మాటలను నియంత్రించవచ్చు, పనులను కాదు.

కాళి ఆమె వెళ్ళడం చూశాడు. ఆమె కనుమరుగైపోయాక, కువేరుడు వెంటనే అన్నాడు. ''ఆమె ఒక సమస్య కాబోతుంది, నాయకా. ఆమె క్రోధంగా ఉన్నది, ఏదో ఒక భయంకర నిర్ణయమే తీసుకుంటుంది. ఆమెను నీవు నిద్రపుచ్చాలి, లేకపోతే ఆ పనిని మేము చేస్తాము.''

కాళి కువేరుణ్ణి చూశాడు. అతను ఎప్పుడూ తనకొక సమస్యే. ''ఆమెతో నేను మాట్లాడతాను.'' కాళి అన్నాడు.

''మాట్లాడడం పనికొస్తుందా?'' వేదాంతుడు అడిగాడు, కాస్త అనుమానంగా. ''మనము కువేరుడు చెప్పిందే చెయ్యాలి.''

''ఆమెను చంపితే నగరంలో ముఖ్య పదవుల్లో ఉన్న నాగులు తిరగబడతారు. తెలివితక్కువతనంతో మీ బుర్రను పాడుచేసుకోకండి. అది బలహీనమైన బుర్రలనే ఆవహిస్తుంది,'' కాళి విసుక్కున్నాడు, విస్తుబోయిన వాళ్ళిద్దరినీ వీడి వెళుతూ.

ఏదో ఒకటి చెయ్యాలని అతనికి తెలుసు.

కానీ అన్నిటికీ వేచి ఉండాల్సిందే.

తన ఇంటి గ్రంథాలయంలో అసురుల గురించిన సమాచారం కోసం తమ పూర్వీకుల గ్రంథాలను తిరగేశాడు. పూర్వ సమాజాన్ని గురించి తెలుసుకొనేందుకు ప్రభుత్వ పుస్తకాలయం నుంచి కూడా కొన్ని చరిత్ర పుస్తకాలను తెప్పించాడు. కానీ వేటిలోనూ అసురుల గురించి వివరంగా లేదు. ఏవీ ప్రత్యక్ష రచనలుగా లేవు. పరోక్షమైనవో, కర్ణాకర్ణిగా విని వ్రాయబడ్డవిగానో ఉన్నాయి. అతను నిరాశ చెందాడు. అసురులు దురాత్ములని కొందరు, నరకం నుండి ఊడిపడ్డ దెయ్యాలని ఇంకొందరూ పేర్కొన్నారు. కానీ ఇవేవీ నిజం కాదు.

సోమరసం ఉన్న సీసాను పట్టుకొని పెద్ద మోతాదు తాగాడు. మొదట్లో అది ఏ

రుచీ లేకుండా ఉంది, కానీ కాసేపటికి అతని చర్మంలో ఒక విధమైన వెచ్చదనం పుట్టి, నయంగా అనిపించింది.

అప్పుడే, అతని చేతిలోని పుస్తకం పుటలు త్వరగా తిరిగిపోతున్నాయి, అతని ముఖాన్ని గట్టిగా కొడుతూ. కాసేపయ్యాక పుటలు తిరగడం మాని, ఒక ఆకారాన్ని సృష్టించాయి. అది తొలుత అతనికి అర్థం కాకపోయినా, నెమ్మదిగా చూస్తే...అది మానవ ముఖమని బోధపడింది.

''నీ పరంపరకై వెతుకు,'' అది కాళికి చెప్పింది. ''వారిని త్యజించకు. వారు నీ మోక్షానికి దారి చూపిస్తారు.''

పుస్తకాన్ని నేలపై గిరాటేశాడు. పరిస్థితి అతని చెయ్యి దాటిపోతోంది. ముఖాన చమట పట్టింది, ఆ గొంతులను వినడం తప్ప అతనికి గత్యంతరం లేకపోయింది. ఏమవుతోంది తనకు? ఎందుకు ఇలా భ్రాంతికి లోనవుతున్నాడు? ఈ పిచ్చితనాన్ని ఆపాల్సిందే.

మోక్షమా? ఎటువంటి మోక్షం గురించి ఆ గొంతులు మాట్లాడాయి?

కాళి వెళ్ళి మళ్ళీ ఆ గ్రంథాన్ని తీసుకున్నాడు. ఇప్పుడది మామూలుగానే ఉంది. దాన్నుంచి ఏ ముఖమూ ఏమీ మాట్లాడట్లేదు. అంతా బాగానే వుంది. కాళి నిట్టూర్చి, స్వేదాన్ని తుడుచుకొని, గ్రంథాన్ని మూసివేశాడు.

అప్పుడే, ఎవరో తలుపు తట్టారు. కాళి ఆ వ్యక్తిని రమ్మని ఆనతివ్వగా, పరిచితమైన ఆ వ్యక్తిని కోకో ప్రవేశపెట్టాడు.

అది ఎవరో కాదు, మానసే.

ఆడంబరమైన దుస్తులతోనూ, తెలిసేట్టు కనిపిస్తున్న అవిటి చేతితోనూ, మానస కొంతసేపు మౌనంగా నిలబడ్డది. కాళి బల్ల అవతలి వైపుకు నడిచి, గడ్డితో తయారైన కుర్చీపై కూర్చున్నాడు. అతని వేళ్ళు కణతల మీద నాట్యమాడాయి.

''నన్ను రమ్మన్నావట.'' మానస స్వరం తీక్షణంగా, అయిష్టంతో ఉంది.

''అవును, రమ్మన్నాను,'' కాళి అన్నాడు. ''దయచేసి కూర్చో.''

మానస కూర్చున్నా, ఏదో బలవంతమ్మీద కూర్చున్నట్లే ఉంది. ఆమె చేస్తున్న అన్ని క్రియల్లోనూ అయిష్టత ప్రస్ఫుటంగా కనిపిస్తోంది.

''నీవు నగరాన్ని వీడి వెళ్ళవనుకుంటాను.''

మానస వెంటనే బదులు చెప్పలేదు. మౌనం వహించి, తరువాత తలూపింది, చిరునవ్వుతో. కానీ ఆ నవ్వులో కోపం దాగి ఉంది. ''నీకు తెలుసుగా, మా నాన్నలాగే మా తమ్ముడు కూడా హత్య చేయబడ్డాడు. వెన్నుపోటుతో. గొంతును తెగనరికింది. అదే విధానంలో.''

కాళి తలాడించాడు, తన ముఖంలోని భావాలతో మానసకు ప్రగాఢ సానుభూతి ప్రకటిస్తూ. ''మీ నాన్న గురించి విన్నాను. ఆయన గొప్పవారు.''

''నేనేమీ నగరాన్ని విడిచి వెళ్ళట్లేదు, బంగారం,'' కళ్ళల్లో కోపం, దుఃఖం కనిపించగా, ఆమె నవ్వింది. ''నేనుండడం అత్యవసరం అయిన చోటే ఉంటాను. వాసుకి అదే కోరుకున్నాడని నాకు తెలుసు.''

ఆమెలో ఏదో కుట్ర పెంపొందుతోంది, అది కాళికి తెలుస్తోంది. ఆమె ఆచితూచి మాట్లాడుతోంది. ''వాసుకికి ఇది ఎవరు చెయ్యగలిగారో నాకు తెలియట్లేదు.''

''నాకు తెలుసు ఎవరెవరు కలిసి చేశారో.'' అతణ్ణి తీక్షణంగా చూసింది, కాస్త చికాకుగా. ''నీ ఆరోగ్యం ఎలా ఉంది? ఇప్పుడు చాలా బాగున్నావు. తీవ్ర అనారోగ్యంపాలైన నీవు ఇలా కోలుకోవడం ఏదో మహిమేనని కొందరంటున్నారు.''

''దురుక్తి నాకు సహాయం చేసింది.'' దురుక్తి ప్రస్తావన వచ్చేసరికి, కాళి పెదాలు గట్టిగా మూసుకున్నాడు. ఆమెకు క్షమాపణ చెప్పడం మర్చిపోయాడు. ఆమె విపరీతమైన కోపంతో ఉండి ఉంటుంది. ఈ అప్రయోజక సమావేశమయ్యాక, వెంటనే ఆమెను కలుసుకొనేందుకు వెళ్తాడు. ''వాసుకి నన్ను కలిసేందుకు వచ్చాడు.''

''నిన్ను బెదిరించాడని తెలుసు, కాళీ.'' అతణ్ణి అతని బిరుదుతో పిలిచే మర్యాద కూడా ఆమె పాటించలేదు. సూటిగా, కుండబద్దలు కొట్టినట్లుంది ఆమె మాటతీరు. ఇది కాళికి పాక్షికంగా సంతోషాన్నిచ్చింది. కనీసం ఒక్కరైనా నిజాయతీగా ఉన్నారు. ''తరువాత నీపై ఒక నాగుడు దాడి చేశాడు. కానీ అది మేము కాదు. ఒకవేళ వాసుకి మరణంలో నీ ప్రమేయం ఉందని నేను తెలుసుకుంటే, నీవు బతికుండగానే నీ తోలుతీస్తాను, ఇంతగా నిరాశ పరచినందుకు.''

కాళి తలూపాడు. ''నీవు తప్పకుండా అపరాధిని పట్టుకుంటావు. కావాలంటే నా దర్యాప్తుదారులైన కోకో, వికోకోలను కూడా వాడుకో. వాళ్ళు కూడా ఈ విషయం వాకబు చేస్తారు.''

''ఎవరు చేశారో తెలుసుకొనేందుకు నా వేగులు నాకు ఉండనే ఉన్నారు, బంగారం. నా క్షేమం గురించి నీవు దిగులు పడక్కర్లేదు.'' అంటే, కాళి ఆరోగ్యమే తనకు కావలసిందన్నట్టు మాట్లాడిందిం. అది ఇక మీదట అతనికి ఒత్తిడి కలిగిస్తుందని, అతను తన క్షేమం గురించి జాగ్రత్తపడాలి అన్నట్లుగా.

''సరే,'' కాళి దగ్గాడు, గొంతులో ఏదో చిక్కుకున్నట్లు అనిపించి. ఒకవేళ ఇది సోమ ప్రభావమేనేమో. అది నోటికి వెచ్చగా తగిలి, విపరీతమైన దగ్గు తెప్పిస్తుంది. ఆ తరువాత ఉన్నట్టుండి అదే సర్దుకుంటుంది.

''నేను నిన్ను నగరంలో జరగబోయే విచారణల గూర్చి పిలిపించాను. వాసుకి న్యాయాధీశుల మండలిలో ఉండేవాడు. అతని మరణానంతరం ఇప్పుడు నీకు ఆ బిరుదును కట్టబెట్టాలనుకుంటున్నాను.''

మానస కాళివైపు చూసింది, అతడు తనవద్ద నుంచి ఏదో రాబట్టాలని చూస్తున్నాడనుకొని. కానీ కాళి ఏ భావమూ చూపలేదు. లేకపోతే ఆమెకు అనుమానం

కలిగి, పాములపక్షం నుంచి అతనికి శత్రుత్వం పెరుగుతుంది. తనకు వెన్నుపోటు పొడిచేవాళ్ళల్లో మానసే మొదట ఉంటుందని తెలిసినా, నిర్వాహణలో స్థిరత్వం కొరకై అతనికి మానస అవసరముంది. నిజానికి మానసను ప్రసన్నం చేసుకోవాల్సిన అవసరం కాళికి లేకపోయినా, ఆమె ప్రాముఖ్యత ఉన్నదన్నట్టుగానే చూపాలి ఆమెకు. ఆమె పట్ల గౌరవం చూపాలి, ఆమె మాట ప్రభుత్వంలో చెల్లుబాటు అవుతుందన్నట్లుగా.

''నిర్ణయాలు తీసుకోవడంలో నన్ను సహాయం చెయ్యమంటావా?''

''నిజం చెప్పాలంటే, న్యాయాధీశులు నిర్ణయిస్తారు, కానీ వాళ్ళ నిర్ణయాన్ని మనం అధిగమించవచ్చు, లేదా స్వీకరించనూ వచ్చు.''

''ఎవరైనా ప్రత్యేక వ్యక్తులను విచారణ జరుపుతామా?''

కాళి భుజాలెగరేశాడు, అలాంటివాళ్ళు ఎవ్వరూ లేనట్లు. ''అదేం లేదు. అందరూ మామూలువాళ్ళే. కొరడాలతో కొట్టించడమో, వాతలు పెట్టించడమో...ఏ శిక్ష వెయ్యాలనేది నిర్ణయించాలి. ఒక్కరోజులో ఎన్నో విచారణలు జరుగుతాయి. ఇది రోజువారీ వ్యవహారమే. నీవు వచ్చే తీరాలన్న నిర్బంధమేమీ ఉండదు.''

మానస సమ్మతించింది. ''ఈ నగర దైనందిన వ్యవహారాల్లో స్వీకరింపబడడం ఎప్పుడూ సంతోషకరమే.''

ఇది కాళికి ఆశ్చర్యమనిపించినా, ఆ ఆశ్చర్యాన్ని బయటకు చూపించలేదు. భావరహితంగా, నీరసంగా, కుటిలంగా ఆమెను చూస్తూ ఉన్నాడు.

''వాసుకి ఇకలేడు కాబట్టి, నేను అధ్యక్ష పదవి కోసం ఒక పత్రాన్ని పెడుతున్నాను. ముఖ్యత్వం లేని నీ పిచ్చి విచారణలో ఒక చిన్నపాటి న్యాయవిచారకురాలిగా కాదు, ఈ నగర నాగుల అధ్యక్షురాలిగా నన్ను నేను ప్రకటించుకుంటున్నాను. కనీసం నావాళ్ళకు ఇకమీదట దుర్ఘటనలు ఎదురుకాకుండా రక్షకవ్యవస్థను విస్తరించి పతిష్ఠపరుస్తాను.''

మానస నిలబడింది, దాదాపు బుసకొడుతూ. ''నీవు తప్పు పాచిక వేశావు, కాళీ. ఇక చూడు, బంగారం, నీ చుట్టూ ఉన్న ప్రపంచం ఎలా మండిపోతుందో,'' అనేసి, తలుపు విసురుగా వేస్తూ వెళ్ళిపోయింది. ఆ తరువాత ఆ గదిలో అత్యంత నిశ్శబ్దం చోటుచేసుకుంది.

కాళి అలాగే కుర్చీలో కూర్చుండిపోయాడు. నిజంగానే తను తప్పు పాచిక వేశాడా? కానీ ఎలాగూ తనకు పోటీ ఉంటుంది. చేసే పనికి ప్రతిపక్షం లేకపోతే మజా ఏముంటుంది? ఆమె వస్తుంది. వెనక్కు మళ్ళదు. ఆమెను తన ఉడుముపట్టులో బిగిస్తాడు. ప్రతిపక్షాన్ని ఎలా అంతమొందించాలో చూడాలి.

ప్రతిపక్షమంటే, తను మినహా సమస్త పాలకమండలి.

66

తననిప్పుడిక ఎవరి చర్య అయినా ఆశ్చర్యానికి గురి చెయ్యజాలదని, తను ఆ శక్తిని కోల్పోయానని అర్జన్ అనుకున్నాడు. తను చాలా చూశాననుకున్నాడు. ఇంటికెళ్ళి మంచమ్మీద ముడుచుకొని పడుకుంటే చాలనిపించింది.

వాళ్ళు రాత్రి ఇంట్లోని ఒక గదిలో, కొవ్వొత్తుల కాంతిలో, ఆమె నుంచి చాలామటుకు దాక్కొని నిలబడి ఉన్నారు. అర్జన్ చేతులు వెనుక పెట్టుకొని, కొడవలి తనకు ఒకప్రక్క నుంచి వేళ్లాడుతుండగా, ఒక మూలన నిలబడ్డాడు. రాక్షసులతో పోరాటం తేలిక కాదని తెలుసు, భయంకరమని తెలుసు. అతను వాళ్ళ సామర్థ్యాన్ని చూశాడు. శంబల మన్ను ఘోరంగా, రక్తసిక్తమైన దృశ్యం అతని ఎముకలలో సైతం హడలు పుట్టించింది.

''మనకింకా సహాయం కావాలి,'' పద్మ అన్నది. ఆమె మాటల్లోనే కాదు, మాట్లాడే తీరులో కూడా ఏదో వినూత్నత ఉంది. ఆమె యాస అర్జన్‌కు పరిచయం లేదు. అది దక్షిణాన ఉండే రాక్షసుల యాసను గుర్తుచేస్తుంది. కానీ వాళ్ళ యాస ఇంకా గంభీరంగా ఉంటుంది.

''రహస్యంగా తెచ్చుకుంటే?'' బాలా అడిగాడు.

''గోప్యం పనికి రాదు,'' పద్మ అన్నది, తల ఊపుతూ, తను గీసిన పటాన్ని చూపిస్తూ, అందులోని ఇసుకగదిని సొంతం సోదా చేస్తూ.

అది ఆమె చూచాయగా వేసిన పటమే అయినా బాగుంది. అర్జన్‌కు ఆశ్చర్యం కలిగించింది. అయితే ఆమె చేతులలో కూడా ఏదో నైపుణ్యముంది. ఇటీవల ఆమె చెబుతున్న, చేస్తున్న అన్ని విషయాలూ అతనికి మరీ నచ్చేస్తున్నాయని అర్జన్ తల విదిలించాడు, నచ్చకూడదన్నట్లుగా.

ఆ పటం ఇసుకగది ప్రణాళికను చూపిస్తోంది. గది అన్నివైపుల నుంచీ మూసి ఉంది, చెరసాలలాగే. దానికి పైకప్పు లేదు. అర్ధ చంద్రాకార కట్టడాల మీద ఆధారపడి ఉంది. నిత్యం కాపలా ఉండే భటులచే రక్షింపబడుతోంది. లోపల ఏదో ఒక బురుజు క్రింద సోమ ఉండి ఉండవచ్చని శుకో అర్జన్, పద్మలకు చెప్పింది.

''మూడొంతులు ఇక్కడే ఉండవచ్చని అంచనా. అయినా ఇంకొంతమంది ఉంటేనే సరిగ్గా వెతకడం సాధ్యపడుతుంది.''

''రాత్రిని అడగవచ్చు,'' బాలా మళ్ళీ అన్నాడు.

అర్జన్ బాలావైపు తీక్షణంగా చూశాడు. అతని ముఖం రాత్రి పేరు చెప్పడంతోనే ఎర్రబడింది. అది విచిత్రంగా ఉంది. ఎందుకంటే బాలా, రాత్రీ తరచూ మాట్లాడుకుంటారు, కానీ బాలా ఎప్పుడూ శృంగారవీరుడిగా కనబడలేదు మరి. అయినా అర్జన్ తన లోకంలో తను ఉంటూ, తన చుట్టూ జరుగుతున్న వీటిని పట్టించుకోలేదు.

బాలా అన్నాడు. ''ఆమెవద్ద నుంచి మరీ చాలా దాస్తున్నామర్రా.''

''చూడండి ఎవరు పశ్చాత్తాపపడుతున్నారో.'' కృప విసుగ్గా కళ్ళు తిప్పాడు. ''వీడికి మాత్రమేనా, లేక ఇంకెవరికైనా అభ్యంతరముందా?''

అర్జన్ రాత్రికి చెప్పడం గురించి అనుకున్నాడు. కానీ, ఏ ప్రయోజనమూ ఉండదనుకున్నాడు. ''నీ సలహా ఏమిటీ?'' అర్జన్ పద్మను అడిగాడు, ఆమె పాతకాలంనాటి నాణెపు అంచులను తాకుతూ ఆడుకుంటూ ఉండగా.

''మనుషులను అద్దెకు తెచ్చుకుందాం,'' ఆమె ప్రకటించింది.

''వాళ్ళెవరై ఉంటారు, పిల్లా?'' కృప అడిగాడు. ''రాక్షసులంత బలంగా ఉండేవాళ్ళు ఎవరూ దొరకరనుకుంటా.''

పద్మ తలూపింది. ''దొరకరు. కానీ వాళ్ళంటే భయంలేని వాళ్ళను వెతకవచ్చు.'' అని ఆగింది, దీర్ఘ శ్వాస తీసుకుంటూ, మాట్లాడేందుకు తన శక్తినంతా కూడగట్టినట్లు, ''మ్లేచ్ఛులు.'' అన్నది.

తను విన్నది నిజమో కాదో తెలియక అర్జన్ నిమిషంపాటు స్తంభించిపోయాడు. కృపవైపు చూడగా, అతను కూడా విస్తుబోయి ఉన్నాడు. బాలా మామూలుగా తలూపి, భుజాలెగరేసి నేలమీద కూర్చున్నాడు. మ్లేచ్ఛుల ప్రస్తావన తన జీవితంలో మళ్ళీ వస్తుందని అర్జన్ అనుకోలేదు.

''ఊం హూం, కుదరదు, ఇంకేదైనా చెప్పు.'' అర్జన్ ఖచ్చితంగా అన్నాడు, కృపను చూస్తూ. ''సోమశక్తులతో అస్త్రాలు చెయ్యడం తప్ప ఇంకే పథకాలూ లేవా?''

''ఇంకే గొప్ప ఆలోచనా లేదు, మిత్రమా,'' కృప ఆలోచిస్తూనే ఉన్నాడు.

''ఇది సరిగ్గా సాగట్లేదు.'' అర్జన్ బాలా పక్కన కూర్చున్నాడు.

పద్మ వాళ్ళను నమ్మలేనట్లుగా చూసింది. ''మ్లేచ్ఛులతో ఏమిటి మీ సమస్య?''

''వాళ్ళు మాపై దండెత్తారు, ఆ దొంగపిల్లులు!'' బాలా ఆక్రోశంతో పలికాడు. ''అర్జన్ వాళ్ళ నాన్నను కూడా చంపారు!'' పద్మ కళ్ళల్లో రవ్వంత సానుభూతి కూడా లేదు. ''నా అన్నదమ్ములు కూడా చంపబడ్డారు. నేనూ దానికి ప్రతీకారం తీర్చుకోవాలనే ఎంతగానో ప్రయత్నిస్తున్నాను. కానీ నేనెక్కడున్నానో చూడండి. తమ పక్షపాతాలనూ, శోకాన్నీ పక్కన పెట్టలేని దద్దమ్మలతో ఇరుక్కుపోయాను.''

అర్జన్‌ను జాగ్రత్తగా పరిశీలించి, మోకాళ్ళ మీద కూర్చొని, ఇలా వివరించింది. ''మ్లేచ్ఛులంటే నీకేవో భయాలు, సందేహాలు ఉన్నాయని నాకు తెలుసు. అవును, వాళ్ళు వ్యక్తిగతంగా మంచివాళ్ళు కాదు. కానీ మన పక్షాన ఇప్పుడు మంచివాళ్ళు ఉండాల్సిన అవసరం లేదు. మనము చెడును ఎదిరిస్తున్నా కూడా మనకు చెడ్డవాళ్ళే అవసరము.''

''మ్లేచ్ఛులు ఎక్కడ దొరుకుతారు నీకు?''

''కల్లుపాకల్లో తాగుతూ, తిరుగుతూ ఉంటారు,'' ఆమె తను ఆడుకుంటున్న నాణాన్ని చూపింది. ''దీన్ని పురావస్తు దుకాణంలో అమ్మేసి మంచి పైకం దొరికితే మ్లేచ్ఛులను అద్దెకు తీసుకోవచ్చు.''

అర్జన్ క్షణంపాటు ఆలోచించాడు. ఈ ఆలోచన అస్సలు నచ్చక, ప్రత్యామ్నాయం కోసం పరిపరివిధాల ఆలోచించాడు. ఏదీ తోచలేదు. నేరుగా చెరసాలలో ప్రవేశిస్తే, నాగులు వెంటనే చంపేస్తారు. క్రిందటిసారే చాలా క్రూరంగా దాడిచేశారు. అతని మడమ ఇంకా గాయంతో నొప్పి పెడుతూనే ఉంది.

అర్జన్ ముఖం మీది మచ్చ ఇంకా మండుతూనే ఉంది. కేశవనందుడు తన ముఖం మీద చీల్చి, నొప్పిని స్థితప్రజ్ఞతతో భరించే తన శక్తిని పరీక్షించిన సమయం గుర్తుకొచ్చింది. అప్పుడే అవగతమైంది, అటువంటివాళ్ళే తన పక్షాన ఉండాలని. రాక్షసులు మ్లేచ్ఛులలాగే పశ్చాత్తాపం లేనివాళ్ళు.

''సరే.'' అర్జన్ సమ్మతిస్తూ తలూపాడు.

అర్జన్ మధుశాలలో ప్రవేశించిన వెంటనే మ్లేచ్ఛులను దూరం నుంచే గమనించాడు. అతను అనుకున్నట్లుగా ఈ మధుశాల మదిరా పాత్ర లాగా చీకటిగా లేదు. పానీయాలను తయారు చేసే బల్లను చూశాడు. కానీ అతణ్ణి ఆశ్చర్యం గొలిపింది అది కాదు. పానీయాలను తయారు చేస్తున్నది ఒక గంధర్వుడు. గంధర్వులు ఇంచుమించు తెల్లటి చర్మంతో, లేత గులాబీరంగు కళ్ళతో ఉంటారు. వాళ్ళ ముఖాలు పొడుగ్గా, కోటేరు వంటి ముక్కులతో ఉంటాయి. ప్రభువులను ప్రసన్నం చేసుకోవడంలో వీళ్ళు ఘటికులు. పూర్వం గంధర్వులు ఇంద్రుని సేవకులని, సహాయకలని చరిత్రలో వ్రాసి ఉంది.

మదుశాలలో సమ్మోహపరచే అప్సరసలను కూడా అర్జన్ చూశాడు. వాళ్ళు నడుస్తూ, మధుశాలలోని పురుషులను, స్త్రీలను మైమరపిస్తున్నారు. వాళ్ళు గంధర్వుల కంటే తేడాగా లేరు, కానీ అందరూ ఆకర్షణీయంగా ఉన్నారు. అర్జన్ ముఖం తిప్పేద్దామనుకున్నా, వాళ్ళు అతని చుట్టూ చేరారు. అతను వాళ్ళను విదిలించేశాడు. వాళ్ళు బోయలలో తక్కువ సంఖ్యలో ఉన్నారని, వాళ్ళకంటూ ప్రత్యేకంగా ఒక

ప్రతినిధి లేనందున, తక్కిన బోయలుతోపాటే ఏటా వలస వెళ్తూ సంచరిస్తారని అర్జన్ తెలుసుకున్నాడు.

''నీకు ఆడవాళ్ళంటే ఆసక్తి లేదా?'' పద్మ వెటకారంగా నవ్వుతూ అడిగింది, చేతుల్లో గిన్నెలను పట్టుకొని, అరుస్తూ, పాచికలాడుతూ ఉన్న మగగుంపువైపు వెళ్తూ. పాచికల గురించిన జ్ఞాపకం అతనికి ఎముకల వరకు దడ పుట్టించింది. అతనొకసారి పాచికలాడి ఓడిపోయినా, చావు నుంచి మాత్రం తప్పించుకున్నాడు.

''లేదు, ఆసక్తి లేదు,'' అర్జన్ పలికాడు.

''అయితే మగవాళ్ళంటే? అది అరుదే అనుకో.''

ఎందుకు అరుదు? సమలింగస్తులను ఇష్టపడేవాళ్ళు శంబలలో ఉండేవారు, కానీ అందరి ఎదుటా తమ ఇష్టాన్ని ఒప్పుకునేందుకు వాళ్ళకు దమ్ములు లేవు. అర్జన్‌కు తన లైంగికత గురించి తెలిసినా, వరుసగా వచ్చిపడుతున్న దుర్ఘటనల వల్ల అన్వేషించదలచుకోలేదు.

పద్మ మ్లేచ్ఛుల చెంతకు వెళ్ళినప్పుడు అర్జన్ వెనుకే నిలబడిపోయాడు. మ్లేచ్ఛులు ఆమెను చూసినా, పట్టించుకోలేదు. అయినా పద్మ వాళ్ళ దృష్టిని ఆకర్షించేందుకు దగ్గింది.

''ఏం కావాలి, పిల్లా?'' ఒకడడిగాడు. అతడికి మసిపూసినట్లు నల్లటి దట్టమైన గడ్డముంది.''మాకు ఆసక్తి లేదు.''

పద్మ ఎక్కువ మాట్లాడకుండా, ఒక సంచీ నిండా నాణేలను బల్లమీద పోసింది. అందరూ అంత సొమ్మును చూసి విస్తుబోయారు. కొందరు తలలు తిప్పి చూడగా, అప్సరసలు కళ్ళు పెద్దవి చేసి చూశారు. మ్లేచ్ఛులలో ప్రధానమైనవాడు లేచి నిలబడ్డాడు. ''నేను దత్తాత్రేయను.'' పద్మతో కరచాలనం చేశాడు.

''పద్మను. ఇతను నా స్నేహితుడు, అర్జన్.''

దత్తాత్రేయ ముందుకొచ్చి చెయ్యి చాపాడు. ''నేను దత్తాత్రేయను,'' మళ్ళీ అన్నాడు. అర్జన్ కరచాలనం చెయ్యలేదు, అది తెలివితక్కువతనమని తెలిసినా. వీళ్ళతో స్నేహం చెయ్యాలి, కానీ తన మనసు దానికి అంగీకరించట్లేదు.

''నీ సమస్యేమిటి, పిల్లాడా?''

''వాణ్ణి వదిలేయ్యండి,'' పద్మ చొరవ తీసుకొని అన్నది. ''మీవంటి వాళ్ళ వల్ల అతనొక చేదు అనుభవాన్ని చవిచూశాడు.''

''ఏ గ్రామం?'' దత్తాత్రేయ అడిగాడు, క్రూరమైన నవ్వుతో, తన జాతి అసభ్యతను పట్టించుకోనట్లుగా. కానీ, అతడు పూర్తిగా తాగి ఉన్నాడు.

''శంబల.''

''అబ్బా.'' దత్తాత్రేయ తనలో తనే అనుకున్నాడు. పద్మ ఇచ్చిన నాణేలను అతని మిత్రులు బల్లమీద లెక్కపెడుతున్నారు. ''ఇక్కడకొక ముసలాడొచ్చాడు,'' అని

అన్నాడు, ''ముసలిగా, అసహ్యంగా. ఒక స్నేహితుడితో వచ్చి, శంబల అనే గ్రామాన్ని కొల్లగొట్టాలని చెప్పాడు. కానీ మేము ఒప్పుకోలేదు.''

అర్జన్ కళ్ళు చిట్లించాడు. శంబలను కాజెయ్యాలనుకున్న ముసలాడా?

''చేశారా?'' పద్మ ప్రశ్నించింది.

''అబ్బే లేదు, పని ఎక్కువా, పైకం తక్కువా. మేము తేలిక పనైతేనే చేపడతాము. కానీ నీవిచ్చిన సొమ్ముకోసం చావమన్నా ఛస్తాము, తల్లీ.''

''మంచిది, అదే మీరు చెయ్యాల్సిందీనూ.''

''పని ఎక్కడ?''

''ఇక్కడే, ఇంద్రఘర్‌లో.''

దత్తాత్రేయ ముఖంలోని భావం మారింది. ''ఇక్కడైతే మావల్ల కాదు. ఊఁ హూఁ, మేము చెయ్యము.'' నాణేలను సర్దుకొని బయలుదేరమని తన భాషలో అరుస్తూ చెప్పాడు. ''పైకం మరీ తక్కువ,'' అన్నాడు.

''ఏం? ఇక్కడైతేనేమి?''

''ఇంద్రఘర్ మాకు ప్రతికూల స్థలం. పట్టుబడితే మాకు ఉండేందుకు ఇళ్ళు కూడా దొరకవు. మేము తప్పించుకున్నాక బ్రతికేందుకు సరిపడా డబ్బు కావాలి.''

పద్మ అర్జన్ వైపు చూసి గుసగుసలాడింది. ''నా దగ్గర ఇంక లేవు.'' అర్జన్‌కి తెలుసు, ఆమెవద్ద మరిన్ని పురాతన బంగారు నాణేలున్నాయని. అయినా ఇప్పుడు త్యాగం చేసిన సొమ్ముకన్నా ఎక్కువ సొమ్మును స్వార్థం వల్ల వదులుకోవాలనుకోవడంలేదు. అర్జన్ ఆమెను తప్పుపట్టలేదు. ఆమే వీళ్ళకు సహాయం చేస్తోంది, వీళ్ళు ఆమెకు చెయ్యట్లేదు.

కానీ అర్జన్ డబ్బు గురించి ఆలోచించలేదు, తన దగ్గరికి తమ ఊరికోసం ఎవరో వచ్చారని దత్తాత్రేయ అన్నదాని గురించే ఆలోచించాడు. అతను అత్యాశాపరుడేమో, అర్జన్ అనుకున్నాడు. ఇలా నేరస్తుడి గురించి ఆలోచిస్తూ ముఖం ప్రక్కకు తిప్పాడు. దాంతో, బల్లకింద దాక్కొని ఉన్న సుపరిచితుడు కంటబడ్డాడు. అది ఎవరో కాదు, కుమార్ అని గ్రహించాడు.

ఆగకుండా ముందుకు దూసుకెళ్తూ కుమార్‌ను పట్టుకున్నాడు. కుమార్ తన చిన్న శరీరంతో జనాలను తప్పించుకొని ముందుకు సాగాలని చూశాడు. హఠాత్తుగా వస్తున్న బండిని తప్పించుకోవాలనుకున్న అర్జన్, మడమ నొప్పిపెడుతుండగా, తప్పించుకుంటున్న కుమార్‌పైకి దూకి అతణ్ణి పట్టేసుకున్నాడు. అతని కాళ్ళను పట్టుకొని, గోడవైపుకి తోసి, సూటిగా అతని కళ్ళల్లోకి చూశాడు.

''ఇక్కడేం చేస్తున్నావు నీవు?''

''నీవు ఇక్కడేం చేస్తున్నావు?'' కుమార్ అడిగాడు.

''మమ్మల్ని వెంటాడుతున్నావు. ఎందుకు?''

రాత్రికి నమ్మినబంటైన కుమార్ తటపటాయించాడు. ''ఎందుకంటే, రాత్రికి మీరు చేస్తున్నదంతా తెలుసు. మిమ్మల్ని హద్దుల్లో ఉంచమన్నది.''

రాత్రికి అంతా తెలుసా?

''ఎలా?''

''మీ మిత్రులు అని మీరు చెప్పేవారితో జరిగే మీ సమావేశాల గురించి తెలుసుకోలేనంత బుద్ధిహీనురాలో, అజ్ఞానురాలో కాదు రాత్రి. చెప్పకూడదన్న ఇంగితజ్ఞానం లేదు మీ మిత్రుడికి.''

బాలా.

అర్జున్ రాళ్ళమార్గం మీద కూర్చొని తల కొట్టుకున్నాడు. ''ఆమెను క్షమాపణ వేడుకున్నామని చెప్పు.''

''ఆమెకు మీ క్షమాపణ అవసరం లేదు. ఆమెకు పకడ్బందీ పథకం కావాలి. మీవద్ద ఉందా? ఆ పెద్ద మనిషి పేలుడుగుండ్ల గురించి చెప్పాడు. దానివల్ల ఆమెకు భయమేసింది, అతడు ఎంత నచ్చజెప్పినా కూడా.''

బాలా తమకు ద్రోహం చేశాడని అర్జున్ నమ్మలేకపోయాడు. కానీ ఎందుకు? కేవలం ఒక ఆకర్షణ కోసమా?

''ఏమంటున్నావు నీవు?''

''ఆవిడ సహాయం చెయ్యగలదు.'' కుమార్ నవ్వుతూ అతని భుజం తట్టాడు. ''ఆమె మీ దాడికి ఆర్థిక సహాయం చెయ్యాలనుకుంటోంది, ఈ బందిపోట్లతో కలిసి మీరెక్కడెక్కడికెళ్ళినా సరే!''

''ఎందుకు చెయ్యాలనుకుంటోంది?''

''ఆమెకు వేరే దారి లేదు,'' కుమార్ అన్నాడు. ''లక్ష్మి కోసం కూడా అనుకుంటోంది.''

అవును కదా!

పద్మ కూడా హడావుడిగా బయటకు పోవడం చూశాడు అర్జున్. ఒకవేళ అర్జున్ మధుశాల నుంచి బయటకు దూసుకురావడం గమనించిదేమో. పద్మకు కుమార్‌ను చూసిన వెంటనే ఖంగారు పుట్టింది. ఆమె ఏమీ పలకలేదు, కానీ కుమార్ ఆమెను కోపంగా చూడడం అర్జున్ గమనించాడు.

''మన పని అయ్యాక ఈ దీర్ఘ మౌనాలను పాటించవచ్చు,'' అర్జున్ ప్రకటించాడు.

''ఇప్పుడేమవుతోంది?'' పద్మ అడిగింది.

అర్జున్ఆ యువయక్షుణ్ణి తట్టాడు. ''ఇతనిప్పుడే మనకొక ఆర్థిక సౌజన్యాన్ని తీసుకొచ్చాడు.''

67

కల్కి ఒక బంజరుభూమిలో నిలబడి ఉన్నాడు. ఇది మహాయుద్ధంనాటి భూమిలాగా ఉందనిపించడంతో అతనికి హడలు పుట్టింది. ఎకరాలకొద్దీ నిర్మానుష్యమైన భూములు, రక్తసిక్తమైన కళేబరాలు, సగం ఎండిన ఎర్రటి రక్తపు మడుగులు, నిస్తేజమై, పొగతో కూడిన ఆకాశము, విరిగిన రథాలూనూ. ఈ దృశ్యం ఎంత దుర్భరమైనదైనా, అందులో కల్కికి శోకంతోపాటు సానుభూతి, సారూప్యత కనబడ్డాయి. ఇది శోకభూమి, అనుకున్నాడతను.

''యుద్ధాల్లో మూడొంతులు అత్యాశలకు పర్యవసానాలే,'' ఒక మృదువైన గొంతు అతని వెనుక నుంచి పలికింది.

కల్కి వెనక్కు తిరిగి చూడగా, ఒక విచిత్రవ్యక్తి వేణువుతో, పసుపురంగు కిరీటంతో కనిపించాడు. దానిపై ఒక నెమలి పింఛమున్నది. తాపీగా నడుస్తున్న అతని శరీరంపై ఎటువంటి గాయలూ, దెబ్బలూ లేవు.

''ఏమిటిది?'' కల్కి తన పూర్వాంశ అయిన గోవింద భగవానుణ్ణి అడిగాడు. అతడే ప్రాచీనులలో ఆఖరివాడు.

''కళ్ళకు కనబడేదే.'' గోవిందుడు నవ్వలేదు, కానీ అతని ముఖాన వ్యంగ్యమైన హాస్యం లీలగా కనబడుతోంది. ''ఏమీ లేదు. ఇదేమీ లేదు.''

కల్కి గతానికి పయనించి, రాఘవ భగావానునిచే శిక్షణ పొందాలని లోలోన అనుకుంటూ ఉండగా, గోవిందుడు ఎందుకు ప్రత్యక్షమయ్యాడో తెలియలేదు. అయినా ఆ మాట గోవింద భగవానుణ్ణి అడగదలచుకోలేదు.

''నేనెందుకు ఇక్కడకు తీసుకొని రాబడ్డాను?''

''ఈ పర్యవసానం మళ్ళీ జరగబోతుంది కనుక.'' గోవిందుడు తల తిప్పి ఆ మారణహోమాన్ని చూశాడు, అప్పుడు ఒకింత విసుగు అతని కళ్ళల్లో కనబడి, మాయమైంది. ''అప్పుడు నీవు ఉంటావు.''

కల్కి ఆగాడు. ''నేనేం చెయ్యాలి?''

గోవిందుడు కల్కి ప్రశ్నకు సమాధానమివ్వకుండా అవతలికి నడిచాడు. గోవిందుడు ఒక శవం ప్రక్కన మోకాళ్ళ మీద కూర్చోవడం చూశాడు కల్కి. అది బ్రతికున్న వ్యక్తే, దాహంతో తపిస్తున్నాడు. గోవిందుడు గాలిలోనుంచి నీరు ఎలా సృష్టించాడో గమనించాడు కల్కి. కిందపడ్డ రక్తం గాలిలోకి ఎగిసి గుండ్రంగా చుట్టుకుంది, అప్పుడు గోవిందుడు కళ్ళు మూసుకొని జపం చేశాడు, ఆ వలయం నీరుగా మారేంతవరకు. నేలమీద తిరుగుతున్న మట్టితో చెంబును సృష్టించి నీటిని దాంట్లో పోశాడు. ఆ మనిషి తలను ఎత్తి నీళ్ళు త్రాగించాడు. అప్పుడు ఆ మనిషి మృతదేహంగా మారిపోయాడు, చేతులూ కాళ్ళూ చల్లబడిపోయాయి.

గోవిందుడు ఆ మనిషి కళ్ళని మూసివేసి కల్కివంక తిరిగాడు. ''మన అహంకారం మనకు సంతోషాన్ని ఇవ్వవచ్చు, కానీ సహాయం చెయ్యడం వల్ల మనము ఇంకొకరికి ప్రేరణ అవుతాము.''

కల్కిని చూస్తూ నిలబడ్డాడు. ''సమయం వచ్చినప్పుడు ఏం చెయ్యాలి నీవు? వేచి ఉండి నేర్చుకోవాలి. తొందరపడకు, లేకపోతే తడబడతావు. ఏది జరిగినా మంచికే. ఇప్పుడిది విడ్డూరంగా అనిపించవచ్చు, కానీ కొన్నేళ్ళ తరువాత, ఈ సమయం వృథా అవ్వలేదని, ప్రతీ క్షణమూ సద్వినియోగమయ్యిందనీ నీవు తెలుసుకుంటావు.''

''నేను నా గమ్యం చేరే ముందే వాళ్ళు నన్ను చంపేస్తేనో?''

గోవిందుడు కల్కి దగ్గరకు నడచాడు, అతణ్ణి సూటిగా చూస్తూ. ''చురుగ్గా స్పందించాలి, గుర్తుపెట్టుకో.'' గోవిందుడు తన చేతిని మెరుపులా చురుగ్గా తిప్పి, కల్కిని గుద్దాడు. నిమిషంపాటు కల్కి విస్తుబోయినా, గోవిందుడి చేష్ట వెనుక గల పరమార్థాన్ని అర్థం చేసుకున్నాడు.

''నీవు తెలివిగా కూడా పనిచెయ్యాలి. మాటలు కత్తులకన్నా శక్తిమంతమైనవి, గుర్తుపెట్టుకో. అవి విచక్షణతో వాడితే ఇప్పటికన్నా మంచి యోధుడవవుతావు.''

కల్కి తలూపాడు. ఖాళీ బంజరుభూమిలో తన మనసు తనకెదురుగా సృష్టించిన వ్యక్తితో నిలబడడం విడ్డూరంగా అనిపించింది. అతను ఏం చెబితే బాగుణ్ణని కల్కి అనుకున్నాడో అదే చెప్తున్నాడు. ఇది ఇలాగే పనిచేస్తుంది. ఈ దృశ్యాలకు చరిత్రతో ఉన్న అనుబంధం నిజమే కానీ, కల్కి వల్ల అవి మరింత ఎత్తుకు వెళ్ళి, మరింత మెరుగవుతాయి.

ఉన్నట్లుండి, ఊరికెనే, ఒక శూన్యంలోకి లాగబడి, కుదపబడ్డాడు. రాతినేలపై వెల్లికిలా పడ్డాడు. ఇంద్రఘర్ చెరసాలలోని చీకటిలోకి చూస్తూ ఉన్నాడు. పక్క చెరలోని ఖైదీ తప్పించుకున్నది అతనిలో కాస్త అసూయ రేపినా, సంతోషమనిపించింది. అర్జన్, కృపా, బాలా ఎక్కడున్నారు? తను వాళ్ళమీదే ఆధారపడ్డాడు, కానీ ఇంతవరకు ఏమీ జరుగలేదు.

రోజులు గడిచాయి.

విసుగును పోగొట్టుకొనేందుకు అతను తన పొడవాటి గోళ్లను నేలపై రాయగా, అతణ్ణి కలవరపెట్టే ఆ చెప్పుల శబ్దం వినిపించింది. ఇనపచువ్వలకు ఎదురుగా సాక్షాత్తూ దురుక్తి నిలబడి ఉంది. ఆతృతతో, భటులు లేకుండా. ద్వారం దగ్గర నిలబడ్డవాడిని వెళ్ళిపొమ్మన్నది.

''తల్లీ, మేము ఎట్టి పరిస్థితుల్లోనూ ఇక్కడ నుంచి కదలకూడదని కాళి ప్రభువులవారి ఆనతి,'' ఒకడు విన్నవించాడు.

దురుక్తి అన్నది, ''నేనెవరో తెలుసా?''

''ఊఁ, తెలుసు తల్లీ.''

''ఐతే నా ముందు మాట్లాడినందుకు నేను నీ శిరస్సును ఛేదించవచ్చునని తెలుసుగా. నేను ఖైదీతో ఏకాంతంగా మాట్లాడాలి, అందుకని మీరందరూ వెంటనే వెళ్ళిపోవాలి.''

నాగుడు భయంతో ముడుచుకుపోయి, సమ్మతించి, బయటకు వెళ్ళాడు. పూర్ణమైన అధరాలతో, వెడల్పుగా వికసించిన నేత్రాలతో, మామూలుకంటే వివర్ణంగా ఉన్న వదనంతో దురుక్తి అతని గది అవతలి వైపున కూర్చుంది. ఆమె భయపడుతోంది. ఆమె తన కోపాన్నీ భయాన్నీ దాచే ప్రయత్నం చెయ్యడం కల్కికి కనిపిస్తూనే ఉంది.

తమ మధ్య జరిగిన చరిత్రను ప్రక్కనపెట్టి, కల్కి మెల్లగా తూలుతూ ఆమెవైపుకెళ్ళి, ఆమె దృష్టిని ఆకర్షించాలని చూశాడు, కానీ ఆమె చూడలేదు.

''నేను అన్నిటికీ క్షమాపణ అడుగుతున్నాను,'' పెదాలను సరిగ్గా కదిపేందుకు కూడా భయపడుతూ ప్రారంభించింది దురుక్తి.

''ఫరవాలేదు.'' కల్కికి అర్జన్ మీది కోపం ఎలా తొందరగా మాయమవుతుందో, అలాగే దురుక్తి మీది కోపం కూడా మాయమైంది. అందరికీ ఒక మార్గం ఉంటుంది, అందరూ ఎంపికలు చేస్తారు, కానీ ఆమె ఎంచుకున్న మార్గం దుష్పరిణామాలకు దారితీస్తే అది ఆమె తప్పు కాదు. మనమందరం ఏదో ఒక రకంగా నాయకులము, చెడ్డవాళ్ళము కూడా. దురుక్తి యుద్ధాన్ని నివారించేందుకు ఎంతగానో ప్రయత్నించింది. ఆమె ప్రతి అడుగుకూ కల్కి అడ్డు తగిలి అవమానించాడు. అయినా ఆమె ఇక్కడకొచ్చింది, క్షమించమని అతణ్ణి వేడుకుంటోంది.

''నేను విని ఉండాల్సింది. కాళికి పిచ్చెక్కింది. నేను గొప్ప చెల్లిని కాకపోయినా, అతనెప్పుడూ నామీద చెయ్యి చేసుకోలేదు. కానీ కొన్ని రోజుల క్రితం కొట్టాడు. నీవంటి అమాయక పల్లెటూరి కుర్రాడికి నిష్కారణంగా హాని కలిగించడం వంటి తొందరపాటు నిర్ణయాలు ఎప్పుడూ తీసుకోలేదు, కానీ ఇప్పుడలా చేస్తున్నాడు. అతను దానికి ఏవో మెలికలతో కూడిన హేతువులు చెబుతున్నాడు కానీ, అతని పిచ్చికి ఒక పద్ధతి లేదు.''

తనకూ, కాళికీ మధ్య జరిగినదాన్నిబట్టి, కాళికి తనంటే భయమని తెలుసుకున్నాడు

కల్కి. అది మానసికమైన భయమే కాదు, భౌతికమైనది కూడా. ఎవరో కల్కి గురించి హెచ్చరించి ఉంటారు. ఇలాంటి పిచ్చి హెచ్చరికల మూలంగా, కాళి కల్కిని అణగదొక్కాలన్న ఆదుర్దాతో దుష్కర్మలకు పాల్పడుతున్నాడు. ఒకవేళ సోమశక్తి అతని మెదడుపై ప్రభావం చూపుతోందేమో, లేదా అతను దాన్ని ఎక్కువ మోతాదులో తీసుకొని భ్రాంతికి లోనయ్యాడో.

''బెంగపడకు.'' ఆమె భుజాన్ని తట్టేందుకు ప్రయత్నించాడు, కానీ సంకెళ్ళు చువ్వలను తాకి సడి చేశాయి. చింతిస్తూ చేతులను వెనక్కు తీసుకున్నాడు. ''నన్ను విచారణకు తీసుకెళ్తున్నాడు.''

''తెలుసు,'' అన్నది అయిష్టంగా, తలూపుతూ. ''దీని గురించి మనం ఏదో ఒకటి చెయ్యాలి.'' అని ఆగింది. ''నేను అన్నిటికీ క్షమాపణ వేడుకుంటున్నాను. మీ గ్రామానికి వచ్చినందుకూ, మిమ్మల్ని గాయపరచినందుకూ, మీ ఇళ్ళను పగలగొట్టినందుకూ. నేనలా చేసి ఉండకూడదు. ఎంత అనుకున్నా, నన్ను నేనే మన్నించుకోలేకున్నాను. నాపై నాకే ద్వేషంగా ఉంది. నా అన్నను కాపాడుతున్నాననుకున్నాను, అదే నా లక్ష్యము. ఇంకేదీ పట్టించుకోలేదు. నా అన్నపట్ల నాకున్న ప్రేమ నా బుద్ధిని చెడిపిందని నమ్మలేకున్నాను. అంతా తప్పే. నాకు తెలుసు. నిన్ను...ఊఁ...వినోదవస్తువుగా ప్రదర్శించాలనుకున్నందుకు క్షమాపణ వేడుకుంటున్నాను. అలా చేసి ఉండేదాన్ని కాదు. నిన్ను వెక్కిరించాను. ఎందుకు? ఒక్కొక్కప్పుడు వ్యక్తులు అనుకోకుండానే ఇంకొకరికి చెడుపు చేస్తారు. వాళ్ళు బహుశా కేవలం స్పందనను కోరుకుంటారు, నేనూ నీనుంచి అదే కోరుకున్నాను. నేనలా చేసి ఉండకూడదు. నిన్ను అక్కడే వదిలేసి ఉండాల్సింది.'' అంటూ ఏడుస్తూ ఆగింది. ''నిన్ను నేను ఇష్టపడ్డాననుకున్నాడు అన్నయ్య. అది నిజమే. ఇష్టపడ్డాను, కానీ అది శృంగారపరంగా కాదు. నాకు నీ తృష్ణ, నిజాయతీ, నీవాళ్ళపట్ల నీకున్న అక్కరా నచ్చాయి. నేను ఏ గుణాలైతే ఒక వ్యక్తిలో చూడాలనుకున్నానో, ఏవైతే నిజానికి ఎవ్వరిలోనూ కనబడలేదో, అవి నీలో చూశాను. అందరూ స్వార్థపరులే. నీవు కావు. నీకు అక్కర ఉంది. నిజంగా ఉంది. ఈ కుర్రాడు నా పక్షాన ఉంటే ఎంత బావుణ్ణు, అనుకున్నాను. మనం కలిసి ఎన్ని అద్భుతాలు సాధించేవాళ్ళమో కదా? నిస్వార్థాన్ని వెతికే ప్రయత్నంలో, నేనే స్వార్థంగా ఆలోచించాను. ఎంతటి ఆషాఢభూతినో!''

కల్కి కాసేపు ఏమీ మాట్లాడలేదు.

''మాట్లాడు, కల్కి.''

కల్కి సరైన మాటలను ఎంచుకొనేందుకు ప్రయత్నిస్తూ గుటక మింగాడు. ''ఫరవాలేదు. అయ్యిందేదో అయ్యింది. కానీ నేను తప్పించుకోవాలి, దురుక్తీ.''

''అవును, నాకు తెలుసు.'' కన్నీళ్ళను తుడుచుకుంటూ, అతణ్ణి చూస్తూ దురుక్తి అతనివైపు తిరిగింది.

''ఏవైనా పథకాలున్నాయా?''

దురుక్తి క్షణంపాటు ఆలోచించింది, కానీ వెంటనే తలాడించింది. ''అవును.'' ఆమె లేచి నిలబడి, కల్కిని బందీగా ఉంచిన చెర తలుపును తెరిచింది. తన సంకెళ్ళు కూడా విప్పబడాలని కల్కికి అర్థమైంది. దురుక్తివద్ద చిన్న గొడ్డలి ఉంది, దాంతో సంకెళ్ళను విరిచేడం మొదలుపెట్టింది. కానీ కష్టపడింది. ఆమె సన్నటి చేతులు అందుకు ఉపయోగపడట్లేదు.

''నన్ను చెయ్యనీ,'' కల్కి అన్నాడు. సమయం చాలా ప్రధానమిక్కడ, దురుక్తేమో జాగుచేస్తోంది.

అతణ్ణి వెక్కిరింతగా, జుగుప్సతో చూసింది. ''నీకు విముక్తి కలిగించేవాళ్ళను ఎన్నడూ తూలనాడకు. వాళ్ళే నిన్ను మళ్ళీ బందీ చేయగల సమర్థులు.''

ఆఖరికి ఆమె సంకెళ్ళను విరక్కొట్టగా, కల్కి నవ్వాడు. వాటి బిగువు వీడాక, తక్కిన భాగాలను తనే విడగొట్టుకున్నాడు. ఆ తరువాత మెడచుట్టూ ఉన్న శృంఖలాలను విరిచాడు. కల్కి వెనక్కు తిరిగి దురుక్తిని చూశాడు. వివర్ణమైన ఆమె బుగ్గలపై ఎండిన కన్నీటి చారికలున్నాయి, ఆమె కాటుక చెరిగింది, కానీ కల్కి శక్తిని చూసి ఆమెకు మంచి అభిప్రాయం కలిగింది.

అయిపోయింది, చాలా కాలానికి మొదటిసారిగా, కల్కికి తన మడమలు, మణికట్టులు నిజంగా స్వేచ్ఛను అనుభవిస్తున్నట్లు అనిపించింది. వాటిని మర్దనా చేసుకుంటూ నవ్వాడు.

''ఏదైనా జరుగకముందే మనం ఇప్పుడే వెళ్ళిపోవాలి,'' దురుక్తి పలికింది.

ఆమె తలుపువైపు వెళ్ళే మునుపు, కల్కి ఆమె చేతులను పట్టుకొని, తనకేసి లాక్కొని, గట్టిగా వాటేసుకున్నాడు. క్షణంపాటు, కల్కి చేసినదానివల్ల ఆమె శరీరం బిగిసింది. తరువాత చొక్కాలేని అతని వీపుపై తన చేతులతో స్వేచ్ఛగా రాసింది. కల్కికి ఆమె స్పర్శ నచ్చింది, కానీ ఈ స్పర్శే లక్ష్మిని హత్య చేసింది. కల్కి నవ్వేందుకు ప్రయత్నిస్తూ, ఆమె అయోమయానికి గురవ్వగా, తనను తాను నియంత్రించుకున్నాడు,.

''ధన్యవాదాలు.'' అతని మనసులో అత్యంత హార్థిక కృతజ్ఞతాభావం ఉంది.

దురుక్తి ప్రత్యుత్తరంగా తలూపి, పంజరం నుంచి దూరంగా వెళ్ళడం మొదలుపెట్టింది. తమకు ముందే, విచారణ లేకుండా విడవబడ్డ కల్కిని మిగతా ఖైదీలు ఆక్రోశంతో చూస్తూ, చెరలను కొడుతూ, అరవడం మొదలుపెట్టారు. బలవంతాన ఈడవబడడం కంటే తన కాళ్ళమీద నడవడం కల్కికి ముచ్చటగా అనిపించింది.

ఇనుపచువ్వలతో కూడిన ద్వారాన్ని జరిపి, దురుక్తి అతణ్ణి నాగభటులు నిలబడే చోటుకు తీసుకెళ్ళింది. వాళ్ళను తప్పించుకొని, దురుక్తి అతణ్ణి బయటకు తీసుకెళ్ళి, తలుపు వద్ద భయంతో స్తంభించిపోయింది.

కల్కి ముందుకు చూడగా, ఎందుకన్నది తెలిసింది. వాళ్ళ ముందరే కాగడాలు, యుద్ధకవచం, గొడ్డళ్ళూ, కుంతాలతో ప్రత్యక్షమయ్యాడు మార్తాంజుడు. కానీ

క్రిందటిసారిలాగా లేడు. అతని కంటి అవిటితనం మహిమాన్వితంగా మాయమైంది, అతను శక్తితో తేజరిల్లిపోతున్నాడు. అతనొక సీసానుండి కాస్త ద్రవాన్ని తాగడం గమనించిన కల్కి, అది సోమశక్తి అని తెలుసుకున్నాడు.

పునరావృత్తమవుతోంది.

మార్తాంజుడి ముఖాన క్రూరమైన నవ్వొకటి మెరిసింది. అతడు ఈల వెయ్యగా, రాక్షససైన్యం ఇరువైపులా దారి విడువగా, ఒక వ్యక్తి ప్రవేశించి దురుక్తిని ఎదుర్కొన్నాడు.

అది ఆమె అన్నే.

''బాగున్నారా,'' బుసకొట్టాడు.

కల్కి అతణ్ణి ఇదివరకు చూసినప్పటికంటే తల బోడైపోయింది, చర్మం కారుమబ్బుకంటే నల్లబడింది, దానికి భిన్నమైన ఎర్రటి కళ్ళు భయంకరంగా ఉన్నాయి.

''వాళ్ళని పట్టుకో. ఆ కుర్రాణ్ణి చంపవద్దు.'' కాళి ఎర్రని కళ్ళు అతణ్ణి చూస్తూ ఉన్నాయి. ''రేపు వాడికి విచారణ ఉంది.''

తప్పించుకోవాడానికి తను చేసిన వ్యర్థప్రయత్నం చావుకే దారితీసిందని గ్రహించాడు కల్కి.

68

పిచ్చుకల పాటలతోనూ, గుడ్లగూబల నిద్రలతోనూ కూడిన రోజున, తన అన్న ఉరి తీయబడి, కిందకు లాగబడి, ముక్కలుగా నరకబడతాడని అర్జన్‌కి తెలిసింది.

దీనికి ఎలా స్పందించాలో అతనికి తెలియలేదు. ఏమీ చేయలేనితనం అతనికి తిమ్మిరెక్కించింది. ఏం చేయడానికీ చేతగాక, బరువెక్కిన గుండెతో సోమశక్తి దాచి ఉంచబడ్డ స్థావరం నుంచి దూరంగా నిలబడి, దాని చుట్టూ తిరిగాడు. ఏదో ఒకటి చెయ్యాలని తెలుసు. పద్మ, బాలాలతో కృప అతని ప్రక్కనే ఉన్నాడు. అవతలివైపున, దత్తాత్రేయ మార్గదర్శకత్వంలో మ్లేచ్ఛులు ప్రశాంతంగా నిలబడి ఉన్నారు. ఒరల్లో ఆయుధాలతో, సంకేతం కొరకు వేచి ఉన్నారు. అక్కడ ఒక్క తలుపే ఉన్నది, దానిపైనే దాడి చెయ్యాలి.

కొబ్బరినారతో కప్పబడి ఉన్నది అర్జన్ కొడవలి. దాన్ని అతను ఖడ్గంలాగా పట్టుకున్నాడు.

రాక్షసులు ఆ గది మీద బాణాలను ఎక్కుపెట్టి సిద్ధంగా ఉన్నారు, బహుశా ఎవరైనా దాడి చేస్తే ఎదుర్కొనేందుకని. వాళ్ళు దాడి చేస్తారు కూడా.

''సూర్యుడు అస్తమించే సమయంలోనే విచారణ మొదలవుతుంది,'' అర్జన్ అన్నాడు. ''ఏదో ఒకటి త్వరగా చేసి, ఉత్తీర్ణులమవ్వాలి.''

''చేద్దాము.'' కృప గంభీరంగా అన్నాడు. ''లేకపోతే, దీని గురించి సంబరపడవచ్చు, కదాం. ఊఁ.'' అయోమయంగా ఉన్న అర్జన్, పద్మల ముఖాలను చూశాడు. ''అంతవరకూ రాదని ఆశిద్దామా, ఊఁ?''

మ్లేచ్ఛులు అనుసరించి రాగా, అర్జన్ ఆ గదిని సమీపించడం మొదలుపెట్టాడు. అర్జన్ మామూలుగా కదిలాడు, యాపిల్ పండ్ల బండిని చూస్తూ.

గది సరిహద్దులలో ఒక ఘంటానాగకుడు ఉన్నాడు. ముందు ఇతడి తల నరకాలి, తక్కినవాళ్ళకు సహాయం లభించకుండా.

అర్జున్ ఇంకా ఏమీ చెయ్యక మునుపే, దత్తాత్రేయ గట్టిగా నిట్టూరుస్తూ అతణ్ణి కలిశాడు.

''ఇది సరైన పథకం కాదు, కదూ? నీవు రాత్రివేళ చెయ్యాలన్నావు, పగటిపూట కాదు.''

''అవును. కానీ మనం ఆలస్యం చేస్తే నా అన్న చనిపోతాడు. అది నేను భరించలేను.'' మండుతున్న అర్జున్ కళ్ళు దత్తత్రేయ వెనకంజ వేసేట్లు చేశాయి. దత్తాత్రేయ చెప్పింది నిజమే అయినా, అర్జున్‌కు అతనంటే ద్వేషంతో కూడుకున్న కోపం ఉంది. ఈ దాడికి ఒక ప్రణాళికా, ఒక పద్ధతీ లేవు. లోపలికి ప్రవేశించి, హతమార్చి, నిష్క్రమించడమేం వీలైనంతవరకు ప్రాణాలను కోల్పోకుండా. ఇది సమన్వయం లేని ఆత్మాహుతి ఉద్యమం.

''నాతో వస్తావా రావా?'' అర్జున్ ప్రశ్నించాడు.

దత్తాత్రేయ కళ్ళూ నోరూ వంకరగా పెట్టి ఆలోచిస్తూ, సంకోచించాడు. అర్జున్ భుజాలెగరేసి, కృప, పద్మలవంక చూశాడు. ఈసారి తన ఈటెను తీసుకొని ముందుకొచ్చాడు. ద్వారపాలకులైన ఇద్దరు రాక్షసులు పొడవాటి ఖడ్గాలతో ముందుకొచ్చారు.

''ఏం చేస్తున్నావు, పిల్లాడా? ఎందుకొచ్చానా అని బాధపడే ముందరే ఈ చోటు వదిలి వెళ్ళిపో.''

అర్జున్ తన పాదాలను నేలమీద గట్టిగా మోపాడు. కదలలేదు. నిజం చెప్పాలంటే, క్షణంపాటు కదలలేకపోయాడు. ముందుకు సాగమని తనను తానే ఆదేశించుకున్నాడు.

ఒక రాక్షసుడు ముందుకు రాగా, కృపవద్ద నుండి నేర్చుకున్నదాన్ని ఆధారం చేసుకొని, ఈటెను విసిరి, రాక్షసుడిపై వేటు వేశాడు, ఆ ఆయుధం అతడి నోటిని బాగా గాయపరిచింది. దాంతో అందరికీ ఖంగారు పుట్టింది. వెంటనే రెండవవాడు అర్జున్ ముందు ప్రత్యక్షమయ్యాడు. అర్జున్ వైపుకు దూకి, విడవకుండా పదేపదే దాడి చేస్తున్న అతనిపై అర్జున్ ఈటెతో దాడి చెయ్యాల్సొచ్చింది. అతని తలపై కొట్టి, చర్మాన్ని చీల్చేశాడు.

అర్జున్ మీద శరవర్షం కురవగా, ఆ బాణాలు రాక్షసుడి వీపుకు తగిలేట్లు ఆ రాక్షసుడి శవంతో వాటిని అడ్డుకున్నాడు అర్జున్. బాణాలు రావడం ఆగిందని అర్జున్ గ్రహించాడు. ఇంతలో భారీ అడుగులు వినబడ్డాయి. వాటివెంటే కేకలూ, ధ్వనులు వినబడ్డాయి. మ్లేచ్ఛుల సమస్త సైన్యమూ ద్వారాల వద్దకు వస్తోంది.

కొందరు మ్లేచ్ఛులు ద్వారం దగ్గరున్న రాక్షసులను చంపగా, మరికొందరు స్థావరంపైనున్న వారిపై బాణాలను వేశారు, ఆ రక్షకభటులను కింద పడేస్తూ. తలపై బాణం తగిలి ఘంటావాదకుడే ముందర చచ్చిపోయాడు.

ద్వారాన్ని ప్రవేశించే ముందర దత్తాత్రేయ అర్జున్‌కు చెయ్యందించి అతణ్ణి పైకి లాగాడు. పద్మ, కృప అతనితోనే ఉన్నది చూశాడు అర్జున్.

''మంచి పని చేశావు,'' పద్మ అన్నది, కాస్త వెక్కిరింతగా.

బాలా ముందు చొరవ తీసుకొని బురుజు తలుపును విరగ్గొట్టసాగాడు. కానీ హఠాత్తుగా ద్వారపాలకులు వీళ్ళపై దాడి చేశారు. బాలా తనకు సమానమైన ఎత్తుగల ఒక రాక్షసుణ్ణి పట్టి, ఇంకొక రాక్షసుణ్ణి ఇంకొక చేత్తో పట్టాడు. వాళ్ళను తన పొట్టిచేతులతో నలిపేస్తుంటే అతనికి ఏ బాధా అనిపించలేదు. ఆ నిమిషంలో, తమ పథకాలను రాత్రికి చేరవేసిన బాలాను క్షమించేశాడు అర్జన్. బాలా చేసింది కూడా మంచికే అయ్యింది. ఈ పథకానికి ఆమె ఒప్పుకొని, మ్లేచ్ఛులకు సామ్మిచ్చేందుకు కూడా సమ్మతించింది.

బాలా గదతో ద్వారాన్ని పదేపదే మోదాడు. ఆ చెక్క తలుపు క్రమేణా ముక్కలై, క్రిందకు దారితీసే మెట్లు కనబడ్డాయి. అర్జన్ ఒకసారి తిరిగి చూడగా తెలిసింది...మ్లేచ్ఛుల సంఖ్య తగ్గిపోతోందని, రాక్షసులను వారించేంతమంది లేరని. అర్జన్ కావలసినంత సోమను సంచీలో వేసుకొని బయలుదేరేంతవరకూ రాక్షసులను నియంత్రించాలి.

కాగడాల గుడ్డి వెలుతురులో, చీకట్లో మెట్లు దిగేందుకు బాలా ముందు తయారయ్యాడు. పద్మ ఒక కాగడాను, దాని ఇనప పిడి నుండి తీసుకుంది. మెట్లమార్గం చచ్చిన ఎలుకలు కంపు, మురికినీటి కంపూ కొడుతోంది. కాసేపటి ముందు జరిగిన పోరాటం వల్ల కలిగిన శబ్దాలకు బదులుగా ఇప్పుడు ఏర్పడిన నిశ్శబ్దం అందరినీ అనిశ్చితికి గురిచేసింది. పరిస్థితి మరింత భయంకరంగా అనిపించింది. క్షణంపాటు, ఎక్కడకెళ్ళాలో తెలియలేదు బాలాకి. తరువాత తెలిసిందిం ఆ మెట్ల మార్గం ఇంకొక వెడల్పాటి నడవాకు దారితీస్తోందని, దాని పైకప్పు చాలా క్రిందకు ఉందని. బాలా తన లావాటి మోకాళ్ళను వంచి, ఒంగి నడవాల్సొచ్చింది.

ఆ నడవా నూనెనూ, నీటినీ కారుస్తోందని అర్జన్ గ్రహించాడు. వారి ముందర అయిదుగురు రాక్షసులు దాడికి సిద్ధంగా నిలబడ్డారు. పద్మ మొగ్గలేస్తూ రాక్షసుల కాళ్ళ మధ్యన చేరి, వాళ్ళ వీపుల మీదెక్కి దాడి చెయ్యగా, కృప తన మణిబంధాన్ని అందంగా తిప్పుతూ ఖడ్గాన్ని అద్భుతంగా సాము చేస్తూ దాడి చేశాడు. శత్రుదాడిని ప్రక్కదారి పట్టించి, తన వ్యూహరచనతో అయోమయపడ్డ రాక్షసులను చీల్చి చెండాడాడు. అర్జన్ నైపుణ్యంతో కొడవలిని ప్రయోగించి, రాక్షసుల అధోభాగాలను చీల్చాడు. ఆ దృశ్యం అతనికి అత్యంత జుగుప్సగా అనిపించింది. ఈ ఘోరాన్ని చూడలేకపోయాడు. ఇంకొకడు అతని మీదకు వచ్చి, అతణ్ణి గోడవైపుకు తోసి, ఇంతలో తనే బాలా గదాఘాతానికి లోనయ్యాడు.

రాక్షసులను చంపి, నడవా లోపలికి నడుస్తున్న వాళ్ళ బట్టలు స్వేదంతో తడిసి ఉన్నాయి. రాక్షసులు ఒకసారి దాడిచేశారు కాబట్టి, వాళ్ళ బలహీనత ఏంటో వీళ్ళు తెలుసుకున్నారు. అందువల్ల వాళ్ళు వీళ్ళ మీద సూటిగా దాడి చెయ్యకుండా, హఠాత్తుగా చెయ్యవచ్చు. ప్రస్తుత పరిస్థితి సుశిక్షితులైనవారు లేని శంబలలాగా

లేదు. ఇక్కడ, అయిదుగురూ కూడా ఆయుధప్రయోగంలో నేర్పరులు. తను కూడా కొడవలిని ఖడ్గంలాగా ఉపయోగించడంలో రాటుదేలానని తెలుసుకొని అర్జున్ నమ్మలేకపోయాడు.

నడవా అంతిమభాగంలో కొవ్వొత్తుల కాంతి తగ్గగా, రాతిఫలకం లాంటి ఒక తలుపు కనబడింది. దాని వెనుక ఏదో ఉన్నట్లుంది. బాలా ముందుకెళ్ళి దాన్ని కదిల్చాడు. అది కదలలేదు. కృప, పద్మ దానిముందు నిలబడగా, అర్జున్ కూడా సహాయం చేశాడు. తలుపు కదలగా, ఒక రాక్షసుడు పద్మవైపు దూకి, ఆమె భుజాన్ని పట్టి క్రిందకు తోసి, మెడవద్ద కత్తి పెట్టాడు.

''కదలద్దు!'' రాక్షసుడు గద్దించాడు. ''మీ స్త్రీ చనిపోతుంది.''

''నిజం చెప్పాలంటే,'' కృప ఆయాసపడుతూ, బహుశా నీరసంతో, ''మాకు ఆమె నచ్చదు, మిత్రమా. కావాలంటే నీతోపాటు తీసుకెళ్ళు.'' అన్నాడు.

రాక్షసుడు నమ్మనట్లుగా మొహంపెట్టి, ఆ తరువాత నవ్వాడు. ''నీవు అబద్ధమాడుతున్నావు, ముసలోడా. నీకు భయమేస్తోంది. తెలుస్తూనే ఉంది.''

''నీకేం కావాలి?'' అర్జున్ ముందుకొచ్చాడు.

పద్మ అతని బలహీనతను కనిపెట్టి వెంటనే అతణ్ణి మోకాళ్ళతో గుద్దగా, ''నాకు వెళ్ళిపోవాలనుంది.'' అని రాక్షసుడు బలహీనంగా పలికాడు. అతడు మూల్గి, తిరిగి కొట్టబోయాడు. అప్పుడే బాలా గదతో బలంగా కొట్టాడు. ఆ రాక్షసుడు నడవా దారి వెంబడి ఎగిరి నేలమీద వెల్లికిలా పడ్డాడు. అతడిక కదలలేదు, కాబట్టి మూర్ఛిల్లి ఉంటాడు.

''నేను నిన్ను కాపాడబోయాను,'' అర్జున్ అన్నాడు, తనను తాను సమర్థించుకుంటూ.

''అవునవును,'' పద్మ పట్టించుకోకుండా, సోమ ఉన్న చోటుకి నడవసాగింది.

అర్జున్ అందులోకి ప్రవేశించి చూడగా, ఒక చిన్న గది కనిపించింది. అది వేర్వేరు కొలతలలో ఉన్న రాతిఫలకలతో నిండిపోయి ఉంది. వాటినుంచి నీలిరంగు ద్రవం పొంగుకొస్తోంది. బాలా ఒక్క క్షణం విస్తుబోయి అతని ప్రక్కన నిలబడ్డాడు. ''అమ్మో, మనం మళ్ళీ కలిశాము,'' అని గుసగుసలాడాడు, కానీ అర్జన్‌కి అర్థం కాలేదు. కానీ వెంటనే ముందుకు నడిచి రాతిఫలకలను విరగ్గొట్టాడు.

''అయితే ఇదే శాశ్వతమైన కానుక...'' అర్జున్ బాలాను మోచేత్తో గుద్దాడు, విస్తుబోయిన పద్మ ముందు వాగేస్తున్నందుకు.

''ఇవి నిజంగా మూలికలు కావు,'' బహుశా ఇంకెవరితోనో జరిగిన సంభాషణ ఆధారంగా అన్నది పద్మ. ''ఏమిటివి?''

''సామగ్రి అని చెప్పానుగా, పిల్లా,'' అన్నాడు కృప, వంగి.

''వీటికెందుకు ఇంత బందోబస్తు?'' పద్మ కాగడాను పట్టుకొని ప్రశ్నించింది.

''ఎందుకంటే, జాగ్రత్తగా వాడకపోతే ఇవి చాలా విధ్వంసానికి దారితీస్తాయి,'' కృప నిట్టూరుస్తూ అన్నాడు, జాగ్రత్తగా రాళ్ళను తాకి, వాటిని తేలికగా ఫలకాల నుంచి తీసేసి నేలపై మోపుతూ. గోనెసంచీని కట్టి అర్జన్‌తో చెప్పాడు, ''వచ్చిన పనయ్యింది.''

అప్పటికి అర్జన్ వంగి రాళ్ళ క్రింద పుట్టిన నీటిని రుచి చూశాడు. అది నూనె.

''నాకర్థం కావట్లేదు. ఎందుకు నూనె కారుతోంది?''

''ఎందుకంటే, మిత్రమా, ఇవి మామూలు రాళ్ళు కావు,'' కృప అన్నాడు, ''ఇవి అగ్నిసెగలతోను, నూనెతోను రూపొందుతాయి. ఇవి నూనెను ఎందుకు కారుస్తాయో నాకు సరిగ్గా తెలియదు కానీ, సులభంగా మండుతాయి.''

''కాళి కోసం ఈ శక్తినంతా ఇక్కడే వదిలేయాలా?'' అర్జన్ అన్నాడు. ''దానికి నేనొప్పుకోను.'' బాలా చేతులను మడుచుకున్నాడు. అతని గద అతని నడుముకు వేళ్ళాడుతోంది.

''సోదరుడు చెప్పేది నిజమే, ముసలోడా. ఏదో ఒకటి చెయ్యాలి.''

''దాని గురించి తరువాత ఆలోచించవచ్చు, మిత్రమా. ఇప్పటికి ఏం చెయ్యాలో అది చేద్దాము,'' కృప తలుపుకేసి వెళ్తూ మూల్గాడు. ''మీకందరికీ బయలుదేరే ఉద్దేశ్యం లేదా? మ్లేచ్ఛులు అక్కడే నిలబడి రక్షిస్తూ ఉండలేరు. పదండి.''

ఎవ్వరూ కదలలేదు.

అర్జన్ మందలించాడు, ''ఏదైనా చెయ్యాలి.''

''ఎలా?'' కృప విసుక్కున్నాడు.

అప్పుడే పద్మ ఎవ్వరూ అనుకోని పని చేసింది. కాగడాను పడేసి, నూనెనూ, నిప్పునూ కలిపింది, సోమపాషాణాలను ఎర్రటి మంటలు చుట్టుముట్టేసేవరకు.

''ఇలా,'' పద్మ అన్నది. ఒక విధమైన ప్రశాంతమైన కసి ఆమె ముఖాన కనబడుతోంది.

ఒక అగ్నిగోళం పేలగా, కృప కళ్ళు పెద్దవయ్యాయి. అర్జన్ ముందుకు తూలి ఆ గదిని వీడి, ఇలా అరిచాడు, ''మనం గదిని మూసెయ్యాలి, లేకపోతే మనకి మంటలు తగులుతాయి, పైభాగానికి కూడా వ్యాపిస్తాయి.''

బాలా త్వరగా మూలకెళ్ళి తను ఇంతకుముందు ప్రక్కకు జరిపిన రాతిఫలకను మళ్ళీ ఇవతలకు కదిపాడు. అర్జన్ సహాయం చేశాడు. అయినా వేడిగా మండుతున్న రాళ్ళు గదినుండి బయటకు ఎగిరి పడ్డాయి.

ఒకటైతే గది ముందు నిలబడి ఉన్న కృప చేతికి తగిలింది. ''ఇటువంటి దృశ్యాన్ని నేనెప్పుడూ చూడలేదు.''

''దృశ్యం గురించి అనుకోవడం మానేసి, మాకు సహాయం చెయ్యి.'' అంటూ అర్జన్ రాయిని తోశాడు, పద్మ కూడా వచ్చి చేరంది. కానీ కృప తను ఉన్న చోటే నిలిచిపోయాడు.

''ఇది నేను కొన్నేళ్ళ ముందే చేసి ఉండవచ్చు, కానీ చెయ్యలేదు,'' తనలో తానే గుసగుసలాడుకున్నాడు, అప్పుడతని గొంతు సన్నగా వినిపించింది. ''ఎందుకు చెయ్యలేదు? బహుశా, అది ధ్వంసమవుతుందని నాకు భయమేసిందేమో. నేనిది ఇళవర్తిలోనే ఉండాలని కోరుకున్నాను,'' అని మూర్ఛివస్తున్నట్లుగా పలికాడు. అతని స్వరం మానవస్వరంలాగా లేదు, ''ఎందుకంటే, చీకటియుగం అయ్యాక ప్రజలు దీన్ని మళ్ళీ వాడాలని కోరుకున్నాను. ఒకవేళ నేను మరీ ఆశావాదినేమో,'' అని ఆగాడు, ''కానీ ఇంకేమైనా మిగిలి ఉందా?''

ఆఖరికి ఆ ఫలకను దాని స్థానంలో పెట్టేశారు. అక్కడి వేడి ఊపిరాడకుండా చెయ్యగా, అర్జన్ బాగా ఆయాసపడ్డాడు. పొగ అతని చిత్తాన్ని కప్పివేసింది. దాంతో క్షణంపాటు ఏదీ చూడలేకపోయాడు, ఏమీ ఆలోచించలేకపోయాడు. తలాడించి లేచి, కృపను కదిపాడు. ''ఏమయ్యింది?'' అర్జన్ అడిగాడు, అతని కళ్ళల్లోకి లోతుగా చూస్తూ. ముసలాడికి తనకు తెలియని రహస్యాలుండడం అర్జన్‌కు నచ్చలేదు. ముందురోజు రాత్రి ఎలా అనిపించిందో, ఇప్పుడలా అనిపించింది.

అయోమయంతో కూడిన కళ్ళతో కృప అతణ్ణి చూశాడు. ''తెలియదు. బహుశా నా చర్యలకిది సమర్థన కాబోలు.''

వాళ్ళుండిన ఆ కన్నాన్ని వీడి వచ్చేసరికి అర్జన్ ఆ బురుజులో నిండి ఉన్న శవాలు, రక్తం మధ్య ఉన్నాడు. దుర్గంధాన్ని నివారించేందుకు ముక్కును పట్టుకొని, ఒలికిపోయి ఉన్న రక్తంపై జుగుప్సతో నడచాడు. బయటకు వెళ్ళి చూడగా, కాళ్ళూ, చేతులూ నరకబడి, కళ్ళు పీకేయబడి పడున్నాడు దత్తాత్రేయ. అతను ఆ దాడిలో మనలేకపోయాడు. అర్జన్‌కి చాలా బాధేసింది.

మరణం అనేది కోపాన్ని, దు: ఖాన్ని కుడా ఒకేసారి తెప్పిస్తుంది. ఒక మ్లేచ్ఛుడికోసం తానెప్పుడు బాధపడతాననుకోలేదు, కానీ ఈ దాడి అలా బాధపడేట్లు చేసింది.

''మనం చెయ్యాల్సిన పని ఇంకా ఉంది, సోదరా,'' బాలా అతని భుజం తడుతూ అన్నాడు.

అర్జన్ అవునన్నట్లుగా తలూపి మిత్రులతో కలిసి నడుస్తూ ఆ గదిని వీడాడు. ఆ మారణకాండలో మిగిలినవాళ్ళని తక్కిన వీక్షకులు చూస్తుండిపోయారు. సూర్యాస్తమనం అవ్వగా, మూడొంతుల ప్రజలు నగరం అవతలి వైపున జరుగబోయే విచారణను చూసేందుకు త్వరత్వరగా తరలి వెళ్ళారు. ఆలస్యం అయ్యిందని తెలుసుకున్నాడు అర్జన్, కానీ ఎలా ఆలస్యం అయ్యిందో తెలియలేదు. ఎందుకంటే, ఇదంతా అయ్యేందుకు కొంతసేపే పట్టింది. కానీ, కాలం ఎవరికోసమూ ఆగదు. కాళికి చెందిన అధికారులకు

అమూల్యమైన సోమశక్తులు మాయమయ్యాయని తెలుస్తుంది...కానీ, బహుశా విచారణ పూర్తయ్యాకే.

''ఆలస్యం అయ్యింది,'' అర్జన్ అన్నాడు, సూర్యాస్తమనాన్ని చూస్తూ. కృపా, బాలా ఒకరి ముఖాలొకరు చూసుకున్నారు. పద్మ అసలు పట్టించుకోలేదు.

''తెలుసు, మిత్రమా.'' కృప పద్మవైపు చూశాడు. ''నాకు నీ సహాయము, నీ సహాయము కూడా కావాలి,'' అంటూ బాలావైపు కూడా చూశాడు. ''నీ సహాయము కూడా కావాలి, అర్జన్. నాకు తెలిసినంతవరకు, అందరి సహాయమూ కావాలి. ఎందుకంటే, మనం అక్కడకు వెళ్ళేందుకు చెయ్యాల్సినది చేసేందుకు...''

''ఆగాగు. మనమా?'' పద్మకు అయోమయంగా అనిపించింది. ''నా పాత్ర ఇక్కడిదాకే.''

కృప పళ్ళు నూరుతూ చూశాడు. ''పిల్లా, నీ బుర్రలో ఏ ఆలోచనలున్నాయో తెలియదు కానీ, ఒక ముఖ్య విషయాన్ని మాత్రం చెప్తాను. చాలా, చాలా, ముఖ్యమైనది. మేము తీసుకున్న బాధ్యతకంటే నీకొచ్చిన కష్టం చాలా చిన్నది. మేము లోకరక్షకుణ్ణి రక్షిస్తున్నాము.''

ఇది బడాయిలాగా అనిపించింది, అందులోనూ వీరి నేపథ్యమూ, పరిస్థితులూ తెలియని వ్యక్తికి.

''ఏ రక్షకుడికి రక్షణ అవసరము? నాకు అతని రక్షణ అవసరం లేదు,'' నిరసన ప్రకటించింది పద్మ.

''అతనింకా సిద్ధపడలేదు, అంతే'' కృప వివరించాడు, మోయలేని భారంగా అనిపిస్తున్న మూటను ఒక మూలకు తెస్తూ. అర్జన్ పద్మ భుజమ్మీద చెయ్యి వేసి, అర్థం చేసుకొమ్మని అభ్యర్థించాడు. పద్మ నొసలు చిట్లించి, తరువాత ఒప్పుకుంది, తనను రాక్షసుల దాడి నుంచి రక్షించిన బాలా ముఖం చూసి.

''నేనేం చెయ్యాలి?''

''అవును, ఏం చెయ్యాలి మనం?'' అర్జన్ అడిగాడు.

కృప నవ్వాడు. ''మనం ఎప్పుడూ చేసేదే. సమాయనుగుణంగా నడుచుకోవడము.''

69

విచారణలో భారీ రక్తపాతం జరుగుతుంటుంది. వాళ్ళు ఒకరి కోసం ఆగరు, ఒకరిని వేటాడరు. అంతకుముందే వేటాడి తెచ్చినవాళ్ళను, తమ ఆనందం కోసం ప్రదర్శనలో వస్తువులుగా ఉపయోగిస్తారు. కానీ విచారణల సందర్భంలో న్యాయాధీశులను ఆహ్వానించేటప్పుడు ఆందోళన చోటుచేసుకోవడం కల్కి చూశాడు. తూర్పు వైపున ఒక వేదికపై గుమికూడి కూర్చున్నారు న్యాయసంఘ సభ్యులు. ముద్దాయి నిలబడి, తన చర్యను సమర్థించుకోవాల్సిన వేదిక నుంచి కాస్త దూరంగా ఉన్నారు నగర ప్రజలు. అప్పుడు న్యాయసంఘం నిర్ణయాన్ని ప్రకటిస్తుంది, దాన్ని న్యాయాధీశుడు అమలుపరుస్తాడు.

కల్కి మెడ మీద మాత్రమే ఖడ్గాలు పెట్టి నలుగురు నాగులు అతని చుట్టూ నిలబడ్డారు. సగం పుచ్చిపోయిన పళ్ళతో నవ్వుతూ, అతని పరిస్థితిని నిర్దయగా ఆస్వాదిస్తున్నారు తక్కిన ఖైదీలు. భూమిలోకెల్లా అధములతోపాటు తాను నిలబడడం కల్కికి నచ్చలేదు. ఖైదీలు తమ తమ విచారణలకైవరుసలో నిలబడి ఉన్నారు. కొందరిని భటులు ప్రతి క్షణం కొరడాలతో కొడుతున్నారు, ఇంకొందరిపై రాళ్ళు రువ్వుతున్నారు. మానభంగం, దోపిడీ, ఖూనీ చేసినవాళ్ళకు మరణశిక్ష. చట్టం ఈ విధంగా ఉండగా, తనకు ముందుగానే నిర్ణీతమైన మరణశిక్ష ఎబ్బెట్టుగా, నిర్హేతుకమైనదిగా అనిపించింది కల్కికి.

లావుగా, బోడితలతో, మెడ మీద ముంగిసతో ఉన్న ఒక వ్యక్తితోపాటు నీలినేత్రాలతో ఉన్న ఒక విచిత్ర స్త్రీ నాగముద్రాంకితమైన సింహాసనంపై ఆసీనురాలై ఉంది. మునుపు చూసిన శిల్పాలనుబట్టి, తోలుబొమ్మ అనబడే వేదాంతుణ్ణి గుర్తుపట్టాడు కల్కి. మార్తాంజుడు కూడా ఉన్నాడు, విచారణను చూడమని దురుక్తిని బలవంతం చేస్తూ.

వరుసలో కల్కి ముందు ఉండిన మనిషి అక్కడ మధ్యలో కనబడి, చేతులు జోడించి, మోకరిల్లి, దయ చూపమని బ్రతిమిలాడాడు. ''ఆమె చిన్నపిల్ల అని నాకు తెలియలేదు.

నాకు తెలియలేదు. రాజ్యానికీ, మీవంటి గొప్పవారికీ పాపం తలపెట్టిన నన్ను మన్నించండి, హే మహాప్రభువులారా,'' అంటూ ఆర్తిగా ఏడ్చాడు.

కల్కికి అతని నేరమేమిటో తెలియలేదు, అతని మాటల వల్ల కూడా అవగతమవ్వలేదు.

న్యాయసంఘం కాళివైపు చూడగా, అతడు తలూపి అన్నాడు, ''నా జీవితంలో చాలా చెడునే చూశాను. కానీ ఎక్కడా చెడుకి నిర్వచనం స్పష్టంగా చెప్పబడలేదు, ఎక్కడా అది అర్థమవ్వలేదు. చెడు అంటే ఏమిటి? మనం చెడుతో కూడిన దేశంలో ఉన్నామని అనుకోను. సామర్థ్యంగల దేశంలో ఉన్నాము. లోభం చెడ్డదని నమ్ముతాము, కానీ ఆ లోభంవల్లే కదా డబ్బు సంపాదించేందుకు శ్రమిస్తాము? కామం చెడ్డది, కానీ లోకం అంతా కామభరితం కాదా, ప్రతి వాళ్ళూ తమ తమ నిగూఢమైన కోరికలను తీర్చుకోవడంలో నిమగ్నులైలేరా? మనం కపటులము. కానీ ఏదీ చెడు కాదు, అందరమొకటేనని నా నమ్మకము. ఈ వ్యక్తిలాంటివారికి న్యాయం చెయ్యాలని నమ్ముతాన్నేను. నిన్ను విడిచిపెట్టేస్తున్నామయ్యా. బయలుదేరు, కానీ అయిదేళ్ళపాటు వేదాంతులవారి సైన్యంలో పనిచెయ్యి, ఎందుకంటే నీవంటి క్షమ పొందినవాణ్ణి ఆయన ఉపయోగించుకోగలరు. వీడు నేరస్థుడని తెలిపే గుర్తు పెట్టండి!''

దాంతో ఆ వ్యక్తి సంతోషించాడు. సంబరపడ్డాడు. నాగుల వెంట వెళ్ళాడు.

కల్కి వెనకున్న వ్యక్తి అన్నాడు, ''వాణ్ణి విడిచిపెట్టారంటే నమ్మలేకున్నాను. బహుశా ప్రభువు ఇవ్వాళ ఆనందంగా ఉన్నాడేమో. నీవు అదృష్టవంతుడవు.''

''ఏం నేరం చేశాడు?'' కల్కికి తన వెనుక ఎవరున్నారో తెలియలేదు కానీ, ఇంతకుముందు క్షమించమని వేడుకున్నవాడి గురించి అడిగాడు.

''ఒక చిన్నపిల్లను మానభంగం చేశాడు,'' ఆ ఖైదీ అన్నాడు. ''అటువంటివాడికి స్వర్గం, నరకం అనే స్పృహ ఉండదు. కానీ వాడు ఇక్కడే (నగరంలోనే) ఉండాలనుకుంటా.''

కల్కి పళ్ళు నూరాడు. ''నేరాలను ఎందుకు బయటకు తెలియనివ్వట్లేదు?''

''ఎందుకో తెలియదురా.''

అప్పుడే కల్కి పేరు పిలవబడింది. మధ్యలో ఉన్న కాళి సుఖంగా ముందుకు వంగి నవ్వాడు.

కల్కి నేలమీద నిలబడగా, రాజ్య న్యాయరక్షకులుగా పరిగణింపబడే న్యాయనిర్ణేతలు పైనుంచి చూస్తున్నారు. ఆకాశం మబ్బులు కమ్మి ఉంది, సాయంసంధ్య అయ్యింది, ధూమవర్ణపు మేఘాల వెనుక నక్షత్రాలు దాగి ఉన్నాయి.

కాళి మాట్లాడాడు, ''ఓ ఖైదీ, నీవు నీ సమర్థనను ప్రారంభించే ముందు, నేను న్యాయసంఘానికి ఈ వ్యక్తి దయార్హుడు కాడని చెప్పదలచుకున్నాను. ఇతను దేశాన్ని ఎదిరిస్తూ, వేదాంతులవారి సామ్రాజ్యాన్ని ఎదిరిస్తూ, విప్లవానికి నేతృత్వం వహించాడు.

మన ప్రజాక్షేమం కొరకై మా చెల్లెలు తలపెట్టిన దాడిలో, ఇతడు రక్తప ప్రభువు సైన్యంలోని ఎంతో మందిని తెగనరికాడు.''

రాజు ఏ భావమూ ప్రకటించలేదు. విసుగ్గా, ఇక్కడ కాకుండా ఇంకెక్కడైనా ఉండుంటే బాగుణ్ణన్నట్లున్నాడు.

''ఈ తిరుగుబాటుదారు అత్యున్నతమైన శిక్షకే అర్హుడు. ఎందుకంటే రాజ్యమే మంచికి ఏకైక, నిజమైన ఆలవాలం,'' కాళి పలికాడు.

కాళి మాట్లాడడం ఎప్పుడు ముగిస్తాడా అన్నట్లు ఎదురుచూస్తూ, అతను ముగించట్లేదు కాబట్టి విసుగు చెందినట్లున్న ఆ నీలనేత్రాల స్త్రీ మధ్యలో కలగజేసుకున్నది. ''దేన్ని ఆధారం చేసుకుని నేరారోపణ జరిగిందో తెలుసుకోవాలనుంది.'' ఆమె వాసుకి సోదరి, మానస. ధ్వజధారి న్యాయసంఘంలోని ఒకొక్క న్యాయనిర్ణేతనూ పరిచయం చేశాడు. ప్రతి సభ్యుడికీ తమ జాతికి సంబంధించిన ముద్రతో కూడుకొని ఉన్న జెండా ఉన్నది. కాళికి మాత్రం ఎర్రటి సూర్యుడి నేపథ్యంలో, చెట్టుపై కూర్చున్న గుడ్లగుబ ప్రతీకగా ఉన్న విచిత్రమైన జెండా ఉన్నది. దాని గురించిన వివరణ కల్కికి అర్థం కాలేదు.

''ఆధారాలా?'' కాళి కళ్ళు చిట్లించాడు. ''ఆధారాలడుగుతున్నారా? నా మాటలను నిర్ధారించేందుకు ఒక సాక్ష్యమున్నది. నా ప్రియతమ చెల్లిలిని ఇక్కడకు ఆహ్వానించండి.''

మార్తాంజుడు దురుక్తిని నెమ్మదిగా ఒక సూదివంటి ఆయుధంతో తొయ్యడం గమనించాడు కల్కి. ఆమె రాత్రంతా నిద్రను కోల్పోయినందువల్ల, బడలికగా ముందుకొచ్చింది. కల్కి, దురుక్తి పట్టుబడినప్పుడు..., దురుక్తివల్ల తనకు కేవలం నిరాశే మిగిలిందని కాళి ఎద్దేవా చేశాడు. రాజ్యద్రోహానికై నిజానికి దురుక్తిని చంపాలి. కానీ ఆమెను క్షమించి, ఒక గదిలో బందీ చేసి, పోరాడుతున్న కల్కిని మళ్ళీ చెరకే పంపేశాడు. పదిమంది రాక్షసులు కల్కిని ఆపడానికని ముందుకొచ్చి, అతణ్ణి మళ్ళీ పంజరంలో పడేశారు. కల్కికంటే మహాబలవంతుడైన మార్తాంజుడు, కల్కిని నియంత్రించడంలో పెద్దపాత్రే పోషించాడు. అతను కల్కిని గట్టిగా గుద్దాడు, కల్కి కక్కుతాడేమో అనిపించేట్లుగా.

''మాట్లాడు,'' కాళి ఆదేశించాడు.

మానస తల్లిలాంటి వాత్సల్యపూరితమైన స్వరంతో ఇలా మొదలుపెట్టింది. ''భయపడకు, కన్నా. ఏం చెప్పదలచుకున్నావో అది చెప్పు,'' ఆమె ఆగగా, నిమిషంపాటు కల్కికి మానస తన పక్షాన ఉన్నట్లనిపించింది. కానీ ఎందుకు? కాళితో ఆమెకేదైనా వైరమా?

కాళి ఎగతాళి చేశాడు.

దురుక్తి కల్కిని నిమిషంపాటు చూసింది, వారిద్దరి మధ్య కొద్దిపాటి అవగాహన చోటుచేసుకుంది. దురుక్తి సరైన పనే చేస్తుందని తెలుసు కల్కికి. బహుశా కాళికి

ప్రతికూలంగా ఉన్న తన పరిస్థితిని మార్చేసేట్లు ఏదైనా మాట్లాడుతుందేమో అనుకున్నాడు.

''అవును. కల్కి హరి ఖూనీకోరు,'' ఆమె అన్నది, దీర్ఘశ్వాసలను తీసుకుంటూ. ఒక పెద్ద భారం కల్కి గుండెను నలిపేసింది. ''అతను ప్రభుత్వ సైన్యంపై తిరుగుబాటు చేసి పట్టుబడ్డాడు. చాలా కాలంగా దేశద్రోహానికి ప్రణాళికను సిద్ధం చేస్తున్నాడు. శంబలలో ఉన్న ప్రతి గ్రామస్తుడిపైనా ఇతని దుష్ప్రభావం ఉన్నది.''

అందరూ కేరింతలు కొట్టారు. రాళ్ళూ, కుళ్ళిన పళ్ళూ కల్కిపై విసరడం మొదలుపెట్టారు. కల్కి కళ్ళు మూసుకొని తల విదిలించాడు. దీనినుండి బయటపడే మార్గం లేదు.

''నీవు చెప్పినదాంట్లో మార్పేమీ లేదుగా, తల్లీ?'' మెల్లగా అడిగింది మానస, అబద్ధం నుండి నిజాన్ని వేరుచేసే ప్రయత్నం చేస్తూ.

''మార్పులేదు,'' ప్రతి అక్షరం స్పష్టంగా బయటకొచ్చింది. ''నేను చెప్పినదాంట్లో మార్పులేదు.''

కాళి చప్పట్లు కొట్టాడు. ''అదిగో! నమ్మదగ్గ సాక్ష్యం దొరికింది. కీకట్పుర ప్రదేశపు గ్రామపాలకురాలే తిరుగుబాటుదారుకు ప్రతికూలంగా సాక్ష్యం పలికింది. ఏమంటారు, న్యాయనిర్ణేతల్లారా? ఏం చేద్దాము?''

కల్కి మాట్లాడాలనుకున్నాడు, కానీ కట్టేసి ఉన్న చేతులూ, చుట్టూ ఉన్న పరిస్థితీ అతణ్ణి మాట్లాడనివ్వలే దు. కాళికి కావాలసింది కేవలం తన మరణమే కాదని తెలుసుకున్నాడు కల్కి. అలాగైతే తనను చెరలోనే చంపేసి ఉండవచ్చు. మార్తాంజుడే తనను పొడిచేసి ఉండవచ్చు. ఎవ్వరికీ తెలిసి ఉండేది కాదు.

కాదు.

కల్కి అవమానపడడం కావాలి కాళికి. దురుక్తి కల్కిని వెన్నుపోటు పొడవడం కావాలి. ఇదంతా తను ఆస్వాదించేందుకే బహిరంగంగా చేస్తున్నాడు. ఇది జరిగింది కేవలం అధికారం ఉన్నదని మాత్రమే కాదు. కల్కి పారబడ్డాడు. కాళి బెదరలేదు. బెదిరింపు అనేది తానే అని చూపాలనుకున్నాడు. దీన్ని సాధించేందుకు బహిరంగంగా ఇలా చెయ్యడంకన్నా మంచి దారేమున్నది? ఎదుటివాళ్ళని ఏడిపించేందుకు అవధుల్లేవు, ఉన్న అవధుల్ని కూడా దాటేశాడు కాళి.

''కుర్రాణ్ణి సమర్థించుకోనివ్వండి, నియమానుసారంగా,'' మానస మళ్ళీ జోక్యం చేసుకుంది.

కువేరుడూ, వేదాంతుడూ ఇబ్బందిగా కూర్చున్నారు. అప్పుడు కువేరుడన్నాడు, ''ఆరోపించబడ్డ నేరాలన్నీ సరైనవే, మనం ఏ సమర్థనా వినక్కరలేదు...''

కాళి చెయ్యెత్తాడు. ''ఫరవాలేదు. ఆ అధముణ్ణి మాట్లాడనివ్వండి.'' ప్రజలు పెద్దగా కేకలు పెట్టారు.

''నిశ్శబ్దము!'' ఆమె అరుపుతో జనం కదలడం కూడా మానేశారు. ''మంచిది. ఇప్పుడు మాట్లాడు.''

తన అవిటి చేతిని ఒక విచిత్రమైన ఊదారంగు గుడ్డలో చుట్టుకున్న మానసను చూశాడు కల్కి. అతను ఏమైనా చెప్తాడేమో అని ఆమె వేచి ఉంది, అతడికి అనుకూలంగా ఏదైనా దొరుకుతుందేమోనని. ''మా నాన్న కొన్ని నెలల క్రితమే చనిపోయారు.'' కల్కి ప్రారంభించాడు. ''మ్లేచ్ఛుల దాడికి లోనై, అపహరింపబడ్డారు. నేను ఆయన్ను కాపాడాను, కానీ మ్లేచ్ఛులపై నా విజయం ఆయన మరణానికే దారితీసింది. దీన్నే విధి అంటారు. ఆయన మరణించాలని దేవుళ్ళు వ్రాసిపెట్టారు. నేను కాపాడినా, కాపాడకపోయినా ఆయన మరణించి ఉండేవారు. అదే ఇక్కడా జరిగింది. నేను ఏం చెప్పినా, ఎంత వేడుకొన్నా, ఏదీ కూడా న్యాయసంఘపు ఆఖరు నిర్ణయాన్ని మార్చదు,'' గుమికూడి కూర్చున్న వాళ్ళను చూపాడు, ''ఎందుకంటే వాళ్ళు మహాప్రభువైన కాళిచే బెదిరించబడ్డారు, లేదా, లంచం అందుకున్నారు,'' కల్కి వెక్కిరిస్తూ ఉమ్మాడు. అతని కండలు కదిలిపోయాయి, కాగడాలలో మిగిలి ఉన్న కాంతిలో అతని గాయాలు మెరవసాగాయి. ''నేను పూర్ణజీవితం బ్రతుకుతానో లేనో కానీ, ఈ లోకానికి మార్పు అవసరం అని తెలుసుకొనేంత చెడును చూశాను.''

''విసుగు పుట్టించే భాషణం,'' కాళి గొణుక్కున్నాడు. ''ఇతణ్ణి చంపేయండి!'' భటులను ఆదేశించాడు.

అతని చర్మాన్ని చుట్టేసిన సంకెళ్ళను లాగుతూ, నాగులు అతణ్ణి క్రిందకు దించారు. అతని ముందున్న దురుక్తికి అసహనంగా అనిపించి, మార్తాంజుడి దగ్గర నుంచి తప్పించుకుందామనుకుంది. కానీ అది కుదరలేదు. కల్కి మోకాళ్ళ మీద కూర్చున్నాడు, అప్పుడు ఆకాశమే ద్వేషంతో చూస్తున్నట్లుగా ఉంది.

కల్కి విష్ణు భగవానుడిని ప్రార్థించాడు. అప్పుడే అతని పాలిటి మారణాయుధమైన గొడ్డలిని పట్టుకొని, భారీ అడుగులతో ఒకడు ప్రవేశించాడు. ''ఏమిటి, ఇతడిని ఇక్కడే చంపేస్తారా?'' మానస నిరసించింది. ''ఇది విడ్డూరంగా ఉందే. కాళి పక్షపాతం గురించి తక్కిన సభ్యులు మాట్లాడరేంటి?'' కానీ ఎవ్వరూ మాట్లాడలేదు. వాళ్ళు తోకలు ముడుచుకొని కూర్చున్నారని కల్కికి అర్థమైంది.

కల్కి తల ఒక దాగలివంటి నిర్మాణంపైన పెట్టబడింది. గొడ్డలి అతణ్ణి తేలికగా నరికేసేందుకు సౌకర్యంగా ఉండాలని, అతని మెడను ముందుకు ఈడ్చారు. ఆఖరు వేటుకు తయారుచేస్తూ, గొడ్డలిని కొన్నిసార్లు అతని చర్మం మీద మెత్తగా తగిలించారు. తన జీవితం తన ముందు మెరుపులా కదలడం చూశాడు కల్కి.

గొడ్డలి పైకి లేచింది, కసిగా అతని మెడపై వాలబోతోంది...

అంతలోనే ఆగింది.

గుండె కొట్టుకుంటుండగా కల్కి కళ్ళు తెరిచాడు. పైకి చూడగా, గొడ్డలిని పట్టుకున్నవాడు కూడా పైకి చూస్తున్నాడు, దురుక్తి కూడా పోరాడటం ఆపి పైకి చూసింది.

ఆకాశం మధ్యన, నల్లటి మేఘాల నడుమ, ఒక పక్షి తనకేసి రావడం చూశాడు కల్కి. సమస్త ప్రజలూ ఆశ్చర్యంతో తిలకించారు. కల్కి దృష్టిపెట్టి చూడగా, తను చూసిన పక్షులకంటే అతిపెద్దదైన వస్తువు కనిపించింది.

అదొక రథము. తనవైపే వస్తోంది.

కానీ ఆ దృశ్యంలో ఆశ్చర్యం కలిగిస్తున్నది అది కాదు. ఆ రథం అశ్వాలవల్ల కదలట్లేదు, ఇరువైపులా ఉన్న పొడవాటి రెక్కలవల్ల కదులుతోంది. మామూలుగా, ఇటువంటి గాలిలో తిరిగే, రెక్కలవంటి నిర్మాణాలను నేలమీద ఉండే ఎక్కువమంది శత్రువులపై దాడి చేసేందుకు వాడతారు. కానీ నేడు ఇవి రథం ఎగిరేందుకు వాడబడుతున్నాయి.

అప్పుడు కల్కి తన స్నేహితులను చూశాడు: ఎవరో కాదు, విల్లును పట్టుకొని అర్జన్ ముందర ఉన్నాడు. వెనుక బాలా, కృపలు బాణమూ, ఈటె పట్టుకొని ఉన్నారు.

353

70

ఆ బాణం అతని కోసం కాదు. కల్కిని సంకెళ్ళతో పట్టుకున్న నాగుడి కోసం. అది అతడి పుర్రెకు తగలగా, అతడు వెనక్కు పడిపోయి, అక్కడికక్కడే చచ్చిపోయాడు. రథం గాల్లో తిరిగింది, ఇంకొక బాణం వచ్చి ఇంకొక నాగుడికి తగిలింది. తనను పట్టుకొని ఉన్న సంకెళ్ళు సడలగా, కల్కికి మరింత బలం చేకూరినట్లు అనిపించి, మూడవ నాగుణ్ణి లాగి గట్టిగా గుద్దాడు. ఇక తన సంకెళ్ళను పట్టుకొనేందుకు ఎవ్వరూ లేరు కాబట్టి, వాటిని విరొగ్గొట్టడం మొదలుపెట్టాడు, కానీ కుదరలేదు.

రథంకేసి చూశాడు. దాని వెనుక నుంచి శక్తిమంతమైన నీలవర్ణపు మంటలు వస్తున్నాయి. దాన్నిబట్టి అది సోమశక్తివల్ల నడుస్తోందని తెలిసింది. పైనుంచి ఒక నిచ్చెనను క్రిందకు తొయ్యగా, కల్కి దాన్ని పట్టుకున్నాడు. అప్పుడే కల్కికి మార్తాంజుడు వేగంగా పరుగెట్టుకుంటూ రావడం తెలిసింది.

''అతణ్ణి చంపేసేయ్!'' కాళి ఆసనం మీదనుంచి లేచాడు. ''ఆ సుందరమైన వాహనాన్ని పట్టుకొనిరా.''

రథంపై బాణాలు వేశారు. కానీ దానిపై వాటి ప్రభావం పడలేదు. దాని అగ్రభాగాన్ని విరొగ్గొట్టగలిగారు కానీ, అది కూలలేదు. నిచ్చెన అంచును పట్టుకున్న కల్కి మార్తాంజుడు సమీపాన్నే ఉన్నట్టు గమనించాడు.

''త్వరగా రా! సోమశక్తి దీన్ని ఎప్పటికీ గాల్లోనే ఉంచదు,'' రథం లోపలి నుంచి అర్జన్ అరిచాడు.

''ఎలా చెయ్యగలిగారసలు?'' కల్కి గట్టిగా అరుస్తూ అడిగాడు. ''దేవునిపై ఆన! దయచేసి ముందుకు కదలండి!''

''దీన్ని సోమశక్తిని ఇంధనంగా ఉపయోగించే విమానమంటాడు కృప. ఆ రాళ్ళను రథం లోపల కాల్చి, శక్తిని బయటకు విడుదలచేసేందుకు చిన్న కన్నాన్ని చేశాము. గుర్రాల్లేని రథాన్ని వెతకవలసి వచ్చింది. అన్నట్లు, ఇక కదలాలనుకుంటున్నాము,'' అర్జన్ నవ్వాడు. ''కానీ కుదరట్లేదు.''

కల్కికి నవ్వాగలేదు. బహుశా తన సంకెళ్ళు రథాన్ని క్రిందకు లాగుతున్నాయి కాబోలు. తన శరీరాన్ని ఇంకా అంటిపెట్టుకొనే ఉన్న ఆ భారీ సంకెళ్ళను వదిలించుకోవాలని గ్రహించాడు.

''నేను మళ్ళీ కిందకు వెళ్ళాలి. లేకపోతే రథం కదలదు. ఒక్క క్షణం ఇక్కడే ఆగండి.'' కల్కి నేలమీద పడి, ఆయుధం కోసం నాగుడి దేహాన్ని వెతికాడు. మృతి చెందిన నాగుడి గొడ్డలిని లాక్కోగా, మార్తాంజుడు ప్రత్యక్షమయ్యాడు.

''పల్లెటూరి కుర్రాడా!'' చిటపటలాడాడు ఆ రాక్షసనేత. ''ఇదేం ఇంద్రజాలము?''

అతడికెలా వివరించాలో కల్కికి తెలియలేదు. కానీ వివరించేందుకు తావు లేకపోయింది, ఎందుకంటే మార్తాంజుడు వక్రంగా ఉండే, త్రికోణపు అంచులుగల కత్తితో ముందుకొచ్చాడు. దానితో కల్కి గొడ్డలిని పదేపదే కొట్టాడు.

కల్కి వెనక్కు పల్టీ కొట్టాడు. సంకెళ్ళు అతణ్ణి, అతని శక్తినీ తినేస్తున్నాయి. వెనక్కు తిరుగగా, మార్తాంజుడి పొడవాటి కత్తి కల్కి ముఖంవైపొచ్చింది. ఒక మెరుపులాంటి కదలికతో గొడ్డలితో మార్తాంజుడి మోకాళ్ళ మీద కొట్టాడు. మార్తాంజుడు పడి, మళ్ళీ లేచాడు, రక్తం తుడుచుకుంటూ. అది ఎంత వేగంగా జరిగిందంటే, కల్కి తన తలను దాని చుట్టూ చుట్టలేకపోయాడు.

నా బలహీనతనే శక్తిగా వాడుకోవాలి.

సంకెళ్ళను గిరగిరా తిప్పడం మొదలుపెట్టాడు. దాంతో అవి శక్తిని సంపాదించుకున్నాయి. అప్పుడు వాటిని మార్తాంజుడి ముఖంకేసి తిప్పాడు. ఒక్క వేటుతో, అతడి ముఖానికి తగిలాయి. అతను నేలమీద పడిపోయాడు.

ఆ తరువాత కల్కి గొడ్డలితో తన ఇనుప సంకెళ్ళను విరొగ్గొట్టడం ప్రారంభించాడు.

అప్పుడే కాళి కేక వినబడింది. ''వాడు వెళ్ళిపోకుండా చూడండి!'' కల్కి తిరిగి చూడగా, న్యాయసంఘం సభ్యులు, న్యాయాధీశులూ లేచి నిలబడ్డారు. ఇంతటి హడావుడీ, వినోదం అందిందన్న ఆశ్చర్యంతోనూ, సంతోషంతోనూ జనం కూడా కేరింతలు కొడుతున్నారు. కల్కి సంకెళ్ళ మొదటి భాగాన్ని, తదుపరి భాగాన్ని, ఆఖరున మెడచుట్టూ ఉన్న భాగాన్నీ తెంచేసుకున్నాడు. కానీ ఇప్పుడు మార్తాంజుడు లేచేందుకు మళ్ళీ ప్రయత్నిస్తున్నాడని గమనించాడు.

''నన్ను తీసుకెళ్ళు.'' కల్కి తన దృష్టిని క్రిందకు సారించాడు. తనని పిలిచింది దురుక్తి అని తెలుసుకున్నాడు. ''దయచేసి నన్ను తీసుకెళ్ళు.''

క్షణంపాటు కల్కి కాళి దుష్ప్రవర్తన గురించి అనుకొని, ఆమెను తీసుకెళ్ళిపోయి కాళి క్రోధం నుంచి కాపాడదామనుకున్నాడు. కానీ, ఆమే లక్ష్మి చావుకు కారణము, తక్కిన శంబలవాసుల చావులకూ కారణము. అసలు ఆమెవల్లే తనిక్కడ ఉండవలసి వచ్చింది.

అయినా ఆమెను నిందించడం మానాలి.

కల్కి తలాడించాడు. ''కాళిని ఇప్పుడు ఎవరైనా కాపాడగలరంటే, అది కేవలం నీవే. అతణ్ణి కాపాడు. వీలైతే మార్చు.''

''నన్నిక్కడ వదిలిపోకు. దయచేసి,'' చేతులు జోడించి అర్థించింది. ''నన్ను చంపడమో, లేక దానికన్నా దారుణమైనదేదైనానో చేస్తాడు. చెప్పలేను. ఏం చేస్తాడో తెలియదు.''

కల్కి తన చేతులతో ఆమె ముఖాన్ని పట్టుకొని సూటిగా చూశాడు. ''నేను తిరిగి వస్తాను! అన్నింటికీ, కృతజ్ఞతలు.'' ఆమె బుగ్గ మీద ముద్దుపెట్టి నిచ్చెనకై పరుగెత్తి, దాన్ని పట్టుకున్నాడు. దురుక్తి ముఖం చూసే సమయం లేదు. అతను తిరిగి చూడగా, మార్తాంజుడు నిచ్చెనను పట్టుకుందామని చూస్తున్నాడు.

రథం కదిలి, వేదికపైని ప్రదేశాన్ని వీడింది. మార్తాంజుడు త్వరగా ఎగిరి, వేదిక నుంచి నిచ్చెనను అందుకున్నాడు. దాని అంచును పట్టుకోగలిగేంతగా ఎగిరాడు. దీనివల్ల రథం గట్టి కుదుపుకు లోనైనా, ముందుకే కదిలింది. విచారణ జరిగే స్థలాన్ని విడిచి ఉత్తరదిశగా పయనించింది.

కల్కి పైకెక్కుతున్నాడు, కానీ మార్తాంజుడు ఇంకాస్త త్వరగా పైకెక్కేస్తున్నాడు. ఒక చేత్తో తాడు పట్టుకొని, ఇంకొక చేత్తో కల్కి కాలును కదిపేద్దామని చూశాడు. కల్కి అతణ్ణి తందామని చూసినా, కుదరలేదు. అతను కల్కి పాదాలను పట్టుకొని, గాయపడ్డ అతని మడమను తన పదునైన గోళ్ళతో గుచ్చాడు. కల్కి నొప్పితో మూల్గి, మిగిలిన బలంతో అతణ్ణి క్రిందకు తోశాడు. అదృష్టవశాత్తూ, ఎగిరే ఆ రథం ఒక పొడవాటి కట్టడంపై ఎగురుతోంది, అందువల్ల మార్తాంజుడు పొర్లుకుంటూదాని మీద పడిపోయాడు.

మార్తాంజుడు అక్కడే తన ఆయుధంతో ఉండిపోగా కల్కి, అతనూ ఒకరినొకరు విద్వేషంతో చూసుకున్నారు.

''పైకి రా,'' అర్జన్ అరిచాడు.

కల్కి పళ్ళు నూరాడు. దీనికిక అంతం పలకాలి. ''నాకొక ఆయుధాన్ని పడవేయి.''

''ఎందుకు?''

''పడవేయి, ముందు.''

కల్కి పైకి చూడగా, అర్జన్ ఖడ్గాన్ని పడేస్తున్నాడు.

కల్కి పట్టుకున్నాడు. దానికి ఒర తొడిగి ఉంది. అందుకని అది అతని చేతిని పొడవలేదు.

''సరిగ్గా పట్టుకో.''

''రథం ఇక్కడే ఉండనీ. ఎక్కడైనా కట్టిపెట్టు.''

''కట్టిపెట్టాలా?'' అర్జన్ ఆశ్చర్యంగా అడిగాడు. ''ఇదేమైనా కట్టిపెట్టే సాధనంలాగా కనబడుతోందా? ఎక్కడికి వెళ్ళదలచుకున్నావు?''

కల్కి పెదాలను మూసుకుని, తరువాత అన్నాడు. "దీనికి సమాప్తి పలకాలనుకుంటున్నాను."

అర్జన్ అతణ్ణి వారిస్తూ తల అడ్డంగా ఊపాడు. అయినా, కల్కి నిచ్చెన నుంచి దూకి, మార్తాంజుడు నిలబడి ఉన్న మట్టికట్టడంపై దూకాడు. కల్కి నేలమీద పొర్లి, ఖడ్గాన్ని ఒరనుంచి బయటకు తీశాడు. అతని కళ్ళు క్రిందకు చూస్తున్నాయి, ముంగురులు కణతల మీద పడ్డాయి. ఒరను ప్రక్కకు పడేసి ముందుకురికాడు. మార్తాంజుడు కూడా అతనిపై దాడికి సిద్ధమవుతూ దూసుకువచ్చాడు.

"ఏం మళ్ళీ తిరిగొచ్చావు, పిరికిపందా?" మార్తాంజుడు నవ్వాడు. అతడి పళ్ళు నల్లబడి ఉన్నాయి, కళ్ళల్లో ఒక విధమైన దుష్టశక్తి ఉన్నది. కల్కి అతణ్ణి పోయినసారి చూసినట్టుగా లేడు, దురుక్తిని చూడగానే భయపడే తన వెనకటి తత్వానికి పూర్తి వ్యతిరేకంగా ఉన్నాడు.

"మావాళ్ళను చంపావు."

"అవును. అది చంపమన్నది."

"ఆమె ఆపమన్నప్పుడు నీవు ఆపలేదు."

మార్తాంజుడు భుజాలెగరేశాడు. "ఊఁ...నా కర్తవ్యాన్ని నేను నిర్వర్తించాను, పిల్లాడా. నీవైతే అలా చేసేవాడివి కాదా? మావాళ్ళకు కూడా సొంత ఆలోచనలు ఉంటాయి. వాళ్ళను తప్పుబట్టలేవు." వెంటనే కల్కిపై దాడి చేశాడు. దాన్ని తన ఖడ్గంతో తప్పించుకున్నాడు కల్కి. మార్తాంజుడు తన పాదాలను నేర్పుగా కదిలిస్తూ వెనక్కు అడుగేశాడు. "ఇప్పుడుగనక నేను తిరిగి వెళ్ళగలిగితే, ఆ నికృష్ట గ్రామంలో ఉన్న అందరినీ మానభంగం చేసి, హత్య చేసి, లోపలున్నదాన్ని కొల్లగొడతాను."

సోమశక్తి!

"అది నీ మెదడును కలుషితం చేస్తోందని తెలుస్తూనే ఉంది." కల్కి ముందుకొచ్చి అతని కత్తి మీద తన కత్తితో కొట్టాడు, కానీ లాభం లేకపోయింది. అతడు త్వరగా స్పందించాడు.

"కాదు, నన్ను మరింత బలవంతుణ్ణి చేస్తుంది," మార్తాంజుడు అని, ఆఖరికి దూకి, కల్కిపై దాడి చేశాడు.

కానీ కల్కికి ఎక్కడ ఆగాలో తెలిసి అక్కడ ఆగాడు. మళ్ళీ వేటును తప్పించుకున్నాడు. తిరుగుతున్న గాల్లో లోహాలు ఘర్షణ పడుతున్న శబ్దాలు గర్జిస్తుండగా, మార్తాంజుడు కల్కిని ఖడ్గంతో అణచివేయాలని చూశాడు, కానీ కల్కి అతణ్ణి మోకాళ్ళతో గుద్దాడు. మార్తాంజుడు బోల్తా పడ్డాడు. కల్కి ముందుకొచ్చి ఖడ్గాన్ని మార్తాంజుడిలోకి దింపేందుకు మళ్ళీ చూడగా, అతడు దాన్ని చేత్తో పట్టుకున్నాడు.

"నేను ఇంక మామూలువాణ్ణి కాను, తెలుసుకో,"

"స్పష్టంగా తెలుస్తోంది." కల్కి ఖడ్గాన్ని వెనక్కు తీయగా, మార్తాంజుడు

తన చేతిపైని రక్తాన్ని నాకాడు. ''రక్తంలో ఉన్న ఒక ముఖ్య పోషక పదార్థం యోధుణ్ణి ప్రేరేపిస్తుందని మా పూర్వీకులు నమ్మేవారు.''

''అందుకనేనా వాళ్ళు అంత కురూపులుగా ఉండేవారు?'' కల్కి నవ్వాడు.

''పరాచికాలాడడం నిజం నుండి నిన్ను తప్పించలేదు. ఇక్కడ నాతో ఇరుక్కుపోయావు.''

కల్కి కాళ్ళు దూరంగా పెట్టి ఖడ్గాన్ని ఊపాడు. ''నీవు చెప్పినది తప్పు. నీవే నాతో ఇరుక్కున్నావు,'' అని కల్కి మార్తాంజుడిపైకి ఉరికాడు. అతని చర్మం లోతులోకి పొడవగలిగాడు, అప్పుడు మార్తాంజుడు కల్కిని వెనుక నుండి పట్టుకొని, తన గోళ్ళతో లోతుగా పొడిచాడు. ఇద్దరూ కట్టడం అంచు నుండి పడ్డారు.

వేగవంతమైన గాలి తన జుట్టును విసురుగా తాకగా, తానొక పాకమీద పడ్డానని తెలుసుకున్నాడు కల్కి. అప్పటికే మార్తాంజుడు నిలబడి, తూలుతూ కల్కి నుంచి దూరంగా వెళ్తున్నాడు, సగం చచ్చిన తన పాదాలను ఈడ్చుకుంటూ, విసుక్కుంటూ, గొణుక్కుంటూ.

తన శరీరంలోని ప్రతి కీలూ నొప్పిపెడుతుండగా, కల్కి పైకి లేచాడు. నమ్మలేనంత నొప్పిగా అనిపించింది. గుండ్రంగా వెనక్కు తిరిగి, మసకబారిన దృష్టి తేరుకోగా, మార్తాంజుడి దేహంలో తన ఖడ్గం దిగి ఉండడం చూశాడు.

అతను సరిగ్గా నడవలేకపోతున్నాడు. జుగుప్సతో, అవహేళనగా చూస్తున్న జనం దృష్టిని ఆకర్షించాడు. మార్తాంజుడు బహుశా కోటకెళ్తున్నాడేమో, చికిత్స చేయించుకొనేందుకు.

కానీ మళ్ళీ అలా జరగకూడదు.

కల్కి తను నాశనం చేసిన ఆయుధ దుకాణం యజమానిని చూశాడు. నొసలు చిట్లించి తనను చూస్తున్న అతడితో, ''నన్ను క్షమించు, మిత్రమా,'' అన్నాడు.

కల్కి అప్పుడే మామూలు వెదురుతో చెయ్యబడ్డ విల్లంబులను చూశాడు. వాటికి రక్తం అంటి ఉంది. అవి తన కలల్లో రాఘవ భగవానుడితో వాడిన విల్లంబుల వంటివి కావు, కానీ శంబల యుద్ధంలో తను తయారు చేసినటువంటివి.

''ఇవి నేను వాడచ్చా?''

ఆ వర్తకుడు వెటకారంగా నవ్వాడు.

కల్కి అది లెక్కచెయ్యకుండా, విల్లును తీసుకొని, బాణాన్ని దాన్నుంచి ఎక్కుపెట్టాడు. పాదాలను దృఢంగా నేలమీద మోపి, మార్గంలో ఒకపక్కగా కూర్చున్నాడు. చేతిని నేరుగా ఉంచి, ఒక కన్ను మూసుకున్నాడు. దీర్ఘంగా ఊపిరి తీసుకొని, ఇంద్రియాలను ప్రశాంతపరచాడు.

కల్కి విష్ణు భగవానుణ్ణి ధ్యానించి, మెల్లగా బాణం విడిచాడు. అది నేరుగా మార్తాంజుడి తలలోనుంచి దూసుకొని వెళ్ళి కపాలానికి తగలగా, అతడు నేలకూలాడు.

తూము వద్ద పడి ఉన్న మార్తాంజుణ్ణి చూడాలని కల్కి తన గాయాలు అనుమతించినంత త్వరగా నడుస్తూ వెళ్ళాడు. అతని నోటి నుంచి నెత్తురు కారుతోంది, కళ్ళు నిర్జీవంగా ఉన్నాయి. ఆ రాత్రి జరిగిన సంఘటనలవల్ల సృష్టింపబడ్డ మురికికూపంపై చంద్రుడి బలహీనమైన కిరణాలు వెలిగాయి.

దీర్ఘంగా ఊపిరి తీసుకుంటూ, తను మొదటిసారి నెగ్గానని గ్రహించాడు కల్కి.

71

తన తమ్ముడు మరణించిన నాడు మానస కన్నీరు కార్చలేదు. వాళ్ళిద్దరూ బాస చేసుకున్నారు, వాళ్ళిద్దరిలో ఎవరికి ఏమైనా కన్నీరు కార్చమని, బలంగా ఉండి పోరాడతామని. వాసుకి హత్య తరువాత మానస అదే పాటిస్తోంది. వాసుకి హత్య కువేరుడితో, వేదాంతుడితో కలసి కాళి పన్నిన స్పష్టమైన కుట్రే. కానీ ఇప్పుడు, నిన్న చూసినదాని తరువాత, అనగా ఆ ఎగిరే యంత్రాన్ని కాదు, ఆ యక్షరాజు, మానవరాజుల లొంగుబాటు స్వభావం చూసిన మీదట, ఆమెకు ఒక విషయం తెలిసొచ్చింది. కాళికి కోపం వస్తే ఏం చేస్తాడో తెలుసు కాబట్టి, కాళి ఎదురుగా అతనికి ప్రతికూలంగా వాళ్ళు ఏమీ మాట్లాడలేదు. కానీ అవకాశం అంటూ చిక్కితే కాళిని హతమార్చేందుకు పథకం పన్నుతారని మానసకు తెలుసు.

ఆ పల్లెటూరి కుర్రాణ్ణి బందీ గావించడం పట్ల మానస అయిష్టత చూపింది. ఆమె బెరుకుగా ఉండిపోవడం కాళి ఆధిపత్యాన్ని స్వీకరించకపోవడానికి సంకేతము. నిజానికి ఆ ఖైదీ ఎవరన్నదానితో ఆమెకు నిమిత్తం లేదు. కానీ, స్పష్టంగా, అతని విషయంలో కాళి చూపిన శ్రద్ధ, మానసలో తక్కిన దైనందిన న్యాయాలయ విచారణలకంటే ఎక్కువ ఆసక్తిని రగిల్చింది.

కాళి విషయంలో ఏదో ఒకటి చెయ్యాలని ఆమెకు తెలుసు. బహుశా, కువేరుణ్ణీ, వేదాంతుణ్ణీ తనవైపుకు తిప్పుకోవాలి. ఇక్కడ సమస్య ఏమిటంటే, కువేరుడు మానస పక్షాన్ని చేరడం కాదు కదా, సరిగ్గా మాట్లాడను కూడా మాట్లాడడు. యక్షులతో నాగులకున్న వైరం ఎన్నో శతాబ్దాలనాటిది. ఎప్పుడు మొదలైందో తెలియదు కానీ, కువేరుడు యక్ష జాతికి చెందిన అమూల్య రత్నాన్ని తస్కరించి తన ఓర్వలేనితనాన్ని ప్రకటించుకున్నాడు.

మానస వేదికపై కూర్చుంది. ఆమె దుస్తులు నేలమీద విస్తరింపగా, గోడలపై నీడలు కనిపించాయి. వాసుకి మరణానంతరం నాగాధీశుడి పదవికై నాగపురిలోనివారంతా

పోటీపడుతూ ఉంటారని మానసకు తెలుసు. తను తిరిగివెళ్ళి వాసుకి గౌరవానికైపోరాడాలని అనుకుంది.

తనుపోరాడాలా, లేకప్రతీకారంతీర్చుకోవాలా? ఆమెకుచాలా అయోమయంగా ఉంది. ఆలోచనలో పడి, తన మామూలు చేతిని కణతల మీద పెట్టుకుంది మానస. అప్పుడే ఒక శబ్దం వినిపించింది. అది దుమ్ము, ఇటుకలు క్రిందపడుతున్న శబ్దము. ఆమె కళ్ళు వేగంగా చూశాయి, తను నడుమున ధరించే కత్తి కోసం చెయ్యి లేచింది, కిటికీవద్ద నుంచి వచ్చే శత్రువు వైపు కత్తిని సిద్ధంగా పెట్టింది.

సన్నగా, నాజూకుగా ఉన్న ఆ ఆకారం ముఖాన్ని శాలువతో కప్పుకొని ఉన్నా, వెండిరంగు జుట్టు ఆమె ఎవరన్నది చెప్పకనే చెప్పేస్తోంది. ఇంకెవరో కాదు, తన వేగు, హంతకురాలూ అయిన పద్మ. తన వెండిరంగు జుట్టును కొండగా కట్టుకొని, నడుమున వేళ్ళాడుతున్న ఒక చిన్న సంచీలో తన పురాతన నాణేలను భద్రపరుచుకుంది. ఆమె నడుము నుంచీ, తొడల నుంచీ పదునైన కత్తులు ఒరలలో వేళ్ళాడుతూ ఉన్నాయి.

''నీవొస్తున్నట్లు నాకొక చీటీను పంపించి ఉండవచ్చు. ఇలా రహస్యంగా ప్రవేశించక్కర్లేదు, బంగారం.'' మానస పద్మను చూసి బలహీనంగా నవ్వింది.

''నేను అభ్యాసం చేస్తున్నాను.''

దేనికనేదే ప్రశ్న. పట్టుదలగల పద్మ, మానస యోధురాలవుదామనుకున్నప్పటి యవ్వనకాలాన్ని గుర్తుచేస్తోంది. తమ మహిళలను అణగదొక్కే రాక్షసులవలె కాకుండా, నాగులలో స్త్రీలకు పురుషులతో సమానహక్కులు గలవు. స్త్రీలు కూడా పురుషులవలె యుద్ధశిక్షణ పొందాలని నమ్మేవారు. కానీ మానస సాహసవంతురాలైనా, అవిటితనం వల్ల శిక్షణ పొందలేకపోయింది.

పద్మ కోపంగా ఉందని తెలుసుకొని, మానస నిట్టూర్పు విడిచింది. ''ఏమైంది?''

''నిన్న నేను ఉన్నాను. విచారణలో,'' పద్మ అన్నది.

''నిన్ను నేను చూడలేదు. అయినా ఆ జుట్టుతో నీవు ఎక్కడా కనబడరాదు,'' మానస అన్నది, పద్మ విచిత్రమైన జుట్టును చూపిస్తూ.

''నేనే ఆ రథాన్ని నడిపింది,'' ఆమె అన్నది.

విజ్ఞానము, ఇంద్రజాలాల అద్భుత కలయిక ఆ రథము. ఆమెకది ఎలా సాధ్యమయ్యిందో ఇంకా అర్థం కాలేదు. కానీ పద్మ వాలకాన్నిబట్టి చూస్తే, ఆమెకు చెప్పే ఉద్దేశ్యం ఉన్నట్టు లేదు.

''అదంతా ఆశ్చర్యకరంగా, బాగా ఉండిందని నాకు తెలుసు, కానీ నాకు దానితో నిమిత్తం లేదు. మీరు నన్ను చెయ్యమన్నది నేను నెరవేర్చానని చెప్పదలచుకున్నాను,'' పద్మ అన్నది.

''ఏమిటి?''

''కాళి మూలికలను దాచుకొనే స్థావరాన్ని కాల్చేశాను.''

మానస హర్షాతిరేకంతో ఆసనం నుండి లేచింది. ఆ పిల్లను వాటేసుకుందామనుకుంది, కానీ ఆ పిల్ల చాలా అశౌచంగా ఉంది.

''అమ్మయ్యో! చాలా మంచి పని చేశావు, బంగారం.''

విచారణ, దుర్ఘటన తరువాత, నగరం అవతలి పక్క తనకు అమూల్యమైనదేదో కనిపించకుండాపోయిందని తెలిసి, కాళి కోపం మరింత ఎక్కువయ్యిందని తెలిసింది మానసకు. స్పష్టంగా లేదు కానీ, కాళి త్వరత్వరగా అడుగులు వేస్తూ, తనను ఆందోళనకు గురిచేసే విషయం గురించి ఎక్కువ మాట్లాడుకుండా ఉన్నాడు. వేదాంతుడు, కువేరుడూ ఒకరితో ఒకరు మాట్లాడుకుంటున్నప్పుడు మానస చూసినా, కువేరుడు తిరిగి చూశాడే తప్ప, మామూలుగా కోపం తెప్పించే తన వెటకారపు నవ్వు నవ్వలేదు. నొసలు చిట్లించాడు. భయంగా ఉన్నాడు.

ఇప్పుడు కోపంగానూ, కురూపిగానూ అయిన కాళిని తను ఎంత ద్వేషించినా, అతను కువేరుడి భరతం పట్టినందుకు అభినందించింది.

''కానీ అవి మూలికలు కావు. రాళ్ళు,'' నొసలు చిట్లించి, ఆలోచిస్తూ, నడుస్తూ అన్నది. ''నీలవర్ణంలో ఉన్నవి, ఒక మణిలాగో, ఇంద్రనీలంలాగో.''

''నాగమణులా?''

''అంటే?''

''శేషభగవానుడు ప్రసాదించిన శక్తిమంతమైన మణులు,'' మానస అన్నది. ''అవి ఎక్కువగా ఎక్కడా దొరకలేదు, దొరికిన ఒక్కదాన్నీ జాగ్రత్తగా గుళ్ళో పెట్టాము.''

పద్మ తనకు అర్థంకానట్లు తలాడించింది. ''నాకదంతా తెలియదు. నా కర్తవ్యాన్ని చేశానని చెప్తున్నానంతే.''

''ఇంకొన్ని బంగారు నాణేలివ్వనా? నేనివిం.'' మానస సంచీ తీస్తుండగా పద్మ ఆపింది.

''వద్దు. నాకింక ఏ విచిత్రనాణేలూ ఒద్దు. ఇంకేదో కావాలి.''

మానస తల తిప్పి చూసింది. ''ఏమిటది, బంగారం?''

''వేదాంతుడికి ఏది అత్యంత విలువైనదో తెలుసుకోవాలి.''

మానస కదలకుండా ఆగింది, ఆలోచిస్తూ. పద్మ ఇదంతా ఒక కారణం కోసం చేసింది. ఆమెకు వేదాంతుడితో వైరం ఉంది. మొదట చెప్పలేదు, కానీ ఇప్పుడు కూడా సూటిగా చెప్పట్లేదు.

''తెలిస్తే ఏం చేస్తావు?'' మానస సున్నితంగా ప్రశ్నించింది.

''అది నా సమస్య.'' భావ రహితంగా అన్నది పద్మ.

మానసకు తెలుసు, తను పద్మను పంపించి, మునుపటివలెనే వేదాంతుణ్ణి దెబ్బతీయవచ్చు.

''సరే,'' మానస తలూపింది. ''ఆమె పేరు ఊర్వశి, అతడి ఏకైక కుమార్తె.''

పద్మ కిటికీ ద్వారా నిష్క్రమించే ముందు మానసను చూసి నవ్వింది. అది కృతజ్ఞతాపూర్వకమైనది. ఆమె పథకాల గురించి మానస వినాలనుకోలేదు. దేవుడి దయవల్ల, ఆమె సాఫల్యం పొందితే, మానసకు ఒక తలనొప్పి తగ్గుతుంది. లేదంటే, ఆమె వేరే ఒక వేగుకోసం వెతకాలి.

రాత్రివేళ జరిగే పాలకమండలి సమావేశానికి రమ్మని మానసకు పిలుపొచ్చింది. పడుకొనే వేళలు పని వేళలవ్వడం ఆమెకు ఇబ్బందే. కానీ ఇద్దరు నాగభటులతో, ప్రభుత్వ కట్టడంలోని సమావేశస్థలికి వెళ్ళింది. అన్ని తలుపులూ తెరిచి ఉండగా, అంతటా కాగడాలు వెలుగుతూ ఉన్నా, ఒక్క పురుగు కూడా కనబడలేదు. ఆశ్చర్యంతో ముందుకెళ్ళగా, బల్లగా ఉపయోగించే రాతిఫలకం కనబడింది.

ఎవ్వరూ లేరు. పూర్తి నిర్మానుష్యంగా ఉంది!

ఏం జరుగుతోందిక్కడ?

అప్పుడే తిరిగి చూడగా, తన ఇద్దరి భటుల గుండెల్లో ఖడ్గాలు దిగి ఉన్నాయి, వారి కుత్తుకలు చీల్చబడియున్నాయి. ఇంత అకస్మాత్తుగా ఇది జరగడంతో, మానస సంభాళించుకోలేక ఆ దృశ్యాన్ని చూస్తూ, తన దుస్తులకు కాళ్ళు తట్టుకుంటుండగా తూలుతూ, తన భటులను చంపింది ఎవరో కాదు...విచారణలో మన్నింపబడి, వేదాంతుని సైన్యంలో పనిచెయ్యాలనే ఆదేశాలను పొందిన ఇద్దరు మానవులే అని గ్రహించింది.

ఇది మరో కుట్ర.

ఆ మానవుల్లో ఒకడు మానసపై కత్తి విసిరాడు. తప్పించుకొనేందుకు గాని, దాక్కొనేందుకు గాని తావు లేక, వచ్చే మృత్యువుకు తన చేతినే అడ్డుపెట్టింది.

కానీ ఏమీ జరగలేదు. భటులు అయోమయంగా చూశారు. మానస కళ్ళు తెరిచి చూసి, వారి కత్తి నరాలు లేని ఆమె అవిటి చేతికి తగిలిందని గ్రహించింది.

వెంటనే, మానస ఆ చేతినుండి కత్తిని లాగి ఒక మానవుడిపై విసరగా, అది అతడి తలలోకి తేలికగా దూసుకెళ్ళింది. ఇంకొకడు తనకు చేతనైనంత గట్టిగా అరుస్తూ ఆమెపై దండెత్తగా, అతణ్ణి అయోమయపరుస్తూ ఆమె పక్కకు పొర్లింది. సర్పాకారంలో ఉన్న తన కత్తిని తీసి భటుడి మోకాలిని చీల్చింది. అతడు మోకాళ్ళ మీద పడిపోగా, కత్తిని గట్టిగా తిప్పుతూ అతడి వీపు మీద వేటు వేసింది.

తన గుండెదడ తగ్గాక, లేచి నిలబడి, తాపీగా ద్వారాలకేసి వెళ్ళింది. అందంగా చెక్కబడిన నడవాలో నిలబడి అవతలకి చూడగా, అక్కడ కోకో, వికోకో, ఇంకొందరు మానవభటులూ కనిపించారు, ఆమె ఇర్కుణ్ణుంచి బ్రతికి బయటపడకుండా చూసేందుకు.

ఆమెను చంపేందుకు కాళి తన శక్తినంతా ఉపయోగిస్తున్నాడు.

ఒకవేళ, విచారణలో మానస అడుగడుగునా ఎదురు తిరిగినందుకేమో. కువేరుడు, వేదాంతుడు ఉన్నట్లుగా తను కూడా ఉండాలనుకున్నాడు.

తలొగ్గి, లొంగిపోయి.

కానీ తను అణిగి ఉండదు. మెల్లగా, నీడల్లో నడవా నుంచి బయటివైపుకు జారుకుంది. ఈపాటికి ఆమె ఆ హంతకులను ఓడించి ఉంటుందని కోకో, వికోకోలకు తెలిసినా, ఈ కట్టడం నుంచి బయటకు వెళ్ళే మార్గాంతరాలు ఆమెకు తెలుసని తెలుసుకొని ఉండరు. కానీ, ఆమె అటువంటి వేరే నిష్క్రమణ మార్గానికి రాగా, అది తాళం వేసి ఉంది.

అప్పుడే పై అంతస్తులో వేగంగా అడుగులు వినబడ్డాయి. బహుశా భటులు తనను వెతికేందుకు తలో పక్కా వెళ్తున్నారేమో అనిపించింది. ఏదో ఒకటి చెయ్యాలని ఆమెకు తెలుసు. ఊదారంగు తెరలతో ఉన్న కిటికీ వద్దకు చేరుకుంది. వాటి అంచులను తాకుతూ క్రిందకు చూసింది. అందమైన దృశ్యంగా కనబడింది ఇంద్రఘర్, భారీ బందోబస్తుతో. తన భటులే గస్తీ తిరుగుతున్నారు. క్రిందకు చూడగా, ఎగిసే అలలతో ఒక కొలను కనిపించింది.

''ఆమె ఇక్కడే ఉంది!'' ఒక భటుడు అరిచాడు.

ఓరి దేవుడో!

మానస కిటికీలోనుంచి తనను తానే తోసుకొని, దూకింది. భారీగా ఉన్న బియ్యపు బస్తాలాగా నీళ్ళల్లో పడింది. నిమిషంపాటు, ఆమె శరీరం నిస్సహాయతకు లోనయ్యింది, దృష్టి కలుపుమొక్కలు, చేపలచే అడ్డగించబడింది, మురికినీటివల్ల కళ్ళు మండాయి, నీళ్ళ నుంచి తల బయట పెట్టేంతవరకు ఊపిరాడలేదు.

కోకో, వికోకోలు అక్కడితో ఆగలేదని తెలుసుకొని ఇక ఈదడం మొదలుపెట్టింది. వాళ్ళు నూనెలో ముంచిన గుడ్డలను బాణాలకు. చుట్టి, నిప్పంటించి, నీళ్ళల్లోకి సంధించారు. ఒకటి మానస దగ్గరే పడినా, ఆమె వీలైనంతా దూరంగా ఈదుతూ ఒడ్డును చేరుకుంది. మురికినీళ్ళు బంకగా ఉండడం వల్ల ఆమె జుట్టు బరువుగా క్రిందకు వాలగా, కాసేపు తీరాన సేదదీర్చుకుంది.

ఇంక ఇక్కడుండడం కుదిరే పని కాదు. సురక్షిత స్థలానికి పరుగెట్టడమే గతి. కాళిని బెదిరించడం, ఎదిరించడం, ఇటువంటిదానికే దారితీస్తుందని మానసకు తెలుసు. కానీ అతడికి ఇలా ఇంత బహిరంగంగా చేసే దమ్ముందని అనుకోలేదు. ఇలా అనుకుంది. అతను మారిపోయాడు, అది కూడా చెడుకే.

తన స్వస్థలమైన నాగపురిలో పరిస్థితులు ఎలా ఉన్నాయో తనకు తెలియదు. తను అక్కడనుంచి వచ్చి కొన్ని రోజులైపోయింది. తనకు విశ్వాసపాత్రుడైన

దాయాది కద్రును అక్కడ పెట్టి వచ్చింది. అంతా బాగానే వుందని ఆశిస్తున్నాను. అక్కడ చాలా మంది తనను ద్వేషిస్తారు, కానీ చాలా మంది ఇష్టపడతారు కూడా.

ఆయాసపడుతూ, ముఖం చిట్లిస్తూ, ఇప్పుడేం చెయ్యాలో గ్రహించింది. ఇంద్రఘర్కే మళ్ళీ వెళ్ళాలి. అయితే, ఈసారి ఒక్కత్తే తిరిగి రాదు.

72

మొదట పద్మ వేదాంతుడి కోటకే వెళ్దామనుకుంది, కానీ రాత్రి ఇంటికి బయలుదేరింది, తన సహచరులనబడేవారిని కలుసుకొనేందుకు. తను చెయ్యబోయే కార్యక్రమం గురించి మరింత సమయం ఆలోచించాలనుకుంది. బాధాకరమైన విషయం ఏమిటంటే, ఆమెకు ఊర్వశి తెలుసు, కనీసం ఆమె ఎలా ఉంటుందనైనా తెలుసు. భటులు, స్నేహితులతో అంగడివీధిలో ఆమె తిరగడం చూసింది. ఈ కొద్దిపాటి పరిచయం, ఆమెను గాయపరచడానికి ప్రయత్నించడాన్ని ఇంకాస్త వ్యక్తిగతం చేసింది.

ఆమె ఇంట్లోకి ప్రవేశించినప్పుడు, రాత్రి కుమార్‌తో ఏదో చర్చిస్తోంది. బాలా ఆమె వద్దకెళ్ళి, భుజం తట్టి, బహుశా క్షమాపణ వేడుకుంటున్నట్టున్నాడు.

పద్మ నడవా చివరకు వెళ్ళేసరికి, సురాపానాన్ని ఆస్వాదిస్తున్న కృప ఆమెను చూస్తూ నవ్వుతున్నాడు.

''నీవేదో చాలా సంతోషంగా కనిపిస్తున్నావే,'' పద్మకు చిరునవ్వాగలేదు. ఈ ముసలాడు విడ్డూరంగా ఉన్నా, తనను నవ్విస్తాడని అనుకుంది.

''జీవితంలోని చిన్ని చిన్ని సంతోషాలను ఆస్వాదిస్తున్నాను, పిల్లా,'' కృప అన్నాడు. ''పానీయాలనేవి కొంచెమే దొరుకుతాయి. కానీ, వాటిని భలేగా ఆస్వాదిస్తుంటాం.'' దొంగతనంగా పద్మవైపు చూశాడు. ''ఏం నీవు బట్టలు సర్దుకోవట్లేదా? మేము కాసేపట్లో బయలుదేరుతాము, బహుశా అర్ధరాత్రి దాటాకేమో.''

బయలుదేరడమా? ఆమె దాని గురించి ఎప్పుడూ ఆలోచించలేదు. ఆమెకు ఇక్కడ ఇంకా పని ఉంది. ఇప్పటికి ఇక్కడే ఉండాలి. కానీ ప్రతీకారం సాధించాక మాత్రం ఎక్కడకెళ్ళాలో తెలియదు.

''నేను ఇక్కడే నగరంలోనే ఉంటాను.''

కృప కళ్ళు చిట్లించాడు. ''ఏం పిచ్చా నీకు, పిల్లా? మాకు దొరికిన అతిపెద్ద బహుమతివి నీవు, తెలుసుకో. అంటే, నీవే ఆ రథాన్ని కనిపెట్టి, దాంట్లో రెండు కన్నాలు చేసి, మండేందుకు ఆ రాళ్ళను లోపల పడేశావు. ఇదంతా నీకే తెలిసింది.''

పద్మ సిగ్గుపడుతూ నవ్వింది. ''నేను లేకుండా మీరు ఉండగలగాలి. అది కష్టమని నాకు తెలుసు, కానీ అవసరమే. అయినా సామాను సర్దుకోవడం గురించి మాట్లాడాలంటే, నీకా చింతే లేదుగా.''

''నాకు ఐహిక వస్తువులపై కాంక్ష లేదు, పిల్లా,'' నవ్వాడు, పానీయం సేవిస్తూ.

పద్మ నవ్వి, అతనిని అక్కడే వీడి, పైన తన గదికెళ్ళింది, తన ఆఖరి కర్తవ్యం నిర్వహించడం కోసమని బట్టలు సర్దుకొనేందుకు. అప్పుడే ఇంకొక పరిచితమైన ముఖం ఆమెకు అంతరాయం కలిగించింది—అర్జన్. పొడుగ్గా, కండలు తేలి ఉన్నాడు, కల్కి అంత కాకపోయినా. అతని ముఖాన ఉండిన గాయం ఇంచుమించు మాయమయ్యింది, ఇప్పుడది కోపంగా కనిపిస్తున్న ఎర్రటి చిన్న గీతగా ఉంది, అంతే. కానీ అతను నవ్వినప్పుడల్లా, మునుపటి అమాయకత్వం తెలుస్తుంది.

''ఎక్కడికెళ్ళాలనుకుంటున్నావు?'' నెమ్మదిగా అడిగాడు.

''నీకు అవసరమా? నీకు సహాయం చేశాను. అదొక్కటే నీవు మనసులో పెట్టుకోవాలి.''

అర్జన్ పెదాలపై చిరునవ్వు నాట్యమాడుతోంది. లోకరక్షకుడనబడే కల్కిని తను రక్షించగలిగాడు. కానీ ఈమె దీని గురించి తెలుసుకునేందుకు ఆసక్తి కనబరచలేదు. ఆమెకు ఈ వ్యవహారమంతా కేవలం గాడిదగుడ్డే అనుకున్నాడు.

''నీవు కృపతో మాట్లాడడం విన్నాను. మాతో రావట్లేదుట కదా.''

''రాత్రి కూడా రావట్లేదుగా. అయినా నా గురించే ఎందుకు మీకంత బెంగ? ఆమెను రమ్మనట్లేదే?''

''ఎందుకంటే,'' అని ఆగాడు. ''రాత్రి బయలుదేరితే, లేనిపోని సమస్యవుతుంది.

అందరి కళ్ళూ ఆమెవంకే తిరుగుతాయి. అదీగాక, నీవొక అమూల్యమైన సభ్యురాలవు. మాతో వచ్చేయి.''

''వస్తే తిరిగి నాకేం లభిస్తుంది?''

అర్జన్ వద్ద జవాబు లేదు. పెదాలు బిగించి, క్రిందకు చూశాడు. ''జీవితంలో అన్నిటికీ లాభనష్టాల లెక్కలుండవు, పద్మా.''

ప్రతిగా ఏదో కోరడం పద్మకు కూడా అదోరకంగా అనిపించి, మిగిలిన సోమశక్తులతో కృప తయారు చేసిన తగరం పేలుడు పదార్థాలతో గోనెసంచీని నింపుకుంది. అత్యవసరమైనప్పుడే వాటిని వాడమన్నాడు కృప. వీటితో ఏం చెయ్యాలో తనకు తెలుసనుకుంది.

''నీవు ఆ పేలుడు పదార్థాలతో ఏం చేస్తావో నాకు తెలియదు. నిన్ను అడిగే హక్కు నాకు లేదు. కానీ నీవు నీ పనో మరేదైనానో ముగించుకునేంతవరకు మేము నీకోసం నిరీక్షించగలము. అప్పటిదాకా ఉండగలము.''

''అంతలో కాళికి మీరు దొరకవచ్చు.''

''అతడు రాత్రి గురించి పట్టించుకోడు. అతడికి ఆమె కేవలమొక గ్రంథాలయ పాలకురాలు మాత్రమే.''

పద్మ ఆగింది. ''నా పేరు పద్మావతి.'' ఎందుకని అతడికి తన పూర్తిపేరు చెప్పిందో ఆమెకే తెలియలేదు. రాత్రికి కూడా చెప్పలేదు. ఒకవేళ అతడి మృదువైన, సున్నితమైన కళ్ళవల్లేమో, అతడు మర్యాదగా, తెలివిగా మాట్లాడే విధానంవల్లేమో. అతనితో ఆమెకు కాస్త సాన్నిహిత్యం ఉంది, తక్కినవారిని అస్సలు భరించలేదు.

అర్జన్ ఆశ్చర్యంతో నొసలు చిట్లించాడు. ''అది ఒక దాక్షిణాత్య పేరు.''

పద్మ తలూపింది. ''అవును, నేనక్కడిదాననే.''

''నీ పరంపర గురించి బాగా తెలుసా?''

దాని గురించి ఇతనితో పంచుకుందామనుకున్నా, మౌనం వహించింది. ''ఉత్తరాదివారూ, దా క్షిణాత్యులూ బోయలనెదిరించేందుకు ఒప్పందం చేసుకున్నప్పుడు మేము, అనగా నేనూ, నా సోదరులూ వలస వెళ్ళాము.'' అవి చీకటి సమయాలు, అప్పుడు ఆమె సోదరులు వేదాంతుడి పిచ్చి పద్ధతులను అదుపులో పెట్టవలసి వచ్చింది.

''అతణ్ణి అదుపులో పెట్టాలి గనుకనే నిన్ను రమ్మంటున్నాను. నీవు అప్పుడప్పుడూ అతిగా మాట్లాడతావు గానీ, తెలివైనదానవే.''

పద్మ నిట్టూర్చింది. ''ఎక్కడకు వెళ్ళదలచుకున్నారు?''

''ఉత్తరదిశకు, దండకంవైపుకు, అక్కణ్ణుంచి మహేంద్రగిరికి.''

''అది మంచు ప్రాంతము.''

''అవును.''

ఆమెకు మంచంటే ఇష్టం లేదు. ముఖం చిట్లిస్తూ, తలూపింది. ''చూస్తాను. కానీ ఎందుకు?''

''కల్కి లోకరక్షకుడని మేము చెప్పినది తమాషాకి కాదు. అది నిజమే. నీవే చూశావుగా.''

పద్మ చూసింది, కల్కి నేర్పుగా సంకెళ్ళను తట్టుకుంటూ మార్తంజుడితో భీకరంగా ఎలా పోరాడాడో. కానీ దీనంతటికీ ఏదో సహేతుకమైన వివరణ ఉండి ఉండాలి కదా, దాని కోసమే వెతుకుతోంది.

''చూస్తాను, అర్జన్.''

అర్జన్ ఆమె వీపు తట్టి బయటకు వెళ్ళబోతూ, చివరిసారి వెనక్కు తిరిగి ఆమెను చూశాడు. ''నీవద్ద పేలుడు పదార్థాలున్నాయి. నీకేదో ముగించాల్సిన కార్యముందని నాకు తెలుసు. కానీ నా కొద్దిపాటి అనుభవంలో, అవి భయంకరమైనవని తెలుసుకున్నాను. వాటిని తరచూ వాడకూడదు. నీకు సరైనదని తోచే పనికే వాడతావని తెలుసు. మా నాన్న ఒక మ్లేచ్ఛుడివల్లే చనిపోయారు, కాబట్టి నాకు వాళ్ళంటే ద్వేషం ఉండేది, దత్తాత్రేయను కలిసేంతవరకూ. అటువంటివాడిపై నాకు జాలి కలుగుతుందని

నేనెన్నడూ అనుకోలేదు, కానీ కలిగింది. అలాగే మా గ్రామాన్ని కొల్లగొట్టిన దురుక్తిపైన కూడా జాలి కలిగింది.''

తనలో తనే నవ్వుకున్నాడు. ''ద్వేషించడం తేలికే, మన్నించడమే కష్టము. కానీ దీన్నే ఎక్కువమంది చేస్తే లోకంలో మనమెంతో ప్రశాంతమైన బ్రతుకు బ్రతుకుతాము.'' ఆ మాటతో ఇక ఆ గదిని వీడాడు. బరువైన గుండెతో పద్మ సంచీని భుజానికి తగిలించుకుంది. ఇప్పుడు దేన్ని సరైన మార్గమనుకోవాలో ఆమెకు తెలయట్లేదు. స్థిరపడడం గురించి ఆలోచించింది. ఆలోచించి స్పందించాలి. ఆలోచించి స్పందించాలి. ఆలోచించి...

73

పైకప్పుమీద కాగడాల నీడలను చూస్తూ, తన ఇంద్రియాలను శాంతపరుసచుకుంటూ అర్జున్ జీవితంలో మొదటిసారి కాస్త మద్యపానం చేశాడు. గదిలో తను కూర్చున్న ఎత్తైన ఫలక అదిరినప్పుడు, ఆశ్చర్యంతో రెండుసార్లు కళ్ళార్పాడు. తాపీగా వెనక్కు తిరిగిచూస్తే, కల్కి అప్పుడే మెల్లగా నిద్రలేస్తూ కనిపించాడు. కల్కి తన డొక్కలను పట్టుకొని ఉన్నాడు.

మద్యాన్ని పక్కన పెట్టి, అర్జున్ కల్కికి సహాయం చేసేందుకు వెళ్ళాడు. ఎంతో త్వరగా, ఎంతో పరిపక్వత చెందాడుం అనుకున్నాడు. కల్కి ముఖాన దట్టమైన గడ్డం కలుపు మొక్కలలాగా పెరుగుతోంది. అతని కళ్ళు నీరసంగా ఉన్నాయి, జుట్టు అస్తవ్యస్తంగా పెరిగి ఉంది. శరీరమంతా గాయాలున్నాయి, కొరడా దెబ్బలవల్ల అయిన గాయాలు. నిన్ననే, పొలంలో కూర్చొని అస్తమించే సూర్యుణ్ణి చూస్తూ, కథలు చెప్పుకుంటూ, మోచేత్తో గుద్దుకుంటూ, హాస్యాలు మాట్లాడుకున్నట్లుగా ఉంది. ఒకటే రక్తం పంచుకోకపోయినా, ప్రేమను పంచుకొన్న సోదరులు వారు. శంబల ఏదో దూరమైన కలలాగా అనిపించింది. తిరిగి వెళ్ళామనుకున్నా, ప్రస్తుతం అది ముగిసిపోయిన కథ అనిపించింది అర్జున్‌కి. వాళ్ళ అమ్మ దేవాలయంలోనే ఉంది. అర్జున్ ఆమెకు అంతా బాగానే ఉన్నామంటూ చీటీ పంపించాడు. కానీ ఎక్కడ ఉన్నామన్నది తెలుపలేదు, ఆమె ఖంగారు పడుతుందని. అర్జున్‌కి తల్లిదండ్రులకు అబద్ధం చెప్పడం ఇష్టం లేదు. కానీ పరిస్థితులు అలా చెప్పేట్లు చేశాయి.

ఎప్పుడూ అనుకోనిదే జరుగుతుంది. ఎప్పుడూ చెడు ముందు అమాయకుడే పడిపోవాల్సొస్తుంది. అమాయకుడే దీనివల్ల ప్రచోదితుడై చెడుని ఎదిరించేందుకు ప్రయత్నిస్తూ యుద్ధం చేస్తాడు. ఆగర్భ శ్రీమంతుడు తేలికగా భ్రష్టుడవ్వగలడు. వినయమే నాయకుడిని తీర్చిదిద్దుతుంది.

''నేను బాగానే ఉన్నాను,'' కల్కి అన్నాడు.

''చూసేందుకు బాగా లేవు.''

''నాకు వాసనొస్తున్నదేంటి, మద్యమా?'' కరుకుగా అడిగాడు.

అర్జన్ తికమకపడ్డాడు, ''అవును...నేను...''

''నేను కూడా కొంచెం తాగవచ్చా?''

అర్జన్ నవ్వి అతని కోసం కొంచెం పోసిచ్చాడు. కల్కి అది తీసుకొని, వణుకుతూ ఒక్క గుటకలో తాగేసి, అర్జన్‌కి గిన్నెనిచ్చేశాడు.

''లక్ష్మి నేను గాయపడ్డప్పుడు...చూసుకునేది,'' కల్కి పైకి చూడకుండా, కాలంతో బండబారిన తన చేతులను చూస్తూ అన్నాడు. ''ఆమె లేదన్న వార్తను జీర్ణించుకోలేకపోతున్నాను.'' అని ఆగాడు. ''కానీ అమ్మ అన్నది, వాళ్ళు చనిపోయినంత మాత్రాన, మనతో లేరని కాదు, అని.'' ఆ ఆలోచనని తలచుకొని నవ్వాడు.

అర్జన్ అవతలివైపు నుంచి అన్న తలను తట్టాడు, అన్న ఎంతగా ఎదిగిపోయాడో అని ఆశ్చర్యపడుతూ. ''నీవు ఎదిగావని ఒప్పుకోవాలి. ఎన్నో విధాలుగా.''

''ఇలా అంటున్నది ఎవరు?'' కల్కి అడిగాడు వెక్కిరింతగా. ''అందరిలో ముఖ్యంగా నీవు ఇలా అనకూడదు. విచారణకు ఏకంగా ఎగిరే రథంలో వచ్చావు.''

''అది కృపాచార్యుడి ఆలోచనే.''

''అతడు...ఒక నిగూఢమైన వ్యక్తి.'' కల్కి తల తిప్పి, నడవా దగ్గర గురకపెడుతున్న కృపను చూశాడు.

అర్జన్ తను కొనసాగించే ముందర పెదాలను కొరుక్కున్నాడు, కాస్త తటపటాయిస్తూ. ''నేనిది చెప్పాలనుకుంటున్నాను. నాది అతి భయమని కూడా అనిపించవచ్చు.''

''మన మొదటి అంతర్వాణి అబద్ధం చెప్పదు,'' కల్కి అన్నాడు.

''సరే,'' అర్జన్ తలూపాడు. ''నేనొక మ్లేచ్ఛుణ్ని కలుసుకున్నాను.'' కల్కి కళ్ళల్లో మార్పు తెలిసింది, అందుకని అర్జన్ కొనసాగించాడు. ''ఒక ముసలాడు శంబలపై దాడి చెయ్యమని వాళ్ళని ఉసిగొలిపాడట.''

''ముసలాడా? అయితే కృపే కొంతమందిచేత నాన్నను చంపించాడంటావా?''

''కావచ్చు. లేదా అపహరించమన్నాడో. చంపడం అవసరాన్నిబట్టి అయ్యుండవచ్చు, బహుశా.'' తన అన్నను కాపాడేందుకు సహాయపడిన వ్యక్తిమీదే నేరం మోపుతున్నానని అర్జన్ నమ్మలేకపోయాడు.

కల్కి భావరహితంగా ఉన్నాడు. ''సరిగ్గా తెలియదు. ఋజువేమీ లేదు. ఆ వ్యక్తి కృపను పోల్చుకోగలడా?''

''అతడు మనల్ని కాపాడబోతూ చనిపోయాడు.''

విధివిలాసం అనుకొని నవ్వాడు కల్కి. అర్జన్ కూడా నవ్వాడు. అది జాలితో కూడిన వెటకారం, గదంతా మార్మోగింది. లోకమంతా ఇటువంటి విధివిలాసాలతోనూ, అభద్రతలతోనూ నిండి ఉంది. ''మనం ఒకళ్ళనొకరమే నమ్మగలము, బహుశా.''

''అవును, బాలానూ, అ కొత్త అమ్మాయినీ కూడా.''

''కొత్త అమ్మాయా?'' కల్కి ఆలోచించాడు, నొసలు చిట్లించి. ''అవునవును.''

అర్జన్ నిట్టూర్చాడు. ''ఆమె పేరు పద్మ. బయటకు కరుకుగా కనిపించినా, అమెలో లోపలెక్కడో బంగారంలాంటి మనసు దాగి ఉంది. నాకు తెలుసు.''

''అయ్యుండవచ్చు. నీ నిర్ణయాన్ని నమ్ముతాను. కృప విషయంలో జాగ్రత్తగా ఉంటాను. ఆ ముసలాడిని నమ్మలేము.''

''నిజమే. కానీ అతను చెప్పే ఒక్క విషయం మాత్రం సరైనదే. నీవు అవతార పురుషుడివయ్యేందుకు శిక్షణ కోసం పర్వత ప్రాంతాలకేగాలి,'' అర్జన్ అన్నాడు. ''నీవు ఇక్కడే కూర్చోలేవు. కాళిని ఓడించాలి. అతని పిచ్చి పెరిగిపోతూ అవధుల్లేకుండా తయారవుతోంది.''

కల్కి ఆలోచిస్తున్నాడని అర్జన్‌కి అర్థమైంది. శంబలకు చెందిన కుర్రాడు మూర్తీభవించిన అధర్మంతో పోరాడదలచుకోవట్లేదు. జీవితంలో చిన్న చిన్న ఆనందాలు చాలనిపిస్తున్నాయి అతనికి.

''శంబల ఎలా ఉంది?''

''చితికిపోయింది,'' అర్జన్ అడ్డంగా తలూపాడు. ''నిన్ను కాపాడేందుకు విడిచి వచ్చాము.''

''మళ్ళీ ఎప్పుడైనా తిరిగి వెళ్తామా?''

''అనే ఆశిస్తున్నాను. అన్నీ సరిపోయాక, వెళ్దాములే.''

కల్కి ఒక ప్రశ్నని అడుగుదామనుకుంటూ సంకోచిస్తున్నాడని తెలుస్తూనే ఉంది. అర్జన్ ముందుకు వంగాడు. ''ఇదిగో విను,'' అన్నాడు. ''ఇది వినేందుకు కర్కశంగానే ఉంటుంది, కానీ నీవు నాకొక ప్రమాణం చెయ్యాలి.''

''ఏమని?''

''మనం ఒక ప్రమాదకరమైన మార్గాన పయనిస్తున్నామని నీకు తెలుసునని, నీవు ప్రణాళికాబద్ధంగానే వ్యవహరిస్తావని, జాగ్రత్తగా ఉండేందుకు ప్రయత్నిస్తావనీ ప్రమాణం చెయ్యాలి. మనకు తెలిసిన లోకాన్ని విడిచి బయటకు వెళ్తున్నాము. దాన్ని ఎదుర్కుంటున్నాము. అన్నిటికంటే ముందుగా, సంసిద్ధంగా ఉండాలి.''

''దేనికి?''

అర్జన్ కళ్ళార్పాడు. ''నాకేదైనా జరిగినా, ఏది జరిగినా, నీవు ఆగవని, నేర్చుకుంటూనే ఉంటావని, నీవేది అవ్వాలని వ్రాసిపెట్టి ఉంటే అది అవుతావని ప్రమాణం చెయ్యాలి. దాన్నే స్వీకరించు. శంబలలో చేసినట్లు నిన్ను నీవు ఆపుకోకు. ఆగితే ఓడిపోతూనే ఉంటావు. లోకాన్ని కాపాడే ప్రయత్నంలో ఒక్కరిని కోల్పోయినా ఫరవాలేదు.''

''ఆ ఒక్క వ్యక్తే నాకు లోకమైతే?''

అర్జున్ వద్ద ఆ ప్రశ్నకు సమాధానం లేదు. కల్కి అడిగింది సరైన ప్రశ్నే. ''అయినప్పటికీ, నాకు ప్రమాణం చెయ్యాల్సిందే. అగకు, లేదంటే జీవితాంతం పశ్చాత్తాపపడతావు. అధర్మాణ్ణి పోరాడేందుకు ఎప్పుడు తయారనుకుంటే, అప్పుడు తిరిగిరా.''

''మానవాతీత విషయాల గురించి నీవు మాట్లాడడం వింటూంటే నమ్మలేకపోతున్నాను.''

''చాలా చూసిన మీదటే మాట్లాడుతున్నాను.''

కల్కి నవ్వాడు. ''సరే, ప్రమాణం చేస్తున్నాను. కానీ నీకేమీ జరగనివ్వను.''

అర్జున్ వెళ్ళి అన్నను వాటేసుకున్నాడు. చాలాసేపు ఆలింగనంలో ఉండి, మళ్ళీ నింపిన మదిరగిన్నెను తీసుకొని కిటికీని సమీపించాడు అర్జున్. ''మన గ్రామాన్ని ధ్వంసం చేసిన ఆమెను నీవు ముద్దుపెట్టుకోవడాం చూశాను. ఏమిటి కథ?''

''అది కేవలం మామూలు ముద్దే, తమ్ముడూ.'' కల్కి ఖంగారుగా కనబడ్డాడు. ''పదవి పిచ్చి పట్టిన వెర్రివాడి చేతిలో ఇరుక్కున్న, అపార్థం చేసుకోబడ్డ వ్యక్తి ఆమె. ఆమెను కాపాడదామనుకున్నాను, కానీ కుదరలేదు.''

''నిన్ను గాయపరచినందుకా, కాపాడదామనుకున్నావు?''

కల్కి అయోమయంగా చూశాడు. తనకే ఎన్నో సందిగ్ధాలున్నాయి, అది స్పష్టంగా తెలుస్తోంది. ''బహుశా ఆమె ఒక్కత్తే కాళిని మనిషిగా మార్చగలుగుతుందని నా నమ్మకం.''

''ఆమెకు మంచి చెయ్యబోయి, అన్నా, నీవు ఆమె జీవితాన్నే నాశనం చెయ్యలేదని ఆశిస్తున్నాను.'' అర్జున్‌కు కాళి చెల్లెలిపై ఏ సానుభూతీ లేదు. కానీ కల్కికి ఆమె గురించి తెలుసు. అందుకని అమెవైపు కథ వినకుండా నిర్ణయించేయడం అర్జున్‌కు ఇష్టంలేదు.

కల్కి దీర్ఘాలోచనలో పడగా, అర్జున్ కళ్ళు నగరంవైపుకకు దూసుకెళ్ళాయి. అక్కడ శాలువా కప్పుకున్న ఒక ఆకారపు నీడ కదలాడుతోంది. అర్జున్‌కు ఆమెవరో తెలుసుం. పద్మ.

ఇతను సూక్ష్మంగా హెచ్చరించినా, ఆమె వెళ్ళింది.

''నేను...ఇదిగో, వచ్చేస్తాను.'' కల్కికి మదిరగిన్నెను అందించాడు అర్జున్. ''దీన్ని ఆస్వాదించు, నీ ప్రమాణాలకు అంటిపెట్టుకొని ఉండు.''

కల్కి నవ్వాడు. అర్జున్ కూడా గదిని వీడే ముందర నవ్వాడు.

అర్జున్ నడుమున కొడవలిని ధరించాడు. చీకటి సందులలో నడుస్తున్నాడు. ఆ నిస్తేజ వాతావరణం, గుడ్లగూబల అరుపులూ, గాల్లో ఎగురుతున్న గబ్బిలాలచే

బెదరకుండా నడిచాడు అర్జన్. తనకు దూరంగా, గబగబా నడుస్తున్న పద్మను చూశాడు. ఈ అమ్మాయికి, తనకు మించిన విషయాలు ఉన్నాయని ఎప్పుడు అర్థమవుతుంది? అయినా, ఆమె కథ అర్జన్‌కు తెలియదు. అందుకని మళ్ళీ ఆమె గురించి తప్పుడు నిర్ణయానికి రాకూడదు.

ఒకవేళ అది అవసరమేమో, ఇంతే ఊహించగలిగాడు అర్జన్. త్వరలోనే, అమె కాపలా వాళ్ళను తప్పించుకొని నడుస్తోందని గ్రహించాడు. ఆశ్చర్యంగా, ఈరాత్రి కాపలా తిరుగుతున్నది మామూలుగా గస్తీ తిరిగే నాగుల కారు. గస్తీ తిరుగుతున్న రక్షకభటుల్లో ఎక్కువమంది మానవులో, యక్షులో.

ఆమె కోటకు వెళ్తోందని అర్థమై, దీర్ఘంగా నిశ్వసించి, ప్రధాన మార్గం నుండి తిరిగి, చిన్న సందులోకి ప్రవేశించాడు అర్జన్.

ఇది వేదాంతుని కోట. ఆమె సునాయాసంగా గోడనెక్కి అవతలకు వెళ్ళడం చూశాడు.

అర్జన్ త్వరగా గోడనెక్కి ఇటుకలతో కట్టిన గోడను దాటుదామనుకున్నాడు, మడమ నొప్పిపెట్టినా. తన కొడవలిని గోడలో లోతుగా దింపి, దాని అంచును పట్టుకొని, ఆఖరున పైకెక్కి అవతలివైపుకు పడ్డాడు. అక్కడుండే చెట్లను కదిపి చూడగా, ఘంటామండపంలో సాయుధులైన భటులు గస్తీ తిరుగుతున్నారు. ఆయాసం తగ్గించుకొని, ఆమెను అనుసరించాడు అర్జన్. తను ఈ పని ఎందుకు చేస్తున్నాడో తనకే తెలియకపోయినా, ఆమెను కాపాడాలనీ, ఆమె ఏం చేస్తుందో చూడాలనీ అనుకున్నాడు.

ఒకవేళ ఆమె పట్టుబడితే, తన సహాయంతో తప్పించుకోవడం తేలిక అవుతుంది. ఆమె ఉపయోగపడే వ్యక్తి. అతను తెలుసుకున్నదాని ప్రకారం, ఉపయోగపడే వ్యక్తులను హడావుడిగా వెళ్ళిపోనివ్వకూడదు. కల్కికి తెలిస్తే, ఒప్పుకోడు. నిజం చెప్పాలంటే, అర్జన్‌కు ఇక్కడకు వచ్చేందుకు అనేక కారణాలున్నాయి, వాటిలో చాలామటుకు అతని దృష్టిలో అర్థంలేనివే. కృప నమ్మదగ్గ వ్యక్తి కాదు, కానీ పద్మ అలాంటిది కాదు. ఆమె ఎప్పుడూ కర్కశంగానూ, నిజాయతీగానూ ఉంటుంది. అలాంటివాళ్ళను అర్జన్ ఎక్కువగా చూడలేదు ఈ లోకంలో.

ఆమె ప్రధాన గోపురాలలో ఒకదాన్ని ఎక్కుతూ కనబడింది, వెలుతురు నుంచి దాక్కొంటూ. ఆమె కిటికీలోకి దూకడంతో అర్జన్ క్రిందే నిలిచిపోయాడు. అతను వెళ్ళిపోవాలనుకున్నాడు, కానీ గుబురులో దాక్కొని, ఒక భటుడు తన ముందున్న మార్గం వైపు రావడం చూశాడు. దాంతో కదలకుండా నిలబడ్డాడు.

పట్టుబడకూడదని దేవుళ్ళకు మ్రొక్కాడు.

74

బాలా అందగాడు కాదు. ఇంకా చెప్పాలంటే, ఏ విధంగానూ ఆకర్షణీయంగా ఉండడు. అయినా, అతనొక మంచి మనసున్న వ్యక్తని ఆమెకు తెలిసింది. తనకంటే అతడు దాదాపు ఒక దశాబ్దం చిన్నవాడని రాత్రికి తెలుసు. అతనిపై ఆమెకు ఎటువంటి శృంగార భావాలూ లేవు. అతనితో కుమార్‌తో ఉన్నట్లే స్నేహంగా ఉంటుంది. కానీ ఇంట్లో అందరూ వీళ్ళిద్దరూ జంట అని అనుకోవడం విడ్డూరం. కానీ మళ్ళీ ఇది బాలా తప్పే, ఎందుకంటే ఆమె సరసన ఉన్నప్పుడు అతడు సిగ్గుపడతాడు. అతనికి ఆమె నచ్చిందేమో. ఆమెకు కూడా ఇది ముచ్చటగానే ఉంది, కానీ ఎప్పుడూ స్పందించలేదు. ఆమెకెన్నో ముఖ్యమైన విషయాలు ఉన్నాయి, అందులోనూ నగరంలో ఇప్పుడు జరుగుతున్న సంఘటనల నేపథ్యంలో.

వీళ్ళు తన వెనుక మంత్రాంగం జరుపుతున్నారని తెలుసుకొన్నప్పుడు ఆమెకు బాగా కోపమొచ్చింది. ప్రస్తుత సింహాసనాన్ని కూల్చేందుకు ఆమె వద్ద భారీ ప్రణాళికలున్నాయి. వాటిలో వీళ్ళకు ఒక్కటీ అర్థం కాలేదు. తమ స్నేహితుణ్ణి విడిపించాలన్నదొక్కటే వీళ్ళ ధ్యేయం. తప్పించుకొన్నవాడు ఆమె ఇంట్లోనే ఉన్నాడు కాబట్టి, ఆ ప్రయత్నం పూర్తిగా వ్యర్థం కాలేదు. ఎవరైనా అతడు ఆమె ఇంట్లోకి ప్రవేశించడం చూసి ఉంటే మాత్రం ఆమె చచ్చిపోతుంది.

కానీ వాళ్ళకు సహాయం చేద్దామని నిర్ణయించుకుంది.

ఎందుకని?

ఎందుకంటే, వీళ్ళు లక్ష్మిని బాగా గుర్తుతెస్తున్నారు. దయామయి, సాహసవంతురాలూ అయిన ఆమె, తన మనసు చెప్పేది తప్ప ఇంకెవ్వరి మాటా వినదు. వీళ్ళూ అలాగే ఉన్నారు. చెడ్డవారేం కాదు. వీళ్ళు పనిచేసే విధానం వేరేగా ఉంది. అదొక్కటే కారణంతో వీళ్ళను తప్పుబట్టకూడదు. ఒక్క ఆ ఆచార్యుడు తప్పం. అతడు అంతు చిక్కకుండా, అర్థం కాకుండా, అసహ్యంగా, వెర్రిగా, అన్ని విధాలా భయంకరంగా ఉంటాడు అనుకుంది. అసంపూర్ణ ప్రజ్ఞావంతులై, ఆ ప్రజ్ఞతో అమాయక గ్రామస్తులను ఆకర్షించి,

ఏదో కొంత డబ్బు సంపాదించడం కోసం వాళ్ళు వాళ్ళ పిల్లలను తమ వద్దకు పంపించేట్లు చేసే ఇటువంటి ఆచార్యులంటే ఆమెకు కంపరం. విద్య చెట్టుకింద కూర్చొని నేర్పరాదు.

గ్రంథాలయ ప్రారంభోత్సవానికై కొందరు ఆధికారులకు ఆహ్వానాలు పంపుతోంది, బోయలకు సైతం పంపుతోంది. ఉదారురాలిగా తనను తాను చిత్రించుకొంటూ అందరితో కలివిడిగా నడచుకోవాల్సి వస్తోంది. కొవ్వొత్తి వెదజల్లుతున్న గుడ్డి వెలుతురులో పేర్లను వ్రాస్తూ, సంతకాలు పెట్టింది. అప్పుడే అడుగులు వినబడ్డాయి. కళ్ళు పైకెత్తి చూడగా, అవి కుమార్వి కాదు, బాలావి. అతని పొడవాటి, భారీ ఆకారం గదిలో చాలా చోటును ఆక్రమిస్తోంది. ఒక మానవుడు, రాక్షసుడితో సమానంగా ఇంత భారీగా ఉండడం రాత్రికి ఆశ్చర్యం కలిగించింది. అతణ్ణి పట్టించుకోకుండా పని కొనసాగిస్తోంది. అతడు చేతులు ముందువైపు పెట్టుకొని నిలబడ్డాడు. అతని గద అంచులు నేలను తాకుతూ శబ్దం చేస్తోంది.

''ఆఁ...అన్నింటికీ కృతజ్ఞతలు.''

రాత్రి తలూపింది. ''ఫరవాలేదు. లక్ష్మి స్నేహితుల కోసం ఏమైనా చేస్తాను.'' లక్ష్మి స్నేహితులు కాకుంటే ఇంటి నుంచి బయటకు గెంటేసేది.

''మళ్ళీ కలుస్తామని ఆశిస్తున్నాను.''

రాత్రికి కుమార్ చెప్పాడు, అతిథులు ఎక్కడకో తమ తదుపరి గమ్యానికి బయలుదేరతారని. ఎక్కడికో అడగాలని రాత్రి అనుకోలేదు. దానితో తనకు నిమిత్తం లేదు.

''నేను కూడా. నేనూ అదే ఆశిస్తున్నాను.'' నవ్వేందుకు ప్రయత్నించింది. ''నాతో నిజాయతీగా ఉన్నందుకు సంతోషం.'' కానీ ఎందుకలా ఉన్నాడు? తక్కినవారిలాగే అబద్ధం చెప్పుండచ్చుగా.

''అవును. క్షమించండి,'' అతని గొంతు బొంగురుగా ఉన్నా, సున్నితంగానూ ఉంది. ''ఇతరులను. వాళ్ళు మీతో నిజం చెప్పేందుకు భయపడ్డారు.''

రాత్రి రాయడం ఆపింది. ''నీకు భయమెయ్యలేదా?''

''చాలామందికి తెలియదు...నాకు ఒక వ్యక్తిని చూడగానే వారి స్వభావం తెలిసిపోతుందని. మిమ్మల్ని చూడగానే, ఏదీ పట్టించుకోకుండా మాకు ఎంత పెద్ద సహాయమైనా చేసేవారిలాగా అనిపించారు.''

ఆమె ఏ భావమూ చూపకపోయినా, తనను అతను నిజంగా అర్థం చేసుకున్నాడని ఆనందించింది.

''పట్టించుకోను, నిజమే. కానీ నాకూ అవధులున్నాయి.''

''నిజమే. ఉంటాయి. వాటిని మేము దాటే ముందరే బయలుదేరాలనుకుంటున్నాము.''

''సంతోషం,'' అన్నది, మరికొన్ని ఉత్తరాలపై సంతకం చేస్తూ.

''ఆరోజు జరిగిన...''

''దాని గురించి మాట్లాడక్కర్లేదు.'' రాత్రి బుగ్గలు ఎర్రబడుతున్నాయి. అబ్బా!

''అంతేనా?'' అతని గొంతు బొంగురుగా ఉంది. బెరుగ్గా ఉన్నాడు.

''అంతే. ఇంకేమీ లేదు.''

ఇందుకు దారితీసిన రోజులన్నిటినీ గుర్తుతెచ్చుకుంటూ రాత్రి తలూపింది. బాలాతో గడిపిన క్షణాలు ఏదో జ్వరతీవ్రతతో కూడినవిలాగా అనిపించాయి. అప్పట్లో ఆమె అజాగ్రత్తగా, వెర్రిగా ఉంది, బాగా మద్యం సేవిస్తోందిం. ఒకవేళ లక్ష్మిని తలుచుకొనో, లేక తనకొక కుటుంబమంటూ లేనందుకు చింతిస్తూనో, లేదూ, ఒక యక్షుడితో జీవిస్తున్నందుకు బాధపడుతూనో. ఆమెకు ప్రియుడనేవాడు లేడు. అది ఆమె నిర్ణయమే. కానీ ఒక్కొక్కరోజు తారలు ఏదో చెబుతున్నట్లు అనిపించి, తను భ్రాంతిలోకి వెళ్తున్నానని గ్రహించేది. అటువంటి ఒక రేయి బాలా తటస్థించాడు. ఆమె ఇంటి పైకప్పు అంచున నిలబడి ఉంది. ఆమె క్రిందపడి, కాళ్ళు విరొగ్గొట్టుకొనే లోపల, బాలా పట్టుకొని తనవైపుకు తిప్పుకున్నాడు. పొరపాటున ఆమె అతని గుండెని కూడా గట్టిగా ముద్దు పెట్టుకుంది, తన ఎర్రటి పెదాల గుర్తు అతని చర్మంపై పడేట్లుగా. వెర్రిగా వెక్కిళ్ళు పెడుతూ నవ్వింది. బాలా ఆమెను పట్టుకొని, ఆమె గదికి తీసుకెళ్ళి జాగ్రత్తగా చూసుకున్నాడు. అతను దిట్టమైన వ్యక్తే అయినప్పటికీ, రాత్రిని తనను ముద్దు పెట్టుకోనివ్వలేదు.

''మీరు తాగున్నారు. సరిగ్గా ఆలోచించట్లేదు,'' అని న్యాయంగా వాదించాడు.

పొద్దున ఒక గిన్నెలో గంజి తెచ్చిచ్చాడు, తాగుడు మైకానికి అదొక చక్కటి విరుగుడని అంటూ.

''ఏం చేశాను?'' ఆమె తల మర్దనా చేసుకొంటూ, ఏమీ గుర్తులేనట్లు నటించింది. చాలా ఇబ్బందిగా, సిగ్గుగా అనిపించింది. ఆమె వయసు స్త్రీ చెయ్యకూడని పని అది.

''మీరు అప్పుడు అయోమయంలో ఉన్నారు. ఇప్పుడు బాగానే ఉన్నారు,'' నెమ్మదిగా నవ్వాడు. అప్పట్నుంచి, సమయం దొరికినప్పుడల్లా, బాలా వచ్చి ఆమెతో మాట్లాడేవాడు. పిచ్చాపాటీయే కాదు, తనలో నిగూఢమై ఉన్న అభద్రతా భావాలను కూడా వ్యక్తం చేసేవాడు. రాత్రి కూడా అలాగే చేసేది. రాత్రికి అతనితో ఇవన్నీ పంచుకోవడం ఇబ్బందనిపించేది కాదు. ఆ రేయి, ఆమె తాగుడు మైకంలో, వాళ్ళ బంధం ఏర్పడినట్లయ్యింది.

''ఈ పదవికి ఎలా చేరుకోగలిగారు, రాత్రిగారూ?'' అతను అడిగాడు.

దీని గురించి ఆమెకు చేదు జ్ఞాపకాలున్నాయి. ''నేనెప్పుడూ ఇంత ముభావంగానూ, గంభీరంగానూ ఉండేదాన్ని కాను. నాకొక సోదరి ఉండేది శంబలలో. ఆమే లక్ష్మి తల్లి.

కానీ విద్యనభ్యసించాలని అబ్బాయిలాగా వేషం ధరించి గురుకులంలో చేరాను. అప్పట్లో, అమ్మాయిలకు చదువు నేర్పేవారు కాదు. నిజం చెప్పాలంటే, ఇప్పటికీ ఆడపిల్లలకు మగపిల్లలతో సమానమైన విద్యను నేర్పించరు. నేను పట్టించుకోలేదు. నా జుట్టు కత్తిరించుకొని, వక్షోజాలపై గుడ్డ కట్టేసుకొని, చదువుకునేందుకు వెళ్ళాను. అక్కడే నేను చాలా నేర్చుకున్నాను.''

''తమ మధ్య ఇంత అందమైన పిల్లాడుండడం ఎవ్వరికీ వింతగా అనిపించలేదు కాబోలు,'' బాలా నవ్వులాటగా అన్నాడు.

''పరిస్థితి ఇంకా దిగజారింది,'' కిందకు చూస్తూ నిట్టూర్చింది. ''గురుకులవాసం ఆఖరులో చెడ్డరోజులు దాపురించాయి. ఒకసారి స్నానం చేస్తోండగా, అక్కడి ఆచార్యుడు నన్ను పట్టుకున్నాడు, నాకు ఆడ శరీరం ఉందనీ, నేను మగవాణ్ణి కాదనీను. నన్ను గురుకులం విడిచి వెళ్ళిపొమ్మని బలవంతం చేశాడు. అతణ్ణి బ్రతిమాలాను. నేను ఉండవచ్చన్నాడు. కానీ...కానీ...'' సహించలేనట్టు తల అడ్డంగా ఊపింది. ''అతడిని సంతోషపెట్టవలసి వచ్చింది.'' ఆ చెడు స్మృతులు గుర్తుకురాగా, ఆమెకు కన్నీళ్ళు కారసాగాయి. బాలా ఆమెను గట్టిగా వాటేసుకొని ఓదార్చేందుకు ప్రయత్నించాడు. ''అయోమయంలో నాకేం చెయ్యాలో తెలియలేదు, భయమేసింది. నన్ను బలాత్కరించాడు, విధిలేక అక్కడే ఉన్నాను. రాత్రులు చాలా బాధాకరంగా ఉండేవి. ఇంటికెళ్ళాలనిపించేది. కానీ వెళ్తే, నేను మొదలుపెట్టినది పూర్తి చెయ్యలేకపోతానని తెలుసు. నగరానికి వెళ్ళి, పండితుడి వద్ద చదువుకుందామనుకున్నాను.''

బాలా నొసలు చిట్లించాడు, బాధతో, కాస్త కోపంతోనూ. ''అయ్యో, మన్నించండి. అప్పుడేం చేశారు?''

''ఒకరోజు రాత్రి అతడి పాకలోకి వెళ్ళినప్పుడు, అతడు నన్ను కామంతో పిలువగా, అతడి గుహ్యభాగాలను కోసేశాను.'' ఆ ఘోరస్మృతిని తలచుకుంటూ నవ్వాలని ప్రయత్నించింది.

''అది భలే మంచిపని,'' నవ్వాడు బాలా, చేత్తో మోకాలిని తట్టుకుంటూ.

''అవును. కానీ ఇప్పుడనుకుంటే, చాలా ఘోరమనిపిస్తుంది.''

''నేను తెలుసుకున్నాను, రాత్రిగారూ...''

''నన్ను రాత్రి అనే పిలవచ్చు.''

సున్నితంగా చూస్తూ బాలా కొనసాగించాడు. ''మనము ఒక హింసాత్మక లోకంలో, హింసాత్మక క్రియలు చేసే హింసాత్మక పురుషులతోనూ, స్త్రీలతోనూ జీవిస్తున్నామని నేను తెలుసుకున్నాను. ఇది చాలా దారుణమూ, ఘోరమూ, కానీ నాకలవాటే.''

''అందుకే వీళ్ళతో ఉన్నావా?'' ఇంకొక గదిలో మాట్లాడుకుంటున్న అతని గుంపును సూచించింది.

''లేదు,'' అడ్డంగా తలూపాడు. ''లోకం ఘోరమైనది కావచ్చు, కానీ ఆశ అనేది ఇంకా ఉంది, అది నాకు వీళ్ళిస్తున్నారు. రేపు మరింత బాగుంటుందని నాకనిపించేట్లు చేస్తారు. దారుణమైన లోకంలో ఆశతో బ్రతకడం బాగుందనిపిస్తోంది.''

ముందుకొచ్చి అన్నాడు, ''మీకు చెబుదామనుకున్నాను, కాస్త తొందరపడకుండా, ప్రయత్నించి పరిస్థితులను అర్థం చేసుకొమ్మని. మీ దగ్గర నుంచి దాచాలనుకోలేదు, కానీ ఇప్పుడు చెప్పడం ముఖ్యం...''

అప్పట్నుంచి, తమ ప్రణాళికలను ఆమెకు చెబుతూ వచ్చాడు, ఆమెపై నమ్మకంతో. ఒకరు మనల్ని నమ్మడం మంచి అనుభూతినిస్తుంది, అది ఒక కల్లు దుకాణానికి కాపలాదారైనా సరే. వాళ్ళు తప్పటడుగు వెయ్యకుండా ఉండేందుకు, వాళ్ళ పథకాలను తెలుసుకొమ్మని కుమార్‌ను వేగుగా పంపింది. తను చిక్కుల్లో పడకూడదని, అదే సమయంలో, బాలా కూడా చిక్కుల్లో పడకూడదనీ అనుకుంది.

ఇంతకాలం ఒకరితో మాట్లాడడం బాగా అనిపించింది, కానీ అతనిక ఇక్కడ ఉండబోవట్లేదు.

''ఒకసారి వాటేసుకోవచ్చా?''

''ఇది అతిగా అనిపించట్లేదా?''

''మీరే కదా నన్ను మొదట ముద్దుపెట్టుకున్నది?''

''అది తాగి ఉన్న నేను,'' ఆమె సిగ్గుపడింది.

అతను నవ్వాడు. ''అయితే మీకు గుర్తుందన్నమాట. మీరు ఘోరమైన నటి.'' రాత్రి తలాడించి, ముందుకొచ్చి అతణ్ణి ఆలింగనం చేసుకుంది, తన గోళ్ళ చిహ్నాలు అతని చర్మంపై పడేట్లు, అతని జుట్టు నుంచి వస్తున్న సబ్బు వాసనను పీలుస్తూ. తనను చుట్టేసిన అతని చేతుల్లో తను చాలా చిన్నగా ఉన్నట్లనిపించింది ఆమెకు. ''నీవంటి మిత్రుడుండడం చాలా బాగుంది,'' అన్నది వెనక్కు జరుగుతూ.

అతను ఎప్పటిలాగే సిగ్గుతో ఎర్రబడ్డాడు. ''నాకూ ఆలాగే అనిపించింది. మళ్ళీ కలిసి, ముందుకంటే ఎక్కువగా మాట్లాడాలని ఆశిస్తున్నాను.''

''ఇక్కడి నాటకశాలను చూపిస్తాను.''

''బాగుంటుందా? నాకు అర్థమవుతుందా?''

రాత్రి అతని చేతులను పట్టుకొనే ఉంది. ''నాతో ఉంటే, నీకు అన్నీ అర్థమవుతాయిలే.''

అప్పుడే ఎవరో తలుపు తట్టారు. వచ్చినది ఎవరో చూసేందుకు కుమార్ తలుపు చెంతకు రాగా, రాత్రి బాలా చెయ్యి విడిచింది.

రాత్రి ఈలవేసి, వెంటనే తలుపు తెరవద్దని కుమార్‌కు సంకేతమిచ్చింది. ఆమె బాలాను చూసి నిశ్శబ్దంగా సైగ చెయ్యగా, అతను వేగంగా వెనక్కు వెళ్ళి, గదిలో ఉన్న కల్కిని, నడవాలో ఉన్న కృపను నిద్ర లేపాడు. అందరూ క్రిందకెళ్ళారు.

రాత్రి తలుపు దగ్గరకు నడిచి, తలుపు తెరవగా, ఒక సుపరిచితమైన ముఖం ఆమెను చూస్తూ కనిపించింది. బోడితలా, గుంటకళ్ళూ, నల్లని చర్మం, నల్లని ధోవతితో నిలబడ్డాడు. ఇంకెవరో కాదు, నగరాధ్యక్షుడే.

"బాగున్నారా," కాళి కర్కశంగా పలికాడు, తన చేతిలోని ఉత్తరం చూపిస్తూ. వెనుక అతని కవల అంగరక్షకులున్నారు.

"మీ ఆహ్వానం అందింది. లోపలికొచ్చి కాసేపు మాట్లాడవచ్చునా?"

75

సోమశక్తుల ధాతువులతో తయారుచేసిన అస్త్రాలు ఒక గుడ్డలో చుట్టబడి ఉన్నాయి. దాన్నుంచి బయటకొచ్చిన ఉన్న ఆకులను కాలిస్తే, వాటి ద్వారా ఆ నిప్పు ధాతువులను తాకి, అవి అంటుకుంటాయని ఆమెకు చెప్పాడు కృప. దాన్ని తన లక్ష్యంపై విసిరి, అది పెద్దగా పేలుతుండగా తప్పించుకొనేందుకు ఆమెకు ఆ సమయం సరిపోతుంది.

కానీ ఒక చిన్నపిల్లను చంపేందుకు వీటిని ఉపయోగించడం అనేది ఆమెకు గుండెభారం కలిగించింది. కానీ ఈ పేలుడు పదార్థాన్ని పేల్చేందుకు వేదాంతుడి ఆభ్యంతర మందిరం కనబడలేదు. ఒకవేళ అతడు కోటలో లేడేమో. ఊర్వశి గది కనిపించింది, ఆ గది బయట పిట్టగోడను పట్టుకొని ఉండగా. గదిలోనుంచి ఆమె సన్నని గొంతు వినిపించింది.

''నీవు వెళ్ళవచ్చు,'' ఎవరితోనో పలికింది.

''కానీ రాకుమారిగారూ, మహారాజుగారు నన్ను ఇక్కడే ఉండమన్నారు.''

''ఫరవాలేదు.'' ఆమె గొంతు చిన్నపిల్లకుమల్లే ఉన్నది. ''నీవు బయటే ఉండు. నేను పడుకోవడం ఎవరో చూస్తూంటే నాకు నచ్చదు.''

''రాజుగారు నా తల తీసేస్తారమ్మా,'' ఆ భటుడు ప్రాధేయపడ్డాడు.

''నీవు వెళ్ళకపోతే నేనూ అదే చేస్తాను.''

కాస్త గొడవ జరిగింది. ''కనీసం కిటికీలను మూయవచ్చునా?''

''నాకు గాలి అంటే ఇష్టము. ఈ వేడిలో చావమంటావా నన్ను?''

''అయ్యో, కాదు, కాదు, రాకుమారిగారూ,'' అతను బ్రతిమాలాడు.

''మంచిది, అయితే వెళ్ళు.''

తలుపు మూయబడింది. పద్మ పిట్టగోడనే పట్టుకొని ఉంది. ఆమె వేళ్ళకు కాస్త విశ్రాంతి కావాలి, కానీ దొరకలేదు. ఇంటసేపు అలా వేచి చూసేసరికి నొప్పి తీవ్రమయ్యింది. దాదాపు గంటసేపటికి, ఊర్వశి గదిలోనుంచి సన్నటి గురక వినిపించింది. పద్మ పైకొచ్చి, పాదాలు చప్పుడు చెయ్యకుండా జాగ్రత్తపడుతూ లోపలికి

దూకింది. గదిలో కొవ్వొత్తుల కాంతి నడుమ, ఒకదాని మీద ఒకటి పేర్చి ఉన్న పుస్తకాలు కనిపించాయి. ఒక ఎత్తైన చోట మంచం ఉంది. పద్మ శ్వాసలను లెక్కిస్తూ, ఆమెను సమీపించింది. ఊర్వశి. నిద్రిస్తున్న ఆమె అందంగా, ఉంగరాల జుట్టుతో, దేవతలాగా కనిపించింది. ఆమె పద్మలాగా కాకుండా, ఈ లోకం చేతిలో ఎటువంటి హానికీ గురవ్వలేదు. పద్మలాగా కాకుండా, బాల్యం అనే బహుమతిని పొంది ఉంది.

ఒక తేనెటీగ కుట్టినట్లుగా, అసూయ పద్మ ఆలోచనలను ఆవహించింది. ఆమె చేతులు అస్త్రాలను తాకాయి. వాటిని అంటించి అలాగే వదిలి వెళ్ళాలా? దానికోసమే ఇక్కడకు వచ్చింది. వేదాంతుడికి అత్యంత ప్రియమైనదాన్ని నాశనం చేసి, అతను లోపలినుంచి మరణించేట్లు చెయ్యాలి. అది మరణంకంటే కూడా దారుణామైన శిక్ష. అతను రోదించి, తనను తానే గాయపరచుకొని, ఆఖరికి ఆత్మహత్య చేసుకుంటాడు. ఈ విషపూరితమైన ఆలోచనలు ఆమెకు వినోదం కలిగించాయి. ప్రత్యేకించి ఎందుకంటే, అతడి వల్లే పద్మ తన ఏకైక కుటుంబాన్ని కోల్పోయింది. ఆమె కుటుంబ సభ్యులు దేశద్రోహులకు వలె కాల్చివేయబడి, ఉరితీయబడ్డారు. ఆమె కోపం...తన అన్నదమ్ములు చనిపోయినట్లే వేదాంతుణ్ణి కూడా నాశనం చేస్తానని తనకు తానే ప్రమాణం చేసుకునేట్లు చేసింది.

అప్పట్నుంచి చాలా మార్పులు జరిగాయి. కొంతమందిని కలిసింది, మరికొందరిని కోల్పోయింది. సైన్యంలో చేరేందుకు సిద్ధమైన ఆమె చిన్నతమ్ముడు సూర్య తనకు వేటాడడం నేర్పుతున్న రోజు ఆమెకు ఇంకా గుర్తుంది. అటవీ ప్రాంతాలలో, ఇంద్రఘర్ చుట్టూ ఉన్న అరణ్యంలో వాళ్ళొక నక్కను వేటాడుతున్నారు. పద్మ బాణం ఉపయోగించకుండా, జంతువుపై ఈటెను విసిరి చంపుదామనుకుంది, కానీ కుదరలేదు. అది తప్పించుకొని ప్రాణభీతితో పరిగెట్టగా, పద్మ పలు బాణాలు సంధించి దాన్ని పట్టింది.

ఆ నక్క అలా పడి ఉండగా పద్మా, సూర్యా దాన్ని సమీపించారు. బాణాలు దాని కాళ్ళనే తాకాయి, కనుక అది ఇంకా ఊపిరి తీసుకుంటూనే ఉంది.

''ఫరవాలేదే,'' సూర్య తేనెవంటి గొంతుతో పలికాడు. ''దీన్ని నీవు చంపలేదు.''

పద్మ కత్తి తీసి, వంగి పొడుద్దామని చూడగా, సూర్య ఆమె మణికట్టును పట్టుకున్నాడు.

''వద్దు, దాన్ని వదిలేయి,'' అన్నాడు.

''నీకేం పిచ్చా?'' నవ్వింది పద్మ. ''వచ్చే చలికాలంలో దీని చర్మంతో మంచి శాలువా నేయించుకోవచ్చు.''

''తెలుసు. కానీ, నా చిట్టి సోదరికి ఒకటి నేర్పడంకన్నా, తిండీ, గుడ్డా ఏమంత ముఖ్యమైనవి కావు.'' సూర్య అన్నాడు. ''నీ కోపంతో దీన్ని నేలకూల్చావు. కానీ నెగ్గలేదు.''

''నెగ్గలేదా? నేలకూల్చానుగా. అబ్బా!'' జవాబిచ్చింది.

''తెలుసు. కానీ అది కేవలం నేలకూలినంత మాత్రాన, నీవు నెగ్గినట్లు కాదు. మనం ముందుకు సాగాలంటే, ఇతరులను జయించాలని లోకం నేర్పుతుంది. కానీ నేను అలా అనుకోను.'' ఆ నక్క ఆయాసపడుతూ, గట్టిగా ఊపిరి తీసుకుంటుండగా, సూర్య బాణాన్ని బైటికి తీసి, ఒక గుడ్డపై క్రిమినాశక మలామును పోసి, దానితో దాని గాయంపై రాశాడు. ''ఈ లోకానికి అన్నిటికన్నా ఎక్కువగా కావాలసింది జాలీ, ప్రేమా.''

ఆ నక్క మెల్లగా లేచింది. సూర్యపైనో, వెనుకంజ వేసిన పద్మపైనో దాడి చెయ్యక, సూర్య కాళ్ళను నాకింది, గొలుసుచేత కట్టబడినన కుక్కలాగా. సూర్య ఇచ్చిన ఆహారాన్ని అతని చేతినుండి తీసుకుంది. ''మనం చూపే జాలి ఎప్పుడూ మనకే తిరిగొస్తుంది.''

ఇప్పుడు గది మధ్యలో నిలబడిన పద్మ, అస్త్రాలను కింద పెట్టింది. ఆలోచనలు ఆమెను సతమతం చేస్తుండగా, కొవ్వొత్తుల వద్దకు వెళ్ళి వాటిని వెలిగించేందుకు మోకాళ్ళ మీద కూర్చుంది. చేతులు వణికాయి. అస్త్రాలను అందుకొని, వాటికి నిప్పు బాగా దగ్గరగా ఉన్నప్పుడు, ఆ అమ్మాయి నిద్రలో ఇటు తిరిగింది. పద్మ మౌనంగా వెనకడుగు వేసింది, బెంగగా. ఆమె ముఖం నుంచి చమట కారుతోంది. ఇటు తిరిగిన ఊర్వశిని చూస్తే, ఆమె చేతికింద ఉండే తలగడ కింద ఒక చెక్క బొమ్మ కనిపించింది. అది చక్కగా చెక్కబడిన బొమ్మ. కోటేరువంటి ముక్కుతోనూ, స్పష్టమైన నుదురుతోనూ ఉంది. ఆ గదిని పరిశీలనగా చూసిన పద్మకు అర్థమయ్యింది, తనకు నాణేల సేకరణలాగా, ఊర్వశికి చెక్క బొమ్మల సేకరణంటే ఇష్టమని.

ద్వేషించడం తేలిక, మన్నించడమే కష్టము.

వెనక్కు తిరిగి చూడగా, ఆమె కళ్ళు అర్జున్ కళ్ళను కలిశాయి. అతను అకస్మాత్తుగా కనిపించేసరికి ఆమె దాదాపు అరవబోయింది, కానీ వెంటనే అతను తన చెతులను ఆమె పెదాలపై ఉంచాడు.

ఇతను ఇక్కడేం చేస్తున్నాడు?

''ఎవరక్కడ?'' ఊర్వశి గొంతు గదంతా ప్రతిధ్వనించింది. ఆమె మెల్లగా కళ్ళు తెరిచి చూడగా, పద్మ, అర్జున్ కనబడ్డారు. ''ఎవరు మీరు?'' భయంతో మంచం కొసకు వెళ్ళింది. ఆమె రాత్రి దుస్తులు నలిగిపోయాయి. తన బొమ్మను ఆయుధంగా వాడుతూ, ధైర్యం నటిస్తూ అడిగింది, ''ఏం కావాలి?''

పద్మకు ఏం చెప్పాలో తెలియలేదు. అర్జున్ కూడా అయోమయంలోనే ఉన్నాడు.

''హంతుకులు కదూ, మీరు? నాన్న మీవంటివారి గురించి అంతా చెప్పాడు. కానీ మీరెవరు?''

పద్మ అర్జున్ వైపు విసుగ్గా చూడగా, అతను శబ్దం చెయ్యకుండా నోటితో సైగచేశాడు, ''మనం వెళ్ళిపోవాలి.''

''భటులారా!'' ఊర్వశి అరిచింది.

నేలపైనుండి అస్త్రాలను తీసుకుంటుండగా, పద్మ గుండె వేగంగా కొట్టుకుంది. మరణభయాన్ని పట్టించుకోకుండా అర్జన్‌తో పాటు కిటికీ నుండి దూకింది. మధ్యలో ఆమెకు భయంగా అనిపించింది. అర్జన్ కొడవలితో కోటగోడలపై పట్టు సాధించేందుకు ప్రయత్నించాడు. మొత్తానికి కాళ్ళు నేలమీద మోపి పరుగు ప్రారంభించారు.

''నన్నెందుకు వెంటాడావు?''

''నీవు ఏ పిచ్చి పనీ చెయ్యకుండా చూసేందుకు.'' అర్జన్ ఆమెతో పరిగెడుతున్నాడు.

''కానీ నన్ను పిచ్చిపని నుండి ఆపడమనే పిచ్చిపనిలో నీవు...నీవు కలగజేసుకొని ఉండకూడదు.'' ఆమె అయోమయానికి లోనయ్యింది. తప్పించుకోవడం వల్ల కలిగిన బడలికతో మాటలు తడబడుతున్నాయి.

కోట వెనుకవైపుకు దారితీసే గోడవైపు వెళ్తున్నారు. కానీ అప్పుడు గంటలు మ్రోగాయి, భటులు వెంటాడుతున్నారు. అశ్వశాలల నుండి తమను వెంటాడేందుకు వస్తున్న గుర్రాల శబ్దం వినబడింది. పద్మ గోడను అందుకొని, తేలికగా ఎక్కి, అంచును పట్టుకొని, ఒక కాలు అవతల వేసి, వంగి అర్జన్‌కు చెయ్యి అందించింది. అతడు ఎగురుదామని చూశాడు, కానీ కుదరలేదు. కొడవలిని ఉపయోగించి దూకుదామని చూశాడు. కానీ ఆమె చేతిని పట్టుకొని, నొప్పితో ముఖం చిట్లించాడు.

లేచి నిలబడలేక, వెనక్కు పడ్డాడు. అతను వెనక్కు తిరిగాడు. అతనికొక బాణం గుచ్చుకుందని పద్మకు తెలిసింది. అగ్నితో కూడుకున్న ఎన్నో అస్త్రాలు పద్మకేసి వచ్చినా, ఆమె చాలావాటిని తప్పించుకుంది.

''రా!''

అర్జన్ పైకొచ్చేందుకు పాదాలతో యాతన పడుతుండగా, ఇంకొక బాణం అతని కాలిలో గుచ్చుకుంది. ''రాలే...రాలేను.'' చంద్రుడంత తెల్లబోయిన ముఖంతో పైకి చూశాడు. అతని కళ్ళు నీళ్ళతో నిండిపోయి ఉన్నాయి. ''నీవు వెళ్ళు.''

''వెళ్ళను. నీవు లేకుండా వెళ్ళను.''

''నీవు ఇక్కడే ఉంటే...'' జాగిలాల శబ్దాలు సమీపిస్తున్నాయి. ''ఇద్దరినీ చంపేస్తారు. ఎవరో ఒకళ్ళం కల్కితో ఉండాలి.''

''నాకు కల్కి గురించి అక్కర లేదు! నీ గురించే పట్టించుకుంటాను.''

అర్జన్ చిరునవ్వు నవ్వాడు. ''నిజంగా నీకు నా గురించి అక్కర ఉంటే, వెళ్ళి కల్కిని కాపాడు. దయచేసి అతనితో ఉండి, అతను తన గమ్యాన్ని చేరుకునేట్లు చెయ్యి. దయచేసి నాకు ప్రమాణం చెయ్యి.'' చెయ్యి చాచాడు.

పద్మ తలూపి అతని చేతిని పట్టుకుంది. అప్పటికి భటులు చాలా దగ్గరకు వచ్చారు. జాగిలం అర్జన్ కేసి దూకింది. అర్జన్ వేగంగా దాని ముఖం మీద రక్కి, దాన్ని దూరంగా విసిరేశాడు.

''వెళ్ళు! నేను వీళ్ళను ఆపేందుకు ప్రయత్నిస్తాను!'' అప్పుడే ఇంకొక బాణం వచ్చి అర్జన్‌ను గాయపరిచింది. అతను రాళ్ళతో ఉన్న గోడకు నెట్టబడ్డాడు. నోటినుంచి రక్తం కారి అతని చొక్కాను తడిపేసింది.

పద్మ అర్జన్ వైపు చూసింది, బహుశా ఆఖరిసారి. అతను పద్మవలెనే లోకంలో దెబ్బతినడం ద్వారా నిజాన్ని తెలుసుకున్నాడు. కానీ ఇప్పుడు పద్మవలె కాకుండా, చావును ఎదుర్కోబోతున్నాడు. అతనికి పట్టవలసిన గతి కాదు ఇది. ఆమెకు పట్టవలసినది. ఆమె ఎలాగో దిగి, వీలైనంత త్వరగా పరుగెట్టగా, నిప్పుతో కూడిన శరాల పరంపర ఆమెను వెంటాడింది.

చాలాకాలం తరువాత, ఇంకొక వ్యక్తికోసం కన్నీరు కార్చకుండా ఉండలేకపోయింది పద్మ.

76

కాళిని ఇంట్లోకి తీసుకెళ్ళాలనుకుంది రాత్రి. కానీ అతను అలా తిరిగి అంతా చూడాలనుకున్నాడు. అతను ఆ స్థలాన్ని పరిచయం చేసుకొనేందుకు ప్రయత్నిస్తున్నట్లు గ్రద్దలాగా పరిసరాలను పరిశీలించడం, వాసన పీల్చడం, చెవులను ముందుకూ వెనక్కూ కదిలిస్తూ వింటుండడం గమనించింది రాత్రి. తన అధ్యయన గృహానికి దారి చూపింది. కానీ అతను కోకో, వికోకోలను ఇంట్లోని తక్కిన గదులను పరీక్షించమని పంపాడు.

''మన్నించండి,'' భావరహితంగా, ఆచితూచి మాట్లాడాడు. ''ఇతరులు నన్ను చంపుదామని కుట్రలు పన్నే స్థాయికి ఎదిగాను. ముందుజాగ్రత్త చర్యగా పరిసరాలను పరిశీలించడం, పరీక్షించడం ఆనవాయతీ ఐపోయింది. దయచేసి, ఇంట్లోకి దారి చూపండి.''

రాత్రి దారి చూపింది. కాళి అధ్యయన కేంద్రంలోకి వచ్చి రాత్రికి ఎదురుగా కూర్చున్నాడు. ''మీకొక మంచి యక్ష సేవకుడున్నాడు.'' యక్షుడి తలను తట్టాడు. ''మంచినీళ్ళు అందించినందుకు ధన్యవాదాలు, కానీ నేను తాగను.'' కుమార్ వెనక్కు వెళ్ళాడు, గొణుక్కుంటూ.

కాళి ఆ గదిని పరిశీలించాడు, రాత్రి అతణ్ణి వీక్షించసాగింది. ఈ మౌనం ఆమెకు భరించలేనిదిగా ఉంది. దేవుడి దయవల్ల, తన ఇంటికి ఒక నేలమాళిగ ఉంది. అక్కడినుంచి ఒక దారి ఉంది, బయటకు వెళ్ళేందుకు వీలుగా. ఇటువంటి అత్యవసర పరిస్థితుల కోసమే అది నిర్మితమైంది. ప్రచార కార్యక్రమాల్లో తలమునకలైన ఆమెకు తెలుసు, ఆమె గృహాన్ని ఎప్పటికైనా ఖడ్గధారులూ, ధనుర్ధారులూ ముట్టడిస్తారని, వారినుంచి తాను తప్పించుకోవాలని. కోకో, వికోకోలు ఎవ్వరూ లేరన్నట్లు తలాడిస్తూ రాగా, కాళి సరేనన్నట్లు తలూపగా, అప్పటికి అతిథులు వెళ్ళిపోయి ఉంటారని రాత్రికి అర్థమయ్యింది. కోకో, వికోకోల ముఖాలు ఇప్పుడు అందరూ ఎరుగుదురు. ఈ కవలలు నగరాన్ని వాళ్ళ గుప్పెట్లో పెట్టుకున్నారు. అంతటా తిరుగాడే ఆ ఇద్దరి స్థూలకాయాలనూ, క్రూర వ్యక్తిత్వాలనూ చూస్తే అందరికీ హడలే.

''మిమ్మల్ని కలుస్తానని ఎన్నడూ అనుకోలేదు.''

''ఏం? వేదాంతుడు మీ గురించి చాలా చెప్పాడు. అతడు మీ ప్రభుత్వ పదవిని ఊడగొట్టి, గ్రంథాలయపాలకురాలిగా నియమించి, దానికొక గొప్ప పేరును పెట్టడం బాగాలేదు. కానీ మనిద్దరికీ తెలుసు, అది కేవలం మిమ్మల్ని వదిలించుకొనేందుకే అని.''

రాత్రి బలవంతాన నవ్వింది. అతని ఉద్దేశం ఏమిటీ? అతణ్ణి దగ్గరకు చూడగా, రాత్రికి అతని నరాలు బయటకు తేలుతూ కనబడ్డాయి. ఇదివరకు వేరేగా ఉండేవాడని ఆమెకు గుర్తు...అందమైన ముఖంతో, పొడవాటి జుట్టుతో, ఆకర్షణీయమైన నవ్వుతోనూ. వేదాంతుడు నగరంలో నియమిపబడిన కొత్త నాయకులను పరిచయం చేస్తుండగా, తక్కిన ప్రభుత్వోద్యుగులతో కలిసి చూసి, బలవంతాన చప్పట్లు కొట్టినప్పుడు, కాళిని అలా అందంగా చూసినట్లు ఆమెకు గుర్తు.

ఇప్పుడు మారిపోయాడు. కానీ ఈ మార్పుకు కారణం అతనికే తెలుసు.

''వేదాంతుడు మీ విషయంలో అవివేకంతో తప్పు నిర్ణయం తీసుకున్నాడు, అందువల్ల అతణ్ణి మార్చేయాలని నిర్ణయించుకున్నాను.''

''ఆయనకు బదులుగా ఎవరిని నియమిస్తారు?''

వేరే చెప్పనక్కర్లేదన్నట్లుగా నవ్వాడు కాళి.

''ఓ,'' రాత్రి అర్థం చేసుకొని తలూపింది. ''మీరేనా?''

''అవును. పరిస్థితుల రీత్యా, ప్రస్తుతానికి నేనే రాజునవ్వాలని నిర్ణయించుకున్నాను. ఒప్పుకోక తప్పడంలేదు. ప్రభుత్వంలో చాలామంది ఇలాగే భావిస్తున్నారు. భేటీ ఏర్పాటు చేసి లెక్కవేశాము.''

''నాకెందుకు ఆహ్వానం అందలేదు?''

''వేదాంతుణ్ణి అడిగాను. మిమ్మల్ని పిలవకపోయినా ఫరవాలేదన్నాడు.''

వేదాంతుడు అలా చెప్పి ఉండడని ఆమెకు తెలుసు. ఆ పనికిరాని భేటీ లంచంవల్లో బెదిరింపువల్లో జరిగి ఉంటుంది. లేక అసలు ఆ భేటీ అనేది కల్పితమేమో.

''కానీ ఇప్పుడు ఈ నగరంలోని బాధ్యతాయుతమైన ప్రజగా, అలా జరుగరాదని నేను నిర్ణయించాను. మీ అభిప్రాయం కోసం వచ్చాను. మీ ప్రతిపాదన ఏమిటి? నాకు రాజయ్యే సమర్థత ఉందంటారా?''

అతను విచిత్రంగా ప్రవర్తిస్తున్నాడు. కాళివంటి వ్యక్తి ఒక సామాన్య ఉద్యోగి ఇంటికి వచ్చి, ఆమె అభిప్రాయాన్ని తీసుకొని, దానితో తన నిర్ణయాన్ని చట్టబద్ధం చేసుకోవడం అనేది విడ్డూరంగానే ఉంది.

''మీ మౌనం నాకు అంగీకారాన్నే సూచిస్తోంది,'' తలూపాడు. ''నాకు సంతోషంగా ఉంది. ఈ ఆహ్వానానికి కృతజ్ఞతలు,'' బయటకు వెళ్ళిన తన రక్షకులకు సైగ చేశాడు. స్వరం పెంచి ఇలా అన్నాడు. ''మీరు నాకు ఆహ్వానాన్ని అందించడం మీ సౌజన్యానికి నిదర్శనము. పుస్తకాలు స్వర్గానికి మార్గమని నమ్ముతాన్నేను. చదివే ఆసక్తి పెంచుకుంటే,

మనమందరం ఆ బాటలో పయనించవచ్చు. మీరొక ఆరోగ్యకరమైన వాఙ్మయ వారసత్వాన్ని నిర్మించారు.'' కాళి తనకు తానే తలూపుకోగా, రక్షకులు చేతుల్లో పెద్ద మట్టికుండలతో ముందుకొచ్చారు. ''నగరంలో ఏం జరుగుతోందో చూస్తుంటే, నేను కొంతకాలం వసించిన గ్రామంలో గడిపిన సమయం గుర్తుకొస్తోంది. అక్కడొక చిన్న దర్జీ కొట్టులో పనిచేశాను నేను, బట్టలు మడిచే ఉద్యోగిగా. అంటే ఏమిటో తెలుసా?''

రాత్రి తల అడ్డంగా ఊపింది.

''అది అన్నిటికన్నా అప్రముఖమైన, అనాసక్తికరమైన పని,'' కాళి అన్నాడు. ''దర్జీ ఇచ్చే బట్టలను తీసుకొని, మడిచి, సర్దిపెట్టాలి. అంతే. గొడ్లసావిట్లో ఉండేది మా దుకాణం. ఒకరోజు, ఒక వినియోగదారు తన డబ్బులు తిరిగి ఇచ్చేయమన్నాడు. ఇంతకూ, మేము చేసే పనికి చాలా తక్కువ డబ్బులు తీసుకొనేవాళ్ళము. ఎందుకని అతణ్ణి అడిగాము. అతను తన వస్త్రాన్ని చూపించాడు. అది చిరిగిపోయుంది. విచిత్రంగా అనిపించింది. అతడు డబ్బులు తీసుకొని వెళ్ళిపోయాక, సోదా చెయ్యగా మాకేం కనిపించిందో తెలుసా?''

రాత్రి మౌనం దాల్చింది.

''ఎలుకలు. గడ్డివాములో దాక్కున్నాయి. వాటిని ఎప్పుడు పట్టుకుందామనుకున్నా, ఆ చిన్ని ప్రాణులు తప్పించుకొనేవి. వాటిని పట్టించుకోకుండా వదిలేద్దామని చూస్తే, అవి మా బట్టలను చింపేసి మా వ్యాపారాన్ని నాశనం చేస్తున్నాయి. జనాలు మేము మా పనిని బాగా చెయ్యట్లేదన్నారు. మేము నిరుద్యోగం పాలవ్వబోయే సమయానికి, నా యజమానికి, అనగా దర్జీకి ఒక ఆలోచన వచ్చింది. ఏం చేశాడో తెలుసా?''

''తెలియదు. ఏం చేశాడు?''

''గొడ్లసావిడిని తగలబెట్టాడు.''

''మరి అతని వ్యాపారం సంగతేంటి?''

''గొడ్లసావిడిని మళ్ళీ కట్టవచ్చు, కానీ ఎలుకలను చంపడమే కష్టం.

అందుకని దాన్ని తగలబెట్టేశాడు. కళ్ళకు ఇంపైన దృశ్యమది.'' అని ఆగాడు. ''అవ్వాళ నేను తెలుసుకున్నానుం. కొన్నింటిని దక్కించుకోవాలంటే, కొన్నింటిని వదులుకోవాలి.''

రాత్రి నోరు తెరవకుండా, అంగరక్షకుల చేతుల్లోని మట్టికుండలను చూసి, కథను అర్థం చేసుకుంది.

''ఏం జరుగుతోంది?''

కాళి లేచి ప్రకటించాడు, ''మీపట్ల నా గౌరవానికి ప్రతీక.'' కోకో, వికోకోలకు సంకేతమివ్వగా, వారు అంతటా నీటిని చల్లారు. ''పుణ్యజలంతో మిమ్మల్ని అశీర్వదిస్తున్నాను,'' వెటకారంగా నవ్వాడు.

కానీ ఆ వాసన చెప్పకనే చెప్పేసింది. రాత్రి లేచి బల్ల కింద అతికించబడ్డ కత్తిని తీసింది.

''ఇది నూనె.'' వాసనను బట్టి అన్నది.

''అందుకే పవిత్రమైనది. నేను పెరిగినదీ నిప్పులోనే, నీవు చావబోయేదీ నిప్పులోనే..''

''ఇలా ఎందుకు చేస్తున్నావు?'' ఆమె కత్తిని గాల్లోకి ఎగరేసింది. అయినా, అది కాళిని చేరలేదు. ఎందుకంటే, అతడు తగినంత వేగంతో ఆమె గొంతు పట్టుకొని గోడకు నెట్టాడు.

కోకో, వికోకులు ఇంట్లోని కాగడాలను తీసుకొని నూనె మీద గిరాటేశారు. కాళి ఆమెను బందీ చేసి గోడకు నొక్కడంతో, ఆమె తన చుట్టూ తన ఇల్లు కాలిపోవడం చూసింది. మండుతున్న చెక్కలు, కాగితాల వాసన అంతటా నిండిపోయింది.

''నాకు నగరంలో పక్షులున్నాయి, అవి నా నగరాన్ని భ్రష్టుపట్టించే విశ్వాసఘాతకుల గురించి నా చెవిలో గుసగుసలాడతాయి. ఇటీవల ఎవరి గురించి చెప్పాయో తెలుసా?'' తన స్వరం బుసకొడుతుండగా ఆమె చెవిలో గుసగుసలాడాడు.

''*నీ గురించి.*''

పక్షులా?

అదే. వేగులు. గూఢచారులు.

కానీ ఎవరు? పద్మ. తనేనా? కాదు. కల్కినా? అయ్యో కాదు. వారు తిరిగొస్తుండగా కాళి పసిగట్టాడా? అయ్యుండవచ్చు.

''మనం బయలుదేరాలి, ప్రభూ,'' ఒక ఆకస్మిక శబ్దాన్ని విని అన్నది వికోకో.

అప్పుడే కుమార్ ఖడ్గంతో ప్రవేశించి, దాడి చెయ్యాలని ప్రయత్నించి, విజయం సాధించాడు. కవచమున్న వికోకో కాలి మీద వేటు వేశాడు.

కోకో వికోకో వద్దకు వచ్చి, యక్షుడి తలను నరికేశాడు. అది భరించలేక రాత్రి అరిచేసింది. ఊపిరితిత్తులు పొగతో రగిలిపోతుండగా దగ్గింది, ఏడ్చింది. వికోకో తన వంటి మీద అయిన గాయాన్ని తాకుతూ మూల్గి, కుమార్ తలను తన్ని అవతలకు నెట్టింది.

''హొట్టి అల్పమైన బుద్ధిహీనులు వీరు.'' కాళి నిట్టూర్చి ఆమెను గోడవైపుకు తొయ్యగా, నొప్పితో ఆమె దృష్టి మసగబారింది. రాత్రి క్రిందపడిన కత్తిని తీసి విసరగా, అది కాళి గొంతులోకి లోతుగా దూసుకెళ్ళింది.

కాళి ఆగాడు. కత్తిని అందుకున్నాడు. ప్రశాంతంగా దాన్ని తీసి, దానికి అంటిన రక్తాన్ని చూసి, తన మెడను తాకాడు. అది అతనిపై ఎటువంటి ప్రభావమూ చూపలేదు.

''మంచి ప్రయత్నం, తల్లీ. బహుశా మరణాంతర జీవితంలో ఒక దేవుడిపై ఒక సాధారణ కత్తిని విసరకూడదన్న విషయం నేర్చుకోగలవేమో,'' కన్ను కొట్టి, ఆమెను నిప్పులో విదిలివెళ్ళాడు. ఆమె తూలి నేలమీద పడిపోయింది.

ఆ గదిని ఆవహిస్తున్న నిప్పునుండి తప్పించుకుందామనుకుంది. ఆమె ఊపిరితిత్తులు మండడం మొదలుపెట్టాయి. ఎందుకంటే, ఆ గదిలో పీల్చేందుకు యోగ్యమైన స్వచ్ఛమైన వాయువు తగ్గిపోసాగింది. ఆమె మూర్ఛబోయే ముందు తన తలచెంత ఒక జత పాదాలను చూసింది. కానీ కుమార్ మరణించలేదా?

కాదు. ఆ కాళ్ళు ఎవరివో కావు, ఆమెను కాపాడడానికి వచ్చిన బాలావే. ''ఏమయ్యింది?'' అరుస్తూ అడిగాడు, కానీ ఆమె నోటివెంట మాట రాలేదు.

బాలా చుట్టూ మండుతున్న కుప్పలను ఛేదించుకొని, తమ ఇద్దరికోసం ఒక సురక్షిత ప్రాంతాన్ని వెతుకుతుండగా, ''తిరిగొచ్చావా,'' అని రాత్రి బలహీనంగా నవ్వింది.

''రావాల్సొచ్చింది. నా జీవితంలో కలిసిన అత్యద్భుతమైన వ్యక్తిని చావనివ్వలేకపోయాను,'' అని ఆగాడు. ''అయ్యో! క్రిందకెళ్ళే తలుపు మూసి ఉంది.'' పైకప్పు కూలగా, తనకు నక్షత్రాలు కనబడుతున్నాయని ఆమెకు లీలగా తెలిసింది. తల తిప్పి చూడగా, తన ఇల్లు మొత్తం మండుతోంది. అంతా అయిపోయింది. తనకు సొంతమైన, సొంతమవ్వబోయే ప్రతీదీ, తన భాగస్వామి కుమార్...

అప్పుడే అకస్మాత్తుగా ఆమెకు తన స్థితిలో ఏదో మార్పు తెలిసింది. బాలా చేతులు బలహీనమై, ఆమె నేలమీద పడిపోయింది. పైకి చూసింది.

బాలా గుండెలో రెండు బాణాలు దిగి ఉన్నాయి. రాత్రి తిరిగి చూడగా, కాళీ, విల్లంబులతో కోకో, వికోకోలు కనిపించారు. బాలా తన గదను తీసి, గుండెనుండి రక్తం కారుతున్నా ఆ బాణాలను విరగ్గొట్టాడు.

''నీవు పారిపోవాలి.''

కోకో, వికోకోలు తమ ఆయుధాలకు విశ్రాంతినివ్వనిచ్చేలా కాళి ముందుకొస్తూ ఆవులించాడు. కళ్ళార్పుతూ నేలమీదున్న రాత్రికేసి చూశాడు. ''నేను చెప్పానుగా. మంటపెడితే ఎలుకలు బయటకు వస్తాయనీ, వచ్చి ఛస్తాయనీ.'' ఖడ్గంతో ఆమెను సమీపించగా, బాలా ఆమెకు అడ్డంగా నిలబడ్డాడు.

కాళిపై కత్తులూ, ఆయుధాలూ ప్రభావం చూపవని అతణ్ణి హెచ్చరించేందుకు రాత్రి అరిచింది, కానీ అంతా క్షణంలో జరిగిపోయింది. బాలా గదతో బాదబోయాడు, కానీ అది కాళిని తాకే మునుపే అతని చేతులు బాలా దిట్టమైన చేతిని తేలికగా మెలికపెట్టేశాయి. బాలా భుజాల కీళ్ళను, ఎముకలను చీలుస్తూ అదే సమయంలో అతని గొంతులో ఖడ్గాన్ని దింపి, అతనితో పాటే ఖడ్గాన్ని పైకి లేపగా, బాలా ప్రాణాలు కళ్ళల్లోంచి పైకెళ్ళిపోయాయి. ఖడ్గాన్ని పైకి తిప్పి అతని పుర్రెను పగలగొట్టాడు. బాలా

కళేబరం నేలమీద పడగా, రాత్రికి అశ్రువులు ఆగలేదు. కాళిచే ధ్వంసమైన అతడి ముఖాన్ని చూస్తూ అతని దగ్గరకు వెళ్ళింది.

ఇలా అవ్వకూడదు.

బాలా చేతిలోని గదను తీసుకుంటూ ఆక్రోశంగా వెనక్కు తిరిగింది. ఆమె కళ్ళు విషపూరితంగా ఉన్నాయి. కాళి ఆమె వీపున ఖడ్గాన్ని తేలికగా దింపగా, ఆమె నేలకూలింది. కదలకుండా పడిపోయింది, ఆమె కళ్ళు శూన్యాన్ని చూస్తున్నాయి.

77

వారు ఉన్న ఇల్లు మంటలపాలై, వారు తప్పించుకున్నారు. అంతకముందు వరకు కల్కి తానెంతో చూసేశాననీ, తనకు అనుభవం వచ్చేసిందనీ అనుకున్నాడు. సారంగమార్గం తమను ఆ ఇంటికి చాలా దూరమే తీసుకెళ్ళింది. నికృష్టుడైన కాళినుండి దూరంగా ఉన్నందుకు కల్కి సంతోషించాడు. కానీ, ఇల్లు మంటలకు ఆహుతి అయ్యింది. కాళి బాలాను వెళ్ళకుండా ఆపుదామని ప్రయత్నించి విఫలుడయ్యాడు.

''నేను వెళ్ళాలి, సోదరా,'' అన్నాడు.

శక్తి నశించిపోయి, కీళ్ళ నొప్పులతో బాధపడుతున్న కల్కి వద్దన్నట్టు తలూపాడు. ''వద్దు, వాడు నిన్ను చంపేస్తాడు.''

''రాత్రిని చనిపోనివ్వలేను.''

కల్కికి బాలా పడుతున్న బాధ అర్థమయ్యింది. శంబలలో పరిగెట్టి వెతికి, చివరికి లక్ష్మి చనిపోవడం చూసినప్పుడు తనకూ అలాగే అనిపించింది. ఆ బాధ అర్థమయినా, బాలా వెళ్తే పెద్ద ప్రమాదంలో ఇరుక్కుంటాడని తెలుసు.

''జాగ్రత్త.''

బాలా తలూపి, చిరునవ్వుతో, ''నిన్ను నమ్ముతాను, సోదరా. ధ్యేయాన్ని నమ్ముతున్నాను. లోకంలో మళ్ళీ శాంతిభద్రతలను స్థాపించు.'' అని చెప్పి పరిగెట్టాడు.

కల్కి అక్కడే ఉండిపోయాడు. నిప్పువల్ల ఇల్లు చాలామటుకూ ధ్వంసమైపోయింది. అర్జన్ ఎక్కడ? ఆ క్రొత్త అమ్మాయి, పద్మ ఎక్కడ? పరిస్థితులన్నీ ఎందుకింత విషమంగా ఉన్నాయి?

అతను నివసించిన ఇల్లు బుగ్గిపాలై గంటసేపయ్యింది. జనాలు గుమికూడారు, కానీ ఎందుకో కల్కికి అర్థంకాలేదు. భుజం మీద శుకోతో కల్కి నడవడం మొదలుపెట్టగా, కృప అడ్డు తగిలాడు.

''నీవు వెళ్ళకూడదు. మన కోసం భార్గవ భగవానుడు వేచి ఉన్నాడు.''

''కొండల్లో ఉండే ఎవరో వ్యక్తి కోసం నేను బెంగపడను. ఇది నా కుటుంబం,'' కల్కి పళ్ళు నూరుతూ నడవడం ప్రారంభించాడు. కొండ దిగువ ప్రాంతాన్ని చేరుకొని, దాన్ని దాటి వెళ్ళి, ఆ హృదయవిదారకమైన దృశ్యాన్ని చూశాడు. ఒక మనుషుల గుంపు అతణ్ణి చూసింది. వాళ్ళల్లో కొంతమంది అతనే ఎగిరే రథంలో తప్పించుకున్న ఖైదీ అని గుర్తుపట్టారు. కల్కికి, దారుణంగా హత్య చేయబడ్డ రెండు శవాలు తనముందు కనిపించాయి.

ముఖం చితికిపోయిన బాలా, వెన్నులో ఖడ్గంతో రాత్రీ.

కల్కి కళ్ళనిండా అశ్రువులతో, ద్వేషంతో బిగిసిన పిడికిలితో కుప్పకూలగా, కృప సమీపించి జుగుప్సతో కూడిన విస్మయంతో కల్కిని అక్కడినుంచి దూరంగా లాగాడు.

''నీవిది చూడలేవు.''

''వాణ్ణి నేను చంపాలి,'' బాలాతో పరుగులో పోటీపడిన సమయాన్ని గుర్తుతెచ్చుకున్నాడు. ఇప్పుడు తన పిన్నమ్మను కూడా చచ్చిపోనిచ్చినందుకు లక్ష్మి తనను ద్వేషిస్తూ ఉంటుందనిపించింది. ఈ మరణాలన్నీ అతణ్ణి కుంగదీస్తున్నాయి.

''చంపుతావు. కానీ నిన్నందరూ గుర్తుపడుతున్నారు, మిత్రమా. నాతో రా,'' కృప కల్కిని గుంపునుంచి బయటకు తోస్తూ అన్నాడు.

కల్కి ముసలాడిని తోసేశాడు. ''నీకు అర్థం కావట్లేదు. నేను వాణ్ణి ఇప్పుడే చంపాలి.''

కృప అక్కడే ఉన్నాడు, కదలకుండా. ''మరి ఆ తరువాత? పోయినసారిలాగే పట్టుబడతావా, దురుక్తి ముందర ప్రతాపం ప్రదర్శించినట్లు? మళ్ళీ పట్టుబడడం, మాచే విడిపించబడడం అనే ఈ నిరంతర వలయంలో చిక్కుకుంటావా?''

''ఇక 'మేము' అంటూ ఎవ్వరూ లేరు,'' వెనుకనుండి ఒక గొంతు పలికింది.

''అబ్బా! ఆపు, దేవుడిపై ఆన,'' కృప విసుక్కున్నాడు.

కల్కి తిరిగి చూడగా, పొడుగ్గా, చలాకీగా, తెలివైన కళ్ళతో, వెండిరంగు జుట్టుతో ఒక అమ్మాయి కనబడింది. ఆమె ముఖం వివర్ణంగా, దు:ఖంతో కూడి ఉంది. ఆమె ముందుకు రాగా, ఆమె ఏడుస్తూ ఉండిందని గ్రహించాడు కల్కి. ''ఇలా జరిగి ఉండకూడదుం ఆ ఆలోచన బాగాలేదని చెప్పినా, అతను వినలేదు,'' పద్మ అన్నది.

''ఏమంటున్నావు?'' కల్కి గాభరాగా ఆయాసపడుతూ అడిగాడు.

''అర్జన్ నా వెనుక వేదాంతుడి కోటకు వచ్చాడు,'' ఆమె స్వరం నెమ్మదిగా ఉంది.

''అయ్యో!'' విస్తుబోయాడు కల్కి. అతని పీడకలలన్నీ నిజమవుతున్నాయి.

''వాడు కూడా పోయాడా?''

''నాకు...నాకు తెలియదు...'' మళ్ళీ ఏడవడం మొదలుపెట్టింది.

కల్కి ఆమె భుజాలను గట్టిగా పట్టుకున్నాడు, ఆమెకు నొప్పిపుట్టి అదిరేట్టు.

''వాడు చచ్చిపోయాడో లేదో నీకెలా తెలియకుండా ఉంటుంది?''

''చూడలేకపోయాను...'' ఆమెకు మాటలు రాలేదు.

''ఆమెను వదిలేయి!'' కృప కల్కి చేతిని లాగుతూ అరిచాడు. ఏదో శక్తి తనను ఆవహించినట్టు అతనికి అనిపించింది.

కల్కి పద్మను వదిలేశాడు. ఆమె మౌనంగా నేలమీద ఉండిపోయింది. కల్కి పైకి చూశాడు. దూరం నుంచి డెక్కలు దుమ్ము రేపుతున్నాయి. మానవ సైనికులే.

''మనం బయలుదేరాలి. త్వరగా!'' కృప తొందరపెట్టాడు.

''నావల్ల కాదు. వాడెలా ఉన్నాడో చూడాలి...''

''వాడు పోయాడు!'' క్రూప అరిచాడు. ''చాలా? అర్జన్ పోయాడు, బాలా పోయాడు, రాత్రి పోయింది. ఇక్కడే ఉంటే మనమందరం కూడా పోతాము. మా ఇద్దరిలో ఎవరూ నీకు ఇష్టంలేదని తెలుసు, కానీ ఇక్కణ్ణుంచి వెళ్ళిపోవాలి. అందరం, మిత్రమా. నీకు కాళిని చంపాలనుందని తెలుసు. వాడే ఇవన్నీ చేశాడు, నీతో ఏకీభవిస్తాను.'' కృప కల్కి ముఖాన్ని పట్టుకున్నాడు. కల్కికి నిమిషంపాటు అతను పితృవాత్సల్యంతో చూస్తున్నాడనిపించింది. ''కానీ దురుక్తి సంఘటనను మళ్ళీ జరగనివ్వకూడదు. అక్కడకెళ్ళి, పట్టుబడి, చెరసాల పాలవ్వకూడదు. శ్రేష్ఠుల పద్ధతులను తెలుసుకొని వస్తే, అధర్ముణ్ణి గెలవగలవు. దానికోసం బయలుదేరాలి.''

నాకేదైనా జరిగినా, నీవు ఆగకూడదు, అర్జన్ చెప్పాడు.

లేదు. అర్జన్ ఎలాగోలా బ్రతికే ఉన్నాడనీ, క్షేమంగానే ఉన్నాడనీ కల్కి నమ్మాలనుకుడు. శుకో అయోమయంగా రెక్కలను ఆడిస్తూ ఉంది. అప్పుడే, కోపాన్ని తనను నియంత్రించనిస్తున్నానని గ్రహించాడు కల్కి. అతను శాంతపడాల్సొచ్చింది. శుకో మళ్ళీ అతని భుజాన వాలింది.

''మాతో వస్తావా?'' కృప పద్మను అడిగాడు.

కల్కి పద్మవైపు చూశాడు. ఇద్దరూ పరస్పరం పశ్చాత్తాపంతోనూ, ఇబ్బంది పడుతున్నట్లుగానూ చూసుకున్నారు. ఆమె ఒప్పుకుంది. కన్నీళ్ళు తుడుచుకుంది. కల్కి ఆమెను బాధపెట్టినందుకు పశ్చాత్తాపపడ్డాడు, ఒక్క క్షణం మాత్రమే.

''మీతో వస్తాను,'' ఆమె పలికింది.

కల్కి ఆమెను అనుమానంగా చూశాడు, కానీ అప్పుడేమీ మాట్లాడాలనుకోలేదు. శోకం, కోపం అతణ్ణి ఆవహించాయి.

మానవ సైనికులు సమీపిస్తుండగా, నగర పౌరులు చూస్తున్నారు.

''వెళదాము.'' కృప చెయ్యందించాడు.

''ఎలా'' మాటలకోసం వెతకాడు. ''ఎలా తప్పించుకోవాలి?''

''నగరంలోని ఒక స్నేహితుణ్ణి అడిగి గుర్రాలను తీసుకొచ్చాను. అతడు రవాణా విషయంలో సహాయం చేస్తాడు.''

కల్కి సమ్మతించి, వృద్ధుడి చెయ్యి పట్టుకొని, ముక్కలైపోయి ఉన్న తన కొత్త జట్టును చూశాడు. తను నమ్మలేని వ్యక్తిని, తన తమ్ముణ్ణి చావడానికి వదిలొచ్చేసిన మహిళనూ చూశాడు. వీరితో ప్రయాణించేందుకు తను సిద్ధంగా ఉన్నాడో లేడో తెలియలేదు.

కానీ గత్యంతరం లేదు.

78

బలహీనులకూ, ద్రోహులకూ మరణమే మార్గము.

కాళి విషయానికొస్తే, ఈ ఇద్దరి గురించీ అతను పట్టించుకోడు. అతనిలా అనుకోసాగాడు...పరస్పరం కయ్యానికి కాలు దువ్వుకొనే అధములైన వీరు, నగరంలోని మలంకన్నా హీనులు. వాళ్ళే ఎక్కువగా బాధపడింది. బాధపడాలి. వాళ్ళంటే అతనికి ద్వేషం. తను కల్కి మిత్రులకు పట్టవలసిన గతినే పట్టించాడు, బహుశా సమయం ఉండి ఉంటే ఇంకా హీనగతినే పట్టించేవాడు. కానీ ఆనాడు బయలుదేరవలసి వచ్చింది. జనం గుమిగూడసాగారు. పైగా, తమ కొత్త రాజు వీధిలో హత్య చేస్తుంటే చూడడం వాళ్ళకి బాగా అనిపించదు. తనకు వాళ్ళు మర్యాద ఇవ్వాలిగా మరి.

దురుక్తికి కూడా అటువంటి శాస్తే జరగాలి, కానీ ఆమె తన చెల్లెలు. ఒకే రక్తం పంచుకోవడంచేత ఆమెను క్షమించవలసి వస్తోంది. కానీ ఆమె విషయంలో ఏం చెయ్యాలో కాళికి తెలుసు. ఆమె చెలికత్తె అయిన సింరిన్‌ను తన వేగుగా ఉపయోగించుకొని, దురుక్తిని నియంత్రించవచ్చు. దురుక్తి నడవడిక గురించి చెప్పేందుకూ, ఆమె ఏదైనా చర్య చేపడితే తనకు హెచ్చరించేందుకూ సింరిన్‌కు బంగారం ఇచ్చాడు.

కానీ ఆ దురుక్తి ముఖాన్ని చూసినప్పుడల్లా అతనిలో మృదుత్వం, మెతకదనం పుడతాయి. ఇప్పుడు ఆమె గదిలో నిలబడి, ఆమెను అడిగాడు, ''పట్టాభిషేకానికి వస్తావా?''

వేదాంతుడి నుండి కిరీటాన్ని లాగేసుకొనేందుకు కాళి అట్టే ప్రయత్నించవలసిన అవసరం రాలేదు. నాగ నేతలందరూ చనిపోయారు, మానసను మినహాయిస్తే. ఆమె కూడా మరణించిందని అబద్ధం చెప్పాడు. ఆమె ఖచ్చితంగా ఇక తిరిగిరాదు. వేదాంతుడికి భయమేసింది, ఆ భయాన్నే కాళి ఆసరాగా చేసుకోదలచాడు.

దురుక్తి కిటికీ అరుగుమీద కూర్చుంది, చుక్కలను చూస్తూ. ''నీ ఛాతీపై రక్తం ఉందెందుకూ?''

కాళి ఎంతగా ఆలోచనల్లో మునిగిపోయాడంటే, తను అస్తవ్యస్తంగా ఉన్న సంగతే మరచాడు. ''ఏదో వ్యవహారంలో ఉన్నానులే.''

''అతణ్ణి చంపేశావా?'' ఆమె ప్రశ్నించింది.

తప్పకుండా ఆమె అతన్నే ఉద్దేశించి అడిగింది. కల్కి. శంబలనుంచి వచ్చిన ఆ అంతుబట్టని గ్రామవాసినే. అసలు ఇందుకే కాళికి ఆ గ్రామాన్నంతటినీ కాల్చేయాలనిపించింది. కానీ అతని ఆలోచనాశక్తి పూర్తిగా నశించలేదు.

''అవును,'' అని అబద్ధమాడాడు.

ఆమె వెనక్కు తిరిగింది. ఆమె కళ్ళల్లో ఏమాత్రమూ సానుభూతి కనబడలేదు. ''మంచిది.''

మంచా?

''ఏమయ్యింది నీకు?''

''అతను ఏదో అందరివంటివాడు కాదనుకున్నా. కానీ నా అంచనా తప్పు.''

కాళి ఆమె చెంతకు వెళ్ళి, ఆమె చేతులు పట్టుకున్నాడు. ఆమె అతణ్ణి కఠినంగా, నొసలు చిట్లిస్తూ చూసింది. ''ఇటీవలి నా ప్రవర్తనకు క్షమాపణ అడుగుతున్నాను,'' కాళి నిట్టూర్చాడు. ''అప్పుడు నాకు బాధ, కోపం కలిగాయి. మార్తాంజుడికి మనుషులను ప్రభావితం చెయ్యడం తెలుసు. నీవు కల్కిని ప్రేమిస్తున్నావని నన్ను నమ్మించాడు.''

''నీవు నా జీవితంకంటే ఎక్కువగా నగరం గురించి ఆలోచించాలి.''

''కానీ నీ జీవితం నాకు ముఖ్యం.'' కాళికి ఆమెను వాటేసుకోవాలనిపించింది, కానీ తనను తాను వారించుకున్నాడు. వాళ్ళిరువురి మధ్య దూరం పెరిగినా, ఆమెను ప్రేమిస్తూనే ఉన్నాడు. ఆమె కూడా తనను తిరిగి ప్రేమిస్తూనే ఉందని అతనికి తెలుసు, ద్వేషిస్తున్నా కూడా.

''నిన్నేం పూనింది?''

''కొంతమంది మనల్ని చెడ్డగానే ప్రవర్తించేట్లు చేస్తారు,'' కల్కి గురించి అన్నాడు. అతడు కూడా అత్యంత బలశాలి, తనలాగే. ఒకవేళ అతడు కూడా సోమను ఆస్వాదించాడేమో అనుకున్నాడు. ''ప్రతి ఒక్కరిలో చెడు ఉంటుంది, అది ఏదో ఒక రోజు బయటపడుతుంది. అది అనుకొని చేసేది కాదు.'' ఆమె చుట్టూ ఉన్న తన చేతిని మరికాస్త గట్టిగా బిగించాడు. ''కానీ కొంతమంది మనల్ని మంచిగానే ప్రవర్తించేట్లు చేస్తారు. మన ఇటీవలి తగాదాలవల్ల నిన్ను కోల్పోయేందుకు సిద్ధంగా లేను. నీకు నచ్చింది చెయ్యడానికి నీకు హక్కు ఉండింది.''

దురుక్తి పళ్ళు నూరి, తనకు చేతనైనంత గట్టిగా కాళి చెంపమీద కొట్టింది. కాళి శాంతంగా ఉండి నిట్టూరుస్తూ ఓర్చుకున్నాడు. ''నాకిది కావలసిందే.''

''నీవేమీ నా యజమానివి కాదు, అన్నా. నీవన్నట్లు, నీకిది అవ్వాల్సిన శాస్తే''

''అంటే నన్ను మన్నించినట్లేనా?''

అతణ్ణి నిమిషంపాటు చూసింది. కాళి ముందుకొచ్చి ఆమెను కౌగలించుకోగా, ఆమె కాసేపు ప్రతిస్పందించలేదు, ఆ తరువాత ఉపశమనంతో ఆమె కూడా అతణ్ణి ఆలింగనం చేసుకుంది. కాళి కౌగిలి వీడి, ఆమెను పశ్చాత్తాపం నిండిన కళ్ళతో చూశాడు.

''నా పట్టాభిషేకానికి వస్తావా?''

''రాక తప్పుతుందా?''

ఆమెను ప్రసన్నం చేసుకొనేందుకు ఏమనాలో కాళికి తెలుసు. ''అలాగని కాదు. నీకిష్టం లేకపోతే, రానక్కర్లేదు.''

ఆమె చిరునవ్వు నవ్వింది. ''వస్తాను.''

ఆమె అన్నది నిజమో కాదో, నిజంగా అంతా మామూలైపోయిందో లేదో తెలియదు. పైకి చూసేందుకు మాత్రం అయినట్టే అనిపించింది. అతను ఆ ఆనందాన్ని ఎక్కువసేపు అనుభవించలేకపోయాడు. ఎందుకంటే, వెనుక నుంచి ఒక గొంతు వినబడింది.

''ప్రభూ, స్థావరంలో గాయపడినవారు వైద్యశాల నుంచి తిరిగొచ్చి, మీకోసం నిరీక్షిస్తున్నారు,'' సుపరిచితమైన కోకో గొంతు వినబడింది.

''స్థావరం'' అని వినబడేసరికి దురుక్తికి ఖంగారు పుట్టింది. ''నేను తెచ్చిన మందునేం చేశావు?''

''అమ్మా,'' ఆమె మెడ మీద వేళ్ళతో రాశాడు. ''అవి కేవలం మందులు కావు, అవి అమృతమే. కానీ బాధాకరంగా, అవి ధ్వంసం చెయ్యబడ్డాయి.''

ఆమె కనుబొమలు పైకెత్తింది. ''ఐతే ఏం చెయ్యదలచుకున్నావు? వాటిని ఇంకా సంపాదించే ఉద్దేశంతో వాటి కోసం వెతుకుతావా?''

కాళికి ఆ ఆలోచన రాలేదు. అతనికి తన శరీరంలోని ప్రతీ అంగమూ మెరుగ్గా ఉండడం కంటే ఎక్కువ బాగా ఉన్నట్టనిపించింది. ఎన్నడూ ఇంత ఆరోగ్యంగా అనిపించలేదు. మరికొంత సోమ కోసం వెతకాలని అతనికి తట్టిన మాట నిజమే. కానీ ఆ పని తనకు అవసరమా? అనిపించింది. ఒకవేళ మళ్ళీ అనారోగ్యం కలిగితే ఉంటుందని ఒక చిన్న సంచీడు దాచి ఉంచాడు. కానీ ఇప్పటికైతే, తృప్తిగానే ఉన్నాడు.

''నేనొక రాజును, సోదరీ. చింతించడానికి నాకు ఇంకా పెద్ద విషయాలున్నాయి.'' మెల్లగా ఆమె బుగ్గపై ముద్దుపెట్టాడు. ''అన్నిటికీ ధన్యవాదాలు. నీవు లేక, నేను లేను,'' అని గుసగుసలాడాడు, హృదయపూర్వకంగా.

కాళి ఆడంబరంగా ఉన్న ఆ గది లోపలికి వస్తున్న సింరిన్‌ను చూస్తూ నిష్క్రమించాడు. వారిరువురూ క్షణంపాటు పరస్పరం చూసుకున్నాక, కోకో, వికోకోలతో కోట ఉద్యానవనం వద్దనున్న ప్రధాన గదుల వైపుకు నడుస్తూ వెళ్ళాడు, ఆ యువ ప్రచారకుడిని తను పొడిచిన చోటుకి. అక్కడకు చేరుకొని, అక్కడున్న ఐదుమందిని చూశాడు. శరీరాలకు కట్లు కట్టి ఉన్న ఆ మనుషులు, చేతులు వెనక్కు పెట్టుకొని ప్రశాంతంగా నిలబడి ఉన్నారు.

కోటకు చెందిన మరికొందరు భటులు వాళ్ళ వెనుక కాపలాగా నిలబడి ఉన్నారు. వాళ్ళందరూ ఆందోళనగా కనిపించారు.

సోమను రక్షించాల్సిన మార్తాంజుడి భటులందరూ రాక్షసులే అని గమనించాడు కాళి.

''మీకు గుర్తుందా...'' అంటూ మొదలుపెట్టాడు. ప్రశాంతంగా ముందుకూ వెనక్కూ నడుస్తూ, గాయపడ్డ వాళ్ళ బృహత్కాయాలను చూస్తూ, ''నేరస్థులవరో?''

అందరూ లేదన్నట్లుగా తలూపారు.

''వాళ్ళు తిరిగొస్తే, వారిలో ఏ ఒక్కరినైనా గుర్తుపట్టగలరా?'' ఒక చేతి గోళ్ళను ఇంకొక చేతి గోళ్ళతో జతకలిపి చూస్తూ తన వేళ్ళతో ఆడుకున్నాడు.

ఒకడు మాత్రం తలూపాడు.

''ముందుకొచ్చి నిలబడు.''

ఆ రాక్షసుడు వచ్చాడు.

''నీ పేరేంటి, కుమారా?''

''ప్రథముడు, ప్రభూ.''

''ప్రథముడవా,'' కాళి తలాడించాడు. అతని వక్షంపై పెద్ద గాయముంది, అది కుళ్ళుతోంది. ''వారు గనక తిరిగొస్తే గుర్తుపడతావా? వారి ముఖాలను బాగా చూశావా?''

''గుర్తుపట్టగలను, ప్రభూ,'' ప్రథముడన్నాడు.

''మంచిది,'' కాళి తక్కినవారిని చూశాడు. ''కోకో! వికోకో! వీరందరినీ చంపేయండి.''

ప్రథముడు విస్తుబోయాడు. కోకో, వికోకోలు వెంటనే ఇతరుల తలలను నరికేశారు. వారిలో కొందరు నిరసించగా, కాళి ఇతర భటులు వారిని పొడిచి, వారి మొండాలను కోసేశారు. ప్రథముడు హడలిపోయి చూస్తుండగా, కాళి అతని నుండి దృష్టి మళ్ళించాడు. ''బాధపడకు. వారు నిష్ప్రయోజకులు. మీ నాయకుడైన రక్తపుడికి అటువంటి సమాధానం చెప్పుంటే ఎలాగూ చేతులూ, కాళ్ళూ నరికేసేవాడు. మీ అందరికీ నేను సహాయం చేశాను.''

ప్రథముడు బృహత్కాయుడయ్యుండీ వణికిపోయాడు. కాళిలో ఉన్న ఏదో విషయం అతనికి సైతం భయం పుట్టిస్తోంది.

''కానీ నీవు ఎక్కడికీ వెళ్ళవులే, ప్రథమా. ఇక్కడే ఉంటావు, నాతోనే. కదూ?''

ప్రథముడు బలహీనంగా తలూపాడు.

''బాగుంది. నగరంలోని రాక్షస దళానికి నీవే కొత్త సేనానివి. నీ పదవిని గురించీ, దాని నేపథ్యం గురించీ రక్తపుడికి నేను సందేశం పంపుతాను.''

''కానీ నేను కేవలం సైనికుడనే.'' అతని గొంతు బలహీనంగా ఉంది.

నాకు కావలసినది అదే.

''నీవు దానికన్నా ఎక్కువ, కుమారా.'' ప్రథముని ఛాతీని తట్టి, చచ్చిన రాక్షసుల నడుమ అతణ్ణి విడిచి వెళ్ళాడు కాళి. ''ఇంకొక్క విషయం,'' ప్రథముడి ముఖం చూడకుండా చెప్పాడు, ''రేపు నా పట్టాభిషేకం. దయచేసి వీలు చేసుకొని రా.''

ఆఖరు రాజైన వేదాంతుడు ముందుకురాగా, కాళి లేచి నిలబడ్డాడు. బలవంతపు నవ్వుతో వేదాంతుడు కిరీటాన్ని కాళి తలపై అలంకరించాడు. కేవలం కిరీటమే కాదు, ఉంగరాలు, కంకణాలు, హారాలు మొదలగు ఎన్నో ఆభరణాలను ధరింపజేశాడు. కాళి వెటకారంగా నవ్వుకున్నాడు. పట్టుతో, బొచ్చుతో తయారైన వస్త్రాన్ని ధరించాడు. వేదాంతుడు చప్పట్లు కొడుతూ వెనక్కు తిరిగాడు. ఇతర రాజ్యప్రముఖులు కాళిని అభినందించేందుకు వరుసకట్టారు.

కాళి కుడివైపుకు తిరిగి, వేదాంతుడు మెల్లగా చప్పట్లు కొట్టడం చూశాడు. అతని పక్కన అతని కూతురుంది. మొదటిచూపులో ఆమె ఒక సమస్యగా అనిపించింది కాళికి. ఆమె మర్యాద కోసమైనా చప్పట్లు కొట్టకపోగా, చిటపటలాడుతూ ఉంది. కాళి ఈ అసభ్యతను పట్టించుకోలేదు. ఆమె చిన్నపిల్లే కదా. కువేరుడివైపు కూడా చూశాడు. ఎప్పటిలాగే అతను కృత్రిమంగా నవ్వుతున్నాడు. తన బద్ధ శత్రువులైన నాగులను కాళి గెలిచినందుకు మాత్రం సంతోషపడుతున్నాడు. ఇంకొకప్రక్కనున్న దురుక్తిని చూశాడు కాళి. ఆమె నేడు ప్రసన్నంగానే ఉన్నట్లు కనబడింది. ఆమె పక్కన సింరిన్ ఉంది. కాళి వెనుక చెరో ప్రక్కనా కోకో, వికోకోలు స్వామిభక్తి పరాయణులైన సైనికులలాగే కదలకుండా నిలబడ్డారు. ముందువరుసలో తన రాక్షస భటులతో ఉన్న ప్రథముడు మోకరిల్లాడు, తమ కొత్త రాజు పట్ల విధేయతను చాటుతూ.

కాళి మాట్లాడేందుకని లేచి నిలబడ్డాడు. ''నాకు ఈ గొప్ప బాధ్యతను తుది ప్రభువులు, జనప్రియులు అయిన వేదాంతులవారు ఒసంగినారు. నాకు గల మెరుగైన, ప్రగతిపూర్వక ఆలోచనలను గమనించి, ఈ అవకాశాన్ని ఎంతో గొప్ప సౌజన్యంతో ప్రదానం చేశారు.'' ముఖ్యంగా అతణ్ణి తన కూతురు ఊర్వశి క్షేమం గురించి భయపెట్టాడు కాబట్టి. ''నాగజాతిని మన నగరం నుంచి తరిమికొట్టాను.'' చాలామంది దీనికి హర్షధ్వానాలతో స్పందించగా, వాళ్ళను కాళి శాంతపరచవలసి వచ్చింది.

''వారి స్వనగరానికే వారిని పంపించేశాను.'' అన్నాడు, అది నిజం కాకపోయినా. మానస పిలిపించిందని చెప్పి అందరినీ ఒక చోట చేర్చి, దగ్గరలోనే నిలబెట్టబడ్డ ధనుర్ధారుల ద్వారా ప్రతి నాగుణ్ణీ హతమార్చాడు. ''అందువల్ల మరింతమంది

మానవులను సైన్యంలో చేర్చుకున్నాము. పూర్వపరిస్థితిని నెలకొల్పేందుకు మాకు సాధ్యమైనంతా చేస్తాము.''

అందరూ కరతాళధ్వనులు చేశారు. అంతకుముందే తక్కిన నాగుల మీద యుద్ధం ప్రకటించాడు, కానీ ప్రస్తుతానికి దాన్ని పట్టించుకోలేదు. తన ఒప్పందాన్ని తనే మీరాడు. కానీ, అంతఃకలహాలను ఆపేందుకు అదొక్కటే దారి.

''విందునూ, మందునూ, పొందును కూడా ఆస్వాదించండి.''

ఇక, కవ్విస్తున్న వస్త్రధారణతో అప్సరసలు ప్రవేశించారు. కాళి ఓరచూపుతో, దురుక్తికి తలవంపులుగా అనిపించడం, వేదాంతుడు ఊర్వశి చెయ్యి పట్టుకొని లాగుతూ అక్కడి నుంచి వెళ్ళిపోవడం గమనించాడు. అతనికి నేత్రపర్వమైన దృశ్యమది.

కాళి సుఖంగా సింహాసనంపై కూర్చున్నాడు. అతని చేతులు సింహాసనం చేతుల నుంచి వేళ్ళాడుతున్నాయి. కాళి అనుకున్నాడు...నగరం గురించి తనకెన్నో పథకాలున్నాయి, కానీ వాటితో ఆగడు. ఇప్పుడిక తక్కినవాటిని కూడా అమలుపరుస్తాడు. ఇప్పుడు తన బలమూ, పూర్వ వైభవమూ తిరిగి వచ్చేశాయి.

రాజ్య ప్రముఖులు వేశ్యలను చూస్తూ ఆస్వాదించడాన్ని కాళి చూస్తుండగా, కోకో ముందుకు వంగాడు. ''ప్రభూ!''

''ఏమిటి?''

''వేదాంత ప్రభువు వెళ్ళిపోయారు.''

''తెలుసులే.'' కాళి పట్టించుకోలేదు.

''అతని కోటలో మీరు నియమించిన మీ భటులు ఒక సుపరిచితుడైన ఖైదీను గమనించారట.''

''సుపరిచితుడా?'' కాళి కనుబొమలు పైకెత్తాడు. ''ఇక్కడకు పిలిపించు.''

''చిత్తం, ప్రభూ.''

క్షణాలలో ఖైదీని ప్రవేశపెట్టారు. అతని తల గోనెసంచీతో కప్పి ఉంది, చేతులు గట్టితాడుతో కట్టి ఉన్నాయి. కాళి మద్యపానం సేవిస్తూ, సంచీని తొలగించమని సైగ చేశాడు.

సంచీని తొలగించగా, పూర్వపరిచితమైన శాల్తీయే కనిపించింది. అతని శరీరమంతా గాయాలున్నాయి. విచారణ జరుగుతున్నప్పుడు తను చూసిన కుర్రాడే, కల్కి ఆకాశమార్గంలో తప్పించుకోవడానికి సహాయం చేసినవాడు.

అక్కడే నిలబడి ఉన్న ప్రథముడు వెంటనే కాళికేసి పరిగెట్టి తలూపాడు. ''ఇతడే, ప్రభూ. వారిలో ఒకడు.''

కాళి నిట్టూర్చాడు. తూలుతూ నడుస్తూ, మదిరను పారబోసుకుంటూ ఖైదీ వద్దకు వచ్చాడు. ''అయితే నా సొత్తును పాడు చెయ్యడం మంచి పని అనుకున్నావా?''

ప్రథముడు అడిగాడు. ''వీడిని చీల్చేసేయమంటారా, ప్రభూ?''

''వద్దు, అది మరీ తేలికవుతుంది.'' కుర్రాడి భుజం తడుతూ అతనివైపు చూశాడు. ''వీడితో కాస్త ఆడుకుందాము. చావు మరీ త్వరగా, తేలికగా అయిపోయే శిక్ష. నీ పేరేమిటి, బాలుడా?''

కుర్రాడు పేరు చెప్పడానికి బదులు కాళిపై ఉమ్మేశాడు. కాళి దాన్ని తుడిచేసుకొని, పిల్లాడి ముఖాన నిలువుగా ఉన్న పెద్ద గాయం మచ్చను చూశాడు.

''పేరు అర్జన్,'' కుర్రాడు ప్రారంభించాడు. ''నీవు ఏమాత్రం ఇంకా బ్రతకాలనుకున్నా నన్ను ఇప్పుడే చంపేయి.''

కాళికి అతను నచ్చాడు. భలే, అప్పుడే నచ్చేశాడు. బాలుడు సాహసి.

చూద్దాం, పిల్లాడా. చూద్దాము.

79

అతను మరణించలేదు.

అసదృశ శక్తిసంపన్నుడైన కల్కివంటి వ్యక్తి అంత తేలికగా మరణించడని దురుక్తికి తెలుసు. కాళి తనను నమ్మించాలని చూశాడు. బహుశా, తనను కాపాడేందుకు ఎవరో ధీరుడొస్తాడన్న దురుక్తి ఆశను వమ్ము చేద్దామనుకొని కాళి అబద్ధం చెప్పాడేమో. కానీ దురుక్తికొక ధీరుడి అవసరం లేదు. ఆమె జాగ్రత్తగా ఉండాల్సి ఉంది. ఒకప్పుడు తన అన్నగా ఉండిన ఒక పచ్చి ఉన్మాది చెంత కల్కి తనను వీడి వెళ్ళినా, ఆమె కల్కిని ద్వేషించలేదు. కాళికి అనుమానం రాకుండా అలా నటించింది.

అన్న మారిపోయాడు. అతని ప్రవర్తన మారింది. అతను వేరేగా అనిపిస్తున్నాడు. అన్నిటికన్నా ముఖ్యంగా, అతని ఆకారం మారిపోయింది. ఒకప్పుడు బంగారురంగు కళ్ళతో, ఉంగరాల జుట్టుతో ఉన్నవాడు, ఇప్పుడు బోడితలతో, బొగ్గువంటి చర్మంతో ఉన్నాడు. సోమ ప్రభావమా ఇది?

కల్కి తనను తీసుకెళ్ళిపోయుంటే బావుణ్ణనిపించింది, నిజమే. తనలోని ఒక భాగానికి అతణ్ణి లెంపకాయ కొడితే బావుణ్ణనిపిస్తోంది. కానీ అతని దారి వేరు, తన దారి వేరు. అతణ్ణి బలవంతపెట్టలేదు.

''కాళికి ఇప్పుడు ఎవరైనా సహాయపడగలరు అంటే, అది నీవే. అతణ్ణి కాపాడు. వీలైతే మర్చు,'' అని కల్కి ఆమెతో పలికాడు.

కుదరని పని. ఇప్పుడు మార్చనేది వ్యర్థము. కాళి బుర్రను అయోమయం ఆవహించింది. గద్దె నుంచి ప్రశాంతంగా దిగకపోతే ఊర్వశిని చంపేస్తానని వేదాంతుణ్ణి బెదిరించి, సింహాసనాన్ని కాజేశాడు. పదవీకాంక్ష అతణ్ణి పూర్తిగా భ్రష్టుణ్ణి చేసింది. ఒకప్పుడు అతనికి శాంతి తప్ప ఇంకేదీ అక్కరలేదు, కానీ ఇప్పుడు ఆ చింతే లేదు. తన దారికి అడ్డుగా నిలిచేవారందరినీ నలిపేసి, కూలగొడతాడు. తను ఎవరితో ఒప్పందం కుదుర్చుకున్నాడో వారికే ద్రోహం తలపెట్టి, తన చెల్లెలి పట్ల ద్వేషాన్ని పంచుకున్నాడు. దురుక్తికి పశ్చాత్తాపంగా అనిపించలేదు. ఆమె ఏ తప్పూ చెయ్యలేదు, కనీసం ఆమె

అనుకుంటోంది, తను తప్పు చేయలేదని. పారిపోవాలని అనుకుంది. కానీ, అది పరిష్కారం కాదు. మెతకగా కనిపించే సూత్రధారులు ఎక్కువ కాలం బ్రతుకుతారు, ఆ బాటలోనే పయనించాలనుకుంటోంది. మౌనంగా ఉంటూనే అతనిని మార్చే ప్రయత్నం చేస్తుంది. అవును, అదే మార్గము. అతణ్ణి ఇలా చూస్తుంటే ఆమెకు బాధగా ఉంటోంది. ప్రతిరోజూ మరణతుల్యమవుతోంది. నాగరికతకు దూరంగా, తమ కథ సుఖాంతం అయ్యేట్టు, మునుపటి కాళితో జీవించాలనుకుంది. కానీ అదంతా ఇప్పుడు సాధ్యపడే కలగా లేదు.

ఆకాశమంతా చీకటిగా ఉంది. చుక్కలు ప్రకాశించలేదు. గాలులు ఆమె చర్మాన్ని సున్నితంగా తాకుతూ, తేలికగా, పలుచగా వీస్తున్నాయి. కొవ్వొత్తి దాదాపుగా అయిపోవచ్చింది. దాంతో, తన దుస్తులను ఉతికమని సింరిన్‌కి ఇచ్చినట్లు ఆమెకు గుర్తొచ్చింది. వాటిని మరుసటి రోజు ధరించాలనుకుంది. సింరిన్ కోసం వెతుకుతూ తన గదిని వీడింది. కొంతకాలంగా సింరిన్ తనకు విశ్వాసపాత్రురాలైన నెచ్చెలిగా ఉంది. ఆమె ఆలోచనవల్లే కాళికి సోమ దక్కి, దాని ప్రభావంచేత అతనిలో మార్పు మొదలైనా, అది కాళి మీద ఎటువంటి ప్రభావాలు చూపుతుందో సింరిన్ ఊహించి ఉండదు.

చీకటిగా ఉన్న నడవాల్లో ఊరికే అలా నడిచింది. పట్టాభిషేకం అయిన తరువాత ఆమె సింరిన్‌ను చూడలేదు.

ఎంత దుర్భరంగా ఉండింది, ఆ పట్టాభిషేకము! కొందరు హర్షించినా, చాలామంది కాళిని బహిరంగంగానే ద్వేషించారు. ఈరోజు చాలామంది శత్రువులను సంపాదించుకున్నాడు కాళి.

కొంతమంది మానవభటులు కొత్త రాజు గురించీ, ప్రస్తుత రాజకీయ పరిణామాల గురించీ చర్చించుకుంటున్నారు. దురుక్తిని చూసిన వెంటనే మాట్లాడడం ఆపేశారు.

దురుక్తి వాళ్ళ వాగుడు గురించి పట్టించుకోలేదు. సూటిగా విషయానికొచ్చింది. ‘‘నా చెలికత్తెను చూశారా?’’

‘‘ఆఁ, అమ్మగారూ, ఆమెను చివరిసారి ఆమె గదిలో చూశాము,’’ ఒకడు ఖంగారుగా దగ్గుతూ చెప్పాడు.

దురుక్తి తలూపి, సింరిన్ వసించే భాగానికి వెళ్ళింది. అది ప్రధాన భాగానికి దూరంగా, కాళి కోటలోని చిన్న భాగంలో ఉంటుంది. దురుక్తి నడవాను చేరుకోగా, అక్కడ భటులే లేరు, విడ్డూరంగా. అక్కడి గోడలు బరకరాళ్ళతో కట్టబడినవి. దారికి ఇరుప్రక్కలా ఉన్న కాగడాల కాంతుల వల్ల ఏర్పడిన నీడలు నేలను కప్పేశాయి.

దురుక్తి చివరికి సింరిన్ గదిని చేరుకోగా, ఏదో శబ్దం వినిపించింది. గొంతులు వినబడ్డాయి. ఖచ్చితంగా ఒకటి సింరిన్‌దే, మరొకటి...విచిత్రంగా ఉంది. అది ఒక మగగొంతు.

ఇంత రాత్రివేళా?

తన జీవితంలో ఏ మగవాడో ఉన్నట్లు సింరిన్ దురుక్తికి చెప్పలేదు, కానీ ఇప్పుడు...

ఆమె నిరీక్షించలేదు. మెల్లగా తలుపు తోసి, లోపలికి తొంగిచూసింది. అది చీకటిగా ఉంది. రెండే కొవ్వొత్తులు గదిలో కాస్తంత వెలుగును పరుస్తున్నాయి. కిటికీలకు పరదాలున్నాయి. దాంతో ఎక్కువగా కనబడలేదు, సింరిన్ తప్ప. ఆమె కింద మోకాళ్ళ మీద కూర్చొని, చేతులు జోడించి ఉంది. ఆమె తన రాక పసిగడుతుందని, దురుక్తి తలుపును మరింత తెరవలేదు. సింరిన్‌పై తెల్లటి పడుతోంది. లేతరంగులో ఉన్న ఆమె చర్మంపై పొడవాటి చేతి వేళ్ళ నీడ నాట్యం చేస్తోంది.

ఆ పురుషుడో మరొకటో నుంచి వస్తున్న శక్తి అనబడే దానికో, తేజస్సు అనబడేదానికో ఏదో ప్రత్యేకమైన వర్చస్సు ఉంది. దురుక్తికి అది ఎవరో చూడాలని అనిపించింది, అది తన హక్కు కూడా, కానీ దేని గురించి మాట్లాడుతున్నారో మొదట తెలుసుకుందామనుకుంది.

''మంచి పని చేశావు, తల్లీ,'' ఆ గొంతు పలికింది. అది ఒక వృద్ధుని గొంతేమో అన్నట్లు వణికింది. అయినా దానికొక స్పష్టమైన యవ్వనపు స్వరం, లయా ఉన్నాయి.

''ధన్యవాదాలు, గురువుగారూ.'' సింరిన్ తల వంచింది. ''అంతా అనుకున్నట్లే జరిగింది. మీ మామతోపాటు శ్వేతాశ్వం ఉత్తరానికి ఏగుతోంది.''

''అవును,'' ఆ గొంతు కర్కశంగా పలికింది. ''ఇది అట్టముక్కల భవనం వంటిది. ఒకదాన్ని కొడితే మిగతావి వాటి వాటి స్థానాల్లో పడతాయి.''

''సరిగ్గా మీరు చెపినట్లే, మా కల్పిత నాన్న, భార్య రోగం కోసం మందును వెతికిన గ్రామస్థుడి గురించి దురుక్తికి ఒక కథ చెప్పాను.''

''అవును, అది పనిచేసింది, కదూ?'' అతను ఆగాడు. ''కానీ అది కల్పితం కాదులే.''

''అది పని చేసింది, నిజమే,'' ఆమె నవ్వింది. ''కానీ ఆ మనిషి ఎవరు, గురువుగారూ?''

''ఇంకెవరు? కల్కి నాన్నే.''

''మీరు ఆయనను కలిశారా?'' ఆమె ఆశ్చర్యంగా అడిగింది.

''అవును.'' ఆ నీడలు ఆడాయి. ''నేనే అతణ్ణి గుహ నుంచి సోమను తీసుకొమ్మని బలవంతపెట్టాను.''

సింరిన్ గుటక మింగింది. ఆమె, తను ఎందుకు చెప్పానా అని ముందు ముందు పశ్చాత్తాపపడబోయేట్లు ఏదో చెప్పబోతోందని దురుక్తికి అర్థమైంది. ''నాకు భయంగా

ఉంది, గురువుగారూ,'' సింరిన్ ఆరంభించింది, ''నేను బజారులో ఆ జోశ్యం చెప్పినప్పుడు కాళి నన్ను చూడలేదని ఆశిస్తున్నాను.''

''భయపడకు, నీ మారువేషం బాగా పండింది,'' అన్నాడు, ''కానీ వచ్చేసారి నీ హంతకులను జాగ్రత్తగా ఎన్నుకో. ఆ నాగుడు తననెవరు కిరాయికి తీసుకున్నారో చెప్పేముందే హత్య చేయబడడం మన అదృష్టమే.''

''కానీ అది మన మంచికే అయ్యింది. ఈ గొడవకు వాసుకి బలయ్యాడు.''

ఆ గొంతు కర్కశంగా పలికింది. ''మరణాల గురించి ఉత్కంఠ చెందకు, సింరిన్. మనం చేస్తున్న పని ఒక పెద్ద హేతువు కోసమే.''

''మీరెందుకు మీ మామకు సహాయం చెయ్యట్లేదు, గురువుగారూ? మీ ఇద్దరికీ కావలసింది ఒకటేగా.''

''లేదు.'' అతని గొంతు దుః ఖంతో వణికింది. '''క్రిందటి యుగంలాగా ఈ యుగంలో యుద్ధం జరగాలని ఆయన కోరుకోలేదు. కానీ నేను కోరుకున్నాను. నాకు గత్యంతరం లేదు. ఇప్పుడిక ఇది ప్రారంభించాను. ఆయనకు ఇష్టం లేకపోయినా, తను చెయ్యకూడదనుకున్న పని చెయ్యక తప్పట్లేదు ఆయనకు.''

సింరిన్ బెరుకుగా తలూపింది. ''కాళికి అనారోగ్యం తెప్పించేందుకు విషప్రయోగం చెయ్యడంతో మొదలుపెట్టి మీరు చాలా కష్టపడుతూ వచ్చారు, గురువుగారూ. గతిలేక దురుక్తి అన్నకోసం సోమశక్తులను తెచ్చేలాగా చేశారు.''

''దానికంటే చాలా ముందునుంచే,'' ఆగాడు, ఉబ్బసంతో ఉన్నట్లు. ''వారికి తెలియకుండానే నేను వారిద్దరినీ మలిచాననవచ్చు.''

''కానీ కాళియే అధర్ముడవుతాడని మీకెలా తెలిసింది?''

''బ్రహ్మనేత్రాన్ని వాడాను. దానితో భూత, వర్తమాన, భవిష్యత్కాలాలను చూసి, ఎటువంటి అయోమయం సృష్టించబడుతుందో తెలుసుకున్నాను. ఒక్క అధర్ముడే అలా చెయ్యగలడు,'' అన్నాడు. ''సమయాభావంచేతా, నీవు ఇంకెవరికైనా చెప్పేస్తావేమోనన్న భయతోనూ నీకు ఇదంతా ముందుగానే చెప్పలేదు. అందుకు క్షమించు, అమ్మాయి.''

''అయ్యో, దయచేసి అంత మాట అనకండి. క్షమించమని అడగకండి, గురువుగారూ, మిమ్మల్ని వేడుకుంటున్నాను. కానీ ఆ నేత్రం...'' సింరిన్ కళ్ళు సంతోషంతో పెద్దవయ్యాయి. ''ఎక్కడుంది, గురువుగారూ?'' అని అడిగింది.

''ఇప్పుడు నావద్ద లేదు, నేను శ్వేతాశ్వంకోసం నిరీక్షిస్తున్నాను కాబట్టి. అంతా సవ్యంగా ఉందో లేదో చూడటానికి ప్రళయానికి పూర్వం దాన్ని ఉపయోగించాను. భవిష్యత్తులో ధర్ముడు ఎవరవుతారో, అధర్ముడు ఎవరవుతారో తెలుసుకున్నాను.''

''జాగ్రత్తగా ఉండండి, ప్రభూ,'' ఆమె వేడుకుంది.

''భయపడకు.''

దురుక్తి ఇంక ఆగలేకపోయింది. అందరినీ ఆడిస్తూ, అందరికీ హాని చేస్తున్న ఆ వ్యక్తి ఎవరో చూడాలి. మెల్లగా తలుపు తోసి, ముఖాన్నీ, మెడనూ ముందుకు వంచి చూడగా, ఆ వ్యక్తినుండి వస్తున్న వర్ఛస్సు కనబడింది. కానీ ఆ వ్యక్తి కనబడలేదు. కేవలం బింబరూపంగానే ఉన్నాడు. ఐతే ఎలా మాట్లాడగలిగాడు? ఏం మాయాజాలమిది?

సరిగ్గా అప్పుడే చూసింది. అస్పష్టంగా ఉన్నా, దురుక్తికి ఒకటి మాత్రం కనబడి, వెన్నెముకలో దడ పుట్టించింది.

అతడి నుదుటిపై నిలువుగా గాయపు మచ్చ ఉంది.

ఇంకా ఉంది...

సత్యయోధుడు

కల్కి

బ్రహ్మనేత్రము

రెండు ప్రత్యేక అధ్యాయాలను చదవండి

మూడవ భాగము
ఇంద్రఘర్లో
విజయము

1

అతను పడ్డాడు.

అతనికి అంత బాగా కనబడలేదు. కానీ బాగా తెలిసింది. బండరాళ్ళు అతని చేతికి గీసుకొని చర్మాన్ని చీరేశాయి. ముళ్ళు మడమలకు, మోకాళ్ళకు గుచ్చుకుంటున్నాయి. ఎక్కడో నీటి శబ్దం వినిపించింది; పారే నీరు. శరీరమంతా గీసుకుపోయిన గుర్తులు, గాయాలు, దెబ్బలూ ఉన్నాయి, పంచె కాలిపోయింది.

భూమ్మీద చేతులను ఆన్చుతూ లేచేందుకు ప్రయత్నించాడు.

''కల్కి!'' ఎవరో అతని పేరు పిలిచారు. పిలిచినది ఒక ఆడపిల్ల. అబ్బా, ఆ ముదరష్టపు పిల్ల. ఆమెతో తను మాట్లాడను కూడా లేదు, అయినా ఆమె పిలిచింది. కానీ, అది ఆమె తప్పు కాదు, ఎందుకంటే తాను ఏటవాలుగా ఉన్న పర్వతం మీద వెళ్తూ గుర్రంమీది నుంచి జారి కిందపడ్డాడు.

కల్కి బండరాయి మీద ఆనుకున్నాడు, మేఘావృతమైన ఆకాశాన్ని చూస్తూ. వెనుక నుంచి గొంతులు ప్రతిధ్వనించాయి, కానీ అతను పట్టించుకోలేదు. నిశ్శబ్దంగా ఉండిపోయాడు. తన అజాగ్రత్త వల్లే పడిపోయినా, వాళ్ళ నుంచి దూరంగా ఉండాలనుకున్నాడు కాబట్టి పడిపోవడం మంచిదయ్యిందనుకున్నాడు. చెట్లతో, పూలపందిళ్ళతో, చెమ్మతో నిండిన వనాన్ని చూశాడు. కానీ, చెడు బారి నుంచి తప్పించుకోవాలని ప్రయత్నిస్తున్నాడు. అందుకని దుర్ఘటనలు మొదలైన శంబల నుంచీ, ఇంద్రఘర్ నుంచీ దూరంగా వెళ్ళిపోతున్నాడు.

''కల్కి!'' ఇప్పుడు ఆ మగవాడు పిలిచాడు. కృప. ఎంత పనికిరాని గందరగోళం! కనీసం అతనిక మద్యం సేవించట్లేదు.

''మనిషీ!'' ఇంకొక గొంతు వినబడింది. అది తెలిసిన గొంతు కాదు. నిజానికి, అది అతనికి సమీపం నుంచే వస్తోంది.

అతని చెవులు నిక్కపొడుచుకున్నాయి, తల ముందుకు పెట్టి చూశాడు. అక్కడ జారుగా ఉన్న పర్వతం నుంచి క్రిందకు వెళ్ళే దారి ఉన్న చిన్న గుహ కనబడింది. అక్కడనుంచి ఒక తల అతన్ని చూస్తూంది.

''మనిషా?''

కల్కి కళ్ళు చిన్నవి చేసి చూశాడు. ''ఊఁ,'' అని వెనక్కు చూశాడు. గుర్రాలపై కూర్చొని, పర్వతం నుంచి కిందకు దిగుతున్నారు కృప, పద్మ. ఆ వచ్చే దారి ఎగుడుదిగుడుగా ఉండడం వాళ్ళకు సమస్యగా ఉంది. తన ముందున్నది సాధుప్రాణిలాగా అనిపించడం లేదు కాబట్టి వాళ్ళు త్వరగా వస్తే బావుణ్ణని ఆశించాడు కల్కి.

''మనిషివా?''

కల్కి తను ఉన్నచోటే గడ్డకట్టినట్టుగా అయిపోయాడు. ''అవును, మనిషిని,'' అని సమాధానమిచ్చాడు.

''మనిషి,'' అని తలూపాడు.

అతడు కనిపించాడు. అతడు సింహచర్మాన్ని తలపై ధరించి ఉన్నాడని కల్కి గ్రహించాడు. అతని మెడ వింతగా జులపాలతో, ఛాతీ అంతా కూడా జుట్టుతో ఉన్నాయి. అతను వక్రాకృతితో, గూనిపడ్డ వీపుతో, వంకరపోయిన కాళ్ళూ చేతులతో ఉన్నాడు. ఆకలితో ఉన్నట్టూ, కల్కిపై దాడి చేసేందుకు సిద్ధంగా ఉన్నట్టూ కనిపించాడు. జంతువులాగా నాలుగు కాళ్ళ మీద నడచినా, నిలబడితే కల్కికన్నా ఎత్తుగా ఉన్నాడు.

''నేను, సింహాను.''

''సింహానా?'' కల్కి ఈ పేరును ఎక్కడో విన్నాడు.

''దరూద సింహను,'' అని చప్పట్లు కొట్టి, ఉన్మాదంగా నవ్వాడు. ''నీవు, మనిషివి,'' అని కల్కిని గోళ్ళతో గుచ్చాడు. అతని గోళ్ళు ఎంత పదునుగా ఉన్నాయంటే, వాటి ద్వారా రక్తం బయటికొచ్చింది.

''దరూదనా?'' విచిత్రమైన పేరు, కానీ ఈ వ్యక్తి నోటి నుంచి పిల్లిమీసాలు బయటికొస్తున్నాయి. కల్కి ఖచ్చితంగా తను ఉండకూడని చోట ఉన్నాడు.

''దరూద.'' అతడు కేరింతలు కొడుతూ, గుండెను బాదుకుంటూ, ఎగరడం మొదలుపెట్టాడు.

''నీవంత ఉత్సాహపడిపోనక్కర్లేదు, మిత్రమా.'' కల్కి నవ్వేందుకు ప్రయత్నించాడు. అతనికి బోయలంటే ఇష్టంలేదు, ఎప్పుడూ కూడా. వాళ్ళు తన గ్రామాన్ని ధ్వంసంచేసి, తన ప్రియురాలను, మిత్రులనూ చంపేశారు. మానవులు కూడా చిరాకు కలిగిస్తారు కానీ, బోయలంత కాదు. అయినా ఇప్పుడు, ఒక బోయకు ఎదురుగానే ఉన్నాడు, అతనితో స్నేహంగా మెలగాలని చూస్తూ.

''ఆహారం?'' దరూద అడిగాడు. ''ఆకలా?''

''ఊఁ.'' కల్కికి నిజంగానే ఆకలి వేస్తున్నది. ఆఖరున ఎప్పుడు తిన్నాడో కూడా మరచాడు. బహుశా కొన్ని గంటలముందు యాపిల్ పండ్లను తిన్నాడు, కానీ అవి ఎక్కువసేపు ఆకలిని అణచలేవు.

''మాంసం, లోపల.''

''నేను మాంసం తినను, మిత్రమా,'' కల్కి అన్నాడు.

దరూద నిరాశగా భుజం వాల్చేశాడు. ''మాంసం మంచిది.''

''తెలుసు.''

''రా,'' గుహను చూపించాడు, ''ఆహారం.''

''నా మిత్రులకోసం వేచి ఉన్నాను,'' సరైన సమయానికి గుర్రాలతో వచ్చిన పద్మనూ, కృపనూ చూపిస్తూ చెప్పాడు. వాళ్ళు కల్కి గుర్రాన్ని కూడా తెచ్చారు.

''గుర్రంమీది నుంచి పడిపోయేంతగా ఏం ఆలోచించసాగావు, మిత్రమా? నీవు అవతారపురుషుడవే కానీ, అలా పడిపోయినా బ్రతికినందుకు అదృష్టవంతుడవనే అనుకోవాలి,'' కృప మందలిచ్చాడు.

దరూద వెంటనే అరిచి, భయంతో గుహద్వారం వద్దకు పారిపోయాడు, అక్కడ భద్రంగా ఉంటుందని. కృప గుర్రం పగ్గాలను పట్టుకొని కిందకు దిగాడు. కల్కిని తట్టాడు. ''వాడికేమయ్యింది?''

''దరూద సింహా.''

''వాడికేమయ్యిందని అడిగాను, ఎవరని కాదు, మిత్రమా,'' విసుక్కున్నాడు కృప.

''నీ అరుపుల వల్ల భయపడి ఉంటాడు.''

కృప చిటపటలాడాడు.

''వాడొక సింహమని తెలుసు,'' అన్నాడు.

సింహా. పూర్వపరిచితమైన ఆ పేరు వినగానే అతని చెవులు సావధానమయ్యాయి. ''ఎక్కడ విన్నాను?'' అప్పుడు గుర్తుకొచ్చింది. గురుకులంలో, గురువు వశిష్ఠులవారు చెప్పగా, ప్రాచీన జాతుల గురించి తెలుసుకున్నాడు.

అప్పటికి పద్మ కూడా కిందకు దిగి, ఆ ప్రాణిని చూసింది. ఆమె పొట్టిగా ఉంటుంది, కురూపిగా, భయంకరంగా. నిజానికి కల్కి కోపం వల్లే అతనికి పద్మ అలా కనిపిస్తుంది. వాస్తవానికి, పద్మ పొడుగ్గా, సన్నగా, కోల ముఖమూ, కాటుక కళ్ళూ, వెండి రంగుతో ఉన్న, కత్తిరింపబడ్డ జుట్టుతో ఉంటుంది.

''బోయవాడిలాగా ఉన్నాడు,'' ఆమె అన్నది.

కల్కి కోపంతో పట్టించుకోలేదు. పద్మ ఇది గమనించినా, ఏమీ మాట్లాడలేదు. అతనికి తనంటే ఇష్టంలేదు, ఆ హక్కు అతనికి ఉంది. ఎందుకంటే ఆమెవల్లే అర్జన్ అపహరింపబడ్డాడు, బహుశా చనిపోయాడేమో. కల్కికి అర్జన్ ఏమయ్యాడో తెలియదు, దాని గురించి అనుకున్నప్పుడల్లా అతని మనసులో ద్వేషం విజృంభిస్తుంది.

''అవును, వీడొక సింహమే,'' కృప నవ్వుతూ అన్నాడు. ''ఒకప్పుడు సుపర్ణుల లాగే ఇదొక గొప్ప జాతి. సింహాలనేవారు సగ్గుమైనవారు, గొప్పవారు, నాయకులూను. పురాణాల ప్రకారం, నరసింహుడు ఎవ్వరూ జయించలేని ఒక అసురుణ్ణి జయించాడు.

కానీ సింహజాతికి చెందినవారు సింహభక్తులు. ఆత్మరక్షణకై సింహచర్మాన్ని ధరిస్తారు, ముఖాన జుట్టును పెంచుకుంటారు, సింహము వలెనే. కొంత సమయానికి కొందరు కనుమరుగవ్వగా, వాళ్ళ జాతి అంతరించినదిగా భావింపబడ్డది.''

''ఎందువల్ల వాళ్ళు అంతరించారు?'' ప్రశ్నించాడు కల్కి.

''మానవులతో సలిపిన సంగ్రామంలో వీళ్ళు ఓడిపోయారు. కానీ ఇది మహాయుద్ధంనాటి కథ.''

''సింహాలు అంత ప్రాచీనులా?'' పద్మ అడిగింది.

''సింహాలు ప్రస్తుత కాలానికంటే చాలా ప్రాచీనులు. అప్పుడు, ప్రాచీనులు పరస్పరం విరోధించుకోగా, మహాయుద్ధానికి పర్యవసానంగా ప్లేగు వ్యాధి అనే ప్రళయం సంభవించింది.''

కల్కికి అంతా స్పష్టమయ్యింది, కానీ కృపకు ఎంత వయసనేది అతనికి తెలియడం లేదు, అతను తను నూరు సంవత్సరములు పైబడ్డవాడినని చెప్పుకున్నా. మహాయుద్ధం అంతకంటే చాలా ముందే జరిగింది, కృప చెప్పిన క్రమం అతని కథనం. అందువల్ల కల్కి కృపను అంతగా నమ్మలేదు. చరిత్ర అయోమయంగానూ, ఎన్నో మెలికలతోనూ ఉంటుంది; దాన్ని పట్టించుకోకపోవడమే మంచిది, లేకపోతే తనకు శిరోవేదనే మిగులుతుందనుకున్నాడు.

''గొప్ప,'' తలూపాడు. ''సూర్యారాధుకులైన వీరు మహావీరులు, కానీ ఇప్పుడు చూడు, ఉన్మాదులైపోయారు. వీడు ఆ వారసత్వానికి చెందినవాడై ఉండాలి,'' దరూదను చూపించి, ''అంతా మరచిపోయాడు. పాపం, పిచ్చి వెధవ.''

కల్కి అడిగాడు, ''ఎలా ఉన్మాదులయ్యారు?''

''మహాయుద్ధంలో ఎన్నో కిరణాలను ఉపయోగించారు...''

''కిరణాలా?''

''అవే, పేలుడు పదార్థాలు,'' పద్మను విసుగ్గా, కోపంగా చూసి, ''నీ సొంత పనికోసం తీసుకున్నావే, అటువంటివే.''

కల్కి ఆమె తన సంచీని చూసుకోవడం గమనించాడు, బహుశా దాంట్లో ఇంకా కొన్ని ఉన్నాయేమో.

''వాటిని భారీ మొత్తంలో ప్రయోగించారు, కానీ నేను నీకిచ్చినవి మామూలువే, పిల్లా. మహాయుద్ధంలో వాడినవి భయంకరమైనవి, దాంతో పలువురికి పిచ్చి పట్టింది. రాజులు వాటిని చేజిక్కించుకుందామనుకున్నారు, కానీ ఎవ్వరూ మిగలలేదు. యుద్ధంలో పాల్గొన్న వారందరూ పర్వత ప్రాంతాలకేగి, రోజుల తరబడి ఆకలిదప్పులతో అలమటించి దారుణంగా మరణించారు.''

ఇదివరకైతే కల్కికి ఇదంతా మరీ బాధాకరంగానూ, భయావహంగానూ అనిపించేది. కానీ ఇప్పుడు అలవాటయ్యింది. ''అయితే ఇప్పుడేం చెయ్యాలి?''

కల్కి అడిగాడు, దరూద గురించి చింతిస్తూ. అతడు లోకంలో చాలా చెడునే చూసి ఉంటాడు.

''ఏమిటా? అనుకున్న ప్రకారంగానే ఉత్తరదిశకు వెళ్ళాలి.'' కృప గుర్రాలను పట్టి, వచ్చిన మార్గానే వెళ్ళేందుకు సన్నద్ధమయ్యాడు.

''వాడిని ఏం చెయ్యడం?''

''వాన కురుస్తుంది,'' పద్మ అన్నది.

కల్కి ఆమెను పట్టించుకోలేదు.

''మనము తిరిగి వెళ్తున్నాము,'' కృప అన్నాడు. ''మిత్రమా, దారిన కనబడే ప్రతీ పిచ్చివాణ్ణీ మనం ఉద్ధరించము.''

''అసలు ఎవరికైనా సహాయం చేసే ఉద్దేశ్యముందా నీకు, లేక నన్ను యుద్ధవీరుడిగా మార్చే ప్రయత్నంలో అందరినీ చచ్చిపొమ్మంటావా?'' ఉండబట్టలేక అడిగాడు కల్కి.

''వాన బాగా కురవబోతుంది,'' పద్మ మళ్ళీ అనగా, ఉరుముల శబ్దం వినిపించింది కల్కికి.

కృప ముక్కుపుటాలు అదిరాయి. ''అంటే ఏమిటి నీ ఉద్దేశ్యము?''

''ఏమిటో నీకు తెలుసు.'' కల్కి ముందుకొచ్చాడు. ''అర్జన్ వెళ్ళబోయే ముందర తను విన్నది నాకొకటి చెప్పాడు.''

''ఏమిటి విన్నాడు?''

అప్పటికి కుండపోతగా వర్షం కురవ సాగింది. కానీ కల్కికి ఇప్పుడు దేనితోనూ నిమిత్తం లేదు, కృపకు ఎదురుగా నిలబడి, సూటిగా చూడసాగాడు.

''వినండి, మీరిద్దరూ!'' పద్మ అరిచింది. ''వానలో మనకు ఆశ్రయం కావాలి.''

''వానలోనే వెళ్దాము,'' కృప గంభీరంగా ప్రకటించాడు. కృప ముసలాడు, అతని సన్నటి చర్మం నుండి నరాలు పైకి తేలుతుంటాయి. అతని నోరు దుర్గంధంతో ఉంటుంది, జటగా చుట్టబడిన నల్లని జుట్టు జిడ్డుగా ఉంటుంది.

కల్కి సమ్మతించలేదు. ''లేదు, మనం దరూదతోనే ఉందాము.''

''నేనొక పిచ్చివాడితో ఉండను.''

''ఆహారం,'' దరూద మూలనుండి మెల్లగా పలికాడు.

పద్మ ఇద్దరు మగవారినీ గుహకేసి తోసింది. ''వెర్రివాళ్ళు మీరిద్దరూ కొట్టుకుంటుండగా, నేను గుహలో తలదాచుకుంటాను. వస్తున్నా, దరూదా,'' నవ్వుతూ, వానకు దూరంగా మూడు గుర్రాలనూ గుహలోకి నెట్టింది.

కల్కి క్షణంపాటు అక్కడ నిలబడి భుజాలెగరేశాడు. ''నీవు బయటకు కనిపించేదానికంటే ఎక్కువ సామర్థ్యం గలవాడవని మా ఇద్దరికీ తెలుసు. నేను సమాధానాలను ఆశించటల్లేదు, ఆచార్యా. కానీ నన్ను యోధుడిగా మార్చేందుకు తమరు ఎంతవరకూ వెళ్తారో తెలుసుకోవాలనుంది.'' అనేసి, ఆ వృద్ధుణ్ణి వానలో వదిలేశాడు.

అతడు సాక్షాత్తు పూర్వావతారంచే చిరంజీవిగా వరం పొందాడు కాబట్టి, చలిచేతనో, వానచేతనో మరణించడు.

కల్కికి కూడా ఇంకొకరికి చిరంజీవిత్వాన్ని ప్రసాదించే శక్తి ఉన్నా, దానికుండే నైతిక బాధ్యత రీత్యా ఆ శక్తిని వాడలేదు. ఒకరికి చిరంజీవిత్వం వరంగానూ, శాపంగానూ కూడా వాటిల్లవచ్చు, కృప విషయంలో అది శాపమే. దరూదలాగే ఉన్మాది అయ్యాడు, కానీ కనీసం ఈ సింహా చక్కగా మసలుకుంటున్నాడు.

అతని చిలుక, శుకో, భుజంపై కూర్చొని, ''పిశాచి! పిశాచి!'' అని పలకడం మొదలుపెట్టగా, అది కల్కికి అర్థం కాలేదు. చిలుకను ఏదైనా ప్రమాదం ఉందేమో తనిఖీ చేసి రమ్మని పంపగా, అది వచ్చి ఏదో వెర్రిగా వాగుతూంది. కల్కి గుహను ప్రవేశించగా, పద్మ అక్కడ ద్వారం వద్దే స్థాణువులా నిలబడిపోయుంది. ఆమె కనుపాపలు నల్లగా, పెద్దవై ఉండడం చూసి, కల్కికి ఏదో ప్రమాదం ఉందని ఎరుకకు వచ్చింది. పైకి చూస్తే ఈ గుహ కొండలలో ఉన్న ఇతర గుహలలాగే కనిపించింది. ఖాళీగా, నిర్మానుషంగా, మురికీ, మట్టీ నిండి.

కానీ, దీంట్లో తక్కిన గుహలలాగా కాకుండా, నిజంగానే మనుషులున్నారు, వాళ్ళ నోళ్ళు, తాళ్ళచేత కట్టబడి ఉన్నాయి. నోళ్ళలో గుడ్డలు కుక్కి ఉన్నాయి. అందరూ మూల్గుతూ, ఏడుస్తున్నారు. వాళ్ళ మోకాళ్ళ మీదా, శరీరాలపైనా గాయాలున్నాయి. వాళ్ళలో ఇద్దరు స్త్రీలుకాగా, ఒకడు పురుషుడు. బోడితలతో, ఎడమకన్నుపై విచిత్రమైన బాణాకృతిలో ఉన్న పచ్చబొట్టుతో ఉన్నాడు. ఒకవేళ అతను మానవుడేమో కల్కికి సరిగ్గా తెలియలేదు.

''ఆహారం,'' దరూద సింహా చప్పట్లు కొట్టుకుంటూ, గుండెను బాదుకుంటూ, ఎగరడం ప్రారంభించాడు.

''వీళ్ళా?'' కల్కి గుటకేశాడు.

''లేదు,'' తలూపాడు, కల్కి ఇంతసేపు అపార్థం చేసుకున్నాడన్నట్లు.

''నీవు.''

2

అర్జన్ తనెప్పుడూ మల్లయుద్ధం చేస్తాననుకోలేదు. కానీ, ఇప్పుడు రెండు లావాటి శరీరాలు కొట్టుకోవడాన్ని చూసేందుకు హాజరై, మాంసం, మదిర సేవిస్తూ, ఒళ్ళో కూర్చొని ఉన్న తమ మగువలతో కలిసి నవ్వుతున్న రాజ్యాధికారుల వినోదార్థం, ఒక ప్రదర్శనా వస్తువుగా మారాడు.

తను కుస్తీపోటిదారవ్వాలని అర్జన్‌కి అర్థమయ్యింది. చేతులు కట్టేసి ఉండగా, ఇతర ఖైదీలతోపాటు...మల్లులు ఒకరి భుజంపై ఒకరు చెయ్యి వేసి, కాళ్ళు నేలపై గట్టిగా నిలిపి ఉంచుదామని ప్రయత్నిస్తూ, ఒకరినొకరు కింద పడేద్దామని ప్రయత్నం చేయడం తిలకించాడు. ఒకడు ఇంకొకడిని పడేసి, వాడి మెడను విరొగ్గొట్టాడు. ఈ ఆటలో ఎవరు బ్రతుకుతారో, ఎవరు ఛస్తారో ఎవరూ పట్టించుకోరు. అర్జన్ ఇప్పుడే వెళ్ళి కుస్తీ పట్టక్కర్లేదు కాబట్టి, కాస్త ఉపశమనంతో నిట్టూర్చాడు. ముందర, వేచి ఉండి నేర్చుకోవాలి.

మైదానమంతా నిండిపోయి ఉండగా, మొదటి వరుసలో తన అంగరక్షకులతో కూర్చొని ఉన్నాడు కాళి. ఒక అప్సర అతని ఒళ్ళో కూర్చుని ఉండగా, పోటీని ఆస్వాదిస్తున్నాడు. రాజ్యాధికారులు పోటీ ఫలితాలపై పందేలు కడుతున్నారు. అందరూ వ్యసనపరులై అస్తవ్యస్తంగా ఉన్నారు.

పవిత్రతకు సంకేతంగా విష్ణు విగ్రహాన్ని నడిబొడ్డున పెట్టుకొని ఉన్న ఇంద్రుని నగరంలో ఇటువంటి దురాచార వాతావరణం ఏర్పడినందుకు అర్జన్‌కి డోక్కోవాలనిపించింది. కాని కాళి ఇదంతా పట్టించుకోలేదు. చావు, బ్రతుకులపై పందాలు ఇప్పుడొక కొత్త రివాజుగా మారాయి.

''ఉష్,'' వెనుకనుంచి ఒక గొంతు వినబడింది.

భయపడుతూ, శోకంతో ఉన్నవాళ్ళ నడుమ నిలబడ్డాడు అర్జన్. వీళ్ళందరూ శిక్షితులైన మల్లులు కారు, కాళ్ళకు చెప్పులు కూడా లేవు, నీసులపై రక్తంతో కూడిన గాయాలున్నాయి. మల్లయుద్ధ శిక్షకుడు, చెరసాల పర్యవేక్షకుడు అయిన ఆచార్య రంగా

వీళ్ళ నాయకుడు. అర్జన్ చిన్న శరీరం చూసి ఇతడు అర్జన్‌కి ఎక్కువగా ఏమీ నేర్పలేదు.

అర్జన్ పక్కకు తిరిగి చూడగా, కళ్ళు వెడల్పు చేసుకొని చూస్తున్న ఒక కుర్రాడు కనిపించాడు, బహుశా కాస్త పెద్దవాడు. అతని కణతలపై జుట్టు పడుతూ ఉంది, కాస్త బొద్దుగా ఉన్నాడు. అర్జన్‌కు ఆశ్చర్యమేసింది, ఎందుకంటే చెరలో ఆహారం చాలీచాలకుండా ఉంటుంది, పాలు కూడా ఏదో రాక్షసి పాలిండ్ల చమటలాంటి వాసనతో ఉంటాయి.

''నా పేరు విక్రం,'' అతనన్నాడు, ''ఎలా ఉన్నావురా?''

నిజంగానే?

''నిన్ను ఆ ఎగిరే యంత్రంపై చూశాను, నేను నా విచారణకై వేచి ఉన్నప్పుడు.'' అన్నాడు నవ్వుతూ, ప్రకాశవంతమైన కళ్ళతో. బహుశా తను ఇక్కడున్నందుకు మరీ ఆశ్చర్యంగా ఉన్నట్టున్నాడు. ''భలే అద్భుత దృశ్యమది. ఎలా నడిపావురా? తెలుసుకోవాలనుంది. బయటికెళ్ళాక ఒక పాక వెతుక్కొని ఇలాంటివాటి మీద కృషి చేస్తాను.''

''సూటిగా అంటున్నానని ఏమీ అనుకోకు, కానీ మనం అందరం ఇక్కడ చచ్చిపోయేట్లుండగా నీకు ఆ ఎగిరే యంత్రం గురించి ఉబలాటం ఎందుకు?''

''ఆఁ, వాళ్ళు ఇదంతా ఏర్పాటు చేసింది మనల్ని భయపెట్టేందుకే.'' ఇనుప సంకెళ్ళతో ఉన్న తన చేతిని ఊపాడు విక్రమ్. ''అందరికన్నా గొప్ప వీరులే ఇక్కడ యుద్ధం చేస్తారు, తక్కిన వాళ్ళమంతా ఊరికెనే శిక్షణ పొందుతాము, ఎందుకంటే, సమఉజ్జీలు లేని పోటీని ఎవరు చూసేందుకు ఇష్టపడతారు?''

''అతి త్వరలోనే ఆ నియమాలు మారుతాయనుకుంటా.'' అర్జన్ పళ్ళు నూరాడు. కాళి రాజైనప్పటినుంచి, ఆశ్చర్యకరంగా మాయమైన నాగుల స్థానంలో మానవులను చెరసాల పర్యవేక్షకులుగా, అధికారులుగా నియమించాడు. పాత రాజు కోటను కూడా హస్తగతం చేసుకున్నాడు. ఇదే వేదాంతుని పాలన అయితే, ఒక వెండిరంగు జుట్టుగల అమ్మాయితో అనుమతిలేని చోట అడుగుపెట్టినందుకు అర్జన్‌కు మరణశిక్ష విధించేవారు. కానీ కాళి తనకెదురుగా అందరూ నిలబడి, విచారింపబడాలని అనడంతో ఇక్కడ నిలబెట్టారు.

యుద్ధం ముగిసింది. కాళి విజేతను ప్రకటించేందుకు ముందుకురాగా, విజేతపై పందెం కాసిన పక్షమంతా చప్పట్లు కొడుతూ, కేరింతలు కొట్టారు. విజేతకు క్రూరమైన ముఖమూ, వెడల్పాటి శరీరాకృతీ ఉన్నాయి. అతని కళ్ళు కోపంగా, మొండిగా ఉండగా, చర్మం బొగ్గువలె నల్లగా ఉన్నది. అతడు అందంగా ఉన్నాడు. అర్జన్‌కి కడుపులో ఏదో కదిలినట్టైంది కానీ పట్టించుకోలేదు. చావుకు తాయారై, తను ఎదుర్కోబోతున్న యోధుణ్ణి శృంగార దృష్టితో చూడడం అతనికి అస్సలు నచ్చలేదు. ఇతడితో పోరాడితే, అర్జన్ ముద్దైపోవడం ఖాయం.

అతడి పేరు రుద్ర, శివుని నామాలలో ఒకటి.

''మన ఉత్తమ వీరుడు,'' కాళి ఆకర్షణీయంగా మాట్లాడాడు, ''ఎవరూ ఇతణ్ణి ఓడించలేరు, ఓడించరు.'' రుద్ర చేతిని పట్టుకొని పైకెత్తాడు. ''నీవు ఇవ్వాళ నాతో భోజనం చేస్తావు, కుర్రాడా.'' రుద్ర వీపును తట్టగా, అతను సంతోషించాడు, అప్పుడు కాళి శిక్షణ పొందనివారి చెంతకు వచ్చాడు, అర్జన్ నిలబడ్డ చోటుకు.

కాళి బంగారుకళ్ళ దృష్టి తనపై పడకూడదని దేవుడికి దండం పెట్టుకున్నాడు అర్జన్. కానీ కాళి ముందుకు నడచి అన్నాడు, ''మీరంతా జరాసంధుడి వారసత్వాన్ని కొనసాగించేందుకు శిక్షణ పొందుతారు.'' ప్రళయానికి ముందు ఆర్యావర్తంలో ఉండిన ధూర్తరాజు గురించి మాట్లాడుతున్నాడు. గోవిందుడు జరాసంధుడికి వృకోదరుడితో మల్లయుద్ధ పోటీ ఏర్పాటు చేసి, జరాసంధుడు ఓడి, దుర్మరణం పొందేందుకు సహాయపడ్డాడు. జరాసంధుడు చావడు. ఎందుకంటే, ఇప్పుడు అంతరించిపోయిన అసురజాతికి చెందినవాడు. ఇంద్రఘర్ వైపుకు వెళ్తున్న సమయంలో, కృప అన్నాడు, జరాసంధుడు సోమను తాగినందున చావడని. కృప ఈ సంఘటనలను తను ప్రత్యక్షంగా ఆ సమయంలో ఉండి చూసినట్లు మాట్లాడేవాడు. తుదకు జరాసంధుడి కాయం రెండుగా చీల్చబడి, వ్యతిరేక దిశల్లో పడవెయ్యబడగా, అతడు అయోమయం చెంది, అతుక్కోలేక చనిపోయాడు.

ఇటువంటివి ఇప్పుడు జరగటం లేదు. కానీ కల్కిని చూశాడు.

కాళి అర్జన్ పక్కన ఆగాడు. అర్జన్‌ను చూశాడు. మొదట కళ్ళు చిట్లించి, తరువాత వెడల్పు చేశాడు. అర్జన్‌కు అతడి శ్వాస తగిలింది. భయం గాని కోపం గాని చూపకుండా నిలబడ్డాడు అర్జన్, ఎందుకంటే, అలా చెయ్యాలనే కాళి ఎదురుచూస్తున్నాడు. కానీ అర్జన్ తనను తాను నియంత్రించుకున్నాడు.

''నీవు,'' అర్జన్ భుజం పట్టుకొని జనంలో నుంచి బయటకు లాగాడు.

అర్జన్ పళ్ళు నూరుకుంటుండగా, బలవంతాన ఈడ్వబడి, పందెం కాసే జూదరుల నడుమ నిలబెట్టబడ్డాడు. వాళ్ళు అతడి శక్తిసామర్థ్యాల గురించి చర్చించుకున్నారు. అర్జన్ కోపంగా చూశాడు, చేతులు ఇంకా కట్టేసే ఉన్నాయి. తను శిక్షణ పొందకపోయినా ఎందుకు రంగంలోకి తొయ్యబడుతున్నాడో అర్థం కాలేదు. అతను అందరు ఖైదీలలాంటివాడే కదా. రుద్ర మాట్లాడకుండా నిలబడి, చూపులతోనే అర్జన్‌ను అవహేళన చేస్తున్నాడు. దగ్గరగా చూస్తే, రుద్ర అంత అందగాడేమీ కాదు!

''నీవు బలహీనుడవు!''

''మనము శిక్షణ లేనివాణ్ణి ఎందుకు పంపుతున్నాము? ముందు శిక్షణనివ్వాలి!''

''వీడికి కండలు కూడా లేవు!''

జనం నుంచి వస్తున్న గొంతులను గుర్తుపట్టలేకపోయాడు అర్జన్.

పోటీదారులిద్దరి మధ్యకు కాళి వచ్చి, అర్జన్ భుజాన్ని పట్టుకొని, తన ఉడుముపట్టులో బంధించాడు. ఎక్కువ యుద్ధాలు సలుపని రాజైనా, కాళి బలంగా,

అర్జున్ కంటే దిట్టమైన కండలతో, రాతి నుంచి చెక్కిన శిల్పంలా అనిపిస్తున్న శరీరంతో ఉన్నాడు.

''కాస్త ఆడుకుందామా, ఏం?'' కాళి నవ్వాడు. ''మన వీరాధివీరుడైన రుద్రను, శిక్షణ పొందని ఇలాంటివాడితో యుద్ధం చెయ్యనిద్దామా?''

అర్జున్ గుండె వేగం పెరిగింది.

ఒద్దు.

ఆచార్య రంగా ముందుకొచ్చి, జాగ్రత్తగా నడుస్తూ, బెరుగ్గా మాట్లాడాడు. ''ప్రభూ, ఈ అబ్బాయికి ఆత్మరక్షణే తెలియదు. ఇది న్యాయమైన యుద్ధం అవ్వదు.''

అతను దుర్భాషలాడాడనట్టుగా చూశాడు కాళి. ''నాకు తెలియదా? మనకు కావలసినది పోటీ. అది న్యాయమైనదా, కాదా అన్నది మనకక్కర్లేదు.''

అందరూ చప్పట్లు కొట్టి హుషారుగా అరిచారు.

''కానీ ప్రభూ, రుద్రతో పోటీపడగలిగేవారు నావద్ద ఉన్నారు. వాళ్ళు ఆరోగ్యంగా, శక్తిమంతంగా ఉన్నవారు,'' అని ఆగాడు, అడగకుండా మాట్లాడినందుకు భయపడి. ''ఇతనికి ముందర శిక్షణ ఇవ్వనివ్వండి, అప్పుడు మీరేమనుకుంటే అది చెయ్యవచ్చు.''

కాళి ఆచార్య రంగా వద్దకు వచ్చాడు, అతను వెనకడుగు వేశాడు. ''ఫో,'' అని కోపంగా అనగా, అతడు మెల్లగా వెనక్కు తిరిగి వెళ్ళిపోయాడు.

జనాలు నవ్వుతూ గట్టిగా చప్పట్లు కొట్టారు. అర్జున్ వారి మధ్యన ఉన్న వేదాంతుణ్ణి గాని, కువేరుణ్ణి గాని గమనించలేకపోయాడు.

''పందెం కాద్దాం,'' అరచాడు కాళి. ''ఎవరు నెగ్గుతారంటారు?''

అందరూ రుద్ర పేరు అరిచారు. ఇంకా చెప్పాలంటే రుద్ర ఆ ప్రశ్ననే హేళనగా భావించి, వెటకారంగా అర్జున్ వైపు చూడగా, అతడు మౌనంగా, భావరహితంగా కనిపించాడు. ఓడించడానికి వేరే మార్గాలను అన్వేషించడం మొదలుపెట్టాడు. ఇంతకు ముందు జరిగిన పోటీలలో తను ఏవైనా బలహీనతలను కనబరిచాడేమో అని రుద్ర ఆలోచించాడు. అతను ప్రత్యర్థిని బందీచేసి, అతడి మెడను పట్టుకొని తిప్పేశాడు. ఒకొక్కసారి, అతడి శరీరాన్ని కిందపడవేసి, ఎముకలను విరిచాడు.

అర్జున్ మెల్లగా విక్రంకేసి తల తిప్పాడు. అతడు భయంతో గుటకలు మింగుతున్నాడు. బొద్దుగా ఉన్న ఆ కుర్రాడు అతిబలశాలులే పోరాడతారని చెప్పాడు. కానీ, కాళిపై ఉమ్మినందుకు, సోమను తస్కరించినందుకు, దాన్ని కాల్చేసినందుకు, విచారణలో ఉన్న ఖైదీని తప్పించినందుకు కాళి తనపై పగ తీర్చుకుంటాడని అర్జున్‌కు బాగా తెలుసు. ఇంకా చెప్పాలంటే, అర్జున్‌ను సింహాలకు ఆహారంగా వెయ్యకపోవడం కాళి ఔదార్యమనే చెప్పాలి. కానీ మళ్ళీ రుద్రను చూసిన అర్జున్‌కు దడపుట్టింది.

మానవభటులు ముందుకొచ్చి, అర్జున్ గొలుసులను విప్పి, ముందుకు పడేశారు. అర్జున్ మట్టిని స్పృశిస్తూ, ఆకాశాన్ని చూశాడు. ఆ చోటు మొత్తం చిన్నగా

ఉన్నట్టు అనిపించింది, కానీ రంగస్థలం చుట్టూ ఉన్న కుర్చీల వలయం ఎక్కువమంది ప్రేక్షకులకు తావిచ్చేలాగా తీర్చబడి ఉన్నది.

అర్జన్ మెటికలు విరుచుకుంటూ లేచి నిలబడ్డాడు. అతని ముందు రుద్ర నిలబడి ఉన్నాడు, పెదాలపై నవ్వు తాండవిస్తుండగా. అర్జన్ వెనుకనున్న కాళిని చూశాడు. కాళి తన ముక్కును రుద్దుకొని, పోటీని ఆరంభించమని చేత్తో సైగచేశాడు. ఎక్కడనుంచో బాకా మోగింది. అర్జన్‌కు అంతా శూన్యమైపోయింది, తేరుకునేసరికి ఆ భారీకాయం అతన్ని నేలమీదకు నెట్టేసి, గుద్దేస్తున్నాడు. అతని వీపు నేలను గట్టిగా తాకగా, బాణంవల్ల కలిగిన గాయాలు ఇంకా నొప్పి పుట్టించి, కళ్ళల్లో నీళ్ళు తెప్పించాయి.

రుద్ర తన మెడను పట్టుకొనేందుకు ప్రయత్నించగా, అర్జన్‌కు చాలా భయం వేసినా, అతడి కండలు తిరిగిన చేతులనుంచి తప్పించుకున్నాడు. రుద్ర ఎప్పుడు ముందుకొచ్చినా, అర్జన్ తన చేతిని విసురుతూ అతన్ని కొట్టాడు. ఆఖరికి రుద్ర తన కాళ్ళతో అర్జన్ కాళ్ళను గట్టిగా పెనవేసి, తన పైశరీరాన్ని అవతలికి తిప్పి, అర్జన్ పైశరీరాన్ని నేలకేసి కొట్టాడు. రుద్ర తాపీగా ముందుకొచ్చి, చర్మాన్ని కొరకడం మొదలుపెట్టి, గుసగుసగా అడిగాడు, ''నచ్చుతోందా?''

అర్జన్ అతని మాటలవల్ల అయోమయానికి గురై కనుబొమలను పైకెత్తాడు. కానీ తనకున్న శక్తితో నేలమీద నుంచి తోసుకుంటూ లేవగా, రుద్ర వెనక్కు పడ్డాడు. నిమిషంపాటు జనాలు కేరింతలు కొట్టడం ఆపారు. రుద్ర లేస్తూ, దురదపడుతున్నట్లు భుజం మీద ఒకవైపు మెలిపెట్టుకున్నాడు.

''నీవు బాగా పోరాడుతున్నావు,'' రుద్ర నవ్వాడు, ''కానీ మన్నించు, నేను బ్రతికేందుకు నిన్ను చంపాలి.''

రుద్ర తనను వెంటాడగా, అర్జన్ కాళ్ళు కదలలేదు. రుద్ర పిడికిలి బిగిస్తుండగా, అర్జన్ ఆత్మరక్షణకై చేతులెత్తాడు. ఇంక ఇది మల్లయుద్ధం కాదు. ఇది గుద్దులు, తన్నులతో కూడిన శక్తి ప్రదర్శన.

''క్షమించు, మిత్రమా, ఇంక నీకు బయటపడే దారి లేదు.''

బయటపడే దారి లేదు. అర్జన్ కదులుదామని చూస్తే, రుద్ర అతన్ని గుద్ది ముక్కు పగలగొట్టాడు. అతని ముఖం మీద రక్తం కారి నోట్లోకెళ్ళింది. నొప్పితో బుర్ర బద్దలైపోతోంది, దృష్టి మసగబారుతోంది. గుండె దడదడలాడుతోంది.

రుద్ర ఆఖరున అర్జన్ గొంతు పట్టుకున్నాడు. ఊపిరాడని అర్జన్ అతణ్ణి వదిలించుకుందామని చూసినా, కుదరలేదు. ఎదుట నల్ల చుక్కలు కనబడడం మొదలుపెట్టాయి, శ్వాస అందటం లేదు, కళ్ళు మూతలు పడిపోతున్నాయి, చీకటిని స్వాగతిస్తూ.

జాతులు

రాక్షసులు — తెలివైన వ్యక్తులు, దక్షిణాపథాన ఈళం ద్వీపాన జన్మించారు, యుద్ధంలో దృఢంగా నిలబడుతారు, ఇతర జాతులతో పోలిస్తే వీరి చర్మం గరుకుగా ఉంటుంది. వీరి సగటు ఎత్తు ఆరడుగులు దాటుతుంది. పురుషాధిక్యంతో కూడుకున్న వీరి సంస్కృతి, వీరి ఆవేశంతో సంబంధం లేకుండా, వెనుకబడి ఉంటుంది. వీరిలో చాలామంది శివభక్తులే అయినా, పలు సందర్భాలలో వీరు నాస్తికులుగా భావించబడతారు. వీళ్ళకు నల్లటి చర్మం, జిడ్డుగా ఉండే జుట్టూ ఉంటాయి.

నాగులు — కొలనుపై తేలియాడే నాగపురిలో రాజసంగా నివసించే ఉన్నత వంశజులు. వీళ్ళు శేషుడిని, విష్ణువుని ఆరాధిస్తారు. యోధులుగాకంటే దూతలుగానే ఎక్కువగా ఉన్న వీరు కాలక్రమేణా సైన్య వ్యవస్థను అభివృద్ధి చేసుకున్నారు. వీళ్ళ సంస్కృతిలో మహిళలకు గౌరవం ఉన్నది. నాగులకు నీలినేత్రాలు, తెల్లని చర్మము ఉంటాయంటారు.

యక్షులు — పొట్టిగా ఉంటారు, తుంటరులు. వీరివల్ల ప్రమాదం ఉండదు, ఆర్థిక నిర్వాహణలో నిపుణులు. తమ రాజునే ఆరాధిస్తారు, ఏ దేవుణ్ణీ కాదు. వీళ్ళకు సైన్యనిర్వహణలో, రాజకీయనిర్వహణలో నైపుణ్యం ఉండదు. యక్షులలో ఆడవారైన యక్షిణులు అరుదే. ఎడారి మధ్యనున్న అలకాపురి వీరి నివాసస్థలము. అందరికన్నా సంపన్నజాతి వీరిది.

అసురులు — అంతరించిన జాతి. ఈ జాతి గురించి ఎక్కువగా తెలియదు. ఈ లోకంలోగల చెడు అంతటికీ కారణంగా పేర్కొనబడతారు. మూఢనమ్మకంవల్ల, ఒకప్పుడు ఈ జాతికి చెందిన పిల్లలు, స్త్రీలు, పురుషులు, వేటాడబడివధింపబడ్డారు, ఉరి తీయబడ్డారు. కొందరు బ్రతికారు. వీళ్ళు సంచరిస్తుంటారని అంటారు. వీళ్ళు నాస్తికులు.

దానవులు — అసురుల సోదరులైన వీరు, చెట్లకు సమానమైన ఎత్తుతో కొండలంత ఆకారంగలవారిగా పరిగణింపబడతారు. దేవతలకు బద్ధశత్రువులైన వీరు, ప్రస్తుతం

నిద్రపోతున్నారని అంటారు. ఎందుకంటే, వీరు వేసే అడుగులవల్ల భూమి కంపిస్తుందట. రాత్రిపూట పిల్లలకు చెప్పే కథల్లో వీరి గురించిన ప్రస్తావన గొప్పగా ఉంటుంది. ప్రళయానంతరం వీరు కానరాలేదు.

పిశాచులు — నరభక్షకులు. దల్దల్ ప్రాంతాలలో చిత్తడి నేలలపై నివసిస్తారు. ''అతిబలవంతుణ్ణి'' ఆరాధిస్తారు. కర్మ సిద్ధాంతాన్ని నమ్ముతారు. నేరం చేసిన ప్రతిసారీ పచ్చబొట్టు పొడిపించుకుంటారు. వీరు ఉన్మాదులుగా పరిగణింపబడతారు. అందువల్ల వీరు నివసించే ప్రాంతాలకు బుద్ధిహీనుడే వెళ్తాడు.

వానరులు — దండకారణ్యంలో ఉంటారు. విస్తృత జ్ఞానంగలవారిగా భావింపబడతారు. శరీరమంతా జుట్టు ఉండడంవల్ల అదొక లోపంగా వెక్కిరింతకు గురవుతుంటారు. పాతాళానికి వెళ్ళిన వీరు అతిథులపట్ల స్నేహంగా నడచుకోకూడదనుకున్నారు. చిరంజీవిగా, తమ రాజుగా పరిగణింపబడే తమ రక్షకుడైన బజరంగ ప్రభువును కొలుస్తారు.

గమనిక: ఈ జాబితాలో లేని మరికొన్ని జాతులు గలవు. వీటి గురించి పరిశోధన చేసి ఆ సమాచారాన్ని గ్రంథస్థం చేయాల్సి ఉంది.

— వేదవ్యాసుడు.

కృతజ్ఞతలు

ఒక పుస్తకమనేది ఒక రచయిత కృషే కాదు, మరి ఎందరిదో కూడా. ఖచ్చితంగా నా సర్వోత్కృష్ట రచన అనదగిన ఒక కాల్పనిక గ్రంథ ధారావాహికలోని ప్రథమ భాగమైన ఈ నా తొలి రచనకు మద్దతు ఇచ్చినవారందరికీ కృతజ్ఞతలను తెలుపుతున్నాను.

తొట్టతొలుత నా తల్లిదండ్రులకు ధన్యవాదాలు. మా నాన్నగారి నిరంతర సహకారం, ప్రేమవల్లే ఈ పుస్తకం మీ చేతుల్లో ఉంది. ప్రతి సృజనాత్మక నిర్ణయంలోనూ మాకు విభేదాలేర్పడినా, వాటివల్లే ఈ పుస్తకం ఇంత అందంగా తయారైంది. క్రైస్తవమతాన్ని గాఢంగా అవలంబించే మా అమ్మగారు, తన కొడుకు ఒక హైందవ దైవం గురించి రాస్తున్నాడన్న విషయాన్ని, తన సొంత నమ్మకాలను పక్కనబెట్టి స్వీకరించింది. ఆమె ఆమోదం, సహకారం వల్ల, ఎవరైనా ముందర మానవుడిగా, తరువాతే ఒక మతానికి చెందినవాడిగా ఉండాలని నేను గ్రహించాను.

రోజూ ఎనిమిది గంటలపాటు అలసట అనేది లేకుండా శ్రమించి, నా రచనకు కూర్పులు, సవరింపులు, మెరుగులు దిద్దడమూ చేసిన మా సంపాదకురాలికి నా ధన్యవాదాలు. ఆమె దీన్ని మలచిన విధానానికి నేను ఎప్పటికీ కృతజ్ఞుడను.

కలమోస్ లిటెరరీ సెర్వీసెస్ సంస్థ ద్వారా ఎంతో ఆసక్తితో మా మొదటి కాల్పనిక పురాణ రచనను ప్రచురించిన అనుజ్ కుమార్ గారికి నా కృతజ్ఞతలు. ముఖపుటాన్ని రమ్యంగా అందజేసిన అర్థాత్ స్టుడియోకు, అద్భుతమైన లిపులతో దీన్ని నింపిన అజితాభా బోస్ గారికీ నా నెనరులు. నా పుస్తకం బహుళ జనాదరణ పొందేందుకు ఉత్సాహం చూపించి, అందుకు సహాయాన్ని అందజేసిన జష్ణ్ ఈవెంట్స్ కు చెందిన సీమా సక్సేనా గారికి, ప్రజా సంబంధాల విషయంలో నాకు సహాయాన్ని అందజేసిన డింపుల్ సింగ్ గారికి కూడా నా ధన్యవాదాలు.

ట్రైలెర్‌కు, కరపత్రాలకు గగన్ కాబ్రా గారు అందించిన బ్రహ్మాండమైన సహకారానికి గాను వారికి ఎప్పుడూ ఋణపడి ఉంటాను. ఈ పుస్తక విజయం కోసం ఆయన నాకన్నా ఎక్కువగా శ్రమించారు.

ఆఖరున, పాఠకులైన మీకు నా నెనరులు. మీరెంతో అద్భుతమైనవారు, ఈ పుస్తకం మీకు నచ్చుతుందని ఆశిస్తున్నాను.

ఇరవైయొక్క ఏళ్ళ కెవిన్ మిస్సల్, సెయింట్ స్టీఫెన్స్ కళాశాల నుంచి పట్టభద్రుడయ్యారు. ఇటీవలే కల్కి గ్రంథత్రయంలోని మొదటి భాగమైన 'ధర్మయోధుడు కల్కి: విష్ణువు అవతారము' అనే పుస్తకాన్ని విడుదల చేశారు. దీన్ని మిల్లీనియం పోస్ట్, సండే గార్డియన్ వంటి పత్రికలు "2017 సంవత్సరపు పౌరాణిక అద్భుతం"గా శ్లాఘించాయి.

కెవిన్ కి పుస్తకాలు చదవడం, చలనచిత్రాలు చూడడం, మనసులో కథలు అల్లుకోవడం అంటే చాలా ఇష్టం. న్యూ ఢిల్లీ వాస్తవ్యులైన వీరి ఈమెయిల్ ఐడీ: kevin.s.missal@gmail.com.